बिझनेस लेजंड्स

चार द्रष्टया उद्योजकांचा प्रेरणादायी जीवनप्रवास

लेखक
गीता पिरामल

अनुवाद
अशोक जैन

मेहता पब्लिशिंग हाऊस

Please contact us at **Mehta Publishing House,** Pune 411030.
✆ +91 020-24476924 / 24460313 / Mob. No. 9545000513
Email : production@mehtapublishinghouse.com
Website : www.mehtapublishinghouse.com

- *या पुस्तकातील लेखकाची मते, घटना, वर्णने ही त्या लेखकाची असून त्याच्याशी प्रकाशक सहमत असतीलच असे नाही.*

BUSINESS LEGENDS by GITA PIRAMAL

बिझिनेस लेजंड्स / मार्गदर्शनपर

अनुवाद : अशोक जैन
Email : author@mehtapublishinghouse.com

मराठी अनुवादाचे व प्रकाशनाचे हक्क : मेहता पब्लिशिंग हाऊस, पुणे ३०

प्रकाशक : सुनील अनिल मेहता, मेहता पब्लिशिंग हाऊस,
१९४१, सदाशिव पेठ, माडीवाले कॉलनी, पुणे – ३०

मुद्रक : ट्रिनिटी ॲकॅडमी फॉर कॉर्पोरेट ट्रेनिंग लिमिटेड

मुखपृष्ठ : चंद्रमोहन कुलकर्णी

आतील चित्रे : सचिन जोशी

प्रकाशनकाल : एप्रिल, २००२ / मे, २००६ / जून, २००८ /
जून, २०११ / ऑक्टोबर, २०१६ / जुलै, २०१७ /
पुनर्मुद्रण : नोव्हेंबर, २०२१

किंमत : ₹ ४९५

P Book ISBN 9788177662795
E Book ISBN 9789386745859
E Books available on : amazonkindle Apple Books Google Play Books

---

प्रस्तावना

उद्योगांच्या इतिहासाचं मला जबर आकर्षण आहे. इतकं, की त्यावर पीएच्‌-डी.चा प्रबंध लिहिण्यासाठी मी आठ वर्षं घालविली; पण हे संशोधन मी काही प्रसिद्ध केलं नाही. मुंबईच्या आर्थिक इतिहासाची सूची बनविताना किंवा दुसऱ्या एखाद्या उपयुक्त पुस्तकासाठी या प्रबंधाचा वापर करता येईल, असं मला वाटत होतं. त्याच क्षणाची वाट पाहण्यात मी अनेक वर्षं घालविली.

तो क्षण अगदी अनपेक्षितपणे आला व मी तो हातातून निसटू दिला नाही. औद्योगिक इतिहासकारांपाशी मला कस्तुरभाई लालभाई यांच्या पत्रव्यवहाराच्या खजिन्याची माहिती मिळाली. त्यांचा सर्व पत्रव्यवहार अत्यंत काळजीपूर्वक जतन केलेला असून, त्यांच्या कुटुंबीयांनी तो चाळण्याची मला परवानगी दिली. कोणीही न पाहिलेली हजारो पत्रं त्यात होती. तांबड्या थैल्यांमधील ती पत्रं पाहताना गुहेत शिरल्यावर अल्लाद्दिनला जसा आनंद झाला, तसा मला झाला. त्या पत्रांमध्ये महात्मा गांधींकडून आलेली पोस्टकार्डं होती, राजीव व सोनिया गांधी यांच्या लग्नाची हॅंडमेड रेशमी कागदावरील निमंत्रण-पत्रिका होती, कस्तुरभाई व आयकर खाते यांच्यात झालेला संतापजनक पत्रव्यवहार होता, भावाबरोबर मालमत्तेचं वाटप करण्याबद्दलचे लवादाचे कागदपत्र होते, आईच्या आजारपणामुळे व्याकूळ झालेल्या मुलाचं मनोगत व्यक्त करणारी पत्रं होती. ही पत्रं पाहताना जणू सारा इतिहास माझ्या डोळ्यांपुढे सजीव झाला. या पत्रांतील क्षुल्लक बाबी वगळून नेमक्या महत्त्वाच्या गोष्टी मी निवडू शकले.

लोक, त्यांची परंपरा व वारसा यांनी मी भारावून जाते, म्हणून आजच्या व्यवस्थापकांनी गतकाळच्या उद्योजकांबद्दल का वाचावं, हे स्पष्ट होत नाही. सहस्रकाच्या उंबरठ्यावरचा व्यापार व उद्योग पन्नास वर्षांपूर्वीपेक्षा वेगळा आहे, वातावरण बदललं आहे, उत्पादनं व ग्राहकांचा प्रतिसाद बदलला आहे; तेव्हा गतकाळच्या उद्योगपतींच्या जीवनापासून असे काय मोठे धडे मिळणार आहेत, की हे पुस्तक वाचण्यात वेळ खर्च करावा?... खरं तर शिकण्यासारखं खूप काही आहे. स्वातंत्र्याच्या आधीचा व नंतरचा भारत व १९९० मधला भारत यांत,

१९८० व १९९० मधील भारतापेक्षा अधिक साम्य आहे. हे असंभवनीय वाटत असेल, तर पुढील बाबींचा विचार करावा.

स्पर्धा

ब्रिटिश काळातील जे. डी. बिर्ला व कस्तुरभाई लालभाई यांच्यासारखे उद्योगपती देशातील बाजारपेठेचा हिस्सा मिळावा, म्हणून एकमेकांशी तीव्र स्पर्धा करीत. त्या काळच्या बहुराष्ट्रीय कंपन्यांशी संघर्ष करीत. त्या काळात आयातीवर बंधनं नव्हती. स्वातंत्र्यानंतर नेहरू सरकारनं आयातीवर निर्बंध लादले. हे धोरण आयातीला मुख्य पर्याय शोधण्याच्या कार्यक्रमातून राबवलं गेलं. त्याचा परिणाम १९९० पर्यंत विक्रेत्यांची बाजारपेठ निर्माण होण्यात झाला. जर तुम्ही येनकेन प्रकारे परवाना मिळवला, तर त्याच्या पाठीमागे नोटा छापू शकाल, अशी परिस्थिती होती. या परवाना राज्यात आदित्य बिर्ला (जीडींचे नातू) आणि राहुल बजाज ('बजाज़ ऑटो कंपनी'चे अध्यक्ष. ही कंपनी जगातील दुचाकी वाहनांच्या उत्पादकांत पाचव्या क्रमांकाची आहे.) हे ज्या वस्तू निर्माण करीत, त्या सर्वच्या सर्व विकू शकत. ही सवलत त्यांच्या आजोबांच्या काळात नव्हती आणि त्यांच्या नातवांनाही मिळण्याची शक्यता नाही.

सरकार

ब्रिटिश काळात भारतीयांच्यावर त्यांच्याच देशात पक्षपात लादली जाई. उदा. बँका भारतीयांना अत्यंत महाग व्याजदरानं कर्ज देत. पण भारतातील ब्रिटिश उद्योगपतींना मात्र चटकन मदत करण्यास तयार होत. कापडी वस्त्रं, ताग आणि निर्यात याबाबत सरकारचं धोरण हे ब्रिटिश व्यापाऱ्यांना अनुकूल होतं. ब्रिटिश निघून गेल्यावरही पक्षपात चालूच राहिला. इंदिरा गांधींना तर निर्बंध लादण्याचं वेडच होतं. त्यातूनच परवाना राज्य अवतरलं. देणगीच्या त्यांच्या हव्यासामुळे परमिट राज्य आलं. काँग्रेस पक्षाच्या धोरणामुळे काही उद्योगपतींना इतरांपेक्षा चांगली वागणूक दिली गेली.

तंत्रज्ञान

आजकालचे व्यवस्थापक हे १९५० च्या काळातील व्यवस्थापकांप्रमाणेच तंत्रज्ञान व त्याचा उद्योगावरील परिणाम याला घाबरलेले असतात. त्यामानाने १९७०-१९८० चा काळ जास्त आरामदायी होता; कारण भारतात फारशी तांत्रिक प्रगती झाली नव्हती. १९४० मध्ये एखादं उत्पादन विकलं जाईल की नाही, किंवा बाजारपेठ किती मोठी राहील, याचा अंदाज बांधण्यासाठी फारशी माहिती उपलब्ध नव्हती. आज तंत्रज्ञानाची प्रगती व तिचा वेग यामुळे ही प्रक्रिया तितकीच अवघड होऊन बसली आहे.

तरीही अशा प्रतिकूल वातावरणात गतकाळाचे उद्योजक महत्त्वाची औद्योगिक घराणी यशस्वीपणे उभारू शकली. 'द मारवाडीज्' या पुस्तकाचे लेखक थॉमस टिमबर्ग म्हणतात, '१९५१ ते १९६२ चा काळ हा भारतातील भांडवलाचा सुवर्णकाळ होता, असे म्हणता येईल. या काळात दरवर्षी औद्योगिक उत्पादन नऊ टक्क्यांनी वाढलं व काही वस्तूंचे दर त्याहूनही अधिक वेगानं वाढले. त्यानंतरची तीन दशकं राजकारणी, अर्थकारणी आणि उद्योगपती याची पुनरावृत्ती करण्याच्या प्रयत्नात होते. पण हिंदू वाढीचा दर तीन टक्केच राहिला. तरीही आज भारतीय अर्थव्यवस्था पुन्हा चैतन्यानं सळसळू लागली आहे आणि १९९० च्या आरंभीच्या उदारमतवादी धोरणांमुळे असं वातावरण तयार झालं आहे, की फार पूर्वीच्या काळात जसा आक्रमक उद्योजकतेला वाव होता, तसा निर्माण झाला आहे. स्वातंत्र्यपूर्व व नंतरच्या काळात अनेक उद्योजकांनी इतर अनेकांवर मात केली. जागतिक स्पर्धेत टिकाव धरतील, अशी उत्पादनं त्यांनी निर्माण केली. सेवा उपलब्ध करून दिली. भारतीय उद्योगात चौघाजणांनी टाकलेली भर मोलाची आहे; जे. डी. बिर्ला, वालचंद हिराचंद दोशी, कस्तुरभाई लालभाई आणि जे. आर्. डी. टाटा.

१९३९ साली भारतातील देशी व विदेशी उद्योग समूहांची जी यादी करण्यात आली, त्यात पहिला क्रमांक टाटा समूहाचा होता. त्यावेळी त्यांची मालमत्ता ६२.४२ कोटी एवढी होती. दुसरा क्रमांक मार्टिन बर्गचा होता. त्यांची मालमत्ता केवळ १८ कोटींची होती. इतर ज्या तीन उद्योगपतींची माहिती या पुस्तकात दिली आहे, त्यांच्या त्यांच्या दृष्टीनं हा काळ जडणघडणीचा होता. बिर्ला समूह तेराव्या क्रमांकावर होता व त्यांची मालमत्ता ४.८५ कोटी होती. लालभाईंचा क्रमांक तिसावा होता व त्यांची मालमत्ता २.३३ कोटी होती. त्या वेळेस वालचंद हे बिर्लांपेक्षाही मोठे होते. त्यांची मालमत्ता ३.६६ कोटी. त्यांची 'सिंदिया' कंपनी सतरावी होती. पण त्यात आणखी तीन भागीदार होते. त्याखेरीज वालचंद यांचा स्वत:चा उद्योगसमूह २५ व्या क्रमांकावर (एकूण मालमत्ता २.६१ कोटी) होता.

१९६९ पर्यंत हे सारं चित्र अत्यंत नाट्यपूर्णपणे बदललं. गोऱ्या बड्या साहेबानं त्यांच्या कंपन्या भारतीयांना विकून टाकल्या. औद्योगिक परवाने धोरण चौकशी समिताच्या अहवालानुसार टाटा समूह हा भारतातील सर्वांत मोठा उद्योग समूह होता. (एकूण मालमत्ता ५०५.३५ कोटी) बिर्लांनी इतर सर्वांना मागं टाकून दुसरा क्रमांक पटकावला. त्यांची मालमत्ता ४५६.४० कोटी झाली. जेआरडी व जीडी यांच्यांत अगदी तीव्र चुरस लागली होती. हा काळ वालचंद समूहाच्या दृष्टीनंही भरभराटीचा होता. त्यांनी नववा क्रमांक पटकावला. (मालमत्ता ८१.११ कोटी) यात 'सिंदिया'च्या ५५.९ कोटींचा विचार केलेला नाही. कारण या समूहानं

या नौकानयन कंपनीची साथ सोडली होती. जर ही कंपनी त्यांच्या ताब्यात असती, तर ते चौथ्या क्रमांकावर पोहोचले असते. लालभाई अठराव्या क्रमांकावर होते. त्यांची मालमत्ता ५१.२ कोटी होती व त्यांचीही कामगिरी फारशी वाईट नव्हती.

या माणसांमध्ये असं काय खास होतं? जी. डी. बिर्ला हे आधुनिक विचारांचे होते व तरुणपणीच जुन्या परंपरांना त्यांनी आव्हान दिलं होतं. मारवाडी समाजात असं करण्याची कोणाची हिंमत नव्हती. त्या वेळच्या राजकीय ताणतणावाच्या काळात बिर्लांनी ब्रिटिश व महात्मा गांधी यांच्यांत वाटाघाटी करणारे दूत अशी आपली प्रतिमा निर्माण केली. पण त्यांची खरी कामगिरी औद्योगिक क्षेत्रात आहे. ते आणि त्यांचे तीन बंधू यांनी अनेक कारखाने उभारले व स्थानिक अर्थव्यवस्थेत व देशात संपत्तीची भर टाकली.

जी. डी. बिर्ला अगदी विचार करून पावलं उचलत. मनात येईल तसे वागणाऱ्यांपैकी ते नव्हते. या उलट वालचंद हिराचंद हे अधीर स्वभावाचे व चालायला येण्यापूर्वी धावता आलं पाहिजे, अशा वृत्तीचे होते. भारतात साधं डिझेलचं इंजिन बनण्याच्या कितीतरी आधी त्यांनी विमान बांधण्याचा कारखाना उभारला. त्यांनी एक शिपयार्ड बांधलं. ते खासगी क्षेत्रात राहायला हरकत नाही, असं नेहरू सरकारला वाटलं. मुंबईला पिण्याचं पाणी मिळतं, याचं श्रेय त्यांनी घातलेल्या प्रचंड पाइपलाइन्सला जातं. ते जेव्हा इमारतीचे कंत्राटदार बनले, तेव्हा ते कुटुंबाचं दिवाळं वाजवणार, असं त्यांच्या वडिलांना खात्रीनं वाटत होतं. त्यांनी अपवादात्मक धोके पत्करले, पण आधुनिक भारताची पायाभरणी केली. वालचंद हिराचंद यांचं मुख्य कार्यक्षेत्र महाराष्ट्र हे होतं.

दुसरे प्रादेशिक उद्योजक म्हणजे कस्तुरभाई लालभाई होत. त्यांनी भारतातील वस्त्रोद्योग क्षेत्रात मोठं घराणं स्थापन केलं. महात्मा गांधींशी त्यांच्या शाब्दिक चकमकी उडाल्या, तेव्हा त्यांचं कौशल्य लक्षात आलं. ते १९१७ साल होतं व कस्तुरभाई तेव्हा जेमतेम सव्वीस वर्षांचे होते. ते इतके तरुण असले, व त्या वेळी त्यांची गिरणी ही अहमदाबादमधील सर्वांत लहान गिरणी असली, तरी कामगारांच्या इतिहासातील सर्वांत प्रदीर्घ चाललेला संप मिटविण्यासाठी त्यांना पाचारण करण्यात आलं.

लालभाई हे मध्यस्थ म्हणून नाव कमवत असताना जे. आर्. डी. टाटा या संदर्भात प्रयत्नशील होते. आजारी म्हणून अंथरुणात पडून असताना जमशेदपूर येथील पोलाद कारखान्यातील कामगारांकरता जाहिरनामा लिहिण्यात ते गढले होते. संपानं भरलेल्या 'टिस्को' कंपनीच्या इतिहासात या जाहिरनाम्यानं सुसंवादाचं नवं पर्व सुरू केलं. विमान उड्डाणातील साहसं व 'एअर इंडिया' यासाठी अधिक प्रसिद्ध असलेले टाटा यांनी 'टिस्को'ला अर्ध्या शतकात कसा आकार दिला,

याबद्दल फार कमी माहिती आहे. या पुस्तकात 'एअर इंडिया'च्या पलीकडे जाऊन टाटा यांच्या कर्तृत्वाचा वेध घेण्याचा प्रयत्न केला आहे. जेआर्डी यांच्याभोवती अत्यंत हुशार माणसं होती. त्यांनी 'टेल्को' व 'टाटा केमिकल्स'सारखे प्रकल्प उभारले. पण खुद्द जे. आर्. डी. टाटांना स्वत:मधील सुप्त शक्तीची जाणीव झाली होती काय?

मोठमोठी औद्योगिक साम्राज्यं उभारताना या व्यक्तींना सर्व प्रकारच्या आव्हानांना सामोरं जावं लागलं. अडचणींना त्यांनी कसं तोंड दिलं, त्यावरून आजकालच्या व्यवस्थापकांना बरंच काही शिकण्याजोगं आहे. बहुराष्ट्रीय कंपन्यांच्या आक्रमणाला त्यांनी कसं प्रत्युत्तर दिलं, मजुरांकडून कसं उत्तम काम करून घेतलं व औद्योगिक संघटनांचा लॉबिंगकरता कसा वापर केला, हे पाहणं उद्बोधक ठरेल.

ज्या काळात आकडेवारी व माहिती सहज उपलब्ध होत नव्हती, त्यावेळीही त्यांच्याकडे अनेक प्रश्नांची उत्तरं तयार होती. अर्थशास्त्रज्ञांची उणीव असल्यानं ते स्वत:च आर्थिक विषयावर लिहू लागले. टाटा समूह लहान आकाराचं आर्थिक आकडेवारीचं पुस्तक प्रसिद्ध करीत असे. कितीतरी वर्षं सर्वसाधारण आर्थिक माहितीचा तोच मुख्य आधार होता. वालचंद हिराचंद यांना जलवाहतूक, बांधकाम व सिमेंट उद्योग याबद्दल खडान्खडा माहिती होती. कस्तुरभाईंना वस्त्रोद्योगाबद्दल प्रचंड माहिती होती. जेव्हा जीडी, जेआर्डी, वालचंद व कस्तुरभाई बोलण्यासाठी उभे राहत, तेव्हा लोक त्यांचं म्हणणं अत्यंत लक्षपूर्वक ऐकत. हे उद्योगपती अधून मधून विविध अहवाल प्रसिद्ध करीत. त्यांचा 'फिकी', 'इंडियन चेंबर ऑफ कॉमर्स' व 'इंडियन मर्चंटस् चेंबर' यांसारख्या संघटना वापर करीत.

या गोष्टींमुळे या उद्योगपतींच्या 'आख्यायिका', म्हणजेच 'लेजंड्स' झाल्या काय? नेता व 'आख्यायिका' यात फरक काय? एखाद्या नेत्याचं 'आख्यायिके'त परिवर्तन व्हायचं असेल, तर त्याच्यासाठी त्याच्यामध्ये आणखी काय असावं लागतं? शब्दकोशातील अर्थ संदिग्ध आहेत. तांत्रिक दृष्ट्या 'लेजंड्स' या शब्दाचा अर्थ 'संताच्या आयुष्यातील कथा वा कथांचं संकलन' होय. इथं ज्या चौघा उद्योगपतींची माहिती दिली आहे, ते सर्वार्थानं परिपूर्ण आहेत काय, याबद्दल मला शंका आहे. पण तरी देखील मी त्यांना 'लेजंड्स' मानते. का? आख्यायिका या कोणाच्या वैयक्तिक विजयावर बनत नसतात, तर ज्यांच्या कामाचा शेकडो लोकांच्या आयुष्यांवर प्रभाव पडतो, ते 'आख्यायिका' बनतात. व्यापारी हा रोजच्या नफ्याचा विचार करतो, उद्योगपती उद्याचा ताळेबंद पाहतो, तर आख्यायिका बनलेली व्यक्ती पुढच्या पिढ्यांचा विचार करीत असतात. भारतात अनेकांनी शक्तिमान घराणी निर्माण केली आहेत. अत्यंत गरिबीतून वर आलेले हॉटेल उद्योगातील सम्राट एम्. एस्. ओबेरॉय (जन्म १९००) किंवा मुंबईचे वस्त्रोद्योगातील गाजलेले मफतलाल

गगलभाई. (१८७३-१९४४) त्यांनी तर रस्त्यावर कटपिसेस् विकण्यापासून सुरुवात केली होती. फाळणीच्या वेळी पाकिस्तानातून आलेले निर्वासित एच्. पी. नंदा यांनी 'एस्कॉर्स्ट' ही प्रचंड कंपनी उभारली व ती ताब्यात घेण्याच्या प्रयत्नाविरुद्ध ते निकरानं झगडले. लक्ष्मणराव किर्लोस्कर (१८६९-१९५६) यांनी आपल्या इंजिनीअरिंग कंपन्यांत निवडुंगांमध्ये गुलाबांना फुलू दिलं. अशा शेकडो कथा आहेत. राष्ट्रवादी उद्योगपती जमनालाल बजाज (१८८९-१९४२), उत्तम तंत्रज्ञ आर्देशिर गोदरेज (१८६८-१९३६), टीव्हीएस् उद्योगसमूहाचे टी. व्ही. सुंदरम् अय्यंगार असेही अनेक उद्योगपती आहेत. पैसे कसे कमवावे याची अंतर्गत माहिती यातील प्रत्येकाच्या जीवनातून मिळते. पण 'आख्यायिका' बनणाऱ्या व्यक्तीची दृष्टी ही वैयक्तिक संपत्तीच्या पलीकडे असली पाहिजे.

या पुस्तकासाठी मी जी. डी. बिर्ला, वालचंद हिराचंद दोशी, कस्तुरभाई लालभाई व जे. आर्. डी. टाटा यांची निवड केली. कारण या सर्वांची उद्योजक-शैली इतरांपेक्षा अगदी वेगळी होती. भारतीय उद्योग क्षेत्रातील त्यांच्या कामगिरीचं मूल्यमापन त्या काळातील संदर्भात केलं पाहिजे.

भारत हे ब्रिटिशांच्या मुकुटातील रत्न होतं. परंतु बव्हंशी भारतीय गरीब होते व त्यांना पादत्राणंही घालणं परवडत नव्हतं. जे. आर्. डी. टाटा यांचे वडीलही सुरुवातीची पंधरा वर्षं अनवाणीच फिरत. भारतातील दुष्काळ, दंगली, प्लेगसारख्या रोगांच्या साथी यांचा आपल्याला विसर पडला आहे. ब्रिटिशांनी हा देश सोडताना, आम्ही जगात दहाव्या क्रमांकाचं औद्योगिक राष्ट्र उभारलं आहे, असं अभिमानानं सांगितलं. परंतु आपली अर्थव्यवस्था वसाहतवादी होती. शेतमाल व कच्चा माल यांच्या निर्यातीला व तयार वस्तूंच्या आयातीला अनुकूल स्थिती होती. भारतात फार कमी उत्पादनं बनत. गेल्या शतकात बहुतेक सर्व वस्तू आयात केल्या जात. हजारो व्यापाऱ्यांनी टंचाईचा उपयोग खाजगी लाभासाठी करून घेतला. पण या चौघांनी तसं केलं नाही. हा दृष्टिकोन तसा जनतेच्या मताशी विसंगतच आहे, म्हणा ना. लोक बहुतेक उद्योगपतींना विशेषत: जी. डी. बिर्ला यांना मक्तेदार समजतात. पण ती स्थिती नव्हती, हे सिद्ध करणारा पुरेसा पुरावा उपलब्ध आहे. किंबहुना इथं ज्या चार उद्योगपतींची माहिती दिली आहे, त्यांनी उद्योजकांना नवीन उद्योग सुरू करायला कायमच उत्तेजन दिलं. जी. डी. बिर्ला एकदा म्हणाले त्याप्रमाणे, 'तेजीच्या काळात कोणीही मूर्ख व्यवसाय सुरू करू शकेल. पण मंदीच्या काळात एखादा व्यवसाय उभारून तो चालवणं ही खरी कसोटी आहे. तेव्हा उद्योगपतींनी नाउमेद न होता धोका पत्करण्यास शिकावे.' ('फिकी' संघटनेत १४ मार्च, १९४९ रोजी केलेलं भाषण) त्यांचं हे बोलणं म्हणजे फुशारकी नव्हती. जेव्हा जेव्हा लघु-उद्योग संकटात आला, तेव्हा तेव्हा या चौघांनी मदत केलेली आहे.

ताग उत्पादनाच्या क्षेत्रात आपल्या समवेत अन्य उद्योगपतींनीही शिरावं म्हणून जी. डी. बिर्ला यांनी प्रोत्साहन दिलं. वालचंद हिराचंद यांनी शक्य झालं तेव्हा छोट्या छोट्या जहाज कंपन्यांना मदत केली; तर कस्तुरभाई यांनी अहमदाबादमधील अन्य गिरणीमालकांना त्यांची कामगिरी सुधारण्यास व कापडाचा दर्जा उंचावण्यास सहाय्य केलं. जे. आर्. डी. टाटांनी तर जमशेदपूर इथं अनेकांना उपसाम्राज्यं उभारण्यास उत्तेजन दिलं. त्यामुळे नवे प्रतिस्पर्धी निर्माण झाले. त्यामुळे स्वत:लाच स्पर्धा निर्माण झाली. तरी या सर्वांमध्ये सहजीवनाची भावना होती. जेव्हा सरकारचा दृष्टिकोन बड्या उद्योगांच्या विरोधी झाला, तेव्हा, म्हणजे १९७०-८० च्या काळात वातावरण दूषित झालं. या चौघांना मी आख्यायिका म्हणण्याचं हेही एक कारण आहे. तशी आणखीही तीन कारणं आहेत.

उद्योगक्षेत्रातील 'आख्यायिका' झालेली माणसं कधीही भरभराटीचा सोपा मार्ग अनुसरत नाहीत. बिर्ला, टाटा, वालचंद, लालभाई यांना घनदाट जंगलातून रस्ते काढावे लागले. त्यांनी खेड्यापाड्यांत कारखाने उभारले. ओसाड, पडीक जमिनीचं रूपांतर त्यांनी फायदेशीर मालमत्तेत केलं. शेतकऱ्यांच्या मनात औद्योगिकीकरणाची बीजं रुजवली. अंबानी यांचा जामनगर इथं आत्ता जसा तेलशुद्धीकरण प्रकल्प आहे, तशा प्रकारची मोठी औद्योगिक संकुलं त्यांनी त्यावेळी उभारली. जी. डी. बिर्ला यांचा रेणूकुट येथील 'ॲल्युमिनियम स्मेल्टर' कारखाना, कस्तुरभाई लालभाईंचा 'अतुल केमिकल्स' कारखाना, जे. आर्. डी. टाटांचा पुणे येथील 'टेल्को' कारखाना व 'टाटा पोलाद'चा विस्तार, वालचंद हिराचंद यांचं विशाखापट्टणम् येथील शिपयार्ड व मुंबईजवळचा 'प्रीमियर ऑटो'चा कारखाना हे सर्व या उद्योगपतींच्या कर्तृत्वाचे व भव्य दृष्टीचे पुरावेच आहेत. या सर्वांनी आपापल्या उद्योगक्षेत्रात अगदी पायाभूत व मूलभूत कार्य केलं आहे.

या सर्वांनी आपल्या विजयाचा डांगोरा कधीही पिटला नाही. (बहुधा केवळ वालचंद हिराचंद यांचा अपवाद सोडून) जे. आर्. डी. टाटा एकदा विनयानं म्हणाले, 'मी व्यापारी आहे. माझा जन्मच व्यवसायात झाला, उद्योगात झाला. त्याचं सारं शिक्षण मला मिळालं. या देशाचं भवितव्य आर्थिक विकासातच आहे, असा माझा ठाम विश्वास आहे. त्यामुळे माझी प्राथमिक भूमिका ही एका व्यावसायिकाचीच आहे. मी त्याबद्दल बढाई मारत नाही किंवा मला त्याचं श्रेयही नकोय.' ते असं म्हणाले, तरी त्यांनी ज्या कंपन्या स्थापन केल्या व संकुलं उभारली, त्याच पायावर आजची अर्थव्यवस्था उभी आहे. १९७०-८० च्या काळात एवढ्या मोठ्या आकाराचे दुसरे कारखाने क्वचितच उभारले गेले. थोडक्यात सांगायचं, तर पंडित नेहरू ज्याला 'आधुनिक भारताची मंदिरं' असं म्हणत, ती मंदिरं याच मंडळींनी उभारली.

या व्यक्तींना 'आख्यायिका' म्हणायचं तिसरं कारण म्हणजे, त्यांची शिक्षणाशी असलेली बांधिलकी. या चौघांनीही प्रगतीची साधनं असलेल्या शाळा, कॉलेजेस्, यात भरपूर गुंतवणूक केली. या संस्थेतील विद्यार्थ्यांनी खासगी व सार्वजनिक क्षेत्रात जाऊन देशाची सेवा केली. जे. आर्. डीं.नी 'टाटा इन्स्टिट्यूट ऑफ फंडामेंटल रिसर्च' व 'टाटा इन्स्टिट्यूट ऑफ सोशल सायन्सेस्', तसंच पुणे येथील 'व्यवस्थापन संस्था', अशा अनेक संस्था स्थापन केल्या. जेव्हा 'टिस्को'तच इंजिनीअर्सची टंचाई जाणवत होती, तेव्हा १९६० च्या काळात टाटांनी सार्वजनिक क्षेत्रातील तीन नव्या पोलाद प्रकल्पांत काम करण्यासाठी आपले सर्वोत्कृष्ट इंजिनिअर्स पाठविले होते.

दरम्यान जी. डी. बिर्ला यांनी विश्वविख्यात 'एम्आयटी'ला भारतात येण्याचा आग्रह केला व त्यांच्या सहकार्यानं राजस्थानच्या वाळवंटातील पिलानी इथं 'बिर्ला इन्स्टिट्यूट ऑफ टेक्नॉलॉजी ॲन्ड सायन्सेस्' ही संस्था उभारली. देशातील शेकडो शाळांना त्यांनी आर्थिक मदत दिली. एकदा तर बिर्लांनी एका वर्षात चारशे शाळा उभारल्या. टाटांप्रमाणे वालचंद यांनीही सार्वजनिक क्षेत्रातील आपल्या प्रतिस्पर्ध्यांना मदत केली. पंडित नेहरूंच्या हस्ते उद्घाटन झालेल्या दोन सरकारी जहाज कंपन्यांतील कर्मचाऱ्यांच्या प्रशिक्षणांची त्यांनी सोय केली. त्यांनी 'डफरीन' हे जहाज खरेदी केलं. या जहाजावर भारतीयांना नाविक अधिकारी बनण्याचं शिक्षण दिलं जाई. त्यानंतर जर त्यांना नोकरी मिळाली नाही, तर परदेशी बोटीवर भारतीयांची भरती करावी, म्हणून वालचंद आग्रह धरीत. अहमदाबाद येथील प्रख्यात 'आय्आय्एम्' या संस्थेच्या स्थापनेमागील मुख्य प्रेरणा कस्तुरभाईंची होती. तसंच, त्यांनी 'अहमदाबाद एज्युकेशन सोसायटी' स्थापन केली. त्याचंच पुढे गुजरात विद्यापीठ झालं.

देशभक्तिमय उद्योजकता, पायाभूत काम करण्याची जिद्द, शिक्षणाला प्रोत्साहन देण्याची वृत्ती याखेरीज ही मंडळी 'आख्यायिका' बनण्याचं आणखी एक कारण आहे; ते म्हणजे आर्थिक राष्ट्रवादाची त्यांची दुर्मीळ दृष्टी होय. ब्रिटिश राजवटीत भारतीय उद्योजकांच्या हक्कांसाठी ते झगडले. आर्थिक वंशवादावर त्यांनी जोरदार टीका केली. संसदेवर (त्या वेळी त्याला 'सेंट्रल लेजिस्लेटिव्ह असेंब्ली' म्हणत.) निवडून गेलेले पहिले उद्योगपती म्हणजे कस्तुरभाई लालभाई होत. त्यांच्यानंतर जी. डी. बिर्ला निवडून गेले. वालचंद हिराचंद निवडून येण्यात अयशस्वी झाले. तर जे. आर्. डी. टाटांनी तसा कधी प्रयत्नच केला नाही. परंतु या दोघांनी आपले सर्वोत्तम अधिकारी असेंब्लीवर पाठवले. त्यांनी केवळ आपल्याच व्यवसायातील ब्रिटिश गट रोखला, असं नव्हे, तर एकूणच भारतीय उद्योगाच्या हिताकडे लक्ष दिलं. कस्तुरभाईंनी जहाज उद्योगासाठी जेवढ्या निकरानं संघर्ष दिला, तेवढ्याच निकरानं जी. डी. बिर्ला भारतीय आगपेटी उद्योगासाठी लढले. टाटांचे जॉन मथाई व ए. डी. श्रॉफ, वालचंद यांचे जी. एल्. मेहता व एस्. एन्. हाजी यांनी आजच्या भारतीय

औद्योगिक क्षेत्रावर नियंत्रण ठेवणाऱ्या अनेक कायद्यांचे महत्त्वाचे भाग लिहिले आहेत. कस्तुरभाईंनी तर १९४२ च्या ऑगस्टमध्ये महात्मा गांधींच्या चलेजाव आंदोलनाच्या समर्थनार्थ संपाला प्रोत्साहन दिलं. गांधीजींच्या चळवळींना जी. डी. बिर्ला यांनी इतकं आर्थिक सहकार्य दिलं, की त्यामुळे तुरुंगात जायची त्यांच्यावर पाळी आली.

'जैसे थे' परिस्थितीला आव्हान देण्यास न कचरणारे हे उद्योगपती होते व त्यांचे अनुभव पुढच्या पिढ्यांनाही उद्‌बोधक ठरतील, असं मला वाटतं. जे भावी 'आख्यायिका' बनण्याची शक्यता आहे, त्यांना मार्गदर्शक ठरतील; अशा स्वदेशी आदर्शांबाबत हे पुस्तक आहे.

गंमत म्हणजे १९८०-१९९० मधील आदित्य बिर्ला, राहुल बजाज यांच्यासारख्या उद्योगपतींची कामगिरी मी फारशी उचलून धरली नाही. खरं तर, बिर्ला व बजाज यांच्यामुळेच हे पुस्तक निर्माण झालं. ऑक्टोबर ९६ मध्ये 'बिझिनेस महाराजे' या माझ्या पुस्तकाच्या प्रकाशनाच्या निमित्तानं एक चर्चा आयोजित करण्यात आली होती. त्यात रमाप्रसाद गोयंका, मुकेश अंबानी व राहुल बजाज यांनी भाग घेतला. सूत्रसंचालन टिटू अहलुवालिया यांनी केलं. त्यावेळी अहलुवालिया यांनी गोयंका यांना असा प्रश्न विचारला की– 'तुमच्या उद्योगसमूहाचं भवितव्य काय?' त्यावर गोयंका उत्तरले, 'पुढच्या दहा वर्षांच्या दृष्टीनेसुद्धा स्वप्न बाळगणारी व दूरदृष्टी असणारी व्यक्ती हवी. गेल्या काही दशकांत भारतात तीन औद्योगिक स्वप्नाळू लोक होते. जे. आर्. डी. टाटा, जी. डी. बिर्ला व धीरूभाई अंबानी. दुसरं कोणीही अशी स्वप्नं पाहणारं नव्हतं. तुमच्याजवळ जर स्वप्न बाळगणारा कोणी नसेल, तर तुमच्याकडे दूरदृष्टी असणाराही कोणी असत नाही. मी स्वप्नाळू आहे, पण माझ्याजवळ दूरदृष्टी नाही. हाच माझा खरा प्रश्न आहे. प्रिय वाचकहो, त्यांचा हा शेराच हे पुस्तक लिहिण्यामागची मुख्य प्रेरणा आहे.'...

गीता पिरामल

मनोगत

गीता पिरामल यांच्या 'बिझिनेस महाराजे' या पुस्तकाचा मी केलेला अनुवाद वाचकांना आवडला. त्याची अल्पावधीत तिसरी आवृत्तीही निघाली. आता गीता पिरामल यांच्याच 'बिझिनेस लेजंड्स' या दुसऱ्या पुस्तकाचा मराठी अनुवाद इथं सादर करत आहे. हे पुस्तकही 'बिझिनेस महाराजे'इतकंच रोचक, वेधक, आकर्षक आहे. 'बिझिनेस महाराजे'मध्ये आठ उद्योगपतींच्या कारकीर्दीचा धावता आढावा होता. 'बिझिनेस लेजंड्स' या पुस्तकात चारच उद्योगपतींच्या कर्तृत्वाचा सखोल व गहिरा वेध आहे. सर्वश्री जी. डी. बिर्ला, जे. आर्. डी. टाटा, वालचंद हिराचंद व कस्तुरभाई लालभाई या चौघांच्या आयुष्याचा कर्तृत्वपट उलगडून दाखवताना लेखिकेनं एक भान सतत ठेवलं आहे, की हे चौघेही जण केवळ सामान्य उद्योगपती नव्हते, तर ते त्यांच्या हयातीतच 'लेजंड' म्हणजेच 'दंतकथा' वा 'आख्यायिका' बनून गेले. असं भाग्य फारच कमी जणांना लाभतं. त्यांना हे स्थान कसं प्राप्त झालं, याचं सूक्ष्म व साक्षेपी विश्लेषण लेखिकेनं केलं आहे. शेकडो पानांचा पत्रव्यवहार नजरेखालून घालून, परिश्रमपूर्वक माहिती संकलित करून, अनेक संदर्भ देत त्यांनी प्रत्येक प्रकरण लिहिलं आहे. मुळातच औद्योगिक घराण्यांचा इतिहास हा विषयच लेखिकेला अत्यंत झपाटून टाकणारा; असं असलं, तरी त्यात त्या वाहवून जात नाहीत. वाचक मात्र ही व्यक्तिचित्रं वाचताना कमालीचा गुंगून जातो, झपाटून जातो. एखाद्या कादंबरीला शोभावी, अशीच गीता पिरामल यांची खिळवून ठेवणारी लेखनशैली आहे. त्यामुळे हे पुस्तक आरंभापासून अखेरपर्यंत वाचनीय झालं आहे. भरपूर तपशील देत असताना त्यांनी निवेदन कुठेही कंटाळवाणं होऊ दिलेलं नाही. खरं तर, या चौघा महान उद्योगपतींवर एकेक स्वतंत्र ग्रंथच लिहिता येईल. पण जागेची मर्यादा सांभाळूनही पिरामल यांनी प्रत्येकाचा खूप विशाल, विस्तृत जीवनपट रेखाटला आहे. हे चौघेही प्रज्ञावंत होते. दूरदृष्टीचे होते. ते केवळ स्वप्नाळू नव्हते, तर त्यांच्यापाशी भविष्य पाहण्याची दृष्टी होती. स्वप्न साकार करण्याची जिद्द, क्षमता होती. ब्रिटिशांच्या राजवटीत, प्रतिकूल परिस्थितीतही या मंडळींनी जो संघर्ष देऊन आपलं साम्राज्य उभारलं, ते पाहून थक्कच व्हायला होतं. त्यांच्यातील

असामान्यत्व, अलौकिकत्व यामुळेच त्यांच्या आख्यायिका बनल्या. त्या वाचताना आपलीही छाती अभिमानाने फुलून येते आणि या उद्योगपतींबद्दल गर्व वाटायला लागतो. आपल्या राष्ट्राच्या जडणघडणीत त्यांचाही फार मोलाचा वाटा आहे, हे उमगतं. देशातील स्वातंत्र्य-आंदोलनाबरोबरच देशाला आर्थिक दृष्ट्या मजबूत बनवणारी ही मंडळीही एक प्रकारे राष्ट्रउभारणीचेच कार्य करीत होती. त्यांनी पार पाडलेल्या या राष्ट्रभक्तीपर भूमिकेचं विश्लेषणही सांगोपांगपणे या पुस्तकात लेखिकेनं मांडलं आहे. हा पैलू सहसा लक्षात घेतला जात नाही. देशाच्या आर्थिक स्वातंत्र्याचाही हा एक प्रकारे इतिहास आहे. आख्यायिका जशा सहजासहजी निर्माण होत नसतात, तशीच अशा प्रकारची पुस्तकंही सहज निर्माण होत नसतात. त्यासाठी प्रचंड परिश्रम करावे लागतात, याची साक्ष हे पुस्तक वाचताना जागोजागी पटते. यांचं 'दंतकथा' असं वर्णन केलेलं असलं, तरी त्यात अकारण खुशामत नाही, स्तुती नाही, आरती नाही किंवा व्यक्तिपूजा नाही. कोणालाही देवत्व देण्याचा प्रयत्न केलेला नाही. वास्तवाचा आधार घेऊनच हा आलेख उलगडला आहे. तो वाचत असताना रानभूल पडावी, तसं होऊन जातं. अर्थात, हा केवळ भूलभुलय्या नाही, तर स्वत:च्या मनगटाच्या बळावर, जिद्दीच्या जोरावर, जबर इच्छाशक्तीच्या आधारावर आणि अलौकिक कर्तृत्वाच्या पायावर पार पडलेल्या अचाट साहसांच्याच या अभूतपूर्व आणि प्रेरणादायक कहाण्या आहेत. वाचकांना त्या अत्यंत स्फूर्तिप्रद वाटतील, यात शंकाच नाही.

'मेहता पब्लिशिंग हाऊस'चे श्री. सुनील मेहता यांनी या पुस्तकाच्या अनुवादाची संधी दिली, याबद्दल मी त्यांचा आभारी आहे.

अशोक जैन

अनुक्रमणिका

घनश्यामदास बिर्ला

(१० एप्रिल १८९४ - ११ जून १९८३)

बिर्ला वंशवेल

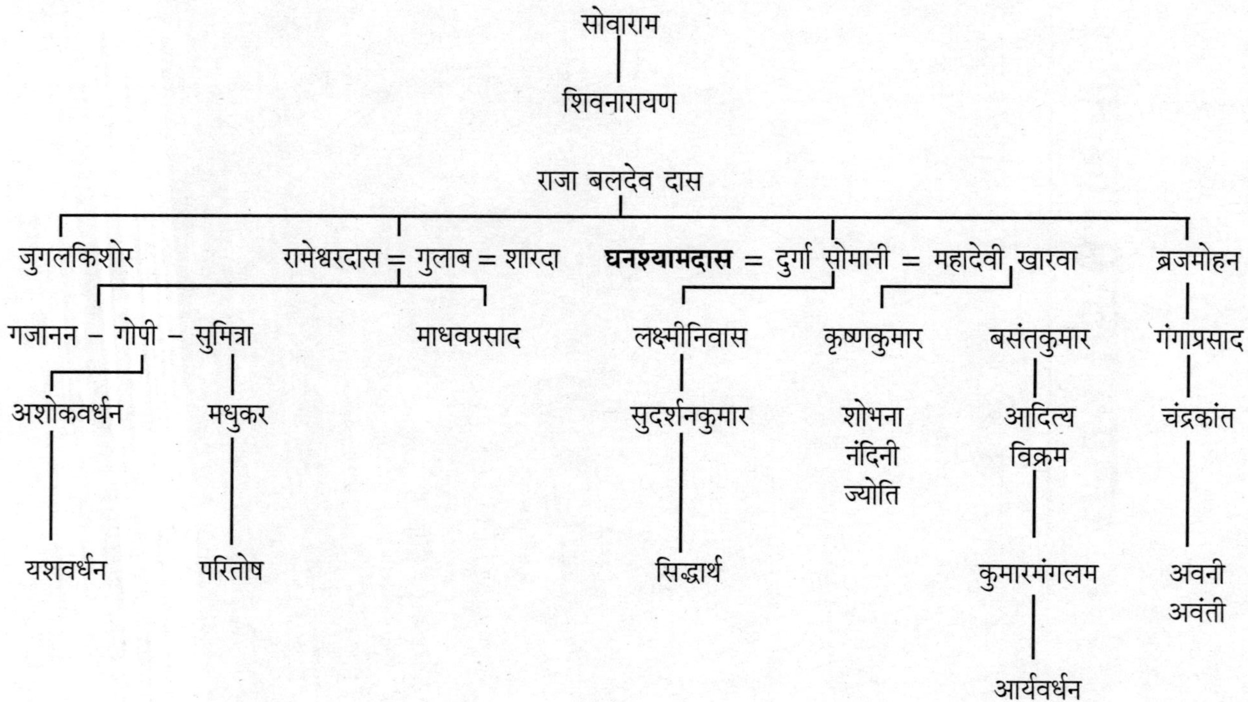
सोवाराम
शिवनारायण
राजा बलदेव दास
जुगलकिशोर
रामेश्वरदास = गुलाब = शारदा
घनश्यामदास = दुर्गा सोमानी = महादेवी खारवा
ब्रजमोहन
गजानन – गोपी – सुमित्रा
माधवप्रसाद
लक्ष्मीनिवास
कृष्णकुमार
बसंतकुमार
गंगाप्रसाद
अशोकवर्धन
मधुकर
सुदर्शनकुमार
शोभना
नंदिनी
ज्योति
आदित्य
विक्रम
चंद्रकांत
यशवर्धन
परितोष
सिद्धार्थ
कुमारमंगलम
अवनी
अवंती
आर्यवर्धन

१

बिर्ला पार्क, कलकत्ता

१९२५

त्या बहिष्काराचा परिणाम उत्पात घडवून आणणारा होता. बिर्लांशी संबंध असलेल्यांनी त्यांच्याबरोबर राहायचं, की त्यांना सोडून जायचं, ते ठरवायचं होतं. रामेश्वरदास बिर्ला यांचं दुसरं लग्न हे बहिष्काराचं कारण होतं. जी. डी. बिर्ला यांचे मोठे बंधू असलेले रामेश्वरदास तिशीत असतानाच विधुर झाले. त्यांना दोन लहान मुलगे होते. रामेश्वरदास यांनी पुन्हा विवाह करावा, असं बिर्ला कुटुंबीयांनी ठरवलं. संयुक्त प्रांतातील (नंतरचा उत्तर प्रदेश) कोलवारी माहेश्वरी जमातीतील शारदादेवी झंवर हिच्याशी लग्न निश्चित करण्यात आलं. परंतु कलकत्त्यातील माहेश्वरी उत्तर प्रदेशातील माहेश्वरींना उपरे मानत. त्यामुळे हा विवाह झाला, तर बिर्लांना वाळीत टाकण्याचा इशारा देण्यात आला होता.

बिर्लांविरुद्ध त्यांच्या विरोधकांनी सनसनाटी प्रचार-मोहीमच उघडली होती, असं बिर्लांचे चरित्रकार व जुने स्नेही रामनिवास जाजू म्हणतात. शिवीगाळ करणारी पाच लाख पत्रकं छापण्यात येऊन ती देशभर वाटण्यात आली. बिर्लांचा निषेध करणाऱ्या कविता रचण्यात आल्या व जाहीर सभांतून त्यांचं वाचन केलं जाऊ लागलं. प्रचाराची अशी राळ उडाली असूनही, रामेश्वरदास बिर्लांचा विवाह १९२५ मध्ये झाला. कट्टरपंथीयांनी बैठका घेऊन बिर्ला कुटुंबीयांना दंडित करण्याचा निर्धार केला.

दोन स्पष्ट तट पडले आणि त्यांच्यांत सर्व प्रकारचा संवाद संपुष्टात आला, असं जीडींचे ज्येष्ठ पुत्र बसंतकुमार म्हणतात. 'अनेक ठरलेले वाङ्निश्चय रद्द करण्यात आले. विवाहाची निमंत्रणं नाकारण्यात आली. ज्येष्ठ मंडळींनी आमच्याविरुद्ध जोरदार प्रचार मोहीम उघडली. आम्ही माफी मागावी, अशी त्यांची मागणी होती. परंतु आम्ही आमच्या भूमिकेशी ठाम टिकून होतो. माफी मागायची?... क्षमायाचना करायची? ... कशासाठी?... आम्ही असं काय पाप केलं होतं?'

हा बहिष्कार बारा वर्षं म्हणजे एक तप चालला. 'महिलांना याचा फारच मनस्ताप झाला. बिर्लांनी आपल्या कन्यांना पाठवलेल्या भेटवस्तू परत करण्यात आल्या. बिर्ला घराण्यात ज्यांनी लग्नं केली, त्यांचे आपल्या पालकांशी असलेले संबंध तणावपूर्ण झाले. ब्रजमोहन बिर्ला (जीडींचे बंधू) यांची पत्नी रुक्मिणी ही तापारिया कुटुंबातील. तिचा बिर्लांच्या भूमिकेला पूर्ण पाठिंबा होता. तापारियांनी मात्र बिर्लांवर बहिष्कार टाकलेला होता. त्यामुळे रुक्मिणी आपल्या माहेरी बारा वर्षं जाऊ शकली नाही, की आपल्या पालकांशी संपर्क ठेवू शकली नाही.'

विविध प्रकारच्या दडपणांमुळे बिर्ला कुटुंब काहीसं भयभीत होऊन जाणं साहजिकच होतं. अनपेक्षित वर्गातून विरोध होत होता. आपल्या कुटुंबाचं समर्थन करायची जबाबदारी घरातील सर्वांत तरुण असलेल्या जीडींवर येऊन पडली. त्यापुढची तीन वर्षं अगदी कसोटी पाहणारीच होती. 'इन द शॅडो ऑफ द महात्मा' या आत्मचरित्रात जीडींनी लिहून ठेवलंय् की, 'मी फारच अडचणीत होतो, त्यामुळे साहजिकच मी बापूंना (महात्मा गांधी) सल्ला विचारला. आमच्या आधुनिक विचारांबद्दल अत्यंत कर्मठ असलेल्या मारवाडी समाजानं आमच्या कुटुंबावर बहिष्कार टाकला होता. त्यामुळे मी संतापानं पेटून निघालो होतो. गांधीजींच्या अहिंसेचं तत्त्वज्ञान अंमलात आणण्याचा माझा मुळीच मूड नव्हता.'

जीडींची मनोवस्था महात्मा गांधी समजू शकत होते; कारण इंग्लंडला कायद्याचा अभ्यास करण्यासाठी गेले, म्हणून त्यांच्या गुजराती मोढ बनिया समाजातील एका पोटजातीनं त्यांच्यावर बहिष्कार टाकला होता. मोतीलाल नेहरू जेव्हा प्रथम परदेश-प्रवासाला जायला निघाले, तेव्हा त्यांनाही वडीलधाऱ्या काश्मिरी ब्राह्मणांशी संघर्ष करावा लागला होता.

जीडींचे वडील राजा बलदेवदास बिर्ला तेव्हा बनारसला होते. तुम्ही पंचावन्न वर्षांपर्यंतच जगाल, असं भाकीत एका ज्योतिष्यानं वर्तवल्यानं बलदेवदास बिर्ला ध्यानधारणेत आयुष्य घालवत होते. त्यांनी कलकत्त्याला येऊन माहेश्वरी समाजाच्या ज्येष्ठ मंडळींशी बोलणी करण्याचं अभूतपूर्व पाऊल उचललं. समझौत्यासाठी अनेक सूचना करण्यात आल्या. रामेश्वरदास यांनी माहेश्वरी समाजाच्या इच्छेविरुद्ध लग्न केलं, तेव्हा फक्त त्यांच्यावर बहिष्कार टाकावा, समस्त बिर्ला कुटुंबीयांवर नको, अशी एक सूचना करण्यात आली. याचा अर्थ, रामेश्वरदास यांना वाळीत टाकण्यास बिर्लांनी मूक संमती द्यावी.

रामेश्वरदास यांचे ज्येष्ठ बंधू जुगलकिशोर यांना ही सूचना स्वीकारावी, असं वाटत होतं. ते कट्टर हिंदू विचारांचे होते आणि विशीत असूनही सक्रिय व्यवसायातून अंग काढून घेत होते. जीडींचा वरील प्रस्तावाला मात्र विरोध होता. त्या काळात थोरल्या भावाला विरोध करणं ही दुर्मीळ बाब होती. अखेर ब्रजमोहन, जुगलकिशोर व राजा बलदेवदास यांनी हा प्रस्ताव फेटाळून लावला.

रामेश्वरदास यांनी माफी मागावी आणि जमातीचे वुद्धाचार्य जी शिक्षा देतील, ती निमूटपणे स्वीकारावी, असा दुसरा पर्याय होता. प्रायश्चित्त करण्याचा विचार चालू आहे, हे जीडींना सिमला येथे कळलं. तुम्ही कोणत्याही प्रकारची माफी मागण्याचं ठरवलं, तर मी कुटुंबातून बाहेर पडेन, अशा आशयाची तार त्यांनी वडिलांना पाठविली. सकाळी ही तार मिळाली. त्याच्या दुसऱ्याच दिवशी राजा बलदेवदास कलकत्ता सोडून बनारसला रवाना झाले.

जीडी बिर्लांनी तज्ज्ञांना पाचारण केलं. देशातील विविध भागांतून पंडेमंडळींना बोलावण्यात आलं. त्यांच्याकडील धर्मशास्त्र व जमातीविषयक कागदपत्रांची जीडींनी बारकाईनं छाननी केली. रामेश्वरदासचे श्वशुर हे बिस्सा (इतरांपेक्षा चांगले) माहेश्वरी आहेत, हे त्या आधारे त्यांनी दाखवून दिलं. याचा अर्थ, ज्यांनी बहिष्कार टाकला, त्यांच्यापेक्षा आम्ही उच्च दर्जाचे आहोत, असा दावा त्यांनी केला. अखिल भारतीय माहेश्वरी महासभेनं या प्रकरणी एक चौकशी मंडळ नेमलं. त्यावर ब्रिजलाल बियाणी, श्रीकृष्णदास जाजू यांच्यासारखे आपले मित्र भरपूर प्रमाणात असतील, याची काळजी जीडींनी घेतली होती. कोलवार हे माहेश्वरी जमातीचे एक अविभाज्य अंग आहेत, असा निर्वाळा चौकशी मंडळानं दिला खरा, पण कोणीही ऐकायच्या मन:स्थितीत नव्हते.

जीडींनी बापूंकडे धाव घेतली. तेव्हा त्यांनी सबुरीचा, सहिष्णुतेचा सल्ला दिला. असा सल्ला भावण्याचं जीडींचं ते वय नव्हतं.

'– सहिष्णुतेचा दृष्टिकोन अंगीकारला, तर त्याचं शेवटी गोड फळ मिळेल. आपणा सर्वांतच सुप्त व दुष्ट प्रवृत्ती असतात. सातत्यानं प्रयत्न करीत राहिलं, तर

अखेर प्रवृत्ती पराभूत होतील. तुमचे वडील आणि बंधू यांच्याबद्दल मला भीती वाटते.... तुमच्या जमातीत दोन प्रतिस्पर्धी गट निर्माण होतील, असं कृत्य त्यांनी करू नये, अशी प्रार्थना आहे. आपण जे केलं, ते योग्य होतं, असं याबद्दल तुमची आजही खात्री आहे; तेव्हा तुम्ही त्यासाठी माफी मागावी, असं मी म्हणणार नाही,' असं महात्मा गांधींनी कळवलं होतं.

पण त्यांची भीती सार्थ ठरली. माहेश्वरी जमातीतील अग्रेसर संघटना असलेल्या माहेश्वरी सभेत जीडींनी बहुमत प्रस्थापित केलं. तेव्हा लग्नाला विरोध असलेल्या ५७ बंडखोर बँकर व व्यापारी यांनी बाहेर पडून 'दिदू माहेश्वरी पंचायत' नावाची संघटना स्थापन केली.

पेचप्रसंगातून तात्पुरती सुटका होण्याच्या दृष्टीनं हाच काय तो मार्ग होता. जीडींनी आयुष्यभर समाजातील अनिष्ट गोष्टींबाबत संघर्ष केला, त्याचंच दर्शन या घटनेत दिसून आलं.

जीडींनी ११ जून रोजी महात्मा गांधींना पाठवलेल्या पत्रात म्हटलं होतं की, 'आता दोन गट झाले आहेत. परंतु त्यांचं कृत्य कोणत्याही तत्त्वावर आधारित नाही. विशिष्ट मर्यादेपर्यंत आम्ही नि:स्वार्थबुद्धीनं वागलो, तरीही आमचं वर्तन पूर्णत: निर्दोष आहे, असं म्हणता येणार नाही.' जीडींनी वस्तुनिष्ठ दृष्टिकोनातून प्रांजळपणे हे कबूल केलं. हा प्रांजळपणा दिदू माहेश्वरींमध्ये नव्हता.

बिर्लांचं औद्योगिक साम्राज्य विस्तारत होतं व त्यांची आर्थिक शक्तीही मजबूत होती. त्यामुळे असूयेपोटी देखील बिर्ला घराण्याविरुद्ध मोहीम उघडण्यात आली असावी. 'दिदू माहेश्वरी पंचायती'च्या ५७ संस्थापकांत नागपूरमधील कंपनीचे भागीदारही होते. तसेच, कलकत्त्याचे एक प्रसिद्ध उद्योगपती मगनीराम बांगूर, सुखलाल करनानी, एवढंच नव्हे, तर कराचीचे एक सुधारक राम गोपाळ मोहता यांचे भाऊही होते. राजस्थानच्या जुन्या माहेश्वरी बँकर्सना या संघर्षामुळे बिर्लांच्या विरुद्ध उभं राहता आलं, असं निरीक्षण मारवाड्यांचा अभ्यास करणारे अमेरिकन विचारवंत थॉमस टिम्बर्ग यांनी नोंदवलं आहे.

हा निव्वळ असूयेचा प्रकार होता, असं सांगून बसंतकुमार म्हणतात, 'आदरणीय काकोजी (जीडी बिर्ला) रीतीरिवाजांच्या विरुद्ध होते. अशा प्रथा पाळणाऱ्यांची ते टर उडवत. त्यामुळे वडिलधाऱ्या मंडळींनी त्यांना शासन करायचं ठरवलं होतं आणि योग्य त्या संधीची ते वाटच पाहत होते.'

✦

२

बंडखोर

आज बिर्ला घराणं कर्मठ मारवाडी समाजाचं प्रतीक मानलं जातं. परंतु जीडी जिवंत होते, तेव्हा त्यांनी मारवाडी जमातीला गुदमरवून टाकणाऱ्या रूढींविरुद्ध मोहीमच पुकारलेली होती. 'मनानं ते क्रांतिकारकच होते. त्यांना समाज बदलायचा होता,' असं त्यांचे सर्वात सामर्थ्यशाली अधिकारी दुर्गाप्रसाद मंडेलिया म्हणतात.

जीडींना जमातीत सुधारणा घडवून आणायची होती. परंतु सर्वांत आधी आपल्या कुटुंबीयांचं, विशेषत: जुगलकिशोरचं परिवर्तन घडवून आणायला हवं होतं. १९१८ मध्ये ब्रजमोहनचा विवाह झाला व त्यामुळे जणू लौकरच संधी मिळाली. विवाहसोहळा अत्यंत आलिशान होता. ब्रजमोहन हा सर्वांत धाकटा मुलगा होता, आणि निदान काही वर्षं तरी पुन्हा घरात विवाह होण्याची शक्यता नव्हती. त्यामुळे भव्य शामियाना उभारण्यात आला होता व शाही थाटात भोजनावळींचं आयोजन करण्यात आलं होतं. युद्धकाळात मिळालेल्या नफ्यामुळे बिर्ला अधिकच धनवान झाले होते; आणि श्रीमंतीचं प्रदर्शन करण्यासाठी तो चांगला मौका होता.

'या विवाह-समारंभाची सूत्रं जीडींकडे होती. त्यांनी उत्कृष्ट व्यवस्था केली होती. वरातीत हजारो लोक सामील झाले होते. जवळ जवळ मैलभर लांबीची ती वरात होती. भव्य सजावट केली होती. नुसता बर्फाचा एक डोंगर उभारला होता

आणि त्यावर रंगीबेरंगी दिव्यांची रोषणाई झगमगत होती. त्या काळी ही नवलाईच होती; व त्यामुळे सर्वतोमुखी त्याचीच चर्चा होती. काकोजींचे ब्रिटिशांशी चांगले संबंध होते. त्यामुळे मोठ्या प्रमाणात ब्रिटिश लोक विवाहसोहळ्याला उपस्थित होते,' असं वर्णन बसंतकुमार यांनी 'अ रेअर लीगसी' या पुस्तकात केलं आहे.

जुगलकिशोर सोडून सारेजण खुशीत होते. ब्रिटिश व इंग्रजाळलेले भारतीय यांना लग्नाला बोलवू नये, असं जुगलकिशोर यांचं मत होतं. परंतु रामेश्वरदास व जीडींनी ते फेटाळून लावलं. जीडींनी तर इंग्लंडहून नुकतेच परतलेले वकील कालिप्रसाद खैतान यांनादेखील आमंत्रित केलं होतं. वाळीत टाकलेल्या एखाद्याला बोलावणं योग्य नाही, म्हणून काहींनी आक्षेप घेतला; परंतु निमंत्रण मागं घेण्यास जीडींनी नकार दिला. खैतान प्रायश्चित्तयात्रेवर जातील, असं जीडींनी सांगितलं. १९२७ साली जेव्हा स्वत: जीडी युरोपच्या दौऱ्यावरून परतले, तेव्हा प्रायश्चित्तासंबंधी त्यांची मतं ठाम बनली होती. त्यांनी ते घेण्यास नकार दिला.

आपल्या कुटुंबीयांच्या मनांत परिवर्तन करणं, ही काही सोपी बाब नव्हती. जुगलकिशोर अखेरपर्यंत कट्टर सनातनी कर्मठ विचारांचे राहिले. जीडींनी कित्येकदा त्यांच्याशी जोरदार हुज्जत घातली, तरी ते बदलले नाहीत. ब्रजमोहन केवळ वयानं तरुण नव्हते, तर त्यांचे विचारही आधुनिक होते. निदान जीडींना तरी तसं वाटत होतं. मारवाड्यांमध्ये कोणाचा मृत्यू झाल्यावर मोठी जेवणावळ घालतात. लग्नसमारंभाइतकीच ती मोठी असते. १९३२ साली रामेश्वर प्रसाद पोद्दार यांच्या मृत्यूनंतर असं भोजन आयोजिलं होतं. तेव्हा जीडींच्या मित्रांनी तिथं निदर्शनं केली होती. ब्रजमोहनना या भोजनाला हजर राहायचंच होतं. त्यामुळे कुंपणावरून उडी मारून ते तिथं पोचले होते. त्यामुळे साहजिकच त्यांच्यात व जीडींमध्ये मतभेद निर्माण झाले.

१९२० मध्ये बिर्ला ६, रेनी पार्क इथं राहावयास गेले. (बिर्ला पार्क १९२२ मध्ये बांधण्यात आलं.) तोवर पुरुष मंडळी शहरात राहायची व स्त्रिया पिलानीला राहायच्या. त्या आळीपाळीनं श्वशुर राजा बलदेवदास यांना बनारसला भेटायला जात. महादेवींना कलकत्त्याला आपल्यासमवेत राहायला बोलावून जीडींनी ही परंपरा मोडली. आपल्या तरुण पत्नीनं आपल्यासमवेत सामाजिक समारंभांना हजर राहावं, म्हणून ते तिला प्रोत्साहन देत. परंतु इतरांच्या समोर घुंगट न घेता जाण्याचं धैर्य तिला होईना. १९२१ मध्ये बसंतकुमारच्या जन्माच्या वेळी डॉक्टर व परिचारिका हजर होते, कारण महादेवी प्रकृतीनं नाजूक होती. कुटुंबातील अन्य मंडळींनी मात्र या व्यवस्थेची टर उडवली.

जावई, मुली, पुतणे व अन्य नातेवाइकांना भेटी देण्याची पद्धतही जीडींनी बंद केली. घरातील स्त्रियांनी भेटवस्तू देण्याची प्रथा चालू ठेवली, परंतु जीडी रक्षाबंधनाच्या

वेळी देखील आपल्या बहिणींना भेटवस्तू देत नसत. कारण बहिणीचं नातं अमूल्य असून ते पैशात मोजता येणार नाही, असं त्यांचं मत होतं. त्यांची बहीण जयदेवी म्हणते, 'जुगलकिशोर गिनीज् देत असे, रामेश्वर पण भेटी देई, पण जीडी काहीही देत नसे. राखी बांधून घ्यायला मात्र तो न चुकता येत असे.' अर्थात, उत्स्फूर्तपणे ते भेटी देत असत. ते आपल्या मुलींना फोन करून सांगत, की चार साड्या खरेदी करा व बिल माझ्याकडे पाठवून द्या. माझ्याजवळ रोख रक्कम नाही. परदेशी दौऱ्याहून परतताना घरातील प्रत्येकासाठी त्यांनी काही ना काही आणलं नाही, असं कधी व्हायचं नाही.

जीडींमधील आधुनिकता हे त्यांच्या स्वभावातील ओॲसिसच होतं. अनेक बाबतींत ते कर्मठ होते. विशेषत: शिक्षण, स्त्रिया, त्यांच्या महत्त्वाकांक्षा, लग्न इत्यादी. आपल्या मुली, पुतण्या यांच्यासाठी त्यांनी चांगली मुलं निवडली. आपली कन्या चंद्रकला हिला त्यांनी जो सल्ला दिला, त्यात त्यांचा हाच दृष्टिकोन प्रकट होतो.

– 'कर्तव्याकडे कधी कानाडोळा करू नकोस. सेवा, संयम व सर्वसंगपरित्याग याचा तुला उपयोग होईल. सासरे, सासू व अन्य नातेवाइकांची माहिती करून घे; व त्यांच्यावर प्रेम कर. पतीवर तू प्रेम करत असशीलच, याची मला खात्री आहे. पत्नी ही नवऱ्याची जोडीदार, तसेच, त्याच्यातील सदाचरणांची रक्षणकर्ती असते. बन्सी हा छान मुलगा आहे. शुद्ध प्रेमाचा तुम्हा दोघांनाही उपयोग होईल; आणि शुद्ध प्रेम याचा अर्थ, नि:स्वार्थी प्रेम. त्याचा अर्थ, निव्वळ लालसा नव्हे. तुझं शिक्षण चालू ठेव; परंतु ते तूच ठरवायचं आहेस. आनंदी राहा व रोज प्रार्थना करायला विसरू नकोस.'

हळूहळू आधी कुटुंबीय व नंतर कलकत्त्यातील माहेश्वरी समाजानं जीडींच्या मतांचा स्वीकार केला. त्यांची वाढती संपत्ती, महात्मा गांधीजींबरोबरची त्यांची मैत्री आणि सार्वजनिक जीवनातील त्यांचं स्थान यांमुळे ते मारवाडी समाजाचे आदर्श प्रवक्ते बनले.

जीडींची स्नेहभावी वृत्ती हे त्यांचं खास वैशिष्ट्यच होतं. त्यांना माणसांत खूप स्वारस्य असे. त्यांच्या हयातीत दोस्तांची संख्या विपुल होती; आणि अगदी परस्परविरुद्ध विचारांचेही लोक त्यांचे मित्र बनत. हे शक्य होतं, कारण त्यांचा दृष्टिकोन गणिती असे. आपल्याला जे पसंत नसेल, ते जीडी वजा करीत. उदा. गांधीजींचा उद्योगविरोधी दृष्टिकोन, चर्चिल यांचा आर्थिक वसाहतवाद व भारताबद्दलचं घोर अज्ञान. ते माणसांमधील त्यांना आवडणाऱ्या गोष्टींची बेरीज करीत, असं 'संडे टाईम्स'चे वार्ताहर आयन जॅक यांनी लिहिलंय. १९२७ नंतर ते परदेश-प्रवासाला जाऊ लागले. परंतु ते संस्कृतीचा अभ्यास करणारे कोणी सामान्य विद्यार्थी नव्हते. परदेशभेटीत ते राष्ट्रप्रमुखाला भेटत. त्यांच्यासमवेत फोटो काढून घेत.

व्यवसायात त्यांचे अत्यंत निकटचे मदतनीस होते, दुर्गाप्रसाद मंडेलिया व देवीप्रसाद खैतान. पण त्यांचे घनिष्ठ मित्र महात्मा गांधीच असतील. 'मी गांधीजींकडे आकृष्ट होणं स्वाभाविकच होतं,' असं जीडींनी लिहिलंय. परंतु गांधीजींच्या दृष्टीनं इतरांपेक्षा जीडींमध्ये असं काय वेगळेपण होतं? त्यांच्या जीवनपद्धती भिन्न भिन्न होत्या; गांधीजी संतपुरुष होते; जीवनातील चैन, सुखाचा त्यांनी त्याग केला होता. ते धर्मात तल्लीन होत आणि त्यांचा आर्थिक दृष्टिकोन वेगळा होता. चरखा, खादी, इत्यादी लघुउद्योगांवर त्यांचा विश्वास होता. मी मात्र आरामात जीवन घालवत होतो आणि मोठ्या उद्योगांतून देशाचं औद्योगिकीकरण करावं, यावर माझा विश्वास होता. असं असता त्यांचं प्रेम व विश्वास मला कसा मिळत राहिला?' असं जीडींनी म्हटलंय्.

त्यांची मैत्री एकतर्फी नव्हती. महात्मा गांधींनी एकदा आस्थेनं लिहिलं – 'प्रिय घनश्यामदासजी, ईश्वरानं मला सदुपदेश करणारी माणसं दिली व तुम्ही त्यापैकी एक आहात. त्यात माझी स्वत:ची मुलं, काही बहिणी व तुम्ही आणि जमनालालजी (जमनालाल बजाज) यांच्यासारखे लोक आहेत. मी एक परिपूर्ण व्यक्ती बनावं, असं या सर्वांना वाटतं.'

गांधीजींना भेटण्याआधीच जीडी हे राष्ट्रवादी अर्थतज्ज्ञ बनले होते. गांधीजींच्या संपर्कात आल्यावर त्यांच्यांत स्वातंत्र्याच्या चळवळीबद्दलचं आकर्षण वाढलं. चलेजाव चळवळीचा ठराव मंजूर करण्याचा निर्णय १९४२ साली मुंबईतील बिर्ला हाऊसमध्ये घेण्यात आला. मंडेलियांनी म्हटलंय् की, 'ब्रिटिश राजवटीत बिर्लांची आपल्यामुळे पंचाईत होऊ नये, म्हणून गांधीजींनी मुंबईतील आपला मुक्काम बिर्लांच्या घरातून काँग्रेस कार्यालयात हलवायचं ठरवलं. जेव्हा रामेश्वरदासजी व घनश्यामदासजींना याची कुणकुण लागली, तेव्हा त्यांना धक्काच बसला; अवमानित झाल्यासारखं वाटलं. ब्रिटिशांचा रोष आम्हांला सहन करावा लागेल, म्हणून तुम्ही जर काँग्रेस कार्यालयात मुक्काम हलवला, तर ते कृत्य आमच्यावर अन्याय करणारं होईल, असं दोघांनी गांधीजींना नम्रपणे सांगितलं.'

देशातील राष्ट्रीय नेत्यांशी जीडींनी संबंध राखणं हे काही सर्वांना पसंत नव्हतं. गांधीजी, सरदार पटेल यांच्याशी संपर्क राखणं ही त्यांची एक प्रकारची गुंतवणूक होती, असं मत प्रकट करून प. बंगालचे मुख्यमंत्री ज्योति बसू म्हणतात – 'जीडींबरोबर संबंध राखणारे हे नेते भोळेच होते. जीडींचा हेतू वैयक्तिक लाभाचा होता. नफा मिळवणं, हा बिर्लांचा प्राथमिक उद्देश असतो. ज्यात काही नफा नाही, असं ते काहीच करणार नाहीत.'

जमनालाल बजाज यांचे (ज्यांना गांधीजींचे पाचवे पुत्र असं म्हटलं जाई) चिरंजीव रामकृष्ण बजाज हे ज्योति बसूंच्या पूर्वग्रहदूषित मताशी सहमत नाहीत.

बालपणीच्या आठवणी सांगताना ते म्हणतात – 'ज्या काळात महात्मा गांधींना पाठिंबा देऊन ब्रिटिशांचा रोष पत्करण्यास फारसे तरुण उद्योगपती धजत नव्हते, त्या काळात जीडीचाचाजी उघडपणे गांधींच्या कृत्यांना पाठिंबा देत होते. १९३५-४२ या काळात ते नेहमी वर्ध्याला गांधीजी व माझ्या वडिलांना भेटायला येत. मी तेव्हा लहान असलो, तरी अनेकदा त्यांच्या चर्चेच्या वेळी हजर असे. ते कधी कधी उद्योगाबाबत चर्चा करायचे; परंतु त्यांची मुख्य चर्चा गांधीजींच्या चळवळीबद्दलही होत असे. स्वातंत्र्य-आंदोलन अधिक बळकट कसं करता येईल आणि भारताला स्वावलंबी कसं बनवता येईल, यावर ते मुख्यत्वे विचारविनिमय करीत.' रामकृष्णजींनी हे लिहून ठेवलंय.

बिर्लांचे एक प्रशंसक एस्. वाय्. कृष्णस्वामी 'हिंदुस्थान टाईम्स'मध्ये लिहितात – 'यशस्वी व श्रीमंत होण्याचं अक्षम्य पाप जीडींनी केलं असल्यानं, हे साध्य न करू शकलेल्यांना त्यांच्याबद्दल असूया वाटे. उद्योगाच्या वाढीचा विचार करता जीडींची तुलना धीरूभाई अंबानींशी करावी लागेल. जीडी तागाचे दलाल बनले, तेव्हा ते भावाबरोबर भाड्याच्या खोलीत राहत होते. त्या एकाच खोलीत स्वयंपाक, धुणं केलं जायचं. १९१४ साली बिर्लांची संपत्ती १४ लाख होती. पहिल्या महायुद्धाच्या अखेरीस (१९१८) ती ८० लाख बनली आणि तोवर त्यांनी तीन घरं बदलली.

१९३९ मध्ये त्यांची संपत्ती ४.८५ कोटींवर पोचली व 'बिर्ला ब्रदर्स' ही भारतातील तेराव्या क्रमांकाची मॅनेजिंग एजन्सी कंपनी बनली. त्या वेळी जेआर्‌डींच्या नेतृत्वाखालील टाटा पहिल्या क्रमांकावर होते व त्यांची संपत्ती ६२.४२ कोटी होती. इतर सर्व कंपन्या ब्रिटिशांच्या मालकीच्या होत्या. अपवाद होता, जीडींचे मित्र रामकृष्ण दालमिया यांच्या कंपनीचा; तसंच, सर व्हिक्टर ससून यांच्या नेतृत्वाखालील ई. डी. ससून या ज्यू कंपनीचा. १८३२ मध्ये बगदादहून मुंबईला पळून आलेल्या ज्यू कुटुंबीयांपैकी ते होते. जीडींचे ससून व दालमिया यांच्याशी निकटचे संबंध होते.

१९३९ ते १९६९ या काळात बिर्लांनी तेराव्या क्रमांकावरून उडी घेऊन दुसरा क्रमांक पटकावला. त्यांची संपत्ती ४.८५ कोटींवरून ४५६.४० कोटी झाली. त्यानंतरच्या दशकात त्यांची दुप्पट वाढ झाली व १९७७ मध्ये टाटांवर मात करून जीडी बिर्ला हे पहिल्या क्रमांकाचे उद्योगपती बनले. त्यावर्षी बिर्लांची संपत्ती १०६५ कोटी, तर टाटांची ९७५ कोटी होती. १९८३ साली जीडी निधन पावले, तेव्हा बिर्ला समूहाच्या २०४ कंपन्यांची एकूण संपत्ती २५०० कोटी होती आणि विक्री ३०० कोटींवर पोचली होती.

काळाच्या ओघात व कुटुंबातील विभाजनामुळे सर्वोच्च स्थानावरून बिर्ला

लौकरच खाली आले आणि टाटांनी पुन्हा ते स्थान पटकावलं. १९४० मध्ये बिर्ला समूहात एकूण ४० हजार कामगार होते, तर १९८० च्या दशकात जीडींचे लाडके नातू आदित्य बिर्ला यांनी सहज हिशेब केला, तेव्हा आपण व आपले वडील बसंतकुमार यांच्याकडे मिळून एकूण १,२५,००० कर्मचारी असल्याचं त्यांच्या लक्षात आलं.

समाजवादी समाजात एवढ्या बड्या भांडवलदाराकडे संशयानंच पाहिलं जातं. उद्योग क्षेत्रातील एका महात्म्याबद्दल म्हणूनच काहीशा अनिच्छेनं त्यांच्या काळी आदर व्यक्त होई. स्वातंत्र्य-चळवळीशी असलेला त्यांचा संबंध आणि दानशूरवृत्ती याबद्दल मात्र अधिक आदर होता, असं जीडींचे एक चरित्रकार ॲलन रॉस म्हणतात.

जीडी हे फार मोठे दानशूर होते. ते व त्यांच्या कुटुंबीयांनी देशभर रुग्णालयं, शाळा, कॉलेजं, मंदिरं उभारली. स्वत: शालेय शिक्षण अर्धवट सोडून दिलेल्या बिर्लांनी अमेरिकेतील एम्आयटीचं पिलानी इथं 'बिर्ला इन्स्टिट्यूट ऑफ टेक्नॉलॉजी ॲन्ड सायन्स' उभारण्याकरता मदत करण्यासाठी मन वळवलं. हरिजन सेवक संघाचे अध्यक्ष म्हणून अस्पृश्यांच्या हक्कांसाठी त्यांनी संघर्ष केला. मुंबईत त्यांनी उभारलेलं रुग्णालय हे शहरातील एक सर्वोत्कृष्ट रुग्णालय मानलं जातं. तिथं अत्याधुनिक वैद्यकीय उपचार-सेवा आहे आणि ८० टक्के मोफत सेवा आहे. जीडी स्वत:च वाचायला, विचार करायला व लिहायला शिकले. धर्म, वैद्यक, इतिहास, ताज्या घडामोडी, इंग्रजी व भारतीय साहित्य आणि भारताच्या आर्थिक प्रश्नांचे विविध पैलू यावर त्यांनी लिखाण केलेलं आहे.

गांधीजींसारखीच जीडींना काय करावं, काय करू नये, याची यादी करायची हौस होती आणि प्रत्येक प्रसंगाला अनुरूप यादी ते तत्काळ बनवत. बिर्ला घराण्यातील प्रत्येकाकडे व अधिकाऱ्यांकडे जीडींनी घालून दिलेल्या तेरा तत्त्वांची यादी असे. त्यांनी ती तत्त्वं पाळावीत, अशी जीडींची अपेक्षा होती. जीडी स्वत: सदासर्वकाळ स्वत:च घालून दिलेली ही तत्त्वं पाळत, असं नाही; पण ते किती परिश्रम घेणारे व आग्रही होते हे लक्षात येतं. ती तत्त्वं पुढीलप्रमाणे आहेत.

१. चुकीतून तुम्ही बोध घेतला, तर ती वरदान ठरते; व घेतला नाही तर शाप ठरते.
२. कठीण परिश्रमानं कोणाचा मृत्यू झालेला नाही.
३. वेळ व लाट कोणाची वाट पाहत नाही, संधी पुन्हा पुन्हा येत नसतात.
४. आवश्यक काय व अनावश्यक काय, हे ज्याला समजतं, तो शहाणा होय.
५. उद्या करायचं, ते आज करा; आज करायचं, ते आता करा.
६. लौकर निजे, लौकर उठे, तयास आरोग्य, संपत्ती लाभे.

७. आपल्याला सर्व काही माहीत आहे, असं ज्याला वाटतं, त्याला फारच कमी माहीत असतं.
८. इतरांचं भलं करण्याची संधी दवडू नका.
९. खरा आनंद देण्यात आहे, घेण्यात नव्हे.
१०. जीवन म्हणजे दुधाचा सागर आहे, जेवढा घुसळाल, तेवढं अधिक लोणी मिळेल.
११. भूतकाळ विसरा नि भविष्याची काळजी घ्या.
१२. अहंकारावर मात करा आणि गोड बोला.
१३. चुका करणं मानवी आहे, तर क्षमा करणं हा ईश्वरी गुण होय.

'बिर्लाजी जे आज करणं शक्य आहे, ते कधीच उद्यावर ढकलत नसत, ही त्यांच्या यशाची गुरुकिल्ली होती,' असं डी. पी. मंडेलिया म्हणतात. 'जीडी कोट्यवधी रुपयांबाबतचे निर्णय, जणू काही शेकडो रुपयांबाबतचा निर्णय घ्यावा, इतक्या लीलया घेत,' असं त्यांचे एक चरित्रकार व कवी जाजू म्हणतात. जीडींचे एक मदतनीस राजकुमार गुप्ता म्हणतात, बाबूजी कामाबाबत काटेकोर असत. काम शिल्लक ठेवणं त्यांना आवडत नसे. त्यांना खूप पत्रं दररोज येत. त्यांना ते त्याच दिवशी पोच वा उत्तरं पाठवीत. एक ट्रे व छोटी कातडी बॅग ते पडून राहिलेल्या कागदपत्रांसाठी वापरत. दिवसातून अनेकदा ती कागदपत्रं चाळत. ट्रे व बॅग रिकामी झाली, की त्यांना आनंद होई.'

जीडींचा दिनक्रम ठरलेला असे. हिवाळ्यात ते पहाटे साडेचार वाजता व उन्हाळ्यात चार वाजता उठत. सर्वप्रथम दाढी करीत. पावणे पाचला ते फिरायला बाहेर पडत. दोन तास हे फिरणं चाले. (थंड हवामान असलेल्या देशात ते काहीसे उशिरा उठत व अधिक वेळ चालत.) घरी परतल्यावर ते चहा घेत. बहुतेक वेळा ते स्वतःच चहा बनवीत. १९६२ च्या आधीपर्यंत ते दूध घेत. ते दीड कप चहा घेत. त्यांना तो दाट व सोनेरी रंगाचा लागे. त्यानंतर पाऊण तास ते स्थानिक व परदेशी वृत्तपत्रं वाचीत. त्यानंतर भगवद्गीतेतील काही श्लोकांचं पठन करीत.

सकाळी सातपर्यंत स्नान उरकलं आणि ध्यानधारणा झाली, की कच्चा मुळा, कॉलिफ्लॉवर, गाजर, खजूर, संत्री व त्या मोसमातलं फळ असा नाश्ता घेत. सर्व कुटुंबीय एकत्रच नाश्ता करीत. त्यांच्याशी अर्धा तास गप्पा मारताना जीडींची दोन कप कॉफी झालेली असे. मग आपल्या अभ्यासिकेत मासिकं, नियतकालिकं चाळण्यात, आपल्या ज्येष्ठ अधिकाऱ्यांना फोन करण्यात व मित्रांना भेटण्यात ते एक तास घालवत.

ऑफिसला ते बरोबर दहाच्या ठोक्याला पोचत. दुपारी साडेबाराला भोजन घेत.

सूप आणि शाकाहारी कटलेट. भात मुळीच नाही. डझनभर मंडळींसाठी भोजन तयार केलं जात असे. त्यांच्यासमवेत दररोज भोजन घेणारे व पाहुणे मिळून ही संख्या भरत असे. त्यांच्यासाठी वेगळे पदार्थ असत. बाहेरच्या मंडळींना दुपारच्याच भोजनाला बोलावलं जाई. कारण रात्रीच्या भोजनाच्या वेळी जीडींना चर्चा करणं आवडत नसे. भोजन झाल्यावर ते पुन्हा तीन तास काम करत. आपल्या कार्यालयात पाच तास काम करायचंच, असा दंडकच त्यांनी घालून घेतला होता.

सायंकाळी सहानंतर ते एक तासभर बागेत अथवा व्हरांड्यात फेरफटका मारीत. सायंकाळी बरोबर साडेसात वाजता कुटुंबीयांसमवेत ते रात्रीचं भोजन घेत. ते खास मारवाडी पद्धतीचं असे. घरातील सर्वांनी त्याला हजर असावं लागे. एखाद्या सदस्याला उशीर झाला, तर त्याला आपल्या शय्यागृहात भोजन घ्यावं लागे. इतरांबरोबर भोजनाचा आनंद लुटण्याचा हक्क त्या वेळी त्यानं गमावलेला आहे, असं जीडी म्हणत. महात्मा गांधी व त्यांचे निसर्गोपचार यानं प्रभावित झालेले जीडी यांचा आहार फार कमी असे. शिरा, जिलेबी, संदेश व कलाकंद असे मिठाईचे पदार्थ त्यांना आवडत असले, तरी ते फार थोडे खात. कुटुंबातील अन्य सदस्यांना हवं तेवढं व हवं ते खाण्याची पूर्ण मुभा होती. नियम फक्त एकच, की ते शाकाहारी असलं पाहिजे.

गांधीजींसारखं जीडींनाही खाण्याबाबत प्रयोग करायला आवडत असे. आपल्याला जे उपयुक्त होईल, तेच ते खात. १९३५ मध्ये ते रोज पाच शेर दुधावर दिवस काढीत. एकदा त्यांनी केवळ डाळी खाण्याचा प्रयोग केला. त्यांनी एकदा मिरची खाणं सोडून दिलं व केवळ उकडलेल्या भाज्यांवर ते राहू लागले. एकदा त्यांनी सायंकाळी पाच वाजता व नंतर सहा वाजता रात्रीचं भोजन घेण्याचा प्रयोग करून पाहिला आणि अखेर साडेसात ही वेळ निश्चित केली. वेळच्या वेळी भोजन करायची त्यांची सवय होती. दोन भोजनांच्या मधे ते काही खात नसत. बर्फ घातलेलं भरपूर पाणी ते पीत असत. अगदी थंडीच्या दिवसांत देखील. रात्री साडेआठला ते झोपायला जायला निघत. त्यांच्या उशाशी खूप पुस्तकं असत. त्यांना वाचनाचं व्यसनच होतं. ते बरीच पुस्तकं खरेदी करत व वाचून झाली, की ती मित्रांना, नातेवाइकांना देत वा पिलानीला पाठवून देत. स्वतःचं ग्रंथालय बाळगायला त्यांना आवडायचं नाही. केवळ भगवद्गीता, रामचरितमानस, शब्दकोश व संदर्भग्रंथ ते बाळगत.

काळानुसार त्यांनी काही बदल केले व स्वतःच घालून घेतलेले नियम सैल केले. परंतु मूलभूत तत्त्वांबद्दल मात्र त्यांनी कधी तडजोड केली नाही. कोणाहीसाठी वा कशाहीसाठी ते आपली चाकोरी बदलत नसत. हिडाल्को कंपनीच्या उद्घाटनाच्या वेळी त्यांचे भागीदार व अमेरिकेतील कैसर स्टील कंपनीचे अध्यक्ष एडवर्ड कैसर

यांनी पार्टी दिली. रात्री नऊच्या आत मला मोकळं करा, असं जीडींनी बजावलं होतं. पण त्यांची ही सूचना कोणी गांभीर्यानं घेतली नाही. पार्टी नुकती कुठं सुरू होते न होते, तोच संध्याकाळी साडेसात वाजता आपल्याला भोजन वाढावं, असं जीडींनी सांगितलं. त्यानंतर तासाभरात ते निघून गेले. १९६१ साली निकिता क्रुश्चेव्ह यांनी बोलशोई थिएटरमध्ये सायंकाळी जीडींना पाचारण केलं होतं. पण रात्रीचं भोजन घेण्यासाठी जीडी तो कार्यक्रम अर्धवटच टाकून निघून गेले. फक्त एकदाच त्यांनी आपल्या नियमाला मुरड घातली; ती म्हणजे अमेरिकेचे अध्यक्ष आयसेनहॉवर यांच्या सन्मानार्थ राष्ट्रपती राजेंद्रप्रसाद यांनी खाना आयोजित केला होता, त्या वेळी. सरदार पटेल यांचे मदतनीस एस्. रामकृष्णन् खास करून एक घटना कथन करतात.

‘६ ऑगस्ट १९४६ चा तो दिवस होता. व्हॉईसरॉय लॉर्ड वेव्हेल रात्री नऊ वाजता नभोवाणीवरून एक महत्त्वाचं भाषण करणार होते. बहुतेक राष्ट्रीय नेते त्या क्षणाची उत्सुकतेने वाट पाहत होते. सरदार पटेल, राजेंद्रबाबू, राजाजी, पंडित पंत व अन्य नेते उत्सुकतेने, या भाषणात काय असेल, यासंबंधी जोरजोराने अंदाज व्यक्त करत होते. नऊ वाजायला काही मिनिटे उरली असतानाच सर्वजण रेडिओच्या भोवती जमा झाले. फक्त एकच अपवाद होता. घनश्यामदासजी आपल्या जागेवर आसनस्थ होण्याऐवजी शांतपणे आपल्या शय्यागृहात गेले. त्यांना कोणीतरी- त्यांचं नाव मला आता आठवत नाही- व्हॉईसरॉय यांच्या भाषणाचं स्मरण करून दिलं; तेव्हा ते म्हणाले, ‘‘मी माझा नेहमीचा दिनक्रम पाळीन. भाषण उद्याच्या वृत्तपत्रात मी वाचेन.’’ मध्यरात्रीपूर्वीची एक तास झोप ही मध्यरात्रीनंतरच्या दोन तास झोपेइतकी असते, असं ते म्हणत.’

खाण्यापिण्याबाबत जीडींना इतरांना सल्ला द्यायला आवडे. जे. आर्. डी. टाटांना देखील त्यांनी असा सल्ला दिला होता. खरं तर, त्यांचे जेआर्डीशी कधीच गाढ संबंध नव्हते. आणि जेव्हा टाटांच्या विमान कंपनीतील एका अधिकाऱ्याला त्यांनी आपल्या कंपनीत आणलं, तेव्हापासून तर त्यांच्या संबंधांत तणाव आला होता. जीडींनी एकदा त्यांना धूम्रपान, अल्कोहोल व कॉफीसंबंधी कात्रणं पाठविली होती. त्यांचा दृष्टिकोन आपल्यासारखा व्हावा, असा त्यामागील हेतू होता. ‘मी सिगारेट सोडली आहे आणि क्वचितच कॉफी वा अल्कोहोल घेतो,’ असं जेआर्डींनी त्यांना कळवलं. २४ जाने., १९५८ रोजी त्यांना उत्तर पाठवताना जेआर्डींनी लिहिलं की, ‘मी मांसाहार सोडून द्यावा, असं कित्येकांचं मत आहे. खरं तर मला काम करणं सोडून द्यायला आवडेल. प्रा. हॉचेरिन आणि डॉ. स्लिशर यांनी सेक्सचा निषेध केला नाही, हे सुदैवच म्हणायचं.’ जेआर्डींना सुंदर स्त्रियांचा सहवास प्रिय होता, तर बिर्लांनी पत्नी महादेवीचं १९२६ मध्ये निधन झाल्यावर ब्रह्मचर्यव्रत पाळलं.

भारतातील उद्योगाच्या या बड्या दिग्गजांमध्ये फारसं सख्य नसलं, तरी जेआर्डींनी जीडींची प्रशंसा केली होती. १९४४ चा बॉम्बे प्लॅन व नियोजनाबद्दलच्या उभयतांतील सहकार्याबद्दल बोलताना जेआर्डी म्हणाले होते, 'जीडी बिर्ला हे अत्यंत बुद्धिमान असून त्यांना खूप गोष्टींचं ज्ञान आहे. नियोजनासंबंधी चर्चा करण्यासाठी झालेल्या आरंभीच्या आमच्या बैठकीत जीडी म्हणाले की, "स्वतंत्र झाल्यावर भारतानं काय करावं, याचा अंदाज बांधणं कठीण आहे....... तेव्हा लोकांना कशा प्रकारचं राहणीमान हवं आहे, याचा अंदाज करण्यापासून सुरुवात करू या. कशाची गरज आहे, इतक्या इतक्या कॅलरीज्साठी किती लक्षावधी टन धान्य लागेल, किती मीटर्स कापड लागेल, किती घरं लागतील, इत्यादी." या दृष्टिकोनामुळे काम सोपं झालं आणि त्या आधारे डॉ. जॉन मथाई यांनी पंचवार्षिक योजना आखली.'

टीकाकारांकडून केली जाणारी प्रशंसा ही नेहमीच सर्वोत्तम बाब असते.

३

घनश्यो

बहुतेक जणांना जीडीबाबू म्हणून परिचित असलेले व ज्यांना आईवडील, चुलते, मावश्या घनश्यो म्हणून हाक मारीत, त्या घनश्यामदास बिर्ला यांचा जन्म राजस्थानातील शेखावती भागातील पिलानी गावी रामनवमीच्या दिवशी झाला. हा भाग खडकाळ, रेताड, फारशी शेती नसलेला. पिलानीत एक भलंमोठं वडाचं झाड होतं. सुमारे तीन हजार लोकवस्तीच्या या गावात रस्ते, रेल्वे, टपाल-कचेरी काहीही नव्हतं. देशातील राजकीय घडामोडींपासून अगदी अलग पडलेलं ते खेडं होतं. प्रवास मुख्यत्वे उंटावरून करावा लागे. श्रीमंत मंडळी घोडागाडी वा बैलगाडीचा वापर करीत. बलदेवदास आणि योगेश्वरी बिर्ला यांचं जीडी हे तिसरं अपत्य. जुगलकिशोर (जन्म १८८१) व रामेश्वरदास (जन्म १८९२) हे दोघे थोरले भाऊ, तर ब्रजमोहन यांचा जन्म जीडींनंतर १९०५ साली झाला. खेड्यातील आपल्या दिवसांबद्दल जीडींनी 'इन द शॅडो ऑफ द महात्मा' या पुस्तकात म्हटलं आहे,

– 'आमच्या गावात वृत्तपत्रांशी लोकांचं काही देणंघेणं नव्हतं. अर्धा डझन लोक देखील वृत्तपत्रं वाचीत नसत आणि त्या दिवसांत वृत्तपत्रं तरी कुठं होती?

गावात कोणीही इंग्रजी लिहू वा वाचू शकत नव्हतं. एकही शाळा नव्हती. काहीजण साधं हिंदी वा उर्दू लिहू आणि वाचू शकत. परंतु त्यांचं प्रमाण शंभरांत एक असं होतं. मी चार वर्षांचा झालो, तेव्हा माझ्यासाठी एका शिक्षकाची नेमणूक झाली. लिहिण्यावाचण्यापेक्षा त्यांना गणित चांगलं येत होतं. तेव्हा माझं शिक्षण आकड्यांनी-बेरीज-वजाबाकी, भागाकार-गुणाकार यांनी सुरू झालं. वयाच्या नवव्या वर्षी मी लिहायवाचायला शिकलो आणि इंग्रजीचा ओझरता परिचय झाला. पण प्यारेचरण सरकार यांच्या 'फर्स्ट बुक ऑफ रीडिंग'बरोबर माझं शालेय शिक्षण वयाच्या अकराव्या वर्षी संपुष्टात आलं.'

जीडींचे आजोबा शिवनारायण हे एका व्यापारी पेढीत दरमहा दहा रुपये पगारावर व्यवस्थापक होते. त्यांचं निधन झालं, तेव्हा त्यांचे १८ वर्षांचे चिरंजीव बलदेवदास यांनी मुंबईत स्वतंत्र उद्योग सुरू केला होता. जीडी जेव्हा उद्योगात सामील झाले, तेव्हा बिर्ला कुटुंब सुसंपन्न मानलं जात होतं. ३५ वर्षं त्यांनी व्यापारात पाय रोवले होते. '–शाळा सोडून दिल्यावर माझी पुस्तकं, वृत्तपत्रं, शब्दकोश व वही हेच माझे मुख्य शिक्षक बनले. त्यांच्या आधारे मी इंग्लिश, संस्कृत व एक-दोन भारतीय भाषा शिकलो. अर्थशास्त्र व इतिहासाचा अभ्यास केला. अनेक चरित्रं व प्रवासवर्णनं वाचली. मात्र अजूनही अशी पुस्तकं मला आवडतात,' असं जीडींनी लिहून ठेवलंय्. सार्वजनिक जीवनात झोकून दिलेल्या व्यक्तीस वाचनाचा मौलिक उपयोग होतो.

बालपणी राजस्थानातील दुष्काळी परिस्थितीचा त्यांच्यावर खोलवर परिणाम झाला असावा. अगदी तुरळक पडणारा पाऊस, वाळूची वादळं, थेंब थेंब पाणीही खोलवर विहिरीतून जमा करावं लागणं, ही या भागाची वैशिष्ट्यं होती. १८८९ मध्ये जीडी पाच वर्षांचे होते, तेव्हा अत्यंत भीषण दुष्काळ पडला होता. – 'गाई-बैल, म्हशी, उंट यांची प्रेतं सर्वत्र विखुरलेली होती आणि उपासमारीनं कुटुंबं मरत होती. ती दृश्यं जीडी कधी विसरले नाहीत.' असं त्यांच्या चरित्रकारानं म्हटलंय.

नवव्या वर्षी घनश्योला कलकत्त्याला जुगलकिशोरकडे पाठवण्यात आलं. बिर्ला कुटुंबातील सर्व स्त्रिया पिलानीला राहत असल्यानं घनश्योवर देखरेख ठेवायला कलकत्ता इथं भाभी, चुलती वगैरे कोणी नव्हतं. त्या वेळी जुगलकिशोर जेमतेम सोळा वर्षांचा होता व नव्या कंपनीचं कार्यालय थाटण्यात मग्न असल्यानं, आपल्या धाकट्या भावाकडे लक्ष द्यायला त्याला अजिबात फुरसत नव्हती. घनश्योला विशुद्धानन्द सरस्वती स्कूलमध्ये घातलं होतं; परंतु तो क्वचितच वर्गात हजर राही. सकाळी दप्तर घेऊन तो बाहेर पडे व सबंध शहरभर भटकून सायंकाळी घरी परत

येई. एखाद्या रिक्षावाल्याला असावी, इतकी त्याला कलकत्ता शहराची माहिती झाली. त्याचे नातेवाईक फारसे शिकलेले नव्हते आणि घनश्योच्या शाळेतील प्रगतीचा छडा कोणी लावण्याचा संभव नव्हता.

कलकत्त्यातील हे मौजमजेचे, भटकण्याचे दिवस लौकरच संपले. कारण बलदेवदासनी घनश्योला मुंबईत बोलावून घेतलं. १९०० सालापासून बलदेवदासनं कापसाचा व्यापार सुरू केला होता व त्याचा व्यवसाय जोरात चालला होता. कमाई चांगली होत होती. तेव्हा १९०३ साली माटुंगा इथं त्यानं दोन मजली घर बांधलं. हिशेबवह्या राखण्याचं शिक्षण देण्यासाठी आणि तारा व वृत्तपत्रं वाचण्याइतपत इंग्रजी यावं, यासाठी बलदेवदासनं घनश्योसाठी एका शिक्षकाची नेमणूक केली. तेव्हा विशेषत: मारवाडी कुटुंबात इंग्रजीकडे असं लक्ष दिलं जात नव्हतं. दोन वर्षांनंतर जीडी पिलानीला आले आणि कनिष्ठ प्राथमिक परीक्षेत उत्तीर्ण झाले. त्यांच्या औपचारिक शिक्षणाची ती सांगता होती.

आता लग्न करायची वेळ आली होती. वयाच्या सुमारे अकराव्या वर्षी चिराबा येथील दुर्गा सोगाणीशी त्यांचा विवाह झाला. त्या वेळच्या प्रथेनुसार दुर्गा आपल्याच घरी राहिली व घनश्यो मुंबईत निघून गेला. पिलानीला तो वारंवार जाई. नंतर तो आपल्या पत्नीला घरी घेऊन आला. १९०९ मध्ये पुत्ररत्न लक्ष्मीनिवासचा जन्म झाला; पण त्यानंतर लौकरच क्षयरोगानं दुर्गाचं निधन झालं. १५ वर्षांचा विधुर लक्ष्मीनिवासचं संगोपन करू लागला. काही महिन्यांनंतर बलदेवदासनी घनश्योची रवानगी कलकत्त्याला केली.

घनश्यो आता स्वत:च्या पायांवर उभा राहायला समर्थ आहे, असं १९१० मध्ये ठरवण्यात आलं. त्याच्याएवढा असतानाच जुगलकिशोर पिलानी सोडून कलकत्त्याला कार्यालय थाटायला गेला होता आणि अफू, चांदी व अन्य वस्तूंच्या वायदेबाजारात त्यानं चांगलं नाव कमावलं होतं. त्यानं जीडींचं कलकत्त्यात स्वागत केलं. धंदा वाढत होता; पण मुंबईची 'इंडियन स्पेसी बँक' बुडाल्यामुळे जीडी वायदेबाजार करायला उत्सुक नव्हते. त्यांनी तागाची विक्री करणारा दलाल बनायचं ठरवलं. मुंबईत त्यांना कधी वांशिक पक्षपाताचा अनुभव आला नव्हता. त्यामुळे कलकत्त्यात अशा अनुभवाला सामोरं जायला त्यांची मानसिक तयारी नव्हती.

'वयाच्या सोळाव्या वर्षी दलाल म्हणून मी स्वत:चा स्वतंत्र व्यवसाय सुरू केला. इंग्लिश मंडळी माझे आश्रयदाते व ग्राहकही होते. त्यांच्या संपर्कात आलो, तेव्हा व्यापारातील त्यांचं कौशल्य, त्यांचं संघटनाचातुर्य आणि अन्य गुणांनी मी भारावून गेलो. परंतु त्यांचं वांशिक वर्चस्व व दृष्टिकोन लपून राहणारा नव्हता. त्यांच्या कचेरीत जाताना त्यांच्या लिफ्ट्स वापरायला, तसंच प्रतीक्षा करताना तेथील बाकावर बसायला मज्जाव होता. या अपमानास्पद वागणुकीमुळे माझ्या

मनात संताप खदखदू लागला आणि १९१२ पासून राजकीय गोष्टीत मला स्वारस्य निर्माण झालं, ते आजवर टिकून आहे.'

राजकीय घडामोडींत ते रस घेऊ लागले, याचा आविष्कार रोडा काडतूस प्रकरणात दिसून आला. त्या प्रकरणी अनेक महिने जीडींना पलायन करावं लागलं होतं.

रोडा काडतूस प्रकरण

'त्या काळात घेतलेल्या छायाचित्रांवरून जीडी वेगवेगळ्या पोशाखांत रुबाबदार दिसायचे, असं लक्षात येतं. कुडता, धोतीपासून ते सुटाबुटात ते दिसतात. नीट राखलेल्या मिशांमुळे लष्करी झाक वाटते व ते वयापेक्षा थोडेसे मोठे वाटतात,' – असं त्यांचे चरित्रकार ॲलन रॉस यांनी म्हटलंय्. भवतालच्या परिसराला अनुरूप पेहराव ते करत. गांधीजींच्या अनुयायाच्या पोशाखापासून ते यशस्वी दलाल, पारंपरिक मारवाडी आणि पाश्चिमात्य वेशभूषा असा बदल ते झटकन करू शकत.

कस्तुरभाई लालभाई, जे. आर्. डी. टाटा यांच्याप्रमाणे जीडी पण नियमित व्यायाम करीत. घरातील ज्येष्ठ व्यक्ती बनल्यावर कुटुंबातील इतर सदस्यांनाही त्यांनी ही सवय लावली. त्यामुळे बिर्ला घराण्यात कोणी लठ्ठंभारती सापडत नाहीत.

जीडी स्वत: क्रिकेट खेळत. प्रभुदयाल हिंमतसिंगका व देवीदत्त जालन या मित्रांसमवेत १९११ मध्ये त्यांनी 'मारवाडी स्पोर्टिंग क्लब' स्थापन केला होता. चौरंगी येथील संग्रहालयासमोर असलेल्या क्लबमध्ये व्यायामशाळा व फूटबॉलचं क्रीडांगण होतं. नंतर हॉकी व क्रिकेटचंही ते मैदान बनलं. महादेवीप्रसाद पोद्दार व गंगाप्रसाद भौतिका हे क्लबचे दोन सदस्य मारवाडी तरुणांना शुद्ध हिंदी लिहिता व बोलता यावं, म्हणून दररोज वर्ग चालवत. शस्त्रास्त्रांचंही शिक्षण तिथं नंतर दिलं जाऊ लागलं. या क्लबचं नाव 'राजस्थान क्लब' असं करण्यात आलं व फूटबॉल आणि व्हॉलीबॉलमध्ये त्यानं चांगलं नाव कमावलं. यथावकाश जीडींचे मधले चिरंजीव कृष्णकुमार यांनी या क्लबची सूत्रं हाती घेतली.

तरुण जीडी 'बडा बाजार यंग मेन्स असोसिएशन' या दुसऱ्या क्लबच्या कामातही सहभाग घेऊ लागले. राजकुमार राखित लेन (नंतरची मित्रा लेन) मधील या क्लबचं नाव नंतर, 'बडा बाजार युवक संघ' असं ठेवण्यात आलं. कुस्ती, रायफलचं प्रशिक्षण व अन्य क्रीडाप्रकारांचा सराव तिथं होऊ लागला. '– तो काळ जातीय तणावाचा होता; व अशा दंगलीत मारवाडी समाजाला मार खावा लागे. तेव्हा स्व-संरक्षणार्थ मारवाडी तरुणांना लष्करी प्रशिक्षण देण्याचा क्लबचा उद्देश होता. बहुतेक सदस्य तरुण मारवाडी होते. पण काही बंगाली सभासद होते. बिपिन गांगुली हा त्यांच्यापैकी एक.

गांगुली युवक संघात शस्त्रास्त्रं चालवण्याचं प्रशिक्षण देत असे. जीडी त्याच्या हाताखाली प्रशिक्षण घेत होते. त्या तरुण स्वातंत्र्यसैनिकाशी त्यांची चांगली दोस्ती झाली. गांगुली व त्याचे दोस्त यांना चुकीच्या दिशेनं वळवलं जाण्याची शक्यता होती. परंतु जीडींना त्यांच्या हेतूबाबत शंका नव्हती. एकूणच जीडींना ते आवडत असत.

जीडी खूप वर्तमानपत्रं वाचीत. त्यामुळे त्यांची राजकारणाची गोडी वाढली. बाळ गंगाधर टिळक यांच्या भाषणानं तर ते फार प्रभावित झाले. लोकमान्य टिळकांनी (१८५६ ते १९२०) १९१६ साली बंगालचा दौरा केला. त्यामुळे जीडी व गांगुली यांच्यासारखे तरुण केवळ वृत्तपत्रांचे वाचक राहण्याऐवजी सक्रिय चळवळ्ये बनले आणि टिळक यांच्या भेटीनंतर हिंसक राजकीय कृत्यांना बडा बाजार भागात जोर आला.

गांगुलीचा एक मित्र रोडा कंपनीत काम करीत असे. या कंपनीकडे इंग्लंडहून मोठ्या प्रमाणात शस्त्रास्त्रं येत. असाच एकदा माल उतरवून घेतला जात असताना त्या मित्रानं दोन छोटया पेट्या पळवल्या व त्या गांगुलीकडे पाठवून दिल्या. त्यांपैकी एकीत पिस्तुलं, तर दुसरीत काडतुसं होती. गांगुलीनं पिस्तुलं वाटली आणि काडतुसांचं वाटप चालू असतानाच पोलिसांची धाड पडली. ते प्रत्येक खोलीची झडती घेऊ लागले. पेटी त्यांच्यापासून लपवण्याचे प्रयत्न चालू होते. पोलिसांचं जाळं घट्ट होऊ लागलं, तेव्हा देवीदयाळ सराफ हा मुलगा हमालाचं सोंग घेऊन, ती पेटी डोक्यावर घेऊन पोलिसांच्या समोरून बाहेर पडला व त्यानं ती पेटी हुगळी नदीत फेकून दिली. पोलिस जेव्हा आडवेतिडवे प्रश्न विचारू लागले व धाक-दपटशा दाखवू लागले, तेव्हा त्या वर्णनाशी मिळतीजुळती पेटी इकडून तिकडे नेली जात असल्याचं आपण पाहिलं, असं कोणीतरी सांगितलं.

हॅरिसन रोडच्या बाजूच्या मलिक स्ट्रीटवरील काली गोदाम इथं क्र. १८ च्या घरात गांगुली राहत होता. जुगलकिशोर कलकत्त्याला प्रथम आला, तेव्हा त्यानं ही खोली भाड्यानं घेतली होती व वयाच्या नवव्या वर्षी याच खोलीत राहून जीडी शाळेत जात होते. काली गोदाम इथल्या त्या एका खोलीत स्वयंपाक, धुणं वगैरेंसाठी कसल्याच सोयी नव्हत्या. बरे दिवस आल्यावर बिर्ला बंधूंनी कलकत्ता शहराच्या बाह्यसीमेवर असलेल्या रेसे पार्क भागात जागा घेतली. १९१६ च्या सुमाराला त्यांनी हे घर विकत घेतलं, तरी जीडींनी काली गोदामची खोली ठेवली होती. एवढंच नव्हे, तर आणखी तीन खोल्या त्यांनी भाड्यानं घेतल्या होत्या. तरुण गुलांच्या खुराकासाठी वर्षाला दोन हजार रुपये जीडी देत असत. मारवाडी तरुणांची राहण्याची सोयही त्यांनी केली होती. तेथे राहत असलेल्या डझनभर तरुणांत प्रभुदयाल हिंमतसिंगका व गांगुली हे होते.

पोलिसांना झाडाझडतीत घबाड मिळालं. हिंमतसिंगकाच्या खोलीतून अनेक आक्षेपार्ह पत्रं व अन्य माहिती मिळाली. त्यांना संशयावरून अटक करण्यात आली; व दुमका इथं चार वर्षं डांबून ठेवण्यात आलं. जीडींचे दुसरे एक मित्र फुलचंद चौधरी यांनी व्ही. एस्. महाविद्यालयासाठी सहा लाख रुपये उभारले होते. 'मारवाडी सहायक समिती'सारख्या संस्था ते चालवत होते आणि क्रांतिकारकांच्या बाबतीत त्यांना सहानुभूती होती. त्यांना बंगालमधून हद्दपार करून पंजाबला पाठवण्यात आलं. तिथं पाच वर्षं ते राहिले. कन्हय्यालाल चितलांजिया हे सक्रिय स्वराज्यवादी कार्यकर्ते होते. त्यांचा तुरुंगात छळ करण्यात आला. जुगलकिशोरचे मित्र आणि अल्पकाळ टिकलेल्या 'कलकत्ता औद्योगिक बँके'चे प्रवर्तक ओंकारमल सराफ (या दोघांनी मिळून 'मारवाडी रिलीफ सोसायटी' सुरू केली होती.) यांना स्थानबद्धतेत ठेवण्यात आलं. जीडींच्या वर्तुळातील ज्वालाप्रसाद कनोरिया यांना अल्पवेळ स्थानबद्धतेत ठेवून, समज देऊन सोडून देण्यात आलं.

हिंमतसिंगका, चौधरी, चितलांजिया, सराफ, कनोरिया प्रभृतींमुळे काली गोदाम जणू स्वातंत्र्याच्या ऊर्मीनं भारलेल्या तरुणांचं केंद्र बनलं होतं. तेथील खोल्यांचे अधिकृत मालक व या तरुणांचे म्होरके जीडी होते. पोलिसांची तुकडी जीडींना अटक करण्यासाठी रेने पार्क व काली गोदाम इथं येऊन धडकली. कुटुंबीयांनी त्यांना तार करून भूमिगत होण्याचा सल्ला दिला.

जीडींनी उटकमंड रेल्वेनं सोडलं. त्यांनी मुद्दाम तिसऱ्या वर्गानं प्रवास केला. त्यांनी आधी मदुराई व नंतर नाथद्वार गाठलं. त्यांनी साधूच्या वेशात भटकंती केली. पुष्कळदा एक भाविक यात्रेकरू म्हणून ते वावरले. तिथून पिलानी तसं जवळच, परंतु पोलिस मागावर असल्यानं तिथं जाण्याचा प्रश्नच नव्हता.

सर कैलाशचंद्र बोस नावाचे एक प्रख्यात डॉक्टर बिर्लांना चांगले ओळखत होते व पोलिसांत त्यांचा उत्तम संपर्क होता. जीडींचे राजकीय क्रांतिकारकांशी संबंध नाहीत, असं त्यांनी पोलिसांना पटवून दिलं. तीन महिन्यांनंतर जीडींवरचं वॉरंट रद्द करण्यात आलं. वर्षभरानंतर जीडी कलकत्त्याला परतले. पोलिसांना अजूनही त्यांच्याबद्दल संशय वाटत होता. त्यांनी जीडी व त्यांच्या मित्रांना सतावणं चालूच ठेवलं. 'मला दहशतवादाची फारशी आवड नव्हतीच आणि महात्मा गांधींशी संबंध आल्यावर जी काही उरलीसुरली आवड होती, ती पण विरून गेली,' असं जीडींनी लिहून ठेवलंय्.

गंमत म्हणजे, नंतर पोलिस आयुक्त श्री. टेगार्ट हे जीडींचे दोस्त बनले; आणि सेवानिवृत्त झाल्यावर जीडींच्या लंडन येथील कंपनीचे ते पहिले अध्यक्ष बनले.

✦

४

ताग व्यवसायातील अटकाव चिरडताना....

आपल्या व्यापारातील अनुभवातून जीडींनी दहशतवादाची चव चाखली होती. जीडी पुन्हा कामाला लागले, तेव्हा तागाची दलाली सोडून, त्यांनी कुटुंबाच्या व्यवसायात पडावं, म्हणून जुगलकिशोर यांनी केलेले प्रयत्न निष्फळ ठरले. वायदे बाजारात तुम्हाला एकट्यालाच प्रयत्न करावे लागतात; दलालाला दुसऱ्याच्या लहरीवर अवलंबून राहावं लागतं; ब्रिटिशांचं वर्तन बदलणार नाही, त्यांचा उद्धटपणा सहन करत राहावं लागतं, असा इशारा त्यांनी जीडींना दिला. त्याच सुमारास कुटुंबाचा व्यवसाय सोडून रेल्वे कंत्राटदार बनू पाहणाऱ्या वालचंद हिराचंद यांना त्यांचे वडील असंच प्रवचन देत होते. दोघांनीही असले सल्ले झुगारून दिले.

व्यवसायात घट्ट पाय रोवण्यापूर्वी दलालीचे धडे गिरवणं आवश्यक होतं. नरसी भाटिया नावाचे एक प्रख्यात मारवाडी दलाल होते. ताग, रेल्वे व अन्य व्यवसायांत असलेल्या 'रॅलीज् ब्रदर्स' या मॅनेजिंग एजन्सी कंपनीचं काम ते करीत. दलालीची तत्त्वं शिकण्यासाठी जीडी भाटियांकडे गेले. त्यांनी पन्नास हजार रुपये फी मागितली व ती जीडींनी मान्य केली. पण दुसऱ्याच दिवशी भाटिया यांनी दुप्पट रक्कम मागितली. जीडींनी त्यालाही मान्यता दिली. परंतु, 'तुम्ही विषारी प्राणी आहात. तुमच्यावर विश्वास ठेवता येणार नाही. तेव्हा कितीही पैसे दिलेत, तरी मी तुम्हाला शिकवणार नाही,' असं भाटियांनी सुनावलं.

हा प्रकार महादेव सोमाणींच्या जेव्हा कानी पडला, तेव्हा त्यांनी जीडींना बोलावून घेतलं. सोमाणी पिलानीजवळील चिरावा गावचे होते. बिर्लांप्रमाणेच कलकत्त्याला जाऊन त्यांनी व्यवसाय सुरू केला व त्यात ते यशस्वी झाले होते. महादेव सोमाणींची कन्या दुर्गा हिचा जीडींशी विवाह झाला होता आणि या दोन घराण्यांचे स्नेहसंबंध जुळले होते. १९०८ साली थाटामाटात चिरावा इथं विवाहसोहळा झाला होता. पण लौकरच दुर्गाचं निधन झालं आणि महादेवी खारवा हिच्याशी जीडींनी विवाह केला होता. असं असलं, तरी जीडींच्या श्वशुरांना आपल्या माजी जावयाबद्दल ममत्व होतं. 'नरसी भाटियाच्या भानगडीत पडू नका, कारण त्याच्यापासून शिकण्यासारखं काही नाही,' असा सल्ला सोमाणींनी दिला. प्रस्थापितांची फळी भेदून या व्यवसायात शिरकाव कसा करावा, हे स्वत: शिकवण्याचं आश्वासनही त्यांनी जीडींना दिलं.

कलकत्त्यातील ताग गिरण्यांशी ज्यांना खरेदी-विक्री व्यवहार करायचा असे, त्यांना गिरण्यांच्या युरोपियन (ते बहुतेक स्कॉटिश होते. फक्त एकजण अमेरिकन होता) मालकांची संमती लागे. अधिकृत एजंटांची यादी प्रसिद्ध होत असे व तीत नवनवीन भर पडत असे. १९१३ सालच्या यादीत महादेव सोमाणींचं नाव झळकलं. 'तुम्हाला इंग्रजी येतंच. तुम्ही माझ्या नावावर वाटेल तितकी खरेदी करू शकता,' असं सोमाणींनी जीडींना सांगितलं; आणि 'जी. एम्. बिर्ला कंपनी' (१९११) रजिस्टर करण्यात आली. त्यातील 'जी.' म्हणजे घनश्याम व 'एम्.' म्हणजे त्यांचे मेव्हणे मुरलीधर सोमाणी.

१९१४ मध्ये पहिलं महायुद्ध सुरू झालं व कलकत्त्यात वाळूच्या पोत्यांना मागणी आली. त्यामुळे ताग, कच्चा ताग, ताग शेअर्स, तागवस्तू यांच्या धंद्याला अचानक तेजी आली. १९१५ ते १९२१ या काळात महत्त्वाच्या ताग शेअर्सचं मूल्य तिपटीनं वाढलं.

बिर्ला बंधू योग्य वेळी, योग्य ठिकाणी, योग्य व्यवसायात होते. मुंबईत रामेश्वरदास शेअर बाजारात, तर कलकत्त्यात विविध वस्तूंच्या उलाढालीत अनुभवी जुगलकिशोर आणि जीडी व्यापारात होते. रोडा काडतूस प्रकरणामुळे १९१६ मध्ये पोलिसांपासून जीडी दूर पळ काढत होते, तरी सोमाणी पोत्यांचा व्यापार, शेअर बाजार यात त्यांचं काम पाहत होते. युद्धकाळात समस्त बिर्लांचं उत्पन्न २० लाखांवरून चौपटीनं वाढून ८० लाखांवर पोचलं, असा एका विश्लेषकाचा अंदाज आहे.

रोडा काडतूस प्रकरणातून सहीसलामत सुटल्यावर जीडी कलकत्त्याला परतले. त्या काळी तागावर प्रक्रिया करणाऱ्या उद्योगात स्कॉटिश मंडळींचं, तर निर्यातीत इंग्रजांचं वर्चस्व होतं. जीडी निर्यात व्यापारात पडले. त्यांना लंडन इथं कार्यालय

उघडायची गरज होती. त्यासाठी इंग्लंडला जाण्याचा प्रश्नच नव्हता. कारण बिर्ला कुटुंबात परदेशी जायची परंपराच नव्हती. ब्रिटिशांच्या दृष्टिकोनाची कल्पना असल्यानं ब्रिटनमध्ये आपण यशस्वी होणं कठीण आहे, याची जीडींना जाणीव होती.

तेव्हा कलकत्त्यात असलेले बगदादचे एक ज्यू सोनी गुब्बे यांना आपले प्रतिनिधी म्हणून त्यांनी लंडनला पाठवलं. कलकत्त्यातील भारतीय मालकीच्या कंपनीचं स्वत:चं पहिलंच निर्यात कार्यालय उघडणारे बिर्ला हे पहिलेच होते. गुब्बेंची निवड योग्यच होती, असं दिसतं. त्या वेळचे 'कॉमर्स' या आर्थिक नियतकालिकाचे अंक चाळले, तर या कंपनीनं चांगली प्रगती केल्याचं आढळतं. १९२० च्या अखेरीस जीडी हे कच्चा ताग निर्यात करणाऱ्या पहिल्या तीन जणांत गणले जाऊ लागले. तागाच्या क्लिअरन्सच्या बाबतीत 'रॅलीज् ब्रदर्स'नंतर दुसरा क्रमांक 'बिर्ला ब्रदर्स'चाच होता. पारंपरिक पद्धती न पाळणाऱ्या जीडींचा निर्णय लाभदायीच ठरला.

लंडनला कार्यालय उघडल्यावर जीडी तागाच्या व्यापारात सुरुवातीपासून ते शेवटपर्यंत सर्व व्यवहार हाताळू लागले. ते कच्चा ताग खरेदी करू लागले, त्यांच्या गासड्या बांधू लागले, ताग गिरणीला त्याचा पुरवठा करू लागले, तयार माल खरेदी करू लागले, कच्चा ताग व तयार माल-उत्पादनं भारताबाहेर निर्यात करू लागले आणि युरोपात ताग विकू लागले. या साखळीत फक्त एकाच दुव्याची उणीव होती; युद्ध संपल्यावर आपला नफा कच्च्या तागापासून पोती बनवण्यात त्यांना गुंतवायचा होता. केवळ व्यापारी न राहता त्यांना उद्योगपती बनायचं होतं.

तागाबाबतचं तंत्रज्ञान तसं सोपं आहे. निदान कापसापासून कापड बनवण्यापेक्षा तागापासून पोती बनवणं सोपं आहे. मुंबईतील बरेच उद्योगपती हे करीत होते. रामेश्वरदासबरोबर मुंबईत दोन छोट्या कापड गिरण्यांत गुंतवणूक केली असली, तरी जीडींना कापूस वा ताग गिरणी यांचं काहीच तांत्रिक ज्ञान नव्हतं. ताग गिरणीत भरपूर कमाई होऊ शकते, हे मात्र त्यांना ठाऊक होतं. तागाच्या व्यापारापेक्षा तागावर प्रक्रिया करण्यात भरपूर नफा मिळेल, हे जुगलकिशोरना पटवून देण्यात ते यशस्वी झाले.

व्यूहाची काटेकोर आखणी करणाऱ्या जनरलच्या थाटात जीडींनी आपलं म्हणणं मांडलं. ३५ पैकी ३० ताग गिरण्यांनी १९१८ मधील आपल्या भरणा केलेल्या भांडवलापेक्षा (पेड-अप कॅपिटल) जास्त नफा घोषित केला आहे, हे जुगलकिशोरना त्यांनी दाखवून दिलं. या ३० पैकी १० गिरण्यांना २०० टक्क्यांहून अधिक नफा झालेला होता. सरासरी लाभांश १५० टक्के होता व शेअर्सचा भाव दर्शनी मूल्यापेक्षा १० पटींनी वाढला होता.

इंदूरच्या सर सरूपचंद हुकुमचंद यांचं उदाहरण जीडींनी दिलं. ते एक धाडसी

सट्टेबाज (स्पेक्युलेटर) होते. अफू, कापूस, ताग, शेअर्स, किंबहुना मिळेल त्या वस्तूंचे व्यवहार ते करीत. १९०९-१० मध्ये त्यांचं भाग्य फळफळलं. अफूच्या पेट्यांच्या निर्यातीच्या प्रमाणावर ब्रिटिशांनी मर्यादा घातली. त्यामुळे भारतीय बाजारपेठ दुबळी झाली. हुंडी देऊन हुकुमचंद यांनी वीस ते पंचवीस लाखांची अफू खरीदली. नंतर भाव दहा पटींनी वाढले व ह्यांनी दोन कोटी रुपये मिळवले, असा हिशेब टिम्बर्ग यांनी मांडला आहे. हुकुमचंद यांनी इंदूर इथं १९०९ व १९१३ मध्ये दोन कापड गिरण्या घेतल्या होत्या. १९१६ मध्ये त्यांनी तिसरी गिरणी घेतली व १९१८ मध्ये उज्जैन येथे चौथी गिरणी खरीदली. आता तागावरील प्रक्रियेमधील स्कॉटिश लोकांची मक्तेदारी मोडून काढण्याचा त्यांचा बेत होता.

मुरब्बी व्यापारी जर ताग गिरणीवर पैसे खर्च करत असेल, तर आपण पण त्याचं अनुकरण करावं, अशी विनंती जीडींनी जुगलकिशोरना केली. जीडी व सर सरूपचंद यांच्यात जणू स्पर्धाच लागली. १९२० च्या अखेरी 'हुकुमचंद ज्यूट' व 'बिर्ला ज्यूट' या गिरण्या एकाच सुमारास चालू झाल्या.

'हुकुमचंद ज्यूट'च्या बाबतीत बव्हंशी भांडवल सर सरूपचंद यांनी स्वत:च दिलं होतं, तर 'बिर्ला ज्यूट'च्या बाबतीत भांडवल विखुरलेलं होतं. जीडींचे खिसे सरूपचंद यांच्याइतके फुगलेले नव्हते. जीडींचे श्वशुर त्यांच्या मदतीला आले. तरी ते भांडवल पुरेसं नव्हतं. तेव्हा 'बिर्ला ज्यूट'चे शेअर्स खरेदी करावेत, म्हणून जीडी इतरांची मनं वळवू लागले. अखेर जमीन खरेदी करण्याइतके व यंत्रसामग्रीची ऑर्डर नोंदवण्याइतके पैसे त्यांनी जमवले. प्राथमिक आखणी पुरी केल्यानं आपले प्रश्न संपले, असं त्यांना वाटलं; परंतु खरं तर ते सुरू झाले होते. कोणतीही मक्तेदारी ही संघर्ष केल्याविना तोडता येत नसते.

'इंपीरिअल बँके'नं कर्ज देण्याचं नाकारलं व पहिली अडचण उभी राहिली. हा अडथळा गंभीर होता. तागाच्या व्यवसायात बँकेचं कर्ज हा खेळतं भांडवल उभारण्याचा सर्वांत स्वस्त मार्ग होता आणि त्यावरच गिरणीची फायदेशीरता अवलंबून होती. 'बँक ऑफ बंगाल'सारख्या अन्य बँकांवर युरोपियनांचं नियंत्रण होतं. त्यांच्या संचालक मंडळावर कलकत्त्यातील बड्या बड्या मॅनेजिंग एजन्सी कंपन्यांचे प्रतिनिधी होते. त्यांतील बव्हंशी मंडळींचा तागाचा व्यवसाय होता आणि जीडींना या क्षेत्रात शिरकाव करू न देण्याचा चंग त्यांनी बांधला होता. त्यामुळे जीडींची सारी मदार 'इंपीरिअल बँके'वर होती. पण त्यांच्याकडून कर्ज मिळवणं कठीण होतं. ब्रिटिश कंपन्यांपेक्षा खूप जास्त व्याजदर बँकेनं जीडींकडून मागितला होता.

आणखीही अडचणी होत्या. हुगळी नदीतून माल-वाहतुकीचे दर एकदम वाढले होते. जमिनीचा पण प्रश्न होता. जीडींचे नातू आदित्य म्हणतात, 'ही ताग

गिरणी उभारणं आजोबांना फार मुश्किल होऊन बसलं होतं. गिरणीसाठी काही जमीन त्यांनी खरीदली, की लगेच अवतीभवतीची सारी जमीन स्कॉटिश मंडळी खरेदी करायची. युरोपियनांचा मारवाड्यांच्या प्रवेशाला विरोध होता.' त्यामुळे ते जीडींच्या मार्गात नाना अडथळे उभारत होते. हुगळी नदीच्या किनाऱ्यावरील मौजा पुजाली येथील जमिनीचा जमीनदारांकडून ताबा घेण्यात त्यांनी जीडींना प्रतिबंध केला. अखेर हे प्रकरण न्यायालयात गेलं.

एकदम परकीय चलन विनिमयाचा दर वधारला. त्यामुळे इंग्लंडमधील कंपन्यांकडे यंत्रसामग्रीची मागणी नोंदवली होती, त्याचा खर्च वाढला. एकूण किंमत दुप्पट झाली. पहिल्या महायुद्धाआधी प्रत्येक यंत्रमागाची किंमत सहा हजार धरून गिरणीचा एकूण खर्च वीस लाख होता. पण युद्धाच्या अखेरीला त्याच यंत्रमागाची किंमत प्रत्येकी सोळा हजार झाली.

रुपयाच्या अवमूल्यनाचा फटका जीडींप्रमाणे अन्य उद्योगपतींनाही बसला. मुंबईत सर दोराब टाटांना 'टिस्को' वाचवण्यासाठी सारी जायदाद पणाला लावावी लागली. कोहिनूरपेक्षाही मोठा हिरा त्यांना पणाला लावावा लागला, असं म्हटलं जात होतं. अहमदाबाद इथं कस्तुरभाई लालभाई यांनी आपल्या नव्या 'अशोक कॉटन मिल'साठी स्थानिक महागड्या कर्जाऐवजी कमी व्याजदराची आंतरराष्ट्रीय कर्जं घेऊन दरवाढीवर मात करायचा प्रयत्न केला होता. परंतु जीडींना हा उपाय अवलंबण्यात यश येत नव्हतं. बिर्ला अनेक आर्थिक तणावांत अडकले. जुगलकिशोरना मुळातच ताग गिरणी नको होती. ते या स्थितीनं वैतागले.

'माझे वडील खूप अस्वस्थ झाले. कुटुंबातील मंडळीही बेचैन होती. मी तुला आधी सांगितलंच होतं, असं जो तो त्यांना सांगू लागला,' असं बसंतकुमार म्हणतात. ही गिरणी फुंकून टाक, असा सल्ला जुगलकिशोरनं दिला. 'ॲन्ड्र्यू यूल' कंपनीला ताग गिरणी विकण्याच्या दृष्टीनं बिर्लांनी बोलणी सुरू केली. 'ॲन्ड्र्यू यूल' ही प्रख्यात मॅनेजिंग कंपनी असल्यानं तिची निवड उचित होती. परंतु जीडींच्या दृष्टीनं ही कटू बाब पचवणं जड होतं. कारण 'ॲन्ड्र्यू यूल'नंच जीडींना रोखण्याची मोहीम चालवली होती. संकल्पित गिरणीसाठी खरीदलेल्या प्लॉटनजिकच्या जमिनी खरेदी करण्याचा यूलनं धडाका लावला होता व त्यामुळे बिर्लांना दक्षिणेकडे बज-बजकडे सरकावं लागलं होतं. परंतु जीडी त्याबद्दल फारसं काही करू शकत नव्हते.

ताग गिरणी विकण्याचा सौदा जवळजवळ पुरा झाला; फक्त काही किरकोळ बाबी बाकी होत्या, तेव्हा जीडी ॲन्ड्र्यू यूलच्या प्रमुखांना भेटायला गेले. ते कार्यालयात शिरताच त्यांच्यावर टीकेचा भडिमार सुरू झाला. 'आपला पारंपरिक व्यवसाय सोडून ब्रिटिशांशी लढणारा हा बघा भारतीय,' अशी त्यांची टर उडवण्यात

आली. 'यांना या व्यवसायाचं ओ की ठो ठाऊक नाही, तरी स्वत:च्या मालकीच्या गिरण्या असाव्यात, अशी मोठी महत्त्वाकांक्षा बाळगत आहेत,' असं हिणवण्यात आलं. तरुण जीडींच्या मनात संताप खदखदत होता. त्यांनी प्रत्युत्तर दिलं, 'पैसे आमचे आहेत, गिरण्या आमच्या आहेत. त्या आम्ही हव्या तशा चालवू. तुमची ही बाष्कळ बडबड ऐकायला मला वेळ नाही.'

संतापाच्या भरात ते असं बोलले खरे, पण घरी परतल्यावर त्यांना काळजी वाटू लागली. काहीतरी बिनसलंय् हे जुगलकिशोर यांनी ताडलं आणि गोड बोलून नेमकं काय घडलं, याचा तपशील त्यांनी जीडींच्या तोंडून वदवला. मग ते म्हणाले, 'तू पैशाची काळजी करू नकोस, गिरणी मात्र होईल तितक्या कार्यक्षमतेनं चालव.'

या परिस्थितीतून जीडींची सहज सुटका झाली, कारण पहिल्या महायुद्धानंतर युरोपियन कंपन्यांतील बरेच व्यवस्थापक व मदतनीस लष्करात सामील होण्यासाठी सोडून गेले. त्यामुळे तागाच्या उद्योगात भारतीयांना प्रवेश करण्यास वाव होता, असं बँकांचे इतिहासतज्ज्ञ अमियकुमार बागची म्हणतात.

या व्यवसायाचं प्रशिक्षण मिळावं, म्हणून जीडींनी सुरुवातीला मॅकगोव्हेन नावाच्या एका स्कॉटिश सल्लागाराचीच नियुक्ती केली होती. परंतु नंतर तो स्वत:हून जाण्याची वाट पाहणं शक्य नव्हतं. बिर्लाजींना स्कॉटिश नको होते. '–माझे एक पुतणे ज्वालाप्रसाद मंडेलिया दिल्लीत होते. त्यांची व माझी ताग गिरणीचं व्यवस्थापन पाहण्यासाठी नियुक्ती करण्यात आली. ताग गिरणी चालवण्याचं प्राथमिक ज्ञान संपादन केल्यावर आम्ही काय आत्मसात केलंय्, हे बिर्लाजींना सांगितलं. तेव्हा त्या स्कॉटिश सल्लागाराला पूर्ण निवृत्ती-वेतन देऊन त्याची 'निर्यात' करण्यात आली व ज्वालाप्रसाद यांच्या हाती सूत्रं सोपवली गेली,' असं दुर्गाप्रसाद मंडेलिया म्हणतात.

'हुकुमचंद ज्यूट' व 'बिर्ला ज्यूट' या दोन गिरण्यांच्या प्रगतीवर केवळ स्कॉटिश उद्योगपती नव्हे, तर भारतीय उद्योगपतीही नजर ठेवून होते. सर सरूपचंद व जीडी यांनी धडक देऊन दरवाजा उघडला होता. इतर मारवाडी सावधपणे या क्षेत्रात शिरण्यासाठी प्रयत्न करू लागले. जीडींनी पण उत्तेजन दिलं. अर्थशास्त्रज्ञ ओंकार गोस्वामी लिहितात, – 'ताग उद्योगातील नफ्याचं प्रमाण व जीडींचं प्रोत्साहन यामुळे १९२० मध्ये सात भारतीय ताग गिरण्या निघाल्या. त्यातील सहा कलकत्त्यात, तर एक कानपूर इथं जुग्गीलाल कमलपत सिंघानिया यांची होती.' एकूण उत्पादनक्षमतेच्या दृष्टीनं या गिरण्यांचा वाटा केवळ १० टक्के असला, तरी आतापर्यंत केवळ युरोपियनांचं राखीव क्षेत्र असलेल्या या उद्योगात भारतीयांचं अस्तित्व महत्त्वपूर्ण व विश्वास निर्माण करणारं होतं.

या उद्योगातील मारवाड्यांच्या प्रवेशामुळे 'अँग्लो-सॅक्सन लॉबी' संतापलेली होती. त्यांच्या क्लबांमध्ये व संचालक मंडळाच्या दालनात मारवाड्यांची कुचेष्टा केली जाई. 'हे मारवाडी म्हणजे चाचे आहेत', 'बाहेरचे आहेत', 'भारतीय मंडळींच्या मनात नेहमी घाणेरडे बेत असतात', 'मारवाडी म्हणजे पैशाच्या मोठ्या थैल्या', त्यांच्याकडे दीर्घदृष्टी नाही' अशी टीका होई. 'जीडींनी ताग गिरण्यांना सर्वापेक्षा अधिक प्रोत्साहन दिलंय्; आपल्याला लाथ मारून हाकलून लावणं शक्य नाही, तेव्हा अनुचित स्पर्धेनं ते आपल्याला बाहेर काढतील,' ही भीती 'बर्ड अॅन्ड कंपनी'चे मॉन्टी थॉमस यांनी व्यक्त केली होती. त्यावरून ब्रिटिश केवळ जीडींनाच खलनायक का समजत होते, हे लक्षात येईल.

द कॉटन क्लब

'बिर्ला ज्यूट'च्या यशस्वी उभारणीमुळे जीडींना हुरूप आला. त्यांच्यात महत्त्वाकांक्षेचे अंकुर फुटले. पहिल्या महायुद्धामुळे मोठ्या प्रमाणावर होणाऱ्या नफ्याची शक्यता व त्यानंतरची तेजी यांमुळे ते कापूस व ताग या दोन्हींकडे लक्ष पुरवू लागले. १९१९ या वर्षात कलकत्ता व दिल्लीच्या दरम्यान त्यांच्या फेऱ्या वाढल्या. कलकत्त्यात 'बिर्ला ज्यूट' उभारली जात होती, तर दिल्लीत ते एका कापड गिरणीचं पुनरुज्जीवन करीत होते.

कापड गिरणीच्या क्षेत्रात बिर्लांचा प्रवेश अपरिहार्य होता. शतकाच्या अखेरीस बलदेवदास यांनी कापूस वायदेबाजार क्षेत्रात पाया घातला होता. भारतातील कापड उद्योगाचे केंद्र असलेल्या मुंबईत वास्तव्य असलेल्या रामेश्वरदास यांनी गिरण्यांच्या शेअर्समध्ये रुची घेणं स्वाभाविकच होतं. कलकत्त्यात जुगलकिशोर यांनी जपानी वस्त्रांची आयात सुरू केली. १९१४ साली गिरण्यांना कापसाचा पुरवठा करण्यासाठी आर्डींनी जिनिंग मिल स्थापन केली. फाजलभाई अल्लाना व सर इब्राहिम रहिमतुल्ला यांच्याबरोबर समान भागीदारीत बिर्लांनी पहिल्या महायुद्धाच्या काळात एक छोटी कापड गिरणी खरेदी केली. बिर्ला जरी अप्रत्यक्ष भागीदार (स्लीपिंग पार्टनर) असले, तरी गिरणीचं नाव 'बिर्ला मिल्स' ठेवण्याचा आग्रह त्यांनी धरला. युद्धाच्या काळात या गिरणीचं वार्षिक उत्पन्न सहा लक्ष होतं. त्या काळी ते खूप चांगलं आहे, असं मानलं गेलं.

– 'काकोजींनी ही गिरणी यशस्वी व्हावी, म्हणून खूप परिश्रम केले. ते गिरणीत बारा-बारा तास घालवीत. प्रत्येक यंत्र तपासत. एवढंच नव्हे, तर स्वत: चालवूनही पाहत. सारे हिशेब, खरेदी-विक्री त्यांच्याच देखरेखीखाली पार पडत होती. या प्रयत्नातील यशामुळे त्यांना आवश्यक ते प्रोत्साहनच मिळालं,' असं बसंतकुमार यांनी आपल्या आत्मचरित्रात नमूद केलंय्. धीरूभाई अंबानी यांनी एकदा

म्हटल्याप्रमाणे, 'यश हे नशेसारखं असतं, एकदा चटक लागली, की ते आणखी हवंहवंसं वाटतं.'

युद्ध संपल्यावर अनेक गिरणीमालक गिरण्या विकायला उत्सुक आहेत, हे जीडींच्या लक्षात आलं. बागलांच्या मालकीची दिल्लीतील 'गिलहारी मिल' विकायला काढली आहे, अशी माहिती एका दलालानं आणली. जीडींनी ती मिळवण्याचा निर्धार केला. हा सौदा करण्याआधी नीट काळजीपूर्वक मूल्यमापन करावं, अशी सल्लागारांनी सूचना केली खरी; पण जीडींनी त्याकडे फारसं लक्ष दिलं नाही.

ही गिरणी घेताना व नंतर जीडींनी चांगलंच व्यवस्थापन-चातुर्य दाखवलं. त्यांनी तीन तत्त्वं ठरवली. एक म्हणजे, महत्त्वाचा, मोठा निर्णय घेतला, की मग तो रेंगाळत ठेवायचा नाही. 'गिलहारी मिल' स्वस्तात मिळत होती आणि जीडींना औद्योगिक अनुभव हवा होता. आणखी किंमत कमी होण्याची वाट पाहत राहिलं, तर दुसरं कोणीतरी ती खरीदण्याचा संभव होता. 'किंमत नक्की' कमी होईल, तेव्हा वाट पाहा, असा सल्ला त्यांना त्यांचे मेव्हणे नरसिंघदास कोठारी यांनी दिला; परंतु अशा सल्ल्यांची फारशी फिकीर त्यांनी बाळगली नाही.

दुसरं तत्त्व म्हणजे गिरणी खरीदण्यापेक्षा नवी गिरणी उभारणं केव्हाही चांगलं. हा त्यांच्या पहिल्या तत्त्वाचा परिपाकच होता. बिर्ला हे कारखाने ताब्यात घेणारे नसून उभारणारे आहेत, असा पुढे त्यांचा लौकिक झाला. नातू आदित्य बिर्ला यांनी हे धोरण प्रकर्षानं पुढे चालवलं व तीस वर्षांत जगभर ७० कारखाने उभारले. दिल्लीतील कापड गिरणीचं पुनरुज्जीवन करून ती मार्गावर आणण्यापेक्षा कलकत्त्यातील आपली ताग गिरणी चालवणं सोपं आहे, हे जीडींच्या लौकरच लक्षात आलं. या काळात ज्यांचे खरेदीचे सौदे झाले, त्यांपैकी काही गिरण्याच भक्कम होत्या. बहुतेक गिरण्यांची हालत धड नव्हती; व केवळ युद्धाच्या परिस्थितीमुळेच त्या तग धरून होत्या. युद्ध उद्भवलं नसतं, तर या गिरण्या बुडाल्याच असत्या. 'गिलहारी मिल' त्यांपैकीच एक आहे, असं दिसत होतं.

जीडींनी दिल्लीची 'गिलहारी मिल' (तिचं नाव बदलून 'बिर्ला मिल्स, दिल्ली' करण्यात आलं; कारण मुंबईच्या त्यांच्या गिरणीचं नाव 'बिर्ला मिल्स, बॉम्बे' होतं.) चालवण्यासाठी मुंबईतून मजूर व अधिकारी आणले. त्यात अनुभवी व्यवस्थापक नवलचंद टी. शहा हे होते. परंतु, अन्यत्र प्रशिक्षण घेतलेले कर्मचारी चालणार नाहीत, हे जीडींच्या लक्षात आलं. पदवी नसलेल्यांना भरती करणं बरं, कारण त्यांना सुरुवातीपासून शिक्षण देता येतं, असं त्यांना वाटू लागलं. त्यातूनच त्यांचं तिसरं तत्त्व निर्माण झालं, ते असं, की भरवसा ठेवता येईल, अशा मारवाड्यांची निवड करायची; त्यांना आपल्या पद्धतीनं प्रशिक्षण द्यायचं व ते काम पार पाडतील, असा विश्वास बाळगायचा.

आपल्या सबंध आयुष्यात जीडी या तिन्ही तत्त्वांना चिकटून राहिले. हा वारसा पित्याकडून पुत्राकडे आला आणि बिर्ला उद्योगसमूहाच्या धोरणाचा भाग बनून गेला. जीडींचे लाडके नातू आदित्य बिर्ला यांचा या धोरणावर अढळ विश्वास होता. त्यांचे वरिष्ठ अधिकारी बहुतेक मारवाडी होते आणि त्यांनी कंपन्या ताब्यात घेण्यापेक्षा त्या उभारण्यावर भर दिला.

'बिर्ला मिल्स'च्या पुनरुज्जीवनात जीडी गढले असतानाच त्यांना अनपेक्षितपणे स्वत:ची गिरणी उभारण्याची संधी मिळाली. युद्ध संपलं, तरी त्यामुळे निर्माण झालेलं भरभराटीचं वातावरण कायम होतं. ते १९२३ पर्यंत टिकलं. तेथपर्यंतचा काळ लाभदायक होता. बिर्ला समूहाला पूर्वी झाला नव्हता, इतका लक्षावधी रुपयांचा नफा झाला आणि 'बिर्ला ज्यूट मिल'मुळे जीडींना आत्मविश्वास आला. चालून आलेल्या संधीचा फायदा उठवायचं जीडींनी ठरवलं व ग्वाल्हेरच्या 'जियाजीराव कॉटन मिल्स'ला प्रोत्साहन देण्याचा त्यांनी निर्णय घेतला.

उद्योगात ५० टक्के यश हे नशिबावर वा योगायोगांवर अवलंबून असतं. 'जियाजीराव गिरणी'ची स्थापना हे त्याचं एक उत्तम उदाहरण ठरेल. बनारसला जीडींची ग्वाल्हेरच्या महाराजांशी योगायोगानंच भेट झाली. त्यात वेळेचं वा अन्य कसलंही नियोजन नव्हतं. आपल्या पालकांना भेटायला व सरकारी शाळेतील माजी शिक्षक, वृत्तपत्राचे संपादक, व काँग्रेसचे सुरुवातीच्या काळातील नेते पं. मदनमोहन मालवीय (१८६१ ते १९४६) यांच्या एका समारंभाला हजर राहण्यासाठी, जीडी बनारसला येऊन दाखल झाले होते. मालवीय यांनी बनारस विद्यापीठासाठी निधी उभारण्याकरता समारंभ आयोजिलेला होता व काही संस्थानिक, राजे देणग्या जाहीर करणार होते. ग्वाल्हेरच्या शिंद्यांनी तीन लाखाची देणगी दिली होती व तेवढीच देणगी देण्याची विनंती मालवीय यांनी जीडींना केली होती. आपले वडील व थोरले बंधू यांच्याशी आधी चर्चा केल्याविना होकार कसा देणार, असा प्रश्न जीडींना पडला होता. पण म. गांधींपेक्षा मालवीयांशी जीडींचे जास्त घनिष्ठ संबंध होते. त्यामुळे जीडींनी होकार देऊन टाकला. मालवीयांनी त्यांच्या देणगीची घोषणा केली. तेव्हा आपल्याइतकीच देणगी देणारे हे कोण, म्हणून ग्वाल्हेरच्या महाराजांनी जीडींची भेट घेतली.

दोघांचा परिचय झाला, त्यातूनच मैत्री निर्माण झाली. बिर्ला ज्यूट कंपनी आर्थिक संकटात सापडली, तेव्हा शिंदेच त्यांच्या मदतीला धावून गेले.

आपल्या राज्यात गुंतवणूक करा, आपण सर्व मदत करू, असं शिंदे यांनी जीडींना केव्हाच सांगितलं होतं. बिर्लांची आर्थिक स्थिती ठीकठाक झाल्यावर त्यांनी हा प्रस्ताव स्वीकारायचं ठरवलं. कापड-उद्योगाची वाढ होत होती आणि कस्तुरभाई लालभाई यांच्याप्रमाणेच आपल्याही उद्योगसमूहातील कापड-उद्योगाचा विस्तार

करण्याचं बिर्लांनी ठरवलं. ग्वाल्हेरच्या जवळपास कच्चा माल उपलब्ध नव्हता, तसंच कापड गिरणीला अनुकूल असं हवामान नव्हतं; पण तरीही त्यांनी निर्धार केला. 'बिर्ला मिल्स'साठी आयात केलेली जी ब्रिटिश यंत्रसामग्री मुंबईहून दिल्लीला पाठवली जात होती, ती ग्वाल्हेरला नेण्याचा आदेश देण्यात आला.

स्वस्त, सोप्या अटींवर कर्ज देण्याचं शिंदे यांनी आश्वासन दिलं होतं; परंतु त्यांच्या एका सल्लागार मित्रानं हस्तक्षेप केला. मैत्री आणि धंदा यांची सरमिसळ करता कामा नये आणि हा धंदा आहे, असं त्यांनी जीडींचे एक मित्र व कायदा प्रतिनिधी देवीप्रसाद खैतान यांना बजावलं. १२ टक्क्यांनी पैसे दिले जातील व वर्षाला एक टक्का दलाली आकारली जाईल, या अटी जीडींनी काहीशा नाराजीनंच मान्य केल्या. या अटी कडक असल्या, तरी अभूतपूर्व नव्हत्या. ९ ऑगस्ट, १९२२ रोजी 'जियाजीराव कॉटन मिल लिमिटेड' सुरू करण्यात आली; आणि ९० बिघे जमिनीवरील पीक काढल्यावर गिरणी उभारण्याचं काम सुरू झालं. एक वर्षानंतर प्रत्यक्ष उत्पादनाला आरंभ झाला. पुढे देशातील ही सर्वांत मोठी संयुक्त गिरणी बनली.

१९१८ ते १९२२ या काळात 'बिर्ला मिल्स (दिल्ली)', 'बिर्ला मिल्स (मुंबई)', 'जियाजीराव मिल (ग्वाल्हेर)' असा कापडनिर्मिती-क्षेत्रात बिर्लांचा विस्तार वाढू लागला व त्यापुढे तागाचं उत्पादन अल्प वाटू लागलं. बिर्ला बंधूंचं उद्योगक्षेत्रात महत्त्व वाढू लागलं आणि जीडींची प्रतिष्ठाही वाढत गेली. घनश्यो 'बिर्ला ज्यूट'नंतर 'घनश्यामदास' बनले. 'जियाजीराव' नंतर घनश्यामदास 'जीडीबाबू' म्हणून ओळखले जाऊ लागले. त्या वेळी ते धड तिशीत देखील नव्हते.

या घराण्याचे जुगलकिशोर नव्हे, तर जीडी नेते होते. एका साध्या प्रसंगातून जीडींचीच कशी हुकुमत चालत होती, हे लक्षात येईल. १९२३-२४ साली कलकत्त्यातील 'हावडा ज्यूट' ही प्रख्यात गिरणी आर्थिक संकटात सापडली होती. ही गिरणी बिर्ला खरेदी करायला तयार आहेत काय, अशी विचारणा त्यांच्या मॅनेजिंग एजन्सीनं केली. जुगलकिशोर या प्रस्तावास प्रतिकूल नव्हते; पण जीडींची तयारी नव्हती,' असं जाजू म्हणतात. साहजिकच ही गिरणी कधीच ताब्यात घेण्यात आली नाही.

कापड-उद्योगात गुंतवणूक करण्याचा एखादा प्रस्ताव जुगलकिशोर यांनी मांडला असता, तर जीडींनी होकार दिलाही असता. तीन कापड गिरण्या असूनही त्यांची त्याबाबतची भूक अतृप्तच होती. 'जियाजीराव' अजून स्थिरस्थावर व्हायची होती; 'दिल्ली बिर्ला मिल्स'च्या सुरकुत्यांना इस्त्री करावयाची होती; अशा वेळी 'केसोराम मिल' विक्रीला उपलब्ध आहे, अशी वार्ता जीडींच्या कानी आली. १८७७ साली स्थापन झालेली ती देशातील एक अत्यंत जुनी गिरणी होती. फारसा

गाजावाजा न करता १९२४ मध्ये ही गिरणी खरेदी करण्यात आली. जीडींनी दोन आणे किमतीचे (किंवा १२.५ टक्के) मॅनेजिंग एजन्सीतले शेअर्स केसोराम गिरणीचे पूर्वीचे मालक आर्. के. सोन्थालिया यांना देऊन टाकले आणि गिरणीचं व्यवस्थापन १९ वर्षांच्या ब्रजमोहनकडे सोपवलं.

'केसोराम' ताब्यात घेण्याच्या वेळीच 'बिर्ला पार्क'मध्ये बिर्लांचा गृहप्रवेश झाला. १९८, स्टोअर रोड, (आता गुरुसदय रोड) येथील १९ बिघे जमीन जीडींनी १९१९ मध्ये सुरेंद्रनाथ टागोर यांच्याकडून चार लाख रुपयांना खरीदली होती. तीवर उभारावयाच्या घराच्या रचनेचे बहुतेक आराखडे जीडींनीच केले होते. त्यानुसार प्रत्येक भावासाठी स्वतंत्र विभाग होता. त्यात तीन खोल्या, दोन बाथरूमस् व लांबलचक व्हरांड्याचा अंतर्भाव होता. व्हिक्टोरियन धर्तीचा हा बंगला १९२३ साली पुरा झाला.

नंतर 'बिर्ला पार्क'चं रूपांतर औद्योगिक संग्रहालयात करण्यात आलं व तो सरकारला देण्यात आला. बिर्ला कुटुंबीय त्या बंगल्यात २ फेब्रुवारी, १९५५ पर्यंत राहिले. 'मा आणि कुटुंबातील अन्य सदस्य पिलानीहून तेथे प्रथम आले, तेव्हा हर्षभरित झाले. मध्ययुगीन हवेलीतून एकदम शहरी इमारतीत ते आले होते. तेथे वीज, फोन, बाथरूमस् होत्या. हवेलीत शौचालयं दूरवर होती. तसंच खोल्या हवेशीर नव्हत्या. त्यात फारसा उजेडही नसे', असं वर्णन बसंतकुमार यांनी त्यांच्या पुस्तकात केलं आहे. अलिपूर भागातील बड्या बंगल्यांना जी शान होती, तशी 'बिर्ला पार्क'ची जागा नसली, तरी त्याचं वैभव आगळं होतं. या बंगल्यामुळे बिर्ला उद्योग समूहाचं नवं घराणं प्रस्थापित होत आहे, याची साक्ष पटत होती.

✦

५

उद्योगातून राजकारणाकडे

कलकत्त्याच्या शानदार अलिपूर भागातील आपल्या मुख्य निवासस्थानात केशवप्रसाद गोएंका यांचं शय्यागृह तळमजल्यावर होतं. खोलीत उत्तम पॉलिश केलेलं लाकडी पॅनेलिंग होतं. त्या खोलीतून फुलांनी बहरलेलं उद्यान दिसायचं. खोलीत मध्यमवयीन जीडी बिर्लांचं एक छायाचित्र होतं. रुपेरी फ्रेममधील ते तैलचित्र तिथं असणं जरा आश्चर्यकारकच होतं. कारण १९२० च्या दरम्यान जीडींचे वडील आणि केशवप्रसाद यांचे वडील सर बद्रीदास गोएंका यांचं कडाक्याचं दीर्घकाळ भांडण झालं होतं. त्यांच्या भांडणानं मारवाडी समाजात सरळ फूट पडली होती व या लढाईच्या जखमा कितीतरी काळ ठसठसत होत्या.

सरूपचंद हुकुमचंद यांच्याप्रमाणेच गोएंका हे कलकत्त्यातील उच्चभ्रू मारवाडी समाजाचे नेते होते. 'बर्ड ॲन्ड हेल्गर्स', 'रॅलीज् ब्रदर्स' आणि 'डंकन्स' यांच्याशी संबंध असल्यानं शहरातील उच्चभ्रू युरोपियनांशी त्यांचा संपर्क होता. मुंबईच्या सर रतन व सर दोराब टाटांप्रमाणे गोएंकांच्या कुटुंबातील दोघाही भावांचा 'नाईट' ही पदवी देऊन सन्मान करण्यात आला होता. श्रीमंत दलाल, व्यापारी व जमीनमालक असलेले गोएंका हे बिर्लांप्रमाणे ताग-उद्योगात अनेक पातळ्यांवर गुंतलेले होते. जीडी व बद्रीदास यांची 'कलकत्ता बेल्ड ज्यूट असोसिएशन', 'बेंगाल ज्यूट डीलर्स

असोसिएशन' किंवा 'ईस्ट इंडियन ज्यूट अँड हेसियन एक्स्चेंज' यांच्या बैठकीत गाठ पडे.

२९ जुलै, १८८३ रोजी जन्म झालेले सर बद्रीदास हे एका बड्या कुटुंबातील चौथ्या पिढीतले वारस होते. त्यांनी प्रेसिडेन्सी कॉलेजमध्ये प्रवेश घेऊन कुटुंबाची परंपरा मोडली. पदवीधर होणारे ते पहिलेच मारवाडी होते. त्यांना फिजिक्स व केमिस्ट्रीत रस होता. ज्या वेळी जीडींसारखी बड्या दर्जाची मारवाडी मुलंही आपापल्या पेढीत बसून ज्येष्ठांकडून व्यवसायाची तंत्रं शिकत होती, त्या वेळी अशा विषयांतील पदवीधर म्हणजे दुर्मीळच बाब होती.

सार्वजनिक जीवनात भाग घेण्याची बद्रीदास यांची तीव्र इच्छा होती. ते १९१० साली 'मारवाडी असोसिएशन'चे चिटणीस झाले. मुंबईच्या 'इंडियन मर्चंटस् चेंबर'सारखीच ही व्यापारी संघटना होती. एक प्रभावी बनिया राम चोखानी यांच्यासमवेत काही वर्षांतच बद्रीदास यांचं संघटनेत चांगलं वर्चस्व प्रस्थापित झालं. १९२८ मध्ये गोएंका या संघटनेचे अध्यक्ष झाले.

जुगलकिशोर व जीडी साहजिकच या संघटनेचे सदस्य होते. परंतु १९२० च्या आरंभापर्यंत त्यांचा विशेष प्रभाव जाणवत नव्हता. त्यांच्या संपत्तीच्या प्रमाणात त्यांचा सामाजिक प्रभाव वाढत गेला. १९२१-२२ मध्ये सरकारनं आर्थिक धोरणाची चर्चा करण्यासाठी नव्यानं स्थापन केलेल्या 'फिस्कल कमिशन'चा सभासद होण्याकरता जीडींना आमंत्रित केलं गेलं. मारवाड्यांना जीडींचा अभिमान वाटू लागला. त्यांच्या मते, इंग्रजीचं एवढं ज्ञान असलेला व पाश्चिमात्य जगाबद्दल एवढी समज असलेला दुसरा मारवाडी मिळणं कठीण होतं.

दोन श्रीमंत व सारखंच कौशल्य व महत्त्वाकांक्षा असलेल्यांसाठी संघर्षाला योग्य असं ते वातावरण होतं. उभयतांतील मतभेद किरकोळ होते. एक तरुण होते, तर दुसरे अधिक अनुभवी होते. बिर्ला हे नवश्रीमंत, तर गोएंका हे गर्भश्रीमंत होते. बद्रीदास (त्यांना १९२४ मध्ये 'रायबहादूर' सन्मान मिळाला, तर १९२८ मध्ये 'सीआयई' व १९३४ मध्ये 'नाइट बॅचलर' हे किताब मिळाले.) हे साम्राज्यवादी व पारंपरिक विचारांचे होते. जीडी हे सुधारणावादी, वास्तवाचं भान असलेले भूमिपुत्र होते. केवळ वयाच्या तिशीतच त्यांना नाइटहूड देऊ केली होती, पण त्यांनी ती नाकारली. एकानं महाविद्यालयात शिक्षण घेतलं होतं, तर दुसरे केवळ मॅट्रिक उत्तीर्ण होते. दोघेही अत्यंत महत्त्वाकांक्षी होते. दोघांनाही प्रतिष्ठित 'मारवाडी असोसिएशन'वर नियंत्रण हवं होतं व आपापल्या मर्जीप्रमाणे ती संघटना चालवायची होती.

'मारवाडी असोसिएशन'च्या सचिवपदी १९२१ साली देवीप्रसाद खैतान यांची निवड झाली आणि जीडी व बद्रीदास यांच्यात पहिला संघर्ष झाला. खैतान हे बिर्ला

बंधूंचे कायदेशीर सल्लागार होते आणि जीडींच्या बहुतेक व्यवहारांत सहभागी होते. तेव्हा त्यांची निवड हा जीडींचा विजय होता. पुढच्या वर्षी गोएंकांनी मुसंडी मारली. खैतान यांना हटवून बद्रीदास यांच्या प्रतिनिधीची निवड झाली.

या दोघांत झडलेल्या दुसऱ्या संघर्षाचे परिणाम मोठे होते. सेंट्रल लेजिस्लेटिव्ह असेंब्लीतील एका जागेच्या निवडीचा प्रश्न होता.

भारत सरकारच्या १९१९ सालच्या कायद्यानुसार १४४ सदस्यांच्या या असेंब्लीची स्थापना झाली होती. विविध जमाती आणि खास गटांना प्रतिनिधित्व या आधारावर असेंब्लीत निवड केली जाई. 'मारवाडी असोसिएशन'नं मारवाड्यांचा प्रतिनिधी असावा, म्हणून मोहीम उघडली व त्यांना यश आलं. नऊ वर्षांतून एकदा मारवाडी जमातीचा प्रतिनिधी पाठवण्याचं ठरलं. १९२३ साली प्रतिनिधी पाठवायचा प्रश्न आला. जीडींनी आपल्या नावाचा प्रस्ताव मांडण्याची व्यवस्था केली; पण गोएंका-चोखानी यांनी तो हाणून पाडला. तेव्हा 'मारवाडी असोसिएशन'च्या बैठकीतून जीडी व त्यांच्या पाठीराख्यांनी सभात्याग केला. त्यांनी 'इंडियन चेंबर ऑफ कॉमर्स' नावाची प्रतिस्पर्धी संघटना स्थापन केली. त्या वेळी जर जीडी जिंकले असते, तर 'अहमदाबाद मिलओनर्स असोसिएशन'चे प्रतिनिधी म्हणून निवडून आलेल्या कस्तुरभाई लालभाई यांच्याशी त्यांचा आधीच संपर्क प्रस्थापित झाला असता.

'मारवाडी असोसिएशन'मधील फुटीचे विश्लेषण करताना फ्रेंच उद्योग विश्लेषण तज्ज्ञ क्लॉड मार्कोविट्स् म्हणतात, की जीडी व बद्रीनाथ यांच्यातील संघर्षाला बहुविध पदर होते. या दोघांतील शत्रुत्व हा केवळ सत्तेसाठी संघर्ष नव्हता. जीडी हे आर्थिक दृष्ट्या राष्ट्रवादी विचारांचे होते, तर बद्रीदास हे ब्रिटिश व्यापारी राजवटीचा एक भाग होते. ब्रिटिशांवर अवलंबून राहणारे आणि स्वबळावर उद्योगपती बनलेले बनिया यांच्यांतील तो संघर्ष होता, असं मार्कोविट्स् म्हणतात. तसंच, समाजसुधारणांना विरोध करणारे, विशेषत: विधवा पुनर्विवाह, स्त्री-शिक्षणाला विरोध असणारे सनातन धर्माचे अनुयायी व सुधारणावादी यांच्यातील तो झगडा होता.

प्रतिस्पर्धी संघटना स्थापन करण्याची प्रतिज्ञा करून जीडी 'मारवाडी असोसिएशन'-मधून बाहेर पडले आणि त्यांनी संघटनात्मक कौशल्य दाखवून 'इंडियन मर्चंट्स चेंबर'ची उभारणी केली.

राष्ट्रीय अजेण्डा

अशी संघटना स्थापन करण्याची सर्वप्रथम कल्पना २५ ऑक्टोबर रोजी 'बिर्ला पार्क' इथं मांडण्यात आली. पुढच्या वर्षी तिची अधिकृत स्थापना होऊन जीडी अध्यक्ष झाले. ही संघटना म्हणजे 'मारवाडी असोसिएशन'ला ताकीद आहे, या संघटनेचं तिच्यावर सावट पडणार, हे लौकरच स्पष्ट झालं. 'आनंदजी हरिदास

ॲन्ड कं.', 'ए. सी. बॅनर्जी ॲन्ड कं.', 'सिंदीया स्टीम नेव्हीगेशन', 'सूरजमल नागरमल' आणि 'सेंट्रल बँक ऑफ इंडिया'सारख्या बड्या कंपन्यांची मनं वळवण्यात जीडी यशस्वी झाले व त्या चेंबरच्या सदस्य झाल्या. कलकत्त्याच्या अनेक मारवाडी कंपन्याही सामील झाल्या. 'चेंबर'चा व्याप वाढला. या कंपन्या 'चेंबर'मध्ये सामील झाल्यानं बद्रीदास गोएंका व 'मारवाडी असोसिएशन'ला जबर फटका बसला असणार.

'इंडियन चेंबर ही भारतीय व्यापार व राजकीय हिताची प्रवक्त्री आहे,' असं जीडींच्या पुढाकारामुळे नि:संदिग्धपणे जाहीर करण्यात आलं. त्यामुळे 'बेंगाल चेंबर ऑफ कॉमर्स'शी उघड संघर्ष निर्माण झाला. त्या वेळी कलकत्ता हे भारतातील ब्रिटिश व्यापाराचं प्रभावी केंद्र होतं. युरोपियन मंडळी ही भारतीय प्रतिस्पर्ध्यांच्या बाबतीत अधिक आक्रमक होती व मुंबईच्या तुलनेत वसाहतवादी ब्रिटिशांवर त्यांचा अधिक प्रभाव होता. 'बॉम्बे चेंबर ऑफ कॉमर्स'नं नामवंत भारतीय उद्योगपतींना सदस्यत्व दिलं होतं. परंतु 'बेंगाल चेंबर ऑफ कॉमर्स'मध्ये मात्र भारतीयांना जवळ जवळ प्रवेश नव्हता. 'इंडियन ज्यूट मिल्स असोसिएशन'वर सर्वस्वी ब्रिटिशांचं व काही स्कॉटिश कंपन्यांचं नियंत्रण होतं. ('बिर्ला ज्यूट'ची स्थापना केल्यावर जीडींनी या संघटनेच्या सभासदत्वासाठी अर्ज केला. तो मान्य होऊन त्यांना सभासदत्व मिळालं. या संघटनेचे सभासद बनणारे ते बहुधा पहिलेच भारतीय असावेत.)

'इंडियन चेंबर'च्या राष्ट्रवादी विचारसरणीमुळे तिचे 'मारवाडी असोसिएशन'शी आणखीच मतभेद होऊ लागले. प्रस्थापितधार्जिण्या 'मारवाडी असोसिएशन'नं स्वत:ला काँग्रेसपासून दूरच ठेवलं होतं. या उलट, जीडींच्या नेतृत्वाखालील 'इंडियन चेंबर'नं १९२८ च्या सर्वपक्षीय बैठकीत भाग घेतला. देशाला पूर्ण डॉमिनियन दर्जा देण्याबाबतचा नेहरूंचा अहवाल या बैठकीत सादर झाला. असहकार चळवळीच्या पुनरुज्जीवनानंतर १९३२ मध्ये 'चेंबर'नं गांधीजींच्या अटकेचा व ब्रिटिशांच्या दडपशाहीचा ठामपणे निषेध केला.

'इंडियन चेंबर ऑफ कॉमर्स'च्या यशानं प्रोत्साहित होऊन असोचेमला प्रतिस्पर्धी संघटना स्थापण्याचे विचार जीडींच्या मनात घोळू लागले. परिणती 'फेडरेशन ऑफ चेंबर्स ऑफ कॉमर्स ऑफ इंडिया' स्थापन होण्यात झाली. या संघटनेनं भारतीय उद्योगांची शिखर-संस्था म्हणून अर्धशतक गाजवलं. मुंबईच्या 'इंडियन मर्चंट्स चेंबर'प्रमाणेच 'इंडियन चेंबर ऑफ कॉमर्स'चं रूप राष्ट्रवादी होतं. तेव्हा उभयता सहकार्यानं बरंच काही करू शकतील, असं वाटू लागलं. त्यांच्या कार्यकारिणीची नावं वाचताना पुरुषोत्तमदास ठाकुरदास यांच्या नावापाशी जीडी थबकले.

टाटांचे मध्यमवर्गीन संचालक व कलकत्त्याचे तरुण मारवाडी यांच्यात असेंब्लीतील अनुभव लक्षात घेता मैत्री वाढावी, असं समान काही नव्हतं. पण ब्रिटिश उद्योगपतींशी

संघर्ष करण्यासाठी व्यासपीठ निर्माण करायला ठाकुरदास यांचा उपयोग होईल, हे जीडींनी तात्काळ ताडलं. ठाकुरदास हे टाटा उद्योगसमूहाचे असले, तरी त्यांच्यापेक्षा त्यांचा दृष्टिकोन वेगळा होता. तसंच, मुंबईतील उद्योगपतींच्या उच्चभ्रू वर्तुळात त्यांचे चांगले संबंध होते. 'फिकी'ला प्रोत्साहन देण्यासाठी 'इंडियन मर्चंट्स चेंबर'वर असलेल्या प्रभावाचा ते वापर करू शकले असते. तसंच, दोघांच्या मैत्रीमुळे मुंबई व कलकत्त्यात एक दुवा निर्माण झाला होता.

ब्रिटिशांचं वर्चस्व असलेल्या व्यापारी उद्योग संघटना दिवसेंदिवस सामर्थ्यशाली बनत आहेत, याकडे बिर्लांनी ठाकुरदास यांचं ७ डिसेंबर, १९२३ रोजी लक्ष वेधलं. 'वेळीच पावलं उचलली नाहीत, तर त्यांची ताकद भारतीय उद्योगांना घातक ठरेल व सरकारमधील त्यांचा प्रभाव वाढत राहील. भारतातील सर्व भागांतील उद्योगपती एकाच व्यासपीठावर येऊन आपला दृष्टिकोन सरकारपुढे एकजुटीनं मांडू लागले, तर त्याचा प्रभाव पडेल,' असं त्यांनी स्पष्ट केलं.

जीडींच्या म्हणण्यास ठाकुरदास तत्त्वत: सहमत होते. परंतु अशा तात्कालिक शक्यतेबाबत साशंक होते. १९२२-२३ मधील असहकार चळवळीचा विध्वंसक परिणाम याला जबाबदार आहे, असं त्यांचं मत होतं. या चळवळीला त्यांनी मुंबईत ठाम विरोध केला होता. जीडींनी अखिल भारतीय संघटना स्थापण्याचे प्रयत्न चालूच ठेवले. ३१ डिसें. १९२६ ते २ जाने. १९२७ या काळात कलकत्ता इथं कमर्शियल काँग्रेसच्या झालेल्या अधिवेशनात 'फिकी'चा जन्म झाला. त्या वेळी जीडी, ठाकुरदास, दिनशॉ पेटिट, लाला हरकिशन लाल, बी. एफ. मादन, डी. पी. खैतान आणि ए. सी. बॅनर्जी हजर होते. ठाकुरदास यांची पहिले अध्यक्ष म्हणून निवड झाली. संघटनेचं कार्यालय उभारण्यात आलं. (त्याचा खर्च बिर्ला, वालचंद हिराचंद, फाहिरजी कावसजी, लाला श्रीराम आणि ठाकुरदास यांनी दिला.)

'फिकी'ला बिर्ला व ठाकुरदास यांनी लौकरच अखिल भारतीय दर्जा प्राप्त करून दिला. तिच्या कार्यकारिणीवर कलकत्त्याच्या 'इंडियन चेंबर ऑफ कॉमर्स'चे प्रतिनिधी म्हणून जीडी बिर्ला, मुंबईच्या 'इंडियन मर्चंट्स चेंबर'चे प्रतिनिधी म्हणून दिनशॉ पेटिट व कराचीच्या 'बायर्स अ‍ॅन्ड शिपर्स चेंबर'चे प्रतिनिधी म्हणून फाहिरजी कावसजी होते. त्याशिवाय मद्रास, बंगलोर, कानपूर, अहमदाबाद व ब्रह्मदेशातील उद्योगांचे प्रतिनिधीही त्यांनी सभासद करून घेतले होते.

रिस्पॉन्सिव्हिस्ट

'मारवाडी असोसिएशन'मधून बाहेर पडल्यावर जीडींनी दोन महत्त्वाच्या संघटना स्थापन केल्या व त्यांचं क्षितिज चांगलंच विस्तारलं. आपले जुने मित्र

बद्रीदास गोएंका यांची 'मारवाडी असोसिएशन'च्या अध्यक्षपदी निवड झाल्याचं जीडींना १९२८ मध्ये समजलं. त्याच सुमाराला जीडींची निवड सेंट्रल असेंब्लीत झाली होती. त्यांच्या आयुष्यातला तो एक महत्त्वाचा टप्पा होता. आतापर्यंत ते तरुण, उदयोन्मुख उद्योगपती होते; आता ते मुत्सद्दी बनण्याच्या मार्गावर होते. आता निवडून आलेले राजकारणी म्हणून त्यांना भूमिका पार पाडावयाची होती. भारतीय प्रश्न ऐकून घेऊन नवे कायदे करण्यासाठी ब्रिटिशांचा पाठपुरावा करायचा होता. त्यांचे प्रतिस्पर्धी, 'मारवाडी असोसिएशन'चे अध्यक्ष बद्रीदास गोएंका हे मागे पडले होते. ते केवळ प्रादेशिक नेत्याची भूमिका पार पाडत होते.

जीडींच्या दुसऱ्या पत्नी महादेवी यांचं काही वर्षांपूर्वी निधन झालं होतं. या घटनेचा जीडींच्या राजकारणातील प्रवेशाशी अंशत: संबंध होता. १९३२ साल हे ३२ वर्षांच्या जीडींच्या दृष्टीनं चिंतायुक्त होतं. दुर्गादेवींप्रमाणे महादेवींनाही क्षयरोगाची बाधा झाली व काही वर्षांच्या आजारानंतर ६ जानेवारी, १९२६ रोजी त्यांना मृत्यू आला. जीडींना तीन मुलगे (लक्ष्मीनिवास, कृष्णकुमार व बसंतकुमार) आणि तीन कन्या (चंद्रकला, अनुसूया व शांती) होत्या. दोन मुलींना मुंबईला राधेश्वरदास यांच्याकडे, तर चंद्रकला व तीन मुलांना कलकत्त्याला ब्रजमोहन यांच्याकडे पाठवून देण्यात आलं.

या घटनांनी खचून गेलेल्या जीडींनी महात्मा गांधींबरोबर ओरिसात महिनाभर पदयात्रेत भाग घेतला. राहण्याची व्यवस्था अगदीच जेमतेम होती. बऱ्याचदा तंबूतील ढेकणांनी भरलेल्या खाटेवर रात्र काढावी लागे. जीडींच्या त्या मन:स्थितीला ही कठीण व्यवस्था साजेशीच होती. कौटुंबिक जीवनापासून ते जवळजवळ विरक्त बनले. ते घरी परतले, तेव्हा कलकत्त्याला हिंदू-मुस्लिम दंगे उसळले होते.

त्या वेळी प्रशस्त बिर्ला पार्क नव्हे, तर ६, रेनी पार्क हे त्यांचं निवासस्थान होतं. हे घर महादेवींना खूप आवडायचं. ते जातीयदृष्ट्या संवेदनशील भागात होतं. 'एका बाजूला मुस्लिम झोपडपट्टी होती. अवतीभवती भयंकर अत्याचार होत होते. मुस्लिम कट्टरवाद्यांनी आमच्या घरावर दोनदा हल्ला केला,' असं बसंतकुमार म्हणतात. जीडी व त्यांच्या मित्रांनी हल्लेखोरांवर गोळीबार केला. मुस्लिम वस्तीतून हिंदूंना रेने पार्कपर्यंत सुखरूप आणण्याची जोखीम जीडी पत्करत. त्यांच्या घरी आश्रय घेणाऱ्यांत गोरगरिबांचा भरणा असे; झकारिया स्ट्रीटवरचे गवळी, पूर्व उत्तरप्रदेशातील अस्पृश्य, बिहारमधील मजूर यांचा अंतर्भाव असे. बेघर झालेले अनेकजण बिर्लांच्या घराचा स्थलांतरांची छावणी म्हणून वापर करीत. 'त्या वेळी बिर्ला जणू आख्यायिकाच बनून गेले,' असं बसंतकुमार म्हणतात.

१६ एप्रिल, १९२६ रोजी महात्माजींनी जीडींना पत्र पाठवून शाबासकी दिली. 'दंगलीच्या काळात ज्या साहसानं व शांतपणे तुम्ही कार्य केलंत, त्यामुळे तुम्ही माझ्या आदराला पात्र झाला आहात. खरंच, तुम्ही नायकाची भूमिका पार पाडलीत' असं त्यांनी म्हटलं होतं. ब्रिटिशांनीही त्यांची प्रशंसा केली व 'नाइट'या किताबानं सन्मान करायची तयारी दर्शविली; पण जीडींनी तो सन्मान नाकारला.

महात्मा गांधीजींशी जीडींची मैत्री वाढत गेली, तसंच राष्ट्रीय नेत्यांशीही त्यांचा संपर्क वाढला. राजकारणातील त्यांचा रस जसा वाढत गेला, तसा उद्योगातील रस कमी होत गेला. या काळात त्यांनी १९२७ मध्ये दिल्लीतील 'हिंदुस्थान टाइम्स' ताब्यात घेण्याचा एकमेव औद्योगिक व्यवहार केला. हे वृत्तपत्र हे प्रभावाचं मुख्य साधन बनलं. गांधीजींच्या आधीपासून त्यांचे गुरू असलेले पं. मदनमोहन मालवीय यांना वृत्तपत्राचे अध्यक्ष म्हणून नियुक्त केलं. राजकारणात जीडींना चांगलाच वाव आहे, असं मालवीय यांचं मत होतं. दर तीन वर्षांनी असेंब्लीच्या निवडणुका होत. ही निवडणूक जवळ आली होती. यावेळी 'रिस्पॉन्सिव्हिस्ट' पक्षातर्फे मालवीय यांनी जीडींना तिकीट दिलं.

मोतीलाल नेहरूंच्या स्वराज पक्षातून बाहेर पडून मालवीय व लाला लजपतराय यांनी १९२५ मध्ये रिस्पॉन्सिव्हिस्ट पक्ष अस्तित्वात आणला. (त्याला नॅशनालिस्ट पक्ष असंही म्हणत.) स्वराज्य पक्षापेक्षा ब्रिटिश सरकारशी अधिक सहकार्य करायचं, मुस्लिमांशी कमी सहकार्य करायचं, असं या पक्षाचं धोरण होतं. हिंदु महासभेकडे हा अधिक झुकलेला होता. जीडींनी १९२६ मध्ये मालवीयांचा प्रस्ताव स्वीकारला. गांधीजींबद्दलचं त्यांचं प्रेम लक्षात घेता, त्यांच्या राजकीय व्यासपीठाची निवड काहीशी आश्चर्यकारक होती. त्यांनी गांधीजींच्या काँग्रेसला वा स्वराज्य पक्षाला पाठिंबा द्यावा, अशी अपेक्षा होती. धर्म व मालवीय या दोन कारणामुळे जीडींनी हा निर्णय घेतला, असं दिसतं.

महात्मा गांधींच्या व्यक्तिमत्त्वानं जीडी भारून गेले, तरी त्यांच्या श्रद्धांनी ते प्रभावित झाले नाहीत. हरिजन चळवळीसाठी त्यांनी उत्साहानं काम केलं. (माझ्या जमातीतून मला बहिष्कृत केलं असल्यानं मला मागासवर्गीयांबद्दल ममत्व वाटत होतं; आणि बापूजींच्या हरिजन चळवळीला हातभार लावण्याची माझी इच्छा प्रबळ होती.) परंतु हिंदु-मुस्लिम सलोख्याबाबतचा गांधीजींचा दृष्टिकोन त्यांना फारच आदर्शवादी वाटत होता.

११ जून, १९२४ रोजी गांधीजींना लिहिलेल्या एका पत्रात जीडींनी, मुस्लिमांचं सक्तीनं हिंदू धर्मांतर करावं, असा प्रस्ताव मांडला. '...तलवारीच्या जोरावर इस्लाम धर्माचा प्रसार होत नाही, असं तुम्ही मला सांगितलं होतं. पण जुना इतिहास

वाचताना हिंदूंचं मोठ्या प्रमाणात सक्तीनं मुस्लिम धर्मांतर केल्याचं आढळतं. ...आर्य समाजिस्ट सक्तीनं धर्मांतर करत असतील, तर मला त्यात काही वावगं आढळत नाही.' तसंच त्यांनी काहीशा भाबडेपणानं लिहिलं की, 'सक्तीनं धर्मांतर केलेले हे मुस्लिम हिंदूंवर प्रेम करू लागतील.'

दुसरं म्हणजे तरुण वयात गांधीजींइतकेच जीडींना मालवीय प्रिय होते. मालवीय हे कर्मठ ब्राह्मण होते. १८८६ मध्ये कलकत्ता इथं ते काँग्रेस पक्षात सामील झाले. त्या आधी ते अलाहाबादेत सरकारी शाळेत शिक्षक व संपादक होते. गांधीजींच्या स्वदेशी चळवळीचे व ब्रिटिशांच्या युद्धप्रयत्नांना पाठिंबा देण्याच्या धोरणाचे ते पुरस्कर्ते असले, तरी गांधीजींच्या असहकार चळवळीला त्यांचा विरोध होता.

संयुक्त प्रांतातील (नंतर त्याला 'उत्तर प्रदेश' म्हटलं जाऊ लागलं.) बनारस-गोरखपूर मतदार संघातून जीडींनी निवडणूक लढवावी, असं मालवीयांनी सुचवलं. त्या भागात बिर्लांचं नाव परिचित होतं. दंगलीच्या काळात ज्या हिंदूंना बिर्लांनी आश्रय दिला होता, ते त्या भागातील होते. हरिजनांच्या प्रश्नांवरून गांधीजींचे मालवीयांशी मतभेद होतेच; मोतीलाल नेहरूंच्या उमेदवारीविरुद्ध उभं राहण्याचा जीडींचा निर्णय गांधीजींना मान्य नव्हता.

गांधीजींनी जीडींना एक पत्र पाठवून, राजकीय मवाळपणा व हिंदू जातीयवाद यांचे मिश्रण असलेल्या 'रिस्पॉन्सिव्हिस्ट' धोरणापेक्षा मोतीलाल नेहरू व स्वराज पक्ष आपल्या विचारांच्या नजीक आहेत, असं स्पष्ट मत व्यक्त केलं. 'पूज्य मालवीय व माझ्यात जेव्हा मतभेद होतात, तेव्हा त्यांच्याबद्दल माझ्या मनात आदर असल्यानं माझी द्विधा मन:स्थिती होते.' असं दुसऱ्या एका पत्रात त्यांनी म्हटलं होतं. 'निदान तुम्ही कौन्सिलमध्ये (सेंट्रल लेजिस्लेटिव्ह असेंब्ली) प्रवेश करू नये. तुम्हाला बहुमत मिळालं, तर पुढे जा. अर्ध्यावरच मार्ग सोडून जाणं बरं नाही, अखेर तुम्हाला तो सोडावा लागणारच.... तुम्ही ज्या स्पर्धेत उतरला आहात, ती काही मला भावलेली नाही.'

ती एक अंधकारमय लढाई ठरणार होती.

निवडणुकीचा गदारोळ

जीडींपुढे पेच उभा राहिला. बनारस-गोरखपूर जागेची निवडणूक मुख्यत: रिस्पॉन्सिव्हिस्ट्स (जीडी) आणि स्वराज्य (श्रीप्रकाश) यांतील सरळ सामना बनला. श्रीप्रकाश हे प्रख्यात विद्वान होते. ते जीडींच्या वडिलांच्या निकटच्या मित्राचे चिरंजीव होते. पुढे स्वातंत्र्यप्राप्तीनंतर जवाहरलाल नेहरूंच्या मंत्रिमंडळात ते वाणिज्य

मंत्री झाले. नेहरूंचे प्रतिनिधी असलेल्या श्रीप्रकाशांशी लढा देण्याच्या जीडींच्या निर्णयामुळे या दोघांत मध्यस्थी करण्याची जबाबदारी गांधीजींवर येऊन पडली.

२१ ऑगस्ट, १९२६ रोजी श्रीप्रकाश यांनी जीडींना व्यथित अंत:करणानं एक पत्र लिहिलं. श्रीप्रकाश यांची पत्नी नुकतीच गोवरामुळे मरण पावली होती. त्यांनी लिहिलं, 'हा माझ्यावर फार मोठा आघात होता. ऑगस्ट अखेरपर्यंत तिच्या देखभालीतच मी गुंतलो होते. तिच्या निधनानंतर मुलांना घेऊन आठवडाभर मी बाहेरगावी गेलो.' जीडींच्या विरुद्ध उभं राहण्याची त्यांची इच्छा नव्हती. परंतु त्यांना राजकारण सोडून द्यायचं नव्हतं. तेव्हा नेहरूंच्या संमतीनं त्यांनी एक सूचना केली. बनारसऐवजी जीडींनी फैजाबाद मतदारसंघातून उभं राहावं. तिथं त्यांच्याविरुद्ध काँग्रेस उमेदवार उभा करणार नाही, असा हा प्रस्ताव होता.

'माझी कौन्सिलमध्ये खरंच प्रवेश करायची इच्छा नाही, यावर विश्वास ठेवा. तुमचं नाव चर्चेत आल्यापासून तुम्हाला विरोध करण्याच्या शक्यतेचं मला दु:ख झालं. एकाच जागेवर आपण दोघं उभं राहणार, या कल्पनेनं वडील तर इतके कष्टी झाले, की त्यांच्यापुढे हा विषय काढण्याचं मला धाडसही होत नाही. एकदा राजकीय पक्षात सामील झालं, की त्याला कृतीचं स्वातंत्र्य लाभत नाही, ही खेदाची बाब आहे. माझी मन:स्थिती इतकी विदीर्ण झाली आहे, की प्रयत्न करण्याची वासनाच मला राहिलेली नाही.

'तुम्ही जो काही निर्णय घ्याल, तो आठवडाभरात कळवला, तर बरं होईल. त्यानुसार पं. मोतीलाल नेहरू यांना मी कळवीन व आवश्यक त्या तडजोडीसह ते निर्णय घेऊ शकतील. तुमच्या निर्णयानुसारच ते कृती करतील.'

श्रीप्रकाश यांची सूचना मान्य झाली नाही. नेहरू व मालवीय यांच्यात दिलजमाई घडवून आणण्यासाठी गांधीजी व जमनालाल बजाज यांचं मन वळवण्याचा जीडींनी जोरदार प्रयत्न केला. परंतु ते शक्य नाही, असं उभयतांचं मत पडलं. जागेबाबत तडजोड झाली नाही; जीडींनी श्रीप्रकाश यांच्याविरुद्ध निवडणूक लढवली. परंतु जीडी देखील अलीकडेच विधुर झाल्याने त्यांच्या मनात श्रीप्रकाश यांच्याबद्दल सहानुभूतीची भावना होती. त्यामुळे निवडणूक-प्रचारातील त्यांची भाषणं श्रीप्रकाशांच्या प्रशंसेनं भरलेली असत.

'श्रीप्रकाश हे अत्यंत सज्जन असून ख्यातनाम विचारवंत आहेत. व्यक्तिश: त्यांच्याविरुद्ध मी नाही. मालवीयजी यांचा प्रवक्ता म्हणून मी त्यांना विरोध करीत आहे. मालवीय यांचा दृष्टिकोन विचारपूर्वक सरकारशी सहकार्य करण्याचा, सावधपणाचा आहे. जे संपूर्ण असहकाराचा पुरस्कार करतात, त्यांनी निवडणूकच लढवता कामा नये. या दोन्ही विचारधारांतील फरक लक्षात घेऊन तुम्ही मतदान केलं पाहिजे.' असं जीडी भाषणातून सांगत.

जीडी निवडणूक जिंकले. परंतु या निवडणुकीमुळे जीडी, गांधीजी व नेहरू यांच्यात टाळता येण्याजोगा असा एक गैरसमज निर्माण झाला. एका वेगानं प्रगती करणाऱ्या उद्योगगृहाचे प्रमुख व भारताचे पहिले पंतप्रधान यांच्यांतील दुराव्याची बीजं पेरली गेली.

१९२६ मधील त्या निवडणुकीबाबत जीडींनी जाजूंना सांगितलं, –'मोतीलाल नेहरूंनी माझ्याविरुद्ध गांधीजींकडे आवाहन केलं, याचं कारण मी मोतीलाल नेहरूंच्या गटाला मदत केली नाही. डाव्या विचारसरणीचे त्यांचे चिरंजीव जवाहरलाल नेहरू यांना मी आवडत नव्हतो.' प्रख्यात इतिहासकार बिपिनचंद्र यांनी वीसच्या दशकातील जीडी व नेहरू यांच्या संबंधांचं जे रमणीय चित्र रंगवलं आहे, त्याच्याशी जाजूंचं म्हणणं जुळणारं नाही. जाजूंनी जेव्हा जीडींची मुलाखत घेतली, तेव्हा तो त्यांच्या आयुष्याचा संधिकाल होता व त्यांच्या मनात जवाहरलाल नेहरूंबद्दल कटुता होती. जीडी जवाहरलालना १९२४ साली सर्वप्रथम भेटले. १९३० च्या मध्यापर्यंत या उभयतांत काही अर्थपूर्ण संवाद घडून आला नाही, असं दिसतं.

असेंब्ली निवडणुकीमुळे मोतीलाल नेहरू व जीडी यांच्यांतील संबंधांत कटुता निर्माण झाली, हे नि:संशय. निवडणुकीच्या आरंभापासूनच दोघेही गांधीजींना आपल्या बाजूला वळण्याचा प्रयत्न करीत होते. परंतु त्यात यश आलं नाही, तेव्हा त्यांच्या नावाचा वापर करायचा त्यांनी प्रयत्न केला. बिर्लांनी त्याला प्रथम सुरुवात केली.

'गांधीजींनी बिर्लांच्या उमेदवारीला अनुमती दिली आहे, असा का कोण जाणे समज निर्माण झाला.' असं जीडींचे दुसरे एक चरित्रकार बद्रीनाथ म्हणतात. 'मोतीलाल नेहरू बेचैन झाले.' १९ ऑगस्ट, १९२६ रोजी त्यांनी गांधीजींना तार केली. 'बनारस-गोरखपूर मतदारसंघातून घनश्यामदास बिर्ला यांच्या उमेदवारीला तुमची संमती आहे, असं त्यांचे कार्यकर्ते सांगत आहेत. काँग्रेसचे उमेदवार म्हणून या मतदारसंघातून श्रीप्रकाश यांना तिकीट दिलं आहे. तेव्हा तुम्ही बिर्लांच्या प्रचाराचा इन्कार करावा.' गांधीजींनी उत्तर पाठवलं. – 'गोरखपूरहून घनश्यामदास हे उमेदवार असल्याची माहिती मला नाही. काहीतरी गफलत असावी.'

उभयतांबद्दल गगत्व असल्यानं गांधीजींनी त्या परिस्थितीतून अंग काढून घेण्याचा अयशस्वी प्रयत्न केला. त्यांनी जीडींना लिहिलं की, –'मोतीलालजींची तार सोबत पाठवत आहे, त्यांना पाठवलेलं उत्तर मी त्याच्या मागेच लिहिलं आहे. तसंच तुम्हाला मी पुढीलप्रमाणे तार पाठवली आहे :

"तुमच्या उमेदवारीला आपली मान्यता आहे, असं मोतीलालजींनी तार पाठवून कळवलं आहे. तुमच्या उमेदवारीची मला काही कल्पना नाही, असं मी उत्तर

पाठवलंय्. काहीतरी गफलत असावी. माझ्या वतीनं जे काही सांगितलं जातंय्, त्याची तुम्हाला कल्पना आहे काय? हे सारं काय बरं असावं? तुमच्या उत्तराची वाट पाहत आहे.'' '

जीडींनी याला काय उत्तर पाठवलं, हे ठाऊक नाही. पण, 'तुमच्याकडून मोठं पत्र आलं याचा आनंद झाला,' असं गांधीजींनी जीडींना १९२६ सालच्या दिवाळीत कळवलं होतं. 'तुमच्यावर टीका करणारे शब्द माझ्या कानी आले होते; पण मी त्यांना फारशी विश्वासार्हता दिली नव्हती. आता तुमचं पत्र आल्यानं माझं पूर्ण समाधान झालं आहे. तिथं शंभर रुपये खर्चायची गरज आहे, तिथं तुम्ही पाचशे रुपये खर्च करता, असंही तुमच्या टीकाकारांचं म्हणणं होतं. तुमच्या वर्णनानंतर मला आता काही म्हणायचं नाही.' असं गांधीजींनी त्या पत्रात नमूद केलं होतं.

बसंतकुमार म्हणतात, 'निवडणूक-ज्वर वाढू लागला, तशा आरोप-प्रत्यारोपांच्या फैरी झडू लागल्या. भांडणं क्षुद्र होऊ लागली. आमच्या बाजूनं 'मोतीलालजी हे मांसाहारी आहेत,' यावर टीका करण्यात येऊ लागली. मोतीलाल व श्रीप्रकाश यांच्याविरुद्ध चिखलफेकीची मोहीम सुरू झाली. त्याचा मोतीलालजींनी निषेध केला, तेव्हा काकोजी (जीडी) यांनी दिलगिरी प्रदर्शित केली आणि अशा प्रचाराची पुनरावृत्ती होणार नाही, असं आश्वासन त्यांना दिलं. तो शाही संघर्षच होता.' जीडींनी धोके पत्करले; पण त्यात त्यांचा हिशेब होता. यशाचा हिशेब करूनच ते धोके पत्करीत. त्यांच्या या क्षमतेमुळेच ते इतरांपेक्षा वेगळे होते. वालचंद हिराचंद पण असेंब्लीसाठी उभे होते. पण ते पराभूत झाले. भावी काळात जीडींचे चिरंजीव कृष्णकुमार हे लोकसभेला उभे राहिले, पण पराजित झाले. तेव्हा इंदिरा गांधींनी दिलेली राज्यसभेची जागा त्यांनी स्वीकारली. निवडणुकीच्या राजकारणात यशस्वी झालेल्या अगदी मोजक्याच उद्योगपतींत जीडींची गणना होते.

असेंब्लीत सुरुवातीला जीडींनी आपलं काम गांभीर्यानं घेतलं. त्यांनी चौदा मोठी भाषणं केली व त्यांच्याकडे मदत मागायला आलेल्या प्रत्येक भारतीय कंपनीसाठी प्रयत्न केले. आपल्या तीन वर्षांच्या मुदतीत टाटांच्या 'टिस्को', सर सरूपचंद हुकुमचंद यांच्या 'हुकुमचंद स्टील कास्टिंग', वालचंद हिराचंद यांच्या 'सिंदिया', वस्त्रोद्योग, आगपेटी उद्योग यांच्या बाजू हिरिरीनं मांडल्या. विदेशी स्पर्धेला तोंड देण्यासाठी तयार मालावर जादा कस्टम ड्यूटी आणि भारतीय मालावर कमी स्थानिक कर असावेत, त्यामुळे नव्या भारतीय उद्योगांना वयात यायला उपयोग होईल, असं मत ते ठामपणे मांडत.

'द पाथ टु प्रॉस्पॅरिटी' या ग्रंथात त्यांची काही निवडक भाषणं छापली

आहेत. त्यावरून, परिश्रमपूर्वक माहिती गोळा करून ती योग्य मुद्द्यांवर भर देऊन मांडलेली आढळतात. भाषणांच्या तयारीसाठी त्यांनी खास प्रयत्न केलेले दिसतात. काही प्रश्नांना ते उत्तरं देऊ शकले नाहीत. पण चलन, विनिमय-दर, गोल्ड स्टॅण्डर्ड व संबंधित विषयांवरील चर्चेतील भाषणात त्यांची विशेष चमक दिसून येते.

ब्रिटिश सरकारचं विनिमय-दर धोरण भारतीय उद्योग व कृषिक्षेत्राला रक्तबंबाळ करीत आहे, हे ध्यानी आल्यावर पाऊण्ड व रुपया यांतील विनिमय-दर बदलावा म्हणून अर्थमंत्री सर बेसिल ब्लॅकेट यांचं मन वळवण्याचे प्रयत्न करण्यात स्वराज्य पक्षाच्या सर पुरुषोत्तमदास ठाकुरदास यांनी त्यांना पाठिंबा दिला. त्यांना यश येण्याची शक्यता नाही, हे ठाऊक असूनही असेंब्लीनं या विषयावरील चर्चेला अनुमती दिली, तेव्हा जीडी व ठाकुरदास यांनी ब्रिटिश आर्थिक धोरणावर घणाघाती हल्ला चढविला. असेंब्लीच्या अन्य सदस्यांना प्रश्न समजावून देऊन आपला दृष्टिकोन पटवून देण्याचा त्यांनी प्रयत्न केला. त्यात त्यांना संमिश्र यश लाभलं.

ठाकुरदास यांच्या म्हणण्यानुसार जमनादास एम्. मेहता, बी. एफ. मादन व जीडी हे २, मानसिंग रोड इथं ठाकुरदास यांच्या निवासस्थानी जमत. कधी कधी मालवीय देखील हजर असत. असेंब्लीत घ्यावयाच्या भूमिकेची चर्चा करीत. असेच हे पाच जण एके दिवशी रात्री बसले असताना दरवाजा जोरानं ठोठावला गेला. एक म्हातारा दाढीवाला माणूस आला होता. तो फारच नर्व्हस वाटत होता. त्याच्यापाशी सायकल होती. रस्त्यावर भटकणारा एक प्राणी आपल्यामागे लागला आहे, असं त्यानं सांगितलं. ठाकुरदास यांनी त्याला घरात घेतलं. तो सोफ्यावर पडून राहिला आणि या पाच जणांची चर्चा पुढे सुरू झाली.

इतरांपेक्षा मालवीय यांना त्याचा संशय आला होता व त्यांनी त्याला निघून जायला सांगितलं. ठाकुरदास यांची त्याला बाहेर काढण्याची इच्छा नव्हती, कारण तो अजूनही घाबरलेला वाटत होता. परंतु मालवीय यांनी 'त्याला जाऊ द्या. त्याचे मित्र बाहेर थांबले आहेत,' असं सांगितलं. मालवीय यांचा संशय खरा ठरला. दुसऱ्या दिवशी पहाटे तो सर बेसिल ब्लॅकेट यांच्या बंगल्यात शिरत असलेला दिसला, असं ठाकुरदास यांनी त्यांच्या आठवणीत नमूद केलं आहे.

अर्थसंकल्पाच्या वेळी विनिमय-दराचा प्रश्न उपस्थित होई व जीडी आणि ठाकुरदास यांची मागणी फेटाळली जाई; तरी त्यांनी जनमत बदलण्याचा प्रयत्न सातत्यानं चालून ठेवला. आपल्या कारवाया सरकारला घातक ठरतील, याची एक विचित्र घटना घडेपर्यंत त्यांना कल्पनाच नव्हती.

मार्च १९२७ मध्ये असेंब्लीत चलन विधेयकावर चर्चा व्हायची होती. ठाकुरदास व जीडी आपापल्या खोलीत होते. जीडी आपल्या मित्राच्या कार्यालयात गेले. 'मला एक इसम भेटायला आला असून, सहा हजार रुपयांत तो सहा मते द्यायला तयार आहे; त्याला लगेच पैसे नकोत, असेंब्लीतील चर्चेनंतर पैसे मिळाले तरी चालतील, असं तो म्हणतो', अशी माहिती ठाकुरदास यांना देऊन बिर्लांनी विचारलं, 'तुमचा काय सल्ला आहे?'

'तुम्ही त्या इसमाला ओळखता काय?' ठाकुरदासांनी विचारलं. 'नाही. परंतु तो काम करील, असं दिसतंय्.' बिर्लांनी उत्तर दिलं. त्यावर ठाकुरदास म्हणाले, 'आपला उद्देश काही इतक्या हलक्या प्रतीचा नाही, की आपण अशा वाममार्गाचा अवलंब करावा. त्या माणसानं जरी काम करायची हमी दिली, तरीही मी हा मार्ग अनुसरणार नाही.' जीडींनी हा सल्ला मान्य केला व ते सभागृहाकडे गेले. तेथे लॉबीतच त्यांना सर व्हिक्टर ससून भेटले. ससून हे बगदादी ज्यू होते. ते प्रख्यात व्यापारी व निर्यातदार होते. मुंबईतील अनेक कापडगिरण्यांचे व्यवस्थापन करणाऱ्या कंपन्यांचे ते प्रमुख होते. बिर्लांचा हात धरून त्यांनी विचारलं, 'मतं विकण्याची ऑफर घेऊन कोणीतरी इसम तुमच्याकडे आला होता काय?'

जीडींपेक्षा अधिक शहाणपण असलेल्या ठाकुरदास यांनी नंतर बिर्लांना व ससून यांना सांगितलं होतं की, 'तो इसम सीआयडीचा होता; सरकारनं आपल्याकडे मुद्दाम पाठवला होता. जर सर व्हिक्टर किंवा बिर्लांनी मतं खरीदण्यास मान्यता दिली असती, तर सरकारकडे तसं कळवून त्यानं न्यायाधीशापुढे ॲफिडेव्हिट दाखल केलं असतं.' अपेक्षेप्रमाणे भारतीय उद्योगपतींचा पराभव झाला. केवळ तीन मतांनी ते हरले. विधेयकाच्या बाजूनं पडलेल्या ६८ मतांत अधिकारी, नियुक्त बिगर अधिकारी व युरोपियन्स यांची ४० मतं होती.

जीडींची भाषणं पूर्वीसारखीच मेहनतीनं तयार केलेली व प्रभावी असली, तरी त्यांची संख्या १९२८ च्या मध्यापासून कमी झाली. मध्यंतरी उद्योगातील कमी झालेला त्यांचा रस पुन्हा उफाळून आला. बिर्ला बंधू साखर उद्योगात प्रवेश करण्यासाठी सज्ज होत होते. जीडींचा पिंड उद्योग-घराण्यात घडलेला होता आणि अखेर ते पक्के बनिया होतेच. गांधीजींना याची कल्पना होती, पण लजपतराय यांनी ते स्पष्टपणे मांडलं.

लाला लजपतराय हे बिर्ला कुटुंबाचे जुने स्नेही होते. जुगलकिशोर यांच्याशी त्यांचा दाट स्नेह होता. हरिजनांच्या उद्धारासाठी कार्य करण्याकरता लालाजींनी जीडींपेक्षा त्यांना अधिक प्रवृत्त केलं होतं. १९२७ मधील आपल्या युरोपच्या दौऱ्यात जीडींनी म. गांधी व मालवीय यांच्याप्रमाणेच लालाजींशी नियमित पत्रव्यवहार

ठेवला होता. लाला लजपतराय यांनी जीडींना त्यांच्या राजकीय बाबींकडील दुर्लक्षाबाबत आपलं स्पष्ट मनोगत कळवलं होतं.

'तुमच्याबद्दल मला काय वाटतं, हे मला स्पष्ट व मोकळेपणे सांगावंसं वाटतं. तुम्ही जर तुमची वागण्याची शैली थोडीशी बदललीत, तर तुम्ही एक मोठे नेते बनू शकाल. तुमच्या सध्याच्या शैलीमुळे तुमच्यात काहीसा तुटकपणा, उद्धटपणा जाणवतो. राजकीय पुढारी म्हणून तुम्हाला बौद्धिक व वागण्याची वेगळी पद्धत अनुसरावी लागेल. एक यशस्वी उद्योगपती म्हणून तुमच्यात असलेल्या गुणांची गरज आहे. आम्हांला एक विश्वासू हिंदू नेता हवा आहे. विचारवंतांत माझा भरोसा जयकर यांच्यावर व उद्योगपतींत तुमच्यावर आहे.' – असं लाला लजपतराय यांनी जीडींना पत्र पाठवून कळवलं होतं. त्यावेळी दोघेही लंडनमध्ये होते.

'तरुण माणूस वडिलधाऱ्यांचे सल्ले मानत असतो, त्यानुसार मीही त्यांचा सल्ला स्वीकारला.' असं जीडींनी म्हटलंय्. त्यांच्या वागणुकीबद्दल त्यांची आणखी एकदा कानउघडणी झाली. लालाजींनी लिहिलं, – 'मी अजून पॅरिसमध्येच आहे. सर शादीलाल यांच्या भोजनास व श्री. पटेल यांच्या स्वागत-समारंभास तुम्ही गैरहजर राहिलात, हे बरोबर नाही. तुम्ही काही खाल्लं नसतं, तरी चाललं असतं; पण तुम्ही यायला हवं होतंत. तुम्ही सुसंस्कृत, सौजन्यपूर्ण राहून लोकांवर प्रभाव पाडणं महत्त्वाचं आहे. मला वाटतं, तुम्ही काहीसं बदलायला हवं.'

'त्यानंतरही मला पार्टी, भोजन-समारंभ याबद्दल आकर्षण वाटलं नाही.' असं जीडी म्हणतात. जीडी युरोपात सुटी घालवत होते. त्याबद्दल त्यांना धारेवर धरताना लाला लजपतराय यांनी आणखी एका पत्रात म्हटलं, 'तुमच्यासारखा दृष्टिकोन असलेल्या देशभक्तानं या वेळी भारताबाहेर राहणं शोभणारं नाही. प्रत्येक दिवस महत्त्वाचा आहे. तुम्ही राजकारणात प्रवेश केला असल्यानं राजकीय बाबींकडे आता दुर्लक्ष करू शकत नाही. अर्थात, तुमचं औद्योगिक हित देखील महत्त्वाचं आहे. परंतु तुम्ही भारतात परतावं, असं मला वाटतं. ठाम कृतीसाठी तुम्ही सिमला अधिवेशनाचा उपयोग केला पाहिजे. वेगानं घडामोडी घडत असून देशाबाहेर राहण्याची ही वेळ नव्हे.'

जीडींनी दौरा पुरा केला व नियोजित कार्यक्रमानुसार ते भारतात परतले. शक्य होईल तेवढा वेळ ते असेंब्ली अधिवेशनाला हजर राहिले; पण प्रकृती वारंवार बिघडत असल्यानं त्यांना पिलानीला जावं लागे. सायमन कमिशनच्या अहवालानंतर असहकार चळवळीनं वेग घेतला आणि राजकारणात अधिक रस घ्यायचा, की उद्योगात, याबाबतचा निर्णय घेणं जीडींच्या हातात राहिलं नाही.

सायमन कमिशनविरुद्ध सत्याग्रह करताना लाठी लागून लाला लजपतराय मरण पावले. या प्रश्नावर तोडगा काढण्यासाठी लॉर्ड आयर्विन यांनी गोलमेज

परिषद बोलावली; पण काँग्रेसनं नकार दिला. लाहोर काँग्रेस अधिवेशनाला स्वराज्याचा ध्वज फडकवण्यात आला. १२ मार्च, १९३० रोजी महात्मा गांधी व त्यांचे आश्रमवासी साबरमतीवरून मिठाच्या सत्याग्रहासाठी दांडी-यात्रेला निघाले.

२४ दिवसांच्या दांडी-यात्रेला आरंभ करण्यापूर्वी, असेंब्लीच्या सर्व भारतीय सदस्यांनी असेंब्लीशी काहीही संबंध ठेवून नयेत, असा आदेश गांधीजींनी दिला. २८ फेब्रुवारी, १९३० रोजी जीडींना पाठवलेल्या पत्रात त्यांनी लिहिलं, 'ब्रिटिश आपल्या अज्ञानाचा व भित्रेपणाचा फायदा उठवू पाहत आहेत. जेवढ्या लौकर असेंब्लीचा निरोप घ्याल, तेवढं चांगलंच होईल. पुढील मार्चपर्यंत मी तुरुंगाबाहेर कितपत राहीन, याची मला शंकाच वाटते.' जीडींना हे मान्य नव्हतं; पण 'स्वराज्य पक्षानं हा सल्ला मानला व ते असेंब्लीतून बाहेर पडले. संसदीय संस्थेच्या कामकाजाचा अनुभव घेण्याची भारतीयांना असेंब्लीतून संधी मिळत होती. त्यामुळे या निर्णयातील शहाणपण मला उमजलं नाही. असं जीडी म्हणतात.'

सुदैवानं जीडींची तीन वर्षांची मुदत संपायला केवळ काहीच महिने उरले होते. १० एप्रिल, १९३१ रोजी गांधीजींनी जीडींना लिहिलं की, 'तुमच्या राजीनाम्याचं वृत्त कळताच मला अत्यानंद झाला.' जीडींनी त्यावेळी 'बिर्ला ज्यूट'मध्ये तरुण व्यवस्थापक असलेले डी. पी. मंडेलिया यांना १ मे, १९३१ रोजी फोन करून सांगितलं, 'दुर्गा, मी आता उद्योगधंद्यात अधिक रस घेणार असून, 'जियाजीराव'पासून त्याची सुरुवात करणार आहे. तेव्हा शक्य तितक्या लौकर तेथे पोच.'

✦

६

पुनश्च उद्योगाकडे...

१९३० च्या दशकाच्या आरंभी मुंबई व कलकत्त्याच्या उद्योगपतींना मंदीचे चटके जाणवत होते; परंतु बिर्लांवर त्याचा काही परिणाम झाला नाही. नंतरच्या काही वर्षांत मंदी वाढली. या महान मंदीला अमेरिकेतून सुरुवात झाली आणि ती पूर्वेकडे पसरली. बिर्लांना मात्र त्याचा तडाखा बसला नाही, कारण त्यांनी युद्धकाळात झालेला नफा नव्या उद्योगांत गुंतवला नव्हता. जीडींनी 'हिंदुस्थान टाईम्स' खरीदलं इतकंच. बाकी बिर्ला उद्योगसमूहानं त्यांचं लक्ष स्वत:च्या कापडगिरण्या, 'बिर्ला ज्यूट', व्यापार, शेअर दलाली, चांदी व ताग यांमधील वायदेबाजारावर केंद्रित केलं. १९२२ ते १९३१ या नऊ वर्षांच्या काळात बिर्लांनी एकही नवी कंपनी सुरू केली नाही.

जीडी राजकारणात एवढे गुंतले होते, की उद्योगाकडे लक्ष द्यायला त्यांना वेळच नव्हता, असं म्हणता येईल. १९२१-२२ या काळात ते अर्थआयोगाचे (फिस्कल कमिशन) सदस्य होते. १९२४ पासून तीन वर्षं ते जमातीच्या राजकारणात व माहेश्वरी सभेच्या कामात मग्न होते. दरम्यान त्यांनी 'इंडियन चेंबर ऑफ कॉमर्स' आणि नंतर 'फिकी'ची स्थापना केली. १९२७ च्या उन्हाळ्यात ते युरोपला गेले व परतल्यावर असेंब्लीच्या कामात गढून गेले. जीडींचा असेंब्ली-सदस्यत्वाचा

राजीनामा आणि १९३०-३२ काळात बिर्ला उद्योगाची होत असलेली जोमदार वाढ यात काहीच संबंध नव्हता, असं मानणं बरोबर ठरणार नाही. जुगलकिशोर व रामेश्वरदास यांनी उद्योगापेक्षा व्यापार व वायदेव्यवहारास प्राधान्य दिलं होतं.

जीडी उद्योगात फार रस घेत नव्हते. याचा एक चांगला परिणाम म्हणजे भांडवल साचून राहिलं. 'टाटा स्टील'च्या कर्मचाऱ्यांचं वेतन कसं द्यावं, या काळजीनं जेआर्डी टाटांना झोप लागत नव्हती. जीडी व त्यांच्या बंधूंना मात्र एवढ्या पैशाचं काय करावं, हे सुचत नव्हतं. ब्रजमोहन यांनी मात्र एक कल्पना मांडली.

जीडींनी तागगिरणी स्थापन करण्यासाठी दिलेल्या संघर्षाची जेवढी माहिती आहे, तेवढी माहिती बिर्लांच्या साखर उद्योगातील प्रवेशाबाबत नाही. पण बिर्लांच्या इतिहासातील ते एक महत्त्वाचं वळण होतं. १९३१ ते १९३३ या काळात बिर्लांनी पाच साखर कारखाने उभारले. नंतर त्यांनी त्यात आणखी एका कारखान्याची भर घातली. हे सर्व कारखाने बिहार व उत्तर प्रदेशातील समृद्ध अशा पट्ट्यात होते. त्यांतील काहींचं व्यवस्थापन मुंबईहून, तर काहींचं कलकत्त्याहून केलं जात होतं.

पहिला कारखाना बिहारमधील सिधवालिया, तर दुसरा संयुक्त प्रांतातील सेओहारा इथं काढण्यात आला. कारखान्याची जागा निश्चित करण्यासाठी बीएम् शेकडो मैल प्रवास करून शोध घेत, असं त्यांचे चरित्रकार पी. चेंटसल राव म्हणतात. यंत्रसामग्रीची उभारणी करून, उत्पादन सुरू होईपर्यंत ते इंजिनीअर्सबरोबर स्वत: जातीनं हजर राहत. या कामात ते इतके गढून जात, की आठवडा-आठवडा दाढी करायलाही त्यांना फुरसत मिळत नसे.

सरकारनं धोरणात बदल केल्यानं या क्षेत्रात प्रवेश करण्यास बिर्लांना प्रोत्साहन मिळालं. सरकारनं १९३१ मध्ये टॅरिफ प्रोटेक्शन जाहीर केलं व इतरांप्रमाणे बिर्लाही या उद्योगाकडे आकर्षित झाले. ' 'भारत शुगर' व 'अप्पर गँजेस शुगर' यांचा आरंभ शुभमुहूर्तावर झाला असणार, कारण हे प्रकल्प यशस्वी ठरले,' असं बीके म्हणतात.

नशिबानंही साथ दिली. नव्या उद्योगात प्रवेश करताना एरवी येणाऱ्या अडचणी साखर उद्योगाच्या बाबतीत मात्र नव्हत्या. आयात केलेल्या यंत्रसामग्रीवर भारत अवलंबून होता व त्याबाबत भारतीय उद्योगपती सुदैवी ठरले. आयातीवर बंधनं नव्हती. तसंच सरकारनं आपलं धोरण जाहीर केलं व त्याच वेळी मंदीमुळे यंत्रसामग्रीच्या किमतीही कमी झाल्या.

स्वस्त विजेचा प्रश्नच नव्हता, कारण वीज उत्पादनाला आवश्यक असलेलं इंधन उसाची मळी पुरवत होतं. उसाच्या मळ्यांजवळ कोठेही साखर कारखाना उभारता येतो आणि भारतात उसाचं पीक मुबलक होतं. तसंच, स्वस्त दरात मजूर मिळण्याचीही अडचण नव्हती. भारतात साखरेची बहुतेक आयात जावाहून होत

असे. तेथील व उपखंडातील मजुरांचं वेतन जवळपास सारखंच होतं. जावात मजुराला १० पेन्स मिळत, तर भारतात ९ पेन्स (त्या वेळी १२ पेन्स म्हणजे १ शिलिंग असा दर होता.) क्यूबात मात्र १९१३ साली मजुराला ५ शिलिंग मिळत.

जावा साखरेला पर्याय म्हणून बिर्लांनी राष्ट्रीय भावनांना आवाहन केलं. १९३४ साली त्यांच्या 'न्यू स्वदेशी शुगर मिल्स'मध्ये दिलेल्या पूर्णपान जाहिरातीत स्पष्ट म्हटलं होतं.

भारतीय भांडवल व मजूर यांचे संपूर्ण व्यवस्थापन

शुद्ध स्वदेशी व शुभ्र दाणेदार साखर
नेत्रांना सुखावणारी
तसंच
अप्रतिम चव असलेली

जावा साखरेशी स्पर्धा करणारी

बाजारातील स्पर्धेत स्वस्त ठरणारी

तसेच, घरगुती वा व्यापारी कारणासाठी वापरताना

रंग वा चव बदलत नाही.

मॅनेजिंग एजन्ट्स :

बिर्ला ब्रदर्स लिमिटेड
जहांगिर वाडिया बिल्डिंगस्
बॉम्बे

या उद्योगात प्रवेश करताना बिर्लांनी आघाडी मारली. बहुतेक भारतीय उद्योगपतींनी १९३३-३८ च्या दरम्यान यंत्रसामग्री आयात केली. तोवर बिर्लांचे पाचही कारखाने उभारले गेले होते व उत्पादनही चालू झालं होतं. साखर उद्योगात प्रवेश करण्याचा निर्णय बीएम् यांचा असला, तरी केवळ एका कारखान्यापेक्षा पाच कारखान्यांत गुंतवणूक करण्याचा धाडसी निर्णय बिर्लांचा असणार. वालचंद हिराचंद, जमनालाल बजाज, पदमपत सिंघानिया व अन्य बहुतेक मारवाडी उद्योगपतींनीही साखर उद्योगात याच काळात मोठी गुंतवणूक केली; परंतु त्यांनी एक किंवा दोनच कारखाने उभारले. या उद्योगातील अभूतपूर्व नफ्याची खात्री पटल्यानं सारा पैसा त्यात गुंतवण्याचं जीडींनी ठरवलं आणि बीएम् व आर्डींनी त्या निर्णयाला पाठिंबा दिला. हा जुगार यशस्वी ठरला. पुढे सिमेंट उद्योगाच्या बाबतीत जीडींनी असाच दूरदर्शीपणा दाखवला.

टाटांच्या दृष्टीनं या सर्व घडामोडी ही मोठीच बातमी होती. १९३४ साली जेआर्‌डींनी ''भारतातील नव्या उद्योगाच्या उभारणीत 'टाटा स्टील'चा हातभार'' या शीर्षकाखाली 'टाटा स्टील'नं फॅब्रिकेट केलेल्या २५ साखर कारखान्यांची यादी प्रसिद्ध केली. त्यांत पाच कारखाने बिर्लांचे होते.

बिर्ला अचानक भारतातील तिसऱ्या क्रमांकाचे साखर-उत्पादक बनले. १९३० च्या दशकाच्या अखेरीस, २ हजार टनांहून अधिक क्षमता असलेले दोन युरोपियन व तीन भारतीय उद्योगसमूह होते, असं उद्योग-इतिहासकार रजत के. रे यांनी म्हटलं आहे. हे समूह असे - 'बेग सुदरलँड' (नऊ कारखाने, ६२५२ टन) व 'ऑक्टोव्हिअस स्टील' (दोन कारखाने, २७०० टन), 'नारंग' (आठ कारखाने, ६९०० टन), 'बिर्ला' (पाच कारखाने, ५४०० टन) आणि 'दालमिया जैन' (दोन कारखाने, २३०० टन) मात्र वालचंद यांचा 'रावळगाव फार्म' हा भारतातील सर्वांत अत्याधुनिक व उत्तम कार्यक्षमता असलेला साखर कारखाना होता.

साखर उद्योगातून जीडींनी दोन धडे घेतले. पहिला धडा म्हणजे, नेहमी नवनव्या उद्योगात प्रवेश करणं. दुसरा धडा हा उद्योगाच्या आकाराविषयी होता. त्यानंतर कोणत्याही उद्योगात प्रवेश करताना जीडी कितीही वेळ लागला, तरी सर्वांत मोठा कारखाना उभारीत. एकदा ते उद्दिष्ट गाठलं, की मग ते दुसऱ्या उत्पादनाकडे, विशेषत: नव्या व अत्याधुनिक उत्पादनाकडे वळत. ही दोन्ही तत्त्वं बिर्लांच्या विचारसरणीचा गाभाच बनून गेली. आदित्य बिर्लांनी हेच धोरण चालवलं. व्हिस्कोज स्टेपल फायबर, कार्बन ब्लॅक व पाम तेल या क्षेत्रांत ते जगातील अग्रगण्य उत्पादक बनले.

कॉर्नर–बॉय !

साखर उद्योगात प्रवेश करण्याचा निर्णय बहुविध दृष्टींनी परिणामकारक ठरला. उद्योगसमूहाच्या कापडगिरण्यांचा नफा कमी झाला होता व खासकरून 'बिर्ला ज्यूट' तर आर्थिक संकटात होती.

'बिर्ला ज्यूट'चा गाजावाजा झाला, तरी पहिल्या दहा वर्षांत या कंपनीनं फारशी कमाई केली नाही. अडचणी व गिरणी सुरू करायला झालेल्या विलंबानं जीडींची संधी हुकली. ही गिरणी सुरू झाली, तोवर त्या उद्योगातील नफ्याचं प्रमाण घटलं होतं. 'हुकुमचंद ज्यूट' प्रमाणेच 'बिर्ला ज्यूट' देखील भांडवली वस्तूंच्या किमती वाढलेल्या असताना उभारण्यात आली. जुन्या गिरण्यांसारखा या गिरणीकडे मोठा राखीव निधी नव्हता. तसंच, भांडवल अपुरं होतं. बिर्लांनी तूट भरून काढण्यासाठी सात टक्के व्याजानं डिबेंचर्स काढले असावेत किंवा युद्धकाळात भरपूर नफा करता येईल, या अपेक्षेनं अल्प मुदतीची भरपूर कर्जं काढली असावीत, असा संशय प्रतिस्पर्धी ताग गिरणी मालक सर एडवर्ड बेन्थॉल यांना होता.

'बिर्ला ज्यूट'चा सुरुवातीचा नफा भरणा झालेल्या भांडवलाच्या तुलनेनं फार कमी होता. १९२३ ते २७ या काळात तो १० ते १४ टक्के होता, तो १९२८ मध्ये २० टक्क्यांवर व १९२९ मध्ये ३४ टक्क्यांवर पोचला. याच काळात एडवर्ड बेन्थॉल यांच्या 'युनियन मिल्स'ने मात्र ९८ ते ११० टक्के व 'अॅन्ड्र्यू यूल'च्या बेलवेदेरनं ६५ ते ७८ टक्के नफा कमावला, असं ओंकार गोस्वामी यांनी आपल्या अभ्यासपूर्ण पाहणीत नमूद केलं आहे.

बिर्लांच्या अडचणीमुळे कलकत्त्यातील तागगिरण्यांचे इंग्लिश व स्कॉटिश तागगिरणी मालक आनंदून गेले. सर एडवर्ड बेन्थॉल यांनी त्यांचे नातेवाईक व 'बर्ड अॅन्ड हेल्जर्स'चे अध्यक्ष पॉल बेन्थॉल यांना इंग्लंडला पाठवलेल्या एका पत्रात म्हटलं होतं, 'एका उदयोन्मुख (मारवाडी) गिरणीचं दिवाळं निघून ती परत ब्रिटिश व्यवस्थापनाखाली यावी, असं मला वाटतं. मग ती कोणतीही गिरणी का असेना!' परंतु हा आनंद फार काळ टिकला नाही. १९३१ च्या दशकात सबंध ताग उद्योगच अभूतपूर्व पेचप्रसंगातून जात होता. १९३५-३६ मध्ये तर हा पेचप्रसंग कळसाला पोचला. १९२५ ते १९२९ या काळात ५५ कोटींची असलेली निर्यात १९३५ मध्ये २१.५ कोटींवर आली. ही घट ५७ टक्के होती. या काळात बर्लाप व ज्यूट पोत्यांचे दर ४५ टक्क्यांनी उतरले.

या पेचप्रसंगाला बिर्लांनी वेगळ्याच पद्धतीनं उत्तर दिलं. त्यांनी उत्पादनात वाढ केली. सर्व उद्योगांवर पकड असलेल्या स्कॉटिश उद्योगपतींच्या नेमकी उलट ही कृती होती. आतापर्यंत एका विशिष्ट पातळीखाली मागणी गेली, की सर्व ताग-गिरणी मालक मिळून उत्पादन कमी करत. त्यामुळे पुन्हा किमती वाढत असत. जीडींचा अशा युक्त्यांना विरोध होता. भारतीय उद्योगपती नियमांचा भंग करून उत्पादनात मोठा वाटा घेणार असतील, तर आपली भरभराट कशी होणार, असे उद्गार बेन्थॉल यांनी काढले. 'इंडियन ज्यूट मिल ओनर्स असोसिएशन'नं (आयूजेएमूए) मंदी रोखण्यासाठी केलेले निष्फळ प्रयत्न म्हणजे हे नियम होते. सदस्यांना (त्यात बिर्ला व हुकुमचंद हेही होते.) उत्पादनक्षमतेतील गुंतवणूक कमी करावी लागली; कामाचे तास कमी करावे वा दंड भरावा, असं ठरवण्यात आलं. आरंभी भारतीय उद्योगपतींना दोष देणं सोपं होतं, पण नंतर गुपचूप अधिक कामाचे तास ठेवण्याचं जीडींचं धोरण इतरांनीही अनुसरलं.

'आयूजेएमूए'च्या वार्षिक बैठकीत खचाखच भरलेल्या हॉलमध्ये आपल्या सदस्यांना कानपिचक्या देताना संघटनेचे अध्यक्ष 'अॅन्ड्र्यू यूल'चे जे. साइम म्हणाले, 'आपल्या महान व्यवसायात कॉर्नर बॉईज्नी लबाडी करणं पूर्णत: थांबवलं पाहिजे. सुरुवातीला पंधरा मिनिटं, मधे पंधरा मिनिटं आणि शेवटी पंधरा मिनिटं चोरणं किंवा यंत्रमाग उभारणं, हे नवी गिरणी उभारण्याइतकंच धोकादायक ठरू शकतं.'

१९३० मध्ये 'आयजेएमए'नं यंत्रमागांची खानेसुमारी करण्यासाठी दोन स्वतंत्र चार्टर्ड अकाउंटंट्स कंपन्यांची नियुक्ती केली. त्यांचे निष्कर्ष अस्वस्थ करणारे होते. एकूण ५२९२९ यंत्रमाग-क्षमता आहे, असं सांगितलं जात होतं; पण प्रत्यक्षात ५८६३९ यंत्रमाग होते. कलकत्त्याच्या एकूण ताग उत्पादन क्षमतेपैकी १० टक्के ही अशी दडवलेली, बेकायदा होती. साइम यांच्या दृष्टीनं तर ही माहिती फारच अवमानकारक होती; कारण या प्रकारात सर्वांत मोठा वाटा त्यांच्या कंपनीचा होता. त्यांनी चोवीस टक्के यंत्रमाग कागदोपत्री दाखवलेच नव्हते, असं गोस्वामी यांनी लिहिलं आहे. 'आयजेएमए'चे अध्यक्षच बनवेगिरी करत आहेत, असं उघड झाल्यानं गुंतवणुकीवर मर्यादा घालण्याचं कलम म्हणजे एक विनोदच झाला.

यंत्रमागांच्या क्षमतेवरील निर्बंध उठविण्यात आल्यामुळे आणखी २२२४ यंत्रमाग जोडण्यात आले. १९२० मध्ये न नोंदविलेले पण १९३० मध्ये उघडकीस आलेले ५,७१० यंत्रमाग होतेच. नव्या गुंतवणुकीमुळे अतिरिक्त मालात आणखी भर पडली. उत्पादनक्षमतेचा वापर कमी झाला. त्याच वेळी मागणी एकदम घसरली. विशेषत: अमेरिकन बाजारपेठेतील मागणीत प्रचंड घट झाली. १९२९ च्या ऑक्टोबरमध्ये शेअरबाजार कोसळला आणि मंदीची लाट आली. भारतातील तागाच्या उत्पादनांना असलेली मागणी विरून गेली. अध्यक्ष रुझवेल्ट यांनी पोत्यांवरील कर १० टक्क्यांवरून ४० टक्के केला आणि बर्लापवरचा कर शून्यावरून १६ टक्के केला. युरोपियन बाजारपेठांनी एकामागून एक अमेरिकेचं अनुकरण केलं. स्वत:वरच खूश असलेल्या आणि गाफील असणाऱ्या व्यापाऱ्यांना आतापर्यंत भरलेली ऑर्डरबुकं पाहायची सवय होती; पण त्यांच्यावर रिकामी ऑर्डरबुकं आणि मालानं भरलेली गुदामं पाहायची पाळी आली होती.

१९३० च्या जूनमध्ये कामाचा आठवडा ५४ तासांचा करावा, तसंच, गुंतवणुकीवर मर्यादा घालावी, असे आदेश देण्याची पाळी आली. महिन्यातून एक आठवडा गिरणी बंद ठेवावी, असा फतवा काढून संघटनेनं आणखी कडक निर्बंध घातले. त्या आठवड्यात मजुरांना निम्मं किंवा एक तृतीयांश वेतन दिलं जाई. मोठ्या प्रमाणावर मजुरांना कमी करून गिरणी मालकांनी या पेचप्रसंगाला तोंड देण्याचा प्रयत्न केला. १९२९ पर्यंत एकचतुर्थांश म्हणजे जवळजवळ ८३००० कामगारांना कामावरून दूर करण्यात आलं. पण या उपायांनी देखील भागेना, तेव्हा १५ टक्के यंत्रमागांना सील लावा आणि कामाचे तास ४० वर आणा, असा आदेश 'आयजेएमए'नं दिला. पुढील पाच वर्षं बाजारपेठेतील स्थित्यनुसार संघटना आपल्या सदस्यांना यंत्रमागांची संख्या कमी-जास्त करण्यास सांगत असे.

पूर्वी अशा उपायांचा चांगला उपयोग झाला होता. त्यामुळं या पेचप्रसंगाच्या वेळीही ते प्रभावी ठरतील, अशी अटकळ होती. पण कलकत्त्याच्या वातावरणात

बदल झाला होता. नऊ मोठ्या आणि तीन छोट्या गिरण्या– त्यांपैकी आदमजी, आगरपारा, गगलभाई, प्रेमचंद आणि श्री हनुमान या पाच बिगर युरोपियन होत्या- या 'आय्‌जेएम्‌ए'च्या सदस्य नव्हत्या. अनेक गिरण्यांनी 'आय्‌जेएम्‌ए'शी संबंध तोडून टाकले. त्या दशकाच्या मध्याला ६००० यंत्रमाग किंवा १३ टक्के उत्पादकक्षमता असलेले कारखाने 'आय्‌जेएम्‌ए'च्या नियंत्रणाच्या बाहेर होते. संघटनेच्या नाकावर टिच्चून आठवड्याला १०८ तास काम त्यांनी करून घेतलं. किमतीतही अंडर कटिंग केलं. या बंडखोर गिरण्यांच्या सहकार्याविना किमतीवर नियंत्रण ठेवण्याचे सारे प्रयत्न निष्फळ होते. तेव्हा सदस्य नसलेल्या बड्या गिरण्यांनी सभासद व्हावं, असं आवाहन संघटनेनं १९३६ मध्ये केलं. पण त्यांच्यापैकी कोणीच सदस्य बनलं नाही. एका ब्रिटिश मालकीच्या गिरणीचा प्रतिनिधी म्हणाला, 'आम्हाला आमंत्रण देण्याआधी स्वत:चं घर ठाकठीक करा.'

'आय्‌जेएम्‌ए'च्या गलथानपणामुळे वैतागलेल्या जीडींनी १९३५ च्या ऑक्टोबरमध्ये संघटनेला धारेवर धरलं. 'आय्‌जेएम्‌ए'च्या बंधनांना काहीच अर्थ उरला नव्हता; तेव्हा संघटनेनं जर आपलं धोरण शिथिल केलं नाही, तर राजीनामा देऊन आपण संघटनेतून बाहेर पडू, अशी धमकी जीडी आणि हुकुमचंद यांनी दिली. १९३० साली घातलेल्या या बंधनांमुळे संघटनेतल्या सभासदांवर अन्याय होत असून, बाहेरच्या गिरण्यांशी जर प्रभावी स्पर्धा करावयाची असेल, तर सभासद गिरण्यांच्या कामाच्या तासांवर बंधन असता कामा नये, असं प्रतिपादन जीडींनी केलं.

आपण व हुकुमचंद यांनी राजीनामा दिला, तर इतर सदस्यही त्याचं अनुकरण करण्याची शक्यता आहे, असंही जीडींनी सूचित केलं. पूर्वी 'इंडियन चेंबर ऑफ कॉमर्स'विरुद्ध 'मारवाडी असोसिएशन', तसंच 'फिकी'विरुद्ध 'असोचेम' या वेळी जीडींनी प्रतिस्पर्धी संघटना स्थापन केल्या असल्यानं, ते समांतर ताग संघटना स्थापन करतील, तेव्हा त्यांचं म्हणणं गांभीर्यानं घ्यावं, अशी सावधगिरीची सूचना बेन्थॉल यांनी दिली.

बेन्थॉल त्या वेळी जीडींच्या बाजूला होते. बंडखोर गिरण्यांना वठणीवर आणायलाच हवं, आणि त्यासाठी बाजारपेठ सक्तीने कोसळून टाकायला हवी, म्हणजे त्या गिरण्यांना झक्कत 'आय्‌जेएम्‌ए'चं सदस्य बनावं लागेल, या जीडींच्या मताशी ते सहमत होते. एकदा हे झालं, की ताग संघटनेचं साम्राज्य पूर्ववत सुरू होईल, अशी त्यांची अटकळ होती. शेतकरी, दलाल, फटका ऑपरेटर्स (तागाचा वायदेबाजार) निर्यातदार हे पण गिरणीमालकांप्रमाणेच बदलत्या परिस्थितीशी जुळवून घेण्यासाठी धडपडत आहेत, याचा त्यांना विसर पडला. परंतु जीडींनी जेव्हा धमकी दिली, तेव्हा अखेर आपल्या मताशी सहमत होणारं कोणीतरी आहे, असं बेन्थॉल यांना वाटलं असावं.

जीडींनी धमकी दिली, त्याच्या काही दिवस आधी बेन्थॉल यांनी कंपनी अंतर्गत पाठविलेल्या एका मेमोत म्हटलं होतं, 'बाहेरच्या गिरण्यांना संघर्ष करायची हौसच असेल, तर आमची लढायची तयारी आहे, हे आपण आपल्या संचालकांना आणि जनतेला स्पष्ट केलं पाहिजे. या वेळेला आपण अत्यंत खंबीर राहिलं, तरच आपण याबाबत गंभीर आहोत, अशी त्यांची खात्री पटेल.' १८ जुलै रोजी लिहिलेल्या दुसऱ्या एका पत्रात बेन्थॉल लिहितात, 'ताग उद्योगात नफा मिळविणं सोपं नाही, हे आपल्या भारतीय मित्रांना एकदा समजायलाच हवं.' त्यांच्या मनात जीडींचा संदर्भ होता, हे उघड होतं.

अखेर 'आयजेएमए'ला झुकावं लागलं आणि मार्च १९३७ मध्ये त्यांनी सर्व निर्बंध उठविले. जीडींचा विजय झाला होता.

अपेक्षेनुसार उत्पादन भरमसाट वाढलं, किंमती घसरल्या आणि नफ्याचं प्रमाण गडगडलं. १९३८ मध्ये सर्वच कंपन्या तोट्यात आल्या. जीडींची अटकळ होती त्यानुसार बंडखोर कंपन्यांना सर्वांत जबर फटका बसला. 'आयजेएमए'च्या जिवावर पोत्यांचा साठा करणाऱ्या या गिरण्यांना बाजू आपल्यावर उलटली आहे, याची जाणीव झाली. या गिरण्या भूमिगत होऊ लागल्या.

दुसरं महायुद्ध जर सुरू झालं नसतं, तर 'बिर्ला ज्यूट मिल'ची पण अशीच अवस्था झाली असती. तरी जीडी हा धोका केवळ पत्करायलाच तयार नव्हते, तर तो निकरावर न्यायला उत्सुक होते. इतरांपेक्षा दोन पावलं पुढचा विचार करण्याची वृत्ती आणि धाडसी प्रवृत्ती यामुळे त्यांनी जास्तीत जास्त ताणून धरलं; आणि कधी कधी दैवानंही साथ दिली. युद्धाला तोंड लागण्यापूर्वीच सरकारनं २० कोटी वाळूच्या पोत्यांची ऑर्डर दिली. महायुद्ध सुरू झाल्यानंतर दोन आठवड्यांनी ५ कोटी पोत्यांची आणि सप्टेंबरमध्ये आणखी १५ कोटी २० लाख पोत्यांची ऑर्डर नोंदविण्यात आली. पहिल्या सहा महिन्यांत कलकत्त्याच्या गिरण्यांनी ९२ कोटी ३० लाख पोती आणि साडेचार कोटी यार्ड गोणपाटाचं कापड पुरविलं.

भरणा केलेल्या भांडवलाच्या प्रमाणात 'बिर्ला ज्यूट'चा नफा वाढला. १९३९ मध्ये तो १३ टक्के होता, तो १९४० मध्ये ३० टक्के, १९४१ मध्ये ४० टक्के, १९४२ मध्ये ६३ टक्के आणि १९४३ मध्ये ६९ टक्क्यांवर जाऊन त्यानं विक्रमच केला; परंतु त्यानंतर तो घसरू लागला. या भरभराटीमुळे बेन्थॉलच्या अग्रेसर असलेल्या 'युनियन मिल्स' या कंपनीच्या रांगेत 'बिर्ला ज्यूट' जाऊन बसली. १९२० च्या दशकात जेव्हा 'बिर्ला ज्यूट'ला १५ टक्के मिळवण्यासाठी झगडावं लागत होतं, तेव्हा 'युनियन' ९८ ते ११० टक्के आणि 'ॲन्ड्र्यू यूल'च्या बेलवेदेरची प्राप्ती ६५ ते ७८ टक्के होती. १९४०च्या दशकात 'युनियन'नं ५९ ते ८६ टक्क्यांच्या दरम्यान आणि बेलवेदेरनं ४० ते ७९ टक्क्यांच्या दरम्यान कमाई केली.

ताग उद्यागात बिर्लांनी जी पावलं उचलली, त्यांची तुलना कस्तुरभाई लालभाई वस्त्रोद्योगात जे करत होते, त्याच्याशी करणं उद्‌बोधक ठरेल. बिर्लांना ज्या समस्यांना सामोरं जावं लागलं, जवळपास तशाच स्वरूपाच्या समस्यांना १९३० मध्ये अहमदाबादेत लालभाईंना सामोरं जावं लागत होतं. दरवर्षी नफा घटत होता, कच्च्या मालाच्या किमती घसरल्या, तरी मागणीही घटली होती. कापडाची मागणी कमी झाली, त्याचप्रमाणे कापड गिरण्यांच्या यंत्रसामग्रीची मागणीही कमी झाली. या स्थितीचा फायदा उठवून लालभाईंनी यंत्रसामग्रीची किंमत आणखी खाली ढकलली आणि आपल्या सर्व गिरण्यांचा विस्तार केला; त्या अद्ययावत केल्या. त्यामुळे गिरण्यांवरील खर्च कमी झाला आणि नफ्याचं प्रमाण वाढलं.

या उलट, जेव्हा बेलफास्टच्या मॅकीज या, ताग गिरणीला लागणाऱ्या यंत्रसामग्रीचं उत्पादन करणाऱ्या कंपनीच्या प्रतिनिधीनं १९३७ मध्ये 'बिर्ला ज्यूट'ला भेट दिली, तेव्हा त्याला यंत्रसामग्रीची अवस्था अगदी वाईट असल्याचं आढळलं होतं; तेलपाणी न केल्यामुळे बेअरिंग्जची पार वाट लागली होती. बेन्थॉलच्या 'युनियन मिल'मध्ये देखील जवळपास अशीच अवस्था होती. सुपरिटेंडेन्ट मॅनेजर जॉन विल्यम्सन यानं, 'यांच्या गिरणीतील एकही कार्डिंग मशीन धड नाही, काही यंत्रं तर मोडीत काढण्याच्या लायकीची आहेत; अशा स्थितीत चांगलं काम करून दाखवणं अशक्य आहे,' असा शेरा मारला होता.

बेन्थॉलच्या बाबतीत असं म्हणता येईल, की १९४२ च्या 'भारत छोडो' आंदोलनानंतर त्यांना साम्राज्याचा अंत दिसू लागला होता. तेव्हा ब्रिटिशांची राजवट संपुष्टात येण्यापूर्वी जेवढं काही पदरात पाडून घेता येईल, तेवढं घ्यावं, असा ब्रिटिश कंपन्यांचा दृष्टिकोन होता. पण जीडींची काही तशी स्थिती नव्हती.

'सतलज ओरिएंट पेपर'

'बिर्ला ज्यूट'ची नाजूक आर्थिक स्थिती ही जीडींची डोकेदुखी असली, तरी १९३४ मध्ये मुंबईत नवी गिरणी उभारण्याचे बेत आखावेत, एवढा पैसा त्यांच्या खिशात होता. परंतु चांगल्या प्रतीच्या कापसाचं पंजाबात उत्पादन होत आहे, हे समजल्यावर मुंबईमध्ये गिरणी उभारण्याचा बेत रद्द करून 'सतलज कॉटन' उभारण्यासाठी त्यांनी लाहोर इथं एक प्लॉट विकत घेतला. १९३७ मध्ये ही गिरणी चालू झाली आणि ती उत्तर भारतातील एक महत्त्वाची गिरणी मानली जाऊ लागली. जीडींना त्यांचे चिरंजीव कृष्णकुमार यांच्याकडे या गिरणीचं काम सोपवलं. त्यानंतर फाळणी झाली आणि या गिरणीवरील बिर्लांचं नियंत्रण गेलं.

त्या दशकातील बिर्लांचा सर्वांत मोठा प्रकल्प म्हणजे 'ओरिएंट पेपर'. पण तो जीडींनी नव्हे, तर ब्रजमोहन यांनी सुरू केला. या कारखान्याच्या उभारणीला

१९३६ मध्ये प्रारंभ झाला आणि सुदैवानं युद्धाला तोंड लागण्यापूर्वी जर्मन यंत्रसामग्री येऊन दाखल झाली होती. जर का तिला उशीर झाला असता, तर या गिरणीला घरातील मंडळींचा असलेला विरोध आणखीच वाढला असता. या योजनेच्या सुरुवातीपासूनच बीएम्‌ना कुटुंबातील सदस्यांची बोलणी खावी लागत होती. त्याविषयी नंतर बोलताना बीएम् म्हणाले, 'त्या प्रकल्पात मोठा धोका पत्करावा लागला. निर्यातीविरुद्ध सरकार काही संरक्षण देण्याची फारशी आशा नव्हती. दुसरं महायुद्ध सुरू झालेलं होतं. त्यामुळे आयात थांबली आणि गिरणी तोट्यातून बाहेर आली व युद्ध संपलं, तेव्हा तिची उत्पादनक्षमता तीन ते चार पटींनी वाढलेली होती. ती भारतातील दुसऱ्या क्रमांकाची गिरणी बनली. आपल्या भावाप्रमाणेच बीएम् देखील असामान्य उद्योगपती बनणार, अशी चिन्हं दिसू लागली होती.

✦

७

व्यापारी वाटाघाटी

महात्मा गांधींबरोबर जीडींच्या असलेल्या अनेक छायाचित्रांपैकी ते एक छायाचित्र फार प्रसिद्ध आहे. लंडन येथे गोलमेज परिषदेच्या दुसऱ्या बैठकीला हजर राहण्यासाठी एस्‌एस् राजपुताना या बोटीनं दोघं जायला निघाले, तेव्हा, म्हणजे २९ ऑगस्ट, १९३१ रोजी काढलेलं ते छायाचित्र आहे. गांधी त्यांच्या नेहमीच्या धोतर आणि आपल्या शिडशिडीत शरीराभोवती लपेटून घेतलेली खादीची शाल, अशा वेषात आहेत. बिर्ला जाडजूड ओव्हरकोटात, डोक्यावर पनामा हॅट अशा वेषात आहेत. त्यांचा चेहरा आनंदानं फुललेला आहे. ३६ वर्षे वयाच्या जीडींच्या दृष्टीनं तो क्षण खरोखरच अत्यंत समाधानाचाच होता.

खरं तर, त्यांची संधी हुकायची पाळी आली होती. भारत सरकारनं 'फिकी'च्या शिष्टमंडळाला आमंत्रित केलं होतं आणि 'फिकी'नं ठाकुरदास, जमाल मुहम्मद सैब आणि जीडी या तिघांची नावं पाठविली होती. पण परिषदेला प्रतिनिधींची संख्या एवढी वाढली, की तुमच्या शिष्टमंडळाचा आकार कमी करून एकच प्रतिनिधी पाठवावा, असं सरकारनं कळवलं. अखेर तिघांचा समावेश करण्यास सरकार राजी झालं; पण त्यासाठी खूप प्रयत्न करावे लागले.

कटुतेच्या वातावरणातच ही परिषद भरत होती. सायमन कमिशनच्या अहवालाला

भारतीयांचा विरोध होता आणि गांधीजींनी त्या विरुद्ध एकापाठोपाठ एक अशा दोन असहकार चळवळी - १९३०-१९३१ आणि १९३१-१९३४; मार्च १९३१ ते जानेवारी १९३२ दरम्यानची अल्प विश्रांती सोडून– सुरू केल्या. हा तणाव कमी करण्यासाठी ब्रिटिश सरकारनं लंडन इथं गोलमेज परिषद बोलावली होती.

चर्चेच्या पहिल्या दोन सत्रांना– नोव्हेंबर १९३० ते जानेवारी १९३१ आणि सप्टेंबर-डिसेंबर १९३१– बिर्ला हजर होते. ब्रिटिश सत्ताधीश, काँग्रेसवाले, भारतीय संस्थानिक यांच्यात सत्ताधिकार देण्याबाबतच्या चर्चेत जीडी बिर्ला काय करीत होते? कोणती भूमिका ते वठवू शकणार होते? त्यांनी प्रत्यक्षात कोणती भूमिका वठवली? मुळात त्यांना आपण काही भूमिका वठवावी, असं का वाटलं?

पहिल्या बैठकीत त्यांच्या मनात औत्सुक्य दाटून आलेलं होतं. गांधी आणि काँग्रेस यांनी त्या बैठकीवर बहिष्कार घालायचं ठरवलं होतं. बिर्लांच्या आग्रहामुळे 'फिकी'नंही बहिष्कार घालण्याचा ठराव मंजूर केला होता. लाला श्रीराम आणि ठाकुरदास यांचं 'फिकी'नं बैठकीला हजर राहावं, असं मत होतं. बिर्लांच्या मतामुळे 'फिकी'च्या नेतृत्वात उघड फूट पडली होती. ८ फेब्रुवारी, १९३२ रोजी कस्तुरभाई लालभाई यांना पाठवलेल्या पत्रात लाला श्रीराम यांनी, या ठरावामुळे मला फार वाईट वाटलं, असं म्हटलं होतं. युरोपियनांची काळजी सरकार घेईल, आपल्या हिताकडे कोणी लक्ष देणार नाही, असंही त्यांनी म्हटलं होतं. अखेर, 'बॉम्बे मिलओनर्स असोसिएशन'चे अध्यक्ष आणि जेआर्‌डी टाटांचे उजवे हात मानले जाणारे सर होमी मोदी हे भारतीय उद्योगांचे प्रतिनिधी म्हणून हजर राहिले. जीडींची उपस्थिती पूर्णत: अनधिकृत होती.

पहिल्या गोलमेज परिषदेस ब्रिटिश राजकीय पक्षांचे १६, भारतातील संस्थानांचे १६, ब्रिटिश भारताचे ५७, इतक्या प्रतिनिधींचा समावेश होता. सर तेजबहादुर सप्रू, श्रीनिवास शास्त्री, सी. वाय्. चिंतामणी, डॉ. बाबासाहेब आंबेडकर, सर मोहम्मद शफी यांच्यासारख्या रथी-महारथींबरोबर वावरण्याचा अनुभव अनोखा होता, परंतु अनुभवी नेत्याच्या अभावी बिर्लांच्या उपस्थितीकडे दुर्लक्षच झालं.

दुसऱ्या परिषदेत तर आणखीच गर्दी झालेली होती. शंभराहून अधिक प्रतिनिधी हजर होते. पण काँग्रेसनं आपला एकच प्रतिनिधी पाठविला होता व तो म्हणजे महात्मा गांधी. परराष्ट्र धोरण, संरक्षण, जातीयतेचा प्रश्न, महासंघाच्या प्रश्नाला संस्थानिकांचा असलेला विरोध, आदी प्रश्नांभोवती चर्चा फिरत राहिली आणि त्यातून निष्पन्न काहीच झालं नाही. आपला प्रवास आणि लंडनमधील वास्तव्य यासंबंधीच्या नोंदी जीडी ठेवीत; त्याचे ५० ताव तोवर भरले.

बिर्लांच्या मते, पहिल्या परिषदेपेक्षा दुसरी परिषद अधिक उपयुक्त होती. ते गांधीजींच्या अगदी जवळचे आहेत, असं दिसत होतं. त्यांना खूप काम असायचं.

ब्रिटिशांच्या चलनविषयक आणि तंत्रविषयक धोरणाचा जीडींनी अभ्यास करावा, असं मालवीयांना वाटे. भारताच्या आर्थिक बाबींविषयींचे सरकारचे सल्लागार सर हेन्री स्ट्रॅकोश यांच्याबरोबर त्यांची भेट ठरविण्यात आली होती. जातीयवादी प्रश्नाचा विचार करण्यासाठी एक अल्पसंख्य समिती नेमण्यात आली. तिच्या सदस्यांत गांधी, मालवीय, सरोजिनी नायडू आणि जीडी हे सदस्य होते. मॅकडोनल्ड यांच्या दृष्टीनं ती महत्त्वाची समिती होती आणि त्यांनी तिच्या एका बैठकीपुढे भाषणही केलं. एके काळी कलकत्त्याच्या गोऱ्या साहेबांच्या दरवाजापुढे ताटकळत बसणाऱ्या ज्यूट दलालाच्या दृष्टीनं आता त्यांच्या मांडीला मांडी लावून चर्चेला बसणं, हा सुखद अनुभव होता आणि बकिंगहॅम पॅलेसचं आमंत्रण येणं, ही तर अभूतपूर्व गोष्ट होती.

५ नोव्हेंबर रोजी राजे पाचवे जॉर्ज आणि राणी मेरी यांनी गांधीजींच्या सन्मानार्थ दिलेल्या भोजनास जीडी हजर होते. 'गांधीजींनी अंगाभोवती शाल लपेटून घेतली होती आणि ते अनवाणीच होते. माझ्याजवळ भारतीय पोशाख नसल्यानं मला युरोपियन पोशाखात जाणं भाग होतं.' जीडींनी काहीशा ओशाळल्या सुरात आपल्या डायरीत नोंद केली. त्यात काही गफलतीही होत्या. प्रत्यक्षात महात्माजींनी सॅन्डल्स घातल्या होत्या आणि त्यांनी बरोबर आपलं साखळीचं घड्याळ नेलं होतं. नंतर गांधीजींना कोणीतरी सवाल केला, की तुमच्या अंगावरची वस्त्रं तुम्हाला पुरेशी आहेत का? त्यावर गांधीजींनी उत्तर दिलं, 'राजाजवळ आम्हां दोघांना पुरेल, एवढं आहे.'

परिषदेत राजकीय विषयांना प्राधान्य मिळून आर्थिक विषय मागे पडले, तरी ते काढण्यात आले, यावरून भारतीय उद्योगाची दखल घेतली जाऊ लागली होती, हेही नसे थोडके. भारतीय आणि ब्रिटिश राजकारणी उद्योगांची कदर करीत होते. गांधी आणि काँग्रेस प्रथमच भारतीय उद्योगपती आणि त्यांचे प्रश्न ऐकून घ्यायला तयार होते. गांधीजींपासून कारखानदार वर्ग अलग व्हावा, म्हणून त्यांचं मन जिंकण्यासाठी ब्रिटिश अधिकाऱ्यांनी आर्थिक सवलतींचं धोरण आखण्याचा प्रयत्न केला.

या संधीचा फायदा उठविण्यात उद्योगपतींना पूर्ण अपयश आलं. महत्त्वाच्या प्रश्नांबाबत त्यांच्यात मतभेद होते आणि ते कसे हाताळावेत, हे त्यांना कळत नव्हतं. भारतातील ब्रिटिश उद्योगपतींपेक्षा ब्रिटनमधील ब्रिटिश उद्योगाचा अजेंडा वेगळा होता. मुंबईतील भारतीय उद्योगपतींचं मत कलकत्त्यातील आणि दिल्लीतील उद्योगपतींपेक्षा वेगळं होतं. गेली काही वर्षं काळ मोठा कठीण आहे, याबाबत सर्वांचं एकमत होतं. व्यापारांचा लढाऊपणा वाढत होता आणि नफा घटत होता; पण त्यांच्यांत एकमत होत नव्हतं. या मतभेदांमुळे परिषदेत त्यांना फायदा उठवता आला नाही.

२८ सप्टेंबर, १९३१ रोजी गांधींचं हाऊस ऑफ कॉमन्ससमोर भाषण झालं. भारताला कनिष्ठ नव्हे, तर समपातळीवरील वागणूक हवी, असं गांधीजी म्हणाले. 'आर्थिक बाबींविषयींचं गांधीजींचं विवेचन मला आवडलं नाही,' अशी आपल्या डायरीत नोंद करून जीडी म्हणतात, 'हे मी त्यांना सांगितलं. संध्याकाळी आम्ही आर्थिक बाबींबद्दल तपशीलवार चर्चा केली. यापुढे आर्थिक बाबींबद्दल कोणतंही विधान आधी माझ्याशी चर्चा केल्याविना आपण करणार नाही, असं आश्वासन त्यांनी दिलं.'

आर्थिक सुरक्षा उपाय आणि विदेशी हितसंबंधांबद्दल केला जाणारा पक्षपात या बद्दलच्या गांधीजींच्याच ठाम धोरणाला जीडी जाहीरपणे पाठिंबा देत असले, तरी ब्रिटिश उद्योगपतींशी चर्चा करताना ते आणि अन्य उद्योगपती फारशी ताठर भूमिका घेत नसत. सरकारकडून काही सवलती मिळवता येतील, असं वाटल्यानं बहुधा त्यांनी असा लवचीक दृष्टिकोन स्वीकारला असावा. रॅम्से मॅकडोनल्ड यांच्या संयुक्त आघाडीच्या मंत्रिमंडळात भारत-ब्रिटिश आर्थिक संबंधांबाबत भिन्न मतं आहेत, याची बिर्लांना जाणीव होती. भारताच्या आर्थिक स्वायत्ततेवर लँकेशायरनं अलीकडेच टीका केली होती, तर विलिंग्डन यांनी त्यांच्या मताबद्दल नाराजी प्रकट केली होती. त्यांनी ठामपणे केलेलं समर्थन दिलासादायक होतं. भावी घटनेत नेमकं काय आर्थिक संरक्षण दिलं जाणार, याची अजून कल्पना नव्हती, तरी तडजोडीला वाव आहे, असं दिसत होतं. असहकार चळवळीचं पुनरुज्जीवन करावं लागू नये, कारण ते धोक्याचं ठरेल, असं जीडींना वाटत होतं. जीडींचे साखर कारखाने ज्या युनायटेड प्रॉव्हिन्सेस्‌मध्ये उभारले जात होते, तेथे भाडं न देण्याची मोहीम १९३१ च्या अखेरीस सुरू झाली होती व नव्या आंदोलनांमुळे सामाजिक वातावरणाला धक्का बसण्याचा संभव होता. बहुधा त्या काळजीमुळे जीडींनी सर एडवर्ड बेन्थॉल यांच्याशी खासगी चर्चा सुरू केली असावी.

भारतातील चौथ्या क्रमांकाचा उद्योगसमूह असलेल्या 'बर्ड अ‍ॅन्ड हेल्जर्स कंपनी'चे अध्यक्ष बेन्थॉल हे पण जीडींप्रमाणेच एक प्रतिनिधी म्हणून परिषदेला हजर होते. अनेक वेळा या दोघांत खडाजंगी झालेली होती. जीडींना बेचैन करून टाकण्याची कला त्यांना अवगत होती. याही वेळी त्यांनी तसंच केलं. बेन्थॉल गांधीजींना म्हणाले, 'तापट स्वभावाच्या बिर्लांनी सर्व आर्थिक बाबींबद्दल तुमच्यावर प्रभाव टाकलेला दिसतो.' त्यावर गांधींनी ताडकन उत्तर दिलं, 'माझ्यावर इतरांचा सहजासहजी प्रभाव पडत नसतो.' हा रंजक संवाद गुप्त राहणं अशक्यच होतं. एखाद्या वणव्यासारखा तो परिषदेत पसरला. असं असलं, तरी जीडींनी भारत आणि ब्रिटनच्या दरम्यान अधिक निकटचं सहकार्य हवं, म्हणून बेन्थॉल यांच्यापुढे गांभीर्यपूर्वक एक प्रस्ताव मांडला.

जीडींशी ४ ऑक्टोबर रोजी झालेल्या चर्चेची नोंद करणारं एक टिपण बेन्थॉल यांनी तयार केलं. त्यात, 'जीडी बिर्ला यांचा दृष्टिकोन गेली दहा वर्षं कटू विरोधाचा होता. पण आता झालं गेलं विसरून जाऊन सहकारानं काम करायची त्यांची इच्छा आहे; भारतातील ब्रिटिश उद्योगाबाबत पक्षपात न करण्याची हमी द्यायलाही बिर्ला तयार होते,' असं बेन्थॉल म्हणतात. परिषदेत भारतीय उद्योगपतींनी जाहीरपणे घेतलेल्या धोरणाच्या हे उलट होतं.

अर्थात, जीडींची ऑफर कितपत मनापासून होती, याची शंकाच आहे; कारण अनेकदा ते आपलं मत बदलत असत. पण पुन्हा असहकार चळवळ सुरू करायला लागू नये, म्हणून ते बरीच तडजोड करायला तयार होते, असं दिसतं.

कलकत्त्याला जीडी परतले, तेव्हा आपण बेन्थॉलना भेटलो याचा पश्चात्ताप करायची पाळी त्यांच्यावर आली. 'लंडनमध्ये असताना आम्ही अगदी सौहार्दपूर्ण वातावरणात आणि एकमेकांच्या मतांबद्दल आदरभाव बाळगीत खेळीमेळीनं वागत होतो. हेच वातावरण इथं पुढे चालू राहील, असं वाटलं होतं, पण ते बदललेले दिसतात,' अशी जीडींनी सर सॅम्युएल होअर यांच्याकडे बेन्थॉल यांच्याबद्दल तक्रार केली. 'कलकत्त्यात त्यांनी अलीकडेच केलेल्या भाषणाचा एक वृत्तान्त वाचून मी चाट पडलो. लंडनमधील आमच्या सहकार्याच्या भावनेची 'हटवादी' अशी त्यांनी संभावना करावी, आणि गांधीजींची टर उडवावी, हे माझ्या आकलनापलीकडलं आहे. याचा भारतीय उद्योगपतींच्या मनावर प्रतिकूल परिणाम झालेला आहे.'

गांधीजी भारतात परतण्यासाठी एस्‌एस्‌ राजपुताना बोटीवर चढले, तेव्हा त्यांना फारशी आशा वाटत नव्हती. 'मी रिकाम्या हातीच परतण्याची दाट शक्यता आहे', असं त्यांनी बोलूनही दाखविलं होतं. ते परतले, तेव्हा त्यांच्या स्वागतासाठी जमलेल्या गर्दीपुढे बोलताना ते म्हणाले, 'मी रिकाम्या हातानं परत आलो असलो, तरी देशाच्या अस्मितेशी मी तडजोड केलेली नाही.' या उद्‌गारावर जोरदार टाळ्या पडल्या.

जीडींना मात्र गांधीजी आणि ब्रिटिश यांच्यात दिलजमाई होईल, असं वाटत होतं. कायदा आणि सुव्यवस्था पूर्ववत प्रस्थापित व्हावी, असं इतर उद्योगपतींप्रमाणेच त्यांनाही वाटत होतं. त्यांची मनःस्थिती सौम्य बनली होती. 'लोकांचा आता माझ्यावर फारसा विश्वास राहिलेला दिसत नाही,' अशी त्यांनी निराश होऊन आपल्या जर्नलमध्ये नोंद केली. दुसरी गोलमेज परिषद अयशस्वी झाल्यामुळे काँग्रेस आणि सरकारमध्ये पुन्हा संघर्षाची स्थिती निर्माण होणं अपरिहार्यच होतं. गांधीजींनी जानेवारी १९३२ मध्ये पुन्हा असहकार आंदोलन सुरू करण्याचं आवाहन केलं आणि जीडींच्या सर्व आशा धुळीला मिळाल्या.

'फिकी'चा ब्रिटिशांशी लढा

दुसऱ्या गोलमेज परिषदेला 'फिकी'चे प्रतिनिधी म्हणून जीडी हजर राहिले होते. त्यांच्या नेतृत्वाखाली 'फिकी' ब्रिटिश उद्योगावर तोफा डागीत होते. तसंच, जीडी टाटा, वालचंद आणि कलकत्त्याचे ताग उत्पादक यांना दरवाजेही खुले करून देत होते. जेआर्‌डी 'फिकी'पासून अलगच राहत असल्याने सकृद्दर्शनी तरी जीडींचं, टाटांना पाठिंबा देणं विसंगत वाटत होतं. लंडनमध्ये बोलताना जीडींनी, आपली संघटना ही देशातील समस्त कोळसा उद्योग, विमा उद्योग, जहाज वाहतूक व्यवसाय, चहा व्यापार, अहमदाबाद, पंजाब, बंगालमधील कापड गिरण्या आणि मुंबईतील बऱ्याच कापड गिरण्या, भारतीय ताग उद्योग, बुलियन आणि बँक उद्योग यांचं प्रतिनिधित्व करते, असं सांगितलं. काँग्रेसचं शिष्टमंडळ सोडता आमचंच शिष्टमंडळ हे प्रतिनिधत्व करणाऱ्या संघटनांनी व्यवस्थित निवडून दिलेलं आहे आणि विशिष्ट समर्थन घेऊनच आम्ही येथे आलो आहोत, असंही त्यांनी सांगितलं.

जे सहभागी झाले नाहीत, म्हणजे 'बॉम्बे मिलओनर्स असोसिएशन', 'टाटा समूह' त्यांचा उल्लेख जीडींनी काळजीपूर्वक टाळला. काही अन्य कारणांबरोबरच भारतीय राष्ट्रवादाच्या अगदी जवळ आपलं नाव जोडलं जाईल, अशी भीती या उद्योगांना होती, म्हणून ते दूर राहिले होते; पण १९३७ पर्यंत तेही सामील झाले. भारतीय उद्योग आणि ब्रिटिश सरकार यांच्यातील संबंध बिघडू लागले, तसतशी 'फिकी'ची लोकप्रियता वाढू लागली. भारतीय उद्योगानं जोरदार मागणी करूनही रुपयाचं अवमूल्यन करण्यास सरकारनं दिलेला नकार, भारतीय नौकानयन कंपन्यांकरता किनारी जहाज वाहतूक राखून ठेवण्याच्या प्रश्नावरून सतत चालू असलेला वाद आणि इंडियन टॅरिफ बोर्डानं १९२७ मध्ये आयात कापडाच्या वस्तूंवरील कर वाढविण्याची शिफारस नाकारणे, अशा अनेक कारणांमुळे अनेक उद्योगसमूह 'फिकी'त सामील झाले. जेआर्‌डी देखील सदस्य झाले आणि त्यांनी वर्गणीही भरली.

जेव्हा ही संघटना म्हणजे प्रादेशिक संघटनांचाच एक काहीसा सुटा महासंघ होता, तेव्हा किमान गोष्टींवर एकमत होत असे. परंतु 'फिकी' जशी वाढू लागली, तसेतसे मतभेद प्रकट होऊ लागले. वालचंद हिराचंद यांच्यासारख्या काही उद्योगपतींचा परकीय गुंतवणुकीला विरोध होता, तर टाटांसारख्या काही उद्योगपतींनी त्याचं स्वागत केलं होतं. शेतीविषयक कर्जबाजारीपणाची जीडींना एवढी चिंता का पडली आहे, असा प्रश्न काहींना पडायचा, तर या प्रश्नामुळे आर्थिक विकासावर ताण पडत आहे, असं जीडींच्या समर्थकांचं मत होतं. सुस्पष्ट उद्दिष्ट निश्चित न केल्यानं आणि अंतर्गत वादावादी यामुळे, सरकारच्या धोरणांवर प्रभाव पाडण्याच्या कार्यात, शक्तिशाली लॉबी तयार करण्याच्या कामात 'फिकी'ला यश आलं नाही.

तरीदेखील ब्रिटिश उद्योगपतींना धक्का बसावा, एवढी ताकद 'फिकी'त होती. 'फिकी'चं विसर्जन करून भारतीयांनी आपल्या 'चेंबर ऑफ कॉमर्स'मध्ये सामील व्हावं, म्हणून ब्रिटिशांनी प्रयत्न केले. परंतु उभयतांतील दरी खूप मोठी होती आणि वांशिक चिखलफेकीच्या जखमा सहजासहजी बऱ्या होणाऱ्या नव्हत्या. 'बंगाल चेंबर ऑफ कॉमर्स'चे चिटणीस कर्नल क्रॉफर्ड यांनी, त्यांचे कायदा सल्लागार डी. पी. खैतान यांना युती घडवून आणण्याची विनंती केली, तेव्हा, 'ते शक्य नाही, कारण भारतीय आणि ब्रिटिश यांच्या राजकीय निष्ठा अत्यंत वेगवेगळ्या आहेत,' असं उत्तर त्यांना मिळालं.

ब्रिटिशांना काळजी वाटणं स्वाभाविक होतं. वंशभेदाच्या दृष्टीतून उभे केले जाणारे अडथळे पार करण्यासाठी शिडी म्हणून जीडी 'फिकी'चा वापर करीत होते. उदा., युरोपियनांचं प्रभुत्व असलेल्या 'इंडियन ज्यूट असोसिएशन'च्या सदस्यत्वाचा राजीनामा देण्याची धमकी जीडी आणि हुकुमचंद यांनी दिली होती. तेव्हा त्यांच्या गाऱ्हाण्याची लगेच दखल घेण्यात आली. सर एडवर्ड बेन्थॉल यांच्या शब्दांत सांगायचं तर, 'चेंबर ऑफ कॉमर्सप्रमाणे जर दोन-दोन ज्यूट असोसिएशन्स झाल्या, तर आपल्या उद्योगाच्या शवपेटिकेवर तो आणखी एक खिळाच ठरेल.'

'लंडन ज्यूट असोसिएशन'मध्ये प्रवेश मिळविण्यासाठी जीडींनी पूर्वी 'फिकी'चा वापर केला होता. त्यांची कंपनी असोसिएशनची सदस्य असली, तरी विक्री दालनात प्रवेश करायला त्यांना बंदी होती. 'त्यासाठी कोणातरी ब्रिटिश दलालाची मदत घ्यावी लागते. हे फारच अवमानकारक आहे. अमेरिकन, जपानी आणि सर्व नागरिकांना ते प्रवेश देतात; पण भारतीयांसाठी मात्र दरवाजे बंद आहेत', असं त्यांनी ठाकुरदासना कळवलं.

१९२८-२९ मध्ये 'फिकी'च्या दुसऱ्या अधिवेशनाला अध्यक्ष म्हणून लॉर्ड आयर्विन आले होते, तेव्हा ठाकुरदास यांनी त्यांच्यापुढे हा प्रश्न काढला. 'फिकी'च्या कार्यक्रमाला खुद्द व्हाइसरॉय हजर राहिल्यानं पूर्वग्रहदूषित इंडिया ऑफिस प्रभावित झालं. त्याचा परिणाम म्हणजे, भारतीयांना प्रथमच लंडनमधील ज्यूटचा व्यापार चालणाऱ्या दालनात प्रवेश मिळाला, असं ठाकुरदास यांनी त्यांच्या आठवणीत नमूद केलं आहे.

बिर्ला बंधूंना 'फिकी'नं चांगली वागणूक दिली आणि जीडींनी सदस्यांना तीच सेवा उपलब्ध करून दिली. जेव्हा युरोपियनांच्या दडपणामुळे इंपीरियल बँक भारतीय ग्राहकांना नीट वागवेना, तेव्हा जीडींनी इशारा दिला, की 'उगाच त्यांच्याशी संघर्ष करण्याची माझी इच्छा नाही, पण गरज पडल्यास मी त्यांच्याशीही लढा देईनच. त्यामुळे इंपीरियल बँक सुतासारखी सरळ आली. वालचंद हिराचंद यांनी सुरुवातीला केलेल्या गुंतवणुकीचा त्यांना चांगला लाभ मिळाला. 'फिकी'मुळे

'सिंदिया'ला बाल्टिक एक्स्चेंजमध्ये प्रवेश मिळाला. गिरणी मालकांची प्रकरणं टॅरिफ बोर्ड, लेजिस्लेटिव्ह असेंब्ली, गोलमेज परिषद आणि ओटावा येथील व्यापारविषयक वाटाघाटीत चर्चेस घेण्यात आली. जीडी संघटनेतून निवृत्त होईपर्यंत अशी ठाम भूमिका घेणं, हे जीडी आणि 'फिकी'चं वैशिष्ट्य बनलं होतं. जीडींनंतर 'फिकी'चा दबदबा आणि एक सर्वोच्च संघटना म्हणून असलेली प्रतिष्ठा कमी झाली. परंतु ते असताना देखील ओटावा वाटाघाटींच्या वेळी संघटनेतील मतभेद उघड झाले होते.

अग्रक्रमांचा प्रश्न

कॅनडातील ओटावा इथं जुलै-ऑगस्ट १९३२ मध्ये काहीशा तणावाच्याच वातावरणात व्यापारविषयक वाटाघाटी झाल्या. त्यांना 'इंपीरियल आर्थिक परिषद' असंही संबोधलं जातं. दुसऱ्या गोलमेज परिषदेच्या अपयशानंतर गांधीजींनी पुन्हा असहकार आंदोलन पुकारलं होतं आणि ते कारागृहात होते. व्यापार वाटाघाटींच्या वेळी खरे भारतीय उद्योगाचे प्रतिनिधी सर होमी मोदी हे होते. ओटावा कराराला आकार दिला जात असताना मोदी यांनी 'टाटा स्टील'ची बाजू यशस्वीपणे मांडली.

ओटावा कराराचा भर ब्रिटिशांना अनुकूल असा होता. भारतात होणाऱ्या ब्रिटिश मालावर कमी जकातकर ठेवला, तर त्याच्या बदल्यात भारतीय मालाला नव्या बाजारपेठा मिळवून देण्यास ब्रिटिश मदत करणार, असं या कराराचं स्वरूप होतं. भारत-ब्रिटिश संबंधांतील ही फार अनुकूल घटना होती, असं काही इतिहासकारांचं म्हणणं आहे. भारतात या कराराविरुद्ध मोठी मोहीम उघडण्यात आली व त्याची परिणती मार्च १९३६ मध्ये हा करार रद्द होण्यात झाली.

या मोहिमेचं नेतृत्व करण्यात जीडी अग्रभागी होते.

ब्रिटिशांच्या अग्रक्रमाबद्दलची जीडींची नाराजी ही सर्वश्रुतच होती. १९३० च्या अखेरीस या प्रश्नावरून त्यांनी असेंब्लीचा राजीनामा दिल्याचं आपण पाहिलंच आहे, पण एरवी कोणत्याही विषयावर अगदी सुस्पष्ट मतं असणाऱ्या जीडींच्या याबाबतच्या मतात मात्र विसंगती दिसत होती.

ओटावा परिषदेसाठी आपण प्रतिनिधी म्हणून जावं, यासाठी ते अत्यंत उत्सुक होते, ही कोड्यात टाकणारी विसंगती होती. जेव्हा होअर यांनी १९३२ च्या आरंभी ओटावा परिषदेस 'फिकी'ची उपस्थिती असावी, असं सूचित केलं, तेव्हा त्याला अनुकूल प्रतिसाद येईल, अशी त्यांची अपेक्षा नव्हती. परंतु 'फिकी' या प्रस्तावाला प्रतिकूल असणार नाही, असं जीडींचं १४ मार्च, १९३२ चं पत्र आलं, तेव्हा ते चकितच झाले. 'आम्हांला या परिषदेच्या महत्त्वाची कल्पना आहे आणि तुम्ही आमच्या पाठिंब्यावर अवलंबून राहू शकता..... आर्थिक बाबतीत परस्पर सहकार्यावर

आमचा विश्वास आहे. अर्थात, लोकांचाही पाठिंबा मिळेल, अशी व्यवस्था हवी; परंतु अशी योजना करणं कठीण जाणार नाही,' असं त्यांनी पत्रात नमूद केलं होतं.

ते पत्र म्हणजे एक आश्चर्यच होतं. मार्कोविट्स म्हणतात त्यानुसार, यापूर्वी बड्या भारतीय उद्योगपतींकडून एवढ्या सुस्पष्ट शब्दांत कधी सहकार्याचा प्रस्ताव आलेला नव्हता. मुख्य म्हणजे, गांधीजी आणि समस्त काँग्रेसचे नेते तुरुंगात असताना हे घडलं.

आनंदित झालेल्या होअर यांनी बिर्ला आणि ठाकुरदास यांचा ओटावा शिष्टमंडळात समावेश करावा, असं विलिंग्डनना सुचवलं. पण, स्वार्थी हेतूनं प्रेरित झालेल्या आणि मुळातच असहकाराचा दृष्टिकोन असलेल्या त्या बिर्लांच्या बोलण्यावर जाऊ नका,' असा सल्ला विलिंग्डन यांनी होअर यांना दिला. होअरची सूचना बाजूला ठेवून विलिंग्डन यांनी मोदींची निवड केली. 'फिकी'चा सहकार्याचा प्रस्ताव बाजूला सारून भारतीय उद्योगातील मवाळ आणि सरकारधार्जिण्या उद्योगपतीची निवड केल्याची किंमत विलिंग्डन यांना दीर्घकाळ मोजावी लागली. सहसा नकार ऐकण्याची सवय नसलेल्या जीडींना त्यांनी दुखावलं होतं. जीडींनी तात्काळ प्रतिहल्ला सुरू केला.

काँग्रेस आणि गांधीजी यांच्याशी मतभेद होण्याचा धोका पत्करूनही जीडींनी सहकार्याचा प्रस्ताव दिला होता. तो नाकारला गेल्यावर त्यांच्या मनातील कटुता वाढली. त्यांनी लॉर्ड लोथिअन यांच्याकडे तक्रार केली. हे लोथियान इंडिया ऑफिसमध्ये अंडर सेक्रेटरी होते, आणि 'इंडिया फ्रॅन्चाईज कमिटी'चे अध्यक्ष म्हणून भारतात आले होते. १४ मे, १९३२ रोजी त्यांना पाठविलेल्या पत्रात जीडी म्हणतात, 'ओटावा परिषदेच्या विरुद्ध जनमत एवढे तीव्र आहे, की शांततामय वातावरणात चर्चा करणं शक्य होणार नाही. भारतात सरकार योग्य त्या प्रकारे गोष्टी करण्याची फारशी फिकीर बाळगत नाही. त्यांना गोष्टी लादावयाच्या असतात. एखादी गोष्ट नीट हाताळली गेली नाही, की कसा त्रास होतो, याकडे तुमचं लक्ष वेधावं, म्हणून हा पत्र प्रपंच.'

काही दिवसांनंतर २० मे, १९३२ रोजी आपले एक ब्रिटिश मित्र सर वॉल्टर लेटन यांना पाठवलेल्या पत्रात, सरकारनं व्यापारी वर्गाला वाटाघाटींपासून दूर ठेवल्यानं ओटावा परिषदेचं फलित निराशाजनक असणार, असं जीडींनी नमूद केलं होतं. जीडींनी कडक टीका केली, तरी असेंब्लीनं या कराराला मान्यता दिली. असेंब्लीतील जीडींच्या जागी आता मोदी आले होते आणि साहजिकच ओटावा करारासंबधीचा कायदा मंजूर व्हावा, म्हणून त्यांनी जोरदार प्रयत्न केले. त्यामुळे तर जीडी आणखीच प्रक्षुब्ध झाले.

त्यांनी मदनमोहन मालवीय यांनी सुरू केलेल्या आणि अहमदाबादच्या बाहेर

प्रसिद्ध होणाऱ्या 'लीडर' या इंग्रजी दैनिकात ओटावा परिषदेच्या विरुद्ध एक लेख लिहिला. 'फिकी' आणि अन्य व्यापारी संघटनांनी ओटावा कराराचा निषेध करावा, म्हणून त्यांनी उत्तेजन दिलं. या मोहिमेचा एक फायदा असा झाला, की काँग्रेस आणि विशेषत: नेहरूंपाशी जीडींची विश्वासार्हता पुन्हा प्रस्थापित झाली. नेहरूंशी जीडी पूर्णत: एकमत असण्याचे जे काही दुर्मीळ प्रसंग आहेत, त्यांपैकी हा एक होता.

ओटावा करार आणि साम्राज्यवाद्यांना अग्रक्रम देण्याचं कलम म्हणजे आपण पूर्णत: विकलं जाणं होय, असं गांधी आणि नेहरू यांचं मत होतं. –'तात्पुरता त्याचा फायदा काही छोट्या गटांना झालाही असेल, पण एकूण भारतीय उद्योगाच्या दृष्टीनं ते हितावह नाही. तसंच, ब्रिटिश भांडवल आणि उद्योग यांच्यापुढे ते शरणागती पत्करणारं आहे,' या शब्दांत नेहरूंनी या कराराची निर्भर्त्सना केली. त्यांच्या मोजक्याच उद्योगपती मित्रांपैकी जेआर्डी टाटांवर हा थेट हल्ला होता. मंदीचा फटका बसल्याने जेआर्डी व मोदी भारतीय उत्पादनाकरता बाजारपेठा शोधीत होते. साम्राज्यवाद्यांना अग्रक्रम हा एक उपाय होता. तेव्हा मोदी यांनी ओटावा कराराच्या आधारे 'टिस्को'च्या गॅल्व्हनाईज्ड पोलादी पत्र्यांसाठी भरीव सवलती मिळवल्या. १९३३ मध्ये 'बॉम्बे मिलओनर्स असोसिएशन'च्या वतीनं मँचेस्टर कापड उत्पादकांशी लीस-मोदी करार केला. मुंबईबाहेरील कस्तुरभाई लालभाई यांच्यासारखे उद्योगपती त्यामुळे निराश झाले.

१९३६ पर्यंत लोकमतही जीडींच्या बाजूचं बनलं होतं. असेंब्लीत मात्र मोदी आणि सर कावसजी जहांगीर अजूनही ओटावा परिषदेच्या बाजूनं होते. पण काँग्रेस आणि जीना समर्थकांच्या छोट्या गटानं त्या विरुद्ध मतदान केलं. ऑगस्ट, १९३६ मध्ये हा ठराव रद्दबातल करण्यात आला. ओटावा करारावर टीका केली, तरी उद्योगपतींच्या मागण्यांचा विचार केला जाईल, असं आश्वासन काँग्रेसनं दिलं. आगामी प्रादेशिक निवडणुकांत काँग्रेसला मदत करण्याचं आश्वासन जीडींनी दिल्यानंतर ठरावावर मतदान झालं, हे सूचक आहे. पक्षाच्या नेत्यांशी जीडींनी जे संबंध राखले होते, त्याचा लाभ होताना दिसत होता.

सिंहावलोकन करताना जीडींचा या कराराला विरोध का होता, हे समजणं कठीण आहे.

तात्त्विक पातळीवर पाहिलं, तर जीडींच्या आणि टाटा व मोदी यांच्या मतांत फारसा फरक नव्हता. भारतीय मालाची बाजारपेठ वाढलीच पाहिजे आणि त्याकरता ग्रामीण क्रयशक्ती वाढली पाहिजे, याबद्दल उभय गोटांत एकमत होतं. साम्राज्यवादी अग्रक्रम हा असा एक मार्ग होता. व्यक्तिश: विचार करता जीडींच्या व्यावसायिक हितसंबंधांवर ओटावा कराराचा फारसा परिणाम होणार नव्हता. कराराच्या कोणत्याही

तरतुदीमुळे तागाच्या निर्यातीवर बंधनं नव्हती. बिर्लाबंधू फार मोठ्या प्रमाणावर जपानी वस्त्रांची आयात करीत. जादा जकातदरामुळे त्याला झळ पोचणार होती, परंतु साखर आणि कागद उद्योगक्षेत्रातील प्रवेश आणि वस्त्रोद्योग आणि ताग क्षेत्राचा विस्तार यामुळे जपानी विभागाचं महत्त्व पूर्वीपेक्षा कमी झालं होतं.

जीडी हे गांधीजींवर नाराज होते, हे पण एक कारण असू शकतं. या काळात काँग्रेस आणि उद्योगपती यांच्यांत दुरावा निर्माण झालेला होता. १९३० च्या आरंभीच्या काळात, जेव्हा नागरी असहकार चळवळ सुरू होऊन काहीच आठवडे लोटले होते, जीडींनी सावधपणे, अनुकूल भूमिका घेतली होती. कलकत्त्याच्या 'इंडियन चेंबर ऑफ कॉमर्स'मध्ये गांधीजींची अटक आणि दडपशाही याविरुद्ध ठराव मंजूर होण्यास तेच कारणीभूत होते. परंतु दुसऱ्या गोलमेज परिषदेच्या अपयशानंतर आणि गांधीजींच्या आणखी असहकाराच्या आवाहनानंतर ते अधिक चिंतित झाले. त्यामुळेच ओटावा परिषदेतील 'फिकी'च्या संभाव्य सहभागाबद्दल ते विचार करू लागले. १९३३ च्या सुमाराला असहकार चळवळीतला जोम संपत आला आणि गांधीजी व जीडी यांच्यातील दुरावा कमी झाला. नेहरू आणि अन्य नेत्यांनी जीडींच्या ओटावाविरोधी भूमिकेला पाठिंबा द्यायचं ठरविलं, तेव्हा गांधीजींशी त्यांचे संबंध पूर्ववत झाले होते.

ओटावाविरोधी जोरदार वृत्तपत्र-मोहीम जीडींनी सुरू केली, तेव्हा त्यांना ओटावा कराराच्या आर्थिक वास्तवाची जाणीव होती. एका विश्लेषकाच्या मते, जीडींनी भारतीय वस्तूंना ब्रिटनच्या बाजरपेठेत देण्यात आलेल्या वस्तूंचे अग्रक्रम हेतुत: कमी लेखले आणि ब्रिटिश मालाला भारतीय बाजारपेठेत देण्यात आलेले अग्रक्रम फार जास्त मानले.

या कराराला जीडींचा असलेला विरोध वैयक्तिक कारणांमुळे होता काय? कदाचित विलिंग्डननं केलेल्या अपमानाचा बदला घेण्याची आणि काँग्रेसशी पुन्हा जुळवून घेण्याची संधी या घटनेमुळे त्यांना मिळाली असावी. ओटावा परिषदेचा धिक्कार हा बिर्लांचा वैयक्तिक विजय होता आणि विलिंग्डन इंग्लडला परत जात असताना दिलेली निरोपाची भेट होती, असं म्हणता येईल. एक गमतीची गोष्ट अशी, की भारतातील दोन बड्या उद्योगगृहांचे संबंध बिघडण्याची ती सुरुवात होती. ते काही का असेना, या घटनेनंतर सरकारला जीडींची दखल घेणं भाग पडलं. करार रद्दबातल केल्यानंतर भारत-ब्रिटिश व्यापार वाटाघाटींच्या वेळी ठाकुरदास आणि कस्तुरभाई लालभाई यांच्यासमवेत बिर्लांनाही पाचारण करण्यात आलं.

✦

८

मर्कट सेना

युद्धपूर्व काळात व युद्धकाळात बिर्लांची जोमानं भरभराट झाली. त्यांचे जीडी हे निःसंशय नेते होते व कुटुंबातील इतरांनी सहायक म्हणून महत्त्वाच्या भूमिका बजावल्या. त्यांतल्या बहुतेकांनी उद्योजकाचं कौशल्य व व्यवस्थापकाची क्षमता दाखवली. जीडींनी अजून वयाची चाळिशी गाठली नव्हती; तरी कुटुंबीयांनी त्यांचं नेतृत्व आनंदानं स्वीकारलं. आपल्या उद्योगात सामील होण्यासाठी प्रतीक्षा करीत असलेल्या बिर्लांच्या तरुण मुलांना जीडी 'मर्कट सेना' म्हणत. त्यांतले थोरले लक्ष्मीनिवास व गजानन यांना थोडा अनुभव होता. परंतु जीडींना अपेक्षित असलेले गुण त्यांच्यात नव्हते. माधवप्रसाद, कृष्णकुमार, बसंतकुमार व गंगाप्रसाद यांच्यापैकी दोघांमध्ये ते गुण असतील, अशी अपेक्षा होती.

१९२६ मध्ये महादेवींच्या निधनानंतर बिर्ला कुटुंबीयांतील बहुतेक मुलींना मुंबईला रामेश्वरदास यांच्याकडे व मुलांना कलकत्त्याला जुगलकिशोर यांच्याकडे पाठवून देण्यात आलं. त्यानंतर बरीच वर्षं जीडींना त्यांची मुलं फारशी भेटली नाहीत. तोवर जीडी हे राजकारणात अधिक गुंतले होते व बराच काळ दिल्लीतच काढीत होते. 'त्यांच्या गैरहजेरीत मी बेचैन होई,' असं बसंतकुमार यांनी 'अ रेअर लीगसी'मध्ये लिहिलं आहे. 'त्यांच्यासमवेत राहावं, असं मला फार वाटे; पण

कधीकधी सलग सहा ते सात महिने त्यांची व माझी भेट होत नसे. काकोजी यांची याबाबत काय प्रतिक्रिया होती, हे मला ठाऊक नाही. अनेकदा मला वाटे, की त्यांना समन्स पाठवून जाब विचारावा, की तुम्ही आम्हाला असे सारखे सोडून का जाता? पण त्यांना हे विचारायचं धाडसच मला व्हायचं नाही. हे सांगायचं तरी कोणत्या शब्दांत नि कसं? मी ते सारं माझ्या मनात दडवून ठेवी. स्वत:च्या भावना इतरांना समजू नयेत, म्हणून फार काळजी घेई. असो. काळ सरला व मीही मोठा झालो.'

जीडींनी आपल्या मुलांना दिल्लीत हलवण्याचा प्रयत्न केला, परंतु कौटुंबिक वातावरणासाठी मुलं घरव्याकूळ झाली होती; व त्यांचे वडील इतके कामांत गुंतलेले होते, की ते काही मुलांचं समाधान करू शकत नव्हते. जीडींनी मुलांना शिकवण्यासाठी दोन शिक्षक नेमले. पं. उदित मिश्रा मुलांना हिंदी व संस्कृत शिकवीत. गणित व धर्मग्रंथही तेच शिकवीत. त्यांना इंग्लिश बोलण्यात व लिहिण्यात तरबेज करण्याची जबाबदारी श्रीमती बर्क यांच्यावर होती. मुलांना एवढं शिक्षण पुरे, असं जीडींचं मत होतं. परंतु ब्रजमोहन त्यांच्याशी सहमत नव्हते. त्यांना निवडीचं स्वातंत्र्य असतं, तर ते स्वत: आणखी शिकले असते. पण स्वत:च्या बाबतीत किंवा लक्ष्मीनिवास वा गजानन यांच्याबद्दल काही करायला आता फार उशीर झाला होता. पण ब्रजमोहन यांनी चार धाकट्या मुलांना शाळेत घातलं. माधवकुमार व कृष्णकुमार १९३५ मध्ये मॅट्रिक झाले, तर बसंतकुमार व गंगाप्रसाद १९३६ मध्ये मॅट्रिक झाले.

लक्ष्मीनिवास (१९०९-१९९४) हे जीडींचे सर्वांत थोरले चिरंजीव. त्यांना पहिल्या पत्नीपासून झालेला हा एकमेव मुलगा. त्याचा जन्म पिलानी इथं झाला. त्यांचं बालपण काहीसं भटक्या जमातीसारखं झालं होतं. पिलानी, चिरावा, मुंबई आणि कलकत्ता इथं त्यांचं शालेय शिक्षण झालं. ते १९२६ साली कंपनीत रुजू झाले आणि चुलते ब्रजमोहन यांच्या हाताखाली काम करू लागले. ब्रजमोहन त्यांच्यापेक्षा केवळ चारच वर्षांनी मोठे होते. उद्योगसमूहाचा तागाचा व्यवहार या दोघांवर सोपवून जीडी म. गांधींबरोबर ओरिसाला गेले व नंतर ते निवडणुकीच्या राजकारणात पडले.

लक्ष्मीनिवास हे कवी होते. त्यांनी १२ पुस्तके लिहिली. त्यांना फळबागायतीत रस होता. त्यांनी 'न्यू एशियाटिक इन्युअरन्स कंपनी' (१९३२) व 'रूबी जनरल इन्शुअरन्स' (१९३६) या कंपन्या स्थापन करून विमा क्षेत्रात प्रवेश केला. समूहाचा तो एक मोठा उद्योग बनला. नंतर कोळसा खाणीच्या क्षेत्रात समूहानं प्रवेश केला, तेव्हा त्यांनी 'वेस्ट बंगाल कोल कंपनी' काढली. ब्रह्मदेशात स्टार्च कारखाना काढून त्यांनी समूहाचा परदेशातही विस्तार केला.

लक्ष्मीनिवास यांच्याप्रमाणे रामेश्वरदास यांचे थोरले चिरंजीव गजानन (१९१०-

६९) यांचाही जन्म पिलानी येथे झाला व १९३५ वा ३६ मध्ये कलकत्ता येथील 'बिर्ला पार्क' इथं ते दाखल झाले. मात्र दहा वर्षांनंतर ते बहिष्कृत ठरले. श्रीमंत, देखणे व ऐशोरामी राहणीची सवय असलेल्या गजानन यांना बिर्लांच्या साध्या जीवनपद्धतीशी जुळवून घेणं जमेना. तसंच, जीडींची आधुनिकता त्यांना सामावून घेण्याइतकी लवचीक नव्हती. त्यांना भाईजी म्हणत– गजानन यांना कुटुंबातून हद्दपार केलं गेलं. बिर्ला कंपन्यांच्या व्यवस्थापनापासून त्यांना दूर करण्यात आलं व दरमहा एक हजार रुपये भत्ता त्यांना दिला जाऊ लागला. 'काकोजींनी भाईजींना बोलावलं, त्यांना कागदपत्रं दाखवली व त्यावर सही करायला सांगितलं. आपल्या शाही वारसाला काढून टाकण्याची हिंमत केवळ बिर्लांनाच असू शकते,' असं बसंतकुमार यांनी लिहिलं आहे.

गजानन 'बिर्ला पार्क'मधून भाड्याच्या घरात राहावयास गेले. त्यांचं १९२९ मध्ये लग्न लावून देण्यात आलं. पहिली पत्नी गोपीपासून त्यांना दोन मुलं होती. हे लग्न टिकलं नाही व १९४६ मध्ये त्यांनी सुमित्रादेवीशी विवाह केला. तिच्यापासून त्यांना आणखी तीन मुलं झाली. १९४२ मध्ये गजानन यांनी मर्झबान चहाची इस्टेट ताब्यात घेतली व त्यामुळे त्यांची मानसिक व आर्थिक स्थिती सुधारली.

गजानन यांचे धाकटे बंधू माधवप्रसाद (१९१८-९०) हे कंपनीत दाखल झाले. मुंबईत जन्मलेले माधवप्रसाद हे जीडींचे फार लाडके होते. लक्ष्मीनिवासपेक्षाही ते त्यांना अधिक आवडायचे. १९३५ मध्ये मॅट्रिक झाल्यावर आपल्या चुलत्यांबरोबर ते 'बिर्ला ज्यूट'मध्ये लक्ष घालू लागले. पाच वर्षांनंतर म्हणजेच वयाच्या अवघ्या २२ व्या वर्षी त्यांच्याकडे 'बिर्ला ज्यूट'ची सूत्रं सोपवण्यात आली. ते महत्त्वाचं काम होतं व तोवर १९२० च्या मंदीच्या तडाख्यातून गिरणी बाहेर पडली होती व युद्धकाळातील मागण्यांचा ओघ सुरू झाला होता.

'इंडियन ज्यूट मिल ओनर्स असोसिएशन'मधील सदस्यांचं माधवप्रसाद यांच्याबद्दल जीडीसारखंच चांगलं मत बनलं. स्वातंत्र्याच्या वेळेस आपल्या संघटनेचा अध्यक्ष हा भारतीय असावा, असं सभासदांना वाटू लागलं. अनेक नावं सुचवली गेली. आपलं नाव देण्यास माधवप्रसाद यांनी नकार दिला. पण २१ फेब्रुवारी, १९४७ रोजी निवडणुकीच्या दिवशी ब्रिटिश सदस्यांनी त्यांची निवड केली. जीडींना दुसऱ्या विवाहानंतर झालेले कृष्णकुमार व बसंतकुमार हे पुत्र कंपनीत दाखल होईपर्यंत माधवप्रसाद अजून स्थिरस्थावरच होत होते.

१९१८ साली पिलानी इथं जन्मलेल्या कृष्णकुमारना शाळेनंतरही उच्चशिक्षण घ्यायची इच्छा होती. आपल्याला दिल्लीत कॉलेजात पाठवावं, म्हणून त्यांनी जीडींचं मन वळवलं व ते दिल्लीला गेले. १९३७ मध्ये ते इंटर आर्ट्स परीक्षेत उत्तीर्ण झाले; परंतु कॉलेज सोडून कलकत्त्याला यावं आणि व्यवसायात लक्ष घालावं, असं त्यांना

सांगण्यात आलं. पण ते दाखल होण्याआधीच त्यांना क्षयरोग आहे, हे लक्षात आलं. त्यांना उपचारार्थ परदेशात पाठवायची जीडींची इच्छा होती. परंतु गांधीजींच्या सूचनेवरून त्यांना अल्मोडाला पाठविण्यात आलं. तेथे सहा महिन्यांत ते बरे झाले.

१९३७ मध्ये देखील क्षयरोग हा भयंकर रोग मानला जाई व त्यावर खात्रीलायक उपाय नव्हता. कृष्णकुमारांचं वय तेव्हा अवघं १९ वर्षांचं होतं. 'प्रत्येकाला काळजी वाटत होती; परंतु ते अल्मोडा इथं असताना कुटुंबातील एकही जण त्यांना पाहायला गेलं नाही, ही बाब खेदजनक आहे,' असं बीके म्हणतात. त्यांच्याबरोबर रतनलालजी जैमन व बी. डी. शर्मा हे त्यांचे दोन शिक्षक गेले होते. कंपनीचे काही अधिकारीही आळीपाळीनं त्यांना भेटायला जात, अल्मोडाहून कलकत्त्याला परतल्यावर कृष्णकुमार हे साखर कारखान्यात दाखल झाले व चुलते ब्रजमोहन यांच्याबरोबर काम करू लागले. तीन वर्षानंतर ते 'जियाजीराम कॉटन'चे प्रमुख बनले.

जीडींचे धाकटे व सर्वांत लाडके चिरंजीव बसंतकुमार यांचा जन्म १९२१ मध्ये कलकत्ता इथं झाला. कृष्णकुमारप्रमाणे त्यांनाही दोन वर्षं कॉलेजात शिक्षण घेऊ देण्यात आलं. पण ते कलकत्त्याच्या प्रेसिडेंन्सी कॉलेजात होते. ते अतिशय महत्त्वाकांक्षी होते व पैसे कसे कमवावेत, या कलेत आपण तरबेज आहोत, हे दाखवण्याची त्यांना तीव्र इच्छा असे. प्रत्येक फावला क्षण त्यांनी साखरेची विक्री कर, शेअर बाजारात नाना उचापती कर, 'केसोराम'मध्ये 'पडता' ही हिशेब पद्धती शिक, असा उपयोगात आणला. १९४० मध्ये कृष्णकुमार 'जियाजीराव'चे प्रमुख झाले, तर बीके हे 'केसोराम'चे अध्यक्ष बनले. जीडी 'ग्वालियर' गिरणीच्या तुलनेत 'केसोराम'ची कामगिरी पाहत. या गिरण्यांनी एकमेकांवर मात करणारी वळणं घेतली. जीडी फारच कडक, काम बजावून घेणारे होते. 'जिवंत दंतकथा' बनलेल्या एका व्यक्तीचा पुत्र म्हणून राहणं, ही फारच कठीण बाब होती, असं बीके म्हणतात.

या बिर्ला शाखेतील सर्वांत तरुण होते गंगाप्रसाद. ब्रजमोहनचे हे चिरंजीव. त्यांचा जन्म १९२२ मध्ये बनारस इथं झाला. जीडींप्रमाणेच गंगाप्रसाद हे हेअर स्कूल व प्रेसिडेंसी कॉलेजमध्ये शिकले. तोवर जीडींना कॉलेज शिक्षणाचं महत्त्व पटलं होतं. गंगाप्रसाद हे बिर्ला घराण्यातील पहिले पदवीधर झाले व ते 'ओरिएंट पेपर'मध्ये वडिलांना मदत करू लागले. तेव्हा ब्रजमोहन हे 'हिंदुस्थान मोटर्स कारखाना' उभारण्यात मग्न होते. एकूणच बिर्ला बंधू हे क्षेत्र घेण्याच्या बेतात होते.

ती अद्‌भुत वर्षे

दुसऱ्या महायुद्धाच्या आरंभी जुगलकिशोर जवळपास निवृत्त झाले होते. चाळिशी ओलांडलेले रामेश्वरदास हे मुंबईत होते. तिशीच्या मध्यात पोचलेले

ब्रजमोहन कलकत्त्याला होते. जीडी पण चाळिशीत होते. जीडींच्या दिल्ली, कलकत्ता व युरोप अशा चकरा चालू असत. त्यांच्या नेतृत्वाखाली मर्कट ब्रिगेड दररोज येत–जात असे.

परिश्रम करणारी मनुष्यशक्ती व युद्धकाळातला नफा यामुळे बिर्ला बंधूंची अतोनात भरभराट झाली. रामेश्वरदास हे शेअर्स, सोनं व कापूस यातील वायदेबाजारात निपुण असल्यानं त्यांना मुंबईचे 'फटका किंग' म्हणत. रामेश्वरदास यांनी भरपूर पैसा मिळवला. त्यांनी केवळ २० कोटी रुपयांची गुंतवणूक करून वीस कारखाने घेतले. त्याच्या पुढच्या दहा वर्षांत बिर्ला साम्राज्याचा चेहरामोहरा ओळखू येणार नाही, इतका बदलून गेला.

स्वातंत्र्यानंतर नेहरू प्रशासनानं बिर्लांच्या प्रगतीची चौकशी करण्यासाठी, ज्येष्ठ सरकारी अधिकारी आर्. के. हजारी यांच्या अध्यक्षतेखाली एक चौकशी समिती नेमली. दुसऱ्या महायुद्धाच्या अखेरीपर्यंत नव्या व्यवसायांची यादी तयार करण्याचा हजारींनी प्रयत्न केला; आणि ती फारच लांब झाली.

कापूस व साखरेचा व्यवसाय वाढविण्याखेरीज कापड गिरणीच्या यंत्रसामग्रीचं उत्पादन, मोटारी, सायकली, बॉल बेअरिंग, पंखे, नॉन-फेरस धातू, रेयॉन, प्लॅस्टिक, प्लायवूड, वनस्पती तेल इत्यादींचं उत्पादन या समूहानं सुरू केलं. तसंच, चहा, कोळसा, वृत्तपत्रं, विमान वाहतूक या क्षेत्रांतही पाऊल टाकलं. तसंच, एक विमा कंपनी ताब्यात घेण्यात आली; आणि एक बँकही सुरू करण्यात आली. याच काळात बऱ्याच मोठ्या गुंतवणूक व व्यापारी कंपन्याही सुरू करण्यात आल्या. त्यांपैकी १५१ कंपन्या १९५८ पर्यंत अस्तित्वात होत्या.

त्याच काळात ब्रजमोहन प्रवासी मोटारीच्या प्रकल्पावर काम करू लागले. हा प्रस्ताव व्यवहार्य नाही, असं घराण्यातील इतरांचं मत होतं. पण तरी ब्रजमोहन यांनी तो विचार सोडला नाही. १९२६ नंतर ते परदेशात जाऊन मोटार कारखान्यांना भेटी देऊ लागले. अनेक कंपन्यांच्या संचालकांना भेटून भारतात मोटार प्रकल्प सुरू करण्याचा प्रस्ताव ते ठेवू लागले. पण या कल्पनेनंच भिवया उंचावल्या जात. त्या काळात मोटारींना देशात फारशी मागणीही नव्हती.

युद्धामुळे हा प्रकल्प लांबणीवर पडला; पण बीएम् यांनी १९४२ मध्ये बडोदा येथील एकमेव जुळणी कारखाना खरेदी करून, हा प्रस्ताव जिवंत ठेवला. त्यांची अमेरिका व ब्रिटनमधील मोटार कंपन्यांशी बोलणी चालूच होती. दरम्यान सरकारकडून विविध परवाने मिळावे, म्हणून बीएम् यांचे प्रयत्न चालू असत. तसंच, त्यांनी 'इंडियन टूल्स', 'नॅशनल इंजिनीअरिंग अॅन्ड ओरिएंट जनरल इंडस्ट्रीज्' अशा सर्व इंजिनीअरिंग कंपन्या स्थापन केल्या. अखेर ब्रिटनच्या 'मॉरिस कंपनी'नं बिर्लांशी

संयुक्त करार केला व १९५० मध्ये कलकत्त्याच्या उत्तरपारा येथील कारखान्यातून १९५० मध्ये पहिली बेबी हिंदुस्थान मोटार बाहेर पडली.

बीएम् आपल्या समूहाचा इंजिनीअरिंग क्षेत्रात विस्तार करण्यात मग्न होते, तेव्हा रामेश्वरदास वस्त्रोद्योगात विस्तार करण्यात गढले होते. त्यांनी १९४४ मध्ये 'स्वदेशी गिरणी' खरेदी केली. अहमदाबाद येथील ही गिरणी तशी मोठी होती. तिथे ३५ हजार चात्या, ८०० यंत्रमाग आणि २ हजार कामगार होते. बिर्लांनी घेण्याआधी अनेकांच्या मांडवांखालून ता गिरणी गेलेली होती, असं पहिले बिर्ला व्यवस्थापक एस्. एन्. शहा म्हणतात. माणिकलाल बंका यांनी ती दालमियांना विकली. त्यांनी ती नेमानींना विकली व बिर्लांनी ती त्यांच्याकडून खरेदी केली. बिर्लांच्या व्यवस्थापनाखाली या गिरणीनं झपाट्यानं प्रगती केली. १९४८ मध्ये बिर्लांनी मुंबईतील 'सेंचुरी मिल्स' या एका बड्या गिरणीचे बरेच शेअर्स खरेदी केले. ही गिरणी मूळ वाडियांची होती.

आरंभी या गिरणीत बिर्लांनी मोठी गुंतवणूक केली व त्यात ते समाधानी होते. पण १९५१ मध्ये त्यांनी या गिरणीचं नियंत्रण हातात घेण्याचा जोरदार प्रयत्न केला. सर चुनीलाल मेहता आदी मॅनेजिंग एजंटना त्यांनी हाकलून लावलं.

त्या वेळच्या घटनांबद्दल बसंतकुमार म्हणतात, – 'व्यवस्थापन निष्प्रभ व अकार्यक्षम बनलं होतं. या परिस्थितीत सुधारणा करण्याच्या स्थितीत आम्ही आहोत, असं आम्ही चुनीलाल यांना सांगितलं. परंतु त्यांनी या विषयावर चर्चाही करण्यास नकार दिला. बिर्लांनी ५०% हिस्सा मिळावा व संचालक मंडळावर दोन जागा मिळाव्यात, अशी मागणी केली. सर चुनीलाल यांनी नकार दिला. पण दुसरा काहीच पर्याय उरला नसल्यानं, आपले दोन संचालक भागधारकांच्या पुढच्या बैठकीत निवडून येतील, अशी बिर्लांना काळजी घ्यावी लागली. १९५१ मध्ये रामेश्वरदास हे 'सेंचुरीचे' अध्यक्ष बनले.

ही गिरणी ताब्यात घेतल्यामुळे मुंबईत बिर्लांचं स्थान एकदम उंचावलं. दुर्दैवानं रामेश्वरदास व जीडी यांनी 'सेंचुरी'च्या भांडवल-रचनेकडे फारसं लक्ष पुरवलं नाही; आरूडींनी शेअर्स खरेदी केले, तरी त्यांनी ९० ते ९५ टक्के शेअर्स जीडींच्या नियंत्रणाखालील कंपन्यांकडे हस्तांतरित केले. या निष्काळजीपणामुळे जीडींच्या मृत्यूनंतर बिर्लांच्या तरुण पिढीत पुढे बरीच नाराजी प्रकटली.

'सेंचुरी'च्या तुलनेनं छोट्या असलेल्या 'हिंद सायकल्स'च्या धाडसामुळे बिर्लांचा अधिक बोलबाला झाला. स्वातंत्र्यापूर्वी व स्वातंत्र्यानंतर राजकारणी नेते हे आयातीला पर्याय असणाऱ्या उत्पादनांचं स्वागतच करीत. ८ जाने., १९४२ रोजी पं. नेहरू यांनी अलाहाबादच्या आनंद भवनातून जीडींना पाठविलेल्या पत्रात म्हटलं होतं, – 'प्रिय घनश्यामदासजी, माझ्याकडे स्वत:ची मोटार नाही; परंतु माझे मेव्हणे रणजित पंडित यांच्याकडे मोटार असून मी तिचा वापर करत असतो. पण पेट्रोलच्या

स्थितीमुळे तेही आता कठीण झालंय्. त्यामुळे मी परत सायकल वापरायला सुरुवात करायचं ठरवलं आहे. मला परदेशी सायकल खरेदी करण्याची इच्छा नाही. नवीन हिंद सायकल घ्यावी, असं मला वाटत होतं. पण ती बाजारपेठेत उपलब्ध नाही. ती कोठे मिळेल, हे तुम्ही कृपया मला कळवू शकाल काय?'

जीडींनी नेहरूंना एक नव्हे, तर दोन सायकली पाठवल्या. नेहरूंनी केलेली विनंती ध्यानात घेता झपाट्याची बाजारपेठ व वितरण याकडे आर्डींचं फारसं लक्ष नव्हंत, असं दिसतं. आपल्या कारखान्यांचं व्यवस्थापन व्यावसायिक तत्त्वांवर सोपवून ते मोकळे होत. १९२५ च्या सुमारास त्यांनी अर्धा डझन कॉटन जिनिंग प्रोसेसिंग गिरण्या सुरू केल्या व त्यांचं व्यवस्थापन १९२२ मध्ये सुंदरलालजी दलाल यांच्याकडे सोपवलं. १९३२ मध्ये त्यांनी दोन साखर कारखाने सुरू केले व त्यांची सूत्रं श्रीगोपालजी निवेटिया यांच्याकडे सोपवली. 'हिंद सायकल्स' जेव्हा स्थिरस्थावर झाली, तेव्हा त्यांनी ती लक्ष्मीनिवास यांच्याकडे सुपूर्त केली. परंतु जीडींना त्यात हस्तक्षेप करावाच लागला. या कारखान्याचा नफा एवढा घसरला, की शेवटी सरकारनं त्याचं राष्ट्रीयीकरण केलं आणि अखेर गाशाच गुंडाळावा लागला.

दरम्यान, 'बिर्ला ज्यूट'चा कारभार आर्डींचे चिरंजीव माधवप्रसाद ज्या प्रकारे हाताळत होते, त्याची प्रशंसा होत होती. आपल्या समूहानं सिमेंट उद्योगात शिरावं, ही सूचना त्यांचीच होती. या निर्णयाचा उद्योगाच्या भावी प्रगतीवर महत्त्वाचा परिणाम झाला. तसंच, गंगाप्रसाद यांच्या हैद्राबादच्या निजामाशी असलेल्या संबंधामुळे 'सिरपूर पेपर', 'सिरसिल्क' व 'हैदराबाद ॲस्बेस्टॉस' या कंपन्या स्थापन करून बिर्ला समूहानं दक्षिणेत पाय रोवले.

पुनश्च सूत्रधार

जीडी सर्वत्र व्यापून राहिले होते. ते देखरेख करीत होते; सल्ला देत होते. लष्करी हवाई दलाचं डाकोटा डीसी-३ हे विमान बिर्लांनी स्वस्तात खरेदी केलं व त्याचं १३ आसनांची सोय असलेल्या हवाई ऑफिसात रूपांतर करण्यात आलं होतं. तागाचे गालिचे बनवण्याची सूचना त्यांनी 'बिर्ला ज्यूट'चा कारभार पाहणाऱ्या माधवप्रसाद यांना केली. त्या वेळी लोकरी गालिच्यांच्या किमती खूप वाढल्या होत्या. तेव्हा स्वस्तातले गालिचे खरेदी करायला जनतेची झुंबड उडेल, असं जीडींचं म्हणणं होतं. आणि लौकरच तागाच्या गालिच्यांबद्दल 'बिर्ला ज्यूट' विख्यात झाली. जीडींनी लिनोलियमचं उत्पादन करावं असं सुचवलं. त्याची यंत्रसामग्री स्कॉटलंडहून आणण्यात आली. कृष्णकुमारना त्यांनी नौकानयन क्षेत्रात ('इंडियन स्टीमशिप' व 'रत्नाकर शिपिंग') मदत केली. तसंच, औषध कंपनीचा

प्रयोग फसलेली 'कुमार केमिकल्स' ही कंपनी गुंडाळायला बसंतकुमार यांना हातभार लावला. त्याचप्रमाणे 'जयश्री टी' व 'भारत एअरवेज'साठी योग्य ते अधिकारी निवडण्यासाठी साहाय्य केलं.

या समूहातील हवाई विमान वाहतुकीचा प्रस्ताव हा फारसा उचित नव्हता. तो प्रस्ताव अल्पायुषी ठरला. १९५३ मध्ये पं. नेहरूंनी हवाई वाहतूक व्यवसायाचं राष्ट्रीयीकरण केलं. हे क्षेत्र म्हणजे जणू टाटांची मिरासदारी होती. त्यात बिर्लांनी प्रवेश करण्याचा प्रयत्न केल्यामुळे जीडी व जेआर्‌डी यांच्यातील आधीच वादळी असलेले संबंध कायमचेच बिघडले. पण तरीही त्या वेळी या कल्पनेनं सारे रोमांचित झाले होते. बसंतकुमार म्हणतात, '१९४५ मध्ये आम्ही सर्व बंधू व चुलतभाऊ वगैरेंनी एकत्रित बसून प्रत्येकाचं कार्यक्षेत्र ठरवलं. ताग हे माधवकुमारचं कार्यक्षेत्र झालं. कृष्णकुमार व बीकेंकडे वस्त्रोद्योग, तर केकेंकडे साखर उद्योग सोपवण्यात आला. कागद उद्योग गंगाप्रसादला दिला गेला. इंजिनीअरिंग क्षेत्र खुलं होतं, तेव्हा मी विचारलं, "आणि विमान कंपनीचं काय?" तेव्हा सर्वांना मी काहीतरी मूर्खासारखा बोलतो आहे, असं वाटलं. कोणालाही हवाई वाहतूक क्षेत्र नको होतं. त्यामुळे मला ते मिळाले.'

त्याआधी जीडींनी 'टेक्समॅको' (१९३९) व 'सिमको' (१९४५) या कापड गिरणीची यंत्रसामग्री बनवणाऱ्या कंपन्या सुरू केल्या. नंतर त्यांच्या कारखान्यात रेल्वे वाघिणी, बॉयलर व अन्य औद्योगिक उपकरणं बनू लागली. 'टेक्समॅको' व 'सिमको'च्या आधी बिर्लाबंधू ताग, कापूस, साखर, वगैरेंच्या गिरण्या चालवत होते; परंतु त्यातील यंत्रसामग्रीची त्यांना फारशी माहिती नव्हती. दुसऱ्या महायुद्धाच्या काळात कापड गिरण्यांना यंत्रसामग्रीची तीव्र टंचाई भासू लागली. तेव्हा जीडींनी 'टेक्समॅको' सुरू केली.

जीडी आर्थिक चमत्कार करण्यात कुशल होतेच. आपल्या साम्राज्याचा विस्तार करण्याला मदत व्हावी, म्हणून जीडींनी १९४२ साली 'युनायटेड कमर्शियल बँक' काढली. १९२० साली त्यांनी बँक स्थापन करण्याची कल्पना फेटाळून लावली होती. पण आता वेळ अनुकूल होती. त्यांची बँक झपाट्यानं मोठी झाली व भारतातील पहिल्या पाच बँकांत तिचा अंतर्भाव झाला. नंतर या बँकेचं काम जीडींनी लक्ष्मीनिवास यांच्याकडे सोपवलं, ते इंदिरा गांधींनी बँकांचं राष्ट्रीयीकरण करेपर्यंत.

रामेश्वरदास यांचं 'सेंचुरी मिल' ताब्यात घेण्याचं धाडस, ब्रजमोहन यांनी 'हिंदुस्थान मोटर्स'चा जोरात चालवलेला प्रकल्प या कामगिऱ्यांमुळे १९४० मध्ये जीडींची कामगिरी काहीशी नजरेत भरली नाही. 'दुसऱ्या महायुद्धानंतर आपल्या वडिलांच्या महत्त्वाकांक्षा काहीशा थंडावल्या,' असं बसंतकुमार म्हणतात. कुटुंबाची भरभराट होत असतानाच कटू प्रसंगही आले. बडा बाजार भागात १९४४ मध्ये

सुरू केलेलं एक सकल वस्तू भांडार दोन वर्षांनंतर हिंदू-मुस्लिम दंगलीत पेटवून देण्यात आलं. उद्योगपतींबद्दलचा नेहरूंचा वाढता लढाऊ दृष्टिकोनही काळजी निर्माण करीत होता. त्यातून म. गांधींच्या निधनानंतर जीडी एकटे पडले.

त्यामुळे वयाच्या पन्नाशीत असलेल्या जीडींनी, नव्या उद्योगाची मुहूर्तमेढ रोवण्याची इच्छा आपल्याला राहिली नाही, असं आर्डींना सांगणं साहजिकच आहे. – 'कुटुंब चांगलं फोफावलं आहे. आपापल्या क्षेत्रात प्रत्येक जण निष्णात आहे व उद्योगांचा विस्तार समाधानकारकपणे चालू आहे. मी ज्यासाठी प्रयत्न केला, त्यात मी चांगली कामगिरी केली आहे. माझ्या सर्व इच्छा पुऱ्या झाल्या आहेत. आता मला कशाची गरज नाही व इच्छाही नाही.' असं जीडी म्हणाले.

आपल्या धाकट्या भावाची जीवनाबद्दलची अनासक्ती पाहून आर्डी चकित झाले. ते जीडींना चिडवत म्हणाले, 'जोवर प्रकृती साथ देत आहे, तोवर प्रत्येकानं काम करत राहणं हे त्याचं कर्तव्यच आहे. तुम्ही जर तुमचं काम आता थांबवलं, तर तुमच्या प्रतिष्ठेला धक्का पोचेल. तुमची मुलं देखील तुमच्याकडे दुर्लक्ष करतील.'

त्यांच्या या शब्दांचा इष्ट असा परिणाम झाला व जीडींनी पुन्हा उद्योगात शिरण्याचं ठरवलं. त्यांनी उत्साहानं परत झेप घेतली. त्या वेळी सुरू केलेला एक मध्यम आकाराचा 'व्हिस्कोज कारखाना' २१ व्या शतकाच्या सुरुवातीपर्यंत या क्षेत्रातली आपली मक्तेदारी टिकवून ठेवील, असं जीडींना देखील वाटलं नव्हतं.

त्या काळात कृत्रिम धाग्याचा वापर फारसा होत नव्हता. वस्त्रोद्योगात कृत्रिम धागा कितपत उपयुक्त बनेल, याबद्दल साशंकतेचं वातावरण होतं. केवळ लोकर, कापड व रेशीम हेच टिकाऊ असतात, असा लोकांचा समज होता. परंतु कृत्रिम धाग्याचा चिवटपणा व कमी किंमत यांमुळे त्याला भवितव्य आहे, हे जीडींनी अचूक ओळखलं होतं. 'रेयॉनला भारतात काही भविष्य नाही, इथं केवळ कापूसच टिकून राहील,' असे उद्‌गार मुंबईचे कापड गिरणीमालक रामनाथ पोतदार यांनी संघटनेच्या सभेत काढले होते.

१९२० च्या सुमाराला जपान्यांनी भारतात रेयॉन कपडे आणले. रेशमाहून स्वस्त असलेले व कापसाच्या कपड्यात नसलेली चमक असलेले रेयॉनचे कपडे लोकांना एकदम आवडू लागले व त्यांचा खप वाढला. त्या वेळच्या कस्टम करात रेयॉनवर करच नसल्यानं ही विक्री वाढायला मदतच झाली. पुढे ही उणीव दूर करण्यात येऊन १० टक्के कर लादण्यात आला, तरी रेयॉनची लोकप्रियता, युद्धामुळे जपानहून होणारी आयात थांबेपर्यंत वाढतच गेली. युद्धानंतर जर्मनी, नेदरलँड व इटली येथून हे रेयॉन कापड भारतात आयात केलं जाऊ लागलं.

स्वदेशी आंदोलनाच्या वेळी कापसाच्या लॉबीनं, भारतीय गिरण्यांना रेयॉन वापरण्यावर बंदी घालावी, म्हणून मोहीम चालवली व ती यशस्वी झाली. अशा

परिस्थितीत भावी काळातही एक मोठी संधी आहे, हे जाणून जीडींनी ग्वाल्हेर इथं रेयॉन कारखाना काढायचं ठरवलं. भारताला स्वतंत्र्य मिळालं, त्याच महिन्यात म्हणजे ऑगस्ट १९४७ मध्ये जीडींनी ही कंपनी नोंदवली. परंतु हा काही रेयॉनचा नोंदवलेला पहिलाच कारखाना नव्हता. जीवनलाल चुनीलाल चिनॉय व त्यांचे चिरंजीव रसिकलाल यांनी सप्टे. १९४६ मध्येच 'नॅशनल रेयॉन'ची नोंद केली होती.

कारखाना उभारण्याआधी जीडींनी त्यांचे सहा सर्वांत हुशार अधिकारी निवडून, त्यांना इंग्लंड, प. जर्मनी, अमेरिका व जपान येथील रेयॉन कारखान्यांची पाहणी करण्यासाठी चार महिन्यांच्या दौऱ्यावर पाठवून दिलं. या सहापैकी प्रत्येकानं परतल्यावर आपला अहवाल १५ दिवसांत सादर केला. या कारखान्याच्या उभारणीसाठी जीडी खूप अधीर झाले. ते धाडसी जुगार खेळणारे होतेच. त्या वेळी अशा प्रकारे जे कारखाने निर्माण झाले, त्यापेक्षा जीडींचा प्रकल्प वेगळा होता. 'रेयॉन व व्हिस्कोज् या क्षेत्रात शिरणारे जीडी हे काही एकमेव उद्योगपती नव्हते. पण इतरांनी फिलॅमेंटचं उत्पादन करायचं ठरवलं होतं, तर जीडींनी मात्र स्टेपल फायबर बनवण्याचा निर्णय घेतला; व त्याचं उत्पादन मोठ्या प्रमाणावर करायचं ठरवलं,' असं ज्येष्ठ सरकारी अधिकारी व देशातील त्या वेळच्या पेट्रोकेमिकल धोरणाचे एक जनक एम्. एम्. शर्मा म्हणतात. १९३० च्या दशकात बिर्लांनी एक नव्हे, तर पाच साखर कारखाने उभारले.

बिर्ला रेयॉन क्षेत्रात शिरले, त्याच वेळी गंगाप्रसाद यांनी हैद्राबादमध्ये 'सिरसिल्क' घेतली व 'सेंचुरीत' एक रेयॉनचा विभाग सुरू करण्यास बसंतकुमारना प्रोत्साहन देण्यात आलं. तसंच, कारखान्याला आवश्यक असलेल्या लगद्याचा पुरवठा स्वत:चा स्वत:ला करता यायला हवा, असं जीडींनी ठरवलं. त्यामुळे 'नॅशनल रेयॉन'पुढे जी अडचण आली, ती बिर्लापुढे मात्र आली नाही.

'ग्रासिम'ची सुरुवातच काहीशी खडबडीत झाली. एकतर कंपनीचा कारखाना उज्जैनपासून १५ कि. मी. वरील नागरा या खेडेगावी होता. हा कारखाना उभारणाऱ्या कंत्राटदारांपैकी हृदेश कुमार गुप्ता हे एक होते. ते म्हणतात, 'आम्ही हा कारखाना उभारायला अपार कष्ट केले. पहाटेच कामाला आरंभ होई व ते सूर्यास्तापर्यंत चाले. उज्जैनहून दुपारची गाडी स्टेशनवर जाई, तेव्हा भोजनाची सुटी असे. रेल्वे हाच आमचा सांस्कृतिक जगाशी असलेला संबंध होता. स्टेशन खेड्यापासून खूपच दूर होतं. रात्री तिथे वन्यप्राणी भटकत असत.'

गावात वीज नव्हती. पाणी केवळ नदीचंच उपलब्ध होतं. आज नागरा रेल्वेखेरीज तीन रस्त्यांनी जोडलेलं आहे. तेथे एक रुग्णालय, तीन शाळा, एक महाविद्यालयही आहे. 'गावाची वस्ती आता एक लाखावर गेली आहे. याचं सारं

श्रेय एका व्यक्तीच्या दूरदृष्टीला आहे. स्वातंत्र्याच्या वेळी भरभराटीस आलेल्या कंपन्यांपैकी 'ग्वालियर रेयॉन' ही एक अत्यंत यशस्वी ठरलेली कंपनी आहे,' असं एका पत्रकारानं म्हटलं होतं.

जीडींकडे दूरदृष्टी होती; पण त्यासाठी पैसे मोजणं त्यांना आवडायचं नाही. त्यामुळे अनेकदा ते अडचणीत येत. १९५०च्या सुमाराला भारत म्हणजे विक्रेत्यांची बाजारपेठ होती. जीडींनी उपकरणं सर्वांत स्वस्त होती, ती खरीदली. 'कंपनीची दर दिवशी प्रत्येकी ७.५ टन उत्पादन क्षमतेची जी दोन स्टेपल फायबर युनिटस् होती. ज्याला एका ब्रिटिश कंपनीकडून पुरवठा झाला होता आणि तो त्या कंपनीचा पहिला व अखेरचा व्यवहार होता. या प्रकल्पात मोठी समस्या निर्माण झाली,' असं गुप्ता यांनी एका लेखात लिहिलं आहे. प्रकल्पाचा एकूण खर्च कमी करण्यासाठी जीडींनी 'ग्रासिम'साठी चार वेगवेगळ्या देशांतून यंत्रसामग्री खरेदी केली. त्याचे एक व्यवस्थापक म्हणतात, 'आम्ही जे करत होतो, ते पाहून लोक नाकं मुरडत होते. या सर्व यंत्रसामग्रीचं एकसूत्रीकरण जमेल की नाही, अशी टीकाकारांना शंका वाटत होती. पण आम्ही त्यांची शंका खोटी ठरवली.' हा कारखाना तीन वर्षं चालू होईना. अशा स्थितीत दुसरा कोणीही असता, तर त्यानं परदेशी कंपनीला पाचारण केलं असतं; पण जीडींनी तसं केलं नाही. 'परदेशी सहमतीनं त्यांनी कारखाना उभारला असता, तर चांगल्या यंत्रसामग्रीचे त्यांना भरपूर पैसे मोजावे लागले असते.' असं एका माजी व्यवस्थापकांचं मत आहे. अखेर १८ आयात केलेल्या यंत्रमागांच्या सहाय्यानं ग्रासिम कारखाना १९५० मध्ये सुरू झाला. आरंभीचे प्रश्न जीडींनी सोडवल्यावर कारखान्यानं इतकी झपाट्यानं प्रगती केली, की कृत्रिम धागे बनवणाऱ्या अन्य कंपन्यांवर त्यांनी मात केली.

१९५९ मध्ये देशातील व्हीएस्एफ् उत्पादन करणारी अग्रगण्य कंपनी म्हणून तिचा लौकिक झाला. नंतर रेयॉन ग्रेड लाकडी लगदा याबाबतीत स्वयंपूर्णता आणण्याकडे जीडींनी लक्ष वळवलं. या महत्त्वपूर्ण कच्चा मालाच्या आयातीमुळे 'ग्रासिम'चा नफा कमी होत होता.

पिलानी येथील 'बिर्ला इन्स्टिटयूट ऑफ टेक्नॉलॉजी'नं बांबूपासून रेयॉन प्रतीचा लाकडी लगदा बनवण्याची पद्धत तयार केली व त्यामुळे 'ग्रासिम'ला दिलासा मिळाला. पहिल्याच वर्षी कंपनीचा आयातीवरचा खर्च ३ कोटी रुपयांनी कमी झाला. १९६४ मध्ये या बांबूपासून असा लगदा बनवणारी ती जगातील पहिली कंपनी ठरली. कारखाना केरळमधील मावूर इथं होता. त्याची क्षमता १२५ टीपीडी होती. व्हीएस्एफ् क्षमता वाढवली गेली. नंतर कंपनीनं पोलाद, सिमेंट, नौकानयन व संगणक सॉफ्टवेअर या क्षेत्रात प्रवेश केला. १९४७ ला कंपनीची विक्री २३

लाख होती, तर मार्च १९७५ मध्ये कंपनीची उलाढाल १०० कोटी होती; १९८५ मध्ये ही २५० कोटी झाली.

बिर्ला तांत्रिक संस्थेत कागदाच्या तंत्रज्ञानात केलेल्या संशोधनामुळे भारतातील पुरोगामी विचारवंतांत जीडींचा समावेश केला जाऊ लागला.

केरळचे मुख्यमंत्री इ. एम्. एस्. नंबुद्रीपाद यांच्या आमंत्रणावरून केरळ येथील मावूर इथं कारखाना उभारण्यात आला, हे सुद्धा नेहमीच्या प्रथेला धरून नव्हतं. केरळ कम्युनिस्ट सत्तेवर असताना कारखाना स्थापणं, हे जीडींच्या सल्लागारांना व सहकाऱ्यांना मंजूर नव्हतं. ते केरळीयांच्या व आपल्याही हिताचं आहे, असं सांगून जीडी म्हणाले, 'आज तिथं कम्युनिस्ट राजवट असली, तरी ती अक्षय राहील, असा त्याचा अर्थ नाही; आणि जर केरळीय लोकांच्या मनांत बिर्लांबद्दल पूर्वग्रह नसेल, तर आम्ही तरी त्यांच्याबद्दल पूर्वग्रह का बाळगावा?' पुढे आदित्य बिर्ला यांनी केरळात कागद कारखाना उभारायचं ठरवलं, तेव्हा सरकार आपला शब्द नेहमीप्रमाणे पाळेलच, असं नाही, असा अनुभव त्यांना आला.

✦

९

गुप्त दूत

महात्मा गांधींना दारिद्र्यात राहता यावं, यासाठी बिर्लांचे लक्षावधी रुपये खर्च झाले... असा शेरा काँग्रेसाध्यक्षा सरोजिनी नायडू यांनी एकदा मारला होता. बिर्लांनी कसलीही अपेक्षा न बाळगता हे पैसे खर्च केले. जीडी बिर्ला हे अत्यंत उदार गृहस्थ होते, असं त्यांच्यावर टीका करणाऱ्या पंडित नेहरूंनी म्हटलंय्.

महात्मा गांधींना जीडी पहिल्यांदा केव्हा, कुठे व कसे भेटले, हे ठाऊक नाही. जमनालाल बजाज यांच्यामार्फत त्यांची भेट झाली असावी. मारवाडी व्यापारी असलेले जमनालालजी हे काँग्रेसचे खजिनदार बनले आणि महात्मा गांधी तर त्यांना आपला पाचवा मुलगाच मानीत. कलकत्त्याच्या कॅनिंग स्ट्रीटवरील बजाज यांच्या कार्यालयातच बडा बाजार जिल्हा काँग्रेस समितीचं उद्घाटन म. गांधी यांच्या हस्ते झालं होतं. असहकार चळवळीच्या काळात गांधीजी बजाज यांना आपल्याबरोबर कधीकधी दौऱ्यावर घेऊन जात. मारवाडी समाजातील एक आदर्श व्यक्ती म्हणून त्यांचा ते उल्लेख करीत. आपल्या सहकारी व्यापाऱ्यांशी बजाज परखडपणे बोलत; आणि ज्या विचारांचा ते प्रचार करत, तो ते स्वत: आचरणात आणीत. मग तो विदेशी कपड्यांवरचा बहिष्कार घालण्याचा प्रश्न असो, वा अस्पृश्यताविरुद्धचा लढा असो. बजाज यांच्यासारखेच जीडी हे आपले

प्रवक्ते आहेत, असं गांधींना वाटत असावं. अर्थात, जीडींचं क्षेत्र अधिक व्यापक होतं.

परदेशी वस्तूंवरील बहिष्काराला जीडींनी आपला पाठिंबा दिला. एवढंच नव्हे, तर स्वतः गिरणीमालक असूनही आपण हातानं कातलेल्या सुतापासून बनविलेल्या खादीचे कपडे वापरणार, अशी शपथ त्यांनी घेतली होती. पण वर्षभरानंतर मात्र त्यांनी ती मागे घेतली. त्यांना गांधीजींबद्दल आदर होता, तरी ते त्यांचं अंधानुकरण करणारे अनुयायी नव्हते. किंबहुना अनेक विषयांवर त्यांची मतं भिन्न होती.

गांधीजींशी असलेलं आपलं नातं स्पष्ट करताना जीडींनी लिहिलंय्, –'सुरुवातीला मी त्यांचा टीकाकार होतो; पण शेवटी मी त्यांचा निष्ठावान भक्त बनलो. अनेक प्रश्नांबाबत मी त्यांच्याशी सहमत नसलो, तरी त्यांच्या इच्छेविरुद्ध मी कधी वागलो नाही. माझं हे वैचारिक स्वातंत्र्य त्यांनी सहन केलं; एवढंच नव्हे, तर त्यामुळे मी त्यांना अधिक आवडू लागलो.' उभयता राजकारण व नेते, त्यांची शक्तिस्थानं व कमकुवतपणा यावर तासन्‌तास चर्चा करायचे. आर्थिक धोरणांवर त्यांचे मतभेद व्हायचे. पण दोघांना बांधून ठेवणारा घटक कदाचित् होता, खाद्यपदार्थांबद्दलचं औत्सुक्य!

जीडींनी आपला गांधीजी व अन्य भारतीय व ब्रिटिश नेत्यांशी झालेला पत्रव्यवहार 'इन द शॅडो ऑफ द महात्मा' या पुस्तकात प्रसिद्ध केला आहे. त्यात गांधीजींची थोडीच पत्रं होती. भारतीय विद्यापीठानं १९७७ मध्ये चार खंडांत तपशीलवार पत्रव्यवहार प्रसिद्ध केला, तरीही जीडी आणि गांधीजी यांच्यांत झालेला संपूर्ण पत्रव्यवहार उपलब्ध नाही. तरीही जी शेकडो पत्रं प्रसिद्ध झाली आहेत, त्यांत स्वातंत्र्य-आंदोलनाची वळणं, काँग्रेसमधील अंतर्गत राजकारण यांच्या प्रचंड माहितीत, कच्च्या बदामांचा पचनावर होणार परिणाम, शेळीचं दूध पिण्याची उत्तम पद्धत या विषयांवर दिलेला सल्लाही आढळतो. गांधीजी व जीडी यांच्या खाण्याच्या सवयी चमत्कारिक असल्या, तरी त्या प्रभावी असणार. दांडी यात्रेच्या वेळी गांधीजींसाठी एक घोडा तयार ठेवला होता. त्यांच्या मागून तो येत होता. तर जीडी वयाच्या ८९ व्या वर्षीही केदारनाथची डोंगराळ वाट चढून जाण्याइतके सुदृढ होते.

गुरुजींपेक्षाही त्यांची तत्त्वं पाळण्याबाबत शिष्य अधिक कर्मठ होता. गांधीजींपासून प्रेरणा घेऊन महादेवींच्या मृत्युशय्येशी ब्रह्मचर्यव्रत पाळण्याची शपथ जीडींनी घेतली होती. गांधीजींनी सुद्धा स्वतः कस्तुरबांशी सल्लामसलत न करता अशी शपथ घेतली होती. 'जीडी दुसऱ्यांदा विधुर झाले, तेव्हा केवळ ३२ वर्षांचे होते. पण त्यांनी आपली शपथ पाळली, हे निश्चितच कौतुकास्पद आहे,' असं खुशवंत सिंग म्हणतात. 'महात्माजींनी नंतर नग्न तरुणींसमवेत झोपून स्वतःवरील संयमाचे जे प्रयोग केले, त्यापेक्षाही जीडींचा संयम मोठा आहे,' असं ते म्हणतात.

१९३० च्या दशकात हे उभयता सतत एकमेकांच्या संपर्कात असत. गांधीजींनी जीडींचा एखाद्या 'साउंडिंग बोर्ड'प्रमाणे वापर केला. जीडी मात्र मवाळपणाचा, सबुरीचा मार्ग अनुसरावा, असं म्हणत. ब्रिटिश राजवटीबद्दल जीडींच्या मनात द्वेष असला, तरी गांधीजींच्या संघर्षात्मक पवित्र्यानं होणाऱ्या अनपेक्षित पण धोकादायक परिणामांना उद्योगपती म्हणून सामोरे जायला ते तयार नसत. आपल्या पत्रात जीडी गांधीजींची अजिजीनं विनवणी करताना, सावध करताना दिसतात; ते त्यांना गोलमेज परिषदेत हजर राहावं अशी विनंती करतात (१९३०); अधिक लढाऊ अशा स्वराज्य पक्षाला पाठिंबा देण्याचा निर्णय का घेतला, अशी विचारणा करतात; (१९३१), असहकाराची चळवळ दुसऱ्यांदा सुरू करू नये, असा सल्ला देतात; प्रादेशिक निवडणुका काँग्रेसने लढवाव्यात अशी विनंती करतात; (१९३६).

१९३० च्या दशकाची सुरुवात विधायक झाली होती. १९२९ च्या डिसेंबर महिन्यातील लाहोर काँग्रेस अधिवेशनात संपूर्ण स्वातंत्र्य व नागरी कायदेभंगाचा ठराव मंजूर झाला होता. जीडी कठीण परिस्थितीमधून जात होते. ताग व कापड गिरण्यांची स्थिती ठीक नव्हती. सर्वच बाजारपेठेत मागणी कमी होती आणि सरकारच्या विनिमय दराच्या धोरणामुळे नफ्याचा मोठा हिस्सा त्यातच शोषला जात होता. सरकारवर दबाव आणण्याचं तंत्र वापरण्यास जीडींचा विरोध नव्हता. गांधीजींना याची जाणीव होती आणि त्यांनी आपल्या अकरा कलमी कार्यक्रमात उद्योगपतींच्या समस्यांचा अंतर्भाव करण्याची काळजी घेतली होती. त्यामुळे असहकार आंदोलन मागे घेण्यासाठी ज्या अटी घालण्यात आल्या होत्या, त्यांच्यात चलन विनिमय दर, सुरक्षित करआकारणी आणि किनारी वाहतुकीत आरक्षण यांचा समावेश केलेला होता.

गांधीजींचा होरा खरा ठरला. पहिल्या असहकार चळवळीच्या एकूण यशात उद्योगपतींचा पाठिंबा हा एक महत्त्वाचा घटक होता. हा पाठिंबा द्विस्तरीय होता. आर्थिक मदत व विदेशी मालावर बहिष्कार अशा पातळ्यांवर तो होता. या आंदोलनाच्या काळात उद्योगपतींकडून निधी मिळत होता. जीडींनी त्या वेळी एक ते पाच लाख रुपये दिले असावेत, असा अंदाज एक उच्चपदस्थ सरकारी अधिकारी सर डेव्हिड पेट्री यांनी व्यक्त केला होता.

गांधीजी व जीडी यांच्यात मतभेदाची दरी उद्भवली, ती दुसऱ्या गोलमेज परिषदेच्या वेळी. या दोघांतले मदभेद सर्वप्रथम जाहीररीत्या प्रकट झाले. सर एडवर्ड बेन्थॉल यांनी त्यावरून त्यांची थट्टाही उडवली. पण आर्थिक बाबींविषयी आपल्याशी सल्लामसलत केल्याविना जाहीर वक्तव्य करणार नाही, असं आश्वासन गांधीजींकडून मिळवण्यात ते यशस्वी झाले. भारतात परतल्यावर गांधीजींनी असहकाराचं आंदोलन पुन्हा सुरू करण्याचं आवाहन केलं. या कल्पनेला जीडी अनुकूल नसल्यानं त्यांचा प्रतिसाद त्या वेळी सौम्यच होता. दोघांतले मतभेद आणखी गडद झाले.

गांधीजींना १९३२ च्या जानेवारीत अटक झाली. सर सॅम्युअल होअर, लॉर्ड लोथिअन वगैरेंकडे जीडींनी गांधीजींच्या सुटकेसाठी अर्ज केले, विनवण्या केल्या, तारा पाठवल्या. ओटावा येथील व्यापारी वाटाघाटीत सहभागी होण्याचं सरकारनं दिलेलं आमंत्रणही जीडींनी नाकारलं. जीडींचं वर्चस्व असलेल्या 'इंडियन मर्चंटस् चेंबर' आणि 'फिकी' या संघटनांनी गांधीजींच्या अटकेचा निषेध करणारे ठराव केले आणि तिसऱ्या गोलमेज परिषदेत सहभागी होण्यास ठाम नकार दिला. पण त्याचा काही परिणाम झाला नाही. सर सॅम्युअल होअर यांच्या दृष्टिकोनानं तर निराशा झाली, असं जीडींनी लिहिलंय्. पण त्याच वेळी आपण मध्यस्थ म्हणून काम करू शकू, असंही त्यांना वाटत होतं.

काँग्रेस पक्षातील फार मोठा गट आंदोलनानं थकला असून, यातून सन्माननीय मार्गानं तोडगा निघावा म्हणून सगळे उत्सुक आहेत, असा अंदाज आला, तेव्हा जीडींनी सर्व पक्षांची परिषद बोलवावी, असा प्रस्ताव मांडला गेला. या परिषदेत लिबरल्स व मवाळ विचारांचे सप्रू-जयकर पाठीराखे हजर राहणार होते. भारताच्या महत्त्वाच्या आशा-आकांक्षांच्या पूर्तीचं सरकारकडून ठाम आश्वासन मिळवण्याच्या मोबदल्यात घटनेतील सुधारणांना या परिषदेत पाठिंबा देण्यात येणार होता.

परंतु जीडींचा आडाखा चुकला. ही परिषद फोल ठरली. असहकार आंदोलनाचं कंबरडंच मोडल्यानं सरकार खंबीर स्थितीत होतं. भारतीय राष्ट्रवादाला आणखी सवलती देण्यास त्यांनी नकार दिला. लिबरल्स व अन्य छोटे गट हे इतके कमकुवत होते, की त्यांचा काही प्रभाव पडला नाही. हे सारं दिवास्वप्नच होतं, असं वर्णन मार्कोविट्स यांनी केलं.

महात्मा गांधींनी एप्रिल १९३४ मध्ये असहकार आंदोलन मागे घेतलं, तेव्हा ठाकुरदास व बिर्ला यांनी पत्रव्यवहारातून सुटकेचा निःश्वास टाकला. – 'गांधीजींनी अगदी योग्य पाऊल उचललं आहे. तीन वर्षांच्या उलथापालथीनंतर देश आता घटनात्मक आंदोलनाचा मार्ग स्वीकारील, अशी मला आशा वाटते.' ठाकुरदासांनी लिहिलंय. बिर्लांनीही आपल्या उत्तरात अशाच भावना प्रकट केल्या, पण सेंट्रल लेजिस्लेटिव्ह असेंब्लीच्या आगामी निवडणुकीत स्वराज्य पक्षाला निधी पुरवण्याबाबत सावधगिरीचा इशारा दिला. आपला पैसा नेमका कशासाठी वापरला जाणार, याची जीडींना खात्री हवी होती, असं त्यांच्या त्या वेळच्या असमाधानावरून दिसतं. १९३० च्या मध्याला गांधीजी व त्यांच्यातील मतभेद यांची कोंडी झाली.

जीडींच्या दृष्टिकोणातील फरक गांधीजी व सरदार पटेल यांच्या चटकन ध्यानात आला. सरकारनं देखील त्यातून बोध घेतला. १९३२ मध्ये त्यांनी जीडींना 'नाइट' हा सन्मान देऊ केला, पण त्यांनी तो नाकारला. मग लॉर्ड लोथिअन यांनी अगदी नम्रपणे जीडींना विनवलं की, 'भारतातील परिस्थितीबाबत– विशेषतः

आर्थिक स्थितीबाबत आपण वेळोवेळी आपली मतं मला कळविलीत, तर मी अत्यंत उपकृत होईन, विन्स्टन चर्चिल यांनी चार्टवेल येथील आपल्या निवासस्थानी त्यांना दुपारी भोजनास आमंत्रित केलं.

चर्चिलपासून सावध राहण्याचा सल्ला गांधीजींनी जीडींना दिला. आयर्विन-गांधी कराराच्या वेळी गांधीजींचं वर्णन 'अर्धनग्न-फकीर' असं करून चर्चिल यांनी त्यांची हेटाळणी केली होती.

जीडी आपल्या डायरीत लिहितात, 'मी गेलो, तेव्हा चर्चिल आपल्या बागेत होते. कामगार घालतात, तसा ॲप्रन त्यांनी घातला होता व भोजनाच्या वेळी त्यांनी तो तसाच ठेवला होता. भोजनानंतर त्यांनी मला बागेत फेरफटका मारायला नेलं. त्यांनी स्वत: बांधलेल्या इमारती, स्वत:च्या हातांनी रचलेल्या विटा दाखवल्या. आपण काढलेली चित्रंही दाखवली. त्यांचं घर, त्या भोवतालचा परिसर, पोहण्याचा तलाव सारं काही आकर्षक होतं. मी पुस्तकं लिहून उपजीविका करतो, असं चर्चिल यांनी सांगितलं. या ऐशोरामी राहणीचा खर्च प्रचंड असणार, असं मी स्वत:शीच म्हटलं. पण आपण दर आठवड्याला त्यावर केवळ तीन पौंड खर्च करतो, असं चर्चिल म्हणाले... मी त्यांच्याबरोबर घालवलेले दोन तास आनंददायी होते. त्यांच्याबरोबरचं संभाषण मला आवडलं. ते मुळीच कंटाळवाणं नव्हतं.'

ब्रिटिशांनी पुन्हा 'फोडा आणि झोडा' हे धोरण अवलंबिलं होतं. ते बिर्लांच्या लक्षात आलं नाही काय? भारतातील सुधारणांबाबतच्या संयुक्त संसदीय समितीच्या अहवालाबाबत जीडींनी जेव्हा सावध प्रतिक्रिया व्यक्त केली, तेव्हा सरदार पटेल बिर्लांना भेटायला गेले. 'या अहवालाला प्रत्यक्ष वा अप्रत्यक्षरीत्या पाठिंबा देण्याचा प्रश्नच उद्भवत नाही, असं आश्वासन सरदार पटेल यांना द्यावं लागलं,' असं जीडींनी कस्तुरभाई लालभाई यांना १४ डिसेंबर, १९३४ रोजी पाठवलेल्या पत्रात म्हटलं आहे.

१९३७ मध्ये काँग्रेस प्रादेशिक निवडणुका लढवणार आहे, हे समजलं, तेव्हा जीडी आनंदित झाले व त्यांनी आपली थैली पुन्हा सैल सोडली. काँग्रेसनं पद स्वीकारलं तेव्हा त्यांनी महादेव देसाईंना लिहिलं, 'मला अत्यानंद झाला.' त्यांनी पक्षाला उत्साही पाठिंबा मिळावा, म्हणून कलकत्त्यात जोरदार प्रयत्न सुरू केले. त्यांनी गोएंकांशी असलेले मतभेदही गाडून, त्यांनी काँग्रेसला विरोध करणं थांबवावं, म्हणून त्यांची मनधरणी केली. काँग्रेसला विरोध करणाऱ्या 'मारवाडी चेंबर ऑफ कॉमर्स'मध्येही राष्ट्रवादी मंडळींचं वर्चस्व वाढलं.

१९४५ पर्यंत या दोन व्यक्ती जवळही होत्या आणि दूरही होत्या. एका बाजूला दोघं एकमेकांशी सतत संपर्क साधून होते, तर दुसऱ्या बाजूला त्यांच्यांतील मतभेद दिवसेंदिवस वाढत होते. कधी कधी वृत्तपत्रांना याची कुणकूण लागे. उदाहरणार्थ, १९४५ मध्ये उद्योगपतींचं शिष्टमंडळ ब्रिटन व अमेरिकेला जाणार होतं, तेव्हा

गांधीजींचा त्याला विरोध होता; कारण या शिष्टमंडळाला ब्रिटिश सरकारचा अनधिकृत पाठिंबा होता. आपल्या पाठीमागं जीडी व अन्य प्रतिनिधींनी ब्रिटिशांशी लाजिरवाणी हातमिळवणी केली, अशा शब्दांत गांधीजींनी टीका केली. या जाहीर कानउघाडणीमुळे जीडी हादरून गेले.

ब्रिटिशांनी याची नोंद घेतली. राज्यसचिव पेथिक-लॉरेन्स यांना वेव्हेल यांनी नोव्हें. १९४५ मध्ये पाठवलेल्या एका अंतर्गत मेमोत म्हटलं की, 'काँग्रेसमधील हिंसक भाषणांबद्दल बिर्लांनी सूचना दिल्याचं मला कळलेलं आहे. 'हिंदुस्थान टाइम्स' बिर्लांच्या मालकीचा असून, संपादकांनी आपल्या लिखाणाची धार कमी करावी, अशा सूचना त्यांनी दिल्याची माझी माहिती आहे.' या वृत्ताबाबत समाधान व्यक्त करून पेथिक-लॉरेन्स यांनी लिहिलं की, 'काँग्रेसच्या अनेक समर्थकांना हा तांडा कोठे चालला आहे, असा प्रश्न पडलेला दिसतो.'

जीडी व गांधीजींमध्ये सर्वाधिक मतभेद होते, ते पाकिस्तानवरून. पाकिस्तानची कल्पना चांगली आहे, असं जीडींचं मत होतं, तर गांधीजींचं मात्र तसं मत नव्हतं. जीडींची मतं ठाम हिंदुवादी असल्यानं काँग्रेस वा स्वराज्य पक्षापेक्षा त्यांना रिस्पॉन्सिव्हिस्ट पक्ष अधिक पसंत होता. पं. जवाहरलाल नेहरूंना लिहिलेल्या एका पत्रात जीडींनी त्यांचं मन वळवण्याचा प्रयत्न केला. त्यांनी लिहिलं, –'एखाद्या भागीदारी व्यवसायात जर एक भागीदार असमाधानी असेल, तर त्याला वेगळं होण्याचं स्वातंत्र्य द्यायला हवं. फाळणीचा ऊहापोह करायला पाहिजे व ती रास्त असली पाहिजे; पण त्याला विरोध का करायचा? मी मुस्लिम असतो, तर कधीच पाकिस्तान मागितलं नसतं. कारण फाळणीनंतर कोळसा व लोखंडाच्या अभावी इस्लामी-भारत बापुडवाणा बनेल. हे मुस्लिमांनी ठरवायचं आहे. तुम्ही पाकिस्तानला मान्यता दिली, तर मुस्लिम त्याला नकार देतील, याची मला खात्री आहे. ते ही कल्पना स्वीकारतील किंवा नाकारतील, हा भविष्यातला प्रश्न आहे. पण आपण फाळणीला विरोध केला, तर त्यांची त्याला असणारी अनुकूलता तीव्र बनत जाईल.'

त्याआधी काही वर्षांपूर्वी त्यांनी महादेवभाई देसाईंना लिहिलं होतं, 'पाकिस्तानबद्दलचा माझा दृष्टिकोन तुम्हांला माहीत आहेच. मी वेगळं होण्याच्या बाजूचा आहे. हे व्यवहार्य नाही, असं मला वाटत नाही. तसंच, ते भारताच्या व हिंदूंच्या हिताच्या विरोधी आहे, असंही मला वाटत नाही... मुस्लिमांना– अगदी प्रत्येक मुस्लिमाला ते हवं आहे, याचा आपल्याला विसर पडता कामा नये.' पाकिस्तानबद्दलची आपली मतं तुम्ही जाहीरपणे मांडू नयेत, अशी गांधीजींची इच्छा आहे, असं महादेवभाईंनी जीडींना कळवलं.

महायुद्धामुळे नफा वाढून जीडींची श्रीमंती वृद्धिंगत होत होती आणि जीडींशी असलेल्या आपल्या संबंधांत हीच बाब गांधीजींना दुःखात टाकणारी होती. निधी

घेणं व उद्योगपती याबद्दलचा गांधीजींचा दृष्टिकोन पारदर्शक होता. १९२२ मध्ये त्यांनी तो स्पष्ट केलेला होता. व्यापारी व गिरणीमालक यांना पाठिंबा देण्याचं आवाहन करताना ते म्हणाले होते, 'देशाची स्वातंत्र्याच्या दिशेनं चाललेली वाटचाल ही कोणा कॉर्पोरेशनवर वा माणसांच्या गटांवर अवलंबून राहू शकत नाही. ही समूहाची, जनतेची मोहीम आहे. जनसमूह मुक्तीच्या दिशेनं वेगानं आगेकूच करीत आहे व संघटित भांडवलासह व त्याच्याशिवाय ही आगेकूच चालू राहायला हवी. त्यांच्या मदतीनं जर भांडवल आलं, तर भांडवलदारांना ते फायदेशीरच ठरेल व अंतिम सुखाचा क्षण अधिक जवळ यायला मदत होईल.'

जीडी हे हुशार राजकीय नेते व भांडवलदारांचे म्होरके होते. गांधीजींबद्दल त्यांना सहानुभूती होती. परंतु विक्रेत्यांच्या बाजारपेठेमधील ते उद्योगपती होते, असं वर्णन बिपिनचंद्र यांनी केलं आहे. १९२०च्या दशकातच्या मध्याला जेव्हा उभयतांची मैत्री झाली, तेव्हा जीडींचा उद्योगधंद्यातील रस कमी होता. पण जसा त्यांचा व्याप वाढू लागला, उद्योगधंद्यात ते अधिकाधिक गुंतून गेले, तेव्हा त्यांच्याबद्दलच्या तक्रारी वाढू लागल्या. बिर्लांच्या अनेक कारखान्यांतून संपाच्या बातम्या येऊ लागल्या.

म. गांधींचे चोवीस वर्षं सचिव असलेले त्यांचे सल्लागार व स्नेही महादेव देसाई यांच्याकडे जीडींबद्दल छोट्या-मोठ्या तक्रारी येऊ लागल्या. काही चांगल्या कागदावर नीट लिहिलेल्या, तर काही पोस्टकार्डवर खरडलेल्या असत. या सर्व तक्रारी महादेवभाई आधी गांधीजींना दाखवीत व मग जीडींकडे पाठवून देत. कधीकधी गांधीजी स्पष्टीकरणही विचारीत. महादेवभाई देसाईंनंतर सचिवपदाचं काम पाहणारे प्यारेलाल नय्यर यांनीही हीच कामकाजपद्धती चालू ठेवली.

'गांधीजींकडे आणखी एक तक्रार आलीय्,' नय्यर जीडींना कळवत. यावेळी संबळपूर येथील इब नदीत ओरिएंट पेपर कारखाना प्रदूषित घटक सोडत आहे, अशी ओरिसातील शेतकऱ्यांची तक्रार असे. ती जीडींकडे प्यारेलाल पाठवून देत आणि 'मी बापूंना त्याबद्दल काही सांगावं असं वाटत असेल, तर कृपया जरूर कळवावं', असं नय्यर पत्रात म्हणत. दुसऱ्या एखाद्या प्रसंगी ते लिहीत, 'ग्वाल्हेर इथं उभारण्यात येणाऱ्या बिर्ला गिरणीबाबत बापूंकडे तक्रार आली आहे. जमीन ताब्यात घेण्याबाबत तेथे नाराजी आहे... तेथील कम्युनिस्टांचा एक गट त्याचा फायदा उठवू पाहत आहे... वगैरे...' गांधीजींच्या वधापर्यंत अशा तक्रारींची पत्रं येतच राहिली.

सच्चा मध्यस्थ

'जीडी हे महात्मा गांधी व ब्रिटिश यांच्यातले अनधिकृत दूत व प्रामाणिक दुभाष्या होते,' असं वर्णन खुद्द बिर्ला व नंतर त्यांचे कुटुंबीय करीत. उदा. २ जुलै,

१९३७ रोजी सी. आर्. राजगोपालाचारी यांना लिहिलेल्या पत्रात जीडी म्हणतात, –'कधीकधी मला निराश वाटतं. पण बापूंसमोर ब्रिटिशांचं व ब्रिटिशांसमोर बापूंचं समर्थन करताना मात्र त्याची भरपाई होते. हे काम खूपच छान आहे.'

बिर्लांच्या राजकीय कार्याबद्दलचं जे चित्र रेखाटलं, जातं ते एका क्षेत्रातील त्यांच्या प्रभावाची जादा स्तुती करणारं व दुसऱ्या क्षेत्रातील प्रभावाला तुलनेनं कमी लेखणारं आहे. व्हाइसरॉय आणि गांधीजी यांच्यांतील ते प्रभावी दूत का व कसे बनले, याची उकल घटनांतून होत नाही. महात्मा व ब्रिटिश राज्यकर्ते यांच्यांत जो शह- काटशहाचा बुद्धिबळाचा तरल खेळ चालू होता, त्यात एक उद्योगपती, मग तो कितीही सामर्थ्यवान वा बुद्धिमान का असेना, तरी एखाद्या प्याद्यापेक्षा महत्त्वाची भूमिका कशी पार पाडू शकतो? परंतु आपल्या वर्तुळात आदरस्थान पटकावलेला व मान्यता मिळालेला समाजसुधारक आणि अनेक उद्योगसंघटनांचा संस्थापक असलेला नेता मात्र गांधीजी व भारतातील उच्चभ्रू उद्योगपती यांच्यांतला एक उत्तम दुवा बनू शकतो.

जीडींच्या मृत्यूनंतर लंडनच्या 'द टाइम्स'नं संपादकीयात म्हटलं होतं की, 'ज्या प्रदीर्घ वाटाघाटींची परिणती अखेर भारताच्या स्वातंत्र्यात झाली, त्या वाटाघाटींत जीडींनी अत्यंत महत्त्वाची भूमिका– जरी ती निःसंदिग्ध शब्दात मांडली गेलेली नसली तरीही– बजावली.' बिर्लांच्या राजकीय कार्याबद्दल जे प्रचंड लिखाण केलं गेलं आहे, त्यापैकी 'टाइम्स'नं नेमक्या शब्दांत वर्णन केलेलं होतं. १९८० च्या दशकानंतर तर डझनभर पुस्तकं व प्रबंध जीडींच्या राष्ट्रीय चळवळीतील भूमिकेबद्दल लिहिले गेले. पण विपुल संदर्भ-सामग्री व साहित्य उपलब्ध असूनही जीडींची राजकीय कामगिरी नेमकी काय होती, हे नेमकं सांगणं कोणाही लेखकाला जमलं नाही. बहुतेकांनी जडजंबाळ शब्दांत संदिग्ध अनुमानंच व्यक्त केली.

स्वतःला यशस्वी राजदूत ते का मानीत, हा प्रश्न तसाच मनात लोंबकळत राहतो. पहिल्या गोलमेज परिषदेला हजर राहायला जीडी हे एकटेच गेले होते. तेव्हा त्यांच्याकडे दुर्लक्ष केलं गेलं. दुसऱ्या वेळेस गांधीजी त्यांचे नेते होते, त्यामुळे अनेक महत्त्वाच्या उपसमित्यांत त्यांचा अंतर्भाव केला जाईल, याची काळजी त्यांनी घेतली. त्याच परिषदेत धूर्त ज्यूट निर्माते एडवर्ड बेन्थॉल यांनी, गांधीजी हे जीडींच्या प्रभावाखाली आहेत, असा आरोप केला, तेव्हा गांधींनी तो फेटाळून लावल्याचं आपण पाहिलंच.

गांधीजींचे चरित्रकार व अमेरिकन पत्रकार लुई फिशर यांनी अशीच एक घटना नमूद केली आहे. वर्धा इथं १९४२ साली गांधीजींची मुलाखत घेताना फिशरनं त्यांना विचारलं होतं की, 'काँग्रेस पक्ष बड्या उद्योगपतींच्या नियंत्रणाखाली असून, तुम्हाला मुंबईच्या गिरणीमालकांचा पाठिंबा आहे, हे खरं आहे काय?' त्यावर,

'दुर्दैवानं 'हे खरं आहे,' असं उत्तर गांधीजींनी दिलं होतं. 'त्यामुळे नैतिक दडपण तयार होतं काय,' असं विचारता गांधीजी म्हणाले, 'एक मूक ऋण वाटतं, पण त्याचा परिणाम आमच्या धोरणांवर होत नाही.'

१९३४ ते १९३६ च्या दरम्यान जीडींच्या ब्रिटिश राजकारण्यांशी ज्या भेटी झाल्या, त्यांवर आधारित एक दूत म्हणून जीडींची प्रतिमा तयार झाली. त्या वेळी काँग्रेस, दिल्ली व व्हाइसरॉय यांच्या दरम्यान घटनात्मक सुधारणांबद्दल नाजूक वाटाघाटी चालू होत्या. या वाटाघाटींची परिणती १९३५ चा भारत सरकार कायदा होण्यात आणि १९३७ मध्ये अनेक प्रादेशिक सरकारांत काँग्रेसच्या मंत्र्यांचा अंतर्भाव होण्यात झाली. या संदर्भात जीडी अनेकदा ब्रिटनला गेले व तेथे भारतासाठी असलेले मंत्री लॉर्ड झेटलॅन्ड, इंडिया ऑफिसचे सचिव सर फिन्डलॅटर स्टुअर्ट व भावी पंतप्रधान विन्स्टन चर्चिल यांच्याशी त्यांच्या भेटीगाठी झाल्या.

लंडनमधील स्थितीचं आपले मूल्यमापन जीडी गांधीजींना पत्रं पाठवून कळवत असत. गांधीजींनी हेतुतः मौन पाळलं. अखेर १८ जुलै, १९३७ रोजी त्यांनी जीडींना लिहिलं, –'मी तुमची पत्रं अगदी काळजीपूर्वक वाचली. मला तुम्हाला उत्तर पाठवायला वेळ मिळाला नाही व तशी माझी इच्छाही नव्हती. ...इतरांना उत्तरं पाठवणं जरुरीचं होतं, कारण त्यांच्याही म्हणण्याचा प्रभाव माझ्यावर व्हावा, असं वाटत होतं'... मग आपल्या कानउघाडणीची धार सौम्य करण्यासाठी गांधीजींनी लिहिलं, '–परदेशांतून येणाऱ्या पत्रांपेक्षा भारतात प्रत्यक्ष जे घडत होतं, त्याचा माझ्यावर अधिक परिणाम झाला.' पण शेवटी कानउघाडणी, ती कानउघाडणीच.

गांधीजी जर जीडींना योग्य ते महत्त्व देत नव्हते, तर घटनात्मक प्रक्रियेच्या संदर्भात लंडनमधील सामर्थ्यशाली व्यक्ती त्यांना एवढं महत्त्व का देत होत्या? १९३५ चा जून महिना जीडींच्या दृष्टीनं फार गडबडीचा होता. त्यांच्या डायरीतील त्या वेळची नोंद पाहिली, तर ते सर फिन्डलॅटर स्टुअर्ट यांना दोनदा भेटले. दोन्ही वेळची मिळून ही भेट अडीच तास झाली, असं आढळतं. भारतासाठी नेमलेले अंडर सेक्रेटरी आर्. ए. बटलर यांनी त्यांना तासभर भेट दिली व दुपारच्या भोजनाचं आमंत्रण दिलं. झेटलॅन्ड व लॉर्ड लोथिअन त्यांना प्रत्येकी पाऊण तास भेटले. सर हेन्री स्ट्रॅकोश, लॉर्ड डर्बी, सर पेजक्रॉफ्ट, सर बेसिल ब्लॅकेट व सर जॉर्ज शूस्टर यांच्याबरोबर त्यांनी भोजन घेतलं. यांतील काहींनी भारतासाठी अर्थमंत्र्यांच्या दर्जाची पदं भूषविली होती. बिर्लांच्या अन्य भेटीगाठी लंडनच्या उद्योगपतींसमवेत होत्या.

जीडी स्वतःही आपल्या कामगिरीबद्दल फारसे खूश नव्हते. २९ जून, १९३५ रोजी बापूंना लिहिलेल्या पत्रात तक्रारवजा सुरात त्यांनी म्हटलं होतं की, 'लंडनमधील नेत्यांचे कार्यक्रम कित्येक आठवडे आधीच ठरत असल्यानं त्यांना भेटण्याची

प्रक्रिया फार संथ आहे. इथं येऊन महिना झाल्यावर ५ तारखेला मी हॅलिफॅक्सना भेटत आहे. आणि होअर जर्मनी, इटली व चीनमध्ये एवढे गुंतले आहेत, की त्यांनी मला थांबायला सांगितलं असून, अधूनमधून भेटीचं स्मरण देण्याची सूचना केली आहे.' जीडी राजकीयदृष्ट्या अत्यंत महत्त्वाची भूमिका बजावत होते, अशी जी स्वत:ची प्रतिमा बिर्ला ठसवतात, ते जर खरं असेल, तर या बड्या नेत्यांना फारशा अडचणीशिवाय त्यांना भेटता आलं नसतं का?

एक मात्र खरं, की जीडी हे ब्रिटिशांना एक 'साउंडिंग बोर्ड' म्हणून उपयुक्त होते. त्यामुळे हॅलिफॅक्स, लोथिअन व होअर त्यांच्याशी पत्रव्यवहाराद्वारे व अन्य मार्गांनी कायम संपर्कात होते. तसंच, पोलिसांनी वारंवार विनंती करूनही व्हाइसरॉयनी जीडींना अटक करायची परवानगी दिली नाही.

गांधीजींच्या दृष्टीनंही जीडी तितकेच उपयुक्त होते. ब्रिटिशांचं स्वतंत्र व मर्मभेदक विश्लेषण गांधीजींना त्यामुळे मिळत असे. कारण लोकांचं मूल्यमापन करण्याची विलक्षण हातोटी जीडींपाशी होती. जीडी एकदा म्हणाले, 'माझ्या उद्योग-व्यवहारात केवळ गोड गोड शब्दांनी मी कधीच भुललो नाही. त्यांच्या वक्तृत्वानं व उत्तम वागणुकीनं मी वाहवून गेलो, तर मलाच आश्चर्य वाटेल.'

जीडींचा प्रभाव कमी-जास्त होत असे. काही वर्ष त्यांचा प्रभाव अधिक, तर काही वर्षं कमी होता. ब्रिटिश नोकरशाहीशी असलेल्या त्यांच्या संबंधावर ते अवलंबून राही. १९२९ ते १९३४ या काळात वित्तीय सदस्य असलेल्या सर जॉर्ज शूस्टर यांच्याशी त्यांचे निकटचे संबंध होते. परंतु त्यांच्या नंतर आलेले सर जेम्स ग्रिग (१९३४-३९) यांच्याशी त्यांचे काहीच संबंध नव्हते. तेव्हा 'हिंदुस्थान टाइम्स'नं ग्रिग यांची अनेक व्यंग्यचित्रं प्रसिद्ध केली, यात काही आश्चर्य नाही. भारतीय आर्थिक बाबींविषयी ज्येष्ठ सल्लागार सर हेन्री स्ट्रॅकोश यांच्याशी जीडींचा उत्तम संपर्क होता. एकमेकांच्या दृष्टिकोनाबद्दल परस्परांना इतका आदर होता, की सर कॅम्पबेल ऱ्होडस एकदा म्हणाले, 'श्रीयुत बिर्ला, तुम्ही जर कधी नोकरीच्या शोधात असाल, तर हेन्री स्ट्रॅकोशना भेटा. ते तुम्हाला चांगलं शिफारसपत्र देतील.'

ब्रिटिश जरी जीडींचा सल्ला घेत होते, तरी त्यानुसार त्यांनी कधी कृती केल्याचा काहीही भरीव पुरावा आढळत नाही. किंबहुना ते सरकार व गांधी यांच्यातील दलाल होते, यावर जादा भर दिला गेल्यानं, त्यांनी गांधीजी व भारतीय उद्योगपती यांच्यात जी महत्त्वाची भूमिका बजावली, त्यावर सावट पडतं. त्याबाबत भरपूर पुरावा आहे.

आपण व गांधीजी यांच्यात फारच कमी बाबतींत एकमत होतं, असं जीडींनी म्हटलंय्. परंतु गांधीजी व कलकत्त्याचे जालान, गोएंका वा मुकर्जी किंवा मुंबईतील किलाचंद व वाडिया, किंवा दिल्लीतील लाला श्रीराम किंवा कानपूरचे पदमपत सिंघानिया या उद्योगपतींत तर कोणत्याच बाबतीत एकमत नव्हतं. परंतु जीडींचं

उद्योगवर्तुळात स्थान एवढं प्रभावी होतं, की त्यांनी गांधीजींना पाठिंबा दिला, की उद्योगपती त्यांचं म्हणणं मानत व अनेकदा ते त्यांना पटतही असे.

धनिक मारवाडी व्यापारी समाजातील जीडींच्या प्रभावाची उपयुक्तता गांधीजींनी केव्हाच जाणली होती. उदा., १९२६ साली जेव्हा कलकत्त्यात हिंदू-मुस्लिम दंगे झाले, तेव्हा गांधीजींनी जीडींना लिहिलं, –'तुम्ही अलिप्त दृष्टिकोन स्वीकारला आणि मारवाडी समाजानं सुमारे तीनशे मुस्लिमांचे प्राण वाचवले. सर्व हिंदूंना अभिमान वाटावा, अशी ही बाब आहे.' खादी वापरण्याचा जीडींचा निर्धार अल्पकाळच टिकला, तरी त्याचा प्रतीकात्मक प्रभाव फार मोठा होता.

जीडी उदारहस्ते देणग्या देत. त्यांनी एकदा लिहिलं होतं, 'ते जी काही रक्कम मागतील, ती मी देणारच; कारण मी त्यांना कोणत्याच बाबतीत नकार देऊ शकत नाही, याची त्यांना खात्री होती. बिर्लांच्या आर्थिक मदतीचा आकडा बहुधा फुगवून सांगितला जातो; पण त्याचा भावनिक प्रभाव कमी लेखून चालणार नाही. जीडींनी केवळ स्वत: देणग्या दिल्या नाहीत, तर इतरांनाही थैल्या सैल करायला लावल्या.

'फिकी', 'इंडियन चेंबर ऑफ कॉमर्स' आणि 'मारवाडी असोसिएशन'नं देखील राष्ट्रवादी भूमिका घेतली, याला जीडीच कारणीभूत आहेत. जीडींनी सतत पाठपुरावा केल्यामुळेच या महत्त्वाच्या संघटनांनी गांधीजींची तुरुंगातून मुक्तता करायची मागणी केली; ब्रिटिश भारतीय उद्योगांना देत असलेल्या पक्षपाती निर्णयाविरुद्ध मोहीम उघडली; सरदार पटेल, तसंच, बी. जी. खेर यांच्यासारख्या प्रादेशिक काँग्रेस नेत्यांशी संपर्क प्रस्थापित केला. शहरांतील उद्योग संघटनांशी संबंध असलेल्या 'फिकी'नं तर राष्ट्रीय आंदोलनात महत्त्वाची भूमिका पार पाडली. त्याची सूत्रं हलवणारे जीडीच होते. 'फिकी'च्या प्रतीकात्मक पाठिंब्याचं महत्त्व गांधीजींनी ओळखलं होतं.

जेव्हा एखादा उद्योगपती काँग्रेसपासून दूर जात आहे, असं लक्षात येई, तेव्हा जीडी त्याला पुन्हा पूर्वपदावर आणीत. उदा., जेव्हा वालचंद हिराचंद व अन्यजणांनी १९३६ मध्ये नेहरूंविरुद्ध जाहीरनामा प्रसिद्ध केला, तेव्हा जीडींनी त्यातील प्रत्येकाला पत्र लिहून आपला संताप प्रकट केला. त्यांतील बऱ्याच जणांना जीडींची कारणमीमांसा पटली.

गांधीजींबाबतचा उद्योगपतींचा दृष्टिकोन सौम्य करण्यात व त्यांना गांधीजींची भूमिका पटवून देण्यात जीडी यशस्वी झाले, तसंच उद्योगपतींचंही म्हणणं व दृष्टिकोन गांधीजींना पटवून देण्याचं कार्य त्यांनी केलं. व्यापारी कराराच्या गुंतागुंतीच्या भाषेची उकल करण्यास गांधीजी अनेकदा जीडींना सांगत. उदा., ओटावा व्यापारी वाटाघाटीच्या वेळी झूरिचला मुक्काम करून असलेल्या जीडींना गांधीजींनी पत्र पाठवून, ओटावा कराराचा काय प्रभाव पडेल, याबाबत तपशीलवार अहवाल

पाठवायला सांगितलं होतं. त्याला सहा टंकलिखित पानांचं उत्तर जीडींनी पाठवलं होतं.

विविध आर्थिक कायद्यांच्या सामान्य माणसांवर होणाऱ्या परिणामांबाबतचा जीडींचा सल्ला डोळे झाकून स्वीकारण्याचा भोळसटपणा गांधीजींनी दाखविला, असं काहींना वाटतं. तसंच, बेन्थॉल व फिशर यांना गांधीजींनी काहीही सांगितलं असलं, तरी आर्थिक बाबींसंबंधी कुठलंही निवेदन तुमच्याशी सल्लामसलत केल्याविना आपण करणार नाही, असं गांधीजींनी जीडींना आश्वासन दिल्याचं दिसतं.

✦

१०

'धरलं तर चावतं; सोडलं तर पळतं!'

'पं. नेहरूंनी त्यांच्या आयुष्याच्या अखेरच्या दशकात मला प्रेम, विश्वास व सन्मान दिला. परंतु कोणत्याही विषयाबाबत पं. नेहरूंबद्दल विधायक बोलावं, असं काहीच नाही.' असा शेरा एकदा जीडींनी मारला होता. केवळ भांडवलवादाशी नेहरूंचा मतभेद होता, म्हणून जीडींच्या मनात नेहरूंबाबत अढी होती, असं नव्हे, तर नेहरू आपल्याला किंवा आपण समाजासाठी केलेल्या कार्याला फारशी किंमत देत नाहीत, असा जीडींचा समज होता. पं. नेहरूंच्या मृत्यूनंतर त्यांना श्रद्धांजली वाहताना (जी ५ जाने., १९६५ ला प्रसिद्ध झाली) जीडींनी म्हटलं होतं, 'नेहरू हे भावनाप्रधान होते आणि त्यांच्यासारखी संवेदनशील माणसं ही कधी कार्यक्षम प्रशासक बनू शकत नाहीत, तसंच इतरांचं योग्य ते मूल्यमापनही करू शकत नाहीत.'

नेहरूंच्या अर्थमंत्र्यांनी बिर्लांच्या उद्योगाची कराबाबत चौकशी केली, तेव्हा, तसंच, गांधीजींच्या हत्येनंतर दिल्लीतील 'बिर्ला हाऊस'चा सरकारनं ताबा घेतल्यावर जे वादळ उठलं, तेव्हा त्यांच्यातील संबंधांचा काहीही उपयोग झाला नाही.

नेहरू व जीडींची पहिली भेट झाली १९२४ साली. जीडींची मोतीलाल नेहरूंशी चांगली ओळख होती, पण त्यांच्या चिरंजीवांशी नव्हती. तिघं मुंबईत जुहू

इथं गांधीजींच्या सेवेसाठी हजर होते. पं. नेहरू व्हरांड्यात गीता वाचीत होते. तुम्ही जवाहरलालला कधी भेटला आहात का, असा सवाल करून गांधीजींनी दोघांची ओळख करून दिली. 'पहिल्याच भेटीत त्यांच्या हुशारीनं मी प्रभावित झालो. परंतु त्यांच्या अंत:करणात आपल्याला प्रवेश मिळणं अशक्य आहे, असं मला तेव्हाच वाटलं. एखादा समुद्र तुम्हाला आकर्षित करतो, तुमच्या मनात विश्वास व भक्तिभाव निर्माण करतो; पण त्याच्या गहिराईत प्रवेश करण्यास तो मज्जाव करतो, तसं त्यांचं व्यक्तित्व मला वाटलं,' असं जीडींनी नंतर लिहिलंय्.

त्यांची दुसरी भेट उभयतांना अडचणीची ठरली. नेहरूंनी पत्र पाठवून गांधीना कळवलं होतं, की वडिलांवर आर्थिक ओझं म्हणून राहायची माझी इच्छा नसून स्वत:च्या पायावर उभं राहण्याची माझी इच्छा आहे. ते पूर्णवेळ काँग्रेस कार्यकर्ते होते, ही मुख्य अडचण होती. १५ सप्टेंबर १९२४ रोजी गांधीजींनी त्यांना पाठवलेल्या उत्तरात असं म्हटलं होतं की, 'तुझ्यासाठी काही पैशाची व्यवस्था करू काय? किंवा एखादी नोकरी का नाही स्वीकारत? वडिलांच्या छत्राखाली तू असलास, तरी स्वत: घाम गाळून मिळणाऱ्या कमाईवर तू गुजराण केली पाहिजेस. काही वर्तमानपत्रांची बातमीदारी का नाही करीत? किंवा प्राध्यापकाचं काम करायला तुला आवडेल काय?'

३० सप्टें., १९२५ रोजी त्यांनी लिहिलं, –'तुझ्या सामाजिक कार्यासाठी तुला काही रक्कम देणं ज्यांना भूषणच वाटेल, अशा मित्रांना विचारायला मला आवडेल.... एखादा उद्योगधंदा करून समान निधीत पैसे द्यावेस अथवा तुझ्या मित्रांनी तुझ्यासाठी निधी द्यावा, असं मला वाटतं. तशी घाई नाही, पण त्याबद्दल अळंटळं न करता अंतिम निर्णय घेणं गरजेचं आहे.'

गांधीजींनी हा विषय जीडींजवळ काढला असणार, हे उघड आहे. जीडी अलाहाबादला आले व त्यांनी अगदी संकोचत नेहरूंना हवी त्या प्रकारे मदत करण्याची तयारी दाखविली. आपल्या मनातील चीड यशस्वीपणे दाबून ठेवीत त्यांचा प्रस्ताव स्वीकारण्यास नेहरूंनी नम्रपणे नकार दिला.

नेहरू व जीडी यांच्यांतील मतभेद स्पष्ट व्हायला अवधी लागला. त्यांच्या पहिल्या भेटीनंतर जवळ जवळ एक दशक एकाच व्यासपीठावर ते अनेकदा वेगवेगळ्या कारणांनी एकत्र येत. उदा., १९३० च्या दशकाच्या आरंभी उद्योगपती नेहरूंच्या फेबियन समाजवादाविरुद्ध संतापलेले होते, पण जीडी संतापले नव्हते. बिपिनचंद्र यांच्या मते, नेहरूंना नीट समजावून घेण्याचा जीडींचा दृष्टिकोन होता. नेहरूंकडे एक जुने वैरी म्हणून न पाहता, त्यांना नीट समजून घेऊन त्यांच्यात बदल घडवणं आवश्यक आहे, असं त्यांना वाटत होतं.

१९३६ च्या लखनौ येथील अधिवेशनानंतर काँग्रेस पक्षात फूट पडली नाही,

म्हणून जीडींनी नेहरूंची जाहीर प्रशंसा केली. भारत सरकारच्या १९३५ च्या कायद्यानुसार राज्यांच्या निवडणुका घेण्याचं आश्वासन देण्यात आलं होतं. काँग्रेस निवडणूक लढवणार, हे निश्चितच होतं; पण ब्रिटिशांच्या सरकारमध्ये काँग्रेस सदस्यांनी मंत्रिपद स्वीकारावं की नाही, हा गुंतागुंतीचा प्रश्न होता. तसंच, काँग्रेसमध्ये कामगार संघटनांना प्रवेश असावा की नाही, हाही प्रश्न होता. पहिल्या प्रश्नाला नेहरूंचा विरोध होता, तर दुसरा प्रश्न ते पुढे रेटीत होते.

जीडी बाजूला राहूनच या अधिवेशनाची माहिती घेत होते. ब्रिटिश अधिकारी व काँग्रेस नेतृत्व यांत दिलजमाई व्हावी, यासाठी ते गेली दोन वर्षं भारतात व इंग्लंडमध्ये पडद्याआड राहून प्रयत्न करीत होते. मंत्रिपदाच्या प्रश्नावर काँग्रेस कार्यकारिणीत मतभेद होते, पण पक्षाध्यक्ष या नात्यानं नेहरू जीडींचे प्रयत्न हाणून पाडू शकत होते. मंत्रिपद घ्यायला नकार दिल्यानं वसाहतवादाशी सतत संघर्षाची स्थिती राहणार होती. त्यामुळे हा मुद्दा अत्यंत महत्त्वाचा बनला होता.

नेहरूंना काबूत राखण्याचं आश्वासन गांधीजींनी दिलं होतं, असं दिसतं. १८ एप्रिलला जीडींना लिहिलेल्या एका पत्रात सर पुरुषोत्तमदास ठाकूर यांनी विचारलं होतं, 'महात्मा व तुमच्या अपेक्षा पुऱ्या झाल्या काय?' दोन दिवसांनी या पत्राला पाठवलेल्या उत्तरात जीडींनी, 'जे घडलं, त्यानं माझं पूर्ण समाधान झालं आहे.... महात्माजींनी त्यांचं वचन पाळलं आणि एकही शब्द न उच्चारता देखील नवीन काही आश्वासनं दिली जाणार नाहीत, याची खबरदारी त्यांनी घेतली,' असं कळवलं.

'जवाहरलाल नेहरूंचं भाषण एक प्रकारे केराच्या टोपलीतच फेकून देण्यात आलं. कारण जे ठराव मंजूर झाले, ते त्यांच्या भाषणातील आशयाच्या विरुद्ध होते. पद नाकारावं व काँग्रेसशी शेतकरी व मजूर संघटना संलग्न कराव्यात, हे नेहरूंचे महत्त्वाचे प्रस्ताव फेटाळण्यात आले,' असंही जीडींनी पत्रात नोंदवलं आहे. तसंच, पक्षात आपण अल्पमतात आहोत, याची पंडितजींना जाणीव झाली व त्यांनी आपल्या अध्यक्षपदाचा गैरफायदा उठवला नाही, याबद्दल जीडींनी त्यांची प्रशंसाही केली.

लखनौ येथील नेहरूंच्या उद्‌घाटनाच्या भाषणातील खोलवरच्या सूचक अर्थाचं मर्म जीडींच्या लक्षात आलं होतं. पक्षातील उजव्या विचारांच्या मंडळींशी संघर्ष करण्याची त्यांची इच्छा नव्हती, हे जीडींनी ओळखलं. 'नेहरू हे लोकशाहीवादी ब्रिटिशांसारखे आपला पराभवही खिलाडूवृत्तीनं स्वीकारणारे दिसतात,' असं त्यांनी लिहिलं. तसंच, 'नेहरूंनी राजीनामा देऊन पक्षात फूटही पाडली नाही. ध्येयासाठी नेहरू प्रखरपणे झुंज देतात, पण त्यांची राजकीय कृती मात्र फारच सौम्य असते, त्यामुळे त्यांची उक्ती व कृती यांत तफावत असते. ते आपल्या ध्येयवादाचा आविष्कार करायला सज्ज होतात; पण त्यानुसार कृती अशक्य आहे, हे लक्षात

आल्यावर ते त्यासाठी आग्रह धरीत नाहीत,' असं जीडींनी ठाकुरदासना लिहिलं होतं.

लखनौ अधिवेशनानंतर मुंबईच्या २१ उद्योगपतींनी जेव्हा नेहरूंविरुद्ध घोषणापत्र काढलं, तेव्हा जीडींनी नेहरूंच्या समर्थनार्थ धाव घेतली, ती त्यांनी नेहरूंना असं समजून घेतलं असल्यामुळेच.

लखनौ अधिवेशनानंतर लंडनमधील एक स्नेही ॲगाथा हॅरिसनला लिहिलेल्या पत्रात जीडी म्हणतात, 'नेहरू जरी आपली पद्धत मांडताना टोक गाठत असले, तरी त्यांची कृती सौम्य असते. ते गोष्ट निकराला नेणार नाहीत; पण त्यांच्यावर ती लादलीच, तर ते अंग चोरणार नाहीत.' नेहरूंच्या या जीडींनी केलेल्या मूल्यमापनाशी ठाकुरदास सहमत होते. 'नेहरूंच्या प्रामाणिकपणाबद्दल मला कधीच शंका नव्हती. किंबहुना तो फारच वरच्या दर्जाचा आहे. पण त्यांना योग्य मार्गावर ठेवण्यासाठी काळजीपूर्वक प्रयत्न करावे लागतील,' असं त्यांनी लिहून ठेवलंय्.

जीडींचं अनुकरण इतर उद्योगपती करीत. २१ जणांची नेहरूंवरची टीका प्रसिद्ध झाल्यावर, मुंबईतील अनेक व्यापारी संघटनांनी पं. नेहरूंचं स्वागत केलं, त्यांना मानपत्र दिलं आणि टीकाकारांपासून आपण अलग आहोत, हे दाखवून दिलं. शेतकरी व मजुरांच्या हितासाठी नेहरू करत असलेल्या प्रयत्नांचं काहींनी समर्थनही केलं.

माणसाचं अचूक विश्लेषण करणाऱ्या जीडींचं नेहरूंबाबतचं निदान इतकं चुकावं, हे आश्चर्यकारकच आहे. नेहरूंना बदलणं अजिबात शक्य नव्हतं. उभयतांतील मतभेद मूलभूत होते आणि ते वाढतच गेले. १९३६ मध्ये देखील जीडींनी नेहरूंच्या उणिवा गांधींना दाखवून देण्याचा मोह टाळला नाही. रशिया भारताचा सर्वांत चांगला मित्र आहे व जपान ही कमकुवत शक्ती आहे, अशी भाषणं नेहरू लंडनमध्ये करीत होते. 'रशियाबद्दल मला ठाऊक नाही; पण जपान ही काही कमकुवत शक्ती नाही, हे मला पक्कं माहीत आहे,' असं जीडींनी गांधीजींना पाठवलेल्या एका पत्रात म्हटलं होतं.

प्राथमिक चिंताविषय

नेहरू व जीडी यांच्यांतील संबंध मित्रत्वाचे नव्हते, तरी विविध विषयांवर ते मतांची देवाणघेवाण करीत. पंतप्रधान झाल्यावर नेहरूंनी वालचंद यांच्या प्रीमिअर गाडीपेक्षा बिर्लांची हिंदुस्थान १४ ही गाडी पसंत केली. जीडी परदेश दौऱ्यावर निघाले, की नेहरू त्यांना आपल्या परराष्ट्र-धोरणाची माहिती देत. पण उभयतांतील मतभेदांची दरी दिवसेंदिवस वाढतच होती. बिर्ला हे सरदार पटेल यांच्या अधिक निकट होते. दोघेही शहरात असले, तर सकाळी मिळून फेरफटका मारीत व एकत्र

भोजन घेत. 'आम्ही पटेलांची माणसं आहोत, असं पंडितजींना वाटे व त्यामुळे ते खास सहृदयतेनं आमच्याकडे पाहत नसत,' असं बसंतकुमार म्हणतात.

पटेल यांच्या निधनानंतर जीडी नेहरूंना भेटले आणि 'जरी बिर्ला कुटुंब पटेलांच्या निकट होतं, तरी तुम्हाला दुखवण्याचा कधी प्रश्नच नव्हता,' असं त्यांनी सांगितलं. 'मी देशासाठी काही करावं असं तुम्हाला वाटलं, तर तुम्ही ते केव्हाही मला सांगू शकता,' असं जीडींनी पंडितजींना सांगितल्याचं बसंतकुमारांनी नमूद केलं आहे.

या दोघांतल्या शीतयुद्धाचा एक किस्सा 'हिंदुस्थान टाइम्स'चे त्या वेळचे संयुक्त संपादक दुर्गादास यांनी वर्णिला आहे. 'आमच्या रोजच्या बैठकीत देवदास (महात्माजींचे धाकटे चिरंजीव असलेले देवदास 'हिंदुस्थान टाइम्स'चे व्यवस्थापकीय संपादक होते.) व मी नेहरूंच्या मंत्रिमंडळातील दोन शक्तिगटांतील माहितींची देवाणघेवाण करीत असू. त्यांचे श्वशुर व गव्हर्नर जनरल सी आर राजगोपालचारी यांच्याशी त्यांचा रोजचाच संपर्क असल्यानं नेहरूंच्या गटातील हालचाली त्यांना ठाऊक असत; तर माझ्या सरदार पटेल व जीडींशी असलेल्या संपर्कामुळे विरुद्ध गटातील घडामोडी मला समजत,' असं दुर्गादास यांनी म्हटलंय.

स्वातंत्र्यानंतरच्या पहिल्या दशकात तरी जीडींना दूर ठेवण्याचा प्रयत्न नेहरूंनी केला नाही. ब्रह्मदेश भारताला दहा लाख पौंड देणं लागतो, असं जीडींनी सांगितलं, तेव्हा याबाबत काहीच माहिती नसलेल्या पंडितजींनी त्याबाबत चौकशी करायचे आदेश दिले. भारतीय आर्थिक स्थितीबाबत तुम्ही जीडींशी चर्चा करा, असा सल्ला ब्रिटिश खासदार हेन्री ऑस्बोर्न यांना नेहरूंनी मार्च १९५० मध्ये दिला होता. बिर्लांच्या मालकीच्या 'युनायटेड कमर्शिअल बँके'च्या महाव्यवस्थापकांनी इंडोनेशियाबद्दल पाठवलेला अहवाल जीडींनी १९५० मध्ये नेहरूंकडे पाठवला. त्याच वर्षीच्या नोव्हेंबर महिन्यात एक गृहनिर्माण वसाहत उभारावी, असा सल्ला नेहरूंनी जीडींना दिला. बिर्लांच्या मालकीच्या ओकारा (पाकिस्तान) येथील 'सतलज मिल्स'च्या व्यवस्थापकानं पाक युद्धाची तयारी करत आहे, असा अहवाल १९५१ मध्ये जीडींना धाडला होता; तो त्यांनी नेहरूंना पाठवून दिला. हैद्राबाद येथील बिर्लांच्या दोन कारखान्यांत १९५३ मध्ये संप पुकारण्यात आला, तेव्हा मजूर नेत्यांचं काय म्हणणं आहे व त्यांचा दृष्टिकोन काय असायला हवा, याबद्दल नेहरूंनी आपला अभिप्राय एका खासगी पत्रात जीडींना कळवला होता.

आणि गंमतीची बाब म्हणजे, काँग्रेस पक्ष व नेहरू यांच्यासाठी निधी उभारण्याचं काम जीडी करीतच होते. १९५५ च्या हिवाळ्यात आर्थिक विभागाचे गुप्तचर जीडींची कराबाबत चौकशी करत होते, तेव्हा, आगामी निवडणुकीसाठी उद्योगपतींकडून

एक कोटी रुपयांचा निधी कसा उभारता येईल, याची चर्चा जीडी टीटी कृष्णम्माचारी यांच्याशी करीत होते. टीटीकेंच्या घरी झालेल्या या बैठकीतच लालबहादुर शास्त्री, यू. एस. मलिहा, व एम्. ओ. मथाई हजर होते.

उत्तम ग्रहणशक्ती असलेले, धारदार बुद्धिमत्तेचे मथाई हे पं. नेहरूंचे १९४६ ते १९५९ पर्यंत खास मदतनीस होते. त्यांच्या आवडीनिवडी टोकाच्या होत्या. 'पं. नेहरूंचे अत्यंत सामर्थ्यवान मदतनीस' असं मथाईंचं वर्णन केलं जाई. मथाईंनी नेहरू, टीटीके, शास्त्री व मलिहा यांच्याशी झालेल्या नंतरच्या बैठकीत चर्चेची माहिती दिली, तेव्हा जीडींना बोलावलेलं नव्हतं. पण काँग्रेसचे निधी संकलक म्हणून जीडींनी काम करण्यास पंडितजींचा आक्षेप नव्हता. प्रत्यक्षात निधीचं उद्दिष्ट २५ लाखांनी ओलांडलं गेलं.

सरकारी चौकशा, धनिकांबद्दल नेहरूंच्या मनात असलेली नाराजी, खाण उद्योग-विमा आदी उद्योगांचं राष्ट्रीयीकरण, गुंतवणूक व उत्पादन यांवर निर्बंध यांमुळे उघड्या जखमेवर मीठच चोळलं गेलं. जीडींच्या प्रत्येक गोष्टीकडे नेहरू संशयानं पाहू लागले. 'जीडी बिर्ला मेमोरियल फाउंडेशन'नं प्रसिद्ध केलेल्या पत्रव्यवहारावरून, जीडी सतत आपली मर्जी खरीदू पाहत आहेत, असा नेहरूंचा समज झाल्याचं स्पष्ट दिसतं. मात्र, हा दृष्टिकोन जीडींवर अन्याय करणारा आहे. त्यांनी गांधीजींना लक्षावधी रुपये दिले. त्यांनी नेहरूंना काही हजार रुपये आदराचं प्रतीक म्हणून पाठविले.

उदा., जीडींनी नेहरूंना १२ नोव्हेंबर, १९५९ रोजी त्यांच्या वाढदिवसाला ७०,१५१ रुपयांचा चेक पाठवला. नेहरूंनी तो परत करताना लिहिलं, 'गेली काही वर्षं तुम्ही माझ्या वाढदिवशी चेक पाठवत असून, ते परत करणं बरं दिसणार नाही, म्हणून मी ते आभारपूर्वक स्वीकारीत असे. मात्र, या भेटींमागील सदिच्छा जरी मला समजत असल्या, तरी त्या स्वीकारणं उचित नाही, असं मला वाटतं.' जीडी नेहरूंच्या वाढदिवशी दरवर्षाला १ हजार रुपये प्रमाणे त्यांच्या वयाएवढ्या रकमेचा व अधिक एक रुपया असा चेक पाठवत होते. पण १९५९ नंतर हे चेक पंतप्रधानांच्या 'आपत्ती निवारण निधी'च्या नावे पाठवले जाऊ लागले.

या दोघांत नाराजीचं आणखी एक मुख्य कारण होतं, जीडींनी १९२७ मध्ये ताब्यात घेतलेलं 'हिंदुस्थान टाइम्स' हे वृत्तपत्र. सेंट्रल लेजिस्लेटिव्ह असेंब्लीचे सदस्य असताना जीडींना प्रभावी माध्यम म्हणून ते उपयोगी पडलं असेल; पण अनेकदा जीडी व गांधींना त्याचा त्रासही होई. कधी कधी त्यातील माहिती इतकी चुकीची व बेजबाबदार असे, की एकदा गांधीजींनी देवदासची कानउघडणी करताना म्हटलं, 'मला वाटतं, 'हिंदुस्थान टाइम्स' अगदीच टाकाऊ वृत्तपत्र बनलं आहे. त्यातलं एकही वृत्त बिनचूक नसतं. जी काही वृत्तं प्रसिद्ध होतात, ती हानिकारक असतात. तुला जर ते सुधारता येत नसेल, तर त्यातून तू मुक्त होणं बरं.' देवदास

त्यांच्या निधनापर्यंत म्हणजे १९५७ पर्यंत या वृत्तपत्राच्या व्यवस्थापकीय संपादकपदी राहिले.

त्यांच्यानंतर संयुक्त संपादक असलेले दुर्गादास हे संपादक झाले व त्यामुळे नेहरू अस्वस्थ झाले, असं मथाई म्हणतात. एकदा दुर्गादास यांनी नेहरूंबद्दल खोडसाळ मजकूर छापला, तेव्हा 'ही तुमची मतं आहेत काय,' अशी विचारणा जीडींकडे करण्यास नेहरूंनी मथाईंना सांगितलं. बिर्लांनी दुर्गादास यांच्याऐवजी सौम्य लिखाण करणारे एस्. मुळगावकर यांची संपादकपदी नियुक्ती केली.

जीडी गांधीजींशी अनेकदा वाद घालत, पण ते अखेरपर्यंत त्यांच्या निकट राहिले. त्यांचे नेहरूंशी असलेले संबंध फार गुंतागुंतीचे होते. जीडी हे वास्तववादी उद्योगपती होते. त्यांना नेहरूंच्या ध्येयवादाच्या भराऱ्या उमजत नसत. नेहरू जीडींच्या भांडवलवादाची पर्वा करत नसत, तर जीडी देखील नेहरूंच्या समाजवादाची फिकीर बाळगत नसत.

जीडी म्हणजे समुद्रावरील धाडसी चांचा व अत्यंत उदार व्यक्ती यांचं मिश्रण आहेत, असं नेहरूंनी एकदा त्यांचं वर्णन केलं होतं. जीडींना बहुधा, नेहरूंचे अधिकृत वा अनधिकृत आर्थिक सल्लागार म्हणून आपल्याला मान्यता मिळावी, असं वाटत होतं. 'भारतीय उद्योगाचे प्रतिनिधी म्हणून नेहरूंना त्यांचा वापर करता आला असता,' असं रामनिवास जाजूंनी म्हटलं. पण नेहरूंनी तसं कधीच केलं नाही. गांधींच्या काळातील दिवसांची पुनरावृत्ती होणं शक्य नव्हतं. 'एक फिरते राजदूत' ही जीडींची भूमिका महात्माजींच्या हत्येबरोबरच संपुष्टात आली आणि नव्या स्थितीशी जुळवून घेणं जीडींना कठीण जाऊ लागलं.

'हे राम !'

३० जानेवारी, १९४८, शुक्रवारी दिल्लीतील 'बिर्ला हाऊस' इथं महात्मा गांधी यांच्यावर गोळ्या झाडण्यात आल्या. जीडी हादरूनच गेले. गांधीजी काही तासांपूर्वी त्यांना भेटले होते, पण 'मी त्यांना अखेरचं पाहिलं, ते मृतावस्थेत,' असं जीडींनी लिहिलंय्. 'कोणीही मित्र त्यांचं रक्षण करू शकला नाही. मी स्वत: प्रार्थनेला हजर राहत असे. पट्ट्यामध्ये पिस्तूल दडवलेलं असे व गांधीजींना भेटायला जाणाऱ्या प्रत्येकाच्या हालचालीवर बारकाईनं नजर ठेवून असे. पण याचा काही उपयोग झाला नाही. माझ्या जीवनावर गांधीजींचा फार मोठा प्रभाव आहे. ...एक राजकीय शक्ती यापेक्षा त्यांचा धार्मिक पिंड, त्यांचा प्रामाणिकपणा व सत्याचा शोध घेण्याची वृत्ती याचा माझ्यावर अधिक परिणाम झाला. अनेकदा त्यांची कारणमीमांसा मला समजत नसे; पण ते बरोबर असणार, असा विश्वास वाटे.'

गांधीजींच्या खुनानंतर 'बिर्ला हाऊस' हे स्मारक म्हणून राष्ट्राच्या स्वाधीन

करावं, अशी मागणी केली जाऊ लागली. या प्रश्नाची जीडींनी केलेली हाताळणी हे त्यांच्या जीवनातील एक उद्‌बोधक प्रकरणच आहे. पं. नेहरूंनी ७ मे, १९४८ रोजी जीडींना पाठवलेल्या पत्रात या नाजूक विषयावर अगदी संवेदनशीलतेनं लिहिलंय्,

> असेंब्लीच्या सबंध अधिवेशनात शंभरहून अधिक सदस्यांनी विनंती केली आणि आमच्या पक्षाच्या बैठकीत प्रश्न विचारण्यात आले. हा प्रश्न पुन्हा पुन्हा उठवण्यात आला. सदनात हा प्रश्न उठवला जाऊ नये, म्हणून मी आटोकाट प्रयत्न केले. ही बाब अत्यंत नाजूक असून, त्याबद्दल तुमच्या भावना मी समजू शकतो. तुमची कसल्याही प्रकारे गैरसोय होणं हे बापूंनाही आवडलं नसतं, हे मी जाणून आहे. यासंबंधी तुमच्या इच्छेविरुद्ध काहीही कृती करण्याची माझी इच्छा नाही. पण याबद्दल भावना ओसरणार नाहीत व त्या आपल्या सर्वांनाच अडचणीत टाकत राहणाऱ्या आहेत.

त्यांनी जीडींच्या विचारार्थ प्रस्ताव मांडला, तो असा.

> 'बिर्ला हाऊस'ला हात लावू नये. ते तुमच्या व्यक्तिगत वापरासाठीच ठेवावं. पण गांधीजी जिथं प्रार्थना सभा घेत व त्यांच्यावर जिथं गोळी झाडण्यात आली, ती उद्यानातील जागा 'बिर्ला हाऊस'पासून व उद्यानाच्या उर्वरित भागापासून वेगळी करता येईल. लोक जिथं भेट द्यायला येऊ शकतील, असं स्मारकस्थळ म्हणून त्याचा वापर करता येऊ शकेल, असा प्रस्ताव आहे.

नेहरूंचा प्रस्ताव न्याय्य होता; पण जीडींचं उत्तर मात्र काहीसं कडवट होतं.

> तसा विचार केला, तर याबद्दलचा निर्णय माझ्या दृष्टीनं सोपा आहे. सरदारजींना सांगितल्याप्रमाणे मी त्यांच्या वा तुमच्या आज्ञेबाहेर नाही; या प्रश्नाबद्दल माझा भावनिक दृष्टिकोन नसेल, तर ते मानवी होणार नाही. माझा या घराशी संबंध केवळ व्यक्तिगत वा फौटुंबिक नसून, तो खूप व्यापक व सार्वजनिक जीवनाशी संबंधित अनेक आठवणींशी निगडित आहे.
>
> बापू या घरात सर्वप्रथम १९३२ साली आले. हरिजन कॉलनी वा भंगी कॉलनीत ते अल्पकाळ राहिले; पण एरवी ते इथंच राहायचे. मालवीयजी पण या घरात अनेक वर्षं राहिले आहेत. सरदारजींनी पण अखेरच्या काही

वर्षांत अधूनमधून इथं वास्तव्य केलं आहे. राजेंद्रबाबू, पंतजी, भुलाभाई, मुन्शीजी, शंकरराव देवजी, बाळासाहेब खेर व अन्य नेत्यांचं इथे स्वागत करण्याची संधी मला मिळाली आहे. तुम्ही पण या घरात काही दिवस माझे अतिथी होतात.

अनेक महत्त्वाचे व दूरगामी परिणाम करणारे राजकीय निर्णय याच वास्तूत घेण्यात आले असल्यानं त्याचं ऐतिहासिक महत्त्व वाढलं आहे. कार्यकारिणीच्या अनेक महत्त्वाच्या बैठका इथंच झाल्या व १९४६ साली काँग्रेस सत्तेवर येताच मंत्रिमंडळाची पहिली बैठकही इथंच झाली. तरुण वयापासून ते आता वार्धक्याकडे झुकलो असताना अनेक वर्षं मी इथंच घालवली आहेत. इथलं प्रत्येक झाड माझ्या देखरेखीखाली लावलं गेलं आहे. त्यांचं संगोपन झालं आहे. ही झाडं वाढताना, फळं देताना मी पाहिली आहेत. यांतील प्रत्येक झाडाचा इतिहास मला ठाऊक आहे. येथील बाग, गुलाबवाटिका, फुलांचे ताटवे यांची रचना मी केली आहे व ते जणू माझाच एक अवयव बनून गेले आहेत.

अशा प्रकारे हे घर म्हणजे आठवणींचं भांडारच बनलं आहे; ती जणू एक स्मरणगाथा आहे. त्यात मी केव्हाही डोकावतो. अनेक आठवणी अभिमानानं फेर धरू लागतात. येथील भूतकाळानं माझ्या कृश देहयष्टीतील प्रत्येक धागा गुंफला आहे; माझ्या मनाचा प्रत्येक बिंदू घडवला आहे.

मला वाटतं, या विषयावर मी माझं अंत:करण उघडं करून मांडलं आहे. यात गुंतलेल्या घटकांचं विश्लेषण तुम्ही करायचं आहे. तुम्ही बापूंच्या भावनांचाही उल्लेख केला आहे... या घराचं विच्छेदन करण्याचा विचार क्षणभरही मनात येऊ देऊ नका, अशी माझी विनंती आहे. मुलाचे दोन तुकडे करून एक देऊन टाका व एक तुम्ही ठेवा, असं सुचवण्यासारखं ते होईल. ही संपूर्ण वास्तू म्हणजे बापूंच्या पवित्र स्मृतीचं प्रतीक आहे, तेव्हा त्यातील एखाद्या भागापेक्षा सबंध घरच त्यांच्या स्मृतीचं चिन्ह असावं, असं मला वाटतं.

नेहरूंनी ७ मेच्या पत्राची प्रत वल्लभभाई पटेल यांनाही पाठविली होती. त्या वेळी योगायोगानं ते जीडींसमवेत मसुरी इथं होते. जीडींनी नेहरूंना १२ मे रोजी, तर पटेलांनी १३ मे रोजी पत्र पाठवलं. सरदारांचं पत्र खास त्यांच्या शैलीतलं म्हणजे समर्थ व व्यवहार्य आहे. (त्यानंतर दीड वर्षांनी १५ डिसेंबर, १९५० रोजी 'बिर्ला हाऊस' इथंच त्यांचं निधन झालं.)

प्रिय जवाहरलाल,

लोकांच्या भावना जर चुकीच्या असतील, तर तसं स्पष्टपणे सांगण्याचं व दडपणाला बळी न पडण्याचं आपलं कर्तव्य आहे. आपली मतं जर आपण आधीच स्पष्ट करण्याचं धाडस दाखवलं असतं, तर लोकभावना या पातळीपर्यंत पोचूच शकल्या नसत्या. बापूंना ही कल्पना पसंत पडली नसती, अशी आपली खात्री असताना, आपण हे घर बापूंचं स्मारक म्हणून ताब्यात कसं घेऊ शकतो, हे मला उमजत नाही. ज्या महान व्यक्तीचं स्मारक आपल्याला करावयाचं आहे, त्याच्या आत्म्याला वेदना होईल, अशी गोष्ट करणं हे विचित्र होईल.

बापू व त्यांच्यांत पिता-पुत्राचं नातं होतं, त्यांच्याशी त्यांचा आध्यात्मिक अनुबंध होता व तो बापूंनी मान्य केला होता. पण त्यांनी कधी या नात्याचा दुरुपयोग केला नाही. अनाठायी फायदा उठविला नाही. ते परखड विचारांचे सुस्वभावी गृहस्थ आहेत. काही मंडळी जरी कुटिल हेतूनं टीका करीत असली, तरी त्यांचे आपल्या उभयतांशी असलेले संबंध हे नि:स्वार्थी आहेत. तेव्हा घनश्यामदास व बापू या दोघांच्याही भावनांशी क्रूर खेळ करणाऱ्या कोणत्याही प्रस्तावात मी सहभागी होऊ शकत नाही.

पण जनतेच्या भावनांच्या दडपणाची आपण कदर करावी, असं तुम्हाला वाटत असेल, तर या बाबतीत पुढची पावलं उचलण्याआधी हे घर व मालमत्ता सरकारनं ताब्यात घ्यायची, की बिगर सरकारी ट्रस्टनं, आदी बाबतींत आपल्या कल्पना स्पष्ट असायला हव्यात. घर ताब्यात घ्यायचं ठरवलंच, तर ते आहे त्या स्थितीत जतन करणं आवश्यक आहे, हे ध्यानात ठेवावं लागेल.

तसंच, आपण घर ताब्यात घ्यायचं ठरवलं, तर घनश्यामदास यांना आपण पर्यायी जागा द्यायला हवी. त्याची योग्य ती किंमत ते देतील व दिल्लीत स्वत:साठी घर बांधू शकतील. आपण त्यांचं घर ताब्यात घेऊन त्यांना वाऱ्यावर सोडून देणं म्हणजे जखमेवर मीठ चोळण्यासारखंच होईल.

या दोन्ही उत्तरांतील आवेशानं नेहरूंना धक्का बसला. त्यांनी २२ मे, १९४८ रोजी जीडींना लिहिलं :

'तुम्ही तुमचं घर देऊन टाकावं असं मी माझ्या पत्रात सुचवलं नव्हतं. तसंच, तिथं बापूंचं स्मारक उभारण्याचाही प्रश्न नाही. बरेच लोक त्या

वास्तूकडे एक मंदिर या भावनेनं पाहतात. मी जरी धार्मिक नसलो, तरी त्या भावनांशी मी सहमत आहे, हे मी कबूल करतो. तुमच्यावर कसलीही सक्ती करावी, असं मला वाटत नाही. अखेर तुम्हांला काय ते ठरवायचं आहे. मी केवळ सुचवू शकतो. याबाबत मी राजेंद्रबाबूंशी चर्चा केली आहे व त्यांना माझी सूचना मान्य आहे, असं दिसतं.

त्या वेळी जीडी व सरदार पटेल मसुरीला 'बिर्ला निवास'मध्ये मुक्काम करून होते. नेहरू त्यांना भेटायला तिथं गेले. या विषयावरचा वाद वृत्तपत्रांतून संसदेच्या आत व बाहेर वाढतच गेला. या वादळात आपला निभाव लागणं शक्य नाही, याची जाणीव जीडींना झाली.

अखेर लोकेच्छेपुढे मान झुकवताना जीडींनी सार्वजनिक संपर्काच्या दृष्टीनं या गोष्टीचा जास्तीत जास्त लाभ करून घेतला. १ जून, १९४८ रोजी पं. नेहरूंना पाठवलेल्या पत्रात ते म्हणतात, '१९४२ मध्येच हे घर पंतप्रधानांचं निवासस्थान म्हणून पुढं केव्हातरी सरकारच्या स्वाधीन करावं, अशी मी मनातल्या मनात नोंद केलीच होती.' त्याला ३ जून, १९४८ रोजी उत्तर देताना नेहरू म्हणतात, 'पंतप्रधानांचं निवासस्थान म्हणून आपलं घर देण्याची तुमची ऑफर अगदी उदार आहे. पण व्यक्तिगत व सार्वजनिक कारणांमुळे मला हे अशक्य आहे. त्या घराशी निगडित असलेल्या आठवणींमुळे तर मला त्या घरात अस्वस्थ वाटेल. तसंच, सी-इन्-सीच्या घराच्या दृष्टीनं आधीच काही फेरफार करण्यात आले आहेत.'

अखेर, १९७१ मध्ये 'बिर्ला हाऊस' ही राष्ट्रीय संपत्ती झाली. रमणीय लोदी उद्यानासमोर जीडींनी 'मंगलम्' हे आपलं घर बांधलं. 'करारानुसार द्यावयाच्या नुकसानभरपाईबद्दल जीडी हे समाधानी नव्हते,' असं जाजूंनी म्हटलंय्. सरकारही जीडींबाबत असमाधानी होतं. त्यांनी त्यांचं नावच पुसून टाकलं.

'बिर्ला हाऊस' हे 'गांधी संग्रहालय' बनलं.

पद्मविभूषण

बिर्लांच्या दोन बड्या कंपन्यांच्या हिशेब पुस्तकांनुसार, बऱ्याच मोठ्या रकमा नेहरूंच्या भगिनी विजयालक्ष्मी पंडित यांना देण्यात आल्याचं प्राप्तिकर तपास आयोगाच्या अध्यक्षांनी १९५४ च्या उत्तरार्धात नेहरूंना खासगीरीत्या कळवलं. युद्धकाळात कमावलेला नफा व काळाबाजार याबाबत बड्या उद्योगांची चौकशी चालू असताना ही माहिती उघडकीस आली. शेकडो कंपन्यांचे हिशेब तपासण्यात आले होते. या तपासातून फारच थोड्या कंपन्यांची सुटका झाली. जेआर्डी व टाटा

कंपन्यादेखील यातून सुटल्या नाहीत. जेव्हा हा तपास साराभाई व लालभाईंपर्यंत पोचला, तेव्हा स्वतंत्र भारताचे पहिले अर्थमंत्री आर्. के. षमुखम चेट्टी यांना राजीनामा देणं भाग पडलं.

'पंतप्रधानांनी मला जीडींशी संपर्क साधायला सांगितला. जीडींनी या अहवालाला दुजोरा दिला होता,' असं मथाई यांनी लिहिलंय्. 'फक्त एकाच राष्ट्रीय नेत्यानं आपल्याकडून पैसे घेतले नाहीत व ते म्हणजे पंडितजी,' असं जीडी म्हणाले. 'श्रीमती पंडित यांच्यासह इतर सर्व नेत्यांनी पैसे घेतले होते,' ते म्हणाले त्यांनी गांधीजी, सरदार पटेल यांच्यापासून ते अन्य सर्वांची यादीच वाचून दाखविली. जयप्रकाश नारायण हे जीडी बिर्लांचे खासगी सचिव आहेत, असं दाखवण्यात आलं होतं व त्यांना कित्येक वर्षं दरमहा वेतन दिलं जात होतं. गांधीजींच्या हत्येनंतर नारायण यांनी त्यांच्यावर टीका केली, तेव्हा नारायण यांना पैसे देणं यापुढे थांबवावं, असा सल्ला सरदार पटेल यांनी जीडींना दिला होता.

जीडींनी अहवालाला दुजोरा दिल्याचं मथाई यांनी पं. नेहरूंना कळवलं. तेव्हा त्यांनी लंडनला असलेल्या विजयालक्ष्मींना पत्र पाठवून विचारणा केली. त्यावर विजयालक्ष्मींनी त्याचा साफ इन्कार केला. 'जीडींकडून काही पावत्या मिळतात का, ते पाहा,' असं नेहरूंनी मथाईंना सांगितलं. भारतात दिलेल्या रकमेच्या पावत्या उपलब्ध नव्हत्या. पण जीडींच्या न्यूयॉर्क येथील एजंटकडून विजयालक्ष्मींनी किंवा त्यांच्या वतीनं घेण्यात आलेल्या डॉलर्सच्या पावत्या उपलब्ध होत्या. त्याच्या फोटोकॉपीज् जीडींनी मथाईंना दिल्या व त्यांनी त्या नेहरूंना सादर केल्या.

मथाई यांनी, या प्रकरणावर पडदा टाकावा, असं सुचवलं. परंतु पुढे 'रेमिनिसन्सेस ऑफ द नेहरू एज' मध्ये ते सर्व प्रसिद्ध केलं.

त्यानंतर पाच वर्षांनी, ४ ऑक्टोबर, १९५९ रोजी मोरारजी देसाई अर्थमंत्री असताना, प्राप्तिकर खात्याच्या अधिकाऱ्यांनी दिल्ली सोडून भारतातील प्रमुख शहरांतील बिर्लांच्या कार्यालयांवर धाडी टाकल्या. अशा धाडी घातल्या जाणार, अशी हवा अनेक दिवस होतीच. गांधी व सरदार पटेल यांच्या मृत्यूनंतर राजकारणापासून जीडी अलग पडले होते आणि बिर्ला बंधू हे डाव्यांच्या टीकेचं लक्ष्य बनले होते.

बिर्ला कुटुंबीयांना काही वाटत असलं, तरी नेहरूंनी जीडींना शक्य तितकं संरक्षण देण्याचा प्रयत्न केला. सरदार पटेल यांचं १५ डिसेंबर, १९५० रोजी निधन झाल्यावर जीडी लौकरच मथाईंना भेटले. ती त्यांची पहिलीच भेट होती. तसं नेहरूंच्या वतीनं जीडींकडून मुंबईहून येणारे हापूस आंबे, नाशिकची अंजिरं, दिल्लीच्या त्यांच्या उद्यानातील शतावरी (ॲस्पॅरॅगस) आदी भेटी मथाई स्वीकारत असत.

त्या भेटीत जीडींनी, अर्थमंत्रालय आपल्यापुढे अडचणी निर्माण करीत आहे, असं मथाईंना सांगितलं. जीडी बेचैन होते व त्यांचा सूर काळजीचा होता. हंगामी सरकारच्या काळात अर्थसदस्य लियाकत अलिखान यांनी नेमलेल्या प्राप्तिकर चौकशी आयोगाने दिलेल्या अहवालाच्या आधारे, बिर्ला कंपन्यांनी स्वातंत्र्य-आंदोलनात काँग्रेसला दिलेल्या देणग्यांबद्दल शासन केलं जाणार होतं. खान यांच्याकडून चिंतामणराव देशमुख यांनी सूत्रं हाती घेतली होती. ब्रिटिशांच्या काळात सनदी अधिकारी असलेल्या सीडींना कोणत्या परिस्थितीत या देणग्या दिल्या गेल्या, याची कल्पना नव्हती. बहुतेक सर्व देणग्या या गांधीजी व सरदार पटेल यांच्या सूचनेवरून देण्यात आल्या होत्या.

याबाबत मौलाना आझाद यांना भेटण्याचा सल्ला मथाईंनी जीडींना दिला व या बैठकीची माहिती नेहरूंना कळविली. आझाद नेहरूंशी बोलले, नेहरूंनी जीडींशी चर्चा केली, पंतप्रधान व सीडी देशमुख यांच्यांत यासंबंधी पत्रव्यवहार झाला. सुरुवातीला याबद्दल सीडींची भूमिका ताठर होती. पण स्वातंत्र्याआधी दिलेल्या देणग्या या राजकीय पक्षाला नसून, स्वातंत्र्य-आंदोलन चळवळीला दिलेल्या होत्या, असं नेहरूंनी स्पष्ट केलं. तसंच, स्वातंत्र्य-आंदोलनात ज्यांनी मदत केली, त्यांना शासन करण्यात आपण सहभागी होणार नाही, असंही त्यांनी निक्षून सांगितलं. अखेर देशमुख नेहरूंशी सहमत झाले व त्याबाबत जीडींना तोंडी कळवावं, असं नेहरूंनी मथाईंना सांगितलं.

एका बाजूला कर अधिकारी तपास करत असतानाच सरकारनं जीडींचा गौरव करायचं ठरवलं. २९ ऑक्टोबर, १९५७ रोजी एका दिमाखदार समारंभात राष्ट्रपती राजेंद्रप्रसाद यांच्या हस्ते जीडींना 'पद्मविभूषण' हा किताब देण्यात आला.

१९६० च्या दशकात बिर्लांवर वृत्तपत्रांतून व संसदेत होणाऱ्या टीकेचं प्रमाण वाढलं. पत्रकार व डाव्या विचारसरणीचे वकील देवज्योति बर्मन यांची 'मिस्टरी ऑफ बिर्ला हाऊस' व 'टीटीके ॲन्ड बिर्ला हाऊस' अशी दोन पुस्तकं प्रसिद्ध झाली. त्यात बिर्लांनी कर न चुकवल्याची सनसनाटी माहिती होती, तसंच, टीटीकेंनी बिर्लांवर खास मर्जी दाखवली, असा आरोप होता. बिर्लांनी पुस्तकाच्या सर्व प्रती खरीदल्या असून, त्या जाळून टाकल्या, अशी अफवा पसरल्यानं या पुस्तकांचा खूप बोलबाला झाला. पण प्रत्यक्षात ही पुस्तकं बाजारात उपलब्ध होती.

संसदेच्या प्रत्येक अधिवेशनात बिर्लांबद्दल जहरी प्रश्न विचारले जाऊ लागले. जीडींचे गांधी व सरदार पटेल यांच्याशी असलेले संबंध म्हणजे एक प्रकारची गुंतवणूकच होती, असं चित्र प. बंगालचे कम्युनिस्ट नेते ज्योतिर्मय बसू रंगवू लागले. बिर्लांशी संबंध ठेवणारे हे नेते भोळे होते, असं बसू सांगू लागले. बिर्लांच्या

सर्व हालचाली या व्यक्तिगत लाभासाठी होत्या; त्यांनी स्थापन केलेले धार्मिक व शैक्षणिक ट्रस्ट देखील कर टाळण्यासाठी होते, असा आरोप त्यांनी केला. बिर्ला सट्टेबाजार करणारे असून, ते उद्योगात घुसले, गांधीजींशी असलेल्या संबंधांमुळे त्यांना सत्तेच्या यंत्रणेकडून आपल्याला हव्या त्या गोष्टी करून घेण्याची ताकद प्राप्त झाली, असं वर्णन जॉर्ज फर्नांडीस यांनी केलं.

सत्तारूढ पक्षाच्या वर्तुळात तरुण तुर्कांचा उदय झाला व त्यामुळे मक्तेदारी चौकशी मंडळ स्थापन झालं. आर्थिक संस्थांकडून कर्जाचा सिंहाचा वाटा मिळवण्यात बिर्ला यशस्वी झाले, असा अहवाल या मंडळानं १९६५ मध्ये दिला. बड्या उद्योग समूहांना एकूण आर्थिक साहाय्य ५६ टक्के मिळालं होतं. परंतु त्यातील एकतृतीयांश हिस्सा एकट्या बिर्लांना मिळाला. तेव्हा बड्या उद्योग समूहावर व खासकरून बिर्लांवर टीका होऊ लागली व १९६९ मध्ये संसदेत 'मक्तेदारी व्यापार प्रतिबंधक विधेयक' (एम्आर्टीपी) मंजूर करण्यात आलं.

बिर्लांनी आपली मालमत्ता आणि विक्री वाढविण्यासाठी अवलंबिलेल्या गैरमार्गांची चौकशी करण्यासाठी, त्याच्या पुढील वर्षात सरकारी आयोग नेमण्यात आला. या आयोगावर ७ कोटी रुपये खर्च झाल्यावर, आठ वर्षांनंतर या आयोगाचा गाशा जनता राजवटीत फर्नांडीस यांनी गुंडाळला.

त्यानंतर औद्योगिक नियोजन व परवाना धोरण याबद्दलचा 'हजारी अहवाल' आला. बिर्लांना देण्यात आलेल्या एकूण परवान्यांपैकी ५० टक्के परवाने देखील त्यांनी वापरलेले नाहीत, असं या अहवालात नमूद केलं होतं. 'औद्योगिक नियोजन धोरण चौकशी समिती'नं आपल्या आहवालात असं म्हटलं होतं, की बिर्लांनी १६६ परवाने वापरले नाहीत व टाटांनी ४७ परवाने वापरलेले नाहीत. बरेच जण औद्योगिक परवाने घेऊन ते नुसते ठेवून देऊन कृत्रिम टंचाई निर्माण करीत,' असं नामवंत सनदी अधिकारी मन्तोश सोंधी म्हणतात.

हळू हळू बिर्लांना टीकेची सवय झाली. ती झटकून टाकीत नव्या पद्धतीत आपलं अस्तित्व टिकवून ठेवण्यास ते शिकले. किंबहुना मक्तेदारी व्यापार प्रतिबंधक विधेयक आल्यानंतर बिर्लांची वाढच झाली. 'हिंडाल्को', 'सेंचुरी', 'ग्वालियर रेयॉन' व 'झुआरी ॲग्रो' या कंपन्या व्याप्तीशः १९५० च्या दशकातील उद्योगसमूहापेक्षाही मोठ्या होत्या. पण सार्वजनिक टीकेचा डंख डाचत होताच. १९६८ मध्ये जीडींचं 'इन द शॅडो ऑफ द महात्मा' हे ३०० पानी पुस्तक प्रकाशित झालं. गांधीजींना केलेल्या आर्थिक मदतीचा, देणग्यांच्या तपशील त्यात आहे. मक्तेदारी नियंत्रण कायदा लागू करण्यात आला, त्याचवेळी जीडींचं हे आत्मचरित्र प्रसिद्ध झालं, हे सूचक आहे. तसंच 'बापू अ युनिक असोसिएशन' हे दुसरं पुस्तक 'हजारी अहवाल'

आल्यावर १९७७ मध्ये प्रसिद्ध झालं, हेही सूचक आहे.

जीडी यांच्या व्यक्तिमत्त्वाचे अनेकविध पैलू होते. परिस्थित्यनुरूप ते काही गोष्टी लपवीत वा उघड करीत. १४ मार्च, १९३२ रोजी सर सॅम्युअल होअर यांना पाठवलेलं पत्र हे याचं एक उदाहरण आहे. त्यांनी लिहिलं होतं, 'तुम्ही विश्वासू आहात व त्यामुळे माझ्यावरची जबाबदारी वाढते. त्यामुळे मी आहे तसा तुम्हाला ठाऊक असावा, असं मला वाटतं. मी, गांधीजींबद्दल मला अत्यंत आदर आहे, हे सांगायची गरज नाही. किंबहुना मी त्यांच्या लाडक्या मुलांपैकी एक आहे. त्यांचं खादीचं उत्पादन व अस्पृश्यता निवारण कार्य याला मी मुक्तहस्ते मदत केली आहे. मी स्वत: असहकार चळवळीत कधी भाग घेतलेला नाही, पण मी सरकारवर कडक टीका करणारा आहे.'

मात्र जीडींचं हे विधान केवळ वरकरणीच असावं, असं वाटतं. उदा. ६ ऑक्टोबर, १९२८ रोजी पं. मोतीलाल नेहरूंनी त्यांना एक तातडीची तार पाठविली; त्यात म्हटलं होतं, 'अब्दुल कलाम आझादना ताबडतोब तीन हजार रुपये पाठवा. तसंच, लाला लजपतरायना तीन हजार रुपये व मला दहा हजार रुपये पाठवा. आमच्या कामावर परिणाम होतोय्. शत्रूंचा फायदा होतोय्.' त्याच दिवशी जीडींनी उत्तर पाठवलं की, 'तुम्हांला सर्व पैसे प्रचारासाठी हवेत, असं दिसतं. काम तातडीचं असल्यानं मी सोमवारी तुमच्या नावानं १५ हजाराचा ड्राफ्ट पाठवतो. मला आझाद किंवा प्रादेशिक समित्यांशी थेट संबंध ठेवावयाचा नाही. तुम्ही तुमच्या मर्जीनुसार आझाद व लालाजींना काय रक्कम द्यायची असेल, ती द्यावी.'

असहकार चळवळींच्या पहिल्या टप्प्यात जीडींनी गांधीजींना १ लाख ते ५ लाख रुपयांपर्यंत अर्थसहाय्य दिलं असावं, असा अंदाज एका उच्चपदस्थ ब्रिटिश अधिकाऱ्यानं व्यक्त केला आहे. गांधीजी अगदी तपशीलवार हिशेब ठेवत असत; पण बिर्लांनी आपल्या पैशाचा विनियोग कसा होत आहे, हे कधी विचारलं नाही. तसंच, जिथं काही लाभ नव्हता, तिथं त्यांनी आपल्या औदार्याची जाहिरात केली नाही. त्यांनी विजयालक्ष्मी पंडित यांना मदत केली, पण नेहरू घराण्याला अडचणीत टाकलं नाही; मथाईंनी मात्र तसं केलं.

स्वातंत्र्यानंतर काय दृष्टिकोन राहील, याचा अंदाज घेऊन वैयक्तिक संपत्तीबद्दल जीडींनी काही व्यवस्था केली होती. गांधीजींच्या विश्वस्त (ट्रस्टशिप) कल्पनेचा त्यांच्यावर गहिरा प्रभाव होता. स्वातंत्र्यापूर्वीच त्यांनी आपल्या मालमत्तेचं वाटप करून टाकलं होतं. त्यांतील काही मुलांना; पण बहुतेक मालमत्ता बिर्लांच्या विविध धर्मादाय ट्रस्टना त्यांनी दिली. त्यांचं वैयक्तिक उत्पन्न आता दरमहा पाच हजार रुपये होतं व बिर्ला बंधूंकडून ते मिळत होतं.

१९६०-१९७० या काळात बिर्ला व अन्य उद्योगसमूहांवर झालेली टीका म्हणजे औद्योगिकीकरणाच्या परिणामांशी जुळवून घेण्याच्या व्यापक अनिच्छेचंच प्रतीक होतं, असं 'फिनॅन्शियल एक्स्प्रेस'चे माजी संपादक प्रेम शंकर झा यांनी एकदा म्हटलं होतं. ही जुळवून घेण्याची वृत्ती अंगी बाणायला १९८०-१९९० चा राजीव गांधी, पी. व्ही. नरसिंह राव यांचा काळ यावा लागला.

✦

११

सांध्यपर्व

२० एप्रिल, १९५३ रोजी वैतागून जीडींनी नेहरूंना लिहिलं, की काही स्फोटक द्रव्यं बनवण्याचा प्रस्ताव आमच्याकडे ब्रिटनकडून आला आहे. तसंच, जर्मनीनं पोलादाचा संयुक्त प्रकल्प उभारण्यात स्वारस्य दाखवलं आहे. आता माझं वय साठ असून केवळ जादा पैसे मिळवण्यासाठी काही नवा व्यवसाय सुरू करण्यात मला रस नाही. देशात अधिकाधिक उत्पादन व्हावं, एवढीच माझी इच्छा आहे. तेव्हा या प्रस्तावांबाबत मी पुढे जाऊ की नको, एवढंच मला जाणून घ्यायचं आहे. सरकारकडून मला काहीही आश्वासन नको आहे. केवळ सरकारी धोरण जाणून घ्यायचं आहे.'

१९५१ साली जीडींनी पन्नास कोटी रुपयांचं अधिकृत भांडवल असलेल्या 'दुर्गापूर आयर्न अँड स्टील वर्क्स'ची नोंदणी केली होती. त्यांच्या स्वप्नांची पूर्ती लौकरच होण्याची चिन्हं दिसत होती. जीडींनी अनेक कारखाने उभारले; पण ते पायाभूत उद्योगक्षेत्रातील नव्हते. जमशेदपूरसारखं एखादं भव्य संकुल उभारावं, असं त्यांना आयुष्याच्या सांध्यपर्वात वाटू लागलं. त्यांनी आराखडा तयार केला. देशातील व देशाबाहेरील लोकांशी पत्रव्यवहार केला. परंतु सर्व नवे पोलाद प्रकल्प हे सार्वजनिक क्षेत्रातच राहतील, असा निर्णय नेहरूंनी घेतल्यामुळे जीडींचं स्वप्न

अपुरंच राहिलं. स्वातंत्र्यानंतर नेहरूंभोवती जो सत्तासंघर्ष चालू होता, त्याचं दर्शन दुर्गापूर प्रस्तावाच्या निमित्तानं झालं होतं. दुर्गापूरच्या प्रश्नावरून मंत्रिपदाचा राजीनामा देण्याचा इशारा टी. टी. कृष्णम्माचारी यांनी दिला होता. अखेर, १९५४ मध्ये 'दुर्गापूर'चं दिवाळं वाजलं आणि 'हिंडाल्को'चा अक्षरशः राखेतून जन्म झाला.

जुन्यातून एकात्मिक पोलाद कारखाना उभारण्याचा जीडींचा बेत होता. परंतु त्याला आवश्यक तेवढी साधनं आपल्यापाशी नाहीत, याची जाणीव त्यांना झाली. दहा लाख टन क्षमतेच्या कारखान्याला १०० कोटी रुपये लागतील, असा ढोबळ अंदाज होता. जर अमेरिकन कंपन्यांकडून जीडींनी उपकरणं खरेदी करायचं ठरवलं, तर अमेरिकेच्या आयात-निर्यात बँकेकडून जीडींना ३० ते ४० कोटी रुपयांचं कर्ज मिळू शकेल, असं जीडींच्या अमेरिकन मित्रांचं म्हणणं होतं. पण तरीही उरलेले ७० ते ८० कोटी रुपये कसे उभारायचे, हा प्रश्न आहे, अशी व्यथा जीडींनी एका मित्राकडे बोलून दाखवली होती. सध्याच्या भारतात एवढी मोठी रक्कम उभारणं अशक्य आहे, असं त्यांचं मत होतं. जे कठीण दिसतं, त्यामागे उगाच धावून शक्ती वाया घालवण्याचा जीडींचा स्वभाव नव्हता. तेव्हा त्यांनी तीन लाख टनांचा कच्च्या लोखंडाचा कारखाना उभारायचं ठरवलं. एकदा ते झालं, की भविष्यात केव्हातरी पोलाद मिल उभारता येईल, असा त्यांचा होरा होता.

या कारखान्यासाठी १२ ते १५ कोटी रुपये लागणार होते. हरेकृष्ण मेहताब यांना लिहिलेल्या एका पत्रात जीडींनी ही रक्कम उभारण्याची आपली योजना कळवली होती. त्यांनी लिहिलं, 'मला वाटतं, की तीन कोटी रुपये खासगी गुंतवणूकदारांकडून उभारता येतील. तसंच, अमेरिकन आयात-निर्यात बँकेकडून पाच कोटी रुपये मिळू शकतील. अर्थात, उपकरणं अमेरिकेतून खरेदी करू, असं आश्वासन त्यांना द्यावं लागेल. तसंच, आणखी सात कोटी भारतातून उभारावे लागतील. मी, कस्तुरभाई लालभाई, सर बद्रीदास गोएंका व अन्य काही महत्त्वाचे उद्योगपती या प्रकल्पासाठी एक नवीन कंपनी स्थापन करू शकतो, १९५०-५२ या काळात मेहताब हे केंद्रीय उद्योग व वाणिज्य मंत्री होते.

पोलाद क्षेत्रात शिरण्याच्या जीडींच्या निर्धारामागील सर्व कारणं समजणं कठीण आहे. खुद्द जीडींना त्याबाबत पुरेशी कल्पना नव्हती, असं त्यांच्या याबाबतच्या पत्रव्यवहारांतून दिसतं. ज्या प्रकल्पातून विशेष फलप्राप्ती होण्याचा संभव नव्हता, त्यासाठी ते एवढा आटापिटा का करत होते, हे कळत नाही.

उद्योग मंत्रालयात पाठवलेल्या एका टिपणात आपल्या प्रकल्पाचं समर्थन करताना जीडींनी म्हटलं होतं, भारतात अशुद्ध लोखंडाची किंमत दर टनाला १२० रुपये आहे. त्यानुसार विचार करता या कारखान्याच्या उत्पादनाचं एकूण मूल्य तीन कोटी साठ लक्ष रुपये होईल. ज्या कारखान्याला १५ कोटी रुपये खर्च येणार, त्या

कारखान्याला दरवर्षी घसारा खर्चाकरता १ ते १.५० कोटी लागतील. तसंच, अमेरिकेकडून घेतलेल्या कर्जावरचं व्याज म्हणून २३ लाख रुपये द्यावे लागतील. त्याचप्रमाणे, अग्रक्रमाच्या शेअर्सवरील व्याजापोटी आणखी ३५ लाख द्यावे लागतील. खासगी गुंतवणूकदाराला सहा टक्के उत्पन्न द्यावं, म्हणून आणखी १८ लाखांची गरज पडेल. तसंच, एवढ्या मोठ्या कंपनीसाठी दरवर्षी किमान २५ लाख रुपये राखीव निधीत द्यावे लागतील. सुमारे ९५ लाख रुपये प्राप्तिकर भरण्यासाठी लागतील. अशा प्रकारे जर साडेतीन कोटी रुपये नफा झाला नाही, तर घसाऱ्यासाठी दीड कोटीची तरतूद करता येणार नाही व गुंतवणूकदारांना एक कोटी एक लाख रुपये देता येणार नाहीत. आता तीन कोटी साठ लाख रुपये किमतीच्या उत्पन्नावर एवढा नफा मिळणं अशक्यच आहे.

छोट्या आकाराच्या प्रकल्पाबद्दलही सरकारला निर्णय ठरविता येईना. हरेकृष्ण मेहताब यांच्याकडून मंत्रिपदाची सूत्रं टी. टी. कृष्णम्माचारी यांनी घेतली व पोलाद हा त्यांच्या अखत्यारीतील विषय नसला, तरी जीडींचा प्रस्ताव नियोजन मंडळात व मंत्रिमंडळात पुढं रेटण्याचे त्यांनी प्रयत्न केले. प्रस्तावाच्या विरुद्ध असणाऱ्यांना ते बिर्लांचे हस्तक वाटू लागले. तेव्हा, 'भांडवलवादी मंडळींना मित्र म्हणवून घेण्यात आपल्याला लाज वाटत नाही. कारण तो माझ्या कामाचाच भाग आहे,' असं उत्तर टीटीकेंनी दिलं. ते म्हणाले, 'तुम्ही गुन्हेगाराला भेटायचं नाही,' असं तुम्ही तुरुंग निरीक्षकाला सांगू शकत नाही.

बिर्लांचा हा अशुद्ध लोखंडाचा प्रस्ताव केंद्रीय मंत्रिमंडळात वादळी ठरला. गुलजारीलाल नंदा यांचा या प्रकल्पाला कडाडून विरोध होता व पंतप्रधानांनी त्यांना आपला पाठिंबा दिला. टीटीके संतापले आणि पंतप्रधान लंडनला रवाना होण्यापूर्वी त्यांच्याकडे त्यांनी आपला राजीनामा सुपूर्त केला. जोपर्यंत पोलाद खातं आपल्याकडे परत दिलं जात नाही, तोपर्यंत सरकारमध्ये राहण्याची आपली इच्छा नाही, असं त्यांनी स्पष्ट केलं. टीटीके १४ फेब्रु, १९५५ रोजी घाईघाईनं मद्रासला ग्रँड ट्रंक एक्स्प्रेसनं रवाना झाले. त्यांना निरोप द्यायला स्टेशनवर मंत्रिमंडळातील सहकारी व अधिकारी मंडळी हजर होती. आता हा प्रश्न पंतप्रधानांच्या मैदानात आहे, असं मत सर्वांनी व्यक्त केलं. राजीनाम्याची धमकी देण्याची टीटीके यांची ही पहिलीच वेळ नव्हती. तसंच, अखेरचीही वेळ नव्हती. त्यांनी मंत्रिपदाचा आणि खासदारकीचाही राजीनामा देण्याची धमकी दिली होती.

राजीनामा कधीच औपचारिकरीत्या स्वीकारण्यात आला नाही. एम्. ओ. मथाई यांनी टीटीकेंचं मन वळवायचा प्रयत्न केला. परंतु आपल्याला उद्योग, वाणिज्य व पोलाद ही तीन खाती मिळावीत, अशी मागणी टीटीकेंनी केली. काहीही करून पोलाद मंत्रालय मिळालंच पाहिजे, ही त्यांची मुख्य अट होती. मंत्रिमंडळात

दक्षिणेतील मंत्र्यांची संख्या कमी होत असल्यामुळे, पं. नेहरू काळजीत पडले होते. अखेर टीटीकेंची मागणी त्यांनी मान्य केली. पण काही महिने त्यांना थांबावं लागलं. फेब्रुवारीच्या अखेरीस टीटीके दिल्लीला परतले व वाणिज्य व उद्योग मंत्रालयात त्यांनी आपलं काम सुरू केलं.

१५ जून, १९५५ रोजी सरकारनं नवं पोलाद मंत्रालय सुरू केलं आणि टीटीके यांच्याकडे त्या खात्याचा अतिरिक्त कार्यभार सोपवण्यात आला. सी. डी. देशमुख यांनी अर्थमंत्रिपदाचा राजीनामा देताच १ सप्टेंबर, १९५६ रोजी टीटीके अर्थमंत्री झाले. परंतु मुंदडा प्रकरणामुळे त्यांना फेब्रुवारी १९५८ मध्ये राजीनामा देणं भाग पडलं.

पोलादमंत्री बनताच टीटीकेंनी जेआर्डींना 'टिस्को'ची उत्पादनक्षमता दुप्पट करण्यास परवानगी दिली. युद्धाच्या काळात या कारखान्यावर फारच ताण पडला होता आणि १९४७ मध्ये या कारखान्यातील उत्पादन १९३९ पेक्षा कमी होतं. १९५१ मध्ये 'टिस्को'ला काही किरकोळ सवलती मिळाल्या; तरी त्याला काहीतरी जोरदार प्रोत्साहन हवं होतं. त्याची उत्पादनक्षमता १० लाख टनांनी वाढवून टीटीकेंनी ते काम केलं. जीडींच्या दृष्टीनं ही बाब म्हणजे सहनशक्तीचा अंत पाहणं होतं. त्यांनी २४ जुलै, १९५५ रोजी टीटीकेंना एक पत्र पाठवलं. आपला अर्ज सरकारनं धोरणात्मक मुद्द्यावर फेटाळून लावला, तरी सरकारचं हे दुटप्पी धोरण कळत नाही, असं त्यांनी या पत्रात म्हटलं होतं. 'यापुढे खासगी क्षेत्रात पोलाद उत्पादनास परवानगी दिली जाणार नाही, असा माझा समज झाला होता. पण तरी विस्तार योजनांना व नव्या प्रकल्पांना परवानगी देण्यात आली. जीडींनी व्यथित मनानं लिहिलं. छोट्या प्रकल्पांना परवानगी देण्याचा मुद्दा त्यांनी पुन्हा ठासून मांडला. पण सरकारनं त्यांची विनंती नाकारली. मात्र पुढे त्यांना 'हिंडाल्को' उभारायला परवानगी दिली.

सर्वांत मोठं आव्हान

त्याच सुमारास बिर्ला यांची उत्तर प्रदेशातील ज्येष्ठ काँग्रेस नेते चंद्रभानु गुप्ता यांच्याशी भेट झाली. ते गोविंद वल्लभ पंत यांच्या मंत्रिमंडळात होते. उत्तर प्रदेशातील मागास जिल्हा मिर्झापूर येथे रिहांद धरण उभारण्याचा प्रस्ताव पहिल्या पंचवार्षिक योजनेत मांडण्यात आला होता. या धरणानं शेतीला पाणी मिळावं व वीज उत्पादनही व्हावं, अशी योजना होती. परंतु ५० मेगावॅट वीज वाया जाईल की काय, अशी शंका व्यक्त केली जात होती. तेव्हा या धरणानजीक जीडी आपला कारखाना उभारू शकतील का, अशी विचारणा चंद्रभानु गुप्ता यांनी बिर्लांकडे केली.

गुप्तांनी ही सूचना योगायोगानं अशा वेळी केली, की पोलाद उत्पादन प्रकल्प फसल्यामुळे जीडी ॲल्युमिनियम क्षेत्रात प्रवेश करण्याचा विचार करीत होते. ॲल्युमिनियमसाठी लागणारा कच्चा माल बॉक्साईट हे भारतात भरपूर प्रमाणात उपलब्ध होतं. तसंच, औष्णिक उर्जेसाठी आवश्यक तो कोळसा विपुल प्रमाणात उपलब्ध होता. पोलाद प्रकल्पाबाबत चर्चा करताना, अमेरिकेतील 'कैसर कॉर्पोरेशन' या बड्या मेटॅलर्जिकल कंपनीचे प्रमुख एडवर्ड कैसर यांच्याशी त्यांची चांगली जानपहचान झाली होती. पुढील काही वर्षांत उभयतांत घनिष्ठ मैत्री झाली. कैसर यांनी म्हैसूरमध्ये सिमेंट कारखाना उभारला होता. पण तो सांभाळणं अशक्य आहे, असं वाटलं, तेव्हा त्यांनी जीडींना तो कारखाना ताब्यात घ्यायला सांगितलं. सिमेंट उद्योगाला उज्ज्वल भविष्यकाळ आहे, असं जीडींना वाटत नव्हतं. पण एकूणच देशात बांधकाम व्यवसाय वाढेल, असं त्यांना वाटत होतं. जीडींनी कैसर यांची विनंती मान्य केली, तसंच स्वतः सहा सिमेंट कारखान्यांसाठी अर्ज केले. कैसरकडे ॲल्युमिनियमचं प्रक्रिया-तंत्रज्ञान उपलब्ध होतं, हे सूचक आहे. केवळ राज्य सरकारनंच नव्हे, तर केंद्रसरकारनेही स्वारस्य दाखवलं. तेव्हा जीडींनी याबाबत पुढं जाण्याचं ठरवलं. 'हिंदुस्थान ॲल्युमिनियम कंपनी लिमिटेड' कैसर कॉर्पोरेशनच्या साह्यानं १९५८ मध्ये स्थापन करण्यात आली. (योगायोगानं त्याच वर्षी कैसर कंपनीच्या मदतीनं 'टिस्को'ची उत्पादन-क्षमता दुप्पट करण्याचं काम पुरं झालं.) 'हिंडाल्को ' कंपनीत 'कैसर' कंपनीचा हिस्सा २६ टक्के होता, तर बिर्लांचा वाटा २५ टक्के होता आणि ४९ टक्के भांडवल जनतेचं होतं. १९८८ मध्ये या कंपनीत बिर्ला हे सर्वात जास्त शेअर्स असलेले शेअर्स-होल्डर बनले. तेव्हा जीडी बिर्लांचं निधन होऊन पाच वर्षं उलटली होती व कैसर यांनी आपला सगळा हिस्सा काढून घेतला होता.

दरम्यान, आवश्यक त्या सर्व परवानग्या जीडींनी वेळेवर मिळवल्या. त्या प्रकल्पाला मंजुरी देण्याचं काम टीटीके यांनी पोलादमंत्री म्हणून केलं. मंत्रिपदी असताना जे काही शेवटचे निर्णय त्यांनी घेतले, त्यातील हा निर्णय होता. मुंदडा घोटाळा प्रकरणामुळे टीटीके यांनी १९५७ मध्ये राजीनामा दिला. कैसर यांनी कारखान्याचा जो आराखडा तयार केला, त्यानुसार वीस कोटी रुपये खर्च येईल, असा त्यांचा अंदाज होता. पण ताराचंद साबू व दुर्गाप्रसाद मंडेलिया या बिर्ला यांच्या दोन अधिकाऱ्यांचं १४ कोटी रुपये लागतील, असं मत होतं. पण कैसर कंपनीच्या अधिकाऱ्यांनी त्यांच्या अंदाजात चुका काढल्या; तेव्हा खुद्द एडवर्ड कैसर भारतात आले. हा प्रश्न सोडवण्यासाठी चर्चा चालू असताना एकदा तर कैसर यांनी करारच रद्द करण्याची धमकी दिली. पण जीडींनी माघार घ्यायला नकार दिला व साबू यांनी व्यक्त केलेल्या खर्चाच्या अंदाजाला ते पाठिंबा देत राहिले. अखेर कैसर यांची

समजूत काढण्यात ते यशस्वी झाले व हा प्रकल्प पुढे मार्गी लागला. या प्रकल्पाचा अर्थसंकल्पीय अंदाज वाढला नाही.

'हिंडाल्को' कारखाना केवळ दीड वर्षं एवढ्या विक्रमी अवधीत उभारण्यात आला. रिहांद धरणाजवळील रेणूकूट इथं हा कारखाना उभारण्यात आला. त्या वेळी तिथं केवळ घनदाट जंगल होतं. विटादेखील शेकडो मैलांवरून बैलगाडीतून आणाव्या लागल्या. दरम्यान खाणकामासाठी बिहार व मध्यप्रदेश राज्य सरकारकडून परवानग्या मिळवणं आवश्यक होतं. कारखान्यात १९६२ मध्ये व्यापारी उत्पादनास आरंभ झाला. पायाभूत उद्योग क्षेत्रात जीडी यांचं ते पहिलंच पाऊल होतं. त्यामुळे केवळ जीडींनाच समाधान झालं असं नव्हे, तर मागास भागातील ती सर्वांत मोठी औद्योगिक गुंतवणूक असल्यामुळे पं. नेहरूंनाही आनंद झाला. जानेवारी १९६३ मध्ये भारतातील अमेरिकेचे राजदूत जे. के. गालब्रेथ यांच्याबरोबर नेहरू यांनी या कारखान्याला भेट दिली.

कारखान्याच्या औपचारिक बाबी पुऱ्या होतात, न होतात, तोच उत्तर प्रदेश सरकारशी जीडी यांचं वीज पुरवठ्याबाबत भांडण झालं. त्या वेळी चंद्रभानु गुप्ता हे मुख्यमंत्री होते. 'हिंडाल्कोच्या अधिकाऱ्यांच्या मते कंपनीला दरवर्षी २० हजार टन ॲल्युमिनियमचं उत्पादन करण्याचा परवाना होता व त्यासाठी उत्तर प्रदेश राज्य वीज मंडळानं दर युनिटला १.९९ पैसे याप्रमाणे ५५ मेगावॅट वीज पुरवण्याचं मान्य केलं होतं. हा करार २५ वर्षांसाठी होता व सोळा वर्षांनंतर विजेचा दर १० टक्क्यांनी वाढविता येऊ शकेल, अशी त्यात तरतूद होती. हा करार 'हिंडाल्को'ला अत्यंत अनुकूल होता. जीडींनी कारखान्याची क्षमता आधी ४० हजार टनांवर व नंतर ६० हजार टनांवर नेली. पण त्यासाठी लागणारा ४५ मेगावॅट विजेचा ज्यादा पुरवठा करणं शक्य नाही, असं वीज मंडळानं सांगितलं व कंपनीनं स्वतःचं वीजकेंद्र उभारावं, असं सुचविलं. 'हिंडाल्को'चे व्यवस्थापक ताराचंद साबू व आशकरण अग्रवाल यांना ही बाब जीडींच्या पुढे कशी मांडावी, हे उमजेना. अशा वीजकेंद्रासाठी किमान २० कोटी एवढा प्रचंड खर्च आला असता आणि मुख्य म्हणजे खुद्द 'हिंडाल्को' कंपनी १४ कोटी रुपयाच्या भांडवलावर सुरू झाली होती. पण जेव्हा साबू व अग्रवाल यांनी जीडींपुढे हा प्रश्न मांडला, तेव्हा त्यांनी त्याला तात्काळ मंजुरी दिली. प्रत्येकी ६७.५ मेगावॅट क्षमतेचे दोन टर्बो जनरेटर रेणूसागर नदीच्या तीरावर ६७ साली उभारण्यात आले. ही जागा रेणूकूटपासून केवळ ४० कि. मी. दूर होती.

खरं तर, वीजकेंद्र हे कारखान्याजवळ उभारण्यास प्राधान्य दिलं जातं. पण जीडींनी तसं केलं नाही. रेल्वेवर अवलंबून राहण्याऐवजी जीडींनी स्वखर्चानं ४० कि. मी. लांबीच्या ट्रान्समिशन तारा उभारल्या. जीडी हा जो एक जुगार खेळत होते,

त्याचा आणखी एका गोष्टीसाठी सर्वांना अचंबा वाटत होता. भारतातील इतर अॅल्युमिनियम कारखान्यांचा आकार किती होता? टॅरिफ बोर्डाच्या अहवालानुसार 'इंडियन अॅल्युमिनियम कंपनी'नं (कॅनेडियन व्यवसाय) १९४७ मध्ये २५०० टन उत्पादन केलं, तर 'जेके सिंघानिया अॅल्युमिनियम कॉर्पोरेशन ऑफ इंडिया'ने २००० टनांचं उत्पादन केलं. वालचंद हिराचंद यांनी असाच कारखाना उभारण्याचा प्रयत्न केला, पण जेआर्डी टाटा यांनी संयुक्त सहकार्य करायला नकार दिल्याने त्यांनी तो नाद सोडून दिला. 'हिंडाल्को' सुरू होताच त्यानं वेगानं झेप घेतली. ' 'इंडाल' ही कॅनेडियन मंडळींनी स्थापन केली होती, पण 'हिंडाल्को'नं केवळ कार्यक्षम प्रशासनाच्या जोरावर तिच्यावर मात केली,' असं जाजू यांनी कौतुकानं लिहिलं आहे. 'कमी खर्च व अधिक उत्पादन हे बिर्लांचं ध्येयच होतं,' जाजू म्हणतात. जीडींनी कायमच विस्ताराचं धोरण आखलं. 'हिंडाल्को'ची ८० हजार टनांची क्षमता १९७४ मध्ये एक लाख वीस हजार टनांवर गेली. जीडी बिर्लांचं जेव्हा निधन झालं, तेव्हा या कारखान्याची क्षमता दीड लाख टनावर नेण्याच्या प्रयत्नात ते होते.

गुंतागुंतीचा वारसा

'हिंडाल्को' हे जीडींचं अखेरचं मोठं औद्योगिक साहस होतं. 'दुर्गापूर स्टील' प्रकरणी झालेली निराशाही त्यामुळे बरीचशी दूर झाली होती. त्यावेळी ते खूप समाधानी होते. तसंच, ब्रजमोहनबरोबर दिलजमाई झाल्यानं ते अधिक खूश होते.

जुगलकिशोर यांच्याबरोबर जीडींचे संबंध कधी फारसे सुसंवादी नव्हते. रामेश्वरदास यांच्याबाबत तर वय व स्वभाव दोन्ही दृष्टींनी फारच अंतर होतं. परंतु ब्रजमोहन व जीडी यांच्यांत कायमच जवळीक होती. 'ब्रजमोहन व त्यांच्या पत्नी रुक्मिणी यांनी जीडींच्या मुलांची एवढी काळजी घेतली, की जीडींना कधी त्यांची चौकशीही करावीशी वाटली नाही. या दोघां भावांत कधी भांडण झालं नाही.' असं बिर्ला कुटुंबीयांच्या एका स्नेह्यांनी म्हटलं आहे. पण, 'आपले वडील व काका यांचे १९५३ ते १९६९ या काळात संबंध कधी फार तणावपूर्ण नसले, तरी फारसे चांगलेही नव्हते,' असं बसंतकुमार म्हणतात. नेमकं काय बिनसलं होतं, याची जाहीर वाच्यता करायची कुणाला हिंमत नव्हती. १९७७ च्या जानेवारीत या दोघांची भव्य दिलजमाई झाली. त्याचं वर्णन 'राम-भरत भेट' असं केलं गेलं. जीडींनी ब्रजमोहन व रुक्मिणी यांना रेणूकूट इथं आमंत्रित केलं. 'तो कार्यक्रम अत्यंत नियोजनपूर्वक आखलेला होता. प्रचंड जाहीर सभा झाली. त्याला २५ हजार लोक हजर होते. त्या दोघांच्या बंधुप्रेमाचा तो सोहळा बघणं हा अभूतपूर्व आनंदच होता,' असं बसंतकुमार म्हणतात.

पण दोघां भावांची वयं वाढत होती आणि आगामी काही वर्षांत दोघांनाही हृदयविकाराचा झटका आला. जीडींना ते मुंबईत आदित्य बिर्ला यांच्याकडे राहत असताना १९७७ साली पहिला हृदयविकाराचा झटका आला. त्यावेळी काय घडलं, हे सांगण्यासाठी बसंतकुमार यांनी आपले काका ब्रजमोहन यांना फोन केला, तेव्हा ब्रजमोहन अगदी बेचैन झाले. फोन आला, तेव्हा ते दाढी करीत होते. ती अर्धवटच थांबवून सकाळी सात वाजताचं विमान पकडून ते मुंबईला गेले. आजारपणाबद्दलही दोघां भावांत थट्टामस्करी झाली. जीडी भावाला चिडवत म्हणाले, 'हे बघ, आता माझं वय ८५ आहे. तेव्हा सर्वप्रथम मी जाणार.' त्यावर ब्रिजमोहन म्हणाले, 'तुमची तब्येत चांगली ठणठणीत आहे. मला तर आत्तापर्यंत तीनदा हृदयविकाराचे झटके आले आहेत. तेव्हा या दृष्टीनं मी तुमच्यापेक्षा बारा वर्षांनी मोठा आहे. तेव्हा सर्वप्रथम मी जाणार.' हे सारं हसत खेळत चाललं होतं. पण नियतीनं कठोर फटका दिलाच.

ब्रजमोहन ११ जाने., १९८२ रोजी निधन पावले. त्याआधी ते रुग्णालयात होते. तिथं प्रकृती बिघडली, तेव्हा जीडींना भेटण्याची इच्छा त्यांनी व्यक्त केली. अंगात अनेक ठिकाणी सुया खुपसलेल्या व नाकातोंडांत डझनभर नळ्या घातलेल्या बीएम्ना भेटायचं जीडींना धैर्यच होत नव्हतं. अखेर आपली बहीण जयदेवी यांना घेऊन ते कसेबसे रुग्णालयाकडे निघाले. परंतु ते फाटकापाशीच थांबून राहिले. त्यांना पुढे जाववेनाच. तेव्हा जयदेवींनी त्यांना जवळजवळ ओढून आत नेलं. लिफ्टमध्ये जीडींना सांगण्यात आलं, की बीएम् तुम्ही कसे आहात, याची चौकशी करीत होते. त्यानंतर जीडी बीएम्ना केवळ मिनिटभरच भेटले, आणि हादरलेल्या अवस्थेतच तेथून बाहेर पडले.

'बीएम् यांच्या मृत्यूनंतर जीडी खूपच भावूक बनले. ते आमच्या आईबद्दल बरंच काही बोलले. आमच्या संवादात खूपच मोकळेपणा आला होता व आमच्या आईबद्दल आम्ही त्यांना अनेक गोष्टी विचारू शकत होतो,' असं जीडींच्या कन्या शांती यांनी सांगितलं. आपल्या मुली, नाती व कुटुंबीयांतील इतरांबरोबर हास्यविनोद करणाऱ्या जीडींना आपल्या समूहाच्या पसाऱ्याचा फेरविचार करावा, असं वाटू लागलं.

हृदयविकाराचा पहिला झटका येऊन गेल्यानंतर म्हणजे १९७७ मध्ये त्यांनी नियोजनाला सुरुवात केली. त्याचवर्षी टाटा समूहाला मागं सारून भारतातील सर्वांत मोठा उद्योगसमूह असा मान बिर्लांनी मिळवला; पण त्याच्या पुढच्या वर्षी बिर्ला पुन्हा दुसऱ्या क्रमांकावर फेकले गेले. ते काही असलं, तरी हे साम्राज्यही नेत्रदीपक होतं. १९४५ साली त्यांच्या २० कंपन्या होत्या. १९७७ मध्ये बिर्ला समूहाची विक्री तेराशे कोटी रुपयांची होती. मालमत्ता दहाशे

कोटी होती व एकूण फायदा एकशे तीस कोटी होता. नगद मूल्य ५४९ कोटी होतं. १९८३ मध्ये जेव्हा जीडींचं निधन झालं, तेव्हा समूहातील कंपन्यांची एकूण संख्या २०० झाली होती. पंचवीसशे कोटींची मालमत्ता होती आणि विक्री तीन हजार कोटींवर पोहोचली होती.

जीडींनी नियोजनाला सुरुवात केली, ती प्रत्यक्ष नियंत्रण रेषेच्या तत्त्वावर. म्हणजे कारखाना जो कोणी बिर्ला चालवत असेल, तो खरा महत्त्वाचा. कोणाचं नियंत्रण राहील, याबद्दल जीडींचा शब्द अखेरचा होता. भारत व पाकिस्तानमधील विभाजनासाठी वापरली जाणारी लष्करी शब्दयोजना इथंही लागू केली जात होती. जीडींनी कृष्णकुमारना 'बिर्ला कॉटन मिल्स', 'सतलज कॉटन', 'हिंदुस्थान टाइम्स' व 'टेक्समॅको' या कंपन्या दिल्या. तसंच केकेंना चार साखर कारखाने द्यावेत, म्हणून त्यांनी रामेश्वरदास व ब्रजमोहन यांना राजी केलं. दरम्यान कृष्णकुमार यांनी एक जहाजवाहतूक कंपनी खरीदली होती व दुसरी स्थापन केली होती. तसंच त्यांनी 'झुआरी ॲग्रो'ही कंपनी सुरू केली व 'चंबळ फर्टिलायझर'साठी ते परवाना मिळवण्याच्या धडपडीत होते.

बीएम् यांच्या निधनानंतर १९८२ मध्ये पुन्हा एकवार फेररचना केली गेली. कलकत्ता येथे सर्व कुटुंबीयांची बैठक झाली. त्या वेळी लक्ष्मीनिवास, सुदर्शनकुमार आणि माधवप्रसाद यांच्यातील मतभेद मिटवण्याचा जीडींनी यशस्वी प्रयत्न केला. माधवप्रसाद यांनी 'बिर्ला ज्यूट'चा कारभार हाती घेतला होता. त्यांना या कंपनीच्या बदल्यात 'जियाजीराव' कंपनी द्यायला जीडींनी सुदर्शनकुमार यांना भाग पाडलं.

अखेरची फेररचना १९८३च्या रामनवमीच्या दिवशी (२१ एप्रिल) झाली. जीडींचा ८९ वा वाढदिवस होता. जियाजीराव सुदर्शनकुमारांकडे सुपूर्त करावी, असं जीडींनी त्या वेळी सांगितलं. सुदर्शन यांच्याबाबत जीडी उदासीन आहेत, असं काहींचं मत होतं, असं बिर्ला कुटुंबीयांतील एका सदस्यानं सांगितलं. त्यावर, 'त्याला मी काय पर्यायी योजना सुचवत होतो, याची लोकांना कल्पनाच नाही,' असं जीडी म्हणाले.

ते काही का असेना, सुदर्शन व बिर्ला घराण्यातील या शाखेच्या दुर्दैवानं १९६० च्या दशकात सरकारनं विमा व्यवसायाचं व कोळसा खाणीचं राष्ट्रीयीकरण केलं. हे व्यवसाय १९३० मध्ये लक्ष्मीनिवास यांनी सुरू केले होते. जीडींनी सुरू केलेल्या व लक्ष्मीनिवास चालवत असलेल्या 'युनायटेड कमर्शियल बँके'चंही सरकारनं राष्ट्रीयीकरण केलं.

एकूण बिर्ला मालमत्तेची विभागणी १९८३ मध्ये पुढीलप्रमाणे होती.

अशोक : ८५ कोटी रु.	झेनिथ स्टील, इंडियन टूल, ट्रान्सआशिया कार्पेट्स व अशोक ऑईल.
एम्पी : २४५ कोटी रु.	बिर्ला ज्यूट, युनिव्हर्सल केबल, बिहार अॅलॉय व इंडियन स्मेल्टिंग
एल्एन् / एस्के : २०० कोटी	इंडियन प्लॅस्टिक्स, ओरिएंट कार्पेट, दिग्विजय वूलन, म्हैसूर सिमेंट, युनिव्हर्सल इलेक्ट्रिक, जियाजीराव कॉटन व बिर्ला बिल्डिंग्ज.
केके : ३१५ कोटी रु.	इंडियन स्टीमशिप, रत्नाकर शिपिंग, टेक्समॅको, झुआरी अॅग्रो, हिंदुस्थान टाइम्स, अप्पर गँजेस शुगर, औध शुगर, भारत शुगर, न्यू स्वदेशी शुगर.
बीके / एव्ही : १२२० कोटी रु.	सेंचुरी, केसोराम, सेंचुरी एन्का., जयश्री टी, मंगलम् सिमेंट, इसीइ, भारत कॉमर्स, हिंडाल्को, ग्रासिम, इंडियन रेयॉन, हिंदुस्थान गॅस, ईस्टर्न शिपिंग.
जीपी/सीके : ६९० कोटी रु.	हिंदुस्थान मोटर्स, ओरिएंट पेपर, हुकुमचंद ज्यूट, नॅशनल इंजिनीअरिंग, एअर कंडिशनिंग कॉर्पोरेशन, सिरपूर पेपर, सिरसिल्क, हैद्राबाद अॅस्बेस्टॉस, टेलर इन्स्ट्रमेन्टस्

जीडींनी केलेली ही वाटणी केवळ हंगामी होती, असं नव्हे, तर ती पक्षपाती होती. हिंदू संयुक्त कुटुंबातील जो कर्ता माणूस असतो, तो आपल्या कुटुंबीयांत समानता यावी, म्हणून वैयक्तिक आवडीनिवडी बाजूला ठेवून विचार करत असतो. परंतु हा अलिखित संकेत जीडींनी पाळला नाही. आपल्या निर्णयामुळे नाराजी पसरणार, हे त्यांना ठाऊक होतं; पण त्यांनी शक्य तेवढं चांगलं करण्याचा प्रयत्न केला. आमच्या पिढीतील लोकांपेक्षा तरुण पिढीतील

मंडळींना सुसंवादानं काम करणं जड जातं, असं जीडी एकदा 'बिझिनेस इंडिया'चे संपादक दिलीप ठाकोर यांना म्हणाले होते. पण सलोख्याच्या आवरणाखाली एकमेकांच्या मनात नाराजी ठेवण्यापेक्षा परस्परांशी स्पर्धा करणं हे केव्हाही चांगलं, असंही ते म्हणाले होते. पण त्यांच्या मृत्यूनंतर असंच घडलं. जीडींनी आपल्या मागे गुंतागुंतीचा वारसा ठेवला; जो एक दशक उलटलं, तरी बदलायला तयार नव्हता.

✦

१२

जनता, पडता व नफा

उद्योगपतींची भूमिका काय?... जीडी अनेकदा विचार करत. पंडित नेहरू म्हणत त्याप्रमाणे, नफा हा खरंच वाईट शब्द होता काय? जीडींच्या मते तर आपल्या व्यवसायातून पैसा कमावणं, हा उद्योगपतीचा जन्मसिद्ध हक्कच असतो. उद्योगपतींना कायम अधिकाधिक मालमत्ता निर्माण करावी लागते आणि जर प्रत्येक उद्योग फायदेशीर असेल, तरच हे शक्य होतं. नफ्याशिवाय गुंतवणूक होणार नाही व औद्योगिक विकासही होणार नाही. तेव्हा नफा हा अत्यावश्यकच आहे.

जीडींच्या कार्यालयाबाहेर वाट बघत असलेल्या रामलाल राजगढिया यांना आपल्या साहेबांचं हे ब्रीद आठवलं. राजगढिया हे जीडींच्या महत्त्वाच्या अधिकाऱ्यांपैकी एक होते. सुमारे ४५ वर्षांच्या राजगढिया यांच्याकडे उद्योगसमूहातील वस्त्रोद्योगाचा विभाग दिला होता. खास करून ग्वाल्हेर येथील 'जियाजीराव'चं काम त्यांच्याकडे होतं. आपल्या मनातील चिंतेचं जाळं क्षणभर बाजूला सारीत राजगढिया यांनी दरवाजा ठोठावला व आत प्रवेश केला. आतमध्ये काय घडलं, याची जी माहिती त्यांनी दिली, त्यावरून जीडींच्या औद्योगिक नीतिमूल्यांची कल्पना येते.

'दुसऱ्या महायुद्धानंतर कापडावर सरकारी नियंत्रण आलं होतं,' असं सांगून राजगढिया म्हणाले, 'एखाद्या गिरणीच्या व्यवस्थापकानं जास्त डाईंग व ब्लीचिंग

केलं किंवा रेशमाचा, कृत्रिम रेशमाचा वा भरड सुताचा धागा जर जादा वापरला, तर त्यामुळे उत्पादित होणाऱ्या कापडाला जादा भाव मिळतो. त्यावेळी बिर्ला गिरणीत कापडावरील एकूण प्रिमियम दहा ते वीस टक्क्यांच्या दरम्यान असे. म्हणजे जादा महसूल मिळवायचा असेल, तर काही डावपेच करावे लागणार. तेव्हा मी असे काही (म्हणजे निकृष्ट दर्जाचं कापड इत्यादी) मार्ग सुचविले. अनेक गिरण्या अशा प्रकारचं कापड बनवीत असत. त्यामुळे त्यांना १०० टक्के फायदा होत असे. आमच्या 'ग्वालियर गिरणी'द्वारे आम्हाला केवळ २० टक्केच फायदा व्हावा, याचं आम्हाला दुःख होई. तेव्हा ज्यादा फायदा मिळवण्यासाठी हा मार्ग मी सुचविला.

'जीडी जेव्हा इंग्लंडहून परतले, तेव्हा वृत्तपत्रात असं आलं होतं, की बिर्ला ज्या प्रकारचं कापड विकत आहेत, त्या प्रकारचं कापड विकण्याच्या गुन्ह्यासाठी समाजवादी देशात त्या गिरणीच्या व्यवस्थापकाची गाढवावरून सबंध शहरात धिंड काढण्याची शिक्षा दिली जाईल. हे वर्तमानपत्र बहुधा रामकृष्ण दालमिया यांच्या मालकीचं असावं. जेव्हा मी जीडींना भेटायला गेलो, तेव्हा त्यांचे सचिव राजकुमार यांनी, जीडींनी मला लिहिलेलं कडक भाषेतील पत्र वाचायला दिलं. माझ्या कृत्यांमुळे बिर्लांची बदनामी झाली, असं त्यांनी म्हटलं होतं.' –राजगढिया यांनी सांगितलं.

ते पुढे म्हणाले, 'जीडींनी मला पहिला प्रश्न विचारला, की मी पत्र वाचलं आहे का. तेव्हा मी काय केलं व का केलं, ते त्यांना सांगितलं. स्पर्धेत आपण मागे राहणं परवडणार नाही; त्यामुळे मी जो नफा मिळवला, तो बसंतकुमार यांना सांगूनच मिळवला; मोठा नफा मिळवण्यात मी काहीही बेकायदेशीर केलं नाही, असंही मी स्पष्ट केलं. त्यांनी ते पत्र माझ्याकडून परत घेतलं व राजकुमार यांच्या देखत फाडून टाकलं. ते म्हणाले, "या मुलाचं म्हणणं बरोबर आहे. आपला पैसे कमावणं हा एक निश्चित उद्देश असला पाहिजे, अशी शिकवण मी त्याला दिली आहे. हे बेकायदा व गैरमार्गानं करता कामा नये, असंही सांगितलं आहे. आता त्यानं जे काही केलं, त्याचं अगदी काटेकोर नैतिकदृष्ट्या समर्थन करता येणार नाही, हे खरंय्. पण जेव्हा सर्वच गिरण्यांनी हा मार्ग अनुसरला, तेव्हा उद्योगवर्तुळात आपलं स्थान टिकवणं आवश्यक आहे." '

आता व्यापारात जीडी अशा गोष्टींचा स्वीकार करीत होते. तसंच ते उघड उघड वशिलेबाजीही चालू देत होते. त्यांनी कधीही रिकामी जागा भरण्यासाठी जाहिरात दिली नाही. जुन्या संचालकांची मुलं, नातू यांना त्यांनी अगदी सहज नोकऱ्या दिल्या. जीडींकडची नोकरी ही सबंध आयुष्यभराची असे. 'आपले उद्योगधंदे, धर्मादाय संघटना किंवा अन्य प्रकल्पांसाठी माणसांची निवड करताना बिर्ला अनुभवी माणूस नेमत नसत; तर तरुण नवशिक्या माणसाची निवड ते करीत. सर्वप्रथम

आपल्या घराण्यात कोणी आहे का, हे ते पाहत.' असं त्यांचा उजवा हात असलेले दुर्गाप्रसाद मंडेलिया म्हणतात.

पण संरक्षण आणि ज्येष्ठता यांच्यात गल्लत करता कामा नये, असं दुसऱ्या एका अधिकाऱ्यानं सांगितलं. 'लाईन मॅनेजर कधीही आत्मसंतुष्ट असत नाही. कारण तो त्याच्या दरवर्षीच्या कामगिरीवरून, पदावर टिकून असतो. चांगली कामगिरी केली, तर त्याला बढती दिली जाते; अन्यथा त्याला बाजूला ठेवलं जातं.' तो म्हणाला. जीडींनी केवळ चेक व शेअर्सवर सह्या करणाऱ्या अनेक प्रमुख अधिकाऱ्यांना असंच बाजूला ठेवलं होतं. निष्ठावान कर्मचाऱ्यांचा भार वाहणं हे खर्चीक असतं खरं, पण जीडींनी त्याबद्दल कधी कुरकूर केली नाही. तसंच, तरुण आहे, अननुभवी आहे, म्हणून त्यांनी कधी कोणाला संधी नाकारली नाही.

व्यवस्थापकांचं मूल्यमापन करण्याची जीडींची एक वेगळीच पद्धती होती. एका व्यवस्थापकाच्या मते, 'व्यवस्थापक जे वेतन घेतो, आणि त्याला ज्या अन्य सोयीसवलती दिल्या जातात, हा काही व्यवस्थापकावरचा खर्च नव्हे. पण त्याच्या उणिवांमुळे कंपनीच्या नफ्यात होणारी घट ही महत्त्वाची. नफा कमी होणं हे प्रत्यक्ष तोट्याइतकंच वाईट असतं.' –'तोटा हा आपल्या जमातीचा अपमान करणारा आहे, असं जीडींचं मत होतं. कारखान्यातील तोटा हा गलथान कारभार आणि आळसामुळे होत असतो. यशस्वी होण्यालाच जीडी सर्वाधिक महत्त्व देत असल्यामुळे ते आपले व्यवस्थापक, आपली मुलं, नातू यांच्याकडून समर्थन ऐकण्यास तयार नसत,' असं जाजू यांनी त्यांच्यावरील चरित्रग्रंथात म्हटलं आहे.

टाटांप्रमाणेच जीडी आपल्याच जमातीतून माणसांची निवड करायला प्राधान्य देत. अर्थात, काही बिगरमारवाडीही होते. पण हा अपवाद नियम सिद्ध करणाराच होता. असे काही अधिकारी पुढीलप्रमाणे : लंडन कार्यालयातील प्रमुख बगदादी ज्यू सनी गुब्बे, 'भारत एअरवेज्' व नंतर 'सेंचुरी रेयॉन'चे प्रमुख असलेले पारशी सी. जे. लालकाका, जे अस्खलित मारवाडी बोलू शकत. या काही थोड्या बिगर मारवाड्यांनी कंपनीत उच्चपदं मिळवली.

चांगलं काम केल्याबद्दल जीडी कधी आनंद व्यक्त करीत नसत; किंवा व्यवस्थापकांचं अभिनंदन करीत नसत. 'वा! उत्तम!' एवढंच फार तर ते म्हणत. पण त्यांना जे खूश करीत, त्यांना भराभर बढत्या मिळत. जादा वेतन, जादा सोयी व सवलती मिळत. जादा जबाबदारी टाकली जाई. हा दृष्टिकोन प्रत्येकाला उपयोगी पडणारा नव्हता. 'ज्यांच्या मनात फार महत्त्वाकांक्षा नव्हत्या, त्यांना जीडींचं वागणं अनेकदा कठोरपणाचं वाटे. बहुतेक लोक यथावकाश बढती मिळावी व संरक्षण लाभावं अशी अपेक्षा बाळगून असतात. परंतु तसं फार कमी लोकांबाबत घडतं. जे यशस्विता देवीची पूजा करीत नाहीत, त्यांच्या मनात कायमच दुय्यम दर्जाच्या नागरिकांसारखी भावना असते,

औपचारिक शिक्षणपद्धतीवर जीडींना विश्वास नव्हता. त्यांचे मुलगे पदवीधर नव्हते, तसंच, आपले अधिकारी व्यवस्थापन पदवीधर असावेत, असा त्यांचा आग्रह नसे. 'पदवी नसलेल्या माणसाला नेमणं चांगलं; कारण त्याला अगदी सुरुवातीपासून प्रशिक्षण देणं शक्य असतं. असं जीडींचं मत होतं,' असं एक माजी व्यवस्थापक म्हणतात. जीडींचे अत्यंत विश्वासू हिशेब तपासनीस गंगाधर मखारिया यांनी मोठ्या मुश्किलीनं इंग्रजीत स्वाक्षरी करणं शिकून घेतलं होतं.' दुसरे एक विश्वासू व्यवस्थापक मूलचंद बगाडिया यांना एकदा कोणीतरी विचारलं, "मी मंडेला येऊ का?" त्यावर मूलचंद उत्तरले, "तुम्ही मंडीच्या मागे या अथवा सदर बाजारातून, दोन्हीही सारखंच आहे," ' असं बसंतकुमार सांगतात.

एकदा एखादं काम करण्यासाठी महत्त्वाची नेमणूक केली, की मग जीडी त्याला ते काम हवं तसं करण्याची मुभा देत. ते आपल्या अटी सुस्पष्ट करीत असत. त्यांच्या जबाबदाऱ्या, स्वतःच्या अपेक्षा, दरमहाचं लक्ष्य ते एकत्र बसून ठरवत. 'दुर्गाप्रसाद मंडेलिया, मुरलीधर दालमिया, ताराचंद साबू, रामलाल राजगढिया हे व्यवस्थापक जीडींना आवडत; कारण ते त्यांची कार्यपद्धती तंतोतंत पाळीत,' असं जाजू यांचं म्हणणं आहे. या निकषांच्या मर्यादेत व्यवस्थापक स्वतःची कामाची पद्धत विकसित करू शकत. त्यांनी स्वतः काम करायचं, की करवून घ्यायचं, हे त्यांनीच ठरवायचं असे. 'जीडींना रिझल्टस् हवे असत; व एखाद्याला अपयश आलं, तर मग कितीही खुलासा केला, तरी त्याची धडगत नसे,' जीडींचे एक व्यवस्थापक म्हणतात.

मानवी वर्तणुकीचं जीडींना चांगलं ज्ञान होतं. १९५७ मध्ये देवदास गांधी यांचं निधन झाल्यावर 'हिंदुस्थान टाइम्स'च्या संपादकांच्या नेमणुकीचा प्रश्न त्यांनी ज्या प्रकारे हाताळला, ते त्याचं एक सूचक उदाहरण आहे. पदासाठी असलेले संभाव्य उमेदवार दुर्गादास तेव्हा व्हिएन्ना इथं होते. आपल्याला संपादकपद कसं मिळालं याबद्दल दुर्गादास लिहितात, 'चौघा ज्येष्ठांना डावलून सर्वांत कनिष्ठ सहसंपादकाला हंगामी संपादकपदी नेमण्यात आलं. मला त्याचा अर्थ उमगला नाही. सीआर् किंवा टीटीके या दोघांच्या विश्वासातील ती व्यक्ती असल्यानं तिची नियुक्ती केली असावी, असं मला वाटलं. मी तात्काळ मुंबईला जाऊन जीडी बिर्लांना भेटायचं ठरवलं. मी मुंबईला पोहोचताच सरळ थेट 'बिर्ला हाऊस'ला गेलो. जीडींचं वागणं अगदी सलोख्याचं होतं. नेहमीप्रमाणे ते सरळ मुद्द्यावर येत नव्हते. आमचं अगदी मनमोकळेपणानं बोलणं झालं. मी दिल्लीत आलो. तीन दिवसानंतर 'बिर्ला हाऊस'मधून मला बोलावणं आलं. मी तिथं गेलो, तेव्हा माझी प्रमुख संपादकपदी नेमणूक केल्याचं पत्र मला देण्यात आलं.'

जीडींचं तर्कशास्त्र निर्दोष होतं. जेव्हा जागा रिकामी झाली, तेव्हा कोणाची

नेमणूक करावी, त्याबद्दल त्यांना निश्चित ठरवता येईना. या पदासाठी अनेक उमेदवार संस्थेत होते. त्यांपैकी एक जण त्याक्षणी भारतातही नव्हते. जीडींना हवं तर ते बाहेरच्याही कोणाची नियुक्ती करू शकले असते. पण एखाद्या ज्येष्ठ सहसंपादकांची जर हंगामी संपादकपदी नेमणूक केली असती, तर नंतर आपली पदावनती झाली, म्हणून त्यांना अपमान वाटत असता. त्यांनी कदाचित राजीनामाही दिला असता व संघटनेतील महत्त्वाची दुसरी फळी गमावली गेली असती. त्यातून वर्तमानपत्राचं काम दररोज चालू असल्यानं हंगामी संपादकाची नियुक्ती लगेच करणं आवश्यक होतं. त्यामुळे सर्वांत कनिष्ठ सहसंपादकाची त्यांनी हंगामी संपादकपदी नेमणूक केली.

जीडी तसे तापट स्वभावाचे होते. 'परंतु एखाद्याची त्यांनी जोरदार खरडपट्टी काढली, तरी त्यांची नोकरी धोक्यात नसते, हे सर्वांना ठाऊक होतं. पण जर प्रदीर्घ काळ शांतता पाळली गेली असेल, तर त्याचा अर्थ लौकरच कामावरून उचलबांगडी होणार, असा होई,' असं एका बिर्ला अधिकाऱ्यानं सांगितलं. व्यवस्थापक आपल्या चुका मान्य करून त्यांची पुनरावृत्ती होणार नाही याची काळजी घेत, तोवर बिर्ला त्यांच्या चुका माफ करत असत. '१९३० साली ते जेव्हा फार श्रीमंत वा फार प्रख्यात नव्हते, तेव्हा भागीरथ कनोरिया यांच्यामुळे एका जाड्याभरड्या कापडाच्या व्यवहारात ७५ लाख रुपयांना झालेला तोटा त्यांनी सहन केला. त्यामुळे बिर्ला बंधू जवळपास विनाशाच्या टोकावर पोचले होते. पण जीडींचे कनोरियांशी असलेले घनिष्ठ संबंध शाबूत होते,' असं दुसऱ्या एका अधिकाऱ्यानं सांगितलं.

जीडींचे दुसरे लाडके अधिकारी दुर्गाप्रसाद मंडेलिया हे बिर्ला कंपनीत दाखल झाले, तेव्हा किशोरवयीन होते. –'त्यांनी एका ब्रिटिश कंपनीकडून यंत्रसामग्री खरीदली होती. त्यांनी मला त्या यंत्रसामग्रीची पाहणी करून अहवाल द्यायला सांगितलं. माझ्याबरोबर मदतीसाठी एक इंग्लिश इंजिनीअरही दिला होता. चर्चेच्या ओघात त्या इंजिनीअरनं भारतीयांबाबत अवमानकारक उद्गार काढले. तेव्हा मी केवळ चौदा वर्षांचा होतो. मला फार राग आला व मी त्याच्या थोबाडीत लगावली. त्यामुळे तो अवाक झाला व एकही शब्द न उच्चारता निघून गेला. त्यानं माझ्याबद्दल त्याच्या वरिष्ठाकडे तक्रार केली. त्यांनी बिर्लाजींना फोन करून ती घटना सांगितली. त्यावर बिर्ला म्हणाले, "पोलाद हे खूप शक्तिमान असतं; पण ते जेव्हा तापतं, तेव्हा त्याची सर्व शक्ती हरपते. तेव्हा तू कधी स्वभावाचा तोल जाऊ देता कामा नयेस." ' असं मंडेलिया म्हणाले.

नंतर मंडेलिया जीडींचे विश्वासू अधिकारी बनले. त्यांना वागणूकही त्यांच्या दर्जाप्रमाणे मिळे. १९५९ नंतर मंडेलिया 'जियाजीराव कॉटन', 'ग्वालियर रेयॉन' व 'हिंडाल्को'चे प्रमुख बनले. त्यांना खूपच प्रवास करावा लागे. तेव्हा जीडींनी

आपलं डाकोटा विमान त्यांना उपलब्ध करून दिलं. हा मान मिळणारे ते एकमेव अधिकारी होते.

खालच्या पातळीवरील अधिकारीही आपल्याला कायमच, विशेषत: वैयक्तिक पेचप्रसंगाच्या वेळी चांगलीच वागणूक मिळाली, असं सांगतात. एकदा बिर्ला कंपनीत नोकरीला आलेल्या माणसाची, नव्हे, त्याच्या सबंध कुटुंबाचीच बिर्ला काळजी घेत. उदा., देवदास गांधी यांच्या मृत्यूनंतर 'बिर्ला हाऊस'मध्ये देवदास यांचे सासरे राजाजी व आर्‌डी बिर्ला यांची, देवदास यांच्या विधवा पत्नीला, त्यांच्या मुलांना शिक्षणासाठी आर्थिक साहाय्य कसं द्यावं, याबाबत चर्चा झाली. तसंच, या कुटुंबाला पुढील दहा वर्षांसाठी मोफत राहायची जागा व अन्य सोयीसवलती देण्याचं ठरवण्यात आलं, असं दुर्गादास म्हणतात.

आपल्या अधिकाऱ्यांना त्यांची मुलं बिर्ला कंपन्यांत नोकरीसाठी आणण्यात जीडी उत्तेजन देत असत. समजा, एखादा तरुण मुलात स्वत:चा स्वतंत्र व्यवसाय सुरू करण्याची क्षमता असेल, तर ते त्याला कोणतं उत्पादन करावं, याबाबत मार्गदर्शन करीत. एवढंच नव्हे, तर आर्थिक मदतही देत. आपल्या अधिकाऱ्यांना निवृत्त होऊन स्वत:ची एखादी उपकंपनी सुरू करायची असेल, तर त्यालाही जीडींचा काही आक्षेप नसे. किंबहुना साबू, मंडेलिया, खैतान, मुरारका, हाडा व केजरीवाल अशा बिर्लांच्या अनेक अधिकाऱ्यांनी स्वत:ची उपसाम्राज्यं उभारली.

पैशाची सत्ता

व्यवस्थापनाची भक्कम रचना असूनही जीडी फार धोका असलेली क्षेत्रं टाळत असत, असं म्हटलं जाई. एका बाजूला पायाभूत उद्योग व दुसऱ्या बाजूला ग्राहकोपयोगी वस्तू यांच्या दरम्यानचा मध्यम मार्ग त्यांनी निवडला. कमी धोका असलेल्या क्षेत्रांना ते प्राधान्य देत. वस्त्रोद्योग, ताग, सिंथेटिक्स, इंजिनीअरिंग व भांडवली वस्तू असे व्यवसाय त्यांनी निवडले. ते अत्यंत सावध उद्योगपती होते, यात शंकाच नाही.

आपले कारखाने पूर्ण उत्पादनक्षमतेनुसार चालले पाहिजेत, याची खबरदारी घेणं, योग्य ती यंत्रसामग्री मिळवणं, तसंच पुरेसे सुटे भागही आयात करणं, इत्यादी व्यवस्थापनाच्या चांगल्या गोष्टी ते पाळत. त्याशिवाय प्रत्येक कंपनीनं बँकेत मोठ्या प्रमाणात राखीव रक्कम ठेवली पाहिजे, असा बिर्ला यांचा आग्रह असे. 'ते आर्थिक बाबतीत फारच काळजी घेत असत,' असं सांगताना बसंतकुमार म्हणाले, 'अपेक्षेच्या विरुद्ध घटना घडल्या, तर पुरेशी आर्थिक तरतूद करून ठेवलेली बरी, असं त्यांचं तत्त्व होतं.' उदा. समजा, जीडींनी कारखान्यात शंभर रुपये गुंतविले, तर बँकेत २५ ते ३० टक्के राखीव निधी ठेवण्याची काळजी ते घेत. या पद्धतीमुळे प्रगतीचा वेग

मंदावत असे. 'पण सदिच्छा निर्माण करायला व प्रतिष्ठा मिळवायला खूप वर्षं लागतात. मात्र ती गमवायला काही क्षणच पुरे असतात,' असा जीडी यांचा ठाम विश्वास होता.

त्या दिवसात डिबेंचर्स व अग्रहक्क शेअर्स काढणं अवघड होतं. तसंच, यंत्रसामग्री व इमारती तारण ठेवून कर्ज घेण्याची पद्धत प्रचलित नव्हती. 'समजा, तसं शक्य झालं असतं, तरी काकोजींनी त्याला विरोध केला असता. अशा बेजबाबदार अर्थकारणात पडू नये, असा त्यांचा सल्ला असे.' असं बीके म्हणतात. जेव्हा बसंतकुमार आणि आदित्य यांना रिलायन्स उद्योगाप्रमाणेच डिबेंचर्स काढावे, असं वाटत होतं, तेव्हा नेहमीप्रमाणे जीडींनी आपलं मत मांडलं. पण अंतिम निर्णय त्यांच्यावरच सोपवला.

जीडींचं यश हे त्यांनी निर्माण केलेल्या मक्तेदारी व्यवसायावर अवलंबून होतं, असं म्हटलं जातं. हा वादाचा मुद्दा आहे. उद्योगसमूहाच्या सामर्थ्यशाली स्थितीमुळे (रोख निधीमुळे) जीडींच्या मनात मोठमोठ्या योजना आकार घेत असत, हे निश्चित. कापड उद्योगात अलाना यांच्याबरोबरची भागीदारी वगळता (१९१४), जीडींनी पहिली महत्त्वाची गुंतवणूक ही दिल्लीतील एका फायदेशीर नसलेल्या छोट्या गिरणीमध्ये १९१९ साली केली. १९२१ मध्ये 'जियाजीराव'ची स्थापना झाली, तर 'केसोराम' १९२४ मध्ये, 'सतलज' १९३७, 'न्यू स्वदेशी' १९४४, 'सेंचुरी' १९४५, तसंच, 'दिग्विजय वूलन' १९४८ मध्ये सुरू झाल्या. त्याचप्रमाणे समूहानं साखर क्षेत्रात प्रवेश केला. त्यांनी एक नव्हे, तर आठ साखर कारखाने उभारले. रेयॉन व व्हिस्कोज् धागा या क्षेत्रात त्यांनी पदार्पण केलं, तेव्हाही एका पाठोपाठ तीन कारखाने उभे केले; आणि जेव्हा सिमेंट उद्योगात शिरण्याचा धोरणात्मक निर्णय झाला, तेव्हा बिर्लांच्या प्रत्येक मोठ्या कंपनीनं एक एक सिमेंट कारखाना उभारला व टाटांच्या एसीसीनंतर बिर्ला हा समूह भारतातील सर्वांत मोठा सिमेंट उत्पादक बनला.

धीरूभाई अंबानी यांच्याइतक्याच कुशलतेनं जीडींची काम करण्याची पद्धत होती. जीडींना आपल्या कुटुंबातूनच स्पर्धा असावी, असं वाटे. एवढंच नव्हे, तर ते त्यासाठी उत्तेजनही देत. पण त्यांना बाहेरून स्पर्धा नको असे. अशी टीका कोणी केली, की तात्काळ जीडींचं समर्थन करताना त्यांचे अधिकारी उसळून म्हणतात, 'ज्या क्षेत्रात स्पर्धा नाही व पुढे होण्याची शक्यता नाही, अशी क्षेत्रं हुडकून काढण्याचं श्रेय जीडींना द्यायला हवं. ज्या क्षेत्रात स्पर्धा नसते व भविष्यात निदान स्पर्धा निर्माण होणार नाही किंवा झाली, तरी कमी असेल, अशी उत्पादनं शोधून काढण्यात जीडींची हुशारीच दिसून येते.' १९६० च्या आसपास बिर्ला यांनी १६६ औद्योगिक परवाने कुजवत ठेवले होते, हे रवि हजारी यांचं मत होतं. जीडी व त्यांचे

बंधू यांनी प्रगतीच्या दिशेनं केलेले खंबीर प्रयत्न आणि मोठे धोके पत्करण्याची त्यांची तयारी नमूद करतानाच, आपल्या क्षेत्रात स्पर्धा न ठेवण्यासाठी त्यांनी आखलेले डावपेच व युक्त्या यांची नोंद हजारी यांनी केली होती.

बिर्लासारखे मोठे उद्योगसमूह एखाद्या उत्पादनकरता वेगवेगळ्या कंपन्यांच्या नावानं अनेक अर्ज सरकारकडे पाठवीत. एकदा त्यांना परवाने मिळाले, की मग केवळ एकच कंपनी त्या प्रकल्पाची अंमलबजावणी करीत असे व इतर कंपन्या नुसते परवाने घेऊन ठेवीत; पण प्रत्यक्षात मात्र काहीच करीत नसत. बऱ्याचदा परवान्यासाठी अर्ज करणाऱ्या कंपनीकडे पुरेशी साधनसामग्री नसे. या काळात 'परवाना' याचा अर्थ पैसा छापायची परवानगी, असा केला जात असे. विक्रेत्याच्या दृष्टीनं ती जणू स्वप्नातलीच बाजारपेठ असे. परवाना पद्धतीच्या प्रतिकूल परिणामाची कल्पना यायला सरकारला तीन वर्षं लागली. उद्योगपती मालाच्या दर्जाची पर्वा करीनासे झाले व ग्राहकाला त्याची किंमत मोजावी लागली. याबाबत केवळ उद्योगपतींना दोष देऊन भागायचं नाही. राजकीय नेत्यांनी अवास्तव मक्तेदारी कायदे मंजूर करून जी परिस्थिती निर्माण केली, त्याकडेही लक्ष देणं आवश्यक आहे. या कायद्यामुळे जीडींना वैफल्य आलं; पण त्यांनीच संघर्षाचा पवित्रा घेतला.

नोकरशाहीबरोबर बोलणी करताना जीडींनी कायद्याबद्दलचं आपलं ज्ञान खूप ताणलं. जिथं जिथं कायद्यात वाद उपलब्ध आहे, असं त्यांच्या लक्षात आलं, तिथं तिथं ती संधी त्यांनी घेतली. 'जे कायदेशीरीत्या करणं शक्य आहे, ते त्यांनी नैतिकतेच्या नावावर सोडून दिलं नाही,' असं जाजू म्हणतात. तसंच त्यांचा न्यायपद्धतीवर फार विश्वास होता. सरकारी अतिरेक झाला असेल, तिथं सरकारविरुद्ध न्यायालयातून मनाई हुकूम मिळवावा, असा सल्ला ते आपल्या अधिकाऱ्यांना देत.

तसंच जाजू यांच्या मते, 'सरकारी कर्मचाऱ्यांचे हात ओले केल्याशिवाय फायली हलत नाहीत, सरळ मार्गानं काम करून घेणं दिवसेंदिवस कठीण होत चाललं आहे; त्यामुळे जर तुमच्या सूचना पाळायचं ठरविलं, तर प्रत्येक गोष्ट आहे तिथंच ठप्प होऊन राहील, असं व्यवस्थापकांनी जीडींना सांगितलं, त्यावर जीडींनी काही प्रतिक्रिया व्यक्त केली नाही. तेव्हा त्यांचं मौन म्हणजे मूकसंमती आहे, असं मानलं गेलं.'

आपल्या साम्राज्यावर नियंत्रण ठेवण्यासाठी जीडी अनेक हत्यारं वापरत; त्यांपैकी एक पद्धत म्हणजे हिशेब-पद्धती होय. या शब्दाचा मारवाडीतील अर्थ म्हणजे 'एकूण नफा किती' असा होतो. ही एक सरळ पण काटेकोर हिशेब-पद्धती आहे. कारखान्याच्या व्यवस्थापकांनी रोजच्या रोज खर्च, उत्पादन व विक्री यांचा तक्ता बनवावा, कारखान्याशी संबंधित प्रत्येक गोष्टीचं प्रतिबिंब 'पडता'मध्ये पडलं पाहिजे. उत्पादनाचं वेळापत्रक, यंत्रसामग्रीचा वापर, कच्च्या मालाची खरेदी, स्टोअर्स,

विक्री, वितरण व बाजारपेठेतून झालेली वसुली आदी गोष्टींचा त्यात समावेश असे. तसंच, दररोज प्रत्येक यंत्रामागे प्रत्येक मजुरानं केलेलं काम याचीही नोंद असे.

एका मोठ्या कारखान्याच्या बाबतीत पडता २०० ते ३५० पानीही असे. तर काही बाबतीत रोजचा अहवाल हा अर्ध्या पानावर, तर काहींच्या बाबतीत ३० पानांवर असे. पडता हिशेब-पद्धतीच्या तयारीकरीता अनुभव व आकलनक्षमता यांची जरुरी असे. पण एकदा का ही पद्धत अवलंबिली, की जीडींच्या साम्राज्यातील अगदी छोट्याही भागातील कोणत्याही क्षणाचं संक्षिप्त चित्र मिळत असे.

या पद्धतीमुळे दैनंदिन, साप्ताहिक, मासिक व वार्षिक उत्पादनाचा अंदाज लक्षात येत असे. सतत माहिती संकलित केली जात असल्यामुळे दुर्लक्ष करण्याला, अकार्यक्षमतेला व चूक करायला वावच नव्हता. आपल्या कंपनीतील प्रत्येकाला ही पडता पद्धत आलीच पाहिजे व तिची अंमलबजावणी केली पाहिजे, असा जीडींनी दंडकच घालून दिला होता. खरं तर, पडता हे एक व्यवहार्य उपकरण होतं. त्यात जी उद्दिष्टं निश्चित केली जात, ती केवळ भरमसाट, गगनाला गवसणी घालणारी नसत, तर अंमलात येण्याजोगी असत. पण एकदा का उद्दिष्टं ठरली, की मग ती पूर्ण करण्याचा व्यवस्थापक प्रयत्न करीत. कारण व्यवस्थापकानंच ही उद्दिष्टं निश्चित केलेली असत व म्हणून ती पुरी करण्याचा तो आटोकाट प्रयत्न करीत असे. जीडी बिर्ला यांच्या यशाची ही एक गुरुकिल्लीच होती.

अशा काटेकोर पद्धतीचा अवलंब फारच कमी कंपन्या करीत असत. दुसरं म्हणजे, त्या काळात माहितीचा ओघ मंद होता. त्या वेळेला संगणक नव्हते, तर केवळ कागदी हिशेब वह्या होत्या. झेरॉक्स किंवा MIS पद्धती नव्हती. त्यामुळे रोजच्या रोज ज्याला रोख रकमेची स्थिती माहीत असेल, त्याच्या हातात जणू जादूचं उपकरण असे. आता बिर्ला घराण्यानं उभारलेल्या शेकडो कंपन्यांतील अधिकाऱ्यांच्या हाती हे जादूचं उपकरण आलं अशी कल्पना केली, तरच या साम्राज्याच्या खऱ्या आर्थिक शक्तीची खरी कल्पना येऊ शकेल.

अनेक वर्षांनंतर, भारतातील उद्योगसमूहांपैकी तुम्ही कोणाचं कौतुक करता, असं अंबानी यांना विचारलं असता ते म्हणाले, 'बिर्ला'. बिर्लांच्या रोख रकमेच्या रूपातील सामर्थ्यामुळे त्यांना बिर्लांबद्दल हे कौतुक वाटत होतं.

✦

१३

लंडन : ११ जून, १९८३

११ जून, १९८३, शनिवार. लंडनमध्ये त्या दिवशी हवा ढगाळ होती व हवेत येऊ घातलेल्या पावसाचा गंध पसरला होता. नेहमीप्रमाणे जीडी लौकर उठले होते. आशकरण अगरवाल यांच्याबरोबर नाश्ता घेण्याआधी त्यांनी टेलेक्स संदेशांना उत्तरं द्यायचं काम हातावेगळं केलं होतं. सकाळी ८.३० च्या सुमाराला अगरवाल पार्क टॉवर फ्लॅटमधून बाहेर पडले, ते दिल्लीचं विमान पकडण्यासाठी. ते हीथ्रो विमानतळाकडे निघाले होते. त्यांची जागा 'म्हैसूर सिमेंट'चे प्रमुख नंदलाल हमीरवासीया आणि 'ग्रासिम' कंपनीचे उपाध्यक्ष एस. के. साबू यांनी घेतली होती. जीडींनी डी. पी. मंडेलिया व आपला नातू आदित्य यांच्याशी फोनवर संपर्क साधायचा प्रयत्न केला; पण तो होऊ न शकल्यानं त्यांनी नाद सोडून दिला आणि ते आपल्या नेहमीचा फेरफटका मारायला बाहेर पडले.

हाईड पार्कच्या समोरील हिल्टनच्या छायेत पार्क टॉवर ही इमारत होती. तिघेजण पार्क रोडनं पिकॅडलीच्या दिशेनं चालत निघाले. रीजेंट स्ट्रीटवरून निम्मं चालून गेल्यावर सिंगापूर एअर लाईन्सच्या ऑफिसजवळ ते पोचले, तेव्हा जीडी बिर्ला यांना काहीसं अस्वस्थ वाटू लागलं. ताबडतोब टॅक्सी बोलवण्यात आली. टॅक्सीत बसताना जीडींनी हमीरवासीया व साबू यांना 'आपल्याला आता काही होत

नाहीये,' असं सांगितलं. पण पार्क टॉवर इथं टॅक्सी सोडून ते पायऱ्या चढू लागले, तेव्हा त्यांचा श्वासोच्छ्वास अनियमित झाला व ते जवळपास खाली कोसळलेच. त्यांच्या अधिकाऱ्यांनी त्यांना सावरलं. आपल्या सोफ्यात जीडी कसेबसे बसले. ताबडतोब रुग्णवाहिका बोलावण्यात आली. काही मिनिटांतच एका स्ट्रेचरवरून त्यांना मिडलसेक्स रुग्णालयात नेण्यात आलं. या प्रवासात त्यांच्यात धुगधुगी होती, पण रुग्णालयात दाखल केल्यावर मात्र त्यांचं निधन झालं.

पाच वर्षांपूर्वी आलेल्या हृदयविकाराच्या झटक्यानंतर आपण आपल्या अंताच्या दिशेनं वाटचाल करीत आहोत, याची बिर्ला यांना जाणीव होती, असं डी. पी. मंडेलिया यांनी सांगितलं. ते म्हणाले, 'त्यांनी आपले मुलगे व सुना व मला असं सांगितलं होतं, की पुढच्या वेळेला मी आजारी पडलो, तर माझ्यावर कोणतेही वैद्यकीय उपचार करू नयेत. मला गंगाजल एवढं एकच औषध हवं व ईश्वर हाच माझा वैद्य असावा. मला कोणतंही औषध व उपचार नकोत. तसंच, आपल्या मृत्यूनंतर उगाच आपला देह इकडून तिकडे नेला जाऊ नये; जिथं आपल्याला मृत्यू येईल, तिथंच आपल्यावर अंतिम संस्कार केले जावेत, असंही त्यांनी सांगितलं होतं... आपल्याला अंथरुणात मृत्यू येऊ नये, आपली सर्व गात्रं काम करीत असतानाच आपल्याला मृत्यू यावा, असा आशीर्वाद देण्याची त्यांनी स्वामी अखंडानंदजी यांना विनंती केली होती.'

जीडींना हवा होता, तसाच मृत्यू आला. जीडींनी आपल्या मागे, अनेक दैनंदिन्या व फार मोठा पत्रव्यवहार ठेवला. ते ज्यांना ज्यांना भेटत, –म्हणजे राजकारणी, अधिकारी, उद्योगपती (ब्रिटिश व भारतीय) वगैरे त्यांच्याबद्दलची आपली मतं चटकन नोंदवून ठेवण्याची त्यांची सवय होती. त्यांची अनेक पत्रं प्रसिद्ध झाली आहेत. विशेषतः, म. गांधींबरोबर झालेला पत्रव्यवहार. मात्र त्यांच्या पत्रव्यवहाराचा मोठा भाग अजूनही खासगीच आहे. इंदिरा गांधी व त्यांचे पुत्र राजीव-संजीव यांच्याशी असलेले संबंध याबद्दल फारच कमी प्रसिद्ध झालं आहे, तसंच जवाहरलाल नेहरू यांच्याबरोबरचा त्यांचा पत्रव्यवहारी काही मर्यादा घालूनच प्रसिद्ध झाला आहे. केव्हाना केव्हा बिर्ला कुटुंबीय त्यांचा सर्व पत्रव्यवहार प्रसिद्ध करतील, अशी आशा आहे. जीडी हे अत्यंत स्पष्टवक्ते होते. तसंच, लोकांचं ते अचूक मूल्यमापन करीत. भारताच्या राजकीय, आर्थिक व औद्योगिक इतिहासाच्या दृष्टीनं जीडींची ही निरीक्षणं अत्यंत उपयुक्त व अमूल्य ठरतील.

त्यांच्या आठवणींच्या ग्रंथाची सुरुवातच पाहा. – "हे पुस्तक लोकांची ओळख असण्याचं महत्त्व व वैयक्तिक संपर्काचं महत्त्व याविषयी आहे." जीडींना लोकांबद्दल फार कमी भ्रम असत. 'संपर्कामुळे सत्य उघडं होतं व कधीकधी कटू सत्यही लक्षात येतं,' असं ते म्हणतात. 'पण इतरांच्यामधील ज्या चांगल्या गोष्टी आपल्याला

आढळतात, त्या वाईट गोष्टींपेक्षाही खूपच अधिक असतात, हे माझ्या कथेवरून लक्षात येईल.' जीडी म्हणतात.

परंतु जीडी स्वत: कशा प्रकारचे होते? माझ्या मते, तीन वैशिष्ट्यांमुळे ते त्या काळातील उद्योगक्षेत्रातील अत्यंत असामान्य नेते बनले. ते बंडखोर होते, तसंच त्यांच्यापाशी आधुनिक मन होतं. त्याचप्रमाणे एकाच वेळी ते विरोधाचाही आनंदानं स्वीकार करीत. बंडखोर असायला कसोटी न घेतलेल्या मूल्यांवर प्रचंड श्रद्धा लागते. तसंच एकमेकांविरुद्ध गोष्टी सामावून घेण्याची क्षमता, मानवता व सहिष्णुता असावी लागते.

शेवटच्या बाबीचा प्रथम विचार करायचा झाला, तर जेआर्डी टाटांबरोबर तुलना करता बिर्लांच्या विचारप्रक्रियेचं वैशिष्ट्य लक्षात येईल. आपण 'सहमतीचे व्यवस्थापक' आहोत, धाडसी व्यवस्थापकांच्या आक्रमक पथकाचे अध्यक्ष आहोत, असं स्वत:चं वर्णन करायला जेआर्डी टाटांना आवडत असे. टाटा यांच्या नेतृत्वाखाली या उद्योगसमूहानं, आपलं अव्वल स्थान टिकवून ठेवलं. ते जीडींना मुळातच मिळालेलं होतं. आणि जीडी? जीडींकडे त्यांनी सुरू केलेल्या गोष्टींचं अनुकरण करणाऱ्या व स्वत: जोरदार पुढाकार घेणाऱ्या अधिकाऱ्यांचा ताफा होता. तसंच, जीडींकडे जिद्दीनं लढणाऱ्या अधिकाऱ्यांचाही एक छोटासा गट होता.

जेआर्डींकडे नानी पालखीवाला होते, तर जीडींकडे डीपी खैतान होते. रूसी मोदी, सुमन्त मुळगावकर किंवा दरबारी सेठ या टाटा समूहातील अतिरथी-महारथी अधिकाऱ्यांप्रमाणे उंची जीवनपद्धती ठेवण्यास बिर्लांनी आपल्या अधिकाऱ्यांना उत्तेजन दिलं नाही. पण मंडेलिया, आशकरण अगरवाल व एस्. ए. साबू बहुधा अधिक सत्ता व विश्वास संपादन केलेला होता. दोन्हीही समूहांचं आपापल्या पद्धतीचं व्यवस्थापन होतं. पण त्यांच्या त्यांच्या नेत्यांच्या औद्योगिक तत्त्वज्ञानाचं प्रतिबिंब त्यात पडलेलं होतं. जेआर्डी यांच्या दृष्टीनं भागधारकांपेक्षा ग्राहक महत्त्वाचा होता, तर जीडी यांचं मत अगदी त्या उलट होतं. त्यांच्या दृष्टीनं दर्जापेक्षा नफा महत्त्वाचा होता.

दोघेही नेते १९३९ ते १९६९ या काळात आपल्या आयुष्याच्या व सर्जनात्मक प्रतिभेच्या ऐन बहरात होते. त्यामुळे या काळातील या समूहांच्या प्रगतीची तुलना महत्त्वाची ठरते. टाटांची मालमत्ता १९३९ मध्ये ६२.४२ कोटींवरून १९६९ मध्ये ५०५.३६ कोटींवर गेली; तर बिर्लांची मालमत्ता ४.८५ कोटींवरून ४५६.४ कोटींवर गेली. टक्केवारीचा विचार केला, तर टाटांच्या वाढीची टक्केवारी ७०९.६१ टक्के होती, तर याच काळात बिर्लांची वाढ मात्र ९३१०.३१ टक्क्यांनी झाली. (गमतीची गोष्ट म्हणजे, १९८० च्या दशकात बजाज ऑटोची वाढ १८५२ टक्के झाली, तर रिलायन्सची ११०० टक्के झाली.)

हा काळ परवाना पद्धतीच्या अगोदरचा होता, हे लक्षात ठेवायला हवं. टीटी कृष्णम्माचारी यांनी १९५६ मध्ये 'परवाना धोरण ठराव' मांडला व १९६२ मध्ये मक्तेदारी आयोग स्थापण्यात आला. पण ज्याला 'परवाना राज' असं म्हटलं जातं, ते १९७० च्या सुमाराला अस्तित्वात आलं. अशा प्रकारे बिर्लांच्या प्रगतीमधील जो सर्वांत आक्रमक काळ होता, तेव्हा इतरांना रोखून ठेवण्याचं सामर्थ्य त्यांच्याकडे नव्हतं. 'परवाना' नावाचं पैसे छापण्याचं उपकरण नव्हतं. त्यांना बहुराष्ट्रीय कंपन्यांशी स्पर्धा करावी लागली. ब्रिटिशांच्या राजवटीत त्यांना वसाहतवादी वातावरणात, विषम परिस्थितीत काम करावं लागलं. त्या वेळी त्यांच्या बऱ्याच प्रतिस्पर्ध्यांचे सत्तारूढ उच्चभ्रू वर्तुळात निकटचे संबंध होते. स्वातंत्र्यानंतर इतरांप्रमाणे परवाना पद्धतीमुळे त्यांना त्रास झालाच. एवढंच नव्हे, तर त्यांना नेहरू-गांधी घराण्याच्या सक्रिय शत्रुत्वालाही तोंड द्यावं लागलं.

'फायनान्शियल एक्स्प्रेस'नं एका संपादकीयात म्हटल्याप्रमाणे, कुणी धुंडाळली नसतील, अशी क्षेत्रं काबीज करण्याचा बिर्ला सतत शोध घेत असत. या साहसी वृत्तीमुळे बिर्लांच्या साम्राज्याचा विस्तार झाला, हे निःसंशय. १९७० मध्ये साम्यवादी केरळमध्ये मोठी गुंतवणूक करणारे जीडी हे कसे पहिले उद्योगपती होते, तसंच, अत्यंत प्रगत देशातील स्पर्धेची देखील त्यांना कशी भीती नव्हती, याचं वर्णन संपादकांनी केलं आहे.

जीडी बिर्ला म्हणजे एक आश्चर्यकारक विसंगतींनी भरलेलं व्यक्तिमत्त्व होतं. पैसे मिळवणं, हे सोपं आहे, पण तो योग्य प्रकारे खर्च करणं अवघड आहे, असं ते नेहमी म्हणत. पिलानी येथील तांत्रिक शिक्षणसंस्थेच्या या संस्थापकाचा औपचारिक पदव्यांवर मात्र विश्वास नव्हता. त्यांचा कोणी मुलगा पदवीधर झाला नाही, शैक्षणिक प्रशस्तिपत्रकापेक्षा ते घराण्यातील माणसाला प्राधान्य देत. मुळात त्यांच्या कुटुंबाचं भाग्य वायदेबाजारामुळे उदयाला आलं असलं, तरी जीडींना वायदेबाजार आवडत नसे. बिर्लांना काही राजकीय परंपरा नव्हती; पण जीडी बिर्ला यांनी मात्र स्वतःला राष्ट्रीय चळवळीत पूर्ण झोकून दिलं. पत्रकार आयॅन जॅक यांनी बिर्ला यांच्यांतील आणखी एका विसंगतीचा उल्लेख केला आहे. जीडी म्हणत, "माझे नातू माझ्याशी सहमत होत नाहीत; पण मला वाटतं, या देशाला जात ही एकत्र ठेवीत आहे. जात नष्ट केली, तर भारत अडचणीत येईल." या विधानाकडे लक्ष वेधून आयॅन जॅक म्हणतात, 'गांधीजींच्या हरिजनांच्या चळवळीला याच व्यक्तीनं जोरदार पाठिंबा दिला, यावर कसा विश्वास बसणार?'

जीडी बिर्ला यांच्या यशाला त्यांची पुरोगामी वृत्ती कारणीभूत होती, हे निःसंशय. एखाद्या गोष्टीला त्यांनी हात घातला, की हाती घेतलेलं तडीस नेण्याची त्यांची वृत्ती होती. जेआरडींनी स्वतःला राजकारणापासून दूर ठेवलं. पण जीडी त्यांच्याशी

सहमत नव्हते. बिर्लांना केंद्रीय असेंब्लीत निवडून यायचं होतं. बिर्लांप्रमाणेच कस्तुरभाई लालभाई यांनीही निवडणूक लढवली व विजय मिळवला. पण बिर्लांच्या तुलनेनं कस्तुरभाईंनी फारच छोट्या मतदारसंघातून निवडणूक लढवली. वालचंद हिराचंद यांनी पण प्रयत्न केला; पण ते अयशस्वी झाले. बिर्ला व इतर दोघांत हा महत्त्वाचा फरक होता. बिर्लांना जे हवं, ते त्यांना जवळ जवळ मिळालं व त्यासाठी शक्य ती सारी साधनं त्यांनी वापरली.

त्यांचं दुसरं वैशिष्ट्य म्हणजे, त्यांचा कायमचा आशावाद. उदा., चीनी आक्रमणानंतर पाकिस्तानशी झालेल्या युद्धामुळे अनेक भारतीयांना उदास वाटत होतं. पण जीडींना तसं वाटत नव्हतं. किंबहुना त्यांनी 'न्यूयॉर्क टाइम्स'ला असं सांगितलं की, 'भारत हा एक स्वाभिमानी, ऐक्य असलेला देश म्हणून उदयाला आला असून, व्यापक क्षितिजाकडे झेपावण्याची त्याची इच्छा आहे.' आपल्या तरुणपणी बंडखोर जीडी बिर्ला यांनी अनेक जातीय रीतीरिवाज पाळले नाहीत. पण स्त्रियांबद्दलचा त्यांचा दृष्टिकोन अखेरपर्यंत कर्मठ होता. मारवाडी समाजातील पुरुषांच्या उद्धाराकडे त्यांनी लक्ष दिलं, पण महिलांकडे मात्र दिलं नाही. जीडींना उत्तम कपडे, उत्तम फर्निचर खूप आवडायचं. पण त्यांच्या वैयक्तिक गरजा अगदी नाममात्र होत्या. वाढत्या वयाबरोबर ही वृत्तीही वाढली. जीवनातील सुखांचा आनंद कसा घ्यावा, हे त्यांना माहीत नव्हतं, असं काहीजण म्हणतात. आपल्याला ज्याची गरज आहे, ते सर्व हिंदूत्वातून मिळतं, असं त्यांना वाटत होतं,

एकदा पं. नेहरूंनी जीडींना अप्रत्यक्ष शाबासकी दिली. भारतातून स्थलांतर करण्याआधी एका पारशी उद्योगपतीनं आधी पैसे नेण्याचा प्रयत्न चालवला आहे, हे कळल्यावर नेहरू टीटीके यांना म्हणाले, 'तुम्ही काही म्हणा, या मारवाड्यांचे कितीही दोष असले, तरी भावनिक दृष्ट्या त्यांची बांधिलकी याच भूमीशी आहे. त्यांना याच भूमीत मरण यावंसं वाटतं व आपली रक्षा गंगेत विसर्जित व्हावी, असं वाटतं. आपल्या निधनाच्या काही महिने आधी जीडी बिर्ला हिमालयात यम्नोत्रीला गेले होते. त्यांच्या निधनानंतर त्यांच्या रक्षेचं विसर्जन त्यांच्या मुलांनी हरिद्वार आणि गंगोत्री इथं गंगेमध्ये केलं.

'तुम्ही आयुष्यात काय साध्य केलंत?' असं विचारलं असता जीडींनी अत्यंत गहिरं, पण साधं उत्तर दिलं, 'इतकी वर्षं मी एक भला माणूस बनण्याचा प्रयत्न केला. जी. डी. बिर्लांना विसरून जा.' 'सोसायटी' मासिकाला दिलेल्या अखेरच्या मुलाखतीत त्यांनी म्हटलं होतं.

पण ते एक अविस्मरणीय व्यक्तिमत्त्व होतं. त्यांचा विसर कसा पडणार?

✦

वालचंद हिराचंद दोशी

(२३ नोव्हेंबर, १८८२ - ८ एप्रिल, १९५३)

वालचंद वंशवेल

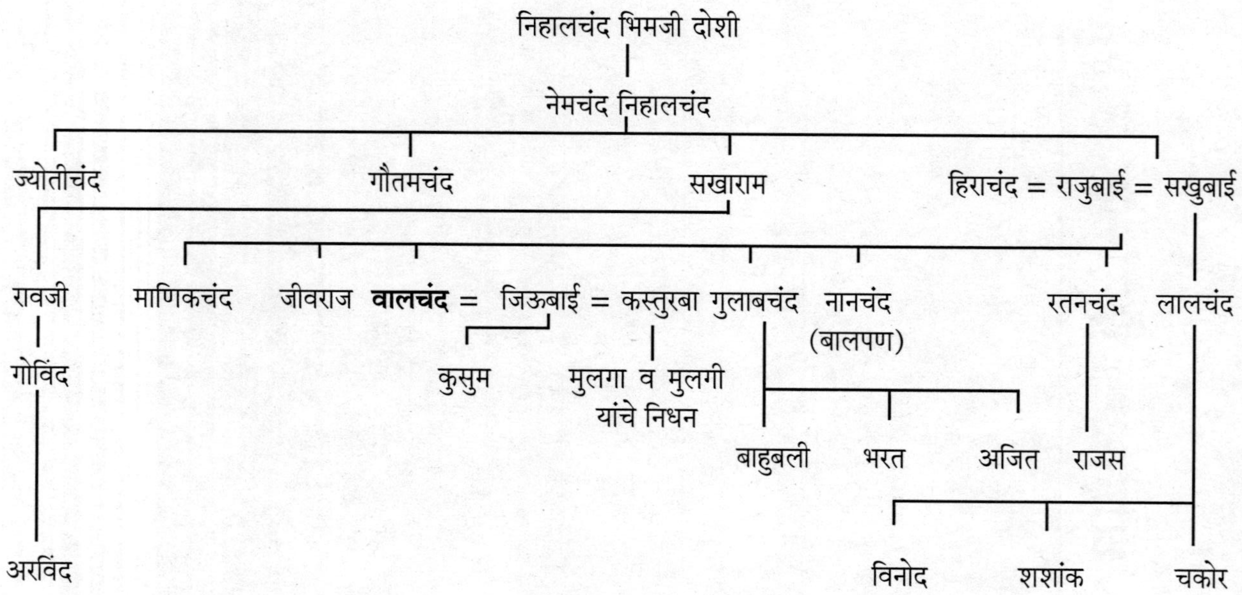
निहालचंद भिमजी दोशी
नेमचंद निहालचंद
ज्योतीचंद
गौतमचंद
सखाराम
हिराचंद = राजुबाई = सखुबाई
रावजी
माणिकचंद
जीवराज
वालचंद = जिऊबाई = कस्तुरबा
गुलाबचंद
नानचंद (बालपण)
रतनचंद
लालचंद
गोविंद
कुसुम
मुलगा व मुलगी यांचे निधन
बाहुबली
भरत
अजित
राजस
अरविंद
विनोद
शशांक
चकोर

१

दिल्ली : १४ मार्च, १९२३

'चाचे कोण आहेत? आम्ही की तुम्ही?' या कटू शब्दांचा बाण एकदा सुटल्यावर त्याचा परिणाम काही काळ रेंगाळत राहिला. ते शब्द आता मागे घेणं शक्य नव्हतं. त्या दोघांनी एकमेकांकडे रोखून पाहिलं. ७१ वर्षे वयाच्या लॉर्ड इंचकेप यांच्यावर आरोप केला जात होता. चहा व नौकानयन कंपनीचे प्रमुख असलेले ते एक धनाढ्य ब्रिटिश होते. सत्तारूढ ब्रिटिश वर्गाचे ते शक्तिशाली सदस्य होते. ते जसे गरिबीतून वर येऊन श्रीमंत झाले होते, तसेच त्यांच्यासमोर बसलेले, पगडी घातलेले ४१ वर्षं वयाचे भारतीय गृहस्थही त्यांच्यासारखेच गरिबीतून वर आलेले होते.

स्कॉटलंड येथील दरीखोरी वा सोलापूर येथील शेते ही या दोघाही बेचैन उत्साही मंडळींच्या कर्तृत्वाला पुरेशी नव्हती. इंचकेप यांनी आपल्या कारकीर्दीची भारतात सुरुवात केली, व आता ते जगातील सर्वात मोठ्या नौकानयन कंपनीचे प्रमुख होते; तर वालचंद हिराचंद सोलापूर सोडून रेल्वे मार्ग उभारणारे छोटे कंत्राटदार बनले. ते पूल, बराकीही बांधीत. चार वर्षांपूर्वी वालचंद यांनी एक छोटी प्रवासी बोट कंपनी खरीदली होती. आता त्यांच्याकडे सात स्टीमर्सचा ताफा होता आणि इंचकेप यांच्या मक्तेदारीला त्यामुळे धोका निर्माण झाला होता.

इंचकेप यांच्या दिल्लीतील ऑफिसात बोलताना, वालचंद यांनी आपल्या अस्तित्व राखण्याच्या हक्काचं जोरदार समर्थन केलं. वालचंद यांना थांगपत्ता लागू न देता त्यांची कंपनी खरेदी करण्याचा इंचकेप यांचा डाव होता. वालचंद यांचा स्वत:च्या कंपनीत मोठा हिस्सा नव्हता. इंचकेप यांच्या प्रभावाला कोण भुललं आहे, हेही त्यांना ठाऊक होतं आणि तरीही त्या दहशतीपुढे वालचंद झुकायला नकार देत होते.

वालचंद यांच्या उद्‌गारांनी ती बैठक संपली. ते व त्यांचे सहसंचालक इंचकेप यांच्या ऑफिसातून बाहेर पडले. वालचंदांच्या बाजूला नरोत्तम मोरारजी होते. त्यांचा चेहरा संतापानं लालेलाल झाला होता. ते 'सिंदिया स्टीम नॅव्हिगेशन कंपनी'चे अध्यक्ष, तिचे प्रमुख भागधारक व मुंबईचे धनाढ्य गिरणीमालक होते.

थोड्या वेळानंतर मोरारजी अस्वस्थपणे खोलीत येरझाऱ्या घालीत होते. ते वालचंद यांची वाट पाहत होते. 'तुम्हाला अशा प्रसंगी कसं बोलावं, याचं काही तारतम्य नाही. तुमची भाषा सुसंस्कृत माणसाला शोभणारी नाही. अशा तडजोडीच्या बैठकीच्या वेळी स्वत:वर ताबा ठेवायला हवा व अगदी काळजीपूर्वक एकेक शब्द मोजून मापून वापरावयास हवा. तुम्हाला मनातून कितीही संताप आला असला, तरी तो तुम्ही बाहेर दिसू देता कामा नये. यापुढे बैठकीत तुम्ही काही बोलू नका. कंपनीचा अध्यक्ष या नात्यानं जे काही बोलणं करायचं, ते मीच करीन,' – असं मोरारजी त्यांना तावातावानं म्हणाले.

मोरारजी वालचंद यांची कानउघाडणी करीत होते, तर इंचकेप या आगळ्या-वेगळ्या महाराष्ट्रीय उद्योगपतीची अधिक माहिती जमवण्याचा प्रयत्न करीत होते. त्यांनी 'कॉटन किंग' म्हणून ओळखले जाणारे सर पुरुषोत्तमदास ठाकुरदास यांना गाठलं. ठाकुरदास हे व्यापारी संघटनांत सक्रिय होते. केंद्रीय लेजिस्लेटिव्हचे ते सदस्य होते, टाटांचे संचालक होते व जीडी बिर्लांचे मित्र होते.

'सिंदिया' च्या संचालकांची व तुमची कितपत ओळख आहे?' इंचकेप यांनी सरळच सवाल केला. 'ते माझे मित्र आहेत.' ठाकुरदास उत्तरले. त्यांना नेमकं काय चालू आहे, हे ठाऊक नव्हतं. 'जरा अधिक समजुतदारपणा दाखवावा, म्हणून त्यांचं मन वळवायला तुम्ही मदत कराल काय?' इंचकेपनी विचारलं. 'मला नाही वाटत ते अवाजवी वागतील, पण भारतीय अर्थव्यवस्थेत त्यांना जे स्थान कायदेशीरपणे मिळू शकतं, ते स्थान त्यांनी मिळवलं, तर त्याबाबत तुमची भूमिका रास्त आहे का, हा खरा प्रश्न आहे.' ठाकुरदास म्हणाले.

इंचकेप यांनी त्यांचं म्हणणं लक्षपूर्वक ऐकलं व त्यावर काहीही भाष्य न करता त्यांनी ठाकुरदास यांना निरोप दिला.

त्या दिवशी सकाळी वालचंद व इंचकेप यांच्या उडालेल्या शाब्दिक चकमकीची

ठाकुरदास यांना काहीच कल्पना नव्हती. परंतु 'सिंदिया' कंपनी विकली जाण्याच्या बेतात आहे, अशा बातम्या झळकत होत्या. इंचकेपना वालचंद यांच्यांत एवढा रस का आहे, याबद्दल तर्ककुतर्क करत बसण्यापेक्षा ते मोरारजींच्या कार्यालयातच डोकावले.

मोरारजींनी त्यांना माहिती पुरवली. ठाकुरदास त्यांना म्हणाले, 'वाटाघाटीतून वालचंदना दूर ठेवणं धोक्याचं ठरेल. तुम्हाला इंचकेप यांचा हेतू समजत नाही. त्यांचा नेमका हेतू समजण्यासाठी त्यांच्यासारखीच, योजना आखू शकण्याची बुद्धिमत्ता असलेली व्यक्ती हवी. तुमच्यांतील अशी व्यक्ती म्हणजे केवळ वालचंदच आहेत.'

✦

२

तीन क्षेत्रांत मुहूर्तमेढ

गरिबीतून वर आलेले वालचंद हे इतरांपेक्षा वेगळे होते. भारतीय जहाज उद्योगासाठी त्यांनी जे केलं, त्यामुळे ते अद्वितीय मराठी जैन ठरतात. त्यांनी जेव्हा पाश्चात्य प्रवासी बोट कंपनी खरीदली, तेव्हा आपल्या पूर्वीच्या अन्य व्यवसायांनुसार याही उद्योगात आपला सहज शिरकाव होईल, असं त्यांना वाटलं होतं. परंतु ते जगातील सर्वांत मोठ्या 'ब्रिटिश इंडिया स्टीमशिप कंपनी'च्या स्पर्धेत उतरले होते. ही कंपनी लहानशी स्पर्धा देखील सहन करीत नसे. एकदा महात्मा गांधी म्हणाले होते, त्यानुसार, 'ब्रिटिश जहाज उद्योगाची भरभराट व्हावी, म्हणून भारतीय जहाज उद्योगाला आपला विनाश पत्करायला हवा.'

१९१९ साली वालचंद यांनी जेव्हा जहाज उद्योगात प्रवेश केला, तेव्हा जहाज व्यापारी क्षेत्रात फारच थोडे जण होते. वालचंद यांचा १९५३ मध्ये मृत्यू झाला, तेव्हा ब्रिटिश जहाज उद्योगाकडील भारतीय किनारी वाहतुकीचा २१ टक्के हिस्सा वालचंद यांनी काबीज केला होता. परदेशी प्रवासी वाहतूक करायला वालचंद यांना बंदी होती. २१ टक्के म्हणजे काही फार मोठा वाटा नव्हता. याचा अर्थ, उरलेले ७९ टक्के वाहतुकीवर ब्रिटिश कंपन्यांचं नियंत्रण होतं. एकदा सरदार वल्लभभाई पटेल म्हणाले होते त्याप्रमाणे, 'विरोधी परिस्थितीवर मात करणं, तुच्छतेवर निष्ठेचा

प्रभाव आणि निराशेवर आशेचा प्रभाव हे वालचंद यांच्या जीवनाचं सार होतं.'

जहाज व्यवसायाखेरीज वालचंद यांची अनेक भलीमोठी कामं होती. त्यांच्या बांधकाम कंपनीनं मुंबई-पुणे दरम्यान भोर घाट बांधला. तानसा तलावातून मुंबई शहराला पिण्याच्या पाण्याचा पुरवठा करणारी प्रचंड पाइपलाईन त्यांनीच घातली. तसंच, त्यांनी अनेक धरणं, पूल, रेल्वे मार्ग उभारले.

भारताचं पहिलं शिपयार्ड, पहिला विमान कारखाना व पहिला मोटार कारखानाही त्यांनीच उभारला. नंतर पहिल्या दोन प्रकल्पांचं राष्ट्रीयीकरण झालं व बिर्लांच्या 'हिंदुस्थान मोटर्स'नं वालचंद यांचं 'प्रीमियर ऑटोमोबाईल्स' ताब्यात घेतलं. या तिन्ही व्यवसायांची मुहूर्तमेढ रोवणारे म्हणून वालचंद यांचे नाव कायम लक्षात राहील. खिशात एक रुपया नसतानाही त्यांनी या उद्योगांचा पाया घातला, हे तर खासच वैशिष्ट्य!

जीडी बिर्ला यांच्याप्रमाणे वालचंद यांचा जन्मही तुलनेनं बरी आर्थिक स्थिती असलेल्या ग्रामीण कुटुंबात झाला. बिर्लांच्या वडिलांकडे दोन चांगले उंट होते, तर वालचंद यांच्या वडिलांकडे टांगा होता. दोघांनीही वडिलधाऱ्यांचा सल्ला मानला नाही व ते कौटुंबिक उद्योगातून बाहेर पडले. वयाच्या १५ व्या वर्षी म्हणजे १९१० मध्ये बिर्ला तागाचे एजंट बनले, तर वालचंद वयाच्या विसाव्या वर्षी बांधकाम कंत्राटदार बनले.

वालचंद यांना पहिलं काम ७ कि. मी. लांबीचा रेल्वेमार्ग उभारायचं मिळालं. ते काम ८० रुपयांचं होतं. १९३९ मध्ये 'सिंदिया' हे देशातील सतराव्या क्रमांकाचं उद्योगगृह बनलं व त्यांची मालमत्ता ३.६६ कोटी होती. भारतीय समूहापैकी केवळ टाटा, बिर्ला, दालमिया, आणि वाडिया त्यांच्यापेक्षा मोठे होते. १९७६ च्या औद्योगिक धोरणाचा मसुदा तयार करणारे रवि के. हजारी यांच्या मते, भारताला स्वातंत्र्य मिळालं, तेव्हा वालचंद यांच्या वेगवान प्रगतीमुळे 'दोशी समूह' हा देशातील दहा बड्या उद्योगांत गणला जाऊ लागला. १९५३ साली वालचंद यांचं निधन झालं, तेव्हा समूहाची एकूण मालमत्ता ७० कोटी होती, व निव्वळ मूल्य–नेटवर्थ ३७.१३ कोटी होतं.

म. गांधी यांनी एकदा 'यंग इंडिया'त लिहिलं, 'सिंदियां' ची निर्मिती ही जेवढी महत्त्वाकांक्षेतून झाली, तेवढीच देशभक्तीतून झाली.' वालचंद यांनी स्थापनेपासूनच, सिंदिया हा राष्ट्रीय उद्योग आहे; तो केवळ स्वतःचाच नव्हे, तर भारतीय जहाज उद्योगाचाही विचार करतो, असं म्हटलं. उद्योग इतिहासकार रजत के. रे म्हणतात, 'भारतीय जहाज उद्योगाची वाढ म्हणजे 'सिंदिया स्टीमशिप कंपनी' चीच वाढ होय, कारण त्यांच्या मदतीनं छोट्या भारतीय कंपन्या देखील टिकू शकल्या.'

'सिंदिया' चे प्रमुख कार्यकारी अधिकारी मनसुखलाल मारटर यांचंही असंच

मत आहे. छोट्या भारतीय जहाज कंपन्यांना ब्रिटिश कंपन्यांनी हुसकावून लावू नये, याची काळजी वालचंद घेत व जिथं शक्य असेल, तिथं त्यांना वालचंद यांनी सर्वतोपरी मदतही केली. उदा., गोदीतील आकार न दिल्याबद्दल एका छोट्या भारतीय जहाज कंपनीचा स्टीमर मुंबई पोर्ट ट्रस्टनं जप्त केला होता. त्या कंपनीच्या ताब्यातून ती बोट सोडवून घेण्यासाठी पाच हजार रुपयांची गरज होती. वालचंद यांनी हे पैसे भरले व ती कंपनी बचावली आणि तिची फेरी-सेवा चालू राहिली.

मालवाहतूक दराचा एक हत्यार म्हणून वापर करून छोट्या भारतीय कंपन्यांना या व्यवसायातून हाकलून लावण्याचा ब्रिटिशांचा डाव होता. त्या वेळी अशा उपाय योजनेत वालचंद सहभागी तर झाले नाहीतच, उलट, लंडनमधील 'बीआय्' संचालकांना सरकारचा लवाद मान्य करण्यास त्यांनी भाग पाडलं. त्यांनी ज्या संधी उपलब्ध केल्या, त्यांमुळे छोट्या कंपन्या जिवंत राहिल्या. पण दरवर्षी 'सिंदिया' कंपनीचं लाखो रुपयांचं नुकसान झालं.

'सिंदिया' च्या ध्वजावर निळ्या पार्श्वभूमीवरील शुभ्र वर्तुळात लालभडक स्वस्तिक चिन्ह होतं. नव्या बोटींवर जेव्हा हा ध्वज फडकणार असे, तेव्हा वालचंद राष्ट्रीय नेत्यांना आमंत्रित करीत. त्या वेळी अशा प्रसंगी सत्ताधारी ब्रिटिश व अधिकारी यांना बोलावण्याची प्रथा होती, असं 'सिंदिया' चा इतिहास लिहिणारे एन्. जी. जोग म्हणतात. 'सिंदिया' च्या बोटीचं जलावतरण हे विठ्ठलभाई व वल्लभभाई पटेल, मोतीलाल व जवाहरलाल नेहरू अशा राष्ट्रीय नेत्यांच्या हस्ते झालं होतं. अशा राष्ट्रीय नेत्यांचा संबंध ही गोष्ट आज म्हणजे एक फार मोठा ठेवा ठरेल; पण त्या काळात अशा नेत्यांना बोलावण्यासाठी फार मोठी हिंमत असण्याची गरज होती.

लष्करासाठी कंत्राटदार म्हणून काम करताना व नंतर लॉर्ड इंचकेप यांच्याशी झालेला वाद यामुळे, ब्रिटिश उद्योगपतींना ज्या प्रकारच्या सवलती ब्रिटिश राजवटीकडून सहज मिळतात, तशा त्या भारतीय उद्योगपतींना कधीच मिळणार नाहीत, अशी वालचंद यांची खात्री झाली होती. या पक्षपाताविरुद्ध वालचंद उभे राहिले व त्याकडे लक्ष वेधावं, म्हणून त्यांनी प्रसिद्धिमाध्यमांना चिथावणी दिली. त्यामुळे लेख, संपादकीय, खास वार्तालेख प्रसिद्ध झाले. त्यातून दरवेळी काही भरीवच निष्पन्न झालं, असं नव्हे. उदा., बॅकबे रेक्लमेशनचं काम 'टाटा कन्स्टक्शन कंपनी'ला प्रयत्न करूनही मिळालं नाही. परंतु आर्थिक राष्ट्रवादाचं आवाहन हे काही केवळ प्रतीकात्मक नव्हतं.

वालचंद यांच्या या मोहिमांना ब्रिटिशांचा प्रतिसाद संतप्त होता. कलकत्त्याहून प्रसिद्ध होणाऱ्या 'कॅपिटल' या आर्थिक नियतकालिकाचे संपादक जॉफ्री टायसन हे त्यांचे एक कडक टीकाकार होते. वालचंद यांच्या या मोहिमा म्हणजे चतुराईनं

केलेला प्रचार आहे, असा शेरा टायसननी मारला. भारतात विमानं व मोटारींचं उत्पादन करण्याच्या वालचंद यांच्या योजनांबद्दल जे अनेक लेख छापून आले, राजकीय पुढाऱ्यांनी व उद्योगपतींनी जी शेकडो भाषणं केली, त्याबद्दल टायसननी नापसंती व्यक्त केली. वालचंद यांना चालता येण्याआधी धावण्याची घाई झाली आहे, असंही टायसन यांनी म्हटलं होतं. ते म्हणाले, 'जोवर भारत स्वत: पेट्रोल इंजिनाचं डिझाईन करून त्याचं मोठ्या प्रमाणात उत्पादन करीत नाही, तोवर भारतात मोटार-उद्योगात खऱ्या अर्थानं स्वयंपूर्णता येणार नाही. विमान उद्योगाबाबतही हेच खरं आहे.'

टायसनच्या म्हणण्यात तथ्य होतंच. वालचंद यांना ज्या प्रकल्पात रस होता, त्यासाठी अत्याधुनिक तंत्रज्ञानाची, खूप भांडवलाची, तसंच, सुरुवातीला त्यासाठी दीर्घकाळ काम करण्याची गरज होती. वालचंद यांच्यांत धाडसी वृत्तीचा अभाव नव्हता. पण तंत्रज्ञान, पैसा व धीर राखणं या तीन मूलभूत बाबींची त्यांच्यापाशी उणीव होती.

काहींना वालचंद हे अविचाराने साहस करणारे आहेत, असं वाटे. अनेकदा त्यांचा फज्जा उडेल, असं वाटायचं. त्यांचे भागीदार नरोत्तम मोरारजी यांनी वालचंद यांचं वर्णन 'मि.राईटअवे नाऊ' 'श्रीमान तत्पर' असं केलं होतं. वालचंद यांच्या काही कृत्यांमुळे सहकारी बुचकळ्यात पडत. त्यांना प्रतिसाद देण्यासाठीही पुरेसा वेळ ते देत नसत, अशी एक तक्रार आहे. वालचंद हे एका कल्पनेवरून, दुसऱ्या कल्पनेवर सतत उड्डाण करीत असत. अर्धवट अंमलात आणलेल्या त्यांच्या प्रस्तावांचा, जुन्या हस्तपत्रांचा ढीग साचावा, तसा ढीग साचत असे.

हॉलिवूडला भेट देऊन आल्यावर त्यांना आपणही चित्रपट स्टूडिओ काढावा , असं वाटू लागलं. त्यांनी व्ही. शांताराम यांना त्यात सहभागी होण्यासाठी पाचारणही केलं. परंतु ही कल्पना आकार घेऊ शकली नाही. त्यांनी खाणकामाचं कंत्राट घेतलं; पण त्यामुळे त्यांना मिळाली केवळ बिलंच बिलं. त्यांनी एक फाऊंड्री ताब्यात घेतली; पण ती त्यांना फायदेशीररीत्या चालविता येईना. त्यांनी एक सॉ-मिल उभारली; पण ती नंतर बंद करावी लागली. सरकारच्या साखर-धोरणात बदल झाल्यानं आपल्या बांधकाम व जहाज व्यवसायात पैशाची चणचण असूनही, त्यांनी साखर क्षेत्रातून अन्यत्र लक्ष वळवलं. एकूणच विचारांच्या योग्य केंद्रीकरणाच्या अभावी त्यांच्यासारख्या प्रज्ञावंताकडून अपेक्षित असा वारसा मागे ठेवला गेला नाही.

विसंगती व अभिमान

वालचंद यांना रोख रकमेची नेहमीच टंचाई भासे. भारतातील मंदिरांत पडून राहिलेल्या पैशांचा वापर व्हावा असं त्यांना वाटे. त्यांनी एकदा सर शिवस्वामी

अय्यर यांना लिहिलं, 'देशातील अनेक मंदिरांमध्ये जो प्रचंड पैसा पडून आहे, तो जर औद्योगिक बाबींसाठी वापरता आला, तर ते अत्यंत उचित होईल.' वालचंद काही नास्तिक नव्हते, पण त्यांचे जवळपास विचार तसेच होते. त्यांना कोणत्याही वादात रस नव्हता, असं त्यांचे चरित्रकार म्हणतात. स्वत: वालचंद म्हणत, 'व्यापाऱ्याचा खरा देव हा व्यवसाय हाच असतो व त्यासाठी सेवा व कष्ट करत राहणं, हाच त्याचा खरा धर्म आहे.'

त्यांचे वडील हिराचंद, थोरली बहीण कंकूबाई व पुतण्या रावजी सखाराम हे अगदी भाविक जैन होते. महाराष्ट्रातील दिगंबर जैन समाजासाठी त्यांनी केलेलं कार्य विख्यात होतं. वालचंद यांच्या पत्नी कस्तुरबाई याही धार्मिक होत्या. धार्मिक देणगीसाठीची सर्व आश्वासनं वालचंद तिच्याकडे पाठवून देत आणि देणगी मागायला आलेल्यांना ते म्हणत, 'खाली जा. हे आमच्या पत्नीचं खातं आहे. ती तुमच्या विनंतीवर विचार करील. माझं मन धर्माचा विचार करीत नाही. माझ्या मनात कायमचाच चुना, विटा यांचाच विचार चालू असतो. माझं डोकं धंद्यात चालतं, धर्मात नाही.'

त्यांच्या या परखडपणामुळे वालचंद यांच्यात धर्मादाय देणग्या देण्याची प्रवृत्ती नाही, असा समज झाला होता. परंतु देशाच्या गरजेनुसार चॅरिटी असायला हवी, असं त्यांचं मत होतं. त्यांना वाटे– 'आज जास्त मंदिरांची, यात्रास्थळांची, धर्मशाळांची गरज नाही, तर शैक्षणिक क्षेत्रं, कारखाने, गिरण्या, प्रयोगशाळा, उपकरणं व विज्ञानाची दालनं यांची गरज आहे. देशाची संपत्ती या गोष्टींसाठी वापरली पाहिजे.'

वालचंद यांनी त्यांचा दृष्टिकोन जरा जास्तच ताणला, असं त्यांच्या कुटुंबातील सदस्यांना वाटतं. प्रत्येक भारतीय, मग तो कितीही नि-धार्मिक असला, तरी तो कारखान्याचं उद्घाटन करताना वा पायाभरणी समारंभ करताना शुभ मुहूर्त काढण्यासाठी पंचांग पाहतोच. पण वालचंद मात्र असं करीत नसत. ज्योतिष्यांच्या भाकितापेक्षा वालचंद स्वत:च्या उत्स्फूर्त भाकितावर अधिक अवलंबून असत. ते कधीही अनुकूल ग्रहस्थितीची वाट पाहत बसायचे नाहीत. आपल्याला व्यवसायात जी वेळ योग्य वाटते, तीच सुदैवी आहे, असं ते मानीत.

त्या दिवशी जर १३ तारीख असेल, तर त्याचीही त्यांना पर्वा नसे. 'हिंदुस्थान शिपयार्ड'ची जमीन त्यांनी ताब्यात घेतली, ती १३ नोव्हेंबर, १९४० रोजी. ६ एप्रिल १९४१ रोजी जपानी विमानांनी विशाखापट्टण बंदरावर हल्ला केला; त्यामुळे अनेकांनी असं मत व्यक्त केलं, की तो दिवसच दुर्दैवी असल्यामुळे, त्या दिवशी सुरू केलेला उद्योग कधीच यशस्वी होणार नाही. त्यामुळे एवढ्या गंभीर अडचणी आल्या नसत्या तर त्यांचं त्यांना आश्चर्यच वाटलं असतं,' असं वालचंद यांनी एका मित्राला लिहिलेल्या पत्रात म्हटलं होतं.

'हिंदुस्थान शिपयार्ड'च्या पायाभरणी समारंभात पूजा करण्यासाठी वालचंद यांनी भटजीला पाचारण केलं नव्हतं. तो समारंभ तेव्हाचे काँग्रेस अध्यक्ष डॉ. राजेंद्र प्रसाद यांच्या हस्ते करावा, अशी वालचंद यांनी इच्छा होती. त्यांनी २१ जून, १९४१ हा दिवस सुचवला. पण स्थानिक ज्योतिष्यांनी त्याला आक्षेप घेतला; व २१ ही तारीख शुभ नसून १९ ही शुभ आहे, असं मत दिलं. 'आपणदेखील या तारखा पाळू', असं वालचंद यांनी विशाखापट्टणम् येथील व्यवस्थापनाला कळवलं. '१९ तारखेला पंचरत्न समारंभ होऊ दे व २१ ला आपण ठरवल्याप्रमाणे पायाभरणी समारंभ करूया.' स्थानिक ज्योतिषी वा जनतेला दुखवण्याचा त्यांचा हेतू नव्हता. हा बोध त्यांनी एप्रिलमध्ये घेतला होता.

अंमलबजावणी करण्यापूर्वी ज्या प्रकल्पाचा वालचंद दीर्घकाळ विचार करीत होते, त्यांपैकी हा शिपयार्डचा प्रकल्प होता. १९२१ मध्ये त्यांनी त्याबद्दल विचार करायला सुरुवात केली; परंतु प्रत्यक्ष त्याची जुळणी करायला त्यांना २० वर्षं लागली. त्यांचे बहुतेक अन्य प्रकल्प– उदा., जहाज वाहतूक व विमान उत्पादन, इत्यादी– हे प्रवासात योगायोगानं झालेल्या भेटीतून जन्मले होते. वालचंद यांना प्रवासाची विलक्षण आवड होती. एकदा 'इंटरनॅशनल चेंबर ऑफ कॉमर्स'च्या बैठकीला ते व्हिएन्नाला गेले होते. तिथं ऑस्ट्रियाच्या चॅन्सलरशी त्यांची भेट झाली. (काही दिवसांनी २५ जुलै १९३४ रोजी नाझींच्या बंदुकीच्या गोळ्यांना ते बळी पडले.) १९३७ मध्ये युरोपच्या दौऱ्यावर असताना बर्लिन इथं अ‍ॅडॉल्फ हिटलर यांच्याबरोबर त्यांनी चहा घेतला व नंतर फिल्ड मार्शल गोआरिंग यांच्यासमवेत त्यांच्या घरी भोजन घेतलं.

वालचंद डेन्मार्कच्या राजेसाहेबांना त्यांच्या राजवाड्यात भेटले. त्यांनी 'मध्यरात्रीच्या सूर्याच्या देशा'ला – नॉवेला भेट दिली. १९२१ मध्ये ते पत्नीसह कलकत्त्याहून मुंबईला मोटारनं गेले. ३८०० कि. मी. च्या २३ दिवसांच्या या प्रवासात त्यांच्यासमवेत प्रवास करण्याचं धाडस एकाच मित्रानं केलं. (त्यांनी एकूण दोन डझन जणांना आमंत्रित केलं होतं!) आपले बंधू लालचंद यांच्याप्रमाणे तेही विमान चालवायला शिकले. ते स्वत:च विमान चालवीत आणि आपल्या कारखान्याच्या वा बांधकामाच्या जागी जात असत.

वालचंद यांना नोकराचाकरांवर अवलंबून राहण्याची सवय नव्हती. 'माझ्या नातेवाइकांना मीही चैन करू देतो. मला हा डामडौल नको. नोकरांवर अवलंबून राहणं म्हणजे एक प्रकारची गुलामगिरीच होय, हा प्रवास करताना भाराभर सामान घेऊन जाण्याची त्यांची सवय नव्हती. आपल्याभोवती ऑर्डर्लींचा ताफा ते कधी बाळगत नरात. एखादा मदतनीस ते नेत असत वा नसतही. फक्त ते स्वत:वर अवलंबून राहत.' त्यांच्या कुटुंबातील एक सदस्य म्हणतात.

त्यांचा साधेपणा याचा अर्थ त्यांना अहंकार नव्हता, असं नव्हे. सर दोराब टाटा हे पण तेवढेच अहंकारी होते; परंतु 'टिस्को' ही आपल्यापेक्षा आपले वडील जमशेदजी नसरवानजी यांची निर्मिती आहे, असं ते सांगत. वालचंद मात्र वडिलांचं नाव काढीत नसत. त्यांनी आपण स्थापन केलेल्या उद्योगसमूहाला स्वत:चंच नाव देणं पसंत केलं.

१९४२ च्या 'चले जाव' चळवळीच्या वेळी त्यांच्या ६० व्या वाढदिवसाची तयारी चालू होती. तेव्हा हीरक महोत्सव समितीकडे वालचंद यांनी आपला प्रतिकात्मक निषेध नोंदवला. त्या निषेधाची जर गंभीर दखल घेतली गेली असती, तर वालचंद यांची घनघोर निराशा झाली असती, हे सर्वांनाच ठाऊक होतं. प्रत्येक वालचंद कारखान्यानं काही ना काही समारंभ आयोजित करावा, अशी अपेक्षा होती. शिपयार्ड इथं बरेच उत्स्फूर्त कार्यक्रम आयोजित केले गेले.

सार्वजनिक प्रशंसेचा त्यांचा ध्यास कधीकधी भलत्याच क्षुद्र पातळीवर जाई. सर पुरुषोत्तमदास ठाकुरदास यांना वालचंद यांच्या क्षुद्रपणाचा प्रत्यय एकदा आला. 'सिंदिया' ताब्यात घेतली जाण्याचा धोका जेव्हा निर्माण झाला होता, तेव्हा त्यात आपण महत्त्वाची भूमिका पार पाडली, असं ठाकुरदास यांचं मत होतं. त्याबद्दल कृतज्ञता व्यक्त व्हावी, अशी त्यांची अपेक्षा नसली, तरी कौतुकाच्या चार शब्दांचं त्यांनी स्वागतच केलं असतं. लॉर्ड इंचकेप यांनी, ज्या पद्धतीनं ठाकुरदास यांनी हा प्रश्न हाताळला, त्याबद्दल त्यांचं कौतुक केलं. पण वालचंद यांनी मात्र तेवढा उदारपणा दाखवला नाही. 'तुम्ही भारतीय जहाज व्यवसायाला जीवदान दिलंत', असं सिंदियाच्या संचालकांनी ठाकुरदासना सांगितलं; परंतु जेव्हा जाहीरपणे आभार मानण्याची वेळ आली, तेव्हा वालचंद यांनी अगदी काळजीपूर्वक ठाकुरदास यांचं नाव गाळलं.

काही दोष असले, तरी वालचंद यांच्या स्वभावाचे काही चांगले पैलू होते. ते म्हणत, 'मी स्वप्नाळू आहे, वास्तवाची मला जाणीव नसते; त्यामुळे मला व इतरांनाही शांतता लाभत नाही.' ते खरंच विविध विसंगतींनी भरलेले होते.

✦

३

सोलापूर

सोलापूर येथील एका व्यापारी व सावकार हिराचंद दोशी (१८५६ ते १९३८) यांचे वालचंद हे चौथे सुपुत्र. त्यांचा जन्म २३ नोव्हेंबर १८८२ रोजी झाला. वालचंदची बहीण कंकू (जन्म १८७५), भाऊ माणिकचंद (१८७८-१९०३) व जिवराज (१८८०-१९०३). वालचंद यांच्या आई राजू या त्यांच्या जन्मानंतर पंधरवड्यातच मरण पावल्या. त्यांची काकी उमा यांनी वालचंद यांचं संगोपन केलं. त्या काकीला तोवर स्वत:चं मूलबाळ नव्हतं.

वालचंदना शेळीचं दूध दिलं जाई. कधी कधी हे दूध त्यांना थेट शेळीकडून पाजवलं जाई. वास्तवाचा आभास निर्माण करण्यासाठी शेळीला स्त्रीचे कपडे चढवीत असत. राजू यांच्या निधनानंतर एक वर्षानं २७ वर्षांच्या हिराचंद यांनी एका सावकाराची मुलगी सखू मेहता हिच्याशी विवाह केला. तिच्यापासून त्यांना अपत्यंही झाली. केशर, गुलाबचंद, नानचंद, रतनचंद आणि लालचंद त्यांपैकी केशर आणि नानचंद यांचं बालपणीच निधन झालं. दोशी हे कुटुंब मूळचं गुजरातमधील दिगंबर जैन. ते महाराष्ट्रात सोलापूरला स्थायिक झाले. हिराचंद हे धर्मसुधारक होते. ते 'जैनबोधक' नावाचं मासिक मराठीतून प्रकाशित करीत असत. त्यातून त्यांनी धर्मगुरूंच्या नैतिक अध:पतनाच्या विरुद्ध जोरदार टीका करणारे लेख लिहिले आणि सामाजिक सुधारणांचं आवाहन केलं.

हिराचंद हे गव्हाळ वर्णाचे, मध्यम उंचीचे होते, असं वर्णन केलं आहे. त्यांचा पोशाख अगदी नीटनेटका असे. एक स्वच्छ लांब कोट, उपरणं आणि धोतर, पुणेरी पद्धतीचे जोडे, हातात छत्री आणि डोक्यावर पुणेरी शेंदरी रंगाची पगडी असा त्यांचा एकूण पोशाख असे. पगडीची झालर, त्यांच्या तुळतुळीत गोट्याच्या पार्श्वभूमीवर झगमगत राही. कानामध्ये हिरवी भिकबाळी ते घालत. ते छोट्या मिश्या ठेवीत. तसंच, त्यांच्या कपाळावर केशरी गंध असे. हिराचंद आणि त्यांचे थोरले बंधू सखाराम हे वडिलांच्या निधनानंतर कुटुंबापासून वेगळे झाले. चालू घडामोडी आणि धर्मसुधारणा यांच्यात रस असल्यामुळे हिराचंद इंग्रजी शिकले. त्या काळात सोलापूरला 'टाइम्स ऑफ इंडिया' अनेक दिवसांनी येत असे. मित्राकडून 'टाइम्स ऑफ इंडिया' आणून तो वाचण्याइतपत हिराचंदला इंग्रजी येऊ लागलं. त्यांचं मूळचं गुजराती घराणं आणि इंग्रजीमध्ये लिहिता-वाचता येण्याची क्षमता यामुळे त्यांना मुंबईचे एक प्रख्यात गिरणीमालक मोरारजी गोकुळदास यांनी १८८० साली उभारलेल्या सोलापूर गिरणीची एजन्सी मिळाली.

या गिरणीची एजन्सी मिळाल्यामुळे हिराचंद कुटुंबाचं सामाजिक स्थान झपाट्यानं उंचावलं आणि त्यांची भरभराट झाली. वालचंद यांचा जन्म झाला, त्या वर्षी हिराचंद हे नगरसेवक बनले. १८८९ मध्ये हिराचंद यांना औरंगाबाद येथील एका गिरणीची एजन्सी मिळाली. सोलापूर येथील ऑफिसचं काम आणि कंकू, माणिकचंद व जिवराज या भावंडांकडे पाहण्याची जबाबदारी सखारामवर सोपवून सखू आणि वालचंद यांच्याबरोबर हिराचंद औरंगाबादला राहायला गेले. २ वर्षांनंतर औरंगाबाद येथील ऑफिस बंद करून ते मुंबईला राहायला गेले.

एकदा आपली सावकारी प्रस्थापित केल्यावर हिराचंद यांनी आपल्या सर्व मुलांना मुंबईत राहण्यासाठी बोलावलं. १८९१ साली त्यांनी 'एलफिन्स्टन मिडल स्कूल'मध्ये सर्व मुलांना प्रवेश घेतला. वालचंद स्वत: केव्हाच आदर्श विद्यार्थी नव्हते. सोलापूरला असतानाच शाळेला दांडी मारण्याबद्दल ते प्रसिद्ध होते. परंतु त्यांच्या वर्गशिक्षकांच्या हे कधी लक्षात आणून देण्यात आलं नाही. वालचंद यांची धडधाकट प्रकृती बघून वर्गशिक्षकांनी त्यांची मॉनिटर म्हणून नेमणूक केली आणि त्यांच्या हातात तीन फूट लांबीची छडी दिली. काही दिवसांनंतर वर्गातील काही जणांशी हातमिळवणी करून ते संपावर गेले. अधिकाराचं पवित्र प्रतीक असलेलं ते चिन्ह त्यांनी शेजारच्या कंपाउन्डमध्ये फेकून दिलं. ते कंपाउन्ड स्मॉल कॉजेस कोर्टाचं होतं. 'शाळकरी' संपकर्त्यांचे ते नेतेच बनले.

शहरात प्लेगची साथ आली, की मुलांना पुणे किंवा सोलापूरला हलवलं जाई. वालचंद १८९९ साली सोलापूर येथील सरकारी हायस्कूलमधून मॅट्रिक झाले. नंतर ते सेंट झेव्हियर्स कॉलेजमध्ये दाखल झाले. कारण ते कॉलेज त्यांच्या वडिलांच्या

पेढीजवळ होतं. दरम्यान १९०० साली सोलापूरच्या एका बँकरची कन्या जिऊ किलाचंद हिच्याशी वालचंद यांचं लग्न झालं. सात वर्षांनंतर त्यांना चतुर नावाची कन्या झाली. पण राजूप्रमाणेच जिऊचेही प्रसूतीच्या वेळीच निधन झाले. वालचंद यांनी आरंभी पुन्हा लग्न करायला नकार दिला. परंतु अखेर कुटुंबीयांच्या आग्रहाला बळी पडून १९१३ साली त्यांनी लग्न केलं. त्यांच्या दुसऱ्या पत्नी कस्तुर मेहता या, त्यांची सावत्र आई सखू यांच्या भाचीची कन्या होत्या. हे दुसरं लग्न जरी उभयतांना अपत्य झालं नाही, तरी अत्यंत सुखी ठरलं. वालचंद आपल्या पत्नीला, 'लेडी लक' 'माझं सुदैव' असंच म्हणत.

सेंट झेव्हियर्समध्ये बी. ए. पदवीसाठी वालचंद यांनी इतिहास व अर्थशास्त्र हे विषय घेतले होते. त्या वेळचे कॉलेजातील त्यांचे अनेक सहकारी पुढे मुंबईच्या समाजातील प्रसिद्ध व्यक्ती बनल्या. उदा. सर चुनीलाल मेहता, सर होमी मोदी, सर बैरामजी जीजीभॉय आणि बेळगावचे अण्णासाहेब लठ्ठे. कॉलेजात असतानाच दोन वर्षांनंतर मुंबईत प्लेगची साथ आली आणि वालचंद यांना पुण्यात पाठवण्यात आलं. तिथं त्यांनी डेक्कन कॉलेजमध्ये प्रवेश घेतला.

त्यांचे दोन्ही थोरले बंधू माणिकचंद व जिवराज यांचं प्लेगनं निधन झालं. तेव्हा कॉलेज सोडून देण्याचं वालचंद यांनी ठरविलं. त्यांनी पदवीधर व्हावं, म्हणून हिराचंद यांनी त्यांना खूप समजावून सांगितलं. पण वालचंद यांनी निर्धारच केला होता. त्यांना अभ्यासाचा कंटाळा आला होता; किंवा आपण अंतिम परीक्षेत पास होऊ की नाही, याची त्यांना खात्री नसावी. आपल्या वडिलांना आपली अधिक गरज आहे, असं त्यांनी ठरविलं. हिराचंद आता बँकिंगमध्ये भरपूर वेळ घालवीत होते; तर सखाराम हे धागे आणि कापडाचा व्यापार पाहत होते. वालचंद यांना या दोन्ही व्यवसायांत रस नव्हता. व्याज गोळा करणं हे स्त्रीचं काम आहे, असं वालचंद यांनी आपल्या वडिलांना सांगितलं. तेव्हा हिराचंद यांनी ज्वारीच्या व्यापारासाठी प्रसिद्ध असलेल्या मोहोळ इथं आपल्या नातेवाइकांकडे वालचंदना पाठवून दिलं. रोज सकाळी धान्यानं भरलेल्या बैलगाड्या येत आणि दुपारी ते किरकोळ विक्रेत्यांना विकून टाकलं जाई. हा व्यवसाय तसा अगदी बेभरवशाचा होता. विक्रेते बाजारपेठेतील चढउतारावर लक्ष ठेवून असत. किंमत वाढी होण्याचा संभव असेल, तर ते ज्वारी साठवून ठेवत आणि किमती वाढत, तेव्हा ते ती विकून टाकीत. ज्वारीच्या खरेदी-विक्रीबरोबरच हिराचंद यांचं कार्यालय गरजू व्यापारांना एक ते दोन दिवसांच्या बोलीनं पैसे उसने देत.

अनुभव नव्हता म्हणून म्हणा किंवा व्यवसायाला अनुकूल स्वभाव नसल्यामुळे म्हणा, वालचंद नफा मिळवू शकले नाहीत. किंबहुना तोटा करण्यात ते यशस्वी झाले. केवळ सावकारी चालू होती आणि व्याजामुळे उत्पन्न मिळत होतं. सोलापूर

येथील कापसाच्या वायदेबाजाराकडे गिरणीच्या एजंटनं वालचंदना आकर्षित केलं. पण हिराचंद यांनी वालचंदना या वायदेबाजारात पडू नकोस, असा इशारा दिला. तसंच पैसे देण्यासही नकार दिला. पण वालचंद यांनी आपले चुलते सखाराम यांच्याकडून पैसे उसने घेऊन हा धंदा केला. मात्र वडिलांनी सांगितल्याप्रमाणे त्यांचे हात त्यात पोळलेच; आणि या वेळी तोट्याचं प्रमाण फार मोठं होतं.

वालचंदनं कापसाच्या व्यापार-तज्ज्ञाकडून शिकावं, म्हणून हिराचंद यांनी वालचंदना तालिकोट येथील एक मारवाडी अडते व्यापारी शेठ लाडाजी मुंदडाजी यांच्याकडे पाठवून दिलं. अडत्या म्हणजे कमिशन एजंट. हिराचंद यांचे देशभर अनेक अडते होते. वालचंद यांना महत्त्वाच्या अडत्यांशी ओळख करून घेण्यास व त्यांची कार्यपद्धती आत्मसात करण्यास सांगण्यात आलं.

तालिकोटमध्ये

लाडाजी हे त्यांचे फार जुन्या परिचयातले होते व त्यांनी सोलापूरनजीकच्या ग्रामीण भागातील महत्त्वाच्या व्यक्तींशी वालचंद यांची ओळख करून देण्याचं मान्य केलं. त्याला शक्य तितकं आरामात ठेवू, असं त्यांनी हिराचंदना आश्वासन दिलं . पण दोघे जेव्हा प्रवासाला निघाले, तेव्हा आरामशीरपणाची व्याख्या बदलू शकते, याची जाणीव वालचंद यांना झाली. एकतर त्या वेळी श्रीमंत भारतीयही तिसऱ्या वर्गानं प्रवास करीत. दुसरा वर्ग ही उधळपट्टी मानली जाई व पहिल्या वर्गानं प्रवास केला, तर गोरे साहेब उद्धटपणे वागण्याचा धोका होता; कारण त्यांना पहिला वर्ग ही आपलीच मिरासदारी वाटत असे. त्याबद्दलचे अनेक किस्से सांगितले जात. त्यामुळे धाडसी मंडळीदेखील असा प्रवास करायला धजावत नसत. रेल्वे प्रवासाला पूरक म्हणून बैलगाडीचा प्रवास असे. त्यांच्या प्रवासाचं वर्णन पुनरुक्तीनं भरलेलं आहे. ते तेलगी इथं रेल्वेनं मध्यरात्री पोचले. अर्थात, त्यांनी तिसऱ्या वर्गानं प्रवास केला. मग तालिकोटला जाण्याकरता ते बाजारात बैलगाडी भाड्यानं घ्यायला गेले.

लाडाजी यांचा खासगी बैलगाडी भाड्यानं घेण्याचा बेत नव्हता. त्यात नाहक पैसे वाया जातील, असं त्यांचं मत होतं. बैलगाड्यांवर लादलेल्या हिंदुपूर गुळाच्या पोत्यांवर झोपून त्यांचा प्रवास करण्याचा बेत होता. परंतु ते जेव्हा बाजारात पोचले, तेव्हा तालिकोटला जाणाऱ्या बैलगाड्या रवाना झाल्याचं समजलं. भरभर चालत गेलात, तर तुम्ही त्या गाड्या गाठू शकाल, असं लोकांनी त्यांना सांगितलं. तेव्हा दोघंही आपापलं सामान डोक्यावर घेऊन पायीपायी निघाले. बैलगाड्या सूर्यास्तानंतर निघाल्या होत्या. हे दोघे रात्रीच्या

काळ्यामिट्ट काळोखात निघाले. वालचंद यांना डोक्यावरचं ओझं अवजड वाटू लागलं. सूर्योदयानंतर काही तासांनी ते त्या बैलगाड्या गाठू शकले, तेव्हा डोक्यावरचं ओझं शिशासारखं जड वाटू लागलं होतं आणि गुळाची पोती म्हणजे गुबगुबीत आट्यासारखीच वाटली. त्यावर आडवं होताच वालचंदना लगेच झोप लागली. पण दुपारी उकाड्यामुळे व बैलगाडीच्या हेलकाव्यांमुळे गुळावर व्हायचा तो परिणाम झालाच होता. गुळाचा वास येऊ लागला होता आणि विरघळून त्याचा चिकट द्राव होऊ लागला होता. अखेर कशीबशी तीही रात्र गेली व सकाळी ते तालिकोटला पोचले.

तालिकोट इथं वालचंद मारवाडी व गुजर व्यापाऱ्यांना भेटू लागले. ते त्यांचे ग्राहक होते. त्यांच्याशी बोलताना वालचंद यांच्या असं लक्षात आलं, की त्यांच्यात व्यक्तिगत फरक असला, तरी त्यांच्या व्यावसायिक प्रवृत्ती सारख्याच आहेत.

ते भल्या पहाटे उठत, पूजा-अर्चा करीत, आपल्या दुकानाची झाडलोट करीत व ग्राहकांची वाट पाहू लागत. त्या काळात वृत्तपत्रं नव्हती. व्यापारी पत्रव्यवहार ही अगदीच साधी बाब होती. त्यांच्याकडे फोन नव्हते, तारा नव्हत्या. इतर काही उद्योग नव्हते. दुकान हे केवळ व्यावसायिक कामाचंच केंद्र होतं, असं नव्हे, तर ते सामाजिक बाबींचंही केंद्र होतं.

दिवसाचं कामकाज झाल्यावर तेलाच्या दिव्याच्या मंद प्रकाशात व्यापारी दिवस- भराचे हिशेब लिहीत असे. प्रत्येकजण हा नित्यक्रम काटेकोरपणे पाळत असे. व्यापारी घाऊक असो वा किरकोळ, सर्वांची हीच चाकोरी होती.

वालचंद यांच्या कुटुंबातही हीच पद्धती असल्यानं त्यांना त्याची थोडीफार कल्पना होतीच. त्यांच्या सर्व शाखांचे प्रमुख सर्व पत्रव्यवहारच नव्हे, तर प्रत्येक हिशेबाची प्रत ठेवीत व ती सोलापूरला हिराचंद यांना पाठवत. त्यामुळे हिशेबवह्यांचे दोन पूर्ण संच असत. साहजिकच देखरेख व सहकार्य यांना वाव असे. मात्र हे काही आपल्याला भावणारं आयुष्य नाही, असं वालचंद यांच्या ध्यानात आलं.

याच सुमारास सोलापूरच्या गिरणी एजंटनं वालचंद यांची हजरत खानशी ओळख करून दिली. हे हजरत खान गिरणीसाठी जळणाचं लाकूड पुरवीत. वालचंद यांनी आपल्याला भांडवल द्यावं, अशी हजरत खान यांची इच्छा होती व ते दरमहा २.५ टक्के व्याज द्यायला तयार होते. त्यात फार धोका नव्हता. तसंच, रक्कमही काही फार मोठी नव्हती. पण तरी हिराचंद व सखाराम यांचा कर्ज देण्यास विरोध होता. कंत्राट देणं हा काही त्यांना भक्कम व्यवसाय वाटत नव्हता.

पण वालचंद मात्र कर्ज द्यायला अनुकूल होते. याही वेळी परत त्यांच्या काकानंच मदत केली. त्याप्रमाणे कर्ज देण्यात आलं. हजरत खान त्याच्या व्यापारात यशस्वी झाला व त्यानं मुदतीच्या आत सव्याज कर्ज फेडलं.

खानला कर्ज देण्यास नकार देताना हिराचंद यांनी वालचंद यांना सापळ्यात सापडशील, असा इशारा दिला होता. सखाराम पण तितकेच सावध होते. 'कौटुंबिक व्यवसाय इतका नगण्य आहे, का? त्याला चिकटून राहा, तर तू प्रगती करशील' असं ते म्हणाले. कंत्राटी कामाचा काही भरवसा नाही, असं दोघांनीही सांगितलं. परंतु खाननं तत्परतेनं पैसे परत केल्यानं आपल्या वडिलांचं म्हणणं कितपत योग्य आहे, असा प्रश्न वालचंदना पडला.

✦

४

फाटक-वर्षे

वालचंद २१ वर्षांचे होते. आयुष्याचा त्यांना वैताग आला होता. त्यांचं त्या वेळचं काम कंटाळवाणं होतं. पण लक्ष्मण बळवंत फाटक यांना भेटेपर्यंत त्यांच्या डोळ्यासमोर दुसरं काहीही नव्हतं. हे रेल्वेतील माजी कारकून अचानक एक महत्त्वाचा घटक बनले व वालचंद यांनी नव्या क्षेत्रात झेप घेतली. एका रेल्वे कंत्राटाकडून दुसरं कंत्राट मिळत गेलं व वालचंद व फाटक (१८७४-१९३५) सोलापूर सोडून मुंबईला गेले.

फाटक यांच्या आयुष्यात वालचंद यांनीही महत्त्वाची भूमिका पार पाडली. वालचंद व फाटक यांना मराठी साहित्याची, नाटक व चित्रपटांची फार आवड होती. पुढे दादासाहेब फाळके यांच्या भागीदारीत 'हिंदुस्थान फिल्म कंपनी' काढून फाटक यांनी मुंबईच्या चित्रपट उद्योगाचा पाया घातला. परंतु १९०३ मध्ये फाटक जेव्हा वालचंद यांना भेटले, तेव्हा ते बार्शी येथील एक छोटे कंत्राटदार होते आणि त्यांना काही हजार रुपयांची गरज होती.

महत्त्वाकांक्षी व उद्योगी असलेले फाटक मॅट्रिक झाले व त्यांनी रेल्वेत कारकून म्हणून नोकरी मिळवली. रेल्वेचा कारभार कसा चालतो, याची त्यांनी बरोबर माहिती मिळविली. कुठं चाव्या फिरवाव्यात, योग्य वेळी निधी कसा मिळवावा वगैरेची

सगळी माहिती त्यांना झाल्यावर त्यांनी नोकरी सोडली व ते कंत्राटदार बनले. बार्शीजवळ एडशी व तडवळ या गावांच्या दरम्यान सात मैल लांबीचा रेल्वे मार्ग रेल्वे घालणार आहे, अशी माहिती १९०३ साली फाटक यांना मिळाली. हे ८० हजार रुपयांचं कंत्राट आपल्याला मिळेल व हे काम आपण पार पाडू शकू, अशी फाटक यांना खात्रीच होती. पण टेंडर भरण्यासाठी आवश्यक असणारी बयाणा रक्कम त्यांच्याजवळ नव्हती. तेव्हा तरुण सावकार वालचंद यांच्याकडे जाण्याचा सल्ला एका मित्रानं त्यांना दिला. त्याप्रमाणे फाटक यांनी वालचंद यांची गाठ घेतली. ही योजना भक्कम असली, तरी वालचंद यांनी रेल्वे कंत्राटदार बनावं, हे हिराचंद व सखाराम यांना पसंत नव्हतं. कलकत्त्यात जुगलकिशोर बिर्ला हेही जीडी बिर्ला यांनी दलाल बनू नये, म्हणून त्यांचं मन वळवण्याचा अटोकाट प्रयत्न करीत होते. हिराचंद हे त्याचप्रमाणे वालचंद यांनी ब्रिटिशांचे कंत्राटदार बनू नये, म्हणून प्रयत्न करीत होते. वालचंद यांनी कर्जाची व्यक्तिशः हमी दिली. शेवटी सखाराम यांनी हिराचंदना मुलाला काही अटींवर परवानगी द्यावी, असं सांगितलं. वालचंद यानं हिराचंदना नियमितपणे व्याज द्यावं, तसंच एकूण नफ्याचा निम्मा भागही द्यावा, या अटी घालण्यात आल्या. त्या वर्षी ऑक्टोबरमध्ये फाटक आणि वालचंद यांनी भागीदारीत कंपनी नोंदवली. ते टेंडर मिळवणं त्यांना फारच सोपं गेलं.

वालचंदप्रमाणेच फाटक हेही इंजिनीअर नव्हते. रणरणत्या उन्हात आपल्या सोबत कामाच्या ठिकाणी वालचंद यांनी हजर राहावं, अशी फाटक यांची अपेक्षाही नव्हती. पण जेव्हा केव्हा तपासणी करणारा रेल्वेचा इंजिनीअर येई, तेव्हा वालचंद त्याचं म्हणणं लक्षपूर्वक ऐकत आणि त्यानं एखादी चूक दाखवली, तर ते त्याच्या सूचनेची अंमलबजावणी करीत. एखादं काम बिनचूक करण्याची ही वृत्ती वालचंदयांना आयुष्यात पुढे दोघे फार उपयोगी पडली. आपल्या कामगारांमध्ये ते मनमोकळेपणानं मिसळत. त्यांच्या चुका ते शांतपणे दाखवून देत. ते कधीही उद्धटपणानं वागत नसत. सात मैलांच्या रस्त्यावर देखरेख ठेवण्यासाठी वालचंदना सतत ये-जा करावी लागे. त्याकरता त्यांनी एक तट्टू खरीदला. त्याचं नाव त्यांनी 'बुटक्या' असं ठेवलं; कारण त्याच्यावर बसल्यावर वालचंद यांचे पाय जमिनीला लागायचे. त्यांना ते तट्टू इतकं आवडायचं, की त्याचा मृत्यू होईपर्यंत त्यांनी ते जवळ बाळगलं होतं. बार्शीलाईट रेल्वे प्रकल्प वेळेवर पुरा झाला, पण त्यात अपेक्षेपेक्षा कमी नफा मिळाला. अर्थात, तरीदेखील आपण या व्यवसायात राहायला हवं, हे वालचंद यांना मनोमन पटलं.

मुंबई

आत्मविश्वासाच्या जोरावर वालचंद यांनी १९०५ मध्ये 'ग्रेट इंडियन पेनिनसुलर'

(सध्याची मध्य रेल्वे) रेल्वेचं, बोरीबंदर ते करीरोडपर्यंत चौपदरी रस्ता उभारण्याच्या कामाचं टेंडर भरलं. त्या वेळी शहरातील इतर अनेक कंत्राटदारांशी स्पर्धा होती. त्यामुळे हे कंत्राट आपल्याला मिळेल व मिळालं, तरी आपण ते काम पार पाडू शकू की नाही, याबद्दल फाटक साशंक होते. बार्शी प्रकल्पावर अखेरचा हात फिरवण्यास फाटक यांना सांगून वालचंद मुंबईला निघून आले. वालचंद यांना हे कंत्राट मिळालं, तेव्हा एक प्रतिस्पर्धी म्हणाला, 'वालचंद, जरा काळजी घ्या. ही मुंबई आहे. सोलापूर नव्हे. इथं खेडवळ भंपक लोकांना काही काम नाही. एक दिवशी तुमच्या डोक्यावरची पगडी विकायची तुमच्यावर पाळी येईल.'

'या कुत्सित शेऱ्यामुळे वालचंद यांच्यात एकदम कठोर निर्धार जागृत झाला,' असं त्यांचे चरित्रकार गं. दे. खानोलकर म्हणतात. आपली सचोटी आणि प्रतिभाशक्ती यांना हे थेट आव्हानच आहे, असं त्यांनी मानलं. बोरीबंदर-करी रोड प्रकल्प ज्याप्रकारे वालचंद यांनी हाताळला, त्यामुळे रेल्वे अधिकारी प्रभावित झाले व त्यांनी करी रोड ते ठाणे हा रेल्वेमार्ग चौपदरी करण्याचं कंत्राटही त्यांना दिलं. एवढंच नव्हे, तर ठाणे ते कल्याण हेही काम त्यांनाच मिळालं. परंतु वालचंद यांचा खरा लौकिक पसरला, तो त्यांनी १९१० साली मुंबईत उभारलेल्या हार्बर ब्रँच लाईनमुळे. हा फार मोठा प्रकल्प होता. त्यात मोठं भांडवल अडकून पडणार होतं. पण सगळ्यांत अवघड गोष्ट म्हणजे, रे-रोड ते कुर्ला हा रेल्वे मार्ग उभारण्याचं होतं. रस्त्यात तळी, दलदली होत्या. हा सर्व मार्ग भुईसपाट केल्याशिवाय तेथे रेल्वे रुळ टाकणं अशक्यच होतं. त्यासाठी शिवडी येथले खड्डे बुजवायला हवे होते. काही ठिकाणी समुद्राचं पाणी उपसून टाकायला हवं होतं. तसंच, बैलगाड्या व हातगाड्या यांच्यासाठी एक कच्चा रस्ता उभारण्याचीही गरज होती.

वालचंद यांनी हिकमतीनं अशी माहिती काढली, की दर घनफूट भराव टाकण्यासाठी बहुतेक कंत्राटदार चार ते सहा आणे हा दर लावणार आहेत. त्यापेक्षा निम्मा दर आकारूनही आपल्याला कसा फायदा करता येईल, याचा वालचंद विचार करू लागले. रेल्वेने जर आपल्याला काही वाघिणी भाड्यानं दिल्या, तर आपला खर्च बराच कमी होईल, असं वालचंद यांच्या लक्षात आलं. ही कल्पना रेल्वेतल्या एका कारकुनानं सहज काढलेल्या उद्गारामुळे त्यांना सुचली होती. मँगेनीज व मँगेनीज माती मुंबईला घेऊन येणाऱ्या वाघिणी पडून आहेत; मँगेनीजचा निर्यात व्यापार एकदम कमी झाला; या वाघिणींचा उपयोग होईल, असं वालचंद यांना वाटलं.

वालचंद हार्बर ब्रँच योजनेच्या इंजिनीअरला जाऊन भेटले आणि या वाघिणी व रूळ वापरावयास द्यावेत, अशी विनंती त्यांनी केली. या गोष्टी मिळाल्या, तर इतर कंत्राटदारांपेक्षा निम्म्या पैशात आपण हे काम पुरं करू, असं वालचंद यांनी

परत परत ठासून सांगितलं. तेव्हा वालचंद यांच्या प्रस्तावाची शिफारस करून त्या इंजिनीअरनं तो वरिष्ठ अधिकाऱ्यांकडे पाठविला.

या उत्साहाच्या भरात, औपचारिक बाबी पुऱ्या होण्याआधीच वालचंद यांनी माती, स्लिपर्स, धातू व जमीन खरेदी केली. रेल्वेनं त्यांना हा सगळा माल रे-रोडहून कुर्ल्यापर्यंत नेणं शक्य होतं, परंतु भांडूपहून हा माल कुर्ल्याला आणणं कठीण होतं. तेव्हा वालचंद यांनी स्वत:च आजूबाजूचे जमिनीचे छोटे छोटे पट्टे विकत घेऊन, स्वत:च नॅरो गेज रेल्वेमार्ग टाकला. या प्रारंभिक कामात वालचंद यांनी भरपूर पैसा गुंतवला. पण अचानक हिराचंद यांनी काम थांबवण्यास सांगितलं.

रेल्वे सॉलिसिटरनं करारात ज्या कडक अटी घातल्या होत्या, त्या बघून हिराचंद यांना धक्काच बसला. त्यांनी त्याच्यावर सही करण्यास नकार दिला. तसंच हमीची मोठी रक्कमही भरण्यास नकार दिला. अंदाजापेक्षा खर्च वाढला, वालचंद वेळेवर काम पुरे करू शकले नाहीत अथवा काम चालू असताना वाद निर्माण झाला, तर काय करायचं?... हे धोके पत्करण्याची हिराचंद यांची मुळीच इच्छा नव्हती. वालचंद यांनी केलेल्या रेल्वेच्या कामामुळे एकूण कुटुंबाचं भाग्य फळफळलं असलं, तरी गोवा येथील खाणीच्या व्यवहारात त्यांनी पैसेही गमावले होते. वालचंद यांनी आपल्या वडिलांचं मन वळवण्याचा प्रयत्न केला. 'आपण प्राथमिक कामावर एवढा पैसा खर्च केलाय्, की हे कंत्राट जर मिळालं नाही, तर सर्व पैसे वाया जातील; एवढंच नव्हे, तर आपलं नाव खराब होईल. कोणी आपल्याला अशा प्रकारचं काम परत देणार नाही. आणि लक्षात ठेवा, आपण घाम गाळून जी प्रतिष्ठा आणि विश्वास मिळविला आहे, तो कायमचा हरपेल.' वालचंद यांच्या या उद्गारावर हिराचंद यांनी सखोल विचार केला आणि मोठ्या नाइलाजानं अखेर करारावर सही केली. वालचंद पुन्हा कामाला लागले.

१९१२ च्या सुमारास वालचंद-फाटक भागीदारी एवढी कार्यक्षम व यशस्वी झाली, की त्यांच्या कंपनीला रेल्वेकडून मोठमोठी कंत्राटं मिळतच गेली. त्यातून त्यांना भरपूर नफा तर मिळालाच, पण वालचंद यांचे सरकारी वर्तुळाशी निकटचे संबंध आले. अशा प्रकारे पहिल्या महायुद्धामुळे ज्या संधी निर्माण झाल्या, त्याचा लाभ घेण्यास वालचंद एक प्रकारे सज्ज झाले.

गुलामीची बंधनं

सरकारला तात्पुरत्या बराकी, रुग्णालयं, रेल्वे मार्ग बांधण्याची फार तातडी होती; आणि खर्चाचा काही प्रश्न नव्हता. जो काम लवकर व चांगलं करील, असा कोणीही कंत्राटदार त्यांना चालणार होता. परंतु बहुतेक कंत्राटदार अशी तातडीची कामं करायला राजी नव्हते. जेव्हा शीव-माटुंगा येथील काम निघालं, तेव्हा एकही

कंत्राटदार ते करायला तयार नव्हता. पण वालचंद यांच्याशी जेव्हा अधिकाऱ्यानं संपर्क साधला, तेव्हा ते लगेच तयार झाले. १५ लाखांचं हे कंत्राट होतं. ते वालचंद यांनी सहा महिन्यांत पुरं केलं. शीव-माटुंगा येथील खोल्यांचं काम जसं त्यांना मिळालं, तसंच बेळगाव इथं खोल्या बांधण्याचं कामही त्यांना अचानक मिळालं. 'विचार करण्यात व चर्चा करण्यात एक मिनिटसुद्धा दवडू नका. तुमची जी काही चांगली माणसं असतील, त्यांना घेऊन तात्काळ बेळगावला निघा. मी तुमच्याबरोबर येईन.' असं लष्कराच्या पुणे येथील इंजिनीअरनं त्यांना सांगितलं.

बेळगाव येथे रेल्वेच्या प्रतीक्षा दालनात आपल्याला राहता येणं शक्य नाही, हे त्यांच्या लक्षात आलं; कारण त्या वेळेला मुंबईचे गव्हर्नर व त्यांचा लवाजमा बेळगावला येणार होता. तेव्हा वालचंद यांना कॉलेजमधले आपले जुने मित्र दिवाण बहादुर अण्णासाहेब लठ्ठे यांची आठवण झाली. (हे लठ्ठे १९३७ साली काँग्रेस मंत्रिमंडळात मंत्री बनले.) लठ्ठे जवळच राहत होते. तेव्हा आपल्या बरोबरच्या मंडळींना स्टेशनवरच थांबवून वालचंद निघाले. ते टांग्यानं जात असताना वाटेत त्यांनी टांगेवाल्याला टांगा आणि घोडा यासाठी किती खर्च आला, दररोज किती कमाई होते, घोड्याच्या खुराकासाठी किती खर्च येतो आदी चौकशी सुरू केली; व त्याला विचारलं, 'समजा, मी तुझा घोडा व टांगा आत्ता खरेदी करायचं ठरवलं, तर तू किती पैसे घेशील?' ही थट्टा आहे असं समजून ड्रायव्हर म्हणाला, 'साहेब, तुम्ही ३०० रुपयांत तो घेऊ शकता.' त्यावर वालचंद म्हणाले, 'कबूल. पण मला तू पण हवा आहेस. तुला हवा तो पगार मी देईन.' लठ्ठे यांच्या घरी पोहोचल्यावर वालचंद यांनी आपल्याबरोबरच्या पथकासाठी जागा भाड्यानं देण्याची विनंती केली. सर्व व्यवस्था ताबडतोब झाली. त्यांनी आपला नवा टांगा स्टेशनवर पाठवला व सूर्यास्तापर्यंत सगळं सामान आणि माणसं गोळा केली. वालचंद बहुतेक कामं अशा प्रकारे पार पाडीत.

वालचंद कामासाठी तयार झाले, परंतु हे काम गॅरिसन इंजिनीअर यांच्या अखत्यारीत येतं, की सार्वजनिक बांधकाम खात्याच्या, हेच ठरलं नव्हतं. कोणाकडून कामाला मंजुरी घ्यायची, हे जोवर समजत नाही, तोवर कंत्राटदार म्हणून वालचंदना परवानगी मिळू शकत नव्हती. तेव्हा लष्कराची गरज लक्षात घेऊन आणि आपल्या कामगारांना नाहक बसवून ठेवण्यापेक्षा वालचंद यांनी अधिकृत परवानगीशिवायच कामाला सुरुवात करायचं ठरविलं. अशा प्रकारे कोणतीही गोष्ट बेफिकिरीनं सुरू करणं, ही त्यांची शक्तीही होती आणि दुबळेपणाही होता.

वालचंद यांचं पुढचं कंत्राट १९१७ साली देवळाली इथं बराकी आणि रुग्णालयं बांधण्याचं होतं. ड्रेनेज, गटार यांच्यासह हे काम लष्कराला तीन महिन्यांत पुरं करून हवं होतं. कराराच्या अटी अत्यंत कडक होत्या. सरकार केवळ

एकट्या वालचंद यांना ठेवीदार म्हणून स्वीकारायला तयार नव्हते. वालचंद यांच्या वडिलांनी अत्यंत मोठी ठेव द्यावी व त्यासाठी आपली सबंध मालमत्ता पणाला लावावी, अशी सरकारची अट होती. अशा प्रकारचे करार म्हणजे गुलामगिरीचेच बंध असतात, या आपल्या वडिलांच्या मताशी वालचंद सहमत झाले आणि अशा प्रकारच्या करारावर सह्या करून आपण स्वत:ला विकणार नाही, अशी शपथ त्यांनी घेतली. परंतु त्याच वेळेला कंत्राटदाराच्या व्यवसायात असे धोके पत्करावे लागतात, याची त्यांना जाणीव झाली. तसंच, ब्रिटिश लष्करी अधिकारी जितके कडक असतात, तितकेच ते उदारही असतात, असा वालचंद यांचा अनुभव होता.

समजा, या कामात तोटा झाला, तर त्याची झळ मी तुम्हाला लागू देणार नाही, असं वचन वालचंद यांनी आपल्या वडिलांना दिलं आणि हिराचंद यांची गहाण पत्रावर सही मिळवली. तसंच, आपल्या नावावरची विम्याची एक पॉलिसी त्यांनी वडिलांच्या नावावर केली. परंतु या नव्या कामात आणखी खूप पैसे अडकून पडणार होते. तेव्हा गिरणीमालक नरोत्तम मोरारजी यांच्याशी वालचंद यांनी संपर्क साधला व कर्ज देण्याची विनंती केली. नरोत्तम यांचे वडील मोरारजी गोकुळदास हे मुंबईतील कापड उद्योगाचे एक संस्थापक होते. मुंबईत त्यांच्या नावाची एक गिरणी होती; तशीच सोलापूर इथं त्यांनी एक गिरणी उभारली होती. हिराचंद १८८८ सालापासून त्या गिरणीचे एजंट होते.

यथावकाश उभय कुटुंबांत व्यावसायिक निकटचे संबंध निर्माण झाले. पण १९१७ सालच्या त्या दिवशी नरोत्तम मोरारजी यांच्या ऑफिसबाहेर वाट बघत असताना वालचंद यांना अक्षरश: घाम फुटला होता. 'आपल्या टेबलामागे उभं राहून हातात स्टॉपवॉच घेऊन काम करण्याची नरोत्तम यांना सवय होती,' असं ए. एफ्. एस्. तल्यारखान म्हणतात.

नरोत्तम (१८७७-१९२९) यांना मोटारींची खूप आवड होती. त्यांच्याकडे भरपूर मोटारी होत्या. त्यात एक कॅडिलॅक गाडीही होती. पण ते कामावर जाताना बहुतेक वेळा लॅन्सीया कन्व्हर्टिबल गाडीनं जात असत. रेशमी डगला, उत्कृष्ट सुती धोतर, अत्यंत शुभ्र रेशमी मोजे आणि तपकिरी रंगाचे चकचकीत पॉलिश केलेले बूट असा त्यांचा वेश असे.

चश्मा घातलेले वालचंद देखील नीटनेटके असत. जाडजूड खांदे, शुभ्र पगडी घातलेल्या वालचंदना हवं ते कर्ज मिळालं. पण अटी कडक होत्या. एका वर्षासाठी दरमहा एक टक्का व्याजानं तेरा लाख रुपये मिळाले; तसंच एकूण नफ्याचा २५ टक्के हिस्सा रोख द्यावा, अशी अट होती. या कर्जाची अन्य औपचारिक बाजू पुऱ्या करण्याचं काम आपल्या वकिलांवर सोपवून वालचंद मुंबईहून रवाना झाले.

देवळाली इथं बेळगावप्रमाणेच त्यांनी एक टांगा खरीदला आणि काही

झोपड्या व खोल्या भाड्यानं घेतल्या. तीन महिन्यांनंतर काम पूर्ण झाल्यावर, तुम्ही तुमचे पैसे घेऊन जाऊ शकता, असं इंजिनीअरनं वालचंदना सांगितलं. मुख्य अधिकाऱ्यांनी चेक तयार केला व त्यावर सही करणार, इतक्यात एक संदेश आला, की एका बराकीचं छत कोसळलं आहे. वालचंद यांना धक्काच बसला. 'याचा अर्थ, आता आपला सत्यानाश होणार.' त्यांनी स्वत:लाच बजावलं.

मुख्य अधिकारी, इंजिनीअर व वालचंद तात्काळ अपघाताच्या ठिकाणी धावत गेले. परंतु छत सदोष कामामुळे कोसळलं नव्हतं; आणि वालचंद यांचा काहीही दोष नव्हता. 'काय विशेष नाही. पुन्हा छप्पर बांधायचं बघू, म्हणजे झालं.' असं इंजिनीअरनं सांगितलं. तसंच, तेवढ्यासाठी चेक थांबवून ठेवण्याची गरज नाही, असाही आदेश त्यांनी दिला. वालचंद यांनी सुटकेचा नि:श्वास टाकला. परंतु आपण आपल्या कुटुंबाचं पार वाटोळं करण्याच्या बेतात होतो, याचा त्यांना कधीही विसर पडला नाही.

युद्धाच्या काळात फाटक-वालचंद भागीदारीला केवळ रेल्वेची नव्हे, तर सर्व प्रकारची कामं मिळू लागली. विशेषत: १९१४-१५ मध्ये (तेव्हा कंपनीला दहा वर्षं झाली होती.) कामाचा ओघच लागला. मुंबई महानगरपालिका, सार्वजनिक बांधकाम खाते, पोर्ट ट्रस्ट यांच्याकडून कामं मिळत होती. रुग्णालयं, बराकी, रेल्वेमार्ग, यांखेरीज त्यांनी दादर इथं 'कोहिनूर गिरणी'साठी आणि माटुंगा व माहिम इथं ट्रॅम कंपनीसाठी चाळी बांधल्या.

भागीदारीची अखेर

'वालचंद जसजसे नवनव्या क्षेत्रात कामं घेऊ लागले, तसतसे मुळात कारकुनी स्वभाव असलेले फाटक हे बेचैन होऊ लागले व त्यांच्या मनात संशयानं घर केलं,' असं गं. दे. खानोलकर म्हणतात. चौदा वर्षांच्या भागीदारीत त्यांनी चांगली प्रगती केली होती. पण वालचंद यांच्या काम करण्याच्या पद्धतीनं ते घाबरून जात. वालचंद यांच्या बेदरकार वर्तणुकीमुळे आपले सगळे फायदे पाण्यात जातील, अशी भीती त्यांना वाटत असे.

गोव्यातील खाणीत वालचंद यांना तोटा झालाच होता. तसंच, जून १९१६ मध्ये वालचंद यांनी फोरास रोड येथील दिवाळं वाजलेली नेपीयर फाउंड्री १.६ लाखाला खरीदली होती. त्याच्यात त्यांनी तोटा होत असलेल्या कास्टिंग कारखान्याची भर घातली. तसंच, मध्यवर्ती प्रांतात एक कशीबशी चालणारी कोळशाची खाणही वालचंद यांनी घेतली होती. त्यांच्या मुख्य व्यवसायामुळे हा सर्व तोटा भरून येत असला, तरी फाटक यांची चिंता कमी होत नव्हती.

आपल्या भागीदारीची १९१५ साली पुनर्रचना करून त्याचं रूपांतर वालचंद

यांनी खासगी मर्यादित कंपनीत केलं. त्यामुळे त्यांच्या भागीदाऱ्यांवरचा ताण आणखीच वाढला. 'फाटक-वालचंद लिमिटेड' या कंपनीचं भांडवल ३.५५ लाख होतं. ते प्रत्येकी दहा हजार रुपयांच्या ३५५ शेअर्समध्ये विभागलं होतं. कंपनीचे अध्यक्ष हिराचंद होते. तसंच, संचालक मंडळावर रावजी सखाराम दोशी, गुलाबचंद हिराचंद, अमीचंद शहा, वालचंद व फाटक होते. मॅनेजिंग एजन्सी 'ही वालचंद आणि कंपनी'शी निगडित होती आणि तिचं ऑफिस सुरुवातीला काळबादेवी इथं व नंतर माझगाव येथील लव्ह लेन इथं होतं.

दोघांच्या भागीदारीत शेवटची काडी पडली, ती वालचंद यांनी फाटक यांना न विचारता खडकी येथील लष्कराचं कंत्राट घेतलं तेव्हा. खडकी येथील दारुगोळा कारखान्याच्या नजीक लष्कराला काही नव्या इमारती बांधायच्या होत्या. तिथं प्रचंड खडक होते आणि सुरुंग लावून ते उडवल्याशिवाय जमीन स्वच्छ होणं शक्य नव्हतं. त्यामुळे कोणीही कंत्राटदार हे काम पत्करायला तयार नव्हता. या कामाची माहिती मिळाली, तेव्हा वालचंद हे मुंबईला जाण्यासाठी पुणे रेल्वे स्टेशनवर आले होते. पण त्यांनी आपलं तिकीट रद्द केलं व ते पुण्याला परत गेले व जेवता-जेवता इतर कंत्राटदारांकडून या कामाचा तपशील मिळवला. दुसऱ्या दिवशी सकाळी या प्रकल्पाच्या प्रमुख अधिकाऱ्यांना भेटायला ते गेले. अशा इमारतींसाठी तेव्हाचा दर प्रत्येक ब्रासला सहा ते आठ रुपये होता. परंतु या कामातील धोका लक्षात घेऊन अधिकारी दहा ते बारा रुपये द्यायला तयार होते. परंतु वालचंद यांनी तेहतीस रुपये मिळावे, अशी मागणी केली व ती मान्य झाली.

वालचंद यांच्या या कामगिरीनं फाटक यांना काही फरक पडला नाही. वालचंद यांनी हे काम सुरक्षितपणे पार पाडलं. त्यांच्या कामाचा वेग फाटक यांना पेलवेना व १९१७ साली ते निघून गेले. ही भागीदारी चौदा वर्षं चालली. वालचंद यांनी ही बाब मनाला लावून घेतली. टाटा व बिर्लांप्रमाणे वालचंद यांनी आपल्या उद्योगसमूहाला आपलं दोशी हे आडनाव दिलं नाही. तसंच, कस्तुरभाई लालभाई यांच्याप्रमाणे त्यांनी आपलंही नाव दिलं नाही. पण त्यांनी 'फाटक-वालचंद लिमिटेड' या नावातील फाटक हा शब्द गाळण्यास नकार दिला.

✦

५

एस्‌एस्‌ लॉयल्टी

वालचंद ज्या लहरीपणानं बांधकाम क्षेत्रात शिरले, तेवढ्याच लहरीपणानं ते जहाज वाहतूक क्षेत्रात शिरले. एका दलालानं त्यांना एस्‌एस्‌ लॉयल्टी बोट विकली. त्या वेळेला वालचंद दीर्घ काळाच्या दृष्टीनं विचार करीत नव्हते. त्या वेळी ते स्वत: एक साधे रेल्वे कंत्राटदार होते आणि मुंबईत एक बडा बांधकामदार म्हणून ते आपलं बस्तान बसवू पाहत होते. त्यांची मानसिकता ही एखाद्या कंत्राटदाराला साजेशी होती. एखाद्या उद्योगपतीची व्यापक दीर्घदृष्टी त्यांना अजून आली नव्हती. त्यांच्या दृष्टीनं एस्‌एस्‌ लॉयल्टी हा केवळ एक वर्षभरात पुरा होणारा व्यवहार होता. बेजबाबदारपणे आपण केलेल्या या खरेदीमुळे आपण एक दंतकथाच बनून जाऊ, अशी कोणालाच (वालचंदनासुद्धा) कल्पना नव्हती.

खडकीच्या कंत्राटाप्रमाणेच जहाज वाहतुकीची कल्पनाही वालचंद यांना योगायोगानं सुचली. १९१९ च्या जानेवारी महिन्यात उत्तर भारताच्या दौऱ्यावरून वालचंद मुंबईला परतत होते. आगगाडीत त्यांची क्रॉम्प्टन कंपनीचे एक अधिकारी श्री. वॅटसन यांच्याशी भेट झाली. पूर्वी एकदा ते त्यांना भेटले होते. जेवताना वॅटसन यांनी बोलता बोलता सहज माहिती दिली, की युद्धकाळात महाराजा शिंदे यांनी खरेदी केलेली बोट विक्रीस काढली आहे. जहाज वाहतुकीत शिरण्याच्या कल्पनेनं

वालचंद एवढे उत्साहित झाले, की मुंबईला पोहोचताच ते थेट गोदीतच ती बोट बघायला गेले. मग वालचंद यांनी आपल्या अनेक मित्रांशी संपर्क साधला आणि ती बोट खरेदी करण्यासाठी मदत करण्याची विनंती केली. सुरुवातीला जहाज वाहतूक व्यवसाय आकर्षक वाटला, कारण इंग्लंडला जाणाऱ्या बोटींची टंचाई होती. युद्धाच्या साडेचार वर्षांच्या काळात प्रवासी व माल वाहतूक प्रस्थापित झाली होती. तेव्हा आपण पाहिजे ते भाडं आकारू शकू, असं वालचंदना वाटलं. वॅटसन यांच्या माहितीप्रमाणे लॉयल्टी बोटीला आणखी एक वर्षाचा परवाना होता, त्यामुळे लगेच नव्या परवान्याची गरज नव्हती. ग्वाल्हेरच्या महाराजांनी ती बोट खरेदी करून तिचं रुग्णालय बोटीत परिवर्तन केल्याबद्दल सरकार ती विकण्यासाठी त्यांना काही सवलती देण्यास तयार होतं. महाराजांना त्या बोटीचे २५ लाख रुपये हवे होते व ती काही फार मोठी किंमत नव्हती. वालचंद यांची कंपनी लष्करी कंत्राटामुळे जरी मोठी झाली असली, तरी स्वबळावर बोट विकत घेण्याइतकी तिची कुवत नव्हती. पण हा काही कठीण प्रश्न नव्हता. मुंबईच्या गिरणीमालकांनी युद्धात भरपूर नफा कमावला होता. (नफ्याचं प्रमाण १२० टक्क्यांवरून ३६५ टक्क्यांवर गेलं होतं.) हे गिरणीमालक पैसे गुंतविण्याची संधी पाहतच होते. बरं, यामध्ये फार काळ पैसे अडकून पडणार नव्हते. एक-दोन वर्षांत त्यांना पैसे मिळणार होते. वालचंद यांनी विचार केला, की युद्ध समाप्त झाल्यामुळे आपला बांधकाम धंदा उतरणीला लागणार. तेव्हा दुसरं काहीतरी काम हवं. त्या दृष्टीनं जहाज वाहतुकीचा मार्ग त्यांना चांगला वाटला. त्या वेळेला वालचंद यांचं वय केवळ २७ वर्षांचं होतं. त्यामुळे त्यांचा नवशिकेपणा क्षम्य मानला पाहिजे.

मुंबईच्या बोरीबंदर स्टेशनात गाडी पोचल्यावर वालचंद यांनी पत्नीला घरी पाठवून दिलं व ते वॅटसन यांच्याबरोबर गोदीत लॉयल्टी बोट पाहावयास गेले. ते जणू प्रथमदर्शनी प्रेम होतं. त्या बोटीची आटोपशीर बांधणी, प्रवाशांसाठी असलेल्या सुखसोयी त्यांना एकदम आवडल्या. वाटेल ते करून ही बोट खरेदी करायचीच, असा निर्धार करतच ते तेथून निघाले. बोटीची पाहणी करताना त्यांनी एकूण बोटीत टनेज किती आहे, किती प्रवासी बसू शकतात, भाड्याचे दर काय आहेत, मुंबई ते लंडन या प्रवासाला एकूण खर्च किती येतो, जास्तीत जास्त किती नफा होऊ शकेल, आदी माहिती कॅप्टनकडून घेतली. त्याच्या आधारे वालचंद यांनी जे आडाखे बांधले, ते वॅटसन यांनी जो अंदाज व्यक्त केला होता, त्याच्याशी जुळणारेच होते. आपल्या बांधकाम व्यवसायात वालचंद इतक्या सखोल तपशिलात जात, की ते आपल्या स्पर्धकांवर सहज मात करू शकत. जहाज उद्योगात मात्र याच दोघा अपरिचितांच्या सल्ल्यावरून ते उडी घेत होते.

बोटीची पाहणी केल्यावर घरी जाण्याऐवजी वालचंद नरोत्तम मोरारजी यांच्या

ऑफिसात गेले. देवळाली इथं बराकी बांधण्याच्या योजनेच्या वेळी त्यांनीच कर्ज दिलं होतं. देवळालीचं कंत्राट वालचंद यांनी तत्परतेनं व वेळेवर पुरं केल्यानं मोरारजी प्रभावित झाले होते. अचानक आलेल्या वालचंद यांचं म्हणणं त्यांनी शांतपणे ऐकून घेतलं. मुंबईच्या गिरणीमालकांनी युद्धकाळात भरपूर नफा कमावला असून, पैसे कोठे गुंतवावे, हा त्यांच्यापुढे प्रश्नच आहे, हा वालचंद यांचा अंदाज बरोबरच होता. मोरारजींना आपलं म्हणणं पटवून द्यायला त्यांना काहीच कष्ट पडले नाहीत.

ही गोष्ट आहे १७ फेब्रु., १९१९ रोजीची. दुसऱ्या दिवशी वालचंद लल्लुभाई (नंतरचे सर) सामळदास व किलाचंद देवचंद या दोघा महत्त्वाच्या व्यक्तींना भेटावयाला गेले. सामळदास हे बडोद्याचे वकील व मुंबईचे एक बडे भांडवल पुरवणारे होते. सामळदास (१८६३-१९३६) हे डझनभर कंपन्यांवर व्यावसायिक संचालक होते. शहराच्या राजकारणात ते सक्रिय होते. गव्हर्नरांच्या कार्यकारिणी मंडळाचे ते सदस्य होते. तसंच, १९१७-१८ मध्ये ते 'इंडियन मर्चंटस् चेंबर'चे अध्यक्ष होते. १९२० मध्ये ते राज्याच्या कौन्सिलचे सदस्य झाले व १९२३ मध्ये गव्हर्नरांच्या कौन्सिलचे महसूल सदस्य बनले.

किलाचंद देवचंद (१८५५-१९२९) हे मुंबईचे तांदूळ-सम्राट म्हणून ओळखले जात. ते एक प्रमुख गुजराती व्यापारी होते. युद्धकाळात त्यांनी मालाची निर्यात करणाऱ्या खास बोटी भाड्यानं घेतल्या होत्या व त्यांना जहाज वाहतुकीच्या दराची माहिती होती; पण त्यांची आणि सामळदास यांची, वालचंद यांचा प्रस्ताव फायदेशीर आहे, अशी सुरुवातीला खात्री पटली नाही. परंतु व्यापारी वर्तुळातील नरोत्तम मोरारजी यांचं अत्यंत उच्च स्थान लक्षात घेता व त्यांची आर्थिक ताकद लक्षात घेता, तसंच, वालचंद यांची क्षमता व उत्साह ध्यानात घेऊन त्या दोघांनी वालचंद यांच्या बोट खरेदी करण्याच्या प्रस्तावाला पाठिंबा दिला.

चौघा भागीदारांनी केवळ सहा आठवड्यांत महाराजांना पैसे देऊन बोट ताब्यात घेतली आणि 'सिंदिया स्टीम नॅव्हिगेशन कंपनी' स्थापन केली. त्यांनी बँकर्स आणि ऑडिटर्स नेमले. हॉर्नबी रोडवरील ईस्माईल बिल्डिंग इथं ऑफिस भाड्यानं घेतलं व एक नवी मॅनेजिंग एजन्सी कंपनी स्थापन केली. 'सिंदिया' यांची ही मॅनेजिंग एजन्सी म्हणजे नव्यानं स्थापन झालेली 'नरोत्तम अँड मोरारजी कंपनी.' होती. निम्मा नफा (अथवा तोटा) मोरारजींचा होता. वालचंद यांचा हिस्सा रुपयात चार आणे (२५ टक्के) होता. सामळदास आणि किलाचंद यांचा हिस्सा प्रत्येकी दोन आणे होता. मोरारजी अध्यक्ष होते.

कंपनीचं संचालक मंडळ आठ जणांचं होतं. त्यात मोरारजी, वालचंद, किलाचंद, आणि सामळदास यांखेरीज पुढील नामवंत संचालक होते. रतनसी डी.

मोरारजी (नरोत्तम यांचे पुतणे), एफ्. ई. दिनशॉ (सॉलिसिटर आणि टाटा कंपन्यांचे संचालक) सी. ई. रँडल (बँक ऑफ बडोदा) आणि ए. जे. रेमंड (ई. डी. ससून). कंपनीचे सचिव मनसुखलाल ए. मास्टर हे होते. मुंबईच्या शेअर बाजारात २७ मार्च, १९१९ रोजी 'सिंदिया' कंपनीची नोंद झाली, तेव्हा तिचं अधिकृत भांडवल ४.५ कोटी होतं. त्यापैकी दीड कोटी रुपये प्रवर्तकांना उभे करायचे होते.

त्या काळात 'सिंदिया'चा शेअर इश्यू हा सर्वांत मोठ्या इश्यूंपैकी एक होता. १९०७ साली सर दोराब टाटा आणि त्यांचे बंधू रतन यांनी 'टाटा स्टील'साठी २.३२ कोटीचा विक्रमी शेअर इश्यू काढला होता. त्या काळात स्वदेशी चळवळीमुळे शेकडो छोट्या गुंतवणूकदारांनी पैसे गुंतविले. परंतु मोठ्या प्रमाणात रक्कम गुंतवणारे हे प्रख्यात व्यावसायिक गुंतवणूकदारच होते. 'सिंदिया'च्या शेअर्सबाबत हेच घडलं होतं.

योगायोग म्हणजे, मोरारजी हे 'टिस्को'चे संस्थापक संचालक होते. टाटांच्या शेअर्सचा भरणा नुकता होत होता. 'सिंदिया'च्या प्रवर्तकांनी १.८७ कोटींपेक्षा थोडे अधिक रुपये गोळा केले. खरोखरच हा प्रतिसाद अभूतपूर्व होता. परंतु भारतीय जहाज व्यवसायाची करुण परिस्थिती विख्यात असूनही इतका चांगला प्रतिसाद कसा मिळाला, हे आश्चर्य होतं.

त्यापूर्वीच्या ६० वर्षांत अनेक भारतीय उद्योजकांनी जहाज कंपन्या काढण्याचे प्रयत्न केले. परंतु ब्रिटिशांच्या 'ब्रिटिश स्टीम नॅव्हिगेशन कंपनी' आणि 'पी. अँड ओ कंपनी' यांच्या स्पर्धेपुढे एकाही भारतीय कंपनीचा टिकाव लागला नाही. १८७० साली सुरतमधील काही व्यापाऱ्यांनी ब्रह्मदेशातील तांदळाच्या व्यापारासाठी चित्तगाँग ते रंगूनच्या दरम्यान एक सागरी वाहतूक सेवा सुरू करण्याचा प्रयत्न केला. पण त्यांना दिवाळं जाहीर करणं भाग पडलं.

१८९२ साली टाटा कंपनीचे प्रख्यात संस्थापक जमशेटजी नसरवानजी टाटा यांनी भारत आणि चीन व जपान यांच्या दरम्यान बोटसेवा सुरू केली. तेव्हा या मार्गावर वाहतूक करणाऱ्या तीन ब्रिटिश कंपन्यांनी आपले दर प्रत्येक टनामागे १९ रुपयांवरून तात्काळ केवळ १.५ रुपयावर आणले. त्यामुळे टाटांना आपली बोटसेवा बंद करावी लागली. १९०४ साली मद्रासमधील कंपनीही बंद पडली. त्यानंतर काही वर्षांनी केरळचे व्यापारी चिदंबरम् पिल्ले यांनी 'स्वदेशी स्टीमशिप कंपनी'ची स्थापना केली.

तुतीकोरीन ते सिलोन (आताची श्रीलंका) यांच्या दरम्यान चिदंबरम् यांनी बोट वाहतूक जवळजवळ पाच वर्षं सुरू ठेवली. ब्रिटिश कंपनीनं तेथे पण आपले दर तात्काळ कमी केले. पण पिल्ले यांना देशभक्त भारतीयांचा जोरदार पाठिंबा मिळाला. अखेर 'ब्रिटिश स्टीमशिप कंपनी', अधिकारी, तसंच, बंदर अधिकारी या सर्वांनी

मिळून या स्वदेशी सेवेला हेतुत: सुरुंग लावला. त्या कंपनीच्या बोटींना अपघात घडवून आणण्यात आले. अधिकाऱ्यांनी मुद्दामहून प्रवाशांना व कंपनीच्या अधिकाऱ्यांना सतावलं. एवढंच नव्हे, तर राजकीय कारवायांच्या आरोपावरून पिल्ले यांना अटक करण्यात आली. त्यांच्या अनुपस्थितीत कंपनीला गाशा गुंडाळावा लागला. 'ब्रिटिश स्टीमशिप नॅव्हिगेशन कंपनी'नं मात्र, 'स्वदेशी कंपनी' व्यवस्थापनाचा अनुभव नसल्यामुळे बंद पडली असं सांगितलं.

१८६० ते १९२५ या काळात एकूण ४६ कोटी भांडवल असलेल्या १०२ भारतीय जहाज कंपन्या एकापाठोपाठ एक दिवाळखोरीत निघाल्या, असं दिसतं. एकूण भारतीय प्रयत्नांची कहाणी ही वाहतुकीच्या दरांच्या लढाईची प्रदीर्घ कहाणी आहे.

परंतु लोकांची स्मृती अल्पजीवी असते. तेव्हा मुंबईत तेजीचा काळ होता व १९१९ साली 'सिंदिया कंपनी'त पैसे गुंतविणाऱ्यांची झुंबड उडाली होती. त्याचं कारण वालचंद यांच्या नावाचा महिमा हे पण असावं. तसंच, अनेकांचा या कंपनीत ग्वाल्हेर राजघराण्याचाही हिस्सा असावा, असा चुकीचा समज झाला होता. खरं तर, महाराज किंवा ग्वाल्हेर संस्था यांचा या कंपनीला पैसे पुरविण्याचा वा ती चालवण्याचा काहीही संबंध नव्हता. बहुधा कंपनीला 'सिंदिया' हे राजघराण्याचं नाव देऊन भारतातील इतर राजे, सरदार, जमीनदार आणि अन्य मंडळींनी ही आपलीच कंपनी समजून तिला संरक्षण द्यावं, अशी वालचंद यांची अपेक्षा असावी. 'वालचंद हे बड्या बड्या नावांकडे आकर्षित व्हायचे. मग ते बरोबर असो, की चूक' असं त्यांच्या कुटुंबाचे एक जुने मित्र म्हणतात. अनेकदा याचा त्यांच्या लौकिकावर प्रतिकूल परिणाम व्हायचा. पण त्यामुळे त्यांना मात्र काही वाटायचं नाही. ते पुढे जातच राहायचे.

त्याआधी 'सिंदिया कंपनी'च्या मॅनेजिंग एजन्सीचं नाव 'मोरारजी गोकुळदास अँड कंपनी' असं ठेवण्यास मोरारजींनी नकार दिल्यामुळे वालचंद निराश झाले होते. मोरारजी गोकुळदास यांच्या नावाची कापड गिरणी फार प्रसिद्ध होती. त्यामुळे या नावाचा फायदा उठवण्याचा वालचंद यांचा विचार होता.

पैसे गोळा केल्यावर महाराजांना पैसे पाठवून देऊन बोट ताब्यात घेण्यात आली. त्या रुग्णालय असलेल्या बोटीचं जहाजात रूपांतर करणं, हा पुढचा टप्पा होता. एका जहाज दुरुस्ती कंपनीनं त्यासाठी दहा लाख रुपये खर्च येईल आणि सहा महिने लागतील, असं सांगितलं. पण बोटीकडे केवळ एका वर्षाचाच परवाना होता. त्यांपैकी सहा महिने जर काहीच उत्पन्न मिळालं नाही, तर काहीच फायदा होणार नाही, हे वालचंद यांच्या लक्षात आलं. वालचंद यांनी अधिक चौकशी करता इंग्लंडमध्ये जर बोटीची दुरुस्ती केली, तर ती केवळ दीड महिन्यात होईल आणि

फक्त एक ते दीड लाख रुपयेच लागतील, असं त्यांच्या ध्यानात आलं. या माहितीची शहानिशा न करताच, तसंच, बोट बांधण्याच्या गोदीत आरक्षण न करताच वालचंद यांनी काही अत्यावश्यक दुरुस्त्या मुंबईत करून घेतल्या, बोटीत प्रवासी भरले व उरलेली दुरुस्ती करण्यासाठी बोट लंडनला निघाली. त्यांचा उत्साह पाहून टीकाकारांनाही यातून काहीतरी चांगलं निष्पन्न होणार, याची खात्री पटली.

जेव्हा 'सिंदिया कंपनी'नं मार्सेल्स मार्गे मुंबईहून लंडनला आपली पहिली फेरी जाहीर केली, तेव्हा तिकिटासाठी प्रचंड गर्दी उसळली. परंतु बोट जेव्हा सुटणार होती, त्या दिवशी राजे-महाराजे, सरदार, नवाब आणि असे बरेच प्रवासी आलेच नाहीत. अनेक जागा खालीच राहिल्या. वालचंद यांनी नवशिक्या माणसाप्रमाणे काही आगाऊ रक्कम पण घेतली नव्हती. त्यामुळे अपेक्षित उत्पन्नात एक लाखाची तूट आली. 'द लॉयल्टी' बोट ५ एप्रिल, १९१९ रोजी दुपारी लंडनकडे निघाली. त्या दिवशी सकाळी म. गांधी यांनी मोरारजी यांची भेट घेऊन या नव्या उपक्रमाला आशीर्वाद व शुभेच्छा दिल्या. स्वातंत्र्य मिळाल्यानंतर ५ एप्रिल हा दिवस 'राष्ट्रीय नौकानयन दिन' म्हणून साजरा केला जाऊ लागला. 'सिंदिया'ची बोट निघाली, तेव्हा निरोप द्यायला प्रवाशांचे केवळ मित्र व नातेवाईकच नव्हे, तर शेकडो लोक जमले होते. पहिलीच भारतीय बोट युरोपच्या प्रवासाला निघाली होती. त्यामुळे सर्वांच्या भावना उचंबळून आल्या होत्या. हळूहळू किनारा अदृश्य झाला व वालचंद यांच्या मनातील निराशेचे ढग स्वतःच्याच बोटीत बसून युरोपला जाण्याच्या कल्पनेनं पळून गेले. तो त्यांचा पहिलाच परदेश-प्रवास होता. अनेकजण ऐनवेळी आले नाहीत, तरी देखील काश्मीरचे महाराजे हरिसिंग, कपूरथळाचे महाराज आणि त्यांची स्पॅनिश पत्नी, तसंच, लिंबडी येथील ठाकूरसाहेब व त्यांचे तीन पुत्र, राजपुत्र दिलीपसिंग व त्यांचे चुलतभाऊ रामसिंग, भावनगरचे ठाकुरसाहेब, मुंबई उच्च न्यायालयाचे प्रमुख न्यायमूर्ती सर चुनीलाल व्ही. मेहता व त्यांच्या पत्नी, प्रख्यात वकील एम्. सी. छगला व अर्थात, नरोत्तम मोरारजी व त्यांचे सतरा वर्षांचे चिरंजीव शांतिकुमार (त्याला हॅरोमध्ये नेण्यात येणार होतं.) ही मंडळी होती. अठरा दिवसांनी बोट मार्सेल्स इथं पोहोचली. त्या वेळी बहुतेक प्रवासी खाली उतरले. कारण बोटीत काही तातडीच्या दुरुस्त्या करावयाच्या होत्या. आत्तापर्यंतचा प्रवास जरी सुरळीत झाला, तरी बोटीची साफसफाई करणं यासाठी वालचंद आणि मोरारजी यांना एजंट भाड्यानं मिळाले नव्हते. याचं कारण ब्रिटिश कंपनी व तिचे अध्यक्ष सर जेम्स मॅके यांना दुखावण्याची कोणाचीही तयारी नव्हती.

जेम्स मॅके

वालचंद यांचे प्रतिस्पर्धी जेम्स मॅके यांच्याकडे त्यांच्यासारखेच गुण होते.

त्यांनी पण फार काबाडकष्ट केले होते. मध्यमवर्गीय स्कॉटिश कुटुंबात जन्मलेले जेम्स लायल मॅके (१८५२-१९३२)– नंतरचे अर्ल इंचकेप– वयाच्या बाराव्या वर्षी पोरके झाले. त्यामुळे त्यांनी शाळा सोडून दिली. त्यांचं हस्ताक्षर सुरेख असल्यामुळे एका सॉलिसिटरच्या कंपनीत कागदपत्रांच्या नकला करण्याचं काम त्यांना मिळालं. पण त्या कामाचा कंटाळा आल्यामुळे त्यांनी एका दोरखंडाच्या कारखान्यात कारकुनाची नोकरी धरली. चार वर्षांनंतर ते लंडनला आले. तेव्हा 'जेलॅटली, हॅन्की, सिवेल अँन्ड कंपनी'मध्ये त्यांनी कारकुनाची नोकरी धरली. ही कंपनी जहाज वाहतूक विमा व फॉर्वर्डिंग एजंटचं काम करीत होती. ते वर्ष होतं १८७२ व मॅकेचं वय होतं केवळ वीस. तीन वर्षांपूर्वीच सुएझ कालवा खुला झाला होता व ब्रिटिश नौकानयन व्यवसाय वाढू लागला होता. मॅके योग्य वेळी, योग्य ठिकाणी, योग्य व्यवसायात होता.

एके दिवशी मॅकेच्या साहेबांनी त्याला विचारलं, की भारतात कलकत्ता इथं जाऊन 'मॅकिनॉन मॅकेन्झी' या कंपनीत दाखल व्हायची तुझी तयारी आहे काय? इतर तिघांनाही असंच विचारलेलं होतं. पण केवळ मॅकेनं तडकाफडकी होकार दिला. त्याला ही नोकरी मिळाली. 'मॅकिनॉन' ही कंपनी 'ब्रिटिश स्टीम कंपनी' चालवत होती. तोवर, म्हणजे १८८० मध्ये हिंदी महासागर व अरबी सागरातील माल वाहतूक व प्रवासी वाहतुकीत या कंपनीची जवळ जवळ मक्तेदारी निर्माण झाली होती. कंपनीचे संस्थापक विल्यम मॅकिनॉन हे आता वृद्ध झालेले होते. त्यांनी भरपूर कमाई केली होती व त्यांना निवृत्त व्हायचं होतं. कंपनी चालविण्यासाठी ते एखाद्या बुद्धिमान तरुणाच्या शोधात होते. मॅकेनं ही परिस्थिती चटकन जाणली.

एकदा व्यवसायाची माहिती झाल्यावर मॅकेला मुंबईला पाठवण्यात आलं. तिथं चार वर्षांत त्यानं कंपनीचा नफा चांगलाच वाढवला. १८८० साली ते कलकत्त्याला परतले, ते 'मॅकेनॉन-मॅकेन्झी' कंपनीची सूत्रं हाती घेण्यासाठीच. ते तिथं बारा वर्षं राहिले व त्यानंतर आठ वर्षं ते इंग्लंड व भारत दरम्यान सतत येत-जात राहिले. त्यांचा भारतात प्रभाव वाढत होता. त्यांना व्हाइसरॉयच्या लेजिस्लेटिव्ह कौन्सिलचं सदस्य करण्यात आलं. १९०१ साली ते इंग्लंडला परतले. तिथंचं 'ब्रिटिश स्टीमशीप' कंपनीचे अध्यक्ष असताना त्यांनी १९१४ मध्ये 'पी. अँड ओ.' कंपनीशी विलीनीकरण घडवून आणलं. मॅकेच्या नेतृत्वाखाली 'बीआय्' ही जगातील सर्वांत मोठी जहाज कंपनी बनली.

पहिल्या महायुद्धाच्या काळात केवळ युद्ध बॉन्ड खरेदी करूनच नव्हे, तर बोटी देऊन, व्यापारी ताबा देऊन मॅके यांनी सरकारला मदत केली. त्याचं बक्षीस म्हणून सुरुवातीला त्यांना व्हायकाऊंट व नंतर १९२९ मध्ये स्ट्रॅथनॅवरचे अर्ल इंचकेप करण्यात आलं. वालचंद यांनी जहाज वाहतूक क्षेत्रात प्रवेश केला, तेव्हा मॅके हे

ब्रिटनमधील सर्वांत दहा श्रीमंत व्यक्तींपैकी एक होते. त्यांना 'जहाज क्षेत्रातील नेपोलियन' असंच म्हणत. भारतासाठी असलेले सचिव जॉन मोर्ले यांनी मॅकेंना भारताचे व्हाइसरॉय व्हावं, अशी शिफारस केली; पण पंतप्रधान ॲसक्विथ यांनी ती फेटाळून लावली. वालचंद यांना अशा माणसाशी सामना करावा लागला.

वालचंद यांना मॅकेंची फारशी माहिती नव्हती व त्यांना त्यांची पर्वाही नव्हती. त्यांना आपल्या बोटीसाठी लॉईडचं सागरीपात्रता प्रमाणपत्र कसं मिळेल, याची काळजी होती. लॉयल्टी लंडनला पोचली, तेव्हा तिची दुरुस्ती करायची फार गरज होती. तसंच, एक कार्यक्षम क्लिअरिंग एजंट नेमण्याचीही गरज होती. खरं तर, हे मुंबईतच असताना करता आलं असतं, हे त्यांना तिथं उमगलं. मार्सेल्स येथील अनुभवानंतर 'बीआय्' व मॅके अडचणी आणणार, याची त्यांना जाणीव होती. पण ते इतक्या निर्दयपणे वागतील, याची त्यांना कल्पना नव्हती.

वालचंद व नरोत्तम लंडनमध्ये शोध घेऊ लागले, तेव्हा त्यांना सर्वत्र नकार मिळू लागला. सुमारे डझनभर नकार मिळाले, तरी ते खचले नाहीत. निवडीचे फारसे पर्याय नव्हतेच. मध्येच प्रयत्न सोडून दिला, तर मग तोटा कसा भरून काढायचा? नरोत्तम १९१२-१३ मध्ये परदेशात पूर्वी जाऊन आले होते. पण वालचंद यांचा तर तो पहिलाच परदेश-प्रवास होता आणि दोघांचीही पराभूत होऊन जायची इच्छा नव्हती. लॉयल्टीची दुरुस्ती करणारी गोदी असणारच. वालचंद यांनी आपला तपास चालूच ठेवला. त्यांच्या प्रयत्नांना अखेर यश आलं. मॅके यांच्याबद्दल खास ममत्व नसणारा केनेडी नावाचा एक इसम त्यांना भेटला.

केनेडी हा 'जेलॅटली, हॅन्की ॲन्ड कंपनी'चा भागीदार होता. या कंपनीत मॅके एके काळी कारकून होते. तेव्हा केनेडी व मॅके शेजारी शेजारी बसत. आता बीआय् कंपनीचे अध्यक्ष मॅके जुन्या मित्रांना विसरले होते. पण केनेडी मॅकेंना विसरले नव्हते. जेव्हा केनेडी मॅकेंना ओळखतात हे समजलं, तेव्हा वालचंद यांनी केनेडींची भेट घेऊन मॅकेंबरोबर भेट ठरवण्याची विनंती केली. मॅकेंनी वालचंदना भेटायला नकार दिला, परंतु केनेडी यांनी 'बीआय्' कंपनीचे ज्येष्ठ संचालक सर विल्यम क्रॉफर्ड क्युरी यांच्याशी मुलाखत ठरवली. (क्युरी १९३८ नंतर 'बीआय्'चे अध्यक्ष होते.)

'सिंदिया' यांचा या क्षेत्रातील प्रवेश म्हणजे आम्ही निव्वळ चाचेगिरी मानतो, असं क्युरींनी त्यांना स्पष्टपणे सांगितलं.' 'बीआय्'ने वर्षानुवर्षं कष्ट करून व निष्ठेनं व्यवसाय उभा केला आहे व तुम्ही तुमची चूक लौकर सुधारली नाही, तर तुमचीही गत पूर्वीच्या भारतीय लोकांसारखीच होईल, असा इशाराही क्युरींनी दिला. आपल्या भेटीचा हा सर्व साद्यंत वृत्तांत सिंदिया संचालक मंडळाला वालचंद यांनी कळविला आणि 'रात्र वैऱ्याची आहे, जागे राहा व पहाटेचं स्वागत करायला तयार राहा; यानंतर एका मागोमाग एक अडचणी येण्याची शक्यता आहे,' असंही सावध केलं.

निदान दोघा भागीदारांवर या इशाऱ्याचा काही परिणाम झाला नाही. एक म्हणाला, 'आपण सापळ्यात अडकलो आहोत.' 'वालचंद यांच्या लाडीगोडीला आपण बळी पडता कामा नये, अशी ही जणू धोक्याची सूचनाच आहे,' असं दुसरा म्हणाला. संचालक मंडळाला वाटणाऱ्या चिंतेमुळे वालचंद यांच्या समस्येत भरच पडली. केनेडी नसते, तर वालचंद हे नामोहरम झाले असते. पण ते सामळदास व किलाचंद यांच्यापेक्षा अधिक मदत करणारे निघाले. केनेडींची कंपनी मालवाहू बोटींचीच कामं घेत असे, पण त्यांनी वालचंद यांच्या प्रवासी बोटीचं काम स्वीकारलं. त्यांनी लॉयल्टीच्या दुरुस्तीची व्यवस्था केली. मॅकेला धडा शिकवावा, या सुप्त इच्छेमुळेही त्यांनी हे काम स्वीकारलं असावं. पण त्याच्याशी मोरारजी वा वालचंद यांना काही देणंघेणं नव्हतं. वालचंद यांचे सर्व अंदाज कोसळले होते. त्यांना मुंबईत एक ते दीड लाख खर्च येईल, असं सांगितलं होतं. पण प्रत्यक्षात हा आकडा सात लाखांवर गेला. तसंच, दुरुस्तीला सहा आठवडे नव्हे, तर पाच महिने लागले. निदान आपली बोट एकदाची दुरुस्त तरी होत आहे, एवढं तरी समाधान वालचंदना होतं.

दरबारी बंड

लंडनमध्येच अडकून पडल्यानं वालचंद यांनी कु. स्वीट हिची आपली सेक्रेटरी म्हणून नियुक्ती केली आणि 'बीआय्' कंपनीचा फायदा, सर्वसाधारण जहाज व्यवसाय याचा अभ्यास त्यांनी सुरू केला. हॉलंडला जाऊन तेथील बोटी बांधणाऱ्या गोदी ते पाहून आले. या व्यवसायाची जशी अधिकाधिक माहिती मिळू लागली, तसतसं याच व्यवसायात आपण असायला हवं, अशी त्यांची खात्री पटली. आता येणाऱ्या प्रत्येक अडचणींना ते घाबरून न जाता तिच्याशी समर्थपणे मुकाबला करू लागले. केवळ एक बोट असलेल्या जहाज कंपनीनं मॅकेशी सामना करता येणार नाही, तेव्हा आणखी बोटी घ्यायला हव्यात, असं त्यांना वाटू लागलं.

त्यांनी चौकशी केली, तेव्हा लिव्हरपूल येथील 'पॅलेस शिपिंग कंपनी' आपल्या सहा बोटींचा ताफा दहा लाख पौंडांना विकायला तयार आहे, असं त्यांना समजलं. त्या सर्व मध्यम आकाराच्या मालवाहू बोटी होत्या. काही मालवाहू स्टीमर्स भाड्यानं दिलेल्या होत्या व त्यामुळे नियमित उत्पन्न मिळणार होतं. उरलेल्या बोटी भारताच्या किनाऱ्यावर मालवाहतुकीसाठी फायदेशीरपणे वापरता आल्या असत्या. मुंबईत 'सिंदिया कंपनी'च्या संचालक मंडळाला या प्रस्तावाचं किंचितही आकर्षण वाटलं नाही. कारण लॉयल्टीचा अनुभव लक्षात घेता त्यांना या उद्योगाचा विस्तार करण्याची मुळीच इच्छा नव्हती. परंतु वालचंद यांनी हळूहळू सर्वांचं मन वळवलं व आपल्या प्रस्तावाला संमती मिळविली.

वालचंद यांचे हे प्रयत्न चालू असतानाच लंडनमधील 'फेअर प्ले' या जहाज वाहतूकविषयक मासिकात एक लेख आला होता. त्यात या क्षेत्रात शिरणाऱ्या व्यापाऱ्यांवर टीका केली होती. त्यांना दर्जा पाळता येत नाही, असं त्यात म्हटलं होतं.

वालचंद 'फेअर प्ले'च्या संपादकांना जाऊन भेटले व त्यांनी आपली बाजू मांडली. त्यांच्या ऑफिसातून बाहेर पडताना एक नवा मित्र मिळाल्याचा आनंद होता, तरी ते अत्यंत काळजीत होते. बोटींच्या विक्रीवर 'डिफेन्स ऑफ द रेल्म अॅक्ट' (डोरा) चं नियंत्रण होतं. ब्रिटनबाहेरच्या कोणालाही बोट खरेदी करायची असेल, तर जहाज वाहतूक नियंत्रकाची परवानगी घेतली पाहिजे, अशी कायद्यानुसार अट होती. 'पॅलेस शिपिंग कंपनी'शी बोलणी करत असताना दलाल डेव्हिडसन यानं एकदाही या 'डोरा' कायद्याचा उल्लेख केला नव्हता. वालचंद यांनी इसाऱ्याची रक्कम म्हणून एक लाख पौंड दिलेही होते. 'हे पैसे वाया जाणार का?' त्यांनी डेव्हिडसनला हा प्रश्न विचारला, तेव्हा डेव्हिडसन म्हणाला, 'ओ, तो जुनाट कायदा? त्याचं काय? युद्ध तर संपलं ना? तो कायदा आता लागू होत नाही. ते काहीही असो, ती विक्रेत्याची जबाबदारी आहे, खरेदीदाराची नव्हे.' त्याच्या या उत्तरानं वालचंद यांचं समाधान झालं नाही. तेव्हा त्यांनी 'फेअर प्ले'च्या संपादकांसमवेत एक बैठक ठरवली. तेव्हा ' 'डोरा' कायद्याचं काल्पनिक कलम कोठून काढलं?' असा डेव्हिडसन यांनी संपादकांना सवाल केला. संपादकांनी कपाटातून कायद्याची प्रत काढून त्यांच्यासमोर ठेवली. कलम खरंच होतं. ते पाहून वालचंद हादरलेच.

वालचंद यांनी महत्प्रयासानं राज्याचे कौन्सिलर्स सर प्रभाशंकर पट्टानी व सर भूपेन्द्रनाथ बसू यांना भेटण्याची वेळ आगाऊ ठरवून घेतली व आपल्या अडचणीतून मार्ग काढावा, अशी त्यांना विनंती केली. परंतु ते थेट काहीही करू शकत नसल्यामुळे त्यांनी भारत सरकारचे सेक्रेटरी ऑफ स्टेट असलेले लॉर्ड माँटेग्यू यांच्याबरोबर वालचंद यांची भेट ठरवली. माँटेग्यू यांच्याकडे डाळ न शिजल्यानं वालचंद यांनी जहाज वाहतूक नियंत्रकांशी संपर्क साधला. ते मॅकेचेच मित्र होते. 'तुम्ही तुमच्या चुकीचा दंड भोगायलाच हवा,' असं त्यांना थंडपणे सांगण्यात आलं. 'हा व्यवसाय रद्द करायला घ्या, दुसरा काहीच मार्ग नाही.' असं ते म्हणाले.

पण वालचंद यांनी अशी माघार घेण्यास नकार दिला. त्यांनी इंडिया ऑफिसवर प्रश्नांची सरबत्ती केली, 'भारतीयांना ब्रिटिशांपेक्षा वेगळी वागणूक का? 'डोरा' कायद्याचं हे कलम समग्र ब्रिटिश साम्राज्याला कसं लागू करता? इतर कोणत्याही वसाहतीपेक्षा भारतानं युद्धकाळात सर्वांत जास्त मनुष्यबळ व अर्थसहाय्य दिलं आहे. तुम्ही कायद्याचं हे कलम लागू केलं, तर त्याचा अनिष्ट परिणाम होणार नाही का?

नव्या राजकीय सुधारणांमुळे आधीच तुमच्या हेतूंबद्दल संशय निर्माण झाला आहे; या घटनेमुळे तो वाढण्याचीच शक्यता आहे,' असा इशाराही वालचंद यांनी दिला.

वालचंद यांच्या धमक्यांचा भारतात प्रभाव पडला. एप्रिल १९१९ च्या जालियनवाला बाग घटना व म. गांधी यांनी रौलेट कायद्याविरुद्ध सुरू केलेलं आंदोलन, यांमुळे भारतातील वातावरण खदखदत होतंच. तेव्हा वालचंद यांना चूप करण्यासाठी तात्काळ एक तोडगा काढण्यात आला. 'सिंदिया कंपनी'नं केवळ बोटीच नव्हे, तर 'पॅलेस शिपिंग कंपनी'च विकत घ्यावी, असा हा तोडगा होता. वालचंद यांना, त्यानुसार 'पॅलेस कंपनी'च्या बोटींची पुढील सहा महिन्यांसाठी ब्रिटिश रजिस्टरवर नोंद राहील व ब्रिटिश कर द्यावे लागतील, अशी एक अट घातली इतकंच.

मुंबईला परत

आता वालचंदना इंग्लंडमध्ये राहण्याचं काही प्रयोजन नव्हतं. 'पॅलेस शिपिंग कंपनी' ताब्यात घेण्याची औपचारिकता पार पडली. लॉयल्टी दुरुस्त होऊन सागर सफरीस सज्ज झाली. फक्त आता मुंबईला जाणारे प्रवासी मिळवायला हवे होते.

ही बातमी झळकताच 'सिंदिया'नं नेमलेले नवे क्लिअरिंग एजंट, 'जेलॅटली, हॅन्की अँड कंपनी'च्या कार्यालयातील फोन घणघणू लागला. 'तुमच्यामार्फत एक जरी प्रवासी त्यांना मिळाला, तरी तुम्हाला ''बीआय्'' पाठिंबा देणं बंद करील', असा इशारा केनेडींना देण्यात आला. त्याकडे दुर्लक्ष करणं कठीण होतं. वालचंद यांनी स्थानिक वर्तमानपत्रात प्रवासी हवेत, अशा जाहिराती दिल्या. ते ज्या हॉटेलात राहत होते, तिथं त्यांनी आणखी एक खोली भाड्यानं घेतली व तेच स्वत:चे कारकून बनले. काही दिवसांतच त्यांना हवे तेवढे ३५२ प्रवासी मिळाले. त्यांनी यावेळी आगाऊ रक्कम घेतली. वाहून नेण्यासाठी १५०० टन मालही मिळाला. परंतु बोटीचा तळ पाण्यात आवश्यक तेवढा बुडण्यासाठी जितक्या वजनाची गरज असते, तेवढं वजन होईना. तेव्हा मुंबईत यंत्रसामग्री निर्यात करणाऱ्या, अनेक कंपन्यांना वालचंद यांनी पत्रं लिहिली, परंतु 'सिंदिया'च्या बोटीतून माल पाठवायला कोणी तयार होईना.

'टाटा स्टील'ची देखील हिंमत नव्हती. 'जिथं टाटासारखी सामर्थ्यशाली कंपनी नकार देते, तिथं छोट्या कंपन्या काय करणार?' असं वालचंद म्हणाले. रिचर्डसन क्रुडास या इंजिनीअरिंग कंपनीनं आरंभी बोटीच्या एकूण क्षमतेएवढा माल बुक केला होता. पण नंतर त्यांनी माघार घेतली. प्रत्येक बर्थ प्रवाशानं भरला, तरी पुरेसं वजन नसल्यानं बोट काही हलेना. सर जेम्स मॅकेंचा डाव यशस्वी झाला होता. पण खचून न जाता नरोत्तम यांच्या पाठिंब्यानं वालचंद यांनी १००० टन सिमेंट

व ५०० टन कच्चं लोखंड खरेदी केलं. हा माल घेऊन मुंबईत जावं व तो विकून पैसे मिळवावे, असा त्यांचा बेत होता.

१९१९ च्या अखेरीस लॉयल्टी बोट मुंबईला रवाना झाली. बोटीच्या डेकवर फेऱ्या मारताना, आपण किती दिवस दूर होतो, याचा ते मनोमन हिशेब करीत होते.

✦

६

कोण आहेत चाचे?

आपण आठ महिन्यांनंतर मायदेशी परतत आहोत, याची वालचंद यांना जाणीव झाली. तेवढ्या अवधीत ते खूपच शहाणपण शिकून आले होते. त्यांनी खरेदी केलेली दहा मालवाहू जहाजं इंग्लंडमध्येच होती. इंडियन रजिस्टरमध्ये त्यांचं हस्तांतर व्हायला अजून एक वर्ष लागणार होतं. अखेर जाने. १९२१ मध्ये 'सिंदिया'च्या बोटी हिंदी महासागरात संचार करू लागल्या.

दरम्यान पॅलेस कंपनीच्या दोन बोटी भाड्यानं दिल्या होत्या, त्यांचं वर्षाला ५७ लाख रुपये उत्पन्न येत होतं. चार्टर व्यवसाय चांगला होता; पण भाड्याच्या कराराचं नूतनीकरण झालेलं नव्हतं. शेवटी, त्या भारतात पडून असलेल्या बोटींच्या ताफ्यात सामील झाल्या. लॉयल्टीने मार्सेल्स व जिनोआ दरम्यान काही फेऱ्या केल्या. पण कोळशाचे वाढलेले भाव व जहाज वाहतूक क्षेत्रातील मंदी यामुळे त्या फेऱ्या बंद पडल्या; तेव्हा लॉयल्टी विकून टाकण्याचं 'सिंदिया'च्या संचालकांनी ठरवलं. परंतु ती खरेदी करायला कोणीही तयार नव्हतं. अखेर १९२३ च्या फेब्रुवारीत ती भंगार म्हणून एक लाख पस्तीस हजार दोनशे पन्नास रुपयांत विकून टाकण्यात आली.

'सिंदिया'नं सरकारी कंत्राटं मिळवण्याचा प्रयत्न केला; परंतु त्यात यश आलं नाही. 'पी अँन्ड ओ' अशा कंत्राटांतून चांगली कमाई करीत होते. वर्षाला ६.८६

लाख रुपये त्यांना मिळत होते. भारत व इंग्लंड यांच्या दरम्यान टपाल वाहून नेण्याचं काम ते करत होते. परंतु जेव्हा कलकत्ता ते ब्रह्मदेशच्या दरम्यान कोळसा वाहून नेण्याचं काम दोन लाखाला करण्याची 'सिंदिया'नं तयारी दाखवली, तेव्हा सरकारनं त्यांचा प्रस्ताव फेटाळून लावला. हे कंत्राट एका ब्रिटिश कंपनीला दहा वर्षांसाठी देण्यात आलं. पण ते केवढ्याला दिलं, ते गुपितच ठेवलं होतं.

पहिले दरयुद्ध

शेवटी आपण मालवाहतुकीवर लक्ष केंद्रित करावं, असं सिंदिया संचालक मंडळानं ठरवलं. पण कोणत्या मार्गावर ही वाहतूक करायची? अखेर मुंबई-रंगून या मार्गावर वाहतूक करायचं त्यांनी ठरवलं. ब्रह्मदेशाच्या देवदार लाकडाचा व्यापार ब्रिटिश कंपन्यांच्या हातात होता; ते त्याची वाहतूक भारतीय कंपन्यांना देणं अशक्य होतं. परंतु तांदळाचा व्यापार भारतीयांच्या हातात होता. दरवर्षी रंगूनहून मुंबईला पाच लाख टन तांदूळ येतो, असं किलाचंद-देवचंद यांनी सांगितलं. तेव्हा रंगूनमधील भारतीय व्यापाऱ्यांशी संपर्क साधला, तर हा व्यापार 'सिंदिया'ला मिळू शकला असता.

सर्वप्रथम त्यांना तिथलं स्थानिक कडं कापून काढणं आवश्यक होतं. १८७७ साली ब्रिटिश कंपन्यांनी 'कलकत्ता लाईनर्स कॉन्फरन्स' नावाची संघटना स्थापन केली होती. ग्राहकांना बांधून ठेवण्यासाठी या गटानं एक सवलत योजना अंमलात आणली होती. या संघटनेच्या सदस्यांच्या बोटीनं जे नियमित माल पाठवतात, त्यांना वर्षाच्या अखेरीला बोनस वा दरात सवलत देण्याचीही योजना होती. त्यामुळे एखाद्या नव्या जहाज कंपनीनं आपल्याकडे ग्राहकाला आकर्षित करणं अशक्यच होतं. या संघटनेचे नेते साहजिकच जेम्स मॅके व 'बीआय् कंपनी' होती.

वालचंद व मोरारजी १९२१ च्या जानेवारीत रंगूनला पोचले. तिथे त्यांचं जोरदार स्वागत झालं. या दोघांच्या सन्मानार्थ तांदूळ व्यापाऱ्यांनी स्वागत-समारंभ आयोजिला होता. विदेशी जहाज कंपन्यांवर अवलंबून राहाव्या लागणाऱ्या भारतीयांच्या मनात 'सिंदिया' या क्षेत्रात आल्यानं स्वाभिमानाची भावना जागृत झाली होती. त्यांचा दृष्टिकोन राष्ट्रीय होता; आणि भारतीय जहाज कंपनीनं माल पाठविणं हे देशभक्तीचं प्रतीक आहे, असं ते मानत होते. मात्र त्यांना ब्रिटिश देत असलेल्या सवलतीवर पाणी सोडावं लागणार होतं व त्याचा विचार करावा लागणार होता.

मला तुमची द्विधा अवस्था समजू शकते, असं वालचंद म्हणाले. 'सुरुवातीला सवलत जाईल; पण एकदा आमची बोट वाहतूक सुरू झाली, की 'बीआय्' स्वतः दर कमी करील व मग आम्हीही आमचे दर कमी करू' असंही ते म्हणाले. सेठ मूलजी धरमसी व सर अब्दुल करीम जमाल या दोघांनी ब्रिटिशांकडचं आपलं

मालवाहतुकीचं काम काढून ते सिंदियांना देण्याचं मान्य केलं. इतरही व्यापाऱ्यांनी तसं आश्वासन दिलं. वालचंद यांनी एस् एस् जलपालक ही बोट रंगूनला पाठवून देण्यास सांगितलं. बोटीत तीन दिवसांत ६४०० टन तांदळाची पोती भरली व २१ जाने. १९२१ रोजी बोट रंगूनहून मुंबईला निघाली. दुसऱ्या कोणत्याही जहाज कंपनीनं एवढी तत्परता व कार्यक्षमता दाखवली नव्हती. व्यापारी खूश झाले व त्यांच्या शुभेच्छा घेऊन वालचंद मुंबईला परतले.

परंतु केवळ सदिच्छा पुऱ्या नव्हत्या. धरमसी आणि जमाल यांनी पाठिंबा दिला, तरी बोट भरण्याइतका माल मिळाला नव्हता. काही लाकूड व्यापारी व इतर मंडळी मदतीला नंतर आली; पण १९२१ मध्ये ब्रह्मदेशात आर्थिक पेचप्रसंग होता. त्यातून कंत्राटदारांचं युद्ध वाढतच होतं; व कंपनीचं सतत नुकसान होत होतं, असं वालचंद यांनी नंतर त्याविषयी बोलताना सांगितलं.

अपेक्षेप्रमाणं 'बीआय्' कंपनीनं रंगून ते मुंबई दरम्यान तांदूळ वाहतुकीचा दर टनामागे अठरा रुपयांवरून कमी करून केवळ सहा रुपयांवर आणला; तसंच, ज्यांनी सिंदियांच्या बोटींनी माल पाठवला, त्यांना वायद्याची सवलतीची राहिलेली रक्कम रद्द करून टाकली. जमाल सिंदियांना पाठिंबा देत राहिले, पण धरमसी यांना 'बीआय्'नं देऊ केलेल्या सवलतींचा मोह आवरला नाही. त्यांनी 'बीआय्शी' एक दीर्घ मुदतीचा करार केला. हळूहळू व्यापाऱ्यांचा पाठिंबा मावळला. धैर्य टिकवण्यासाठी सिंदियाचे मोरारजी व सामळदास हे संचालक आलटून पालटून रंगूनला जात राहिले.

या दर-युद्धामुळे 'बीआय्' कंपनीच्या नफ्यात फारसा फरक पडला नाही. जमालनं एक लाख टन माल पाठवला व १९२१-२२ मध्ये 'सिंदिया'नी २५ फेऱ्यांत आणखी ८० हजार टन मालाची ने-आण केली. परंतु १ लाख, ८० हजारची वाहतूक ही पुरेशी नव्हती. उत्पन्न कमी झालं, तेव्हा मोरारजी यांनी स्वत: तांदूळ व्यापार करणारी कंपनी काढली. 'नरोत्तम लिमिटेड ही १०० टक्के सिंदियाचीच कंपनी होती. 'नरोत्तम लिमिटेड'ने मुंबईत दोन कोटी रुपयांचा तांदूळ व दीड कोटीचा कोळसा विकला. पोरबंदर येथील एका व्यापाऱ्यासाठी जावाहून साखर आणण्याचं काम मिळालं. पोरबंदर (मोरारजी व महात्माजींचं जन्मस्थान.) येथे बोट आली, तेव्हा साखरेची पोती उतरून घेण्याचं काम बघायला स्वत: रानासाहेब आले. किनाऱ्यावर फेऱ्या मारताना त्यांच्या आनंदाला पारावार उरला नाही. त्यांच्या राज्याचं एकूण वार्षिक उत्पन्न अठरा लाख होतं, तर निव्वळ या साखरेवरील जकातीतून त्यांना सहा लाख रुपये मिळाले.

गोदीत सतत होणाऱ्या त्रासाला विरोधी प्रतिक्रिया म्हणून वालचंद व त्यांच्या भागीदारांनी 'ईस्टर्न बंकरर्स लि.' ही कंपनी स्थापन केली. जी. डी. खानोलकर

म्हणतात, 'सिंदिया' कंपनीला माल चढवणं व उतरवणं यासाठी धक्का उपलब्ध करून देण्यास जास्तीत जास्त उशीर लावावा, अशी 'बीआय्' कंपनीनं पोर्ट ट्रस्ट व गोदीच्या अधिकाऱ्यांना चिथावणी दिली होती. तसंच, मालाची चढउतार व कोळसा पुरवठा यात काम करणाऱ्या कंपन्यांचं सहकार्य 'सिंदिया' यांना मिळणार नाही, अशी व्यवस्थाही त्यांनी केली.

'नरोत्तम लिमिटेड' व 'ईस्टर्न बंकरर्स' यांनी व्यवसाय करूनही चार वर्षात 'सिंदिया'ला जवळ जवळ काहीच नफा झाला नाही. एकूणच तिचं भविष्य निराशाजनक होतं असं वालचंद यांनी मान्य केलं.

काउन्सिल्स ऑफ स्टेट

'सिंदिया कंपनी'ला मदतीची गरज होती. वालचंद हे जनमत प्रस्ताव तयार करण्याच्या प्रयत्नाला लागले. सरकारी अधिकारी, भारतीय राजकीय नेते, केंद्रीय व प्रादेशिक विधिमंडळातील राष्ट्रवादी सदस्य यांच्या भेटीगाठी घेणं त्यांनी सुरू केलं. महत्त्वाच्या संपादकांशी ते संपर्क ठेवू लागले. अनेकदा 'बॉम्बे क्रॉनिकल'नं 'सिंदिया'ची बाजू उचलून धरणं चालू केलं. त्यांनी स्वत:ही भारतीय मर्कन्टाइल मरीनची गरज, नॉटिकल प्रशिक्षण देण्याची गरज, किनारा आरक्षण देण्याची गरज, किनारा आरक्षण विधेयकाची गरज या विषयांवर लेख लिहिले.

दरम्यान म. गांधी, मोतीलाल नेहरू, गोपाळकृष्ण गोखले यांच्यासारख्या राष्ट्रवादी नेत्यांचा पाठिंबा मिळवायचा मोरारजींनी प्रयत्न केला. गोखलेंना म. गांधी गुरू मानत होते. गोखले मोरारजींचे शिक्षक होते. नारायण चंदावरकर हे पण त्यांचे शिक्षक होते. ते मुंबई न्यायालयातील एक न्यायमूर्ती होते व भारतीय राष्ट्रीय काँग्रेसचे अध्यक्ष होते. भुलाभाई देसाई हे मोरारजींबरोबर एलफिन्स्टन कॉलेजात होते. गांधीजींच्या मनात नरोत्तम मोरारजींविषयी चांगल्या भावना होत्या, असं एन्. जी. जोग यांनी लिहिलं आहे. नरोत्तम यांच्या मृत्यूनंतर देखील ते त्यांचे चिरंजीव शांतिकुमार व सून सुमती यांचे पाहुणे म्हणून जुहू येथील घरात राहत असत. स्वदेशी व बहिष्कार याबद्दलच्या गांधीजींच्या भाषणात जहाज वाहतूक वा 'सिंदिया' यांचे वारंवार उल्लेख असत, याचं आश्चर्य वाटू नये.

शहरी राजकारणाची असलेली माहिती व सरकारमधील बड्यांशी असलेले संबंध या जोरावर सामळदास यांनी, वालचंद यांच्या समस्या प्रादेशिक व राष्ट्रीय विधिमंडळात उपस्थित करायची व्यवस्था केली. सर पी. एस्. शिवस्वामी अय्यर (१८६४-१९४६) हे तंजावर येथील वकील व लष्करी बाबींचे तज्ज्ञ होते. १२ जाने., १९२२ रोजी अय्यर यांनी केंद्रीय लेजिस्लेटिव्ह असेंब्लीमध्ये एक ठराव मांडला. इंडियन मर्कन्टाइल मरीन स्थापन करण्यासाठी व बोटी बांधण्याच्या

व्यवसायाला कसं उत्तेजन देता येईल, याचा विचार करण्यासाठी एक समिति नेमण्यात यावी, असं त्यात सुचवलेलं होतं. थोडी सुधारणा करून हा ठराव मंजूर करण्यात आला. सरकारनं त्यानंतर समितीची नेमणूक करायला एक वर्ष लावलं. एवढंच नव्हे, तर समितीचा अहवाल बासनात गुंडाळून ठेवला गेला. तेव्हा, मुळात असा शिफारसवजा ठराव मंजूरच कसा केला, याबद्दल सिंदिया व्यवस्थापनानं उपहासानं आश्चर्य व्यक्त केलं.

मार्च १९२३ मध्ये सामळदास यांनी 'कौन्सिल ऑफ स्टेट्स'मध्ये एक ठराव मांडला. सरकारी व रेल्वेचा माल भारतीय बंदरांतून वाहून नेण्यासाठी भारतीय जहाज कंपन्यांना कोटेशन देण्याची संधी द्यावी व त्यांचं कोटेशन अन्य कंपन्यांशी जुळणारं असलं, तरी त्यांना प्राधान्य द्यावं, असं त्यात म्हटलं होतं. किनारा आरक्षण योजनेसाठी 'सिंदिया'नी प्रयत्न केला, त्याचाच हा आरंभ होता.

१९२१ मध्ये सर रहिमतुल्ला यांच्या अध्यक्षतेखाली अकरा सदस्यीय वित्त आयोग नेमण्यात आला व तेव्हा त्याच्या कार्यकक्षेत जहाज-वाहतूक या विषयाचा समावेश करण्यात आला. 'मॅकिनॉन मॅकेन्झी'मधील एक ज्येष्ठ व्यवस्थापक सर ऑर्थर फ्रूम हे भारतीय जहाज व्यवसायाचे प्रतिनिधी म्हणून या आयोगावर होते. मोरारजी यांना वस्त्रोद्योगाचे प्रतिनिधी म्हणून या आयोगावर नेमलं होतं खरं, परंतु त्यांचा जास्त वेळ ऑर्थर फ्रूम यांच्या कामकाजावर लक्ष ठेवण्यात गेला. वालचंद यांनी २२ मार्च, १९२२ रोजी साक्ष दिली. त्यांनी एक निवेदनही आयोगाला सादर केलं. तसंच, विविध शहरांतील 'सिंदिया'च्या व्यवस्थापकांच्याही आयोगापुढे साक्षी व्हाव्यात, अशी व्यवस्था त्यांनी केली. या सर्व जोरदार हालचालींमुळे स्वत:चं मर्कन्टाइल मरीन असावं, यासाठी समिती नेमावी, अशी अय्यर यांच्याप्रमाणेच आयोगानं शिफारस केली, इतकंच.

सरकारशी कसं वागावं, याचा बहुमोल अनुभव या आयोगामुळे 'सिंदिया कंपनी'स मिळाला. आपलं म्हणणं कसं सादर करावं, टिपणं कशी काढावीत, हे व्यवस्थापनाला उमगलं, कायदेशीर मसुदे तयार करण्याचं कसब व्यवस्थापकांनी कमावलं व ते त्यांना उपयोगी पडलं.

सागरातले शार्क

लॉर्ड इंचकेप ऑक्टो., १९२२ मध्ये भारतात आले. तोवर वालचंद व त्यांच्या सहकाऱ्यांनी उपस्थित केलेल्या बाबींची वृत्तपत्रांतून, साऱ्याच उद्योग संघटनांतून, पार्ट्यांतून चर्चा होऊ लागली होती. लॉर्ड इंचकेप बऱ्याच काळानंतर भारतात परतत होते. भारताच्या अर्थसंकल्पातील तूट भरून काढण्याकरता कर्मचाऱ्यांत कपात करण्यासाठी, एक सहा जणांची समिती सरकारनं नेमली होती व इंचकेप त्या

समितीचे प्रमुख होते. या समितीचे सर दादिबा दलाल, सर राजेन्द्रनाथ मुकर्जी, सर पुरुषोत्तम ठाकुरदास, सर थॉमस कॅट्टो व सर अलेक्झांडर मरे हे सदस्य होते. इंचकेप २३ मार्च, १९२३ पर्यंत दिल्लीत राहिले.

इंचकेप यांचा बराच वेळ समितीच्या कामात जात होता, तरी त्यांनी 'सिंदिया' प्रश्नाकडे लक्ष देण्यासाठी वेळ काढला. पूर्वी मॅके, या क्षेत्रातील भारतीय प्रकल्प म्हणजे 'गुंतागुंतीची, भाड्याच्या दराची युद्धं', असं म्हणून उडवून लावीत. परंतु 'सिंदिया'पुढे कोणता धोका वाढून ठेवला आहे, याची धूर्त मॅकेना जाणीव झाली. 'बीआय्'चे खिसे 'सिंदिया'पेक्षा मोठे होते. व शेवटी कोणाची जीत होणार, याबद्दल शंकाच नव्हती. पण मोरारजींच्या पाठिंब्यामुळे या दरांच्या दीर्घ लढाईत उभय बाजूंची हानी होणार, हे उघड होतं. तसंच, राजकीय मत, जनमत संघटित करण्याची सामळदास व वालचंद यांची क्षमता चिंता वाटायला लावणारी होती. नव्या राजकीय वातावरणात असं उघड युद्ध 'बीआय्'च्या प्रतिमेला योग्य होईल की नाही, याची इंचकेपना शंका होती. तेव्हा 'सिंदिया कंपनी' खरेदी करण्याचं त्यांनी ठरवलं.

पहिलं पाऊल अगदी नियोजनपूर्क टाकण्यात आलं. सप्टेंबर, १९२२ मध्ये सर ऑर्थर फ्रूम यांनी सामळदास यांची सिमला इथं अगदी सहज भेट घेतली. तेव्हा फ्रूम यांनी विचारलं, 'कशी काय चाललीय तुमची कंपनी?' त्यावर सामळदास यांनी 'आम्ही जिवंत राहावं, अशी तुमची कुठे इच्छा आहे? सर्व भारतीय जहाज कंपन्या खतम करण्यामागं 'बीआय्'चं धोरण आहे.' असं परखड उत्तर दिलं. त्यावर फ्रूम समजावणीच्या सुरात म्हणाले, 'नाही, नाही! असं नाही! सिंदिया ही एकमेव पात्र कंपनी आहे. आम्हाला ही कंपनी संपवायची नाही, मला या विषयावर तुमच्याशी बोलायचंय्. कधी भेटूया?'

'सिंदिया'च्या संचालकांपैकी सामळदास यांच्याशी संपर्क साधायचं इंचकेपनं ठरवलं होतं. सर्व संचालकांपैकी सामळदास हे एकमेव असे होते, की त्यांना 'बीआय्'शी संघर्ष करण्याची भीती वाटत नव्हती. दराच्या लढाईत 'सिंदिया'चं निम्मं भांडवल खर्ची पडलं होतं आणि आणखी नुकसान होणार, हे उघड होतं. इंचकेप यांचा प्रस्ताव अगदी उदारमतवादी होता. मुंबईच्या शेअर बाजारात 'सिंदिया'चा शेअरचा भाव सहा रुपये होता. इंचकेपनं प्रत्येक शेअरला २५ रुपये देऊ केले. त्यांतील निम्मे पैसे रोख व निम्मे 'बीआय्'च्या शेअरच्या रूपात देऊ केले. (त्यावर आयकर नव्हता.) तसंच, संचालकांना दरमहा १००० रुपये मोबदला दहा वर्षांपर्यंत मिळणार होता. शिवाय मॅनेजिंग एजन्सीला त्यांच्या एजन्सी कमिशनच्या येणाऱ्या तोट्याच्या मोबदल्यात २५ लाख रुपये दिले जाणार होते. तसंच 'मॅकेनॉन-मॅकेन्झी'च्या व्यवस्थापनाखालील कंपन्यांच्या यादीत 'सिंदिया'चं नाव समाविष्ट

करून तिचं अस्तित्वही राखण्यात येणार होतं. (ही बाब वालचंदना सुखावणारी होती.)

इंचकेप यांचा प्रस्ताव स्वीकारायला सामळदास उत्सुक होते. त्यांनी अन्य संचालक व भागधारक यांना आपला दृष्टिकोन समजावून दिला. या विषयावर उलटसुलट चर्चा चालू झाली. वालचंद यांना हादरा बसला; परंतु अखेर सर्वांत मोठे भागधारक मोरारजी यांचा निर्णय महत्त्वाचा होता. तेव्हा महत्त्वाच्या भागधारकांची संमती घेण्यासाठी बैठक घ्यावी, असं त्यांनी सुचवलं. ते स्वत: कंपनी विकण्यास अनुकूल नव्हते.

सुमारे ८० मुख्य भागधारकांची अनौपचारिक बैठक बोलावण्यात आली. त्यांच्यापुढे बोलताना मोरारजी म्हणाले, 'तातडीच्या वैयक्तिक लाभाच्या दृष्टिकोनातून तुम्ही याकडे पाहावं, की तुमच्या निर्णयामुळे देशातील औद्योगिक परिस्थितीवर काय दूरगामी परिणाम होईल, याचा विचार करावा, हे तुम्हीच ठरवायचं आहे.' केवळ एकजण सोडून बाकी सर्वांनी, 'इंचकेप यांचा प्रस्ताव फेटाळावा', असं सांगितलं. 'बॉम्बे क्रॉनिकल'नं मोरारजींचं कौतुक केलं.

सामळदास बैठकीत हजर नव्हते. परंतु बैठकीचा तपशील समजताच ते मोरारजींना तातडीनं भेटायला गेले. मोरारजींचं भाषण व दूरदृष्टीचा अभाव याबद्दल त्यांनी मोरारजींना चार शब्द सुनावले. 'सिंदिया कंपनी'चे सचिव मास्टर यांच्यामुळे तुम्ही वाहवत कसे गेलात, असा सवाल त्यांनी केला. तरुण व अननुभवी मास्टर यांनी मोरारजींच्या भाषणाचा मसुदा बनवला होता. त्यानंतर वालचंद एका मित्राला म्हणाले की 'सार्वजनिक व व्यापारी वर्तुळात सामळदास यांचं बरंच वजन आहे. ते थंड व हिशेबी स्वभावाचे आहेत. त्यांच्या या शब्दांनी नरोत्तम यांची मन:स्थिती द्विधा झाली.'

मोरारजींचं स्थान कमकुवत होत आहे, याचा अंदाज येताच सामळदास यांनी पुढाकार घेतला व असं सुचवलं, की इंचकेप यांचा प्रस्ताव असा तडकाफडकी फेटाळण्यापेक्षा त्यांना भेटून तपशीलवार चर्चा केल्यावर निर्णय घेणं उचित ठरेल. नरोत्तम यांनी त्याला संमती दिली. त्यानुसार इंचकेपना भेटण्यासाठी मोरारजी, वालचंद, सामळदास व लालजी नारनजी दिल्लीला रवाना झाले. नारनजी हे कापड व्यापारी, मुंबई विधिमंडळाचे सदस्य व स्वराज्य पक्षासाठी निधी जमवणारे होते.

इंचकेप यांच्या नोकरकपात समितीचे सदस्य म्हणून ठाकुरदास देखील दिल्लीत उपस्थित होते आणि सिंदिया प्रकरणावर त्यांचं पडद्याआडून बारीक लक्ष होतं. इंचकेप यांच्या प्रस्तावाला संमती देण्याचा मोरारजींचा कल दिसत होता, तर वालचंद यांचा विरोध होता. लालजी नारनजी स्वत: काहीच ठरवू शकत नव्हते.

पण एकाच वेळी दोन्हीही घोड्यांवर स्वार होण्याचा ते प्रयत्न करीत होते. इंचकेप यांच्या प्रयत्नाला सर्वाधिक प्रतिसाद लल्लुभाई सामळदास हेच देत होते.

आपल्या सहकारी संचालकांच्या दृष्टिकोनामुळे अस्वस्थ झालेले वालचंद हे इंचकेप यांचा डाव कसा उधळून लावता येईल, याचा विचार करीत होते. 'बॉम्बे क्रॉनिकल'च्या एका वार्ताहराशी योगायोगानं त्यांची गाठ पडली व त्यांना मार्ग सापडला.

दुसऱ्याच दिवशी १४ फेब्रु., १९२३ रोजी 'बॉम्बे क्रॉनिकल'ने पहिल्या पानावर विशेष महत्त्व देऊन एक लेख प्रसिद्ध केला. त्यात असं म्हटलं होतं, की 'भारतीय प्रश्नाबाबत आमचे लॉर्ड इंचकेप यांच्याशी कितीही मतभेद असले, तरी आम्ही त्यांना मूर्ख समजत नाही. आणि ते जेव्हा 'सिंदिया'च्या मालमत्ता खरेदीसाठी रोख रक्कम देऊ करतात, तेव्हा त्याचा अर्थ, हा व्यवसाय चालू राहण्याची त्यांना जास्त भीती आहे, हे स्पष्ट होतं.... सुदैवानं 'सिंदिया कंपनी'च्या संचालक मंडळानं ही आत्मघातकी सूचना फेटाळून लावली आणि हे प्रकरण मिटलं, असं आम्हांला वाटलं. पण 'सिंदिया कंपनी'ला रंगून, कोचीन, कलकत्ता व कराची इथं इतर भारतीय जहाज कंपन्या देशभक्तीच्या भावनेनं मदत करीत असताना, भारतीय जहाज वाहतुकीला संरक्षण देण्याचे उपाय विधिमंडळ योजीत असताना, भारत सरकारनं जहाज वाहतूक दरातील सवलतीच्या घोटाळ्याची चौकशी करण्यासाठी चौकशी समिति नेमली असताना, त्या कंपनीचे काही हितचिंतक मात्र प्रवासी बोटींचा ताफा उभारणं, हेच याला उत्तर आहे, असं म्हणत आहेत. तसंच, आपल्या देशाचा वारसा परदेशी पिळवणूकदाराला विकावा, असं म्हणत आहेत. लॉर्ड इंचकेप यांच्याबरोबर अजूनही वाटाघाटी चालू आहेत, असं कळतं. खरं तर, अशा वाटाघाटींना काही पाया नाही. लॉर्ड इंचकेप हे 'सिंदिया कंपनी'च्या हालचाली म्हणजे कमकुवतपणाचं लक्षण आहे, असं मानतील. पण ते काही खरं नव्हे. संचालक मंडळ अशा कोणत्याही प्रयत्नांना उत्तेजन देऊ शकत नाही.

चाचे क्रमांक दोन

'बीआय्' कंपनीच्या मुंबई ऑफिसनं हा लेख इंचकेप यांना तारेनं दिल्लीला पाठविला. पुढच्या वाटाघाटीच्या वेळेला मोरारजी, वालचंद आणि नारन्जी यांच्याशी बोलताना, व्यवसायातील गुपितं तुम्ही सार्वजनिक केली, असा आरोप इंचकेप यांनी केला. मोरारजी गप्प बसून राहिले; पण वालचंद मात्र गप्प बसले नाहीत. ते उंच आवाजात म्हणाले, 'प्रेम आणि युद्धात सर्वच गोष्टी क्षम्य असतात. आता तुम्ही मारे स्वच्छ व सरळ मार्गाबद्दल बोलता आहात. परंतु मला सांगा, ही भाड्याच्या दराची लढाई सुरू कोणी केली? मी तुम्हांला तुमच्या तोंडावर स्पष्ट बजावतो, की जोवर

परदेशी मंडळींची हाकलपट्टी केली जात नाही, तोवर मी सध्याचेच काय, पण त्याहून अधिक जहरी मार्ग वापरायलाही मागंपुढं पाहणार नाही. आमच्या मातृभूमीचा अधिकार असलेल्या समुद्रात आम्ही आमच्या बोटी मुक्तपणे चालवू शकतो. त्यासाठी तुमच्या मेहेरबानीची वा कृपेची आम्हांला गरज नाही.'

'मातृभूमी? कोणाची मातृभूमी?' इंचकेप ओरडलेच. ते पुढं म्हणाले, 'आम्ही ब्रिटिश साम्राज्याचे पुत्र आहोत. भारताच्या किनाऱ्यावर तुमच्याइतकाच आम्हालाही प्रवास करण्याचा हक्क आहे. जोपर्यंत ब्रिटिश साम्राज्य अस्तित्वात आहे, तोपर्यंत जगातील कोणतीही ताकद आम्हांला इथं येण्यापासून रोखू शकत नाही. आमच्या मते, आमच्या क्षेत्रात 'सिंदिया कंपनी'नं चाचे म्हणून घुसखोरी केली आहे. अतिक्रमण केलं आहे! तेव्हा कळलं? तुम्ही चाचे आहात, चाचे!'

१९१९ मध्ये लंडन येथे क्युरी यानं देखील हे शब्द वापरले होते. त्या वेळी या धंद्यात नवख्या असलेल्या वालचंद यांनी त्यांचं म्हणणं शांतपणे ऐकून घेतलं होतं. पण या वेळेला मात्र वालचंद उसळून इंचकेपना म्हणाले, 'कोणाला चाचे म्हणता? आम्ही चाचे आहोत, का तुम्ही?'

बैठक जवळजवळ संपल्यासारखीच होती. वालचंद, मोरारजी व नारनजी इंचकेप यांच्या कार्यालयातून बाहेर पडले.

त्यानंतर काही वेळानं वालचंद मोरारजींना त्यांच्या खोलीत भेटले. बैठकीतील प्रकारामुळे मोरारजी संतापले होते. ते वालचंदना म्हणाले, 'तुम्हाला स्वतःवर नियंत्रण ठेवता येत नसेल, तर बोलतच जाऊ नका.' 'हं. तुम्ही म्हणता ते खरं आहे.' वालचंद उपहासानं उत्तरले, 'तुमच्यासारखं मला गोडगोड बोलता येत नाही. माझ्या सबंध आयुष्यात मी कधीही ओठात एक व पोटात एक असं वागलेलो नाही; व आता तसं वागायची सुरुवातही करणार नाही. मला जे वाटतं व जे म्हणायला पाहिजे, तेच मी स्पष्टपणे कशाचीही पर्वा न करता बोलतो. मग तुम्ही मला उद्धट, परखड, असंस्कृत, असं वाट्टेल ते म्हणा. मी हे सगळं काही असलो, तरी मी आहे, हा असा आहे व असाच बोलणार आहे. मी वाटाघाटींत भाग घेऊ नये, अशी तुमची इच्छा असेल, तर मी हजर राहणार नाही. पण केवळ बघ्याची भूमिका घेणं मला शक्य नाही.'

मोरारजींना इशारा देत वालचंद शेवटी म्हणाले, 'तुम्हांला जे काही करायचं, ते स्वतःच्या जबाबदारीवर करा. जर उभयपक्षांचा आदर राखणारी तडजोड झाली, तर मी ती स्वीकारीन. नाहीतर नाही. मी पावनीबरोबर (वालचंद आपली पत्नी कस्तुरबाई यांना प्रेमानं या नावानं हाक मारीत.) उद्या दिल्ली बघायला जाणार आहे.' एवढं बोलून ते मोरारजींच्या खोलीतून बाहेर पडले.

दरम्यान वालचंद यांच्या वर्तनाचा इंचकेप विचार करीत होते. ते वालचंद

यांच्यावर चिडलेले होतेच पण त्यांच्याबद्दल त्यांना अधिक माहिती हवी होती. तेव्हा त्यांनी ठाकुरदासना भेटायला बोलावलं. ठाकुरदास हे मुंबईचे उद्योगपती होते व वालचंदबद्दल ते माहिती पुरवतील, असं इंचकेप यांना वाटत होतं. परंतु ठाकुरदासना बोलावून इंचकेप यांनी फार मोठी चूक केली होती.

इंचकेप यांचा निरोप घेऊन ठाकुरदास सरळ मोरारजींना भेटायला गेले व म्हणाले, 'वालचंद यांना बाजूला ठेवून स्वतःच वाटाघाटी करण्याची तुमची कल्पना ही अगदीच अदूरदर्शीपणाची आहे, असं मला वाटतं.' मोरारजींना धोक्याची सूचना देताना ते म्हणाले, 'संचालकांमध्ये फूट पाडण्याचे इंचकेप प्रयत्न करतील आणि तुम्ही मात्र त्यात सापडाल, असा मला दाट संशय आहे; तेव्हा वालचंद तुमच्याबरोबर नसतील, तेव्हा इंचकेप यांच्याशी एक शब्दही बोलू नका. किंबहुना वालचंद सोडून दुसऱ्या कोणीही त्यांच्याशी बोलू नये, असं मी म्हणेन. या वाटाघाटीतून काहीतरी चांगलं व विधायक निष्पन्न व्हावं, यासाठी हाच एकमेव मार्ग आहे.'

दुसऱ्या दिवशी पहाटेच मोरारजी यांनी वालचंद यांच्या शय्यागृहाचा दरवाजा ठोठावला व त्यांच्याशी खेळीमेळीच्या गप्पा मारल्या. काही तासांनंतर ते इंचकेपना त्यांच्या हॉटेलात भेटायला गेले. आदल्या दिवशीच्या घटनांमुळे वालचंद यांचं माथं भडकलं होतं. ते म्हणाले, 'सिंदिया विक्रीसाठी उपलब्ध नाही. एवढंच नव्हे, तर आम्हीच तुमची 'बीआय् कंपनी' विकत घ्यायला तयार आहोत. तेव्हा बोला, तुमची काय किंमत आहे?' इंचकेप यांना आश्चर्याचा धक्काच बसला. आपल्या विरोधकावर अशी बाजू उलटवल्यामुळे वालचंद यांना साहजिकच आनंद झाला.

थोड्या वेळानं इंचकेप शांत झाले व भाड्याच्या दरासंबंधीची लढाई संपुष्टात आणण्याबाबतच्या वालचंद यांच्या अटी लक्षपूर्वक ऐकू लागले.

घासाघिशीला आरंभ झाला, तेव्हा बोलणं फिसकटणार की काय, असं वाटू लागलं. मंडळी जेवणाला उठली, तेव्हा पुन्हा नंतर बैठक होईल, अशी शाश्वती भारतीय प्रतिनिधींना वाटत नव्हती. इंचकेप यांनी त्यांना चहाचं आमंत्रण दिलं. ते सर्वांनी स्वीकारलं. बोलणं फिसकटलं, म्हणून मोरारजी, नारनजी व वालचंद निरुत्साही झाले होते. पण त्यांनी चहाचं निमंत्रण स्वीकारलं.

सायंकाळी हॉटेलवर सर्वजण पुन्हा जमले. चहापार्टी चालू असताना मध्येच इंचकेप यांनी एक स्टँप पेपरवर टाईप केलेला दस्तऐवज पुढं केला. तो दस्तऐवज म्हणजे करारपत्रच होतं. ते पाहून सर्वांनी सुटकेचा निःश्वास टाकला. त्या करारानुसार 'सिंदिया'ला 'इंडियन कोस्टल कॉन्फरन्स' या संघटनेचं अंशतः सदस्यत्व देण्यात आलं. तसंच, भारताच्या श्रीलंका व ब्रह्मदेश किनाऱ्यालगतच्या सागरातून माल वाहतूक करण्याचा त्यांचा हक्क मान्य करण्यात आला. 'सिंदिया कंपनी'चं या

व्यवसायातील अस्तित्व त्यांनी मान्य केलं. या करारावर भांडण्यासारखं काही नव्हतंच. तेव्हा सर्वांनी त्यावर सह्या केल्या. खरं तर, १४ मार्च १९२३, रोजी झालेला हा दिल्ली करार म्हणजे एक तात्पुरता तह आहे आणि पुढील संघर्षाच्या फेरीपूर्वी तयारीला थोडासा अवधी मिळण्याची सोय आहे, याची उभयतांनाही कल्पना होती.

वालचंद यांच्यासह संचालकांच्या एक मुद्दा ध्यानात आला असावा किंवा नसावा देखील. तो म्हणजे त्या करारावर आदल्या दिवशीची तारीख होती. याचा अर्थ, वाटाघाटी चालू असतानाच इंचकेप यांनी देवाणघेवाणीचा दृष्टिकोन ठेवून महत्त्वाच्या मुद्द्यांवर सहमती मिळवण्याचा प्रयत्न चालवला होता. आदल्या दिवशीच्या चर्चेत 'सिंदिया'चे संचालक व इंचकेप किती मर्यादेपर्यंत जाऊ शकतात, याची जणू चाचपणीच होती. एकदा इंचकेप यांनी अंदाज घेतल्यावर त्यांनी वालचंद यांच्या प्रस्तावातील आपल्याला सोयीचा भाग निवडला होता व आपले विरोधक मान्य करतील, असा कराराचा मसुदा तयार ठेवला होता. चहापार्टीच्या वेळेला तो मसुदा पुढं ठेवून त्यांनी त्यांना चकित केलं. आपल्या विरोधकाबद्दल वालचंद यांच्या मनातील आदर त्यामुळे वाढलाच.

✦

७

खरी प्रशस्ती

वालचंद यांच्या लंडन येथील आठ महिन्यांच्या वास्तव्यात त्यांचा एकखांबी बांधकाम व्यवसाय तसाच पडून होता. मुंबईला परतल्यावर देखील त्यांचे पहिले काही महिने 'पॅलेस शिपिंग करार' अंमलात आणण्यात आणि 'सिंदिया'च्या लॉयल्टी या बोटीमुळे झालेला तोटा आजमावण्यात गेला. त्यामुळे त्यांच्या अनुपस्थितीत मुंबईमध्ये झालेल्या महत्त्वाच्या घडामोडींना सामोरं जाण्यास ते सज्ज नव्हते.

मुंबईमधील उच्चभ्रूंच्या व्यापारी वर्तुळात भरभराटीची हवा होती. सौम्य प्रकृतीचे गव्हर्नर आणि सनदी नोकरही आनंदात होते. शहराचे गव्हर्नर सर जॉर्ज लॉईड यांनी नगर नियोजनाच्या कामी पुढाकार घेतला होता आणि नवं विकास खातं स्थापन करण्यात आलं होतं. त्याचे संचालक सर लॉलेस हेपर हे होते. साष्टीची दोन बेटं आणि तुर्भे जोडण्याचा आणि तिथं अडीच लाख लोकांसाठी एक नवं उपनगर वसवण्याची योजना होती. तसंच बॅकबे रेक्लमेशन नावाची अत्यंत महत्त्वाकांक्षी योजना होती. या योजनेबाबत अनेक दशकं वादंग चालू होता. मुंबई विधान परिषदेमध्ये ३ ऑगस्ट, १९२० रोजी हा प्रकल्प लॉईड यांनी सादर केला. एकदा विधेयक मंजूर झाल्यावर त्यांनी या प्रकल्पाची सूत्रं, सर लॉलेस यांच्याकडे सुपूर्द केली. अभियंत्यांच्या नेमणुका करण्यात आल्या होत्या आणि इंग्लंडहून यंत्रसामग्री

मागवण्यात आली होती. त्या वेळेला वालचंद यांनी या प्रकल्पात रस घेण्यास सुरुवात केली.

सुरुवातीला वालचंद यांनी या सर्व घडामोडींकडे हेतुत:च फारसं लक्ष दिलं नाही. त्यांचे मित्र सर चुनीलाल व्ही. मेहता आणि सामळदास हे दोघेही गव्हर्नरांच्या कौन्सिलचे सदस्य होते आणि त्यामुळे त्यांना गोपनीय माहिती उपलब्ध होती. ते दोघं त्या प्रकल्पाविषयी वारंवार यांच्याशी चर्चा करीत. खासगी सिंडिकेट स्थापून काम हाती घेण्याचा मुद्दाही चर्चिला गेला. परंतु या प्रचंड प्रकल्पाचं काम कोणा खासगी उद्योगपतीकडे न सोपवता सरकार स्वत:च ते हाती घेईल, असं वालचंद यांना वाटत होतं.

सर दोराब टाटा हे बॅकबे प्रकल्पाकडे अगदी सुरुवातीपासून लक्ष देत होते आणि त्यात अत्यंत रस घेत होते. एवढंच नव्हे, तर सर जॉर्ज लॉईड यांच्याशी त्यांनी अनेक वेळा अनौपचारिक चर्चा केली होती. सर दोराब यांनी या चर्चेच्या आधारे ६ जुलै, १९२० रोजी 'टाटा कन्स्ट्रक्शन कंपनी'ची स्थापना केली. कंपनीनं परवान्यासाठी केलेला अर्ज सरकारनं तातडीनं मंजूर केला आणि १६ ऑगस्ट रोजी कंपनी रजिस्टर करण्यात आली.

१९१७ ते १९२२ हा टाटा समूहातील विस्ताराचा काळ होता. या काळात टाटांनी ११ नव्या कंपन्या सुरू केल्या. त्यामध्ये 'टाटा ऑईल मिल्स', 'टाटा इंडस्ट्रियल बँक' आणि 'टिस्को'च्या बृहद् विस्ताराचा समावेश होता. जेआर्डींनी याबद्दल नंतर लिहिलं की– 'ते अगदी वेडे दिवस होते आणि त्यातील वेडेपणाचं वैशिष्ट्य म्हणजे लोकांचा 'टाटा'मध्ये असलेला प्रचंड विश्वास आणि टाटांचा स्वत:बद्दलचा फाजील आत्मविश्वास.'

नव्या क्षेत्रात उडी घेण्यापूर्वी आपण बांधकाम व्यवसायाचा अनुभव असलेल्या लोकांशी करार करायला हवा, असा सर दोराब टाटा यांनी विचार केला. या दृष्टीनं दोन नावं त्यांच्या मनात होती. पालनजी एदुलजी आणि वालचंद हिराचंद. टाटांच्या वतीनं अर्देशिर बिलिमोरिया यांनी दोघांशी संपर्क साधला.

वालचंद यांना सर दोराब टाटा यांनी बोलावणं म्हणजे एक प्रकारे 'खरी प्रशस्ती' आणि 'अप्रत्यक्ष सन्मान' होता. त्यामुळे वालचंद यांना त्याचा अभिमानच वाटला. तसंच, बॅकबे प्रकल्पाचा काही हिस्सा मिळण्यापूर्वी टाटांनी बांधकाम कंपनी स्थापन करायला नको होती, असं वालचंद यांचं मत होतं. 'फाटक-वालचंद लिमिटेड' या आपल्या कंपनीविषयी त्यांच्या मनात काहीही भ्रम नव्हता. आपली छोटी कंपनी पात्र ठरणार नाही, पण टाटा पात्र ठरू शकतील, असं त्यांना वाटत होतं. या महत्त्वाकांक्षी प्रकल्पात सहभागी व्हायचं असेल, तर टाटांशी हातमिळवणी करणं केव्हाही चांगलं. टाटांच्या कंपनीत आपली कंपनी विलीन करणं इष्ट ठरलं

असतं. आत्तापर्यंत हाती घेतलेल्या प्रकल्पांपेक्षा मोठे प्रकल्प हाती घेता येतील, म्हणून सर दोराब यांच्या आकर्षक प्रस्तावाचा वालचंद यांनी स्वीकार केला.

वालचंद यांचे वडील, नातेवाईक आणि मित्रमंडळी यांनी पुन्हा एकदा वालचंद यांना या विचारापासून परावृत्त करण्याचा प्रयत्न केला. टाटांशी हातमिळवणी केली, की स्वत:चंही स्वतंत्र अस्तित्व नष्ट होईल, असा इशारा त्यांनी दिला. पण या मताशी वालचंद सहमत नव्हते. ते म्हणाले, 'कंपनीच्या आर्टिकल्स ऑफ असोसिएशनमध्ये मला आवश्यक वाटत असलेल्या सर्व अधिकारांची आणि मला हव्या असलेल्या स्वातंत्र्याची तरतूद केलेली असेल. नफ्याच्या दृष्टीनं नव्या कंपनीकडून आपल्याला जे कमिशन मिळेल, त्यामुळे तोटा होण्याचा धोका राहणार नाही. एवढंच नव्हे, तर आपल्याला जादा नफा मिळू शकेल. शेवटी सगळं काही आपल्या कौशल्यावर अवलंबून राहील.' वालचंद हे संयुक्त प्रयत्नांबाबत फार उत्सुक होते आणि त्यांनी त्यात उडी घेतली.

'फाटक-वालचंद लिमिटेड' मध्ये वडील हिराचंद, बंधू गुलाबचंद, पुतण्या रावजी सखाराम आणि सहकारी अमीचंद दलूचंद शहा हे वालचंद यांच्यासारखेच संचालक असले, तरी निर्णय वालचंद स्वत: घेत असत. बोर्डरूममध्ये काहीही वाद न घालता वालचंद यांनी 'फाटक-वालचंद लिमिटेड' आणि तिची उपकंपनी 'वालचंद कन्स्ट्रक्शन' या दोन्ही कंपन्या चालू व संकल्पित कॉन्ट्रॅक्टसह (मोहपानी कोळसा खाणी योजना सोडून) 'टाटा कन्स्ट्रक्शन कंपनी'ला १९२० साली १४.४३ लाखांना देऊन टाकल्या.

३० कोटी रुपयांच्या बॅकबे रेक्लमेशन प्रकल्पाचा मोठा हिस्सा आपल्याला मिळेल, या आशेनं सर दोराब टाटा यांनी नवीन यंत्रसामग्रीत लक्षावधी रुपये गुंतविले आणि अभियंते आणि तंत्रज्ञ यांची भरती केली. परंतु त्यांच्या अपेक्षा प्रत्यक्षात उतरल्या नाहीत. 'टाटा कन्स्ट्रक्शन'च्या निविदांकडे दुर्लक्ष करून सरकारनं मोठमोठी कामे आपल्या बांधकामखात्याला दिली. वालचंद यांचा सुरुवातीलाच हा अंदाज होता. परंतु एकूण टाटांचा दबदबा पाहता त्यांच्या नव्या कंपनीला काही काम दिलं जाईल, असा वालचंद यांचा होरा होता. हे घडलं नाही, तेव्हा वालचंद यांनी आपल्या नेहमीच्या तंत्राचा व युक्तीचा वापर केला.

दुसऱ्याच दिवशी अनेक वर्तमानपत्रांत आणि नियतकालिकांत सरकारच्या पक्षपाती धोरणाबद्दल बातम्या झळकल्या. 'ब्रिटिश उत्पादक' कंत्राटदार आणि अभियंते आणि माजी पण सध्या बेकार असलेले ब्रिटिश अधिकारी यांना मोठमोठी कामं दिली जात असून, भारतीयांना मात्र क्षुल्लक कामं दिली जात आहेत', असं एका वर्तमानपत्रानं लिहिलं; तर दुसऱ्या एका वर्तमानपत्रानं 'ब्रिटिश भांडवलदार आणि तज्ज्ञ यांचेच खिसे भरण्याचं काम चालू असून, भारतीयांनी आपल्या

हक्कांचा दावा करावा.' असं लिहिलं. वालचंद हिराचंद यांनी 'फॉर बॉम्बे, इन् बॉम्बे अँड बाय बॉम्बे' नावाची एक छोटी पुस्तिकाच लिहिली आणि तिचं मोठ्या प्रमाणावर वाटप केलं. मुंबईच्या कंत्राटदारांच्या वतीनं प्रसिद्ध करण्यात आलेल्या व 'टाइम्स ऑफ इंडिया'त प्रसिद्ध झालेल्या संयुक्त पत्रकात वालचंद यांनी सरकारच्या निर्णयाबाबत तीव्र नापसंती व्यक्त केली.

वृत्तपत्रातील या मोहिमेचा काही परिणाम झाला नाही. सर लॉलेस यांना काही आश्चर्य वाटलं नाही आणि लॉईड यांना तर नाहीच नाही. परंतु वालचंदांपेक्षाही बॅकबे 'भानगडी'वर टीका करण्यात के. एफ्. नरीमन आघाडीवर होते. नरीमन हे पारशी वकील होते आणि भारतीय राष्ट्रीय काँग्रेसचे एक सक्रिय सदस्य होते. तसंच, म्युनिसिपल नॅशनल पार्टीचे ते नेते होते. १९२४ नंतर महापालिका आणि विधान परिषदेत 'बॅकबे' या विषयाचा त्यांनी नेटानं पाठपुरवठा केला. 'इंडियन मर्चंटस् चेंबर'चे सदस्य व्यापारी, जमीनदार यांचा त्यांना पाठिंबा होता. १९२६ साली बॅकबे चौकशी समितीपुढे साक्ष देताना, आपण १९२५ मध्ये नरीमन यांच्याशी संपर्क साधला होता, असं वालचंद यांनी कबूल केलं होतं.

सुदैवानं १९२१ च्या ऑगस्टमध्ये कंपनीला तानसा पूर्ण करण्याच्या योजनेचा काही भाग मिळाला. ९५ लक्ष रुपयांचं हे कंत्राट जर मिळालं नसतं, तर कंपनी आर्थिक दृष्ट्या फारच अडचणीत आली असती. 'टाटा कन्स्ट्रक्शन'ला देखील तानसा ते आटगावपर्यंतचा रस्ता बांधण्याचं ३.६८ लाखांचं कंत्राट मिळालं.

मुंबईच्या भरमसाट वाढीमुळे शहराच्या पाण्याची गरज वाढली होती. तानसा योजनेनुसार ५५ मैल लांब पाइपलाइन टाकावयाची होती. ७२ इंची व्यासाच्या या पाईपमधून दररोज १६ कोटी गॅलन पाणी शहरात आणलं जाणार होतं. पश्चिम द्रुतगती मार्गाच्या आरंभीच सुरू होणारी ही पाइपलाईन ठळकपणे नजरेत भरते. नेहमीप्रमाणे या पाइपलाईनचं बरंचसं काम ब्रिटिश कंपन्यांना देण्यात आलं. 'बऱ्याच प्रयत्नांनंतर 'टाटा कन्स्ट्रक्शन'ला छोटंसं काम मिळालं. परंतु गव्हर्नर जॉर्ज लॉईड आणि महापालिका आयुक्त एच्. बी. क्लेटन यांच्या प्रयत्नांना यश आलं असतं, तर हे छोटंसं काम देखील ब्रिटिश कंपन्यांनाच मिळालं असतं,' असं गं. दे. खानोलकर यांनी म्हटलं आहे. मुख्य जलप्रकल्प अभियंते यांनी, 'हे कंत्राट टाटांनाच द्यायला पाहिजे, नाहीतर काम चालू असताना मधेच काही अडथळे आल्यास आपण त्याची जबाबदारी घेणार नाही,' असं ठासून सांगितलं व त्यामुळे क्लेटन आणि लॉईड यांचा विरोध मावळला.

सत्तेसाठी हमरीतुमरी

तानसाचं काम सुरू झालं आणि कंपनीला अडचणी येऊ लागल्या. वालचंद

यांच्याबरोबरच सर दोराब यांनी प्लंबिंग आणि सॅनिटरी इंजिनीअरींगमधील तज्ज्ञ पालनजी एदुलजी यांना नव्या कंपनीत सामील होण्याचं आमंत्रण दिलं होतं. सरकारी कार्यपद्धतीचा अनुभव असलेल्या एदुलजी यांनी पण वालचंद यांच्यासारखाच निर्णय घेतला आणि आपली कंपनी 'टाटा कन्स्ट्रक्शन'मध्ये विलीन करण्याचं ठरविलं.

'टाटा कन्स्ट्रक्शन'चं ७८.५ कोटी भांडवल हे प्रत्येकी १०० रु. किमतीच्या ७५ हजार साध्या शेअर्समध्ये आणि प्रत्येकी १० रुपयांच्या प्रवर्तकांच्या ३५ हजार शेअर्समध्ये विभागलं होतं. प्रवर्तकांच्या शेअर्सपैकी 'टाटा सन्स कंपनी'नं २० हजार, वालचंद यांनी १० हजार आणि एदुलजी यांनी ५ हजार घेतले. कंपनीच्या संचालक मंडळाचे अध्यक्ष आर्. डी. टाटा हे होते. आर्देशिर जे. बिलिमोरिया, एफ्. ई. दिनशॉ, एफ्. आय्. रहिमतुल्ला आणि वालचंद हिराचंद यांची संचालक म्हणून आणि पालनजी एदुलजी यांची व्यवस्थापकीय संचालक म्हणून नियुक्ती करण्यात आली. ओ. सी. आर्म्सबी यांची महाव्यवस्थापक आणि पी. जे. कांगा यांची सचिव म्हणून नेमणूक केली गेली. हॉर्नबी रोडवरील ईस्माईल बिल्डिंगमध्ये कंपनीचं नोंदणीकृत कार्यालय होतं. नंतर ते बॅलार्ड इस्टेट येथील फिनिक्स बिल्डिंगमध्ये हलवण्यात आलं.

वालचंद यांच्या मते, हा संयुक्त प्रकल्प योग्य त्या पायावर सुरू झाला नाही. वालचंद यांनी अस्वस्थ होणं साहजिक होतं. जेव्हा बिलिमोरियांनी वालचंद यांच्याशी संपर्क साधला, तेव्हा 'टाटा कन्स्ट्रक्शन'चे वालचंद हे व्यवस्थापकीय संचालक होतील, असं ठरलं होतं. परंतु टाटांनी पारशी असलेल्या एदुलजींना ते पद दिलं. वालचंद यांच्यापेक्षा एदुलजी यांचा समभागात निम्माच वाटा असूनही त्यांची नेमणूक झाली.

त्या घडामोडीबाबत वालचंद यांनी गप्प बसणंच पसंत केलं. टाटांशी असलेल्या आपल्या संबंधांना धक्का देण्याची त्यांची इच्छा नव्हती. तसंच, बांधकाम व्यवसायात एदुलजी यांच्या नावाचा लौकिक खरोखरच मोठा होता. वालचंदांना हे माहीत होतं. एदुलजींचा अनुभव ही निश्चितच जमेची बाजू होती. त्यामुळे जेव्हा सर दोराब टाटा यांनी व्यवस्थापकीय संचालकपदी एदुलजी यांचं नाव सुचवलं, तेव्हा वालचंद यांनी फार जोमानं विरोध केला नाही. एदुलजी यांचं टाटांशी फारसं पटणार नाही, असा वालचंद यांना संशय असल्यामुळेही त्यांचा प्रस्तावाला सौम्य प्रतिसाद होता. नंतरच्या घडामोडी वालचंद यांच्या या संशयाला पुष्टी देणाऱ्याच होत्या. एदुलजींना आपल्याशिवाय यांचं चालूच शकणार नाही, असा गर्व झाला आणि ते नाना अटी लादू लागले. त्या मान्य केल्या असत्या, तर त्यामुळे नफ्याचा बराचसा हिस्सा त्यांच्या खिशात गेला असता. सर दोराब यांनी या अटी फेटाळून लावल्या आणि

एदुलजी यांनी माघार घेतली. 'टाटा सन्स', वालचंद आणि एफ्. ई. दिनशॉ यांनी त्यांचे शेअर्स खरीदले.

व्यवस्थापकीय संचालक पदावर आता वालचंद यांनी दावा केला. बैठकीत काहीशी शाब्दिक बाचाबाची झाली आणि वालचंद घाईघाईनं बाहेर पडले. महाव्यवस्थापक असलेले आर्म्सबी यांची व्यवस्थापकीय संचालकपदी नेमणूक करण्यात आली. वालचंद यांना अधिकृतरीत्या काहीच पद दिलं नसल्यामुळे, त्यांना आपल्याला काहीच महत्त्व नाही, आपलं स्थान वरवरचं आहे, असं वाटू लागलं. त्याच सुमाराला भारताच्या अतिपूर्वेकडे ताग उद्योग अगदी भरभराटीला पोहोचला होता. त्या क्षेत्रात काही करण्यासारखं आहे काय, हे पाहण्यासाठी १९२१ मध्ये त्यांनी मुंबई सोडली.

पहिल्या महायुद्धाच्या काळात सरकारनं कलकत्ता इथं फार मोठ्या प्रमाणावर तागाची पोती खरेदी केली होती. ३५ ताग गिरण्यांपैकी ३० ताग गिरण्यांनी १९१८ मध्ये भरणा केलेल्या भांडवलापेक्षा अधिक नफा घोषित केला होता. या ३० पैकी १० गिरण्यांना सर्वसाधारण शेअर्सच्या दर्शनी किमतीवर २०० टक्के फायदा झाला होता आणि डिव्हिडंड सरासरी १५० टक्क्यांनी वाढला होता. वायदेबाजार करणारे ताग, कच्चा ताग, तागाच्या वस्तू यांच्यामध्ये सट्टेबाज व्यवहार करीत होते. १९१५ ते १९२१ या काळात महत्त्वाच्या ताग शेअर्सचं मूल्य तिपटीनं वाढलं. जी. डी. बिर्ला यांनी त्यांचे थोरले बंधू जुगलकिशोर यांना हीच कारणं सांगून नवीन ताग गिरणी सुरू करण्यासाठी मन वळवलं होतं आणि वालचंद पत्नीसह कलकत्त्याला पोहोचले, तेव्हा 'बिर्ला ज्यूट' आणि 'हुकुमचंद' यांची उभारणी चालू झाली होती.

वालचंद हे धाडसी होते. त्यांनी कलकत्त्यालाच स्थायिक होण्याचं ठरवलं. त्यांनी एका ताग गिरणीची मॅनेजिंग एजन्सी खरेदी केली आणि हावडा जिल्ह्यात घरही घेतलं. फाटक-वालचंद लिमिटेड विकून त्यांच्याकडे १४ लाख रुपये आलेले होतेच. गमतीची गोष्ट म्हणजे, काही महिन्यांतच वालचंद मुंबईला परतले. स्कॉटिश कारखानदारांच्या उघड उघड शत्रुत्वामुळे तागाबाबतची आपली योजना वालचंदना सोडावी लागली काय? किंवा त्यांना त्यांची मॅनेजिंग एजन्सी खरेदी करण्यासाठी भरमसाट पैसा देऊ केला काय? नेमकं काय घडलं, याची शहानिशा करणं शक्य नाही. कारण या निर्णयावर प्रकाश टाकील, अशी नोंद कुठंही नाही. वालचंद यांच्या अधिकृत चरित्रकाराच्या मते, 'या क्षेत्रातला वालचंदांचा प्रवेश युरोपियनांच्या दृष्टीनं डोक्याला तापदायक ठरणार होता. उघड उघड स्पर्धा करून वालचंद यांच्यापासून सुटका करून घेणं शक्य नाही' हे त्यांना ठाऊक होतं. त्या सगळ्यांनी मिळून त्यांना त्यांची स्वत:ची किंमत देऊ

केली आणि ही एजन्सी मिळवली. काही असलं, तरी जी. डी. बिर्ला यांच्यासारखी निष्ठा त्यांच्यात नव्हती.

कलकत्त्याला असताना वालचंद यांनी ह्यूम पाइप कारखान्याला भेट दिली. त्या कारखान्यातील तंत्रज्ञानामुळे ते अत्यंत प्रभावित झाले. अशाच प्रकारचा कारखाना मुंबईत उभारावा, म्हणून त्यांनी या कारखान्यांच्या प्रवर्तकांशी चर्चा सुरू केली. बोलणी चालू असताना प्रवर्तकांनी त्यांचा कारखाना वालचंद यांना विकण्याची तयारी दर्शविली. 'टाटा कन्स्ट्रक्शन'च्या वतीनं तो खरेदी करण्यास वालचंद यांनी मान्यता दिली. त्या कंपनीचं व्यवस्थापन आपल्याकडे दिलं जाईल, अशी वालचंद यांची अपेक्षा होती. परंतु वालचंद यांना काही न कळवता त्यांनी व्यवस्थापन आर्म्सबीकडे सोपविलं.

आर्म्सबी हे अनुभवी इंजिनीअर होते. आफ्रिका आणि भारतात काम केल्याचा त्यांना अनुभव होता. एक हुशार अधिकारी, असा त्याचा लौकिक होता. 'पॉलिंग अँड कंपनी' या प्रसिद्ध कंपनीतून ते टाटांकडे आले होते. या सर्व गोष्टींमुळे वालचंद मागे पडले. सर दोराब टाटा भारतीयांपेक्षा युरोपियनांना प्राधान्य देतात', असं वालचंदना वाटत होतं. त्यांनी आर्म्सबी यांची नेमणूक केल्याचं शल्य वालचंदना डाचत राहिलं.

टाटांनी उघडपणे आणि जाहीरपणे आपला अपमान केलेला आहे, असं वालचंद यांनी संतापानं जाहीर केलं. ते असंही म्हणाले, 'नोकर हा नोकरच राहिला पाहिजे आणि तो कितीही हुशार आणि कुशल तंत्रज्ञ असला, तरी त्याला भरपूर अधिकार देणं म्हणजे धोक्याला निमंत्रणच देणं होय.' आर्म्सबीच्या नेमणुकीला आपली अनुमती देण्यास वालचंद यांनी नकार दिला. तसंच, 'टाटा कन्स्ट्रक्शनच्या आणि ह्यूम पाईपच्या रोजच्या व्यवस्थापनाची सूत्रं जर आर्म्सबींच्या हातांत राहणार असतील, तर मला कंपनीत काहीच स्वारस्य राहणार नाही. जर तोटा झालाच, तर त्याची जबाबदारी आर्म्सबी यांची ज्यांनी नेमणूक केली, त्यांची राहील', असंही वालचंद यांनी स्पष्ट केलं.

वालचंद यांच्या आक्षेपाचा आर्. डी. टाटा किंवा अन्य संचालकांवर काही विशेष परिणाम झाला नाही आणि आर्म्सबी यांच्या नेमणुकीला मान्यता देण्यात आली. त्यामुळे 'ह्यूम पाईप' आणि 'टाटा कन्स्ट्रक्शन' कंपनीचा त्यांनी राजीनामा दिला.

'ह्यूम पाईप'चा राजीनामा स्वीकारला गेला; पण दुसरा राजीनामा मात्र स्वीकारला गेला नाही.

'ह्यूम पाईप'ला तोटा लागला होता. 'टाटा कन्स्ट्रक्शन कंपनी'नं 'ह्यूम पाईप'ला २५ लाखांचं कर्ज दिलं, पण आर्म्सबी आणखी पैसे मागतच राहिले. तेव्हा ही बाब

'टाटा कन्स्ट्रक्शन'च्या संचालकांपुढे मांडण्यात आली. आता गप्प बसणं वालचंदना शक्य नव्हतं. कंपनीच्या खालावत चाललेल्या परिस्थितीबद्दल आर्म्सबी यांच्याकडून तपशीलवार स्पष्टीकरण मागावं, अशी सूचना वालचंद यांनी केली. त्यानुसार संचालक मंडळाच्या मे १९२२ मध्ये भरणाऱ्या पुढच्या बैठकीस आर्म्सबी यांना हजर राहण्यास सांगण्यात आलं. त्याप्रमाणे ते उपस्थित राहिले. पण लवकरच परिस्थिती पालटेल, असं संदिग्ध आश्वासन त्यांनी दिलं.

आर्म्सबी जुलै १९२२ मध्ये रजा घेऊन इंग्लंडला गेले. 'ह्यूम पाईप'संबंधीची कोणतीही कागदपत्रं वालचंद यांना दाखवू नयेत, असे स्पष्ट आदेश त्यांनी इंग्लंडला जाण्यापूर्वी आपल्या व्यवस्थापकांना देऊन ठेवले होते. वालचंद यांना हे जेव्हा समजलं, तेव्हा त्यांनी स्वत:च चौकशी सुरू केली. तेव्हा ३८ लाखांचं भांडवल वापरलं गेलं असून २५ लाखांच्या कर्जाचा नीट हिशेबच ठेवलेला नाही, असं आढळून आलं. तयार केलेल्या पाईप्समध्ये अनेक दोष राहिले. त्यामुळे मागणी घसरली. वालचंद यांनी याबद्दल कारवाई करावी, असा लकडा अन्य संचालकांकडे लावला.

संचालकांना आता प्रॉम्प्टिंगची गरज नव्हती. त्यांची खात्री पटली होती आणि ते घाबरले होते. त्यांनी इंग्लंडमध्ये असलेल्या आर्म्सबींना तार करून राजीनामा देण्यास सांगितलं. पण त्यांनी नकार दिला. तेव्हा आर्म्सबी यांनी वालचंद यांच्या हाताखाली काम करावं, असा ठराव संचालक मंडळानं मंजूर केला. पण जेव्हा आर्म्सबी मुंबईला परत आले, तेव्हा त्यांनी हा ठराव पाळण्यास नकार दिला. 'आता हे अतिच झालं', असे उद्गार एका संचालकानं काढले. ते म्हणाले, त्यांच्याजवळ एक शस्त्र असेल, तर वालचंद यांच्याजवळ सात शस्त्रं आहेत. वालचंद यांनी आर्म्सबीला कामावरून काढून टाकलं. तेव्हा कायदेशीर कारवाई करण्याचा इशारा त्यांनी दिला. परंतु तसं काही घडलं नाही. ह्यूम पाईप कंपनीचा साठा विकून टाकावा आणि ती गुंडाळावी, असं 'टाटा कन्ट्रक्शन'नं वालचंदना सांगितलं. टाटांच्या दृष्टीनं कटू असलेलं हे प्रकरण एप्रिल १९२३ मध्ये संपलं. परंतु ह्यूम पाईपचा नाद वालचंद यांनी सोडला नव्हता. काही वर्षांनंतर वालचंद यांनी 'इंडियन ह्यूम पाईप कंपनी' नावाची नवी कंपनी स्थापन केली. वालचंद यांनी आपले बंधू रतनचंद यांची १९३१ मध्ये या कंपनीचे प्रमुख संचालक म्हणून नियुक्ती केली. या कंपनीचा टाटांशी काहीच संबंध नव्हता.

आर्म्सबींच्या वादळी प्रयाणानंतर देखील वालचंद 'टाटा कन्स्ट्रक्शन'चे व्यवस्थापकीय संचालक बनले नाहीत. (हे पद त्यांना १९२९ मध्ये मिळालं.) परंतु कंपनीवर जवळपास वालचंद यांचंच नियंत्रण होतं. टाटा स्वत:च्या आर्थिक प्रश्नांमध्ये इतके गुंतलेले होते, की वालचंद 'टाटा कन्स्ट्रक्शन'चं काम बघताहेत, हे त्यांच्या पथ्यावरच पडलं होतं.

काही का असेना, 'टाटा कन्स्ट्रक्शन कंपनी'त काही जोश उरला नव्हता. कंपनीपुढे स्वत:चे असे अनेक प्रश्न होतेच. १९२२ च्या मंदीचा जबरदस्त फटका नगरपालिकांना बसला होता. बहुतेक नगरपालिकांनी बाहेरच्या कंत्राटदारांना कामं देण्यापेक्षा स्वत:च्या खात्यामार्फतच कामं करून घेतली. 'टाटा कन्स्ट्रक्शन'ला अपेक्षेप्रमाणे कामं मिळाली नाहीत. त्याखेरीज खेळत्या भांडवलावर ताण होताच. तसंच, काळाचौकी इथं स्थापन केलेली सॉ मिलही नीट चालत नव्हती. मागणी इतकी कमी झाली आणि तोटा इतका वाढला, की अखेर ही सॉ मिल बंद करावी लागली. कराची नगरपालिकेशी निर्माण झालेल्या एका वादाच्या पोटी कंपनीला आणखी सात लाख रुपये गमवावे लागले.

'टाटा कन्स्ट्रक्शन'च्या आर्थिक प्रश्नांमध्ये वालचंद यांनीही भर टाकली. त्यांच्या सल्ल्यानुसार 'टाटा कन्स्ट्रक्शन'नं 'मार्सलँड प्राईस' ही रिईन्फोर्स क्रॉक्रीट बनवणारी कंपनी नोव्हेंबर १९२० मध्ये ३२ हजार रुपयांना खरीदली होती. तसंच, खेळतं भांडवल म्हणून एक लाख रुपये दिले होते. हा तसा स्वस्तातला सौदा होता. पाच वर्षं कंपनीनं चांगलं काम केलं. पण नंतर घसरण सुरू झाली. ह्यूम पाईपचा प्रयोग फार महागात पडला. 'टाटा कन्स्ट्रक्शन'ला ७१.९ लाखांचा फटका बसला. वालचंद यांच्या दृष्टीनं हा काही फारसा अनुकूल काळ नव्हता. 'सिंदिया स्टीम'मध्ये प्रश्न होतेच. सप्टेंबर आणि ऑक्टोबर १९२४ मध्ये टाटा आणि वालचंद यांनी 'टाटा कन्स्ट्रक्शन'च्या भागीदारांच्या सर्वसाधारण बैठका प्रचंड तोट्याची चर्चा करण्यासाठी बोलावल्या. 'टाटा कन्स्ट्रक्शन'ची ईक्विटी ६५.३५ लाखांपासून १९.६० लाखांवर आणण्यात आली. प्रवर्तकांच्या दहा रुपये किमतीच्या शेअर्सचं मूल्य ३.७५ रुपयांवर आणण्यात आलं आणि सर्वसाधारण शेअर्सचं मूल्य ८० रुपयांवरून ३० रुपये करण्यात आलं.

वालचंद यांच्या दृष्टीतून सारा दोष टाटांचा होता. पालनजी एदुलजी यांच्याशी त्यांनी झटक्यात संबंध तोडले असते, वालचंद यांच्या नेमुकीबाबतचा घोळ घातला नसता, तर मग १९२४-२५ मध्ये ज्या अत्यंत गंभीर प्रसंगातून जावं लागलं, तो प्रसंग उद्भवलाच नसता.

ते काही का असेना, वालचंद यांनी १९२६ नंतर कार्यक्षेत्राचा विस्तार केल्यामुळे जो तोटा झाला, तो बांधकाम विभागामुळे भरून आला. कंपनीला काही चांगली मोठी कंत्राटं मिळाली. टाटा नामाचा महिमा आणि वालचंद यांना तुलनेनं दिलेलं अधिक स्वातंत्र्य यांमुळे हे शक्य झालं. बहुतेक कामं, विशेषत: छोटी कामं ही 'टाटा कन्स्ट्रक्शन'मार्फत हाती घेण्यात आली आणि मोठी कामं या वेगवेगळ्या मोठ्या उपकंपन्यांमार्फत घेण्यात आली. या उपकंपन्या १९२६ च्या आरंभी वालचंद यांनी स्थापन केल्या होत्या.

या काळामध्ये वालचंद यांनी १५ ते ३० हजार मजुरांची भरती केली होती. त्यांनी कधीही संप केला नाही अथवा कुठलाही त्रास दिला नाही, हे आश्चर्यकारकच म्हणायला हवं. कारण सबंध देशभर कामगार तंटे उद्भवले होते. अनेक ठिकाणी प्रथमच कामगार संघटना स्थापन झाल्या होत्या. कलकत्त्यामध्ये गोदी कामगारांच्या आंदोलनामुळे व्यत्यय आला होता. मुंबईमध्ये मोरारजी गोकुळदास कापड गिरणीतील कामगार वारंवार संपावर जात होते. १९३८ मध्ये खलाश्यांच्या संपाचा फटका 'सिंदिया कंपनी'ला बसला होता आणि जमशेदपूरमध्ये 'टिस्को'मध्ये नाराजीचे ढोल वाजू लागले होते.

बोरघाट

बोरघाट बोगदा प्रकल्प हा आर्थिकदृष्ट्या फार मोठा नव्हता. तानसा प्रकल्पामुळे 'टाटा कन्स्ट्रक्शन'ला ८९ लाख रुपये मिळाले होते. बोरघाटाचं काम त्यापेक्षा जवळजवळ निम्म्या किमतीचं म्हणजे ४१ लाखांचं होतं. परंतु ते काम आव्हानात्मक आणि अत्यंत गुंतागुंतीचं होतं. त्यामुळे वालचंद हे ब्रिटिश कंपन्यांच्या तोडीचे भारतीय कंत्राटदार आहेत, असा लौकिक पसरला.

बोगद्याच्या कामानं वालचंद आश्चर्यचकित झाले. १९२५ साली ते जेव्हा लंडनला गेले होते, त्या वेळी लंडनच्या भुयारी रेल्वेच्या विस्तार प्रकल्पाला त्यांनी भेट दिली होती. ते काम पाहून ते अवाक् झाले होते. त्यांनी आपल्या एका भावाला पत्रात लिहिलं की, 'हे काम पाहून मी चकित झालो, भारावूनच गेलो. येथे प्रत्येक गोष्ट यंत्राने केली जाते. ऑपरेटरही उत्तम दर्जाचे आहेत. शिवचंद्र बॅनर्जी ('फाटक–वालचंद कंपनी'पासूनचे वालचंद यांचे मुख्य अभियंते) यांचा इथं टिकाव लागणार नाही. या भुयारी रेल्वेचं काम इतकं अवघड आणि तांत्रिकदृष्ट्या गुंतागुंतीचं आहे, की भारतात भुयारी बोगद्याचं काम हाती घेण्यापूर्वी आपल्याला फार विचार करावा लागेल.'

लंडनच्या दुसऱ्या भागात अशाच प्रकारचं काम चालू होतं. वालचंद ते पाहायला गेले आणि त्यांनी घरी दुसरं पत्र लिहिलं, ते असं– 'हे काम पाहिल्यावर माझी खात्री पटली, की आपल्या बॅनर्जींना अशा प्रकारचं इंजिनीअरिंग ठाऊकच नाही.' वालचंद यांनी बोगद्याच्या कामासंबंधी तपशीलवार नोंदी ठेवल्या. या प्रकारच्या धंद्यात प्रवेश करताना त्या उपयोगी पडतील, अशी त्यांना खात्री पटत होती. अशा संधीची ते वाटच पाहत होते आणि बोरघाटाची योजना जेव्हा जाहीर झाली, तेव्हा आपण याच संधीची वाट पाहत होतो, हे त्यांच्या लक्षात आलं.

बोरघाट खंडाळा ते कर्जतपर्यंत पसरला असून मुंबईहून पुण्याला जाण्याचा तो मुख्य मार्ग आहे. एका ठिकाणी मार्ग एवढा अरुंद आहे की, आगगाड्यांना रिव्हर्सिंग

स्टेशन वापरावं लागायचं. युद्धात रेल्वेची बरीच कमाई झाली होती. त्यामुळे रिव्हर्सिंग स्टेशनला पर्याय म्हणून घाटात बोगदा करून मार्ग काढायचा विचार रेल्वेखात्यानं केला. वालचंद यांचे रेल्वेमध्ये जुने मैत्रीचे संबंध होतेच. त्यांना ही बातमी कळली. त्यांनी तात्काळ रेल्वेच्या मुख्य अभियंत्याशी संपर्क साधला. त्या अभियंत्यानं वालचंद यांची कार्यकुशलता व कार्यक्षमता पाहिली होती आणि तो आता त्यांचा मित्रच बनला होता.

'हे काम तुम्ही टाटा कन्स्ट्रक्शन कंपनीला देऊ शकाल काय?' वालचंद यांनी विचारलं. अभियंते हसून म्हणाले, 'तुम्ही हे काम पार पाडू शकाल काय? बोगदा खणणं हे खास शास्त्र आहे. ते ठाऊक असलेला तुमच्याकडे कोण आहे? माझ्या माहितीनुसार त्याची माहिती असलेलं भारतात कोणीही नाही. हे काम फार वेगळ्या प्रकारचं आहे. तुमच्या ते आवाक्याबाहेरचं आहे. तुम्ही जर ते हाती घेतलं तर विनाकारण अडचणीत याल. भारतात यांतला कोणी तज्ज्ञ नाही.'

तेव्हा, 'आम्ही परदेशांत तज्ज्ञ शोधू. तुम्हाला एखादं नाव माहीत असलं, तर मला सांगा,' असं वालचंद यांनी त्यांना सांगितलं आणि ते बाहेर पडले.

वालचंद यांनी बोगदे तज्ज्ञाचा शोध चालवला. लंडनच्या 'रॉयल सोसायटी ऑफ इंजिनीअर्स'चे सदस्य असलेल्या जे. पोलाक यांचं नाव त्यांना समजलं. पोलाक यांनी भारतात काम केलेलं होतं आणि त्यांनी भारतात बोगदे खणण्यासंबंधी एक निबंधही प्रकाशित केला होता. त्या वेळी पूर्व आफ्रिकेतील नैरोबी इथं पोलाक काम करीत होते. वालचंद यांना बोरघाटाचं काम मिळालं नव्हतं, तरी त्यांनी पोलाक यांना नोकरीची ऑफर दिली आणि पोलाक आपल्या कुटुंबासह मुंबईत दाखल झाले. वालचंद यांनी नंतर आपलं लक्ष उपकरणं, वीज आणि पाणी याकडे वळविलं. 'टाटा हायड्रो-इलेक्ट्रिक कंपनी'च्या मालकीची सुरुंग फोडण्याची आणि बोगदा खणण्याची यंत्रसामग्री तशीच पडून होती. कारण ती यंत्रसामग्री ज्या कामासाठी आयात केली होती, ते काम झालं होतं. वालचंद यांनी टाटा हायड्रो कंपनीला आपल्याला ही यंत्रसामग्री कशासाठी हवी आहे, याचा थांगपत्ता लागू न देता ती खरीदली. तसंच, पाणी आणि विजेच्या दरांबद्दल कंपनीशी चर्चा केली. त्या वेळी देखील आपल्या हेतूंचा सुगावा त्यांनी लागू दिला नाही.

त्या वेळेला विजेसाठी मागणी अगदी कमी होती आणि पाणी भरमसाट वाया घालवलं जात होतं. त्यामुळे वालचंद यांचा अर्ज म्हणजे टाटा कंपनीला वरदानच वाटला. वालचंद यांनी दहा हजार रुपये इसाऱ्याची रक्कम म्हणून देऊ केली होती. कंपनीनं वालचंद यांच्या विनंतीचा विचार करण्यासाठी संचालक मंडळाची बैठक बोलावली. एका संचालकाला हे भलतंच हास्यास्पद वाटत होतं, तर दुसऱ्या संचालकानं वालचंद यांची ऑफर खरीच गंभीर आहे का, याची शहानिशा करून

घ्यावी, तसंच अनामत म्हणून दुप्पट रक्कम भरण्याची तयारी आहे का, असं त्यांना विचारावं, असं सुचविलं. वालचंद तेव्हा त्यांच्या कार्यालयात नव्हते. परंतु त्यांच्या व्यवस्थापकानं ही मागणी ताबडतोब मान्य केली. एवढंच नव्हे, तर २० हजार रुपयांचा धनादेश पाठवून दिला. संचालक मंडळानं वालचंद यांचा अर्ज मंजूर केला.

वालचंद यांनी पुन्हा मुख्य अभियंत्याशी संपर्क साधला. आपण केलेल्या साऱ्या तयारीची माहिती त्यांना दिली आणि निविदा मागवण्याची विनंती केली. 'ते सर्व ठीक आहे. पण रेल्वेनं स्वत:च्याच खात्यामार्फत काम करायचं ठरवलं तर काय?' असा सवाल त्यांनी विचारला. ते असं विचारतील, असा वालचंद यांचा अंदाज होताच. ते म्हणाले, 'ठीक आहे. करा ना खात्यामार्फत काम. मी आहे त्या किमतीला यंत्रसामग्री तुम्हाला विकायला तयार आहे. त्याच्यावर मला एक टक्का देखील कमिशन नको. मी माझ्या कामगारांनाही काढून टाकीन.' मुख्य अभियंत्यांनी वालचंद यांच्या प्रस्तावावर विचार करण्याचं आश्वासन दिलं. ४१ लाख रुपयांच्या कामासाठी निविदा मागविण्यात आल्या. 'टाटा कन्स्ट्रक्शन'नं खर्चाचा दिलेला अंदाज सर्वांत कमी किमतीच्या निविदेपेक्षा चार लाखांनी जास्त होता. पण तरीही तो स्वीकारण्यात आला.

बोरघाट प्रकल्पामध्ये बोगदा खणण्याचं तंत्रज्ञान ठाऊक असलेले पोलाक ही अत्यंत महत्त्वाची व्यक्ती होती. परंतु शिवचंद्र बॅनर्जी यांच्याबरोबर त्यांचं पटेना व त्यांच्यांत सतत वाद होऊ लागले. तीन-चार महिन्यानंतर पोलाक यांनी या कामाची संपूर्ण सूत्रं आपल्याकडेच द्यावीत, अशी मागणी केली. परंतु वालचंद यांनी ती फेटाळून लावली आणि पोलाक यांनी राजीनामा दिला.

दोन वर्षांनंतर १६ डिसेंबर, १९२८ रोजी दुपारी साडेतीन वाजता बोगद्यांचं उद्घाटन मुख्य रेल्वे आयुक्त सर ऑस्टिन हॅडलो यांच्या हस्ते झालं. त्याला मुंबई आणि पुण्यातील सुमारे २०० नामवंत मंडळी हजर होती. उद्घाटनाच्या भाषणात प्रशंसा करताना हॅडलो म्हणाले, 'टाटा कन्स्ट्रक्शन या भारतीय कंपनीचं खास कौतुक करायला हवं. दोन वर्षांच्या आत त्यांनी हे प्रचंड काम यशस्वीरीत्या पार पाडलं. या कामाच्या यशाचं श्रेय कंपनीचे एस्. सी. बॅनर्जी आणि बी. पी. कापाडिया यांना आणि त्यांना समर्थपणे सहाय्य करणारे रेल्वेचे इंजिनीअर्स होगार्थ आणि नागियासिंग गिल यांना द्यायला हवं. हे काम बघून माझं मन आनंदानं आणि अभिमानानं भरून आलं आहे.'

बोगद्याच्या प्रचंड प्रवेशद्वाराला बांधलेली रेशमी फीत हॅडलो यांनी कापली आणि पाहुण्या मंडळींनी बोगद्यात प्रवेश केला. त्यांच्यासाठी ताजमहाल हॉटेलनं चहा व अल्पोपाहाराची व्यवस्था केली होती. पाहुण्यांना बोगदा आतून दाखवण्यात आला. एकूण बोगद्यांची लांबी दोन मैलांहून अधिक होती. बोगद्यांमध्ये विजेच्या दिव्यांनी

उत्तम प्रकाशयोजना केली होती. 'इंडियन मर्चंटस् चेंबर्स'चे अध्यक्ष लक्ष्मीदास तैरसी यांनी निमंत्रितांच्या वतीनं आभार मानले. ते म्हणाले, 'भारतीय कंपनीला जर संधी मिळाली, तर ते आपली जबाबदारी किती चांगल्या प्रकारे आणि यशस्वीपणे पार पाडू शकतात, हेच वालचंद यांच्या 'टाटा कन्स्ट्रक्शन कंपनी'नं दाखवून दिलेलं आहे.'

लंडन फाउन्डेशन कंपनी

प्रगतीचा पाठपुरावा करताना वालचंद वेळप्रसंगी निर्दय बनत असत. मुंबईतील कंत्राटदारांना डावलून त्यांनी मुंबईत पहिलं काम मिळवलं होतं. तानसा आणि बोरघाटाच्या यशानंतर वालचंदना पूल उभारण्याच्या व्यवसायात नाव कमवायचं होतं. त्या काळात 'लंडन फाउन्डेशन कंपनी'चं त्या क्षेत्रात वर्चस्व होतं. 'त्यांची ही मक्तेदारी मला संपवायची होती.' असं वालचंद यांनी आपल्या एका सहकाऱ्याला सांगितलं. ब्रिटिश कंपनीच्या हातातून कालाबाग पूल आणि इरावती पूल ही कामं त्यांनी ज्याप्रकारे बळकावली, त्यातून एका वेगळ्याच क्षुद्रपणाचं दर्शन घडतं. कामासाठी ते भुकेलेले होते, प्रश्न सोडवण्याची त्यांची पद्धत वेगळी होती. स्वतःच्या नशिबावर त्यांचा अमर्यादित भरवसा होता आणि तोट्याचं नफ्यात परिवर्तन करण्याची त्यांच्याकडे हातोटी होती.

'लंडन फाउन्डेशन कंपनी'कडे ड्रिलिंगची अत्याधुनिक उपकरणं होती. उदा., न्यूमॅटिक सिंकिंग प्लॅन्ट. तसंच, त्या कंपनीकडे खास प्रशिक्षित अभियंते होते. वालचंद यांनी देखील न्यूमॅटिक सिंकिंग प्लॅन्ट खरेदी केला. उत्तर-पश्चिम रेल्वेनं सिंधु नदीवर कालाबाग इथं पूल बांधण्यासाठी निविदा मागवल्या होत्या. वालचंद यांनी अशी काही रक्कम निविदेत दिली होती, की त्यामुळे सर्व स्पर्धक गळाले. जेव्हा निविदा खोलण्यात आल्या, तेव्हा 'लंडन फाउन्डेशन'नं २४ लाखांचा आकडा दिला होता, तर वालचंद यांनी १४ लाख. वालचंद यांच्या निविदांचा त्यांच्या आकड्यांची शहानिशा केल्याशिवाय विचार करू नये, अशी मागणी 'लंडन फाउन्डेशन'च्या प्रतिनिधीनं केली. तेव्हा त्यांची संयुक्त बैठक बोलावण्याचं रेल्वेच्या मुख्य अभियंत्यांनी मान्य केलं. तेव्हा, आपण अतिशय काळजीपूर्वक विचार करून निविदा भरली असून, फेरविचार करण्याची गरज नाही, असं वालचंद यांनी सांगितलं. मुख्य अभियंते म्हणाले, 'ते ठीक आहे. परंतु या कामात तुम्हाला कमाई काय होणार? तुम्हाला तोटाच होईल, असं मला दिसतंय्. नदीवरचा पूल हा निर्दोष असायला हवा. आमच्या चाचण्यांतून तो मंजूर व्हायला हवा. कुठंही पैशात काटकसर वा कपात केलेली चालायची नाही.' त्यावर वालचंद म्हणाले, 'या कामातून मला कमाई होईल की नाही,

याची फिकीर तुम्ही कशाला करता? तुम्ही ठरवून दिलेल्या मानदंडानुसार काम पार पडलं की नाही, एवढंच पाहणं तुमचं कर्तव्य आहे. माझी माणसं आणि माझ्याकडे असलेली यंत्रसामग्री तुमच्यापुढे आहे. माझ्या प्रतिस्पर्ध्यांपेक्षा मी कमी कार्यक्षम आहे, असं तुम्हाला म्हणता येणार नाही. तेव्हा या कामातून मला पैसे मिळतील की नाही, याची चर्चा आपण का करतो आहोत?' 'लंडन फाउन्डेशन'चा प्रतिनिधी वालचंद यांची जिरवण्याच्या खुमखुमीनं आला होता. पण वालचंद यांच्या उत्तरानं तो दिङ्मूढ झाला. चर्चा अशी काही झालीच नाही. रेल्वेनं वालचंद यांची निविदा मंजूर केली.

परंतु या कहाणीचा हा शेवट नव्हे. कालाबाग पुलाचं काम तीन वर्षं चाललं. वालचंदना त्यात पाच ते सहा लाख रुपये तोटा झाला. परंतु सुदैवानं तोही त्यांनी भरून काढला.

पूल पुरा झाल्यानंतर काही दिवसांनी हिमालयातून प्रचंड प्रमाणावर बर्फ नदीतून वाहत-वाहत आला आणि पन्नास वर्षांत गाठली नव्हती, एवढी पातळी नदीनं गाठली. पुलाकडे दोन्ही बाजूंना जाणारे मातीचे बंधारे होते, ते वाहून गेले. पुलाचं नुकसान होऊ नये, म्हणून हे बंधारे काँक्रीटनं बांधण्याचं मुख्य अभियंत्यानं ठरविलं. हे काम तातडीनं पूर्ण करणं आवश्यक होतं. तेव्हा निविदा मागवण्यास वेळच नव्हता. वालचंद यांच्या कंपनीचा न्यूमॅटिक सिंकिंग प्लॅन्ट अजून तिथंच होता. त्यामुळे वालचंद यांचीच मनधरणी करण्यावाचून गत्यंतर नव्हतं. वालचंद यांनी हे काम पूर्ण केलं. त्याचं जे बिल झालं, त्यातून आधीचा तोटा भरून निघाला.

एकदाचा आपल्या ताळेबंदात कसलाही खड्डा पडू न देता 'लंडन फाउन्डेशन कंपनी'वर वालचंद यांनी मात केली. दुसऱ्यांदा त्यांनी याच कंपनीवर ब्रह्मदेशात मात केली. रंगून ते मुंबईमध्ये तांदळाच्या व्यापारामध्ये 'सिंदिया' कंपनी गुंतली, तेव्हापासून वालचंद यांना ब्रह्मदेशात रुची वाटू लागली होती. इरावती नदीवर पूल उभारायचा होता. ब्रह्मदेश रेल्वे अधिकाऱ्यांनी त्या सर्व कामांसाठी व संबंधित छोट्याछोट्या कामांसाठी निविदा मागवल्या होत्या. 'लंडन फाउन्डेशन'नं भरलेली निविदा सर्वांत कमी रकमेची होती व ती मंजूर झाली.

वालचंद यांनी रेल्वे बोर्डासमोर सिमला इथं तात्काळ तक्रार दाखल केली. स्टोअर्स पर्चेस नियमाचा हा भंग आहे, असं त्यांचं म्हणणं होतं. भारतात तयार झालेल्या वस्तू आणि भारतीय उत्पादक यांना प्राधान्य दिलं जाईल, असं या नियमात म्हटलं होतं. वालचंद यांनी रेल्वे बोर्डाला ब्रह्मदेश रेल्वेला आदेश मागं घेण्यास भाग पाडलं आणि हे काम लंडन फाउन्डेशनऐवजी वालचंद कंपनीकडे सोपविण्यात आलं.

इरावती पुलाचं काम मिळताच वालचंद ब्रह्मदेशला गेले. त्यानंतरच त्यांनी करार काळजीपूर्वक वाचला. तेव्हा त्या कामासाठी ब्रिटिश उत्पादकाचं पोर्टलँड

सिमेंट वापरावं लागेल, असं त्यांच्या लक्षात आलं. ब्रिटिश सिमेंट हे भारतीय सिमेंटपेक्षा दर टनाला तीन रुपयांनी महाग होतं. त्यामुळे ब्रिटिश पोर्टलँड सिमेंट वापरण्याचं कलमच करारातून वगळावं, अशी विनंती वालचंद यांनी ब्रह्मदेश रेल्वे अधिकाऱ्यांना केली. पण त्यांनी ती फेटाळून लावली. तेव्हा वालचंद यांनी पुन्हा रेल्वे बोर्डाकडे धाव घेतली. रेल्वे बोर्डानं याही वेळेला वालचंद यांचं म्हणणं मान्य केलं. आता खऱ्या वाटाघाटींना सुरुवात झाली. टाटा समूहातील आपल्या ओळखींच्या जोरावर वालचंद यांनी समूहातील एसीसी या कंपनीनं सवलतीच्या दरात सिमेंट द्यावं, म्हणून प्रयत्न केला. त्यांनी सिमेंटची किंमत टनामागे पाच रुपयांनी कमी केली. तसंच, 'सिंदिया'तील ओळखींचा वापर करून सिमेंट वाहून नेण्याच्या दरातही त्यांनी सवलत मिळवली. रंगून बंदरात मोठ्या प्रमाणावर सिमेंटची पोती येणार होती. तेव्हा रंगून पोर्ट ट्रस्टनं त्यांच्या नेहमीच्या दरात भरघोस सवलत दिली. ब्रिटिश सिमेंटऐवजी भारतीय सिमेंट वापरल्यानं फार तर २५ हजार रुपयांची बचत होईल, असा वालचंद यांचा अंदाज होता. पण प्रत्यक्षात १.७५ लाखाची बचत झाली.

इरावती पुलाचं काम संपत आलं, तेव्हा ब्रह्मदेश रेल्वेमधील हिशेब तपासनिसाला सवलतीच्या दरांची माहिती कळली. त्यानं रेल्वे बोर्डाकडे तक्रार केली. वालचंद यांनी अनुचित नफा कमावला आहे, याकडे त्यानं लक्ष वेधलं. वालचंद यांनी त्याला जे उत्तर दिलं, ते लक्षात घेऊन हा विषयच बोर्डानं सोडून दिला. मुळात वालचंद यांच्या मनात सवलतीचा दर आणि त्यामुळे होणारा फायदा नव्हता. त्यामुळे हे तक्रारीचं कारण होऊ शकत नाही, असं मत रेल्वे बोर्डानं नोंदविलं. तसंच, 'त्यांच्या व्यापारी कौशल्यामुळे आणि व्यावसायिक दूरदृष्टीमुळे हा फायदा झाला असून, तो मिळवण्यास ते पात्र आहेत. हा फायदा त्यांच्याकडून हिसकावून घेणं हे योग्य होणार नाही.' असंही बोर्डानं म्हटलं. सोलापूरचे वालचंद हे व्यवसायाच्या युक्त्या नुसतेच शिकले नव्हते, तर त्यांनी त्यांत नैपुण्यही मिळवलं होतं.

कंपनीचं नामांतरण

इरावती पूल प्रकल्प आणि अन्य कामांमुळे 'टाटा कन्स्ट्रक्शन'चे तोट्याचे दिवस संपले आणि या क्षेत्रातली एक शक्तिमान कंपनी म्हणून ती ओळखली जाऊ लागली. असं असूनही सर दोराब टाटा यांचा आरंभीचा उत्साह थंडावला होता. वालचंद यांची ३१ जाने., १९२९ रोजी कंपनीच्या व्यवस्थापकीय संचालकपदी नेमणूक करण्यात आली. त्यांचे सहकारी नौरोजी सकलातवाला, एस्. डी. सकलातवाला आणि जहाँगीर डी. घांडी यांनी आपल्या वरिष्ठांच्या पावलावर पाऊल टाकलं.

एके दिवशी सर दोराब यांनी वालचंद यांना आपल्या कार्यालयात बोलावून

घेतलं. बांधकामाचा धंदा चांगला चाललाय् आणि याचं सारं श्रेय तुम्हांलाच आहे, असं दोराब टाटा यांनी वालचंदना सांगितलं. तुमच्या परिश्रमाची गोड फळं स्वतः काही योगदान केल्याशिवाय चाखायचा टाटांचा विचार नाही, असंही ते म्हणाले. आपले शेअर्स वालचंदना विकण्याचा मनोदय त्यांनी बोलून दाखविला. तसंच, कंपनीचं नाव बदलावं, असं त्यांचं ठाम मत होतं. ज्या कंपनीवर आपलं वैयक्तिक नियंत्रण नाही, आणि तिच्या ध्येयधोरणात आपला वाटा नाही, अशा कंपनीनं टाटांचं नाव लावता कामा नये, असे स्पष्टीकरण त्यांनी दिलं.

वालचंद यांनी टाटा आणि एफ. ई. दिनशॉ यांचे शेअर्स खरेदी केले. परंतु 'टाटा' नावाला ते चिकटून राहिले. जून १९३२ मध्ये सर दोराब निधन पावले. तोवर कंपनीचं नवं नाव नोंदविण्यासाठी त्यांनी अर्ज केला नव्हता. २ ऑगस्ट, १९३२ रोजी सर नौरोजी सकलातवाला यांनी वालचंदना एक पत्र पाठवून सौम्य भाषेत समज दिली. त्यांनी लिहिलं होतं, 'कै. दोराब टाटा यांची, कंपनीनं टाटांचं नाव वापरू नये, अशी इच्छा होती. त्या वेळी तुम्ही होकार दिला होता. आता तरी सर दोराब यांची इच्छा पुरी करणार काय?' जसजसे महिने जाऊ लागले, तसतसा सकलातवालांच्या पत्राचा सूर कडक होऊ लागला. १२ जुलै १९३४ पर्यंत पत्राचं स्वरूप कायदेशीर बनलं. अखेर वालचंद यांनी दुरुस्ती केली आणि ११ फेब्रु., १९३५ रोजी 'टाटा कन्स्ट्रक्शन'चं नाव 'प्रीमियर कन्स्ट्रक्शन' असं ठेवण्यात आलं.

✦

८

कर्तृत्ववान व्यक्ती

लॉर्ड इंचकेप यांनी मार्च १९२३ मध्ये केलेला दिल्ली करार हा 'सिंदिया'च्या हिताला झुकतं माप देणारा होता. हा करार म्हणजे 'आवश्यक दुर्दैव' होतं, असं मोरारजी म्हणाले, तर वालचंद यांनी 'गुलामगिरीचा बंध' असं त्याचं वर्णन केलं. या करारामुळे भाड्याच्या दराची लढाई संपुष्टात आली व 'सिंदिया' कंपनीला इंडियन कोस्टल कॉन्फरन्सचं अंशत: सभासदत्व मिळालं. हा 'सिंदिया'चा फायदा झाला खरा; परंतु त्यासाठी खूप किंमत मोजावी लागली.

दहा वर्षं म्हणजे ३१ मार्च, १९३३ पर्यंत प्रवासी वाहतूक न करण्याचं, परदेशात सेवा सुरू न करण्याचं व केवळ किनाऱ्यालगतच व्यापार करत राहण्याचं वालचंदना मान्य करावं लागलं. ठरवून दिलेल्या कार्यक्रमाप्रमाणेच त्यांना त्यांच्या बोटींचा ताफा वाढवता येत होता. तसंच, प्रत्येक नव्या बोटीच्या टनेजवर ४१६० टनांची मर्यादा घातलेली होती. एकूण टनेज ७० हजारापेक्षा वाढता कामा नये, अशी अट होती. तसंच, त्यांच्या बोटी चार्टर करण्याची परवानगी नव्हती. त्याचप्रमाणे 'बीआय्' कंपनीपेक्षा कमी दर आकारण्याची मुभा नव्हती. मुंबई, रंगून, मुरगाव, काठियावाड व कोकण वगळून अन्य सर्व बंदरांना 'मॅकिनॉन मॅकेन्झी कंपनी' 'सिंदिया'चं प्रतिनिधित्व करणार होती. 'सरकारचा पाठिंबा नसल्यानं 'सिंदिया'ला हे

अपमानकारक करार स्वीकारणं अथवा आहे ते पत्करणं हाच मार्ग उपलब्ध होता', असं 'सिंदिया'चे इतिहासकार सी. ए. बूच म्हणतात.

'बीआय्' कंपनीनं मुद्दामच आपले दर कमी ठेवले होते. सिंदियाला सतावण्याचाच त्यामागे उद्देश होता. तसंच, 'सिंदिया' कंपनीला पाठिंबा देऊ नये, म्हणून धाकदपटशा व लाडीगोडीचाही मुक्तपणे वापर केला जात होता. जे 'बीआय्' कंपनीच्या बोटीनं माल पाठवत होते, त्यांना बंदरावर मोफत माल वाहून नेणं, माल गुदामात मोफत ठेवणं, बंदरावर माल उतरवण्याच्या आकारात सूट देणं इत्यादी सवलती दिल्या जात असत. या उलट 'सिंदिया'च्या बोटीनं माल पाठवणाऱ्यांना बंदरावर जागाच उपलब्ध करून दिली जात नसे. जिथं 'मॅकिनॉन मॅकेन्झी कंपनी' 'सिंदिया'चं काम पाहत असे, तिथे विम्याचा प्रश्न निर्माण झाला. 'सिंदिया' बोटींना लॉईड्सनं १०० ए १ असा दर्जा दिला होता, तरी ब्रिटिश नियंत्रणाखालील विमा कंपन्यांनी या बोटींना दुसऱ्या व तिसऱ्या वर्गाच्या बोटींचा दर्जा दिला होता. त्यामुळे माल पाठवणाऱ्यांना जादा प्रिमियम द्यावा लागत होता. साहजिकच 'सिंदिया'च्या बोटीनं माल पाठवायला ते का कूं करीत. वालचंद यांनी स्वत:च एक विमा कंपनी काढून हा प्रश्न सोडवायचा प्रयत्न केला.

या परिस्थितीमुळे 'सिंदिया कंपनी' बुडत होती. लॉयल्टी बोट २५ लाखांना खरीदली होती. तिच्या दुरुस्तीवर साडेदहा लाख रुपये खर्च झाले होते. परंतु ही बोट विक्रीला काढली, तेव्हा केवळ १.३५ लाख रुपयेच मिळाले. भाड्याच्या दरातील लढाईमुळे ५.४० लाख रुपये तोटा झाला. इंचकेप यांनी दिल्ली कराराचा फेरविचार करावा, म्हणून वालचंद यांनी १९२५ साली प्रयत्न केला; पण त्यांना यश आलं नाही. 'सिंदिया'चं भांडवल कमी करण्याखेरीज दुसरा पर्यायच नव्हता. ही प्रक्रिया जुलै १९२५ पर्यंत पुरी करण्यात आली. 'टिस्को'सुद्धा या सुमारास दिवाळखोरीच्या उंबरठ्यावर होती; अर्थात, तिची कारणं वेगळी होती.

ब्रिटिश सरकारनं सर दोराब टाटा व 'टिस्को'ला वाचवलं; परंतु 'टाटा कन्स्ट्रक्शन'मध्ये भागीदार असलेल्या 'सिंदिया' कंपनीला मात्र मदत केली नाही. भारतात व इंग्लंडमध्ये 'सिंदिया'ला सरकारच्या विरोधाला तोंड द्यावंच लागत होतं. 'पॅलेस कंपनी'च्या दोन बोटी मोडीत काढून नव्या बोटी घेणं आवश्यक होतं. तेव्हा सामळदास लंडनमध्येच होते. त्यांनी ऑगस्ट १९२९ मध्ये तीन स्टीमर्सची ऑर्डर दिली. त्या दिवसांत ब्रिटिश जहाजबांधणी उद्योग अत्यंत अडचणीत होता. त्यामुळे ग्राहकांना कर्ज व अन्य सवलती ब्रिटिश सरकार देत होतं. पण 'सिंदिया' कंपनीला मात्र अशी काही मदत देण्यात आली नाही.

पुढची काही वर्षं अडचणीचीच होती. दिल्ली कराराच्या अटी शिथिल करण्यासाठी 'बीआय्' कंपनीचं मन वळवलं, तर आपण १.६ लाख रुपये किंमतीचं ८० हजार

टनेज अतिरिक्त देऊ शकतो, असं 'सिंदिया'नी १९२८ मध्ये सरकारला कळवलं. मुंबईच्या शेअर बाजारातील दलालांचा 'सिंदिया'वर विश्वास होता. १९१९ मध्ये 'सिंदिया'च्या शेअरची किंमत तीस रुपये होती, ती आता जरी २० रुपयांवर गेली असली, तरी १९२३ मध्ये त्याचा भाव केवळ सहा रुपये होता, हे लक्षात घेतलं तर त्यांचा शेअर सुस्थितीतच होता.

१९२९ हे साल वालचंद यांच्या जीवनातील महत्त्वाचं वर्ष होतं. ते 'टाटा कन्स्ट्रक्शन'चे व्यवस्थापकीय संचालक झाले होते. ५ नोव्हेंबर, १९२९ रोजी मोरारजी हे सोलापूरहून मुंबईला येत असताना मोटार अपघातात निधन पावले. त्यांच्यानंतर वालचंद हे 'सिंदिया' कंपनीचे अध्यक्ष झाले. १९०५ साली वालचंद प्रथम मुंबईत आले, तेव्हा त्यांच्याजवळ केवळ महत्त्वाकांक्षा होती. त्यांनी जगातील सर्वांत मोठी जहाज कंपनी 'बीआय्' खरेदी करण्याची तयारी दर्शविली होती., 'त्या वेळी माझ्या खिशात रुपयेही नव्हते', असं वालचंद यांनी नंतर सांगितलं. २५ वर्षांत वालचंद यांनी दोन बड्या कंपन्या उभारल्या. परंतु आर्थिक ताकद नसल्यामुळे ते दरवेळेला कनिष्ठ भागीदारच राहिले.

आता प्रथमच वालचंद यांचं 'टाटा कन्स्ट्रक्शन' व तिच्या सहकंपन्यांवर व 'सिंदिया' व तिच्या उपकंपन्यांवर पूर्ण नियंत्रण प्रस्थापित झालं. त्यांच्या वाढीचा आलेख चांगला असला, तरी शेअर बाजारात मात्र त्यांचा प्रभाव नव्हता. कारण मोरारजींच्या मृत्यूनंतर 'सिंदिया'चा भाव १४ रुपयांवरून ११ रुपयांवर आला.

जलकन्या

अवमानकारक घसरण थांबवण्याचा एकमेव मार्ग म्हणजे दिल्ली कराराच्या अटीत सुधारणा. त्या अनुकूल करून घेणं, याशिवाय पर्याय नव्हता. वालचंद यांचे त्या दिशेनं प्रयत्न सुरू केले. त्यांचं धोरण पंचमुखी होतं. किनारा आरक्षण योजनेचं घोडं पुढं नेणं, 'बीआय्' कंपनीवर दडपण आणण्यासाठी सरकारला भाग पाडणं, भारतीय राजकारण्यांनी सरकारवर दडपण आणावं म्हणून प्रयत्न करणं, सवलतींसाठी प्रयत्न करणं आणि प्रसारमाध्यमातून जोरदार मोहीम उघडणं, असं त्यांचं धोरण होतं.

सामळदास यांनी ज्या तीन बोटींसाठी ऑर्डर दिली होती, त्या ताब्यात घेताना जनसंपर्क करण्याची चांगली संधी होती. एस्एस् जलबाला या बोटीचं जलावतरण १४ जुलै, १९२७ रोजी ग्लासगो इथे, त्या वेळचे केंद्रीय असेंब्लीचे सभापती विठ्ठलभाई पटेल यांच्या हस्ते झालं. त्यानंतर काही दिवसांनी महात्मा गांधींनी 'यंग इंडिया'त एक लेख लिहिला. त्यांनी लिहिलं, 'जलबाला बोटीच्या जलावतरणाच्या वेळी झालेल्या समारंभात राष्ट्रीय अभिमानाची भावना उचंबळून आलेली दिसली

नाही. आपल्या ढळलेल्या अवस्थेचं ते द्योतक आहे. आपल्या जहाजांच्या इवल्याशा ताफ्यात एका बोटीची भर पडली, यात काय विशेष? आपल्या व्यापारी बोटींचा ताफा आपल्या स्वत:च्याच स्वातंत्र्याविरुद्ध किंवा भारताचं ज्या देशांशी भांडण नाही, त्यांच्याविरुद्ध वापरला जाण्याची शक्यता आहे, या विचारानं हे दु:ख अधिकच गडद होतं.'

२६ नोव्हेंबर १९२७ रोजी एसएस् जलदूत या बोटीचं जलावतरण ग्लासगो येथे मोतीलाल नेहरू यांच्या हस्ते झालं. त्यांचं भाषण वालचंद यांच्या प्रयत्नांना भरघोस पाठिंबा देणारं होतं. 'बोटी चालवू शकणारे भारतीय अधिकारी व खलाशी उपलब्ध असणं व आपल्या सागरात हवं ते करण्याचं त्यांना स्वातंत्र्य असणं, या दोन गोष्टी भारतीय व्यापारी जहाज वाहतुकीसाठी आवश्यक आहेत', असं मोतीलाल नेहरू यांनी सांगितलं.

किनारा आरक्षण प्रश्न हे वालचंद यांच्या शस्त्रागारातील एक सामर्थ्यशाली अस्त्र होतं. ते वापरण्यासाठी वालचंद यांनी 'सिंदिया'तील एक बुद्धिमान अधिकारी साराभाई एम. हाजी यांची नियुक्ती केली. १९२६ मध्ये हाजी यांची केंद्रीय लेजिस्लेटिव्ह असेंब्लीवर निवड झाली होती. किनारा आरक्षण विधेयक मांडण्याचं मुख्य काम हाजी यांना देण्यात आलं होतं. भारताच्या सागरकिनाऱ्यालगत भारतीय जहाज कंपन्यांना वाहतुकीसाठी आरक्षण करण्याची तरतूद या विधेयकात होती.

या विधेयकाच्या अंमलबजावणीत वालचंद यांना रस नव्हता. कारण ते काम आपल्या ताकदीबाहेर आहे, हे त्यांना ठाऊक होतं. पण या प्रश्नावर जनमत तयार करण्याचा त्यांचा हेतू होता. ब्रिटिश संसद, असं विधेयक भारतीय केंद्रीय लेजिस्लेटिव्ह असेंब्लीमध्ये मंजूर करायला परवानगी देईल काय, याची माहिती काढण्यासाठी वालचंद लंडनला गेले होते. त्यांनी परतल्यावर २५ जुलै, १८२५ रोजी 'सिंदिया' संचालक मंडळाला सांगितलं, की हे विधेयक अनेक दृष्टींनी 'सिंदिया' कंपनीचं कल्याण करण्याचा मार्ग आहे, अशी इंचकेपना भीती वाटते. त्यांना वठणीवर आणण्यासाठी एकच बाब आहे व ती म्हणजे हे विधेयक मंजूर होणं ही होय. तेव्हा या प्रश्नावर शक्य होईल, जेवढा आवाज उठवलाच पाहिजे. या प्रचारावर खर्च केला जाणारा पैसा हा अनाठायी जाणार नाही.'

अपेक्षेप्रमाणे या विधेयकाला सेक्रेटरी ऑफ स्टेट यांनी विरोध केला. इंडिया ऑफिसमधील ज्येष्ठ अधिकारी व व्हाइसरॉय लॉर्ड आयर्विन व त्यांचे अधिकारी यांनीही विरोध केला. असेंब्लीमध्ये सरकारी प्रतिनिधींनी, ब्रिटिश सदस्यांनी विधेयकाला जो विरोध दर्शविला, त्याला मूक पाठिंबा दिला. हाजी यांच्या या विधेयकाला मोतीलाल नेहरू, लाला लजपतराय, षण्मुखम चेट्टी व जीडी बिर्ला या भारतीय सदस्यांनी पाठिंबा दिला. १९२८ मध्ये या विधेयकाला तत्त्वत: पाठिंबा देणारा

ठराव ७१ विरुद्ध ४६ मतांनी मंजूर झाला. परंतु सरकारनं त्यावरची कारवाई या ना त्या कारणानं पुढे ढकलली. स्वातंत्र्यानंतर अशाच आशयाचं एक विधेयक अखेर संमत झालं.

सर्व पातळ्यांवरील ब्रिटिश अधिकाऱ्यांशी संपर्क साधण्याचं वालचंद यांचं धोरण होतं. लॉर्ड आयर्विनपासून ते विशेषतः सेक्रेटरी ऑफ स्टेट, कॅप्टन वेजवूड बेन इंडिया ऑफिसचे सर लुई करशॉपर्यंत त्यांचे संबंध होते. पण १९३१ मध्ये लेबर सरकारनं राजीनामा दिला व लॉर्ड आयर्विन यांच्या जागी लॉर्ड विलिंग्डन आले. विलिंग्डन तेवढे मदत करणारे नव्हते. म. गांधी व काँग्रेसबद्दलचा त्यांचा दृष्टिकोन सर्वांनाच ठाऊक होता. परंतु ते काहीही असो, त्यांनी भारतीय जहाज उद्योगाच्या अडचणी सहानुभूतीनं ऐकून घेतल्या, असं १५ जून १९३१ रोजी त्यांची भेट घेतल्यावर मनसुखलाल मास्टर म्हणाले.

पहिले भारतीय वाणिज्य सदस्य म्हणून नियुक्ती झालेले सर जोसेफ भोर यांनीही सुखद आश्चर्याचा धक्काच दिला. मास्टर यांनी १६ जून, १९३१ रोजी शांतिकुमार मोरारजींना पाठवलेल्या पत्रात लिहिलं की, भोर यांचं अभिनंदन करण्यासाठी आपण गेलो असताना भोर त्यांना म्हणाले, 'आपल्याच सागरात भारतीय जहाज व्यवसाय नाही, हे पाहून एक भारतीय म्हणून मला लाज वाटते;' एवढंच नव्हे, तर 'सिंदिया'सारख्या कंपन्या या क्षेत्रात पुढे येत आहेत, याचं कौतुक त्यांनी केलं. 'भविष्यकाळात काही पेचप्रसंग आलाच व मदत लागलीच, तर मला कळवायला का कूं करू नका. शक्य होईल, ती मदत मी करीनच.' असंही ते म्हणाले.

ऑक्टो. १९३२ मध्ये भोर यांनी वालचंद यांना स्पष्ट सांगितलं, की किनारा वाहतुकीला भारतीयांना आरक्षण देण्याची योजना कधीही सरकार मान्य करणार नाही; तेव्हा 'बीआय्' कंपनीशी वाटाघाटी करून जे काही शक्य आहे, ते तुम्ही पदरात पाडून घ्या, असा सल्ला त्यांनी दिला. दहा वर्षांचा करार लवकरच संपुष्टात येणार होता. 'बीआय्' कंपनीच्या अधिकाऱ्यांना भेटण्यासाठी वालचंद यांनी लंडनला अनेक फेऱ्या मारल्या. तरी त्याचा काहीच परिणाम झाला नव्हता. लॉर्ड इंचकेप यांचं काही महिन्यांपूर्वी निधन झालं होतं; व कंपनीचे नवे अध्यक्ष लॉर्ड क्रेगमाईल हे त्यांच्या सासऱ्यांइतकेच ताठर होते. वाटाघाटीच्या पुढच्या फेऱ्या भारतात मार्च व जून १९३३ मध्ये पार पडल्या. त्या वेळी 'सिंदिया'च्या वतीनं वालचंद, मास्टर व होमी पी. मोदी (टाटा कंपनीचे संचालक व जेआर्डी यांच्या निकट वर्तुळातील व्यक्ती केंद्रीय असेंब्लीचे सदस्य व मुख्य वाटाघाटी करणारे) हे हजर होते. बरीच पत्रापत्री होऊन व दीर्घ चर्चा करूनही तोडगा निघेना. टनेजवरील निर्बंध, प्रवास वाहतुकीतील 'सिंदिया'चा वाटा व १९२३ च्या करारात नमूद केलेल्या सागरी क्षेत्राच्या बाहेर संचार करण्याचं 'सिंदिया'चं स्वातंत्र्य, तसंच ब्रह्मदेशहून भारतात

आणावयाच्या मालाचा 'सिंदिया'चा कोटा, याबाबत मुख्य मतभेद होते. वाटाघाटीत एकदा तर 'बीआय्' कंपनीच्या तीन प्रतिनिधींपैकी एक सर फिलिप ब्राउनी हे वालचंद यांच्या सततच्या हस्तक्षेपानं इतके वैतागले, की त्यांनी 'सिंदिया' कंपनीला कळवलं, 'राजकीय दबावानं आमच्यावर लादल्या गेलेल्या करारानं तुमचं समाधान होणार असेल, तर राजकीय बदलामुळे अशा करारात सुधारणा होऊ शकतात. उदा., ब्रह्मदेश विभक्त झाला, तर आमच्यावर व्यापारी करार पाळण्याचं नैतिक बंधन असणार नाही.' ब्रिटिशांच्या राजकीय विजयावर 'बीआय्' कंपनीची वाढ आधारित आहे, असं वालचंद यांचं मत असल्यामुळे सर ब्राउन यांच्या धमकीची त्यांना काही चिंता वाटली नाही. त्यांचा सल्ला मान्य करण्याऐवजी वालचंद यांनी भोर यांना वाटाघाटीतील पेचप्रसंग सोडवावा, अशी विनंती केली. त्यांनी लिहिलं, 'उभयता सामंजस्याचा तोडगा निघावा, म्हणून सहकार्य करण्याचा आम्ही किती प्रयत्न केला, हे तुम्ही जाणू शकाल. पण शेवटी सहनशक्तीलाही मर्यादा असते; आणि मला वाटतं, ती मर्यादा आम्ही गाठलेली आहे.'

अखेर भोर आणि लॉर्ड विलिंग्डन यांच्या प्रयत्नामुळे करार झाला. १९२३ च्या दिल्ली करारासारखा तो नव्हता. तो 'बीआय्', 'सिंदिया' व 'एशियाटिक' (नवी उद्योगान्मुख ब्रिटिश जहाज कंपनी.) यातील त्रिपक्षीय करार होता. या कराराची अंमलबजावणी एप्रिल १९३३ पासून सुरू होणार होती व ती १९३९ च्या अखेरपर्यंत चालू राहणार होती. या करारातील अटींबाबत वालचंद यांनी निराशा व्यक्त केली, तरी १९३३ नंतर 'सिंदिया' कंपनीचं भाग्य उजळलं. तसंच, काही ठोस फायदेही झाले. त्यांचा ताफा एकूण एक लाख टनापर्यंत वाढवण्यात आला. तसंच 'बीआय्'च्या सहकार्यानं बंगालच्या उपसागरात प्रवासी वाहतूक सुरू करण्यास त्यांना परवानगी देण्यात आली. त्याचप्रमाणे महत्त्वाच्या बंदरावर कोटा पद्धती सुरू करण्यात आली.

मदतीचा हात

आपला राष्ट्रीय व्यवसाय आहे आणि त्यात स्वतःचंच नव्हे, तर एकूणच भारतीय जहाज व्यवसायाचं हित गुंतलेलं आहे, असा दावा 'सिंदिया'नं सुरुवातीपासूनच केला होता. या पुस्तकात ज्या चार जणांच्या आख्यायिका वर्णिल्या आहेत, त्या सर्वांच्या बाबतीत राष्ट्रीय हित हा मुख्य हेतू आहे. मग त्याचा अर्थ, स्वतःच्या क्षेत्रात नवे प्रतिस्पर्धी व अधिक स्पर्धा निर्माण करणं असा झाला, तरी त्याची फिकीर त्यांनी बाळगली नाही. जमशेदपूरमध्ये जेआरडी टाटा यांनी इंदरसिंग सारख्यांना नवे उद्योगसमूह उभारण्यास मदत केली. कलकत्त्यात जीडी बिर्लांनी भारतीय उद्योगपतींना ताग गिरण्या उभारण्यास प्रोत्साहन दिलं. अहमदाबादमध्ये कस्तुरभाई लालभाई

यांनी नव्या गिरणीमालकांना चांगली सुरुवात कशी करावी, याचं मार्गदर्शन केलं. त्याचप्रमाणे वालचंद यांनी अन्य भारतीय जहाज कंपन्यांना प्रोत्साहन दिलं. एवढंच नव्हे, तर त्या कंपन्या जेव्हा अडचणीत आल्या, तेव्हा त्यांना मदतही केली.

'बीआय' कंपनीशी संघर्ष करून थकलेल्या कंपन्या वालचंद यांच्याकडे मदतीसाठी जाऊ लागल्या. कधीकधी त्यांनी आपल्या मॅनेजिंग एजन्सीज् वालचंद यांना सुपूर्त केल्या. त्यामुळे 'सिंदिया' कंपनीच्या विस्तारावर त्रिपक्षीय कराराचं नियंत्रण असलं, तरी इतरांचा विनाशापासून बचाव करण्याच्या प्रयत्नात 'सिंदिया'ची क्षमता पहिल्या दहा वर्षांत (जेव्हा वालचंद अध्यक्ष होते.) खूप वाढली. तसंच, या छोट्या छोट्या कंपन्यांवर संघटनेचं आणि अन्य करारांचं काही बंधन नव्हतं. त्यांच्यामार्फत वालचंद हे अधिक आक्रमक धोरण अवलंबू शकत होते. अशा प्रकारे किनाऱ्यालगतच्या जहाज वाहतुकीतला 'सिंदिया'चा वाटा अप्रत्यक्षपणे मोठ्या प्रमाणात वाढला. वालचंद यांनी ज्या अनेक कंपन्या वाचवल्या, त्यांत 'बंगाल-बर्मा स्टीम नेव्हिगेशन कंपनी' होती. ही कंपनी १९२८ पासून ब्रह्मदेश व चित्तगाँग या दरम्यान दोन बोटी चालवत होती. दोन्ही बोटी खूप जुन्या झाल्या होत्या व त्यांना जो काही नफा झाला, तो दुरुस्तीवर खर्च करावा लागत होता. या कंपनीचे प्रवर्तक अब्दुल बारी चौधरी हे होते. 'ते देशभक्त व ध्येयवादाला वाहून घेतलेले होते व त्यांची आर्थिक ताकद मात्र नव्हती', असं त्यांचं वर्णन खुद्द वालचंद यांनी केलं. 'बीआय' कंपनीनं नेहमीप्रमाणे भाड्याच्या दरांची लढाई सुरू केली. पण त्यापुढे न झुकता चौधरी वालचंद यांच्याकडे गेले. 'आपला व्यवसाय जर 'बीआय्' कंपनीनं गिळला, तर भारतीय जहाज वाहतुकीला ते लांच्छनास्पद होईल व आपला कमकुवतपणा दिसेल', असं चौधरी म्हणाले. १९३२ साली साडेतीन लाख रुपयांचं कर्ज देऊन वालचंद यांनी ही कंपनी वाचवली. दोन वर्षांनंतर 'सिंदिया' या कंपनीचे मॅनेजिंग एजंट बनले. दरम्यान 'बीआय्' कंपनीच्या कारवायांबाबत वालचंद यांनी सरकारकडे तक्रार केली. त्यामुळे दरात कपात करण्याची कारवाई त्यांना स्थगित करावी लागली, एवढंच नव्हे, तर बाजाराच्या वाट्यात इतरांना सहभागी करून घ्यावं लागलं. त्यानंतर बंगाल-बर्मा कंपनीच्या बोटी आराकान किनाऱ्यालगत प्रवासी व टपाल वाहतूक निर्विघ्नपणे करू लागल्या व कंपनीला फायदा झाला.

त्याच सुमारास वालचंद यांनी चार भारतीय कंपन्यांनाही वाचवलं. 'मर्चंट स्टीम नेव्हिगेशन', 'मलबार स्टीमशिप', 'नॅशनल स्टीमशिप', 'इर्स्टन स्टीम नेव्हिगेशन' या त्या कंपन्या. या चारही कंपन्या कोचीन व कराची या दरम्यान जलवाहतूक करण्यासाठी १९२१ ते १९२८ या दरम्यान स्थापन करण्यात आल्या होत्या. 'बीआय्' व इतर विदेशी जहाज कंपन्यांनी त्यांच्याविरुद्ध भाड्याच्या दराचं युद्ध पुकारलं होतं. त्या लढाईत 'सिंदिया'नं पण सामील व्हावं, असं बीआय् नं

आमंत्रण दिलं होतं. पण निरपराध लोकांच्या कत्तलीत सामील होण्यास वालचंद यांनी स्पष्ट नकार दिला. त्या उलट त्यांनी सरकारला हस्तक्षेप करण्याची विनंती केली. अखेर, सर जोसेफ भोर यांनी मध्यस्थी केली व त्यांनी पश्चिम किनाऱ्यावरील काही व्यापार ८५ टक्के छोट्या कंपन्यांकडे दिला. खुद्द 'सिंदिया' कंपनीला या व्यापारातून माघार घ्यावी लागली व दहा लाख रुपयाच्या वार्षिक उत्पन्नावर पाणी सोडावं लागलं. पण हा त्याग त्यांनी अगदी खुशीनं व अभिमानानं केला. तसंच, वालचंद यांनी 'इंडियन को-ऑपरेटिव्ह नॅव्हिगेशन अँड ट्रेडिंग कंपनी' आणि 'रत्नाकर स्टीम नॅव्हिगेशन कंपनी' या दोन कंपन्यांनाही जीवदान दिलं. 'इंडियन को-ऑपरेटिव्ह' या व्यवसायात २८ वर्षं होती व कोकण किनाऱ्यावर प्रवासी वाहतूक करीत होती. गुजराती कापड गिरणीमालक मफतलाल गगलभाई हे 'रत्नाकर' कंपनीचे प्रवर्तक होते. त्यांच्याकडे एकच स्टीमर होती. 'इंडियन को-ऑपरेटिव्ह'बरोबर त्यांची मैत्रीपूर्ण स्पर्धा होती. भाडेवाडीची स्पर्धा सुरू केली व वरील दोन्ही कंपन्या अडचणीत आल्या. अखेर 'रत्नाकर'ची मॅनेजिंग एजन्सी वालचंद यांना द्यावी, म्हणून त्यांचं मन वळवण्यात आलं. (१९३७ मध्ये) 'इंडियन को-ऑपरेटिव्ह'नं लवकरच त्याचं अनुकरण केलं.

कोकणावर आधारित या दोन कंपन्या वालचंद यांनी ताब्यात घेतल्यामुळे त्याची तात्काळ प्रतिक्रिया उमटली. केंद्रीय लेजिस्लेटिव्ह असेंब्लीमध्ये बोलताना वाणिज्य मंत्री ह्यूज डाऊ म्हणाले, 'या दर युद्धात एक भारतीय कंपनी इतरांपेक्षा कमी ताकदीची आहे व सामर्थ्यशाली कंपनी तिच्या मदतीसाठी येते; हिटलर यांनी ज्याप्रमाणे झेकोस्लाव्हाकियाला आपल्या पंखांखाली संरक्षणाकरता घेतलं, तशी भारतीय कंपनी त्या छोट्या कंपन्यांना घेते.' ब्रिटिश जहाज व्यवसायातील वालचंद यांच्या प्रतिस्पर्ध्यांनी डाऊ यांच्या या उद्गारांचा तात्काळ फायदा उठवला व वालचंद व हिटलर यांची तुलना ते करू लागले.

ताबा घेणारा नवा शार्क

कोकण किनाऱ्यावर वाहतूक करू लागल्यामुळे वालचंद यांचा 'बॉम्बे स्टीम कंपनी'शी थेट संपर्क झाला. 'किलिक निक्सन' उद्योगसमूहातील ही कंपनी प्रवासी, माल व टपाल यांची वाहतूक मुंबई-पणजी, मुंबई-बंगलोर व मुंबई-कराची या मार्गावर करत होती.

ऑक्टो. १९३७ मध्ये ब्रह्मदेशच्या तांदूळ व्यापाराच्या क्षेत्रात 'बॉम्बे स्टीम'नं घुसून 'सिंदिया'वर अतिक्रमण करण्याचा प्रयत्न केला होता. आपण 'इंडियन को-ऑपरेटिव्ह' व 'रत्नाकर' कंपन्या वाचवल्या, याला प्रत्युत्तर म्हणून 'किलिक निक्सन' कंपनीनं हा निर्णय घेतला, असं वालचंद यांनी नोव्हें. १९३८ मध्ये

'सिंदिया' कंपनीच्या भागधारकांपुढे बोलताना सांगितलं. ते म्हणाले, 'सिंदिया कंपनीच्या ब्रह्मदेशातील व्यापारामध्ये हस्तक्षेप करून आमच्या हितांना धक्का लावण्याची एकही संधी बॉम्बे स्टीम कंपनीनं सोडली नाही. पण तुमच्या सदिच्छेमुळे व जहाज क्षेत्रातील इतरांच्या पाठिंब्यामुळे कंपनीच्या हिताचं रक्षण आम्ही करू शकू.

वालचंद यांनी 'बॉम्बे स्टीम' स्वतःला स्वदेशी व्यवसाय म्हणते, यावर हल्ला केला, तेव्हा त्यांच्यांतील लढाईच्या दुसऱ्या फेरीला तोंड लागलं. १९३५ च्या भारत सरकारच्या कायद्यानंतर व गांधीजींच्या बहिष्कार चळवळींनंतर भारतीय कंपनी असण्यात निश्चितच काहीतरी फायदे होते. अशा परिस्थितीत अनेक परराष्ट्रीय कंपन्यांनी भारतातील आपल्या व्यवसायाला स्थानिक मुलामा देण्याचा प्रयत्न केला होता. त्यांची शाखा, कार्यालयं भारतात नोंदलेली होती. त्यांच्या भागभांडवलाचा काही भाग भारतीयांना विकण्यात आला होता व संचालक मंडळावरही भारतीयांची नेमणूक करण्यात आली होती. तसंच, कंपनीच्या नावात 'इंडिया लिमिटेड' हे शब्द जोडले जाऊ लागले होते. १९३८ पर्यंत अशा १७९ '(इंडिया) लिमिटेड' कंपन्या होत्या, अशी मोजदाद गांधीजींनी केली होती. या कंपन्या 'स्वदेशी'च्या लाटेवर आरूढ होऊ पाहत होत्या व 'यंग इंडिया' व 'हरिजन' मधील यादीत आपला समावेश व्हावा, म्हणून प्रयत्न करीत होत्या. याच वृत्तीला धरून 'बॉम्बे स्टीम'च्या संचालक मंडळात भारतीय संचालकांचा भरणा केलेला होता. तसंच, त्याच्या भांडवलाच्या काही भागाची मालकी भारतीय भागधारकांकडे होती. शांतिकुमार मोरारजी, गगनबिहारी मेहता व मनसुखलाल मास्टर, म. गांधी यांना मार्च १९३८ मध्ये वर्धा इथं भेटले व उभय कंपन्यांत चकमकीला प्रारंभ झाला. हे तिघे गांधीजींचं एक पत्र घेऊन मुंबईला परतले ('स्वदेशी' नाव देण्यासाठी कोणती आवश्यक पात्रता आहे, ते या पत्रात नमूद केलेलं होतं.) वालचंद यांना हाच दारूगोळा हवा होता. त्यानंतर लवकरच इंडियन नॅशनल स्टीमशिपओनर्स असोसिएशननं (या संघटनेचे वालचंद हे संस्थापक, अध्यक्ष होते.) या प्रश्नावर एक माहितीपत्रक प्रसिद्ध केलं.

या माहितीपुस्तिकेत गांधीजींचं पत्र दिलं होतं. तसंच, कलकत्ता येथील काँग्रेस अधिवेशनात या विषयावर मंजूर झालेला ठरावही छापला होता. त्याचप्रमाणे 'स्वदेशी' व 'विदेशी' जहाज कंपन्यांची यादी दिली होती. भारतीय किनाऱ्यालगत वाहतूक करणाऱ्या सर्व जहाज कंपन्यांपैकी केवळ आठच कंपन्यांना 'स्वदेशी' म्हणता येईल, असं वालचंद यांनी जाहीर केलं. या सर्व कंपन्या वालचंद उद्योगसमूहातील होत्या.

* सिंदिया स्टीम नॅव्हिगेशन कंपनी लिमिटेड
* बंगाल-बर्मा स्टीम नॅव्हिगेशन कंपनी लिमिटेड

* इंडियन को-ऑपरेटिव्ह नॅव्हिगेशन अँड ट्रेडिंग कंपनी लिमिटेड
* रत्नाकर स्टीम नॅव्हिगेशन कंपनी लिमिटेड
* मलबार स्टीम नॅव्हिगेशन कंपनी लिमिटेड
* मर्चंट स्टीम नॅव्हिगेशन कंपनी लिमिटेड
* इस्टर्न स्टीम नॅव्हिगेशन कंपनी लिमिटेड
* हाज लाईन लिमिटेड

'बीआय' आणि 'एशियाटिक', 'मोगल लाईन' व 'बॉम्बे स्टीम' या स्वदेशी कंपन्या नाहीत, असं या पुस्तिकेत म्हटलं होतं. इंग्रजी, हिंदी, मराठी व गुजराती अशा चार भाषेत या पुस्तिकेच्या हजारो प्रती काढून मोफत वाटण्यात आल्या. वालचंद यांच्या या प्रचारमोहिमेमुळे साहजिकच 'किलिक निक्सन' यांनीही मोहीम उघडली. कोकण जलवाहतुकीच्या दरात लढाई पार कळसाला पोहोचली. पण जेव्हा तोटा वाढू लागला, तेव्हा दोन्ही बाजूंनी हा वाद मिटवावा, अशी सरकारला विनंती केली. सरकारने तो वाद लवादाकडे सोपवण्याचं ठरविलं; व 'इंडियन को-ऑपरेटिव्ह', 'रत्नाकर' व 'बॉम्बे स्टीम' यांना त्यांच्या पसंतीचे लवाद सुचविण्यास सांगितलं. 'इंडियन को-ऑपरेटिव्ह' व 'रत्नाकर' यांनी तात्काळ लवाद म्हणून सरदार पटेल यांचं नाव सुचविलं. पण 'बॉम्बे स्टीम'नं कोणाचंही नाव सुचविलं नाही. तसंच , पटेल यांचं नाव स्वीकारलं की नाकारलं आहे, हे काहीच सूचित केलं नाही.

लवादाच्या पॅनेलवर 'किलिक निक्सन'ला पटेल नको आहेत, हे 'बॉम्बे स्टीम कंपनी'च्या भागधारकांच्या सभेत स्पष्ट झालं. सरदार पटेल यांना 'इंडियन को-ऑप.' व 'रत्नाकर' या कंपन्यांच्या हितामध्ये रस आहे, तेव्हा त्यांच्या नावाला संमती देऊ नये, असं एक भागधारक म्हणाला. त्याच्या या सूचनेला अध्यक्ष वा संचालकांनी आक्षेप घेतला नाही. तेव्हा संचालकांनी मौन पाळून सरदार पटेल यांचा अवमानच केला आहे, अशी टीका राष्ट्रीय वृत्तपत्रांनी केली. २३ मार्च, १९३८ रोजी 'इंडियन को-ऑप.' नं म्हटलं होतं की, 'सरदार पटेल हे एकमेव लवाद असावेत, ही आमची सूचना तुम्हांला मान्य नाही. तेव्हा लवादाला दुसरे सदस्य कोण असावेत, अशी तुमची सूचना आहे?'

पश्चिम किनाऱ्यावर वाहतूक करणाऱ्या बारा भारतीय व विदेशी कंपन्यांतून लवाद मंडळ नेमावं, असं 'बॉम्बे स्टीम'नं सुचविलं. वालचंद यांनी या सूचनेमागला हेतू बरोबर ओळखला. भारतीय कंपन्यांपेक्षा विदेशी कंपन्यांची संख्या जास्त असल्यामुळे 'बॉम्बे स्टीम'ला आपल्याला हवा तसा निर्णय करून घेणं शक्य होतं. तेव्हा वालचंद यांनी सरकारला असा सल्ला दिला, की या प्रश्नाचा संबंध 'इंडियन

को-ऑप.', 'रत्नाकर' व 'बॉम्बे स्टीम' या तीनच कंपन्यांशी असल्यामुळे या तिघांनीच लवाद नेमावे. सुदैवानं सरकारनं त्यांचा सल्ला मान्य केला व 'बॉम्बे स्टीम'ला लवादाचं नाव सुचविण्यास परत सांगितलं.

दरम्यान वालचंद यांचा धीर सुटत चालला होता. सात भारतीय जहाज कंपन्या यशस्वीपणे ताब्यात घेतल्यामुळे त्यांचा विश्वास व भूक खूप वाढली होती. तेव्हा प्रथमच वालचंद यांनी लढाई थेट शत्रूच्या हद्दीत नेण्याचं ठरविलं. 'बॉम्बे स्टीम ' या कंपनीचा मोठा हिस्सा ताब्यात घेण्याची त्यांनी योजना आखली. त्यासाठी त्यांनी अगदी काळजीपूर्वक तयारी केली. डावपेच आखण्यात कुशल असलेले सरदार पटेल यांनी त्यांना मार्गदर्शन केलं. 'बॉम्बे स्टीम कंपनीच्या नफ्यामध्ये घट झाल्यामुळे व तिची प्रतिमा घसरणीला लागल्यामुळे कंपनीचे भागधारक निराश झाले आहेत.' अशा बातम्या वर्तमानपत्रांतून प्रसिद्ध झाल्या. तेव्हा कंपनी ताब्यात घेण्याच्या बाबतीत भागधारकांना काय वाटतं, याची चाचपणी करण्यासाठी भागधारकांशी मोठ्या प्रमाणात संपर्क साधण्यात आला. त्यांचा प्रतिसाद पुरेसा उत्साहवर्धक होता. त्यामुळे वालचंद यांनी २६ मे, १९३९ रोजी सर्व भागधारकांना पत्र पाठवलं. भाड्याच्या दरातील लढाई थांबवावी असं ज्यांना वाटत असेल, त्यांनी आपले शेअर्स 'सिंदिया'ला विकावे, असे आवाहन त्यांनी या पत्रात केलं होतं.

हे पत्र देशभक्तीपर प्रवचनानं परिपूर्ण होतं; व त्याचा शेवट व्यावसायिक पातळीवरचा होता. तो असा : 'बॉम्बे स्टीम'च्या साध्या शेअरचा भाव २२० रुपये व प्रेफरन्स शेअर्सचा भाव २८५ रुपये असला, तरी कंपनीच्या भविष्यावर विश्वास असल्यामुळे 'सिंदिया कंपनीनं प्रत्येक शेअरला ३०० रुपये भाव देण्याचं ठरविलं आहे... त्यामुळे 'सिंदिया' कंपनी 'बॉम्बे स्टीम'च्या भागधारकांना असे कळवीत आहे, की 'कंपनी आठ हजार साधे किंवा प्रेफरन्स शेअर्स ३०० रुपयांना खरेदी करेल. या करता ३० जून, १९३९ पर्यंत शेअर्स श्री. वालचंद हिराचंद व श्री. शांतिकुमार एन्. मोरारजी यांच्या संयुक्त नावावर ३० ऑगस्ट १९३९ पूर्वी हस्तांतरित झालेले असावेत.'

अशा प्रकारे 'सिंदिया'नं 'बॉम्बे स्टीम'चे ९१४२ शेअर्स (७५४७ साधे व १५९५ प्रेफरन्स शेअर्स) २६.१५ लाखांना मिळवले व त्यांना बहुमत प्राप्त झालं. त्यानंतर 'बॉम्बे स्टीम'ची मॅनेजिंग एजन्सी 'किलिक निक्सन' कंपनीकडून 'सिंदिया'कडे येणं गरजेचं होतं. 'किलिक निक्सन'च्या अनेक संचालकांशी वालचंद यांची स्वतःची ओळख असली, तरी मध्यस्थीसाठी जी. डी. बिर्ला यांना पाचारण करावं, हा सरदार पटेल यांचा सल्ला वालचंद यांनी मानला. त्यानुसार बिर्ला यांनी 'बॉम्बे स्टीम' व 'किलिक निक्सन' या दोन्ही कंपन्यांचे संचालक

असलेल्या सर चुनीलाल व्ही. मेहता व सर पुरुषोत्तम ठाकुरदास यांच्याशी संपर्क साधला. ठाकुरदास हे बिर्लांचे विश्वासू मित्र होतेच. तसंच, युरोपियन व्यापाऱ्यांशी त्यांचे चांगले संबंध होते. 'किलिक निक्सन'च्या संचालक मंडळात त्यांच्या शब्दाला वजन होतं.

'किलिक निक्सन'चा 'बॉम्बे स्टीम'शी २० वर्षांचा करार झाला होता. त्यांतील नऊ वर्षं उलटली होती. उरलेल्या ११ वर्षांत 'किलिक निक्सन'ला 'बॉम्बे स्टीम'कडून एजन्सी कमिशन म्हणून १४ लाख रुपये मिळाले असते. तेव्हा नुकसानभरपाई म्हणून ही रक्कम देण्याची वालचंद यांनी तयारी दर्शविली. 'किलिक निक्सन'च्या बहुतांशी युरोपियन संचालकांचा आरंभी याला विरोध होता. पण आपल्या कंपनीच्या भागधारकांमधील 'सिंदिया'ला अनुकूल असलेलं वातावरण, भारतातील वाढतं राजकीय आंदोलन व 'इंडियन को-ऑप.' व 'रत्नाकर कंपनी'बद्दल सामान्य माणसाला असलेली सहानुभूती लक्षात घेऊन वालचंद यांच्याशी जुळवून घेण्याचं त्यांनी ठरविलं. असं, गं. दे. खानोलकर म्हणतात. २० डिसें., १९३९ रोजी 'बॉम्बे स्टीम'च्या वार्षिक सर्वसाधारण बैठकीत 'बॉम्बे स्टीम'ची मॅनेजिंग एजन्सी 'सिंदिया'ला देण्याचा निर्णय झाला.

तिन्ही कंपन्यांतील भाडेवाढीची लढाई मिटवण्यासाठी लवाद नेमण्याची औपचारिक प्रक्रिया पार पाडणं सोपं झालं. 'इंडियन को-ऑप.' व 'रत्नाकर' यांच्या वतीनं जी. डी. बिर्ला व 'बॉम्बे स्टीम'च्या वतीनं ठाकुरदास यांची नियुक्ती करण्यात आली. कोकणातील जहाज वाहतुकीची मक्तेदारी आता ब्रिटिशांकडे नव्हे, तर वालचंद यांच्या हाती होती.

असे अनेक विजय मिळवत असूनही परदेशी सागरी प्रवासी वाहतूक सुरू करण्याची वालचंद यांची तीव्र इच्छा होती. त्यांनी 'हिंद-लाईन्स' नावाची नवी कंपनी स्थापन करण्याचा प्रयत्न केला. पण तिला आवश्यक ते परवाने दिले जाणार नाहीत, असा इशारा लॉर्ड लिनलिथगो यांनी दिल्यामुळे वालचंद यांनी तो प्रयत्न सोडून दिला. मग हाज यात्रेकरूंची वाहातूक मिळविण्याचा त्यांनी प्रयत्न केला. पण, 'मोगल लाईन'नं प्रवासी दराची घनघोर लढाई सुरू केल्यामुळे हाही नाद वालचंद यांनी सोडून दिला.

त्रिपक्षीय करार सात वर्षांचा होता. १९३९ साल जसजसं जवळ येऊ लागलं, तसतसं अधिक स्वातंत्र्य मिळण्याकडे वालचंद डोळे लावून होते. पण दुसरं महायुद्ध सुरू झाल्यामुळे त्यांच्या आशेवर पाणी पडलं. युद्धाच्या काळात केवळ 'सिंदिया कंपनी'लाच वाहतूक वाढविता आली नाही, असं नव्हे, तर ही वाहतूकच जवळ जवळ बंद व्हायची पाळी आली. भारत सरकारनं आपल्याकडच्या १९ पैकी १६ बोटी युद्धाच्या कामात मदत करण्यासाठी दिल्या. भारतीय रजिस्टरमधील

प्रत्येकी सात ब्रिटिश बोटींमागे एकच बोट या कामासाठी घेण्यात आली. ब्रिटिश कंपनीची केवळ परदेश वाहतुकीवरच नव्हे, तर किनारी वाहतुकीवरही मक्तेदारी निर्माण झाली. युद्धाच्या अखेरीस तर परिस्थिती फारच बिघडली. आठ बोटी बुडाल्या व उरलेल्या जवळपास निकामी झाल्या.

✦

९

युद्ध अपत्ये

साल १९२९. महिना ऑक्टोबर. वालचंद कस्तुरबा व अडवानी यांच्यासह सॅनफ्रान्सिस्को इथं एका चिनी क्लिपर सागरी विमानात बसले. हे विमान मनिला, हाँगकाँग, सिंगापूर, कलकत्ता मार्गानं मुंबईला जाणार होतं. बरोबर घेतलेल्या वृत्तपत्रांचा व मासिकांचा गठ्ठा चाळताना वालचंद यांचं लक्ष हार्लो विमान उत्पादन कंपनीचे प्रमुख विल्यम डी. पावले यांच्या मुलाखतीकडे गेलं. त्यांनी ती अडवानींना दाखवली व तुम्हीही वाचा, अशी विनंती केली.

त्यावर, 'पावले आपल्याच विमानात आहेत. आताच माझी व त्यांची ओळख झाली. ते हाँगकाँगला चालले आहेत,' असं अडवाणी म्हणाले. पाच दिवसांनंतर ते विमान मनिलाला पोचलं, तेव्हा वालचंद यांनी तिथून दिल्लीतील कमांडर इन चीफ रॉबर्ट कॅसल्स यांना एक तार केली आणि भारतात विमानांची निमिर्ती करण्याबाबत चर्चा करण्यासाठी पावलेंशी मुलाखत ठरवावी, अशी विनंती केली.

ती तार अशी होती.

'तुमच्या गरजेनुसार भारतात लष्करी विमानांचं उत्पादन करण्याचा आमचा विचार आहे. प्रख्यात अमेरिकन उत्पादकांच्या सहकार्यानं ही विमानं

बनवली जातील. त्यांच्या चोख कामगिरीची हमी भारतीय कंपनी देईल. पहिल्या विमानाची ऑर्डर नऊ महिन्यांत पुरी केली जाईल. दहाव्या महिन्यात दहा विमानं व नंतर दरमहा २० विमानं बनवली जातील. ब्रह्मदेशच्या सीमेलगत चीनसारखा भारतीय विमानांचा कारखाना उभारण्याबाबत चर्चा केली. तीन वर्षांसाठी १०० विमानं वा बॉम्बर्सची (अमेरिकन किमतीनुसार) ऑर्डर हवी आहे. मला त्यानुसार कळवावं, म्हणजे चिनी सरकारच्या विमान कंपन्यांचे अमेरिकन प्रमुख पावले, जे माझ्याबरोबर विमानात आहेत, त्यांच्याशी चर्चा करू शकेन. त्यांना चर्चेसाठी दिल्लीलाही आणू शकेन.'

विमान हाँगकाँगला पोचेपर्यंत दोघांनी जवळपास एक मसुदा तयार केला होता. तसंच, संकल्पित कारखान्याचा एक व्यावसायिक आराखडाही बनवला होता. वयाच्या ५७ व्या वर्षी देखील वालचंद यांचा धाडसी उतावळेपणा टिकून होता. वीस वर्षांपूर्वी वॅटसन यांच्याशी चर्चा केल्यावर त्यांनी अशीच जहाज वाहतूक व्यवसायात उडी घेतली होती. पावले यांच्या सहवासात काही तास घालवल्यामुळे त्यांनी आणखी अत्याधुनिक व्यवसायात झेप घेण्याच्या निर्णय घेतला.

वालचंद यांनी कॅसल्स यांना हाँगकाँग व सिंगापूर येथूनही तार पाठवली; पण काहीच उत्तर आलं नाही. तेव्हा कलकत्त्याला पोचल्यावर तेथूनही तीच तार त्यांनी परत केली; परंतु काहीही प्रतिसाद आला नाही. मुंबईला पोचल्यावर त्यांनी पाचव्यांदा तार केली; त्याला कॅसल्स यांच्याकडून नव्हे, तर वाणिज्य सदस्य सर ए. रामस्वामी मुदलियार यांच्याकडून उत्तर आलं. आपल्या पुढच्या मुंबई भेटीत प्रस्तावावर चर्चा करण्याची तयारी त्यांनी दर्शविली होती.

वालचंद यांनी एक औपचारिक प्रस्ताव तयार केला. परंतु जून १९४० मध्ये वालचंद यांना दिल्लीत चर्चेसाठी बोलावण्यात आलं, तेव्हा त्यांना आश्चर्य वाटलं. युद्धात गमावलेल्या बोटींच्या नुकसान-भरपाईची चर्चा करण्यासाठी वालचंद त्या वेळी सिमल्याला गेले होते. तेव्हा लष्करी अधिकाऱ्यांशी चर्चा करताना वालचंद यांना कळलं, की डंकर्क पडल्यावर ब्रिटिश सरकारनं भारत सरकारला, तुम्ही तुमच्या संरक्षणाची विशेषतः हवाई संरक्षणाची व्यवस्था करा, असं सांगितलं. वालचंद अशाच संधीची वाट पाहत होते.

लॉर्ड लिनलिथगो यांनी एका बैठकीत वालचंद यांचा प्रस्ताव विचारार्थ घेतला. या बैठकीत सर रॉबर्ट कॅसल्स, सर जेरेमी रैसमन (अर्थ सदस्य) ई. एम्. जेन्किन्स (पुरवठा मंत्री) ई. टी. कोटस् (लष्करी हिशेब खाते) ह्यूज डाऊ (वाणिज्य मंत्री), एअर मार्शल सर जे. एफ्. ए. हिगिन्स व सर फ्रेडरिक टिम्स (संचालक, नागरी हवाई वाहतूक) ही मंडळी हजर होती. एवढ्या उच्च पदस्थांना सरकारनं बोलावलं,

यावरून वालचंद यांचा प्रस्ताव त्यांनी गांभीर्यानं घेतला आहे, हेच स्पष्ट होत होतं. वालचंद यांनी पावलेंना यांना तार करून बोलावून घेतलं. त्या वेळी पावले ब्रह्मदेशात विमान कारखाना उभारण्यासाठी गेले होते. पण सर्व गोष्टी तशाच टाकून ते सिमल्याला आले. ७२ तासांत या नव्या भागिदारांच्या बैठकीत कारखान्याला तात्पुरती मंजुरी मिळाली, तसंच एक कोटी डॉलर्सची ऑर्डरही जेन्किन्स यांनी ४ जुलै, १९४० रोजी दिली.

वालचंद यांच्या विमान कारखान्याच्या प्रस्तावाला मंजुरी दिल्याची माहिती भारत सरकारनं तार करून लंडन येथे कळवली. ती तार तिथे नव्यानं स्थापन करण्यात आलेल्या विमान उत्पादन मंत्रालयाचे प्रमुख लॉर्ड बीव्हरब्रुक यांच्याकडे पोचली. त्यांनी या कल्पनेला जोरदार विरोध दर्शविला. परंतु भारत सरकारच्या आग्रहामुळे त्यांनी संमती दिली. पण अमेरिका सोडून इतर ठिकाणाहून साधनसामग्री गोळा करावी, अशी अट घातली. वालचंद यांनी नाराजीनंच ही अट मंजूर केली व त्या करारावर डिसें. १९४० मध्ये सह्या करण्यात आल्या.

दरम्यान कारखान्यासाठी योग्य जागेचा वालचंद शोध घेऊ लागले. तसंच ते भांडवल उभारणीच्याही प्रयत्नाला लागले. कंपनी ज्या दिवशी रजिस्टर केली जाणार, त्या दिवशी २० लाख रुपये ठेव म्हणून ठेवायचे होते. तसंच, आणखी २० लाख रुपये ३१ जाने., १९४१ पूर्वी भरायचे होते. तसं केलं, तरच त्यांना सरकारची ४० लाख डॉलर्सची पहिली ऑर्डर मिळणार होती व त्यापैकी निम्मी रक्कम आगाऊ मिळणार होती. काहीच आठवडे उरले असल्यानं वालचंद यांनी धरमसी मूलराज खटाव व तुलसीदास किलाचंद यांच्याकडे धाव घेतली.

देवचंद यांचे चिरंजीव तुलसीदास किलाचंद हे 'सिंदिया' कंपनीचे संचालक होते व वडिलांची कुटुंबप्रमुखाची जागा त्यांनी घेतली होती. खटाव हे मोरारजींप्रमाणेच जुन्या कापड गिरणीमालकाच्या घराण्यातील होते. तसंच, नरोत्तम यांचे ते नातेवाईक होते. कापड उद्योगाखेरीज या कुटुंबाची एक सिमेंट कंपनी होती. ती जेआर्डी टाटांशी चर्चा केल्यानंतर १९३६ मध्ये एसीसी कंपनीत विलीन करण्यात आली.

वालचंद यांनी जेव्हा दोघांना आवाहन केलं, तेव्हा दोघांनीही होकार दिला व नव्या 'हिंदुस्थान एअरक्राफ्ट' कंपनीचे मॅनेजिंग एजंट्स म्हणून त्यांनी 'वालचंद-तुलसीदास-खटाव लि.' ही कंपनी स्थापन केली. जरी त्यांनं अधिकृत भांडवल चार कोटी असलं, तरी त्यांनी प्रमोटर्स शेअर्समध्ये केवळ २५ लाख रुपयांची गुंतवणूक करण्याचं ठरवलं होतं. उरलेल्या पैशासाठी साहजिकच 'सिंदिया' कंपनीनं पुढाकार घ्यावा, असं वालचंद यांना वाटलं होतं. 'सिंदिया'कडे जरी रोख पैशाचा खजिना नव्हता, तरी त्यांच्याकडे पुरेसा राखीव निधी होता. 'हिंदुस्थान एअरक्राफ्ट' सहज उपकंपनी बनू शकत होती. मात्र त्यामुळे जहाज वाहतूक कंपनीला आपल्या उद्दिष्टात

बदल करावा लागला असता. त्यासाठी वालचंद यांनी कंपनीच्या भागधारकांची खास बैठक बोलावली. पण त्यांनी हा प्रकल्प फेटाळून लावल्यानं वालचंद यांना धक्काच बसला. या जोरदार विरोधामुळे या योजनेत 'सिंदिया'ला सहभागी करण्याचा बेत वालचंदना सोडून द्यावा लागला. पैसे उभारण्यासाठी त्यांनी ऑक्टो. १९४० मध्ये बडोदा, ग्वाल्हेर, भावनगर व म्हैसूर येथील संस्थानिकांना पत्रं पाठवून या प्रकल्पात सहभागी होण्याचं आवाहन केलं. बडोद्याचे दिवाण व्ही. टी. कृष्णम्माचारी, ग्वाल्हेरचे आर्थिक सल्लागार ए. एच्. वाडिया, भावनगर संस्थानचे कायदा सल्लागार अनंतराय पट्टाणी हे वालचंद यांचे जवळचे स्नेही होते व ते आपापल्या महाराजांकडून आपल्याला मदत मिळवून देतील, अशी खात्री त्यांना वाटत होती. खास करून बडोदा संस्थानाकडून ४५ लाख रुपये मिळावेत, अशी त्यांची अपेक्षा होती. गंमत म्हणजे केवळ म्हैसूर संस्थाननं अधिक माहिती पाठवावी, असं कळवलं. इतर तिघांनी त्यांच्या आवाहनाला नकार कळवला.

तेव्हा एक शिष्टमंडळ घेऊन वालचंद बंगलोरला गेले. या शिष्टमंडळात पावले व दोन अमेरिकन अधिकारी, लालचंद, वालचंद यांचे सचिव बी. पी. सरदेसाई, त्यांचे कायदा सल्लागार दिनशॉ दाजी, 'सिंदिया'चे मनसुखलाल मास्टर व एचसीसीचे (हिंदुस्थान कन्स्ट्रक्शन) ज्येष्ठ इंजिनीअर एम्. आर्. वरदराजन यांचा समावेश होता. वालचंद व म्हैसूरचे राजे यांच्यांत झटपट करार झाला. जर कारखाना त्यांच्या प्रदेशात उभारला, तर 'हिंदुस्थान एअरक्राफ्ट'च्या भागभांडवलात २० लाख रुपये म्हैसूर संस्थान गुंतवायला तयार होतं. तसंच, जमीन फुकट द्यायला ते तयार होते; आणि पाणी व विजेचा पुरवठा सवलतीच्या दरानं करणार होते.

वालचंद यांनी केलेल्या अपेक्षेपेक्षाही ही मदत जादा होती. तरीही त्यांनी म्हैसूर सरकारला आणखी पाच लाख रुपये गुंतवण्यास व आणखी जादा जमीन देण्यास राजी केलं. या कारखान्यासाठी बंगलोरच्या पूर्वेस १० कि. मी. अंतरावर असलेली जागा निवडण्यात आली. ती लष्करी बराकी व एका तलावानजीक होती. इथं सागरी विमानं उड्डाण करू शकत होती, उतरू शकत होती. डिसेंबरच्या मध्यापर्यंत सर्व संबंधितांनी करारावर सह्या केल्या. २३ डिसेंबर रोजी 'हिंदुस्थान एअरक्राफ्ट' कंपनी नोंदवण्यात आली आणि बँकेत २० लाख रुपयांची ठेव ठेवण्यात आली. नाताळच्या सुमारास कारखान्याच्या उभारणीच्या कामाला सुरुवात झाली.

त्यानंतर आठ महिन्यांनी १२ ऑगस्ट, १९४१ रोजी वालचंद यांनी एक पार्टी दिली. पार्टीला हजर असलेली पाहुणे मंडळी चहा व केकचा आस्वाद घेत असताना त्यांच्या डोक्यावरून एक ग्लायडर उडत गेलं. त्यानंतर दोन आठवड्यांनी २९ ऑगस्ट रोजी 'हिंदुस्थान एअरक्राफ्ट'नं पहिलं हार्लो विमान भारत सरकारकडे सुपूर्द केलं. वालचंद हे काम यशस्वी करू शकतील, असा फारच थोड्यांना विश्वास

वाटत होता. कारखान्याच्या जागेवर सापांचा सुळसुळाट होता, तरी १९४१ पर्यंत बहुतांशी बांधकाम पुरं करण्यात आलं. ३०० भारतीय इंजिनीअर्स, २२ अमेरिकन तंत्रज्ञ, २००० कुशल कामगार अहोरात्र खपत होते.

ग्लायडरचं डिझाईन बंगलोर कारखान्यात तयार करण्यात आलं व त्याचं उत्पादनही इथंच करण्यात आलं. त्यांतील छोटा स्क्रूदेखील भारतात तयार झालेला होता, असं वालचंद यांनी प्रसिद्धिपत्रकात म्हटलं होतं. संधी मिळाली, तर भारतीय इंजिनीअर्स किती उत्तम कामगिरी करू शकतात, याचंच हे उदाहरण होतं. हिंदुस्थान विमान कंपनीत मुख्यत्वे हॉक पी-३६ व हार्लो पीसी-५ या जातीच्या विमानांची निर्मिती केली जात होती. सरकारनं दीर्घपल्ल्याच्या ७४ बॉंबफेकी विमानांची ऑर्डर दिली होती. तसंच, ४८ कर्टिस हॉक व ३० हार्लो ट्रेनर्स विमानांची ऑर्डर दिली होती. ही सर्व विमानं १९४२ च्या अखेरपर्यंत द्यावयाची होती.

तोवर युद्धानं महत्त्वपूर्ण वळण घेतलं होतं. ७ डिसें., १९४१ रोजी जपान्यांनी पर्ल हार्बरवर हल्ला केला व १५ फेब्रु. १९४२ रोजी त्यांनी ब्रिटिशांकडून सिंगापूर ताब्यात घेतलं. भारत सरकारनं आपली संरक्षण-व्यवस्था मजबूत करावी, असं चिंताग्रस्त चर्चिल यांनी कळवलं.

जेन्‌किन्स वालचंदना भेटले. 'उद्या जपानी छत्रीधारी सैनिक जर भारतात शिरले, तर ते सर्वप्रथम बंगलोरकडे जातील. तेव्हा हा विमान कारखाना उडवून देण्याची आगाऊ तयारी करणं योग्य होईल, असं सरकारला वाटतं. तुमचं मत काय?' त्यांनी विचारलं. वालचंद संतापानं उसळून म्हणाले, 'कुणाचा कारखाना तुम्ही उद्‌ध्वस्त करू पाहता? ती काय ब्रिटिश सरकारची मालमत्ता आहे का? हा कारखाना भागधारकांचा आहे, तेव्हा त्यांना नुकसान-भरपाई कशी द्यायची, याचा आधी विचार करा.'

२ एप्रिल, १९४२ रोजी सरकारनं 'हिंदुस्थान एअरक्राफ्ट कंपनी'चं राष्ट्रीयीकरण केलं.

ती चांगली कल्पना होती का?

सकृद्दर्शनी वालचंद चिडले होते. पण अंतर्गत वर्तुळात अनेकांनी सुटकेचा निःश्वास टाकला. कारखाना सुरू झाल्यापासून काही महिन्यांतच अनेक प्रश्न निर्माण झाले होते. नेहमीप्रमाणे वालचंद यांनी पुरेशी पूर्वतयारी केली नव्हती. कमी वेळात एवढा मोठा कारखाना उभारणं व हजारो कुशल कामगार कामावर घेणं, ही भव्य कामगिरी वाटते. पण हा त्यातला सोपा भाग झाला. या वेळेला विमान-उत्पादन कारखाना हा त्यांच्या आवाक्याबाहेर होता.

विमानाचे विविध भाग ही सर्वांत पहिली डोकेदुखी होती. एका मोटारीत

२०,००० निरनिराळे भाग असतात. तर विमानात ३०,००० भाग असतात. मात्र लष्करी विमानात २ लाख भाग असतात. त्यांचा कारखाना आकारानं फार लहान होता. व हा उद्योग नवा असल्यामुळे त्याला विविध भाग पुरविणाऱ्या छोट्या उद्योगांचा विकास झालेला नव्हता. त्यातून युद्ध सुरू असल्यामुळे तणावाखाली असलेल्या इंजिनीअरिंग कंपन्यांत विविध भाग विकसित करणं अवघड होतं.

अमेरिकेकडून साधनसामग्री आणण्यास वालचंद यांना बंदी होती. तेव्हा पावले यांनी चीनमधील अमेरिकन विमान कारखाना वालचंदना विकून टाकावा, म्हणून चिनी सरकारचं मन वळवलं. पण त्यानंतर मूळ अटींचं जास्तच उल्लंघन झालं असतं. खानोलकर म्हणतात, – 'पावले यांनी खूप परिश्रम करून अमेरिकेकडून यंत्र, उपकरणं, सुटे भाग व इंजिनं मिळवून ती बंगलोर कारखान्याला पुरविली. त्यांनी मियामी इथं उभारलेल्या कारखान्याकडून बंगलोरच्या कारखान्यासाठी बरीच मदत मिळवली.'

तिसरी गोष्ट म्हणजे, 'हिंदुस्थान एअरक्राफ्ट कंपनी'चं भांडवल फार कमी होतं. एका वर्षातच पैशाची टंचाई त्यांना जाणवू लागली. वालचंद व त्यांचे मित्र आणखी पैसे गुंतवण्यास तयार नव्हते. पण या प्रकल्पाचं महत्त्व लक्षात घेऊन सरकारला त्यासाठी जास्त पैसे उपलब्ध करून देण्याशिवाय गत्यंतरच नव्हतं. सरकारनं एप्रिल १९४१ मध्ये २५ लाख रुपये गुंतवले व या कंपनीचे ते एक तृतीयांश भागीदार बनले. कंपनीच्या संचालक मंडळाची फेररचना करण्यात आली व सर जॉन हिगिन्स, इ. टी. कोटस् व इ. एस. जेन्किन्स यांचा त्यात समावेश करण्यात आला. आता संचालक मंडळात वालचंद-तुलसीदास-खटाव ही मॅनेजिंग एजन्सी, म्हैसूर सरकार व भारत सरकार यांचे प्रत्येकी तीन-तीन प्रतिनिधी झाले.

हे आणि इतर प्रश्न मोठ्या प्रमाणावर वाढत गेले, तेव्हा सरकारनं त्यांच्यापुढे प्रस्ताव मांडला. त्यानुसार वालचंद, किलाचंद व खटाव यांनी त्यांची मूळ २५ लाख रुपये केलेली गुंतवणूक अधिक नुकसान-भरपाई म्हणून २० लाख रुपये देण्याचा सरकारचा प्रस्ताव मान्य केला. म्हैसूर सरकारनं नकार दिला, पण युद्धाच्या काळात आपल्या अधिकारांचा वापर न करण्याचं ठरविलं. त्या वेळेला जपानी बॉम्बफेकी विमानं केव्हाही हा कारखाना उद्ध्वस्त करू शकण्याचा धोका होता, तो लक्षात घेऊनही सरकारचा प्रस्ताव घाईघाईनं स्वीकारण्यात आला.

✦

१०

मित्राच्या शोधात

मुंबईहून कैरोमार्गे न्यूयॉर्कला जाणाऱ्या त्या विमानाचा प्रवास फारच लांबचा होता. पण उंचेपुरे व मजबूत देहयष्टीचे लालचंद हिराचंद यांच्या दृष्टीनं तर हा प्रवास फारच अस्वस्थ करणारा होता. ब्रजमोहन बिर्ला यांनी हिंदुस्थान-१० मोटारी भारतात बनवण्यासाठी ब्रिटिश मोटार कंपनीशी करार केला आहे, अशी माहिती एका सहप्रवाशाकडून त्यांना मिळाली. ही माहिती बेचैन करणारी होती. कारण स्वत: लालचंद हे अमेरिकेला क्रायस्लर कंपनीच्या अधिकाऱ्यांना भेटायला निघाले होते. मोटार-जुळणी कारखाना उभारण्याबाबत ते चर्चा करणार होते. तसंच, यंत्रसामग्री उत्पादकांशी संपर्क साधणार होते. १४ फेब्रु., १९४५ रोजी ते न्यूयॉर्कला पोहोचले. तेथील कडाक्याच्या थंडीत त्यांचे कान गारठून गेले. त्यांनी सर्वप्रथम त्यांचे बंधू वालचंद यांना फोन केला.

असं काहीतरी घडणार अशी वालचंद यांना भीती होतीच. १९३९ साली त्यांनी जेव्हा क्रायस्लर कारखान्याला भेट दिली, तेव्हाच बिर्ला यांच्या शिष्टमंडळानं संपर्क साधला आहे, असं सांगण्यात आलं होतं. मोटार-उत्पादनासाठी जी. डी. बिर्ला इतके उत्सुक होते, की त्यांनी १९२६ साली ग्वाल्हेर येथील कारखान्यात प्रायोगिक तत्त्वावर एक मोटार तयार केली होती. बी. एम्. बिर्ला यांनी १९४२

॑मध्ये 'हिंदुस्थान मोटर्स कंपनी' रजिस्टर केली व बडोदा येथील एक छोटा कारखाना खरेदी केला. पण युद्धामुळे वालचंद यांच्याप्रमाणेच त्यांचेही प्रयत्न मंदावले. आपल्यापेक्षा बिर्लांची आर्थिक ताकद फार मोठी आहे, याची वालचंद यांना चिंता वाटत होती. त्यांनी ज्याप्रकारे अनेक उद्योग उभारले, त्याप्रकारे मोटार कारखाना उभारणं त्यांना अगदी सोपं होतं. वालचंद यांना मात्र हे काही इतकं सोपं नव्हतं. 'हिंदुस्थान एअरक्राफ्ट कंपनी'च्या राष्ट्रीयीकरणामुळे त्यांना नुकसान-भरपाई मिळाली होती; पण ती रक्कम तशी पुरेशी नव्हती. त्यांना सरकारकडून सवलती हव्या होत्या. या सवलती मिळवण्याच्या प्रयत्नात त्यांची दहा वर्षं फुकट गेली होती. आता देशाचं स्वातंत्र्य दृष्टिपथात आलं होतं. त्यामुळे ब्रिटिश सरकारनं त्यांना जी मदत दिली नाही, ती भारत सरकार देऊ शकलं असतं; पण जर बिर्ला याबाबतीत आगेकूच करत असतील, तर मग मागे राहणं त्यांना परवडणारं नव्हतं.

दुसरं म्हणजे जमशेदपूर इथे ट्रक्सचं उत्पादन करण्याचा जे. आर. डी. टाटा विचार करीत होते. तसंच के. सी. व जे. सी. महिंद्रा बंधू माजगाव येथे 'विलिस ओव्हरलँड कंपनी'च्या सहकार्यानं जीप उत्पादनाचा विचार करीत होते. १९२८ पासून 'जनरल मोटार्स' मुंबईत ट्रक्स आणि मोटारिंची, आयात केलेली सी. के. डी. किटस् जुळवण्याचं काम करीत होते. त्यांचे प्रतिस्पर्धी 'फोर्ड मोटर कंपनी'चे मद्रास, मुंबई व कलकत्ता इथं कारखाने होते. तसंच, १९३६ पासून 'ॲडिसन अँड कंपनी' मद्रास इथं मोटारी व ट्रक्स यांची जुळणी करीत होते. 'अशोक मोटर्स' त्या वेळी जरी शांत असली, तरी ती तशी फार काळ राहणार नव्हती. मोटारी व ट्रक्सची भारतातील बाजारपेठ प्रचंड वाढत होती. त्यामुळे वयाची साठी ओलांडलेल्या वालचंदना या स्पर्धेत उतरावंसं वाटत होतं.

पाच कोटींच्या भागभांडवलाच्या आधारावर बिर्लांनी 'हिंदुस्थान मोटर्स कंपनी' स्थापन केली. त्यांच्यावर मात करण्याची प्रबळ इच्छा असलेल्या वालचंद यांनी 'प्रीमियर ऑटोमोबाईल्स कंपनी'ची स्थापना केली व तिचं भांडवल 'हिंदुस्थान मोटर्स'पेक्षा दुप्पट दाखवीलं. पण प्रत्यक्षात या कंपनीचं भागभांडवल 'हिंदुस्थान मोटर्स'च्या निम्म्यापेक्षाही कमी असणार होतं. वालचंद यांचा हिशेब तर दीड कोटी रुपयांच्या भांडवली खर्चावर अवलंबून होता. दुसरं महायुद्ध मध्यम टप्प्यावर आलं होतं. वालचंद व लालचंद हे बहुधा १९३७ पासून या प्रकल्पावर काम करीत होते. त्यावर्षी मुंबईसह अनेक प्रांतांमध्ये काँग्रेसची मंत्रिमंडळं आली. वालचंद यांचे कॉलेजमधील जुने मित्र बेळगावचे दिवाण बहादुर अण्णासाहेब लठ्ठे हे अर्थमंत्री झाले. भारतीय मोटार उद्योगाबाबत वालचंद यांच्याइतकेच उत्सुक असलेले पी. बी. अडवाणी हे उद्योग संचालक झाले.

फोर्डमधील तिढा

राष्ट्रीय नेत्यांशी असलेल्या आपल्या संबंधाचा वापर करून वालचंद यांनी मुंबईचे नवे मुख्यमंत्री बी. जी. खेर यांच्याकडून पाठिंब्याचं आश्वासन मिळवलं. दीड कोटी रुपयांवर ३.५ टक्के व्याजाची दहा वर्षांसाठी सरकारची हमी देण्याचा प्रस्ताव लठ्ठे यांनी मंजूर केला. मात्र दिल्लीनं या प्रकल्पाला मंजुरी दिली, तरच ही हमी मिळणार होती. या हमीमुळे वालचंद यांना बँका आणि भांडवली बाजारातून पैसे उभे करणं सोपं होतं. तसंच, अडवाणी यांना चार महिन्यांसाठी या मोटार प्रकल्पावर प्रतिनियुक्तीवर पाठवावं, ही त्यांची विनंतीही सरकारनं मान्य केली. २० मार्च, १९३९ रोजी वालचंद व अडवाणी हे एखाद्या बड्या अमेरिकन मोटार कंपनीचं सहकार्य मिळवण्यासाठी शोध घेत होते. सर्वप्रथम ते फोर्ड कंपनीचं मुख्य कार्यालय असलेल्या डेट्रॉईटला गेले. तिथंच त्यांना पहिला फटका बसला. काही वर्षांपूर्वी हेन्री फोर्ड यांनी आपल्या मोटारीचा व्यवसाय व ब्रिटिश साम्राज्याखालील देशांमधील पहिल्या पेटंटचं काम कॅनडातील फोर्ड मोटार कंपनीकडे सोपविलं होतं. त्यामुळे कॅनडातील कंपनीचे अध्यक्ष कॅम्पबेल यांच्याशी अडवाणी यांची मुलाखत ठरवून देण्यापलीकडे ते काही करू शकत नव्हते.

बैठक खेळीमेळीच्या वातावरणात सुरू झाली खरी; पण कंपनीत कोणाचा किती हिस्सा असावा, या मुद्द्यावरून वाटाघाटीची गाडी घसरली. कॅम्पबेल यांना नव्या कंपनीत ५१ टक्के हिस्सा हवा होता. पण अडवाणी यांनी नकार दिला. ब्रिटनमधील आपल्या उपकंपनीत फोर्ड यांचा ६७ टक्के हिस्सा होता, तर जर्मनीत ७५ टक्के हिस्सा होता. तेव्हा भारताच्या बाबतीतच त्यांनी कमी हिस्सा का स्वीकारावा? त्या वेळेला वालचंद किंवा हेन्री फोर्ड उपलब्ध नव्हते. हे दोघे भेटेपर्यंत वाटाघाटीतील तिढा कायम राहणार होता. तेव्हा १६ ऑगस्ट, १९३९ रोजी दोघांची भेट ठरली.

फोर्ड यांनी जिव्हाळ्यानं स्वागत केलं. ते पाहून वालचंद चकितच झाले. फोर्ड म्हणाले, 'एका सर्वांत जुन्या राष्ट्राला मोटार उद्योग उभारण्यासाठी एका तरुण देशाकडून मदत देण्यास मला फार आनंदच होईल.' आपलं जुनं धोरण सुधारण्याचा विचार करण्याचं आश्वासनही त्यांनी दिलं.

काही दिवसांनंतर वालचंद कॅम्पबेल यांना भेटायला गेले, तेव्हा कॅम्पबेल यांचा सूर काहीसा निर्दय होता. 'आम्ही भारतात जो उद्योग उभारला, त्यावर तुमची नजर का आहे?' त्यांनी विचारलं. ब्रिटनमधील फोर्ड कंपनीच्या मदतीनं कॅनेडियनांनी भारतात तीन मोटार-जुळणी कारखाने उभारले होते. युद्धाच्या सुरुवातीला भारतात फोर्डच्या वाहनांची मागणी सुमारे पाच हजार एवढी होती. २५ सप्टें. रोजी कॅनेडियनांबरोबर झालेल्या वादळी बैठकीनंतर त्या दिवशी दुपारी अडवाणी यांनी

क्रायस्लर कंपनीचे उपाध्यक्ष बी. ई. हचिंसन यांना फोन केला. अमेरिकेत येऊन त्यांना तीन महिने झाले होते व हातात काहीच पडलं नव्हतं. त्यामुळे अडवाणी वैतागले होते. 'जनरल मोटर्स'शी बोलणी करण्यात काही अर्थच नव्हता. कारण भारतीय बाजारपेठेवर त्यांचं आधीच ५० टक्के नियंत्रण होतं व त्यांना भारतीय भागीदाराची गरज नव्हती. 'क्रायस्लर कंपनी'ला मात्र जास्त रस असण्याची शक्यता होती. बैठक ठरविण्यात आली. तेव्हा 'क्रायस्लर'नं बिर्लांच्या पुढाकाराला नकार दिल्याचं ठाऊक नव्हतं. मुंबई सरकारच्या हमीमुळे संभ्रमात पडलेल्या 'क्रायस्लर'च्या अधिकाऱ्यांनी, 'भारतात आम्ही कोणालातरी पाठवू व त्यानंतर वालचंद यांच्या प्रस्तावाचा गांभीर्यानं विचार करू,' असं सांगितलं.

वालचंद व क्रायस्लर यांच्यांत जो पहिला करार झाला, त्यानुसार आरंभी ११ हजार मोटारींचं उत्पादन केलं जाणार होतं व शेवटी ते २० हजारापर्यंत नेलं जाणार होतं. परंतु ८ जुलै, १९४० रोजी झालेला हा करार पाच वर्षांपर्यंत कागदावरच राहिला. युद्धाला तोंड फुटल्यामुळे नोव्हेंबर १९३९ मध्ये सर्व काँग्रेस मंत्रिमंडळांनी राजीनामे दिले. मुंबईचे नवे राज्यपाल सर रॉजर लम्ले यांनी मुख्यमंत्री खेर यांना दिलेलं आश्वासन पाळण्याचं आरंभी वचन दिलं; पण त्यांनी नंतर शब्द फिरवला. ४ जाने., १९४१ रोजी वालचंद यांना पत्र पाठवून त्यांनी कळवलं की, 'तुम्हांला हवी ती आर्थिक हमी हे सरकार देऊ शकत नाही.'

दिवाणांची धांदल

मुंबई सरकारनं दगा दिल्यावर वालचंद यांनी म्हैसूर संस्थानाकडे धाव घेतली. संस्थानाचे दिवाण सर मिर्झा इस्माइल यांच्याशी वालचंद यांची चांगलीच मैत्री झाली होती. ब्रिटिश इंडियानं जो पाठिंबा नाकारला, तो म्हैसूरचे महाराज देतील, असं वालचंदना वाटत होतं.

चौथे महाराजा कृष्णराज वाडियार यांचे बालमित्र सर मिर्झा मोहम्मद इस्माइल (१८८३-१९५९) हे त्यांच्या उद्योगाभिमुख दृष्टिकोनाबद्दल प्रसिद्ध होते. त्यांच्या काळात म्हैसूरमध्ये कागद, खतं, सिमेंट, पोलाद, विद्युत बल्ब, साखर, कॉफी असे ९५ नवे उद्योग सुरू झाले. तसंच, महत्त्वाचे पाटबंधारे प्रकल्प, पहिला खेडे विद्युतीकरण प्रकल्प व वृंदावन उद्यान ही त्यांचीच कामगिरी.

विमान कारखान्याच्या कामासाठी वालचंद जेव्हा प्रथम बंगलोरला १६ डिसें., १९४० रोजी गेले, तेव्हा त्यांनी इस्माइल यांची भेट घेतली व मोटार-उत्पादनाची कल्पना मांडली. दोघे पुन्हा फेब्रु. १९४१ मध्ये भेटले, तेव्हा महाराजा व त्यांच्या चार सदस्यीय सल्लागार मंडळाशी चर्चा करण्याचं आश्वासन इस्माइल यांनी दिलं. 'वालचंद यांनी बंगलोरकरांना आपल्या प्रकल्पाची माहिती

द्यावी व थोडा सार्वजनिक पाठिंबा मिळवावा,' असं इस्माइल यांनी सुचवलं. परंतु हा सल्ला वालचंद यांना देणं निरर्थक होतं; कारण वालचंद आपली प्रचार-मोहीम नेहमीच चांगली सज्ज ठेवत असत.

मुंबईला परतताच वालचंद यांनी बंगलोरमधील आपली जनसंपर्क मोहीम चालविण्यासाठी सालिवटिश्वरन या पत्रकाराची तीन महिन्यांसाठी नियुक्ती केली. सर एम्. विश्वेश्वरय्या हे बंगलोरमध्ये राहत होते. विश्वेश्वरय्या (१८६१-१९८२) हे इंजिनीअर होते व त्यांनी मुंबईत बरीच सार्वजनिक बांधकामं उभारली होती. म्हैसूरचा औद्योगिक विकास घडवण्यात त्यांचा मोठा वाटा होता. ते म्हैसूर महाराजांचे माजी दिवाण होते. तसंच, 'भारतरत्न' हा सन्मान मिळवणारे ते पहिले भारतीय उद्योगपती होते. ते वालचंद यांचे जुने मित्र होते. विश्वेश्वरय्या यांनी 'मोटार उद्योग सुरू करण्याचा प्रस्ताव' या विषयावर एक निबंध लिहिलेला होता. तेव्हा ते मदत करतील, अशी अपेक्षा होती. कंपनीचे निवासी संचालक असलेले लालचंद हे बंगलोरमध्येच होते. सालिवटेश्वरन ३ एप्रिल रोजी बंगलोरला गेले व 'म्हैसूर चेंबर ऑफ कॉमर्स'च्या इमारतीत तात्पुरती जागा मिळवून तिथून कामकाजाला त्यांनी आरंभ केला.

त्यांच्या मते, मोटार-उत्पादन, तसंच, विमान-उत्पादन प्रकल्पाचं बंगलोरवासीयांनी स्वागतच केलं. परंतु संस्थानच्या दरबार वर्तुळात मात्र मतभिन्नता होती. इस्माइल व त्यांचे अर्थसचिव त्यांना अनुकूल असून, मोटार कारखाना बंगलोरातच निघावा, असं त्यांचं मत होतं. परंतु महाराजांच्या चौसदस्यीय सल्लागार मंडळातील इतरांचा मात्र विरोध होता. तसंच, महाराजांचे खासगी सचिव, सर चार्ल्स टॉडहंटर व ब्रिटिश नागरिक लेफ्ट. कर्नल जे. जी. गॉर्डन यांचाही विरोध होता.

भारतात मोठ्या प्रमाणावर मोटारींची जुळणी करणाऱ्या अमेरिकन कंपनीचा एक प्रतिनिधी, टॉडहंटर, गॉर्डन व महाराजांच्या सल्लागार मंडळाला भेटला. वालचंद यांनी क्रायस्लर कंपनीशी केलेल्या कराराची आपण बारकाईनं छाननी केली असून, हा करार एकांगी आहे व भारताच्या हिताला अपायकारक आहे, म्हणूनच मुंबई सरकारनं वालचंदना सहकार्य नाकारलं, असं या प्रतिनिधीनं त्यांना सांगितलं, अशी सालिवटेश्वरन यांची माहिती होती.

विदेशी कंपन्यांच्या प्रतिनिधीच्या ढवळाढवळीमुळे काही उपाययोजना तात्काळ करणं आवश्यक होतं. मोटार कारखान्याचा प्रस्ताव आणि क्रायस्लरशी झालेला करार यांच्या प्रती रिझर्व्ह बँकेच्या एका संचालकाला सालिवटेश्वरन यांनी पाठविल्या व त्यांचं मत विचारलं. तसंच, काही शंकांचं निराकरण करण्यासाठी त्यांनी अर्थसचिवांचीही भेट घेतली. दोघांनी या प्रकल्पाला आपला पाठिंबा चालू ठेवला. सर विश्वेश्वरय्या यांचा सल्ला घेतल्यावर पत्रकार सालिवटेश्वरन यांनी एक माहिती-पुस्तिका तयार केली. तीत टीकाकारांनी घेतलेल्या आक्षेपांना तपशीलवार उत्तर

दिलं होतं. ही पुस्तिका भारतातील सर्व प्रमुख वृत्तपत्रांना पाठवण्यात आली. तसंच, महत्त्वाच्या वृत्तपत्रांमध्ये वालचंद यांना अनुकूल संपादकीयं यावीत, म्हणून त्यांनी प्रयत्नही केले.

वालचंद स्वत: ११ एप्रिलला बंगलोरमध्ये दाखल झाले व त्यांनी तिथे तीन आठवडे मुक्काम केला. २९ तारखेला मद्रास प्रांताचे औद्योगिक संचालक ग्रीन हे वालचंदना भेटायला बंगलोरला आले. बंगलोरऐवजी मेट्टर इथे जर मोटार कारखाना उभारला, तर मद्रास सरकार सर्व ते सहाय्य देईल. मेट्टरमध्ये स्वस्ताई आहे, तसंच, बंगलोरपेक्षा मजूर व वीज स्वस्त मिळेल, तुम्हाला भांडवल-उभारणीसाठी सहाय्य करण्याचं वचन देणारा ठरावही मद्रासच्या 'सदर्न इंडिया चेंबर ऑफ कॉमर्स'नं मंजूर केला आहे, असं त्यांनी वालचंदना सांगितलं. म्हैसूर सरकारनं तोवर काही उत्तर दिलं नसल्यानं वालचंद यांनी चर्चा खुली ठेवली होती. परंतु मद्रासच्या या प्रस्तावावर वालचंद राज्याराज्यांना एकमेकांविरुद्ध खेळवू लागले. मद्रासच्या औद्योगिक संचालकांनी आपली भेट घेतली व मोटार कारखाना मद्रास प्रांतात हलवावा, अशी विनंती केली, हे वृत्त वालचंद यांनी मुद्दाम काही संपादकांच्या कानांवर घातलं व ते गंमत पाहत बसले. त्याची तात्काळ प्रतिक्रिया उमटली. 'कारखाना बंगलोरमध्ये झाला पाहिजे,' असं एका वृत्तपत्रानं ठामपणे लिहिलं. 'महाराजांनी वालचंद यांना तात्काळ संमती द्यावी व त्यांना कारखाना उभारण्यासाठी मदत करावी,' असं दुसऱ्या एका वृत्तपत्रानं सुचवलं. 'डेली न्यूज' या वृत्तपत्रानं २९ एप्रिल, १९४१ रोजी एक संपादकीय लिहून मद्रासच्या औद्योगिक संचालकांच्या कारखाना आपल्याकडे खेचून घेण्याच्या प्रयत्नावर टीका केली.

या विषयावर इस्माइल यांनी सर्व कागदपत्रं गोळा करून मोठी फाईल बनवली. स्वत:चा अनुकूल शेरा त्यावर नोंदवला व अंतिम मंजुरीसाठी ती फाईल महाराजांकडे पाठवून दिली. खरं तर, महाराजांकडून अनौपचारिक होकार मिळाल्याशिवाय कोणीही दिवाण महत्त्वाचे कागदपत्रं महाराजांकडे पाठवत नसतात. परंतु या प्रकल्पाबाबत मात्र त्याच्या उलट घडलं.

२३ एप्रिलला महाराजांशी झालेल्या चर्चेनंतर त्यांनी ही योजना मंजूर केली आहे, असा इस्माइल यांचा समज झाला. परंतु राजवाड्यात स्तब्धता होती. शहरात वीस दिवस मुक्काम ठोकूनही महाराजांकडून काहीही अनुकूल न समजल्यानं वालचंद यांचं मन शंकाग्रस्त झालं. कुठंतरी काहीतरी निराळंच राजकारण शिजत असलं पाहिजे, अशी शंका त्यांना येऊ लागली. राजकीय रेसिडेंटनं उटकमंडहून दोनदा म्हैसूरला जाऊन महाराजांची भेट घेतली, असं कळल्यावर त्यांचा हा संशय अधिकच बळावला. 'म्हैसूर चेंबर ऑफ कॉमर्स'मार्फत दबाव आणण्याचा वालचंद यांनी प्रयत्न केला. आठ जणांच्या एका शिष्टमंडळानं महाराजांची भेट घेऊन वालचंद यांच्या योजनेस

मंजुरी द्यावी, अशी विनंती केली. ६ मे, १९४१ रोजी तशा आशयाची त्यांना तारही पाठविली.

म्हैसूरचे दिवाण, व्यापारी वर्ग व जनता आपल्या प्रस्तावाला अनुकूल आहे, हे वालचंदना ठाऊक होतं. परंतु अमेरिकन हितसंबंधीय व ब्रिटिश अधिकाऱ्यांनी महाराजांच्या मनात संशयाची बीजं पेरली होती, त्याची वालचंदना काळजी वाटत होती. ते बरोबरच होतं. १५ मे १९४१ रोजी त्यांना महाराजांकडून एक पत्र आलं. ४ जाने. रोजी लम्ले यांनी जे पत्र पाठवलं होतं, तोच आशय या पत्रात सौजन्यपूर्ण भाषेत मांडलेला होता. म्हणजे थोडक्यात, या योजनेचा विचार सध्या करणं कठीण आहे, असं त्यांनी कळवलं होतं.

इस्माइल यांनी राजीनामा दिला. महाराजांनी तो झटपट स्वीकारला. त्यामुळे एकच खळबळ उडाली. भारत सरकारनं मनगटशाहीचा वापर केल्यामुळे त्यांनी राजीनामा दिला, अशी बातमी पसरली. युद्धप्रयत्नांना खीळ बसेल, या सबबीवर ब्रिटिशांनी या योजनेला अटकाव केला, असं बोललं जाऊ लागलं. सरकारनं या आरोपाचा तात्काळ इन्कार केला. परंतु सरकारच्या प्रतिनिधीनं म्हैसूरच्या दिवाणांना हा प्रकल्प सोडून देण्याबद्दल पत्रं लिहिली होती, याची आपल्याला माहिती आहे, असं सर विश्वेश्वरय्या यांनी जाहीर केलं.

म्हैसूरमधील या पराभवानंतरही वालचंद यांनी हा प्रकल्प सोडून दिला नाही. आश्चर्य म्हणजे, मद्रास प्रांताचा प्रस्तावही त्यांनी स्वीकारला नाही. एवढंच काय, त्यांनी मद्रासला साधी भेटही दिली नाही. त्याऐवजी ते सिमल्याला गेले. तिथे त्यांच्यासाठी दोन पत्रं आली होती. एक होतं रेवा संस्थानच्या उद्योग विभागाचे निरीक्षक बी. के. भार्गव यांचं. तर दुसरं होतं वालचंद यांचे जुने मित्र माजी वाणिज्य सदस्य जोसेफ भोर यांचं. १९३३ मध्ये इंचकेप यांच्याबरोबर 'सिंदिया'चा त्रिपक्षीय करार करण्यात या भोर यांनीच मदत केली होती. भोर सरकारी सेवेतून निवृत्त झाले होते व आता भोपाळ संस्थानचे दिवाण होते. दोघांनीही आपल्या संस्थानात मोटारींचा कारखाना काढता काय, अशी विचारणा केली होती.

मोटार प्रकल्पाकरता उभारावयाच्या कर्जासाठी हमी देण्याची क्षमता रेवा संस्थानामध्ये कितपत आहे, याबद्दल मला शंका आहे, असं वालचंद यांनी भार्गव यांना स्पष्टपणे कळवलं. भोर यांना मात्र त्यांनी काहीशा मोकळेपणानं २१ मे, १९४१ रोजी उत्तर लिहिलं. 'युद्धकाळात मोटार उद्योग सुरू केला, तर युद्ध-प्रयत्नात अटकाव येईल. कारण यंत्रसामग्रीसाठी अनेक डॉलर्स द्यावे लागतील, असं भारत सरकारनं म्हैसूर सरकारला कळवलं होतं. हिंदुस्थान सरकारच्या या विशिष्ट वृत्तीमुळे म्हैसूरला जे घडलं, त्याचीच पुनरावृत्ती भोपाळच्या बाबतीतही होण्याचा संभव आहे; शिवाय व्याजाची हमी पुरी करणं, भोपाळ सरकारला कितपत

शक्य आहे? अशा परिस्थितीत या उद्योगात पडण्याचा विचार भोपाळ करील की नाही, हे मला माहीत नाही.' खरं तर, म्हैसूरपेक्षा भोपाळ जास्त सरकारी दडपण सहन करू शकेल, असं वालचंद यांना वाटत नव्हतं.

एकदा दुधानं तोंड पोळलं म्हणून ताक फुंकून प्यावं, असा वालचंद यांचा राज्यांबद्दल दृष्टिकोन निर्माण झाला होता. खरं तर, त्यांच्या स्वभावाशी हे विसंगत होतं. परंतु म्हैसूर प्रकरणानंतर ते राज्यांपासून दूरच राहिले, हे खरं. ती डावपेचात्मक गंभीर चूकच ठरू शकली असती. बडोदा संस्थानकडे प्रयत्न न करण्याचा त्यांचा निर्णय काहीसा आश्चर्यकारकच होता. कपिलराम वकील यांनी मिठापूर येथे 'टाटा केमिकल्स' हा कारखाना उभारला होता. वालचंद तेव्हा 'टाटा केमिकल्स'मध्ये एक संचालक होते. बडोदा संस्थानच्या अनेक अधिकाऱ्यांशी त्यांच्या ओळखी होत्या. या संबंधात ते बडोद्याचे दिवाण सर व्ही. टी. कृष्णम्माचारी यांना भेटलेही होते; पण त्यांनी आपला प्रस्ताव गांभीर्यानं पुढं रेटला नाही. मात्र वालचंद यांनी जे गमावलं, ते बिर्लांनी कमावलं. 'हिंदुस्थान मोटर्स कंपनी' बडोद्यात १९४२ साली नोंदवण्यात आली.

ब्रिटिश राजवटीतच मोटार कारखाना उभारायचा, असं वालचंद यांनी मनोमन ठरवलं होतं. तेव्हा ज्यांनी या प्रकल्पात अडथळे आणले, त्यांना आपली बाजू पटवून द्यायला हवी, असं त्यांनी ठरवलं. पहिली गोष्ट म्हणजे, त्यांनी आपला प्रकल्प मर्यादित केला. कारखाना उभारायला जर परवानगी मिळाली, तर आपण केवळ लष्करी वाहनांचं उत्पादन करू, असं त्यांनी स्पष्ट केलं. असं केल्यामुळे आपल्या प्रस्तावाची गणना युद्ध-प्रयत्नात होईल, असं वालचंद यांना वाटत होतं. पण लष्करानं त्यांचा हा प्रस्ताव नाकारला. त्या वेळी लष्कर फोर्ड व शेवरलेट गाड्या वापरत होते. वालचंद क्रायस्लरच्या डॉज व डिसोटो गाड्या बनवणार होते. या गाड्यांची भर पडली, की लष्कराला सुट्या भागांचा आणखी फार मोठा साठा करावा लागला असता. आधीच लष्कराकडे सुट्या भागांचा मोठा साठा होताच. लष्करासाठी आपण स्वत: सुट्या भागांचा साठा बाळगायला तयार आहोत, अशी तयारी वालचंद यांनी दाखविली; पण सैन्याधिकाऱ्यांवर त्याचा पणिाम झाला नाही.

वालचंद यांचे प्रयत्न चालूच होते. त्यांनी बड्या पगारावर निवृत्त ब्रिटिश अधिकारी कामावर घेतले. व्हाइसरॉय यांच्या कार्यकारी मंडळावर त्यांनी टीकास्त्र सोडलं. हा प्रश्न 'ब्रिटिश हाऊस ऑफ कॉमर्स'मध्ये उपस्थित करण्यात त्यांना यश आलं. टाटांचे एक संचालक सर होमी मोदी यांची व्हाइसरॉय यांच्या कार्यकारी मंडळावर नेमणूक झाली. (त्या वेळी माधवराव अणे, राघवेंद्र राव व नलिनीरंजन सरकार या मंडळावरील अन्य भारतीय सदस्य होते.) तेव्हा वालचंद यांच्या आशा काहीशा पालवल्या. परंतु कमांडर इन चीफ सर क्लॉड ऑचिन्लेक हे त्यांचे सर्वांत प्रखर विरोधक होते. त्यामुळे वालचंद यांना फारशी आशा नव्हती.

परंतु वालचंद यांनी नेहमीप्रमाणे वृत्तपत्रांतून जोरदार प्रचार-मोहीम उघडली. त्यांनी आपल्या प्रस्तावाला राजकीय स्वरूप दिलं. जो कोणी मोटार-प्रकल्पाला विरोध करील, तो भारतविरोधी आहे, असं ते म्हणू लागले. वालचंद यांच्या प्रचार-मोहिमेतील विसंगती तेव्हा फार कमी जणांच्या लक्षात आली. अमेरिकनांनी ब्रिटिशांकडून भारतीय बाजारपेठ काबीज केली होती. अर्ध्याहून जास्त आयात 'जनरल मोटर्स' व 'फोर्ड' कंपन्यांकडून केली जात होती.

'कॅपिटल'चे संपादक जॉफ्रे टायसन यांनी वालचंद यांच्या धोरणाचे वाभाडे काढताना लिहिलं की,' भारतीय बाजारपेठेवर ज्यांचं वर्चस्व आहे त्या मोटार उत्पादकांना वगळून अन्य अमेरिकन उत्पादकांकडून मोटारीच्या चॅसीज् एक भारतीय उद्योगपती आयात करू पाहत आहे व त्यावर भारतात बनवलेले सांगाडे त्यांना (बॉडीज) बसवायचे आहेत. या पायावर त्यांना हमी हवी आहे. सरकारकडून त्यांना ऑर्डर्सच्या रूपाने मदत हवी आहे. आपला हा स्वदेशी मोटार उद्योग बनवण्याचा प्रकल्प आहे, असं ते म्हणत आहेत.' त्यांचा प्रकल्प रोखण्याशी ब्रिटिशांचा काही संबंध नाही, असा निर्वाळा त्यांनी दिला. तसंच, 'जोवर भारत स्वत: पेट्रोल इंजिनचं डिझाईन करून त्याचं मोठ्या प्रमाणावर उत्पादन करत नाही, तोवर खऱ्या अर्थानं स्वदेशी मोटार उद्योग निर्माण होणार नाही,' असंही त्यांनी म्हटलं होतं.

बिर्लांशी स्पर्धा

वालचंद लालफितीच्या गुंत्यात अडकले होते. पण बिर्लांची गोलंदाजी जोरात सुरू होती. 'हिंदुस्थान मोटर्स कंपनी' १९४२ मध्ये नोंदवण्यात आली. 'बडोद्याचे दिवाण व्ही. टी. कृष्णम्माचारी यांनी मोटार-जुळणी कारखाना ओखा इथं उभारावा, असा आग्रह धरला. त्यासाठी ते सबसिडी द्यायलाही तयार होते. त्यामुळे कंपनी बडोदा संस्थानात नोंदवण्यात आली', असं बी. एम. बिर्ला म्हणतात. आपण मागे राहू, अशी भीती वाटल्यानं वालचंद यांनी, बिर्लांनी आपल्या प्रकल्पात सहभागी व्हावं, असं आवाहन केलं. पण बिर्लांनी त्यात फारसं स्वारस्य दाखवलं नाही.

किंबहुना बिर्ला कायमच वालचंद यांच्या एक पाऊल पुढे असत. त्यांनी वालचंद यांच्या आधीच क्रायस्लर कंपनीशी संपर्क साधला. बी. एम्. बिर्ला यांनी दोन महत्त्वाच्या संयुक्त प्रकल्पाचे करार केले. मॉरिस १० या गाडीचं भारतीय मॉडेल बनवण्यासाठी ब्रिटनच्या 'नूफील्ड ऑर्गनायझेशन'शी त्यांनी करार केला व दुसरा करार स्टुडबेकर ट्रक्सची जुळणी करण्याबद्दलचा होता.

बिर्लांची प्रगती पाहून वालचंद यांनी आपल्या प्रकल्पासाठी सरकारकडून स्वस्तात पैसा उभारण्याचा प्रयत्न ऑगस्ट १९४३ मध्ये सोडून दिला. स्वत:चे थोडे पैसे घालावे, असं त्यांनी ठरवलं. तसंच, त्यांनी 'हिंदुस्थान एअरक्राफ्ट'च्या

वेळी मदत करणाऱ्या धरमसी मूलराज खटाव आणि तुलसीदास किलाचंद यांना सहकार्याचं आवाहन केलं. दोघेजण तयार झाले आणि १९४४ मध्ये 'प्रीमियर ऑटोमोबाईल्स' कंपनीची नोंदणी करण्यात आली. मॅनेजिंग एजन्सी कंपनीत तिघांचेही आरंभी समसमान हक्क होते. नंतर खटाव यांनी आपल्या हिश्शाचा काही भाग अन्य दोघांना विकून टाकला व त्यामुळे ५:५:२ असं वालचंद, किलाचंद व खटाव यांचं प्रमाण झालं. वालचंद हे वरिष्ठ भागीदार राहिले व त्यांची कंपनीचे अध्यक्ष म्हणून नियुक्ती झाली.

जून १९४४ मध्ये लालचंद यांनी २.२५ कोटी रुपये भांडवल बाजारातून उभारण्यास परवानगी मिळवली. (वालचंद यांनी दहा कोटींचं अधिकृत भांडवल असेल, अशी जी भव्य घोषणा केली होती, ती अंमलात आणली गेली नाही.) शेअर्सची विक्री १ जुलै, १९४४ ला सुरू झाली. त्याचा पूर्ण भरणा होण्यास जवळजवळ वर्ष लागलं. परंतु जून १९४५ पर्यंत एकूण भागधारकांची संख्या २२,४०० होती.

कारखान्यासाठी कुर्ला स्टेशननजीक वालचंद व लालचंद यांनी ८७ एकरचा प्लॉट मिळवला. काही महिन्यांनंतर दोघां भावांनी क्रायस्लर कंपनीशी केलेल्या एमओयूचं नियमित करारात रूपांतर केलं. आयात केलेल्या सीकेडी किटस्पासून प्लायमाऊथ मोटारी व डॉज ट्रक्सची जुळणी प्रीमियर कंपनी करणार होती. १९४८ साली एक उपकरण विभाग सुरू करण्यात येऊन भारतीयीकरणाच्या दृष्टीनं एक छोटं पाऊल टाकण्यात आलं. १९५१ पर्यंत प्रीमियरनं क्रायस्लरऐवजी इटलीच्या सहाय्यानं फियाट गाडी बनवणं सुरू केलं. १९५१ मध्ये फियाट-५०० गाडीचं उत्पादन सुरू झालं. १९५५ नंतर या मोटारीत भारतानं बनवलेली इंजिनं बसवली जाऊ लागली. १९५६ नंतर चॅसीज्चे भाग स्थानिक उत्पादक बनवू लागले.

बिर्ला आता मात्र मागे पडले होते. कारखान्याच्या जागेचा प्रश्न भिजत पडला होता. 'अखेर कारखान्याच्या उभारणीला १९४६ मध्ये उत्तरपारा इथं सुरुवात झाली व १९५० मध्ये ते पुरं झालं आणि मोटार व ट्रक्सचं उत्पादन सुरू झालं. विविध भागांच्या उत्पादनाला १९४९ मध्येच सुरुवात करण्यात आली होती. त्यानंतर लौकरच अंशत: भारतात उत्पादित झालेली मोटार रस्त्यावर आली.' बीएम् म्हणतात अशा प्रकारे पहिली बेबी हिंदुस्थान गाडी १९५० मध्ये बाहेर पडली, तर कुर्ला येथील कारखान्यातून पहिली प्लायमाऊथ गाडी १९४७ साली बाहेर पडली. पहिल्या वर्षी चार पर्यटन मोटारी व भारतीय सैन्यासाठी १५ ट्रक्सचं उत्पादन झालं. वालचंद यांनी यावेळी बिर्लांवर मात केली होती.

पण तरीही बिर्लांनीच अखेरची बाजी मारली. १९१९ मध्ये एस्एस् लॉयल्टी बोट लंडनकडे निघाली, तेव्हा म. गांधी आशीर्वाद द्यायला आले होते. १९४४ मध्ये मात्र म. गांधीजींनी वालचंद यांना नव्हे, तर जीडी व बी. एम्. बिर्ला यांना

भेटून आशीर्वाद दिले. तेव्हा गांधीजी नुकतेच तुरुंगातून सुटून आले होते. पं. नेहरूंना जेव्हा स्वत:च्या वैयक्तिक वापरासाठी मोटार हवी होती, तेव्हा त्यांनी दिल्लीच्या एका मोटार व्यापाऱ्याकडे हिंदुस्थान-१४ गाडीची ऑर्डर नोंदवली. आपला मोटार प्रकल्प हा वसाहतवादी साम्राज्याविरुद्धच्या भारतीय संघर्षाचं प्रतीक आहे, असं चित्र अनेक वर्षं वालचंद यांनी रंगवलं असलं, तरी बिर्लांसारखी आपल्या मोटारींची ते 'स्वदेशी' अशी जाहिरात करू शकत नव्हते.

✦

११

सुमति मोरारजी

१९४४ मध्ये मुंबईच्या गोदीत झालेल्या स्फोटाच्या आठवणी अजूनही वृद्ध नागरिक सांगतात. दारूगोळा घेऊन चाललेल्या बोटीवर हा स्फोट झाला होता. त्यामुळे एक बोट फेकली जाऊन धक्क्यावर आदळली होती. पण 'सिंदिया कंपनी'त वेगळ्याच स्फोटक गोष्टी घडत होत्या. १९५० मध्ये 'सिंदिया'च्या व्यवस्थापनातून वालचंद यांची हकालपट्टी करण्यात आली. नरोत्तम यांच्या स्नुषा सुमति मोरारजी यांनी वालचंद यांच्याविरुद्ध मोहीम उघडली होती.

डोक्यावरून साडीचा पदर घेणाऱ्या व हरिणाक्षी असलेल्या सुमति मोरारजी वालचंदसारख्या उद्योग-जगतातील हस्तीला टक्कर देण्याइतक्या खंबीर वाटत नव्हत्या. एका श्रीमंत बापाची लाडावलेली लेक असलेल्या सुमति मोरारजींनी एकदा म्हटलं होतं, की १९२२ मध्ये वयाच्या तेराव्या वर्षी एक तरुण वधू म्हणून माझा मोरारजी कुटुंबात प्रवेश झाला. मी माझ्या वडिलांची एकुलती एक मुलगी होते. माझे वडील मथुरादास गोकुळदास यांचं घराणं माझ्या सासरच्या घराण्यासारखंच विख्यात होतं. त्यामुळे शेठ शांतिकुमार यांच्याशी झालेला माझा विवाह त्या काळातील मुंबईच्या उच्चभ्रू वर्तुळातील एक महत्त्वाची सामाजिक घटना होती. घरातील एकच मुलगी असल्यानं माझं संगोपन माझ्या सहा भावांप्रमाणेच केलं गेलं होतं. त्या

काळाच्या प्रथेनुसार हे काहीसं विचित्र वाटेल. मोरारजी कुटुंबातही मला तसंच स्वातंत्र्य उपभोगायला मिळालं.'

आपल्या स्नुषेचा धाडसी स्वभाव नरोत्तम मोरारजी यांच्या लक्षात आला असावा. कारण त्यांनी 'नरोत्तम मोरारजी अँड कंपनी'चे सदस्य व मालक म्हणून शांतिकुमार बरोबर सुमती मोरारजी यांचंही नाव आपल्या मृत्युपत्रात नमूद केलं. ही कंपनी 'सिंदिया कंपनी'ची मॅनेजिंग एजंट म्हणून काम करीत होती. वालचंद, किलाचंद व सामळदास यांचा नफ्यात वाटा असला, तरी या कंपनीची मालकी मोरारजींची होती. त्यामुळे वालचंद यांच्याशी यापुढे जमणं शक्य नाही, असं लक्षात आलं, तेव्हा साहजिकच सुमती मोरारजींकडे जादा अधिकार होते.

१९२९ साली सोलापूरहून मुंबईत येत असताना लोणावळा इथं मोटार अपघातात नरोत्तम यांचं निधन झालं. तेव्हा सुमति मोरारजी किशोरवयीन होत्या. नरोत्तम यांच्यानंतर वालचंद यांनी 'सिंदिया'चं अध्यक्ष बनणं, हे साहजिकच होतं. पण कंपनीतील अधिकारी शांतिकुमार यांचं स्थान लक्षात घेऊन त्यांच्याबद्दल आदर बाळगून होते. उदा., मास्टर आपले अहवाल शांतिकुमार यांच्याकडे पाठवत व त्याची प्रत वालचंद यांना पाठवीत असत.

हळूहळू सुमती मोरारजी कामकाजांत लक्ष घालू लागल्या. 'मॅनेजिंग एजन्सीचा भागीदार म्हणून नेमणूक होताच कंपनीच्या दैनंदिन कामकाजांत त्या रस घेऊ लागल्या,' असं त्या वेळच्या एका पत्रकारानं म्हटलं होतं. १९२९ साली त्या वालचंद व मास्टर यांच्याबरोबर सिलोनला गेल्या. त्यांनी ब्रह्मदेशालाही भारतापासून विभक्त झाल्यावर भेट दिली. १९४० साली ३१ वर्षांच्या असलेल्या सुमति मोरारजी यांनी स्वतःची पदसिद्ध संचालक म्हणून नियुक्ती करून घेतली. दोन वर्षांनंतर 'चलेजाव चळवळी'शी निकटचा संबंध असल्यानं त्यांनी संचालक मंडळाचा राजीनामा दिला. १९४६ मध्ये त्या परत संचालक मंडळात सामील झाल्या. मात्र या वेळी पूर्णवेळ सदस्य म्हणून! त्यानंतर शांतिकुमार अमेरिका-भेटीवर निघून गेले.

त्या त्यांच्या पतीपेक्षा अधिक सामर्थ्यवान होत्या. एकदा महात्मा गांधींनी त्यांना विचारलं, 'तुम्ही तुमच्या पतीचं पद बळकावून तर घेतलं नाही ना?' त्यावर त्या उत्तरल्या, 'बापू, समजा, मी तसं केलंच असेल, तर ते तुमच्या शिकवणुकीलाच अनुसरून आहे ना! भारतीय महिलांनी पुढे यावं व आपल्या अवतीभवतीच्या जीवनात रस घ्यावा, असं तुम्हीच म्हणत असता ना?' त्यांनी गमतीनं हे उत्तर दिलं असलं, तरी त्या विनोद करीत नव्हत्या. १९४९ मध्ये दोन मुलं असलेल्या या सुमति मोरारजी वालचंद यांना दूर करून कंपनीच्या अध्यक्ष बनल्या.

कलाटणी

युद्धाच्या अखेरीस 'सिंदिया कंपनी' घसरणीला लागली व वालचंद यांच्या अडचणी सुरू झाल्या. 'सिंदिया'च्या १९ आगबोटींपैकी १६ आगबोटी सरकारनं युद्धकाळात घेतल्या होत्या. उरलेल्या केवळ तीन आगबोटींचा धंदा सुरळीत चालू होता. युद्ध संपलं, तेव्हा 'सिंदिया'चं एकूण टनेज ७२ हजार टनांवर आलं होतं. आठ आगबोटी बुडाल्या होत्या आणि ज्या बोटी उरल्या होत्या, त्यांची पूर्ण दुरुस्ती करायची गरज होती.

या दुरुस्तीला वा नव्या बोटी खरेदी करण्यासाठी 'सिंदिया'कडे पैसे नव्हते. पहिल्या व दुसऱ्या महायुद्धात सरकारनं 'बीआय्' कंपनीला चांगले पैसे दिले; पण 'सिंदिया'ला मात्र दिले नाहीत; तसंच बोटींच्या किंमती वाढल्या होत्या. १९३९ साली ज्या जहाजाची किंमत १० लाख रुपये होती, त्याची किंमत १९४५ मध्ये तिप्पट झाली होती. आर्थिक स्थिती बरी नसूनही, 'सिंदिया'नं विशाखापट्टणम गोदीत दोन नव्या मालवाहतूक बोटी बांधून घेण्याचं व तीन इंग्लंडहून आणण्याचं ठरवलं. त्याकरता पैसे उभारण्यासाठी 'सिंदिया कंपनी'नं दोन प्रकारचे शेअर्स विक्रीस काढले. कंपनीचं भांडवल १९४६ पर्यंत २.२५ कोटींवर नेण्यात आलं व १९४८ मध्ये ५ कोटींचे डिबेंचर्स काढण्यात आले.

दरम्यान 'बीआय्' कंपनीशी चाललेल्या संघर्षानं तीव्र वळण घेतल्यानं स्थिती आणखी बिघडली. १९३९ मध्ये ज्या त्रिपक्षीय कराराचा फेरविचार करायची गरज होती, तो फेरविचार सरकारनं पुढे ढकलला. १९३८ मध्ये क्रेगमाईल यांच्यानंतर क्युरी हे 'बीआय्' कंपनीचे अध्यक्ष बनले होते. 'सिंदिया'च्या संचालक मंडळातही बरेच बदल झाले होते. नरोत्तम वारले, त्याच वर्षी किलाचंद देवचंद यांचं निधन झालं व त्यांचे चिरंजीव तुलसीदास यांनी त्यांची जागा घेतली. सामळदास यांचं १९३६ मध्ये निधन झालं. तरुण मंडळी अधिकारपदांवर आल्यामुळे साठी ओलांडलेले वालचंद काहीसे एकाकी पडले.

१९४८ च्या उन्हाळ्यानंतर वालचंद यांची प्रकृती बिघडली. त्यांचे हात थरथरू लागले व त्यांच्या बोलण्यावर परिणाम झाला. स्नानगृहात पडल्यामुळे त्यांचा डावा पाय मुरगळला. केवळ त्यांच्या इच्छाशक्तीच्या बळावर त्यांचं शरीर काम करीत होतं.

'सिंदिया कंपनी'च्या आर्थिक अडचणींमुळे केवळ संचालकच नव्हे, तर भागधारकांतही नाराजी पसरली होती. वार्षिक बोनस न मिळाल्यानं कामगारही असंतुष्ट होते व त्यांनी आंदोलनाला आरंभ केला होता. एक संचालक म्हणाले त्यानुसार, भारतीय स्वातंत्र्याच्या पहाटेमुळे 'सिंदिया'च्या भरभराटीचा प्रकाश पडायला

हवा होता. परंतु आर्थिक परिस्थिती बिघडली होती. कंपनीत महत्त्वाचे फेरबदल करणं आवश्यक आहे, याबाबत सर्वांचीच खात्री पटली होती. वालचंद यांच्या व्यवस्थापनाबाबत इतक्या आघाड्यांवर नाराजी वाढत होती, की त्यामुळे सुमती मोरारजी यांचं काम सोपंच झालं. संचालक मंडळाच्या बैठकीला नव्या व जुन्यांच्या रणभूमीचं स्वरूप येऊ लागलं.

अशा परिस्थितीत 'सिंदिया कंपनी'ला सामर्थ्यशाली पाठिंबा व मार्गदर्शन मिळणं आवश्यक आहे, असं वालचंद यांना वाटत होतं. याबाबतीत एकाच व्यक्तीवर ते विसंबून राहू शकत होते व ती व्यक्ती म्हणजे सरदार पटेल! वालचंद यांनी त्यांना जुलै १९४९ मध्ये पत्र पाठवून सारी परिस्थिती कळविली. 'संचालक मंडळातील वातावरण विषारी आहे. पूर्वी 'सिंदिया कंपनी'च्या पेचप्रसंगात तुम्ही कायमच मदत करून कंपनीला वाचवलं आहे. याही वेळेला तुम्ही पूर्वीप्रमाणेच मदतीला धावून याल व कंपनीला सध्याच्या संकटातून सुखरूपपणे बाहेर काढाल, अशी मला आशा आहे', असं त्यांनी पटेल यांना पाठवलेल्या पत्रात म्हटलं होतं.

१९४८-४९ या काळात 'सिंदिया'च्या संचालकांत तीव्र मतभेद सुरू झाले आणि सारं वातावरण इतकं जहरी बनलं, की आपण मॅनेजिंग एजन्सी सोडून द्यावी, असा विचार शांतिकुमार वैतागून करू लागले.

'सिंदिया'नी 'नरोत्तम मोरारजी अँड कंपनी'शी केलेल्या करारानुसार एजन्सीची मुदत ३१ मार्च १९४९ रोजी संपणार होती. त्यामुळे हा सर्व विषय एकदम चर्चेत आला. युद्धकाळात 'सिंदिया'ची कामगिरी चांगली नसली, तरी 'हिंदुस्थान कन्स्ट्रक्शन कंपनी'नं मात्र चांगली कमाई केली होती. वालचंद या दोन्ही कंपन्यांचे अध्यक्ष होते. त्यांच्याकडे प्रथमच आर्थिक सत्ता व अधिकारपदही होतं. 'सिंदिया' पूर्णतः आपल्या नियंत्रणाखाली आणण्याची त्यांना ही योग्य संधी वाटत होती.

'सिंदिया'च्या भागधारकांत वालचंद यांचे समर्थक पाठिंबा मिळवायचा प्रयत्न करू लागले. त्यांनी एक कृतिसमिती स्थापन केली. या समितीच्या सदस्यांनी शांतिकुमारांविषयी काढलेल्या काही उद्‌गारांमुळे शांतिकुमार संतापले होते व त्यामुळे एजन्सीच्या जबाबदारीतून मुक्त होण्याची भाषा करू लागले होते. संचालक मंडळात सौम्य स्वभावाचे, सभ्य शांतिकुमार हेच काय ते वालचंद यांचा बाजूचे होते, हे वालचंदना ठाऊक होतं. शांतिकुमार यांनी राजीनामा दिला, तर आपणही बुडणार, हे वालचंद जाणून होते.

२२ फेब्रु., १९४९ रोजी वालचंद यांनी शांतिकुमारना पाठवलेल्या पत्रात म्हटलं होतं की, 'माझी प्रकृती व बदललेली परिस्थिती लक्षात घेता आपण आता धरगरी व तुलसीदास यांचं सहकार्य मिळवलं पाहिजे. आपण परस्परांच्या विचारे जी एक योजना तयार केली होती, तिच्यात योग्य ते बदल करून ती कार्यवाहीत

आणता येईल की नाही, याचा आपण एकत्र बसून विचार करूया.' जुन्या योजनेत बदल करून त्याचाही खर्डा त्यांनी शांतिकुमारांना पाठवला. परंतु शांतिकुमार, सुमति व अन्य कोणाही संचालकाला ती योजना आधी आवडली नव्हती, आणि आताही त्यांना ती पसंत पडली नाही.

प्रत्येकजण वेगवेगळ्या कल्पना करत होता. मार्चमध्ये संपणारा मॅनेजिंग एजन्सीचा करार संचालक मंडळींनी ३० जूनपर्यंत वाढवला. परंतु जुलै सुरू झाला, तरी काहीही निकाल न लागता चर्चाच चालू होती. तेव्हा १६ जुलै रोजी वालचंद यांनी सरदार पटेल यांना वरील पत्र लिहिलं.

२३ सप्टेंबर, १९४९ रोजी संचालक मंडळाची अनौपचारिक सभा वालचंद यांच्या बंगल्यावर भरली. या बैठकीत वालचंद यांनी पुढाकार घेऊन 'वालचंद-मोरारजी प्रा. लि.' या नावानं एक खासगी मॅनेजिंग एजन्सी स्थापन करावी, अशी कल्पना मांडली. सुमति मोरारजी, गुलाबचंद हिराचंद, बाहुबली गुलाबचंद, किशोर माणिकलाल प्रेमचंद आणि स्वत: वालचंद नियुक्त करतील अशी आणखी एक व्यक्ती, हे सर्व भागीदार राहणार होते. तसंच वयानं आणि अनुभवानं जी व्यक्ती वडिलधारी असेल, तिची कार्याध्यक्षपदी निवड करावी, असंही त्यावेळी सुचविलं होतं. शांतिकुमार यांच्या नावाचा उल्लेखही केला गेला नाही. या योजनेवर बहुतेक संचालकांनी टीकाच केली. आपल्या मर्जीप्रमाणे गोष्टी घडाव्यात, म्हणून वालचंद परिस्थितीचा फायदा घेऊन आपला स्वार्थ साधू पाहत आहेत, असाही आरोप केला गेला. शेवटी वालचंद यांनी आपला प्रस्ताव मागे घेतला.

सरदार पटेल यांनी २४ ऑक्टोबर रोजी दिल्ली येथे 'सिंदिया कंपनी'च्या भावी व्यवस्थेसंबंधी विचारविनिमय करण्यासाठी बैठक बोलाविली होती. त्या बैठकीस सहा संचालक, भागधारकांच्या कृतिसमितीचे दोन प्रतिनिधी यांना बोलाविलं होतं. पटेल यांना सादर करण्यासाठी एक ठोस योजना तयार करावी, असं संचालकांना सांगण्यात आलं होतं. संचालक मंडळानं हे काम शांतिकुमार यांच्यावर सोपविलं. त्यांनी प्रस्तावाचा मसुदा तयार करून वालचंद यांच्याकडे पाठवून दिला. त्यावर वालचंद यांनी स्वतंत्र टाचण करून त्यासह शांतिकुमारांना तो पाठवून दिला.

वालचंद यांनी आपल्या टाचणात एजन्सीच्या संचालक मंडळात सुमति मोरारजी, किशोर माणिकलाल, बाहुबली गुलाबचंद व (शांतिकुमार यांच्याऐवजी) गगनविहारी मेहता असतील, असं म्हटलं होतं. तेव्हा, 'मी आणि सुमती तुमची ही योजना मान्य करू शकत नाही,' असं शांतिकुमार यांनी कळवलं. एवढंच नव्हे, तर त्यांनी २४ ऑक्टो. रोजी संचालक मंडळापुढे मांडण्यासाठी दुसरी योजना तयार करून पाठविली. त्या योजनेवर बैठकीत अगदी तपशीलवार चर्चा झाली. पण दिल्लीला रवाना होईपर्यंत ही चर्चा चालूच राहिली.

सुमति मोरारजी यांच्या मनात मात्र सुस्पष्ट कल्पना होती. दिल्लीला निघण्यापूर्वी त्यांनी आणखी एक नवी योजना तयार केली. त्यात नवीन भागीदार असावेत, अशी त्यांनी सूचना केली होती. 'नरोत्तम मोरारजी अँड कंपनी'ची एकतर फेररचना करता येईल किंवा पूर्णत: नवीन संस्था स्थापन करता येईल, असं त्यात म्हटलं होतं. एका व्यक्तीकडे किंवा खासगी कंपनीकडे व्यवस्थापन सोपविण्यापेक्षा, 'सिंदिया'चा कारभार व्यावसायिक संघटनेमार्फतच चालवला जावा, असं त्यांनी सुचवलं होतं. आपली ही योजना संचालक मंडळापुढे मांडण्याआधी त्यांनी त्याबाबत वालचंद यांच्याशी चर्चा केली होती आणि वालचंद यांनी त्याला मान्यताही दिली होती. वालचंद यांचं असं सहज सहमत होणं काहीसं विचित्र वाटे. परंतु त्यांना कलंकित किंवा हानिकारक विजय नको होता. सुमति मोरारजी यांचा प्रस्ताव सरदार पटेलांकडे पाठवताना त्या सोबतच्या पत्रात वालचंद यांनी लिहिलं, 'या वेळी जर प्रदीर्घ व सखोल चर्चा करून निर्णय घेतला नाही आणि जर एका व्यक्तीकडे वा खासगी कंपनीकडे कारभार सोपवला, तर काही काळानंतर कसला ना कसला तरी पेचप्रसंग उद्भवेलच. 'सिंदिया'चं व्यवस्थापन नि:पक्षपाती असावं आणि कंपनीत वेळोवेळी बुद्धिमान मंडळी येत राहावीत, एवढीच माझी इच्छा आहे.'

वालचंद यांचं ढासळलेलं प्रकृतिमान लक्षात घेता त्यांनी स्वत: दिल्लीला न येता आपल्या वतीनं कोणालातरी पाठविलं तरी चालेल, असं पटेल यांनी आग्रहपूर्वक सुचविलं. तेव्हा वालचंद यांनी लालचंद यांना दिल्लीला पाठविलं. सरदार पटेल यांच्या निवासस्थानी ही बैठक दोन दिवस (२४ व २५ ऑक्टोबर) चालली.

अखेर हा प्रश्न सोडवण्यात आला. फक्त एकच भिन्न मत होतं. ते बहुधा गुलाबचंद यांचं असावं. 'नरोत्तम मोरारजी कंपनी'कडेच एजन्सी चालू ठेवून ती अधिक कार्यक्षम करण्याच्या दृष्टीनं तिच्यात आणखी दोन भागीदारांचा समावेश करण्यात यावा; कंपनीत शांतिकुमार व सुमति मोरारजी यांचा बव्हंशी हिस्सा राहील; तसंच 'सिंदिया'च्या व्यवस्थापनाचं नियंत्रण त्यांच्या हाती राहील, असं ठरलं. त्याचप्रमाणे कंपनीत अधिक चैतन्य आणण्यासाठी दोन नवे व्यवस्थापक नियुक्त करण्याचाही निर्णय घेण्यात आला. त्यातला एक व्यवस्थापक मनसुखलाल मास्टर हे होते; तर दुसरे गगनविहारी मेहता असतील, असं ठरलं. मेहता यांची तयारी नसेल, तर एखाद्या महत्त्वाच्या सरकारी अधिकाऱ्याची नेमणूक करावी, असंही सुचविण्यात आलं. कंपनीचे नवे अध्यक्ष म्हणून धरमसी खटाव यांची नियुक्ती करावी, अशी सूचना सरदार पटेल यांनी केली, तर कृतिसमितीनं या पदासाठी कस्तुरभाई लालभाई यांचं नाव सुचविलं.

दिल्लीत जे काही ठरेल, ते निमूटपणे स्वीकारायचं, अशी वालचंद यांनी मनाची तयारी केलीच होती. तेव्हा, जेव्हा दिल्लीहून ट्रंककॉल आला, त्या वेळी त्यांनी

आपली संमती दिली. दिल्लीत ठरलेल्या निर्णयाला आणि तरतुदींना मुंबईमध्ये ७ नोव्हें. रोजी झालेल्या कंपनीच्या संचालक मंडळाच्या बैठकीत मंजुरी देण्यात आली.

त्यानंतर काही काळानं शांतिकुमार यांनी वालचंद यांना फोन करून सांगितलं, की 'मॅनेजिंग एजन्सीत बाहुबली यांचाही वाटा असावा, अशी माझी इच्छा होती. पण दिल्ली येथील बैठकीत अनेक कारणांमुळे माझ्या मनात असूनही त्यांचं नाव मी सुचवू शकलो नाही. तशी सूचना सरदार पटेल यांना मी करीन, असे म्हणतो. तुमची यास संमती असावी.' त्यांचं म्हणणं शांतपणे ऐकून घेऊन वालचंद उत्तरले, 'मला आणि माझ्या बंधूंना बाहुबलींना आमच्या व्यवसायातून मोकळं करावं, असं वाटत नाही.'

वालचंद यांनी 'सिंदिया कंपनी'च्या संचालक आणि अध्यक्षपदाचा आपला राजीनामा १७ जाने., १९५० रोजी पाठवून दिला. त्यानंतर काही आठवड्यांतच त्यांनी या कंपनीतला आपला सर्व हिस्सा (होल्डिंग) सुमती मोरारजी यांना विकून टाकला. अशा प्रकारे प्रत्यक्षात अगदी अल्प वाटा असूनही, जी कंपनी त्यांची म्हणूनच ओळखली जात होती, तिचा त्यांनी निरोप घेतला.

✦

१२

कंपनी

नव्यानं नेमलेले अधिकारी वालचंद यांच्या कार्यालयातून काहीसे स्तिमित होऊनच बाहेर पडत. 'तुम्ही जेव्हा कोणाही युरोपियन वा भारतीय अधिकाऱ्याला भेटायला जाता, मग तो कोणीही का असेना, तुम्ही त्याला वालचंद यांचे प्रतिनिधी म्हणून भेटायला जात असता, हे नेहमी लक्षात ठेवा', असं ते त्यांना निक्षून बजावत. 'मी जसा वागतो, तसंच तुम्ही वागलं पाहिजे; अधिकाऱ्यानं आत बोलावताच तुम्ही आत जाऊन त्यांना अभिवादन करा, हस्तांदोलन करा, त्यांच्या समोरील खुर्ची ओढून घ्या व बोलायला सुरुवात करा. त्यांच्या परवानगीची वाट पाहत बसू नका. तुम्ही असं वागलात, तर तो अधिकारी तुमच्याशी समान पातळीवर वागू लागेल. तुम्ही माझ्या खोलीत जरी आलात, तरी मी सांगायची वाट न पाहता तुम्ही खुर्चीवर बसलं पाहिजे.'

रेल्वे कंत्राटदार म्हणून काम करत असताना वालचंद यांनी घेतलेल्या अनुभवातून हा उपदेश आलेला होता. तंत्रज्ञान व तांत्रिक शिक्षण यांचं कौतुक करायलाही ते लौकर शिकले. जी. डी. बिर्लांना हे कधीच जमलं नाही. औपचारिक पदवीधारी व्यवस्थापक भरती करण्यात जीडींना खास लाभ वाटत नसे. वालचंद यांना थेट इंजिनीअरिंग कॉलेजातून नवे बुद्धिमान विद्यार्थी भरती करायला आवडत असे. जे

विशेष नैपुण्य दाखवत, त्यांना आणखी प्रशिक्षणासाठी ते परदेशी पाठवीत. परतल्यावर ते उत्पादन विभागात काम करू लागत; पण त्यांची व्यवस्थापन विभागात बदली होऊ शकत असे.

जे. आर्. डी. टाटांचंही धोरण असंच होतं. टाटा समूहाच्या व्यावसायिकतेचं वालचंदना कौतुक वाटे. सर दोराब यांच्या अध्यक्षपदाच्या कारकीर्दीत त्यांचा टाटांशी आलेला संबंध जरी अल्पकाळ टिकला, तरी त्या संबंधांचं मोल वालचंद कधीच विसरले नाहीत. आपल्या समूहातील मॅनजिंग कंपन्यांची 'टाटा सन्स' धर्तीवर फेररचना करण्याचाही वालचंद यांचा विचार होता. ते प्रत्यक्षात साकार झालं नाही, तरी टाटांकडे आदर्श उद्योगसमूह म्हणूनच ते पाहत असत.

वालचंद यांची माणसं

वालचंद यांचा त्यांच्या व्यवस्थापकांबाबतचा दृष्टिकोन व त्यांच्यांतील गुण हेरून त्यांना उत्तेजन देण्याची वृत्ती, याचं प्रत्यंतर त्यांच्या दोन साखर कारखान्यांच्या व्यवस्थापकांनी वर्णिलेल्या अनुभवांतून येतो.

यातले पहिले आहेत मगनलाल हिराचंद शहा. इंजिनीअर असलेले शहा १९३१ मध्ये वालचंद समूहात दाखल झाले. वालचंद यांनी त्यांना जावा व ऑस्ट्रेलियाला पाठवलं. शहा यांनी दोन्ही ठिकाणी तीन-चार महिने घालविले. भारतात साखरेची मुख्य आयातही जावातून होत होती. शहा वालचंदना नियमितपणे अहवाल पाठवीत असत. जावामधील शेतं व साखर कारखाने इथं आपण कसा युक्तीनं प्रवेश मिळविला, हे त्यांनी एकदा कळवलं. कालव्याचं पाणी मळ्यात खेळवण्यासाठी इंडियन ह्यूम पाईप कंपनीनं तयार केलेल्या नळाचा जावातील शेतकऱ्यांना कितपत उपयोग होईल, हे पाहण्यासाठी आपण इथं आलो आहोत, असं सांगून जावा येथील मळ्यात शहांनी चातुर्यानं प्रवेश मिळविला. तसंच, 'वालचंद यांना स्वतःच्या कारखान्यासाठी जावामधील अनुभवी रसायनतज्ज्ञ हवा आहे,' अशी जाहिरातही शहांनी स्थानिक वर्तमानपत्रातून दिली. अनेकांनी या जाहिरातीला प्रतिसाद दिला. आपल्या प्रश्नांना या अर्जदारांनी जी उत्तरं दिली, त्यामुळे जावामधील साखर उद्योगाची विविध प्रकारची बरीच माहिती आपल्याला मिळाली, असं शहा यांनी कळवलं. श्मित नावाचा डच रसायनतज्ज्ञ बराच उपयोगी पडला. त्यानं शहांना अन्यत्र मिळणार नाही, अशी बरीच माहितीपत्रकं पुरविली आणि शहांनी ती भारतात पाठवून दिली. शहांनी रावळगांव शुगर कारखाना उभारायला मदत केली. तसंच, वालचंदनगरच्या उभारणीलाही मदत केली.

आपल्या अधिकाऱ्यांच्या विकासाकडे वालचंद यांचं नेहमीच लक्ष असे व ते त्यांना प्रोत्साहन देत. या बाबतीत रसायनशास्त्रात एम्.एस्सी. पदवी घेतलेल्या के.

व्ही. लोणकर यांचं उदाहरण लक्षात घेण्याजोगं आहे. आपल्या व्यवस्थापकांना कायम प्रशिक्षण देत राहणं व त्यामुळे आपले कारखाने सुव्यवस्थित चालू ठेवणं, याकडे वालचंद यांचं बारकाईनं लक्ष असे. लोणकर यांची सुरुवात वालचंद यांच्याकडे नव्हे, तर त्यांचे प्रतिस्पर्धी असलेल्या व त्या काळातील महाराष्ट्रातील सर्वांत उत्तम असलेल्या 'बेलापूर शुगर' या कंपनीत झाली. बेलापूरमध्ये गळिताचा एक हंगाम घालविल्यावर ते 'रावळगाव'मध्ये दाखल झाले. 'बेलापूर'मध्ये युरोपियन व्यवस्थापकांकडून जे धडे त्यांनी घेतले, त्यांचा उपयोग त्यांनी इथं करावा, अशी वालचंद यांची अपेक्षा होती. लोणकर 'बेलापूर'ला असतानाच वालचंद त्यांना अनेकदा भेटले. 'प्रत्येक ठिकाणी जाऊन जातीनं माहिती गोळा करावी, असा वालचंद यांचा आग्रह असे. महत्त्वाच्या ठिकाणी आपण स्वत: जर काम केलं, तर प्रत्येक तपशील समजू शकतो व काहीही व्यावसायिक गुपित समजायचं शिल्लक उरत नाही, असं शेठ वालचंद मला सांगत', लोणकर म्हणाले.

लोणकर 'रावळगाव'ला आल्यानंतरही आपल्या अधिकाऱ्यांनी शिक्षण घ्यावं, यावर वालचंद यांचा भर होता. ते 'रावळगाव'ला नेहमी भेट देत व प्रत्येक वेळेला त्यांच्याबरोबर खास तज्ज्ञ असत. त्यांत कधी कानपूर साखर संशोधन संस्थेचे संचालक श्रीवास्तव किंवा कोईमतूर ऊस उत्पादक केंद्राचे संचालक सर टी. एस्. व्यंकटरामन अथवा प्रख्यात ऊस उत्पादक रावबहादूर शेंबेकर अशा कोणी ना कोणी साखर धंद्यातील तज्ज्ञ व अनुभवी व्यक्तींचा समावेश असे. 'शेट वालचंद या बड्या पाहुण्यांची व आमची नुसती ओळखच करून देत, असं नव्हे, तर त्यांच्याशी चर्चाही घडवून आणीत. तुमच्यातला न्यूनगंड काढून टाका, भिडस्तपणा सोडा, स्पष्ट बोला, मनमोकळं बोला व त्यांच्याकडून जास्तीत जास्त ज्ञान मिळवा, अशा सूचना वालचंद यांनी कायमच देऊन ठेवल्या होत्या', असं लोणकर म्हणाले. आपल्या कर्मचाऱ्यांना आवश्यक असलेली सर्व नवी यंत्रसामग्री, तांत्रिक पुस्तकं व मासिकं देण्याचं वालचंद आश्वासन देत. अशा प्रोत्साहनामुळे कर्मचाऱ्यांमध्ये नवीन उत्साह संचारत असे व ते अधिक जोमानं कामास लागत असत.

तांत्रिक कुशलतेवर वालचंद भर देत असल्यामुळे त्यांची प्रशंसा झाली. १९३० च्या दशकात साखर उद्योगात बिर्ला समूह भारतात तिसऱ्या क्रमांकावर होता. पण वालचंद यांचा 'रावळगाव कारखाना' हा भारतातील तांत्रिकदृष्ट्या परिपूर्ण व सर्वोत्तम कारखाना ओळखला जात असे. जेव्हा लाला श्रीराम यांना तेलबियांचा कारखाना काढायचा होता, तेव्हा त्यांनी आपल्या मॅनेजिंग एजंटना पत्र लिहून श्री. वालचंद हिराचंद यांच्याकडील इंजिनीअरांचा सल्ला व मदत घ्यावी, असं कळवलं होतं. आगले प्रकल्प वेळेवर पुरे करण्याबाबत वालचंद यांचा लौकिक होता. 'ते निष्ठेनं व शिस्तीनं अहोरात्र काम करीत असत. आपल्या कर्मचाऱ्यांनी

तसंच करावं, अशी त्यांची अपेक्षा होती. त्यांच्या कंपनीत आळशी, वाटेल त्या सबबी सांगणाऱ्या, फुकट वेळ दवडणाऱ्या, शिस्त न पाळणाऱ्या लोकांना स्थान नव्हतं', असं त्यांचे चरित्रकार खानोलकर यांनी म्हटलं आहे.

दुसऱ्या महायुद्धाच्या काळात, तीनशे मैल लांबीची पाइपलाईन पुरवू शकाल काय, अशी चौकशी अफ्रिकेत असलेल्या जनरल वेव्हेल यांच्यामार्फत 'इंडियन ह्यूम पाईप कंपनी'कडे करण्यात आली होती. तेव्हा, 'समजा, वेव्हेल यांची ऑर्डर आपण स्वीकारली, तर ती पूर्ण करायला किती काळ लागेल,' असं वालचंद यांनी चीफ इंजिनीअरला विचारलं. त्यावर 'वर्ष-सव्वावर्ष लागेल', असं उत्तर त्यानं दिले. तेव्हा वालचंद यांनी ताड्कन विचारलं, 'तोवर हिटलर तुमची वाट पाहत थांबणार आहे का? चार महिन्यांत पाईप पुरवता येतील, अशी व्यवस्था करा व सरकारला सहा महिने लागतील, असं कळवा. सरकार आपल्याला नक्कीच मदत करील.' त्यानुसार आम्ही सरकारला कळवलं, असं त्या वेळच्या एका व्यवस्थापकानं सांगितलं.

'हिंदुस्थान कन्स्ट्रक्शन'मधील एका ज्येष्ठ व्यवस्थापकानं वालचंद यांना विचारलं, 'तुमची कंपनी ही 'भारतीय' व 'देशभक्त' आहे. तेव्हा तुमचे चीफ इंजिनीअर ब्रिटिश कसे?'

'मी जरी स्वाभिमानी भारतीय असलो, तरी माझ्या भारतीयपणालाही मर्यादा आहेत.' असं सांगून वालचंद म्हणाले, 'समजा, मला एक लाख रुपये घेऊन जंगलातून जायचं आहे. मला स्वतःच्या संरक्षणासाठी बंदुकीची गरज आहे. तेव्हा प्रथम मी भारतीय बंदूक खरेदी करण्याचा प्रयत्न करीन. पण भारतीय बंदूक मिळाली नाही, तर मी परदेशी बंदूक घेईन. कंत्राटदारीच्या व्यवसायात मला कंपनी चालवायची आहे. तिच्यासाठी मला कामं मिळवायची आहेत. सध्या रेल्वेमधील आणि सार्वजनिक बांधकाम खात्यातील सर्व मुख्य अधिकारी युरोपियन आहेत. कामं मिळविण्यासाठी मला त्यांच्याशी बोलणी करावी लागतात. त्यांच्याशी बोलायला युरोपियन इंजिनीअर्सना जर पाठवलं, तर चटकन मुलाखती मिळतात व कामंही मिळतात.'

'हं... दुसरीपण एक गोष्ट आहे.' वालचंद पुढं म्हणाले. 'मी युरोपियन इंजिनीअर्सना नोकर म्हणून ठेवलेलं आहे. मी जे सांगतो, ते त्यांना करावं लागतं. मी त्यांना कधीही स्वतंत्र अधिकार दिलेले नाहीत. आता तुमच्यासारख्या इंजिनीअरचंच बघा ना. तुम्हाला पाचशे रुपये दरमहा पगार आहे व कंपनीच्या नांदेड येथील प्रकल्पासाठी तुम्ही हजारो रुपये गोळा करता. पण दरमहा २५० रुपये मिळवणाऱ्या वॅटसन यांना मी जेव्हा कलकत्त्याला जायला सांगतो, तेव्हा भाड्याचे पैसे घेण्याआधी त्यांना कंपनीच्या सचिवांना विचारावं लागतं. यालाच मी 'भारतीय' म्हणतो.

उदाहरणार्थ, क्वेट्टा इथं एक महत्त्वाचं कंत्राट मिळवण्यासाठी वालचंद यांनी

एका माजी ब्रिटिश ब्रिगेडियरना कामावर घेतलं, ब्रिगेडियर इ. एम्. एस्. चार्ल्स यांनी नोकरीचा एक वर्षाचा करार करताना बंगला, मोटार, पहिल्या वर्गानं प्रवास, दरमहा १६०० रुपये पगार व नफ्यात ५ टक्के हिस्सा अशा मागण्या केल्या होत्या. आपल्याला जर एक कोटी रुपयाचं काम मिळालं, तर चार्ल्स यांच्यावर एवढा खर्च करणं परवडेल, असं वालचंद यांनी ठरविलं. त्याप्रमाणे त्यांनी या अटी मान्य केल्या. क्वेटामधील वालचंद यांच्या भारतीय प्रतिनिधीनं कळवलं, 'चार्ल्ससारख्या बड्या अधिकाऱ्याला प्रत्यक्ष भेटणं शक्यच झालं नसतं.' हे कंत्राट देण्याचं काम करणाऱ्या अधिकाऱ्यानं एके काळी चार्ल्स यांच्या हाताखाली काम केलेलं असल्यामुळे आता काही अडचण नाही.

अमीचंद दलूचंद शहा हे वालचंद यांचे सर्वांत जुने व विश्वासू सहकारी म्हणून ओळखले जात. ते त्यांचे शाळेतील दोस्त होते. चाळीस रुपयांच्या पगारावर ते वालचंद यांच्या बरोबर काम करू लागले व १९१९ साली संचालक बनले. ते जेव्हा सेवानिवृत्त झाले, तेव्हा त्यांच्या बोनसची रक्कमच तीन लाख रुपये झाली. अनेकांना जुन्या वळणाच्या शहा यांची निवड आश्चर्यकारक वाटे. तेव्हा वालचंद म्हणत, 'आ! ते माझे गव्हर्नर आहेत. मी फार जोरानं धावायला लागलो, की ते ब्रेक लावतात.'

अमीचंद सेवानिवृत्त झाल्यावर वालचंद यांच्या महत्त्वाकांक्षा सैरावैरा पळू लागल्या. त्याचा 'सिंदिया'वर अनिष्ट परिणाम झाला. कंपनीनं मिळवलेल्या कमाईवर आणखी लाभ मिळवण्याऐवजी भलत्याच क्षेत्रात वालचंद यांनी पैसे गुंतविले. ही कंपनी तिच्या इतिहासात वालचंद यांच्या अध्यक्षतेखाली येण्यापूर्वी चांगली चालवली जात होती, असं म्हणता येईल. १९२९ पूर्वी वालचंद यांच्यावर अनेक नियंत्रणं होती. नरोत्तम मोरारजी यांच्या नेतृत्वाखाली ही कंपनी एखाद्या सहकारी कंपनीसारखी होती.

रजत के. रे यांनी लिहिल्याप्रमाणे, उद्योजकाचं व्यवस्थापकीय कौशल्य व भांडवल यांच्या बळावर 'सिंदिया कंपनी' सुरू करण्यात आली. 'टिस्को'सारखी 'सिंदिया' ही कौटुंबिक कंपनी नव्हती आणि तिचं व्यवस्थापन वेगवेगळे अनुभव असलेल्या उद्योगपतींच्या मोठ्या गटांकडे होतं. वालचंद यांनी ही कंपनी सुरू केली तिला सुरुवातीची गती दिली व नंतरची ऊर्जा दिली. नरोत्तम मोरारजी यांनी तिला एका सामर्थ्यशाली कापडगिरणी घराण्याची प्रतिष्ठा व साधनसामग्री मिळवून दिली. लल्लुभाई सामळदास आणि किलाचंद देवचंद यांचे व्यापारक्षेत्रात प्रचंड संबंध असल्यानं त्यांनी बाजारपेठ मिळवून दिली. असामान्य अधिकाऱ्यांनी ही कंपनी अत्यंत कार्यक्षमतेनं चालविली. या अधिकाऱ्यांत एम्. ए. मास्टर, साराभाई हाजी व जी. एस्. मेहता यांचा समावेश होता. ते कुशल तर होतेच, तसंच ते देशभक्त

होते व त्यांची राजकीय बांधिलकी होती. १९२९ साली नरोत्तम यांचे निधन झालं व हळूहळू एकेक करून इतर संचालक निवृत्त झाले. त्यांच्या जागी आलेल्या तरुण संचालकांची, वालचंद यांच्या प्रभावी व्यक्तिमत्त्वाशी व उत्साहाशी तुलनाच होऊ शकत नाही.

कौटुंबिक घटस्फोट

नरोत्तम मोरारजी यांनी वालचंद यांना झटपट काम करणारा, 'मि. राइटअवे नाऊ'– 'श्रीमान तत्पर' असं टोपणनाव दिलं व ते त्यांना कायमचं चिकटलं. आपला मुलगा कधीतरी कामाचा वेग कमी करील, असं वालचंद यांचे वडील हिराचंद यांना वाटत होतं. बऱ्याचदा कौटुंबिक कंपनीतून मुलं कामाची गती फार कमी आहे, म्हणून बाहेर पडतात. पण वालचंद यांच्या बाबतीत मात्र कामाची गती फार वेगवान आहे, म्हणून हिराचंद यांना बाहेर पडायची इच्छा होती.

एकदा तर हिराचंद यांनी वालचंद यांच्या एका मित्राला विनंती केली, 'या प्रचंड उद्योगापासून वालचंद यांना अलग करा. समजा, त्यांना तोटा झाला, तर त्यांनी आतापर्यंत जी प्रतिष्ठा मिळवली आहे, ती सर्व गमावली जाईल. तुम्ही त्यांना चांगले ओळखता. तेव्हा कदाचित ते तुमचं ऐकतील.' आपल्या वडिलांच्या मनातील शंकांची कल्पना असल्यामुळे वालचंद यांनी सखाराम नेमचंद व हिराचंद नेमचंद फॅमिली ट्रस्टची १९२८ मध्ये स्थापना करून त्यांच्या मनातील भीती दूर करण्याचे प्रयत्न केले. पण तेवढं पुरेसं नव्हतं. १९३२ मध्ये हिराचंद यांना अलग व्हायचं होतं. तेव्हा आपला हिस्सा १ लाख ३६ हजार रुपये आहे, असं त्यांनी सांगितलं व वालचंद यांनी तो त्यांच्या हवाली केला.

हिराचंद सोलापूरला परतले. उन्हाळ्यात मात्र ते मुंबईला येत व नारायण दाभोळकर रोडवरील 'मुनिम व्हिला' या वालचंद यांच्या बंगल्यात राहत. २ फेब्रु., १९३८ रोजी हिराचंद यांचं सोलापूर इथं निधन झालं. चुलते सखाराम यांचं १९२४ सालीच निधन झालं होतं. सखाराम यांचे एकमेव पुत्र रावजी हे वालचंद यांच्यापेक्षा वयाने ३ वर्षांनी लहान होते. आपल्या भावी पिढ्या आपल्यासारख्याच सलोख्यानं नांदतील, याची काय हमी, असा प्रश्न विचारून वालचंद यांनी मालमत्तेची वाटणी करायचं ठरवलं. १९३८ च्या ऑगस्टपर्यंत त्याबद्दलचा करार निश्चित करण्यात आला. दोशी यांची संपत्ती २४ लाख रुपये होती. त्यातील निम्मी रावजी व गोविंद यांना मिळाली व उरलेली हिराचंद यांच्या शाखेला म्हणजे वालचंद व त्यांचे गुलाबचंद, रतनचंद व लालचंद या तीन सावत्र भावांना मिळाली. रावजी हे एकदम धर्मनिष्ठ जैन होते. वालचंद यांनी आपल्या कर्तृत्वाच्या जोरावर कुटुंबाची मालमत्ता वाढविली होती. तेव्हा आपल्याला १२ लाख रुपये देण्याची काही गरज

नाही, असं रावजी यांनी सांगितलं; पण वालचंद त्यांच्याशी सहमत झाले नाहीत. 'ही समसमान वाटणी योग्य आहे. समजा, पुढे कुटुंबातील आत्ता जो लहान आहे, तो मोठा झाल्यावर न्यायालयात जाऊन उपद्रव निर्माण करू शकेल. तेव्हा आगाऊच काळजी घेतलेली बरी,' असं वालचंद म्हणाले. २४ ऑगस्ट, १९३८ रोजी या कराराची नोंद झाली. त्यानंतर दोन-तीन दिवसांनी रावजी यांची पत्नी राजूबाई हिनं वालचंद यांना तीन लाख रुपये भेट म्हणून दिले. वालचंद यांनी विरोध केला. पण रावजींनी तो जुमानला नाही. १९४६ मध्ये वालचंद यांनी कौटुंबिक मालमत्तेतील आपला हिस्सा-तीन बंगले व शेअर्स-यांचं एका ट्रस्टमध्ये रूपांतर केलं. आपली पत्नी कस्तुरबा यांच्या निधनानंतर त्यांनी हा ट्रस्ट स्थापन केला. या ट्रस्टचं सर्व उत्पन्न धर्मादाय कामासाठी वापरलं जाणार होतं.

वालचंद यांच्या समतोल हाताळणीमुळे ही कौटुंबिक वाटणी अतिशय शांतपणे पार पडली. वालचंद यांना स्वत:ला काही मूळबाळ नव्हतं. त्यामुळे त्यांनी हा समतोलपणा दाखवला, असं म्हणता येईल. त्यातून वालचंद यांचे सख्खे भाऊ प्लेगच्या साथीत मरण पावले होते व चुलते सखाराम हे वडिलांपेक्षा कायमच पाठिंबा देणारे असल्यामुळे, इतर दोशी मंडळींशी कधीही भांडण होण्याचा प्रसंग आला नाही. वालचंद यांना एक मुलगा व मुलगी झाली होती; पण त्यांचं बालपणीच निधन झालं होतं. वालचंद यांना त्यांच्या पहिल्या लग्नापासून चतुर नावाची एक कन्या होती. तिनं वालचंद यांची थोरली बहीण कंकू हिचा मुलगा मोतीचंद शहा याच्याशी लग्न केलं. वालचंद आपले सासरे बनेपर्यंत शाहनं त्यांच्याबरोबर काम केलं. त्यानंतर त्यांनी 'टाटा कन्स्ट्रक्शन कंपनी' सोडून देऊन स्वत:ची बांधकाम कंपनी सुरू केली. वालचंद यांच्या वर्चस्वापासून स्वतंत्र होणं त्यांनी पसंत केलं.

✦

१३

गांधी, नेहरू वगैरे वगैरे

जी. डी. बिर्ला यांच्याप्रमाणे वालचंद यांनाही वंशवादी पक्षपाताचे अनेक दाहक अनुभव आले. स्कॉटिश ताग उद्योगपतींच्या कार्यालयांतून लिफ्ट वापरण्यास वा तेथील खुर्च्यांवर बसण्यास जीडींना परवानगी नव्हती. वालचंदना रेल्वे वा लष्करी अधिकाऱ्यांच्या कार्यालयात प्रवेश मिळत नसे; पण त्यांचे गोरे कर्मचारी मात्र तिथे वाटेल तसे वावरू शकत असत. बिर्ला व वालचंद यांनी ब्रिटिशांसाठी अनेक वर्षं एजंट म्हणून काम केलं; आणि त्या वेळी अनेक अपमानकारक अनुभव त्यांना आले. भारताबाहेर तर भारतीयांना आणखीच वाईट वागणूक मिळत असे. ब्रिटनमध्ये कोणत्याही हॉटेलात वालचंद गेले, तर ते हॉटेल भरलेलं असे! अमेरिका तर सर्वांना संधी देणारा देश. परंतु तिथं अनेक प्रसिद्ध हॉटेलांत, 'इथं काळ्यांना प्रवेश नाही,' असं सांगून वालचंद यांना मज्जाव करण्यात आला. केवळ जपानमध्ये मात्र आपलं स्वागत होतं, हे वालचंद यांच्या लक्षात आलं. 'केवळ जपानमध्ये मला समान वागणूक मिळाली. इंपीरियल हॉटेलसारख्या बड्या पर्यटकांसाठी असलेल्या हॉटेलात माझी त्यांनी शाही बडदास्त ठेवली.' असं वालचंद यांनी म्हटलं आहे.

वालचंद यांच्या उद्योगातील विशेष घटनांचं, ब्रिटिशांच्या नव्हे, तर भारतीय राष्ट्रीय नेत्यांच्या हस्ते उद्‌घाटन झालं. उदा., 'एस्‌एस् लॉयल्टी' बोट जेव्हा

१९१९ साली प्रथम सागरी सफरीला निघाली, तेव्हा महात्मा गांधींनी तिला आशीर्वाद दिले होते; १९२७ मध्ये ग्लासगो इथं 'जलबाला' बोटीचं जलावतरण त्या वेळचे केंद्रीय असेंब्लीचे सभापती विठ्ठलभाई पटेल यांच्या हस्ते झालं, तर मुंबईतील 'सिंदिया हाऊस'चं उद्घाटन १९३८ मध्ये सरदार पटेल यांनी केलं. १९४१ साली काँग्रेसचे अध्यक्ष राजेंद्र प्रसाद यांच्या हस्ते 'हिंदुस्थान शिपयार्ड'चा पायाभरणी समारंभ पार पडला, तर १९४८ मध्ये पं. जवाहरलाल नेहरू यांच्या हस्ते 'जलउषा'चं जलावतरण करण्यात आलं. या प्रत्येक वेळी स्वागतपर भाषणात वालचंद यांनी आर्थिक राष्ट्रवादाचं जोरदार आवाहन केलं.

'माझ्या सागरी हद्दीत हक्क म्हणून भारतीय राष्ट्रध्वज दिसायला पाहिजे. ही जहाजं भारतीयांनी चालवलेली, त्यांचंच नियंत्रण असलेली असावीत. यासाठी मी अत्यंत उत्सुक आहे. भारतीय गोदीत या बोटी बांधल्या जाव्यात, असं माझं स्वप्न आहे. भारतीय जहाज वाहतूक भारताच्या राष्ट्रीय आर्थिक धोरणाचं एक प्रभावी उपकरण बनावी, म्हणून मी अधीर झालो आहे.' असं ते नेहमी म्हणत.

वालचंद यांच्या राजकीय कार्यामागची प्रेरणा म्हणजे त्यांची स्वप्नं होती. लॉर्ड इंचकेप यांच्याशी, जहाज वाहतूक व्यवसायाच्या हितासाठी वालचंद यांना सतत संघर्ष करावा लागला आणि ते आर्थिक राष्ट्रवादाच्या तत्त्वाचे खरे पुरस्कर्ते बनले. भारतीय व्यापारी जहाज वाहतुकीच्या हक्कासाठी दिलेला लढा म्हणजे गांधीजींच्या स्वदेशी चळवळीचं पुढचं पाऊलच होतं. वालचंद हे भारतीय उद्योगपतींत सर्वांत पुरोगामी मतांचे होते, (बिर्लांचाही अपवाद नाही.) सर्वांत अधिक आवाज उठवणारे होते, हे निश्चित.

परंतु त्यांच्या औद्योगिक साम्राज्यातील बांधकाम विभागामुळे, टाटांप्रमाणे ब्रिटिशांबरोबर कामापुरते बरे संबंध ठेवणं, त्यांनाही आवश्यक होतं. ब्रिटिशांनी त्यांना जेव्हा 'कंपॅनियन ऑफ इंडियन एम्पायर' हा किताब दिला, तेव्हा त्यांनी तो उत्साहानं स्वीकारला. मिठाच्या सत्याग्रहानंतर गांधीजींना करण्यात आलेल्या अटकेच्या निषेधार्थ इतर अनेक भारतीयांबरोबर वालचंद यांनी हा किताब व 'जस्टिज ऑफ पीस' हे पद सरकारला परत केलं.

ब्रिटिशांशी बरे संबंध ठेवायची गरज असूनही, वालचंद यांनी त्यांचे बंधू गुलाबचंद यांच्या राजकीय कारवायांवर बंदी घालायचा कसलाही प्रयत्न केला नाही. जेव्हा लोकमान्य टिळकांनी १९१८ मध्ये सोलापूरला भेट दिली, तेव्हा त्यांना मानपत्र देताना युवकांचं नेतृत्व गुलाबचंद यांनी केलं होतं. सोलापूर येथील 'कर्मयोगी' या चळवळीशी संबंधित वृत्तपत्राशी गुलाबचंद यांचा संबंध होता. असहकार चळवळीच्या आरंभीच्या दिवसांत त्यांनी त्यात सक्रिय भाग घेतला होता. गुलाबचंद यांना दोन वेळा कारावासाची शिक्षा झाली. दुसऱ्या खेपेला त्यांना दीड

वर्षं तुरुंगवास व वीस हजार रुपये दंडाची शिक्षा झाली. नंतर त्यांच्या शिक्षेत कपात झाली; परंतु या कारावासामुळे त्यांच्या राजकीय कामकाजाला दुप्पट वेग आला व त्यांची भाषणं आणखी जहाल बनली.

वालचंद यांच्या या बाबतीतील उदार दृष्टिकोनामुळे सरदार पटेल यांनी एकदा विनोदानं म्हटलं की, 'गुलाबचंद हे हिंदू आहेत, लालचंद हे काँग्रेसचे, रतनचंद हे कोणत्याही पक्षाचे नाहीत, तर वालचंद हे सर्वच पक्षांचे आहेत.'

सर्व उद्योगपतींप्रमाणे वालचंद यांनाही कायदा व सुव्यवस्थेत व्यत्यय आणणं आवडत नसे. त्यांचे पुतणे बाहुबली गुलाबचंद म्हणाले त्याप्रमाणे, 'वालचंद यांचा काँग्रेसशी निकटचा संबंध होता; परंतु १९३० च्या मध्यानंतर ज्या विध्वंसक प्रवृत्ती वाढल्या, त्या मात्र त्यांना नापसंत होत्या. ते उद्योगपती होते व आपण मिळवलेल्या सर्व गोष्टी धोक्यात घालण्यात काही अर्थ नाही, असं त्यांना वाटे. त्यामुळे नागरी असहकार व तत्सम क्रांतिकारी मार्गाशी ते सहमत नव्हते.'

महात्मा

नरोत्तम मोरारजींमुळे गांधीजींचं लक्ष वालचंद यांच्याकडे वेधलं गेलं. मोरारजी यांचं घराणंही गांधींप्रमाणेच पोरबंदरचंच होतं. या दोन्ही कुटुबांची एकमेकांशी चांगली ओळख होती. १९१५ साली गांधीजी जेव्हा द. अफ्रिकेहून परतले, तेव्हा त्यांचं स्वागत करण्यासाठी नरोत्तम मोरारजी हजर होते. चार वर्षांनंतर मोरारजी लॉयल्टी बोटीनं लंडनला निघाले, तेव्हा गांधीजींनी नरोत्तम यांच्या निवासस्थानी जाऊन त्यांना शुभेच्छा दिल्या.

'सिंदिया' व 'बीआय' कंपनीत लढा सुरू झाला, तेव्हा गांधीजींनी मोरारजींची बाजू घेतली. 'यंग इंडिया'त अनेक लेख लिहून भारतीय जहाज वाहतूक व्यवसाय मृत्युपंथाला लागल्याबद्दल दुःख प्रकट केलं. 'ब्रिटिश जहाज व्यवसायाची भरभराट व्हावी, म्हणून भारतीय जहाज व्यवसायाला नाश पावावंच लागेल.' त्यांनी लिहिलं. नागरी असहकार चळवळ थांबवण्यासाठी ज्या ११ कलमी मागण्या गांधीजींनी १९३० मध्ये मांडल्या, त्यांत जहाज व्यवसायाचा अंतर्भाव करण्यात आला होता. ब्रिटिशांविरुद्धची असहकाराची चळवळ व विदेशी कंपन्यांवर बहिष्कार घालण्याची गांधीजींची मोहीम वालचंद यांना उपयोगी ठरली. त्या वेळी ब्रिटिशांशी सामना देऊन 'सिंदिया कंपनी' उभारण्याचा वालचंद प्रयत्न करत होते. त्या वेळच्या आंदोलनाच्या लाटेचा वालचंद यांच्या प्रचार मोहिमेनं लाभ उठवला. स्वदेशी भावनांमुळेच 'सिंदिया' ही कंपनी टिकून राहिली. अनेक सवलतींची आमिषं दाखवूनही कराची, रंगून मार्गावर ब्रिटिश बोटींनी आपला माल पाठवायला भारतीय व्यापाऱ्यांनी नकार दिला. मुंबईचे तांदूळ व्यापारी रंगूनहून 'सिंदिया'च्याच बोटीतून माल आणत असत.

गांधींच्या असहकार चळवळीला सुरुवातीला आर्थिक सहाय्य देणाऱ्यांत वालचंद हे होते, असं स. का. पाटील यांचं म्हणणं होतं. 'लंडन स्कूल ऑफ इकॉनॉमिक्स'- मधून पदवी घेतलेले पाटील हे १९२० मध्ये काँग्रेसमध्ये सामील झाले. त्यांनी दहा वर्षं कारावास भोगला. अनेक वर्षं ते मुंबई काँग्रेसचे सरचिटणीस होते. ते सरदार पटेल यांचे समर्थक होते. स्वातंत्र्यानंतर त्यांनी केंद्रीय मंत्रिमंडळात अनेक खात्यांची मंत्रिपदं भूषविली. वालचंद यांच्याप्रमाणेच नरोत्तम हे देखील काँग्रेसला आर्थिक साहाय्य करणारे होते.

कायदेभंगाच्या चळवळीमुळे व्यवसाय करणं कठीण होऊ लागलं व त्यामुळे व्यापारी व उद्योगपती यांचा या चळवळीबद्दलचा दृष्टिकोन थंड होता. आधी व्यापारी मंडळींनी गांधी-आयर्विन कराराचं स्वागत केलं. पण बिर्ला व वालचंद यांचा मात्र अपवाद होता. १६ जाने, १९३१ रोजी बिर्लांनी ठाकुरदासना लिहिलं की, 'या करारात आर्थिक सुरक्षा उपायांचा विशिष्ट उल्लेख असल्यामुळे नजिकच्या भविष्यकाळात भारतीय संसदेला, भारतीय अर्थव्यवस्थेवर पूर्ण स्वतंत्र नियंत्रण दिलं जाण्याची शक्यता कमी आहे.' गांधी यांनी सवलती दिल्यामुळे वालचंदना धक्काच बसला. 'इंडियन मर्चंटस् चेंबर'चं एक शिष्टमंडळ घेऊन त्यांनी मार्चमध्ये म. गांधींची भेट घेतली आणि बहिष्कार निर्बंधविषयक स्पष्टीकरण त्यांना विचारलं. तसंच, पुढच्या बैठकीत भारतीय उद्योगांसाठी संरक्षणाची मागणी करावी, अशी विनंतीही वालचंद यांनी त्यांना केली.

त्यानंतर एक वर्षानं 'इंडियन मर्चंटस् चेंबर'मध्ये भाषण करताना वालचंद यांनी कायदेभंगाची चळवळ मागे घ्यावी, असं गांधीजींना आवाहन केलं. १९३३ च्या सप्टेंबरमध्ये वालचंद आणि विठ्ठलदास गोविंदजी व मनू सुबेदार हे दोन प्रमुख व्यापारी यांनी, 'इंडियन मर्चंटस् चेंबर'नं एक शिष्टमंडळ गांधीजींकडे पाठवून त्यांना आंदोलन मागे घेण्याची विनंती करावी, असं सुचविलं.

गांधीजींच्या संघर्षात्मक राजकारणावरील वालचंद यांचा विश्वास उडाल्यानं त्यांनी हा 'घूमजाव' पवित्रा घेतला, असं दिसतं. आपल्या आशा-आकांक्षा व स्वप्नं पुरं करण्याचा चांगला मार्ग म्हणजे घटनात्मक पद्धतीकडे पुन्हा जाणं होय, असं त्यांना वाटू लागलं होतं. याबाबतीत वालचंद यांनी १९३० च्या आरंभी बरीच प्रगती केली होती. भारतीय राष्ट्रवादी नेत्यांशी त्यांनी उत्तम संबंध ठेवले होते. त्याचबरोबर त्यांनी हुशार वकील व कुशल मसुदा तयार करणाऱ्या व्यक्ती यांचं एक पथकच तयार केलं होतं. महत्त्वाच्या ब्रिटिश अधिकाऱ्यांशी संपर्क निर्माण करणं व त्यांच्यावर छाप टाकणं, तसंच जहाज वाहतुकीसंबंधी विविध टिपणं लिहून व निवेदनं पाठवून सार्वजनिक जनमत तयार करणं हे त्यांचं काम होतं. दिल्ली कराराचा १९३३ साली फेरविचार करायला भाग पाडणं, ही या पथकाची

मोठी कामगिरी होती. सर जोसेफ भोर यांच्या नेतृत्वाखाली झालेल्या त्रिपक्षीय करारामुळे 'सिंदिया कंपनी'चं कामकाज सुकर झालं. तसंच, १९२९-३३ या काळात भारतीय अर्थव्यवस्थेत आलेली मंदीची लाटही कमी झाली. गांधीजींच्या आंदोलनात्मक चळवळीची फलश्रुती पाहण्याची वालचंदजी यांची बहुधा इच्छा नसावी. काँग्रेसबद्दल वालचंद यांचा भ्रमनिरस झाला होता व १९३६ साली नेहरूविरोधी जाहीरनाम्यावर त्यांनी स्वाक्षरी केली व त्यांच्या या नैराश्यानं टोकच गाठलं.

नेहरूविरोधी जाहीरनामा-१९३६

१९३३ साली नेहरूंच्या मार्क्सवादाकडे झुकण्याच्या प्रवृत्तीबद्दल मुंबईच्या उद्योगवर्तुळात भीती व्यक्त केली जात होती. १९३६ मध्ये लखनौ येथील काँग्रेस अधिवेशनात अध्यक्षपदावरून केलेल्या त्यांच्या भाषणातील समाजवादी आशयामुळे उद्योगपतींना वाटणाऱ्या भीतीला पुष्टीच मिळाली. १९३६ च्या मे मध्ये नेहरूंनी मुंबईला भेट दिली, तोपर्यंत उद्योगवर्तुळात धोक्याच्या घंटा घणघणत होत्या. मुंबईतील २१ उद्योगपतींनी नेहरूंविरुद्ध एक जाहीरनामा तयार केला व तो 'टाइम्स ऑफ इंडिया' व 'ट्रिब्युन' या वर्तमानपत्रांच्या २० मे १९३६ च्या अंकात प्रसिद्ध झाला.

या जाहीरनाम्यावर २१ जणांच्या सह्या होत्या. त्यांची नावं अशी : सर एन्. सकलातवाला, चुनीलाल बी. मेहता, सर पुरुषोत्तमदास ठाकुरदास, के. आर्. पी. श्रॉफ, सर चिमणलाल सेटलवाड, रतनजी वीरजी गोविंदजी, सर फिरोझ सेठना, रणछोडदास जेठाबाई, सर कावसजी जहांगीर, खिमजी विश्राम, व्ही. एन्. चंदावरकर, हरीदास माधवदास, सर शापूरजी बिलिमोरिया, धरमसी मूलराज खटाव, वालचंद हिराचंद, ईश्वरदास लखमीदास, मथुरादास विसनजी, होमी पी. मोदी, ए. आर्. दलाल, ए. डी. श्रॉफ आणि आर्. चिनॉय.

यादीत टाटांची इतकी माणसं (सकलातवाला, दलाल, मोदी, जहांगीर, सेठना, श्रॉफ) होती, की या सबंध प्रकरणात टाटांनी मोलाची भूमिका पार पाडली, असं सूचित होत होतं. हे सर्व ए. डी. श्रॉफ यांचं सुपीक डोकं असावं, असं अनेकांना वाटत होतं. या यादीत जे. आर्. डी. टाटा यांचं नाव नव्हतं, हेही सूचक आहे. आदल्याच दिवशी 'इंडियन मर्चंटस् चेंबर'चे उपाध्यक्ष या नात्यानं ए. डी. श्रॉफ यांनी 'टाइम्स ऑफ इंडिया'त पं. नेहरूंवर टीका केली होती. पुढील काही आठवड्यांत या जाहीरनाम्यावर स्वाक्षरी करणाऱ्यांनी स्वत:ची वैयक्तिक निवेदनंही काढली. या सर्व निवेदनांना वृत्तपत्रांतून भरपूर प्रसिद्धी मिळाली.

खासगी मालमत्ता ही 'अनैतिक' बाब आहे, असं नेहरू यांचं मत असल्यामुळे

हा जाहीरनामा प्रसिद्ध करण्याची वालचंद व इतर काही जणांना भीती वाटत होती. लखनौ येथील भाषणांत नेहरूंनी समाजवादाचा पुरस्कार केला होता. खासगी मालमत्ता व नफ्याची पद्धत संपुष्टात आणणं, अशी त्यांनी समाजवादाची व्याख्या केली होती. सोव्हिएत युनियनमधील अलीकडच्या घटना म्हणजे 'नव्या संस्कृती'ची सुरुवात आहे, असं नेहरूंनी सांगितलं व सध्याच्या राजकीय, आर्थिक व सामाजिक रचनेचा नाश करायला हवा, असंही ते म्हणाले.

अशा विध्वंसक कार्यक्रमामुळे खासगी मालमत्तेची प्रथा अडचणीत येईल, असं नव्हे, तर धर्माचं शांततापूर्ण पालन करणं व वैयक्तिक सुरक्षादेखील अडचणीत येईल, असं वालचंद व इतरांचं म्हणणं होतं. सध्याच्या परिस्थितीत व देशातील व्यापक आर्थिक दुरवस्थेच्या काळात अशा कल्पना धोकादायक आहेत; त्यामुळे जनतेची दिशाभूल केली जाऊ शकते व नेहरूंच्या सिद्धांताची परिणती अव्यवस्थेत होऊ शकेल, असंही या मंडळीचं म्हणणं होतं. या जाहीरनाम्याच्या शेवटी असा इशारा दिला होता, की 'राष्ट्रीय चळवळीच्या विकासामध्ये भांडवलदारांनी बरीच मोठी कामगिरी पार पाडली. पण नेहरूंच्या कारवायांमुळे देशाचे तुकडे होण्याचा संभव आहे.'

आपल्यावरच्या या हल्ल्यामुळे नेहरू संतापले व अस्वस्थ झाले. जाहीरनाम्यावर स्वाक्षरी करणाऱ्या २१ जणांचं त्यांनी विश्लेषण केलं. या विश्लेषणानुसार त्यांतील बहुतेक जण उदारमतवादी किंवा टाटा उद्योगसमूहाशी एकनिष्ठ असलेले किंवा विदेशी भांडवलाशी एकनिष्ठ असलेले होते. सह्या करणाऱ्यांपैकी केवळ ठाकुरदास व वालचंद हे दोघेच भारतीय भांडवलदारांचे प्रतिनिधी होते. त्यांपैकी, दुसरी व्यक्ती 'राजकारण व मतं बदलत राहण्याबद्दल प्रसिद्ध आहे' तर; तिसऱ्या गोलमेज परिषदेला उपस्थित राहण्यास संमती दिल्यामुळे. ठाकुरदास यांच्यावर भारतीय व्यापारी वर्गाचा राग आहे,' असं यासंबंधीच्या टिपणात म्हटलं होतं

या यादीतील नावं चाळली असता वालचंद यांच्याशी संबंधित अशी काही फारशी नावं नव्हती. पण तरीही त्यांनी सही केली. नेहरूंच्या मार्क्सवादाकडील कल पाहून वालचंद अस्वस्थ झाले होते. याचं विशेष कारण म्हणजे नेहरू काँग्रेसचे अध्यक्ष झाले होते व त्यामुळे आपल्या कल्पनांचा प्रचार करण्यासाठी आपल्या पदाचा ते वापर करू शकत होते. त्यामुळे सरदार पटेलसारख्यांना ते बाजूला टाकू शकत होते. त्यामुळे जेव्हा नेहरूविरोधी मोहिमेत वालचंद यांचे नाव नसणार, अशी बिर्ला यांनी ग्वाही दिली, तेव्हा वालचंदना आश्चर्यच वाटलं. बिर्लांचा मूलभूत विरोध नेहरूंच्या ध्येयवादाला नव्हता, तर काँग्रेस अध्यक्ष म्हणून असणाऱ्या त्यांच्या भूमिकेविषयी होता. आगामी प्रांतिक निवडणुकीत काँग्रेस अधिकारपदं स्वीकारील की नाही, हा त्या वेळी राष्ट्रवाद्यांपुढे मुख्य प्रश्न होता. नेहरूंनी जर नकार

दिला, तर ब्रिटिशांबरोबरचा संघर्ष आणखीनच वाढला असता. नागरी असहकार चळवळीनंतर वालचंद यांच्याप्रमाणेच बिर्ला देखील संघर्ष वाढू नये, अशा मताचे होते.

बिर्ला हे वालचंद यांच्यापेक्षा डावपेचांत निष्णात होते. वालचंद यांचं वर्तन मात्र एखाद्या धुमाकूळ घालणाऱ्या हत्तीसारखं असायचं. नेहरूंवर टीका केल्याबद्दल बिर्लांनी वालचंद यांची खरडपट्टी काढली. नेहरूंच्या समाजवादी प्रवृत्तीविरुद्धच्या लढाईत स्वत: भांडवलदार सामील होऊ शकत नाहीत, असं बिर्लांचं स्पष्ट मत होतं. कारण ही लढाई चुकीच्या रणमैदानावर खेळली गेली असती आणि तसं करणं म्हणजे पराभवालाच निमंत्रण देणं होय. हे ज्यांनी केलं, ते त्यांच्या क्षेत्राचे मित्र नव्हे, तर शत्रू होते. २६ मे, १९३६ रोजी बिर्लांनी वालचंद यांना एक पत्र लिहिलं आणि 'या जाहीरनाम्यावर सही करण्यात काय शहाणपणा होता,' असा सवाल विचारला. या कृत्यामुळे भांडवलवादाला आणखीच विरोध निर्माण झाला आहे. तुम्ही तुमच्या या क्षेत्रातील सहकाऱ्यांची काहीच सेवा केली नाही. तुमच्या या जाहीरनाम्यामुळे भांडवलवादी पद्धतीची हानीच झाली आहे,' असंही त्यांनी लिहिलं.

काँग्रेसमधील डाव्या विचारसरणीवाल्यांविरुद्ध दुसऱ्यांमार्फत लढा दिल्यास तो यशस्वी होईल, असं बिर्ला यांचं मत होतं. 'आपण सर्वच समाजवादाविरुद्ध आहोत,' असं त्यांनी वालचंद यांना सांगितलं. पण तसं जाहीरपणे सांगण्याचा अधिकार कोणास आहे, हा मुख्य प्रश्न आहे. 'ज्यांच्याकडे मालमत्ता आहे, ते असं नक्की सांगू शकत नाहीत. ज्याच्याकडे स्वत:ची मालमत्ता आहे, तो इसम मालमत्तेचा ताबा घ्यायला विरोध करणारच. अशा प्रकारे मालकी हक्क काढून घेणं. हे समाजाच्या हिताच्या विरुद्ध आहे, हे खरं; पण हे तुम्ही किंवा मी बोलणं योग्य आहे का?' असा सवाल विचारून बिर्ला यांनी सुचवलं, 'ज्या मंडळींनी आपल्या मालमत्तेचा त्याग केला आहे, त्यांना तुमचं म्हणणं मांडू दे. अशा मंडळींचे हात बळकट करणं हे भांडवलदारांचं काम आहे.'

बिर्लांनी त्यांच्यापेक्षा वयानं आणि प्रतिष्ठेनं मोठ्या असलेल्या ठाकुरदास यांना लिहिलेल्या पत्रात याच भावना अधिक संयमानं, पण खंबीरपणे व्यक्त केल्या. नेहरू विरोधकांत तुमचं नाव पाहून आश्चर्याचा दु:खद धक्काच बसला, असं बिर्ला यांनी म्हटलं होतं. 'जाहीरनाम्यातून गंभीर गैर अर्थ काढले जाण्याचा संभव आहे.' ... 'जाहीरनाम्यातील आशयावर तुम्ही काळजीपूर्वक विचार केलेला नाही, हे दिसतच आहे. खरं तर, हे तुमच्या नेहमीच्या सवयीला धरून नाही. भांडवलवादाविरुद्ध लढणाऱ्या शक्तींना या जाहीरनाम्यानं उत्तेजन दिलं आहे. खरं तर, तसा तुमचा हेतू नसणार.' असंही त्यांनी लिहिलं होतं.

बिर्ला यांचा सल्ला योग्य त्या लोकांच्या कानी पडला आणि वालचंद व नेहरू यांच्यात काहीसा समझोता ते घडवून आणू शकले. वालचंद यांनी फैजपूर येथील काँग्रेस अधिवेशनासाठी स. पटेलांकडे एक लाख रुपयांची देणगी दिली. या अधिवेशनाच्या अध्यक्षपदी नेहरूच होते. ही देणगी म्हणजे चांगली गुंतवणूक ठरली. त्याच्या पुढच्या वर्षी मुंबईसह अनेक प्रांतांत काँग्रेस मंत्रिमंडळं सत्तेवर आली. पण पूर्वीच्या सेवेबद्दल काँग्रेस सरकारं बक्षिसं देऊ शकत नव्हती.

बिर्ला व वालचंद यांचा दृष्टिकोन विरुद्ध होता. जेव्हा काँग्रेसनं पद स्वीकारल्याचं समजलं, तेव्हा बिर्ला यांनी म. गांधीचे निष्ठावंत चिटणीस श्री. महादेव देसाई यांना तात्काळ पत्र पाठवलं. त्यात त्यांनी 'माझा आनंद गगनात मावेनासा झाला आहे.' असं म्हटलं होतं. वालचंद यांची प्रतिक्रिया मात्र संमिश्र होती. १९३७ च्या मार्चमध्ये भारतीय विमा कंपनीच्या वार्षिक परिषदेत बोलताना वालचंद यांनी नव्या काँग्रेस सरकारचं स्वागत केलं व ते म्हणाले, 'स्वदेशी उद्योगांचा थेट लाभ होईल, अशा पद्धतीनं हे सरकार पावलं उचलील, अशी आशा वाटते.'

पण खासगीमध्ये मात्र वालचंद यांना बिर्लाइतकाच अभूतपूर्व आनंद झाला होता. आनंद व्यक्त करण्यासाठी त्यांना अनेक कारणं होती. मुंबईच्या बी. जी. खेर मंत्रिमंडळात त्यांच्या अनेक मित्रांना स्थान मिळालं होतं. त्यात बेळगावचे जुने मित्र दिवाण बहादूर अण्णासाहेब लठ्ठे यांना अर्थमंत्रिपद मिळालं होतं; तर भारतीय मोटार उद्योगाबाबत वालचंद यांच्याइतकेच उत्साही असलेले पी. बी. अडवाणी यांना उद्योग संचालक करण्यात आलं होतं.

मोटार उत्पादन क्षेत्रात उतरण्याचा वालचंद अनेक वर्षं विचार करीत होते. पण भांडवल हाच मुख्य प्रश्न होता. खेर मंत्रिमंडळ सत्तेवर येताच हा प्रश्न अदृश्य झाला. लठ्ठे यांनी दीड कोटी रुपयांच्या कर्जावर साडेतीन टक्के व्याजाची दहा वर्षांसाठी सरकारी हमी देण्याचा प्रस्ताव मंजूर केला. याचा अर्थ, जर वालचंद यांच्या कंपनीला तोटा झाला, तर मुंबईचे सरकार वालचंद यांना कर्ज देणाऱ्यांना दरवर्षी साडेतीन लाखांप्रमाणे दहा वर्षं पैसे देईल. या हमीमुळे वालचंद यांना आपल्या मोटार प्रकल्पासाठी बँका व भांडवली बाजारातून अधिक सहजपणे पैसे उभारणं शक्य होणार होतं. त्याचप्रमाणे, संभाव्य सहकाऱ्यांना वालचंद यांच्या आर्थिक बळकटीची खात्री पटली असती. या हमीचं महत्त्व इतकं होतं, की लठ्ठे यांनी ती हमी रद्द केल्यावर (खेर मंत्रिमंडळानं ऑक्टो. १९३९ मध्ये राजीनामा दिला.) वालचंद हा प्रकल्प स्वातंत्र्य मिळेपर्यंत उभारू शकले नाहीत.

डिसेंबर १९३८ मध्ये मुंबईच्या खलाश्यांनी संप पुकारला, तेव्हा काँग्रेस मंत्रिमंडळानं वालचंदना मदतच केली. मंत्रिमंडळानं संपकऱ्यांना कोणत्याही प्रकारे पाठिंबा द्यायला नकार दिला. एवढंच नव्हे, तर त्यांच्याविरुद्ध कडक कारवाई केली.

या संपातले अनेक लोक हे 'सिंदिया'चे नोकर होते; 'काँग्रेस मंत्रिमंडळानं त्यांना विशेष धारेवर धरण्याचं हे कारण होतं,' असा क्लॉड मार्कोविटस् यांचा तर्क आहे.

काँग्रेस आणि वालचंद यांच्यातल्या स्नेहबंधाच्या ऐन काळात वालचंदना सर्व बाजूंनी फळं मिळताना दिसू लागली. जुलै १९३८ मध्ये पटेलांनी खेरांना पत्र लिहून विनंती केली, की मंत्रिमंडळानं सर्व सरकारी उद्योगधंदे 'संपूर्ण स्वदेशी कंपन्यां'च्या मार्फतच करावेत. नेमक्या याच तत्त्वासाठी स्वत: वालचंद अनेक वर्षं झगडत होते. सरदार पटेल हे खरं तर त्यांचे जिवलग स्नेही बनले होते. पटेलांनी त्यांना 'बॉम्बे स्टीम' ताब्यात घेण्याचा सगळा आराखडा तयार करायला मदत केली, (मे-ऑगस्ट १९३९) हे तर आपण पूर्वी पाहिलंच आहे.

दरम्यानच्या काळात नेहरूंनी वालचंदना राष्ट्रीय नियोजन मंडळात सहभागी होण्यासाठी आमंत्रित केलं. गांधीजींनी 'सिंदिया'ला आणि भारतीय जहाज-व्यवसायात जसा पाठिंबा दिला होता, तसाच नेहरूंनीही भारतीय मोटार कारखाने उभारण्यासाठी वालचंद यांच्या वतीनं संघर्ष केला. ७ जानेवारी १९४२ ला त्यांनी लिहिलेल्या 'भारतीय मोटार उद्योगाबाबतचे औदासिन्य' या लेखात त्यांच्या या दृष्टिकोनाचं स्पष्ट प्रतिबिंब पडलेलं दिसतं.

नेहरूंनी असं लिहिलं होतं, 'भारतीय उद्योजकांनी भारतात मोटार-कारखाने सुरू करण्याचे प्रयत्न केलेले होते. शेवटी तर सर्व काही ठरलं, करार झाले, भांडवल उपलब्ध झालं; आता फक्त सरकारची आवश्यक ती अनुमती मिळणं बाकी होतं.... कोणत्याही सरकारनं या विकासाचं स्वागतच केलं असतं... परंतु ब्रिटिशांनी ते केलं नाही... सरकारवरचा विदेशी पगडा किती मोठा आहे, याचं हे उत्तम उदाहरण ठरावं...'

तळटीप

स्वातंत्र्यानंतरची नेहरूंची एक उल्लेखनीय कामगिरी म्हणजे संपूर्ण भारतीय गोदीतून बाहेर पडलेल्या पूर्णत: भारतीय बनावटीच्या बोटीचं अवतरण. त्यानंतर काही महिन्यांनी 'हिंदुस्थान शिपयार्ड'चं राष्ट्रीयीकरण झालं. १९३६ मधील नेहरूंविषयीचं वालचंद यांचं निरीक्षण अचूक होतं, की बिर्लांचं?

✦

१४

सिद्धपूर : ८ एप्रिल, १९५३

१४ डिसेंबर, १९४९ रोजी मुंबईतील आपल्या बंगल्यातील लिफ्टपाशी वालचंद उभे होते. पहाटेचा फेरफटका मारायला ते निघाले होते. पण एकदम त्यांचा तोल गेला व ते कोसळले. ते बराच वेळ शुद्धीवर आले नाहीत आणि जेव्हा त्यांना शुद्ध आली, तेव्हा त्यांना धड बोलता येत नव्हतं. एका वेळी ते एकच शब्द बोलू शकत होते. त्यांना पक्षाघाताचा जबर झटका आला होता, असं डॉक्टरांनी सांगितलं. पुढचा महिना अत्यंत गंभीर अवस्थेत गेला. एप्रिल १९५० पासून तब्येतीत हळूहळू सुधारणा झाली. पण आपण कायमचे अपंग झालो आहोत, याची जाणीव वालचंद यांना झाली व त्यांनी सर्व संचालकपदांचे राजीनामे दिले. तब्येत बरी नसली, तरी वालचंद अधूनमधून कुर्ला येथील कारखान्यात जात. ते बरोबर बोलू शकत नसल्यामुळे त्यांचे अधिकारी कारखान्यात काय चालू आहे, याची माहिती त्यांना देत. त्यानं त्यांचं समाधान झालं नाही, तर ते 'आणखी काय?' 'आणखी काय?' असं मोठ्या मुश्किलीनं विचारत राहत. कधी कधी ते पावनीसह (पत्नी) वालचंदनगरला जात. अंगूळ नावाच्या गावी कोणी नेपाळी बाबा पक्षाघात बरा करतो, असं पावनी यांनी ऐकलं होतं. वालचंद हे पक्के विवेकवादी होते. ते मंत्रातंत्रांवर विश्वास ठेवणारे नव्हते. पण आपल्या पत्नीच्या आग्रहामुळे ते नेपाळी

बाबाला भेटायला तयार झाले. विशाखापट्टणम् वाटेतच असल्यामुळे आपण उभारलेली गोदी बघण्याची इच्छा त्यांनी व्यक्त केली. त्यांच्यासाठी खास बनवलेल्या मोटारीतून वालचंद यांना तिथं नेण्यात आलं. तेथील प्रगती पाहून त्यांचं मन समाधानानं भरून गेलं. ही गोदी उभारण्यासाठी ते अहोरात्र परिश्रम घेत होते. त्यामुळे त्यांचं मन आनंदानं फुलून गेलं.

कॉलऱ्याच्या साथीमुळे नेपाळीबाबा वालचंद यांच्यावर उपचार करू शकले नाहीत व ते पत्नीसह मुंबईला परतले. 'आता वालचंद यांनी आपलं शरीर सर्वस्वी पत्नीच्याच हवाली केलं होतं. त्या जिथं घेऊन जातील, तिथं ते जात. त्यांना स्वत:ची अशी काही इच्छाच उरली नव्हती,' असं खानोलकर यांनी लिहिलं आहे. १९५९ च्या फेब्रुवारीत त्यांनी नाशिक, धुळे, इंदूर, आग्रा, जयपूर, अजमेर, अबू या ठिकाणची यात्रा केली. अहमदाबादजवळ सिद्धपूर इथं त्यांनी मुक्काम केला. तिथं चांगला डॉक्टर आहे, असं त्यांच्या पत्नीला कळलं होतं. या छोट्या गावात ८ एप्रिल, १९५३ रोजी वालचंद यांचं निधन झालं.

जेआर्‌डी यांच्या निधनानंतर जशी टाटा समूहात खूप खळबळ माजली, तशीच जीडींच्या मृत्यूनंतर बिर्ला कुटुंबात खळबळ उडाली होती. पण लालभाई समूहाप्रमाणे वालचंद समूहातील सत्तांतर अगदी सुरळीत व कोणताही वाद न होता पार पडलं. दोशी घराण्यात पुढील ४० वर्षं कसलेही वाद झाले नाहीत. वालचंद यांनी कंपन्या सुरू केल्या व आपल्या कुटुंबातील एकेका सदस्याच्या स्वाधीन केल्या. पुढच्या पिढीतही हीच प्रथा चालू राहिली.

आपल्या ३५ वर्षांच्या प्रदीर्घ व्यावसायिक कारकीर्दीत वालचंद यांनी जहाज वाहतूक, जहाज-बांधणी, मोटार व विमाने या चार प्रमुख उद्योगांचा पाया घातला. तसंच, डझनभर अन्य व्यवसाय सुरू केले. (बांधकाम, पाईप, फाउंड्री, खाणकाम, ताग, विमान कंपनी, सॉ मिल, इंजिनीअरिंग, साखर व गोळ्या-चॉकलेट, रसायने) त्यांनी जे उद्योग उभारले, ते इतके कठीण व धोकादायक होते, की अनेक भारतीयांना हे प्रस्ताव व्यवहार्य वाटत नव्हते. थोडक्यात, ही त्यांच्या निष्ठेची गोष्ट होती व अंमलबजावणी करण्यातलां त्यांचा उत्साह एखाद्या मिशनऱ्यासारखा होता, असं द्विजेंद्र त्रिपाठी म्हणतात.

परंतु शेवटी त्यांनी आपल्या मागे जे साम्राज्य ठेवलं, ते त्यांच्यासारख्या दूरदृष्टी, बांधिलकी आणि क्षमता असलेल्या व्यक्तीच्या तुलनेनं फारच छोटं होतं. वालचंद यांच्या मृत्यूच्या वेळी उद्योगसमूहात पुढील मोठ्या कंपन्या होत्या. 'प्रीमियर ऑटोमोबाईल्स', 'हिंदुस्थान कन्स्ट्रक्शन' व 'रावळगाव शुगर'. 'सिंदिया' मोरारजींच्या ताब्यात गेली व वालचंद यांच्या अनेक भव्य प्रकल्पांचं राष्ट्रीयीकरण झालं. वालचंद यांनी आपल्या पाठीमागे एवढा कमी वारसा कसा काय ठेवला? एक कारण असं

शकेल, की ते पक्के उद्योगपती असल्यामुळे एखाद्या उद्योगाचा पाया घालण्याची कल्पना त्यांना नफ्यापेक्षा अधिक मोलाची वाटे. भारतात मोटारी बनवण्याचा त्यांचा प्रस्ताव समर्थनीय होता. पण गुंतवणुकीवर योग्य ते उत्पन्न मिळवणं व सुरळीत व्यवस्थापकीय कारभार करणं, याकडे त्यांनी, विमान-उत्पादन व विमान-माल-वाहतूक या क्षेत्रात उडी घेतली, त्या वेळी लक्ष दिलं नाही. दुसऱ्या महायुद्धाच्या काळात जेआरडींचा विमान प्रकल्प व टाटा एअर लाईन्सचं अपयश यापासून तरी वालचंद यांनी धडा घ्यायला हवा होता.

वालचंद यांची बांधिलकीची भावना त्यांच्या जाज्वल्य देशभक्तीतून आली होती. विद्यार्थी असतानाच राष्ट्रवादी लेखकांचा त्यांच्यावर परिणाम झाला होता. इंचकेप यांच्याशी त्यांनी जेव्हा लढा दिला, तेव्हा त्यांच्या व्यक्तिमत्त्वातला हा पैलू लक्षात आला. भारतीय उद्योगपतींच्या वैध आर्थिक आशा-आकांक्षांच्या बळावर ब्रिटिश सरकार ब्रिटिश उद्योगांना अनुकूल धोरण निर्लज्जपणे अनुसरत आहे, अशी वालचंद यांची खात्री पटली होती. त्यामुळे 'वालचंद हे स्वत:ला केवळ उद्योगपतीपेक्षा आर्थिक राष्ट्रवादी मानत होते,' असं त्रिपाठी म्हणतात.

हा सर्व निव्वळ वालचंद यांच्या प्रचार-मोहिमेचा भाग होता, असं कोणी म्हणू शकेल. 'सिंदिया' व 'प्रीमियर' कंपन्यांची उभारणी त्यांनी भक्कम पायावर केली. परंतु त्यांच्या अन्य उद्योगांचं (विशेषत: विमान, जहाज-बांधणी व विमान वाहतूक कंपनी) जर राष्ट्रीयीकरण झालं नसतं, तर ते उद्योग कोसळले असते.

जर हे तिन्ही प्रकल्प यशस्वी झाले असते, तर भारतीय उद्योजकतेचे ते सर्वोत्कृष्ट प्रतीक बनले असते. दूरदृष्टी व जिद्द याबाबत वालचंद यांच्याशी तुलना करता येईल, असे दुसरे उद्योगपती म्हणजे जे. एन्. टाटा. पण जेएन् यांचा वारसा त्यांच्या मुलांनी स्थिर केला, टिकवला. वालचंद समूहाबाबत मात्र असं काही घडलं नाही.

या वेळेस लालभाई समूहाशी वालचंद समूहाची तुलना करणं उपयुक्त होईल. दोघांच्याही बाबतींत संस्थापकांची पुढची पिढी ही व्यवस्थापनाबाबत कमकुवत निघाली. परंतु लालभाई समूहात पेचप्रसंग निर्माण झाला नाही. निवृत्त होण्यापूर्वी कस्तुरभाईंनी स्वत: सुरू केलेल्या वा पुरस्कृत केलेल्या कंपन्या या सुस्थितीत आणून ठेवल्या होत्या. दुसऱ्या पिढीनं जे गमावलं, ते तिसऱ्या पिढीनं भरून काढलं. हे वालचंद समूहात घडलं नाही.

वालचंद यांच्यापाशी राजकीय सफाईदारपणाचा अभाव होता. त्यामुळे त्यांना संमिश्र यश लाभलं, असं म्हणता येईल. ब्रिटिश राजवटीबद्दल त्यांच्या मनात नाराजी होती. पण कस्तुरभाई लालभाई व जी. डी. बिर्ला यांच्याप्रमाणे त्यांनी राष्ट्रवादी नेत्यांना उघड पाठिंबा दिला नाही. तसाच जेआरडींप्रमाणे त्यांना ब्रिटिशांकडून

लाभही मिळाला नाही. पण भारतीय राष्ट्रीय काँग्रेसकडूनही त्यांनी चांगला फायदा करून घेतला नाही. ब्रिटिशांनी येथून निघून जावं, या सर्वसाधारण मागणीशी सहमत असलेल्या वालचंद यांचे गांधीवादी विचारांशी घनिष्ठ संबंध होते, असं वालचंद यांचा पत्रव्यवहार व भाषणं यावरून वाटत नाही. गांधीजींच्या व्यक्तिमत्त्वानं जीडी, कस्तुरभाई जसे भारावून गेले, तसं वालचंद यांना वाटत होतं, असं दर्शवणारा पुरावा नाही. तसंच, वालचंद जेव्हा उद्योगक्षेत्रात अत्यंत सक्रिय होते, तेव्हा परवाना-राज्य सुरू झालेलं नव्हतं, हे लक्षात घेतलं पाहिजे. आय्सीआय्सीआय् व त्यामुळे कंपनीत पेचप्रसंग निर्माण झाला.

वालचंद यांनी जेव्हा बांधकाम व्यवसाय सुरू केला, तेव्हा ते तपशिलाकडे अगदी काटेकोरपणे लक्ष देत. जागतिक महायुद्धाच्या काळात या बांधकाम व्यावसायानं वालचंदना भरपूर नफा मिळवून दिला. त्यांचा उद्योगसमूह मोठा होऊ लागला, तेव्हा त्यांनी साम्राज्य निर्माण करण्याच्या पैलूकडे लक्ष दिलं नाही. भारतीय कंपन्या अपयशी होण्यात हा घटक खास असतो, असं पारेख यांचं म्हणणं आहे. काळाबरोबर वाढणाऱ्या भक्कम संघटनेतून अनेक उद्योगपती काही उभारू शकत नाहीत. संस्था विस्तारू लागल्या, की सतत प्रयत्नानं व तपशिलाकडे लक्ष देऊन त्या आतून बळकट करण्याची गरज असते.

पैशाच्या सहज उपलब्धतेमागे हा मोठा प्रश्न झाकला गेला. दोन्ही महायुद्धांच्या काळात बांधकाम व्यवसायातून भरपूर नफा झालेला होता. जनतेकडून पैसा उभारण्याचं कौशल्य वालचंदना चांगलंच अवगत होतं. १९१९ साली 'सिंदिया'न प्रथम शेअर्स विक्रीला काढले, तेव्हा त्याचा भरणा सहज झाला होता. दुसऱ्या महायुद्धानंतर देखील त्यांनी फारसा ताण पडू न देता पाच वर्षांत दहा कोटी रुपये उभे केले. रोख पैशाच्या उपलब्धतेमुळे वालचंद यांच्या महत्त्वाकांक्षा उफाळून आल्या; आणि त्यांनी अन्य मोठे प्रकल्प हाती घेऊन प्रगतीचा वेग वाढवला. मात्र हे करताना त्यांनी त्यातल्या आवश्यक त्या तपशिलांकडे लक्ष पुरवण्याची काळजी घेतली नाही. हा विस्तार इतका वैविध्यपूर्ण आणि बेशिस्त होता, की अंतर्गत व्यवस्थापन त्याला पुरं पडू शकलं नाही; आणि वालचंद यांच्या व्यक्तिमत्त्वाचा प्रभाव इतका जबरदस्त होता, की त्यांना अटकाव करण्याचं धाडस कोणी करू शकलं नाही. एकदा अमिचंद शाह निवृत्त झाल्यावर तर कोणताही 'ब्रेक' उरला नाही.

त्या वेळच्या आर्थिक अहवालांनुसार, बाहेरच्या कार्याचा व्याप जेव्हा वाढला आणि भांडवल सहजपणे उपलब्ध होऊ लागलं, तशी व्यवस्थापनातील शिथिलता वाढली आणि कार्यक्षमता घटू लागली. त्याचा सर्वात मोठा फटका म्हणजे, युद्धानंतर दोन जुन्या बोटींच्या नूतनीकरणाची खर्चाचा हिशेब न करता जी ऑर्डर दिली होती, त्यासाठी 'सिंदिया'ला २ कोटी रुपये मोजावे लागले!

आयुष्यातला अधिकांश काळ वालचंद यांना भारताचा लॉर्ड इंचकेप होण्याची प्रबळ इच्छा होती. त्यांनी एवढ्यापुरतीच आपली महत्त्वाकांक्षा सीमित ठेवली असती, तर त्यांना त्यात यश आलंही असतं. परंतु त्यानंतर त्यांच्या मनात एकाच वेळी अनेक महत्त्वाकांक्षांनी मूळ धरलं. आपण हेन्री फोर्डप्रमाणे मोटार उत्पादक बनावं, हॉवर्ड ह्यूजेसप्रमाणे विमान तयार करावीत आणि लॉर्ड इंचकेपसारखी जहाज वाहतुकीतील सामर्थ्यवान बडी व्यक्ती बनावं असं त्यांना वाटू लागलं. पैशाची उपलब्धता वाढल्यावर तर हे सारं कौशल्य आपण आपल्यात एकवटू शकू, असं त्यांना वाटलं; आणि इथेच त्यांच्या ऱ्हासाचं मूळ होतं.

✦

कस्तुरभाई लालभाई

(१९ डिसेंबर, १८९४ - २० जानेवारी, १९८०)

कस्तुरभाई लालभाई वंशवेल

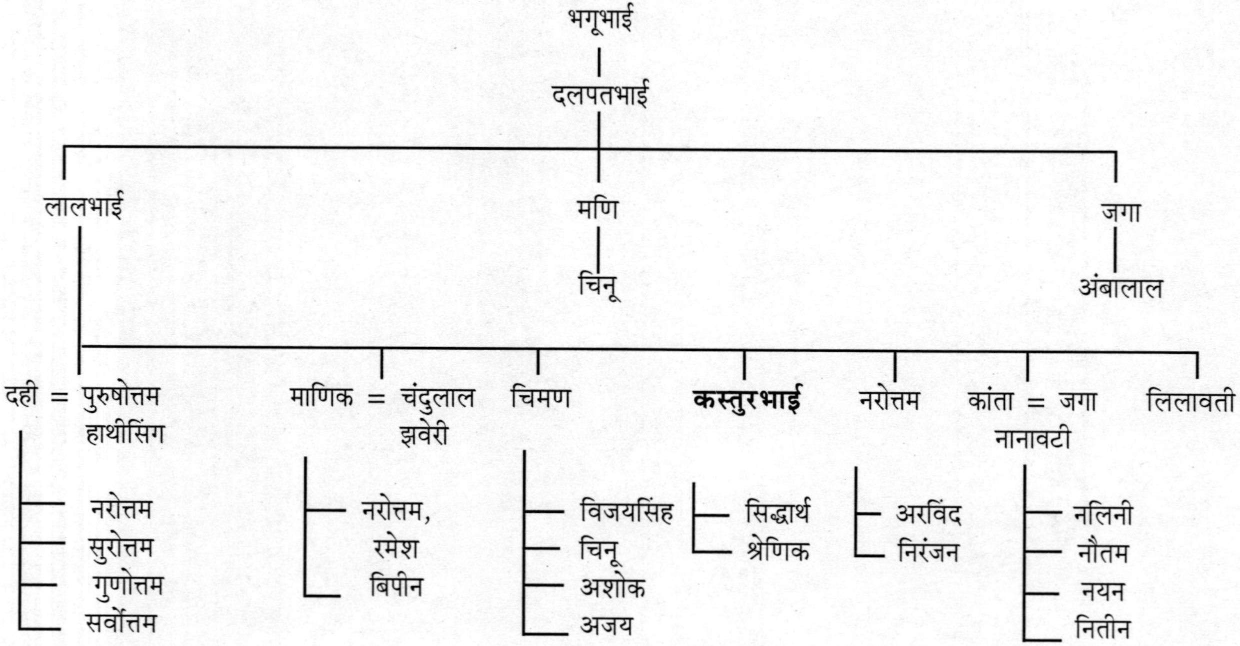

१

मुंबई : ८ ऑगस्ट, १९४२

८ ऑगस्ट, १९४२ रोजी मध्यरात्रीनंतर चळवळीचा नवा मंत्र निनादला. 'चलेजाव'ची घोषणा देण्यात आली आणि काही तासांतच सबंध देशात त्याचे पडसाद उमटले. महात्मा गांधींनी सभेपुढे भाषण केल्यानंतर काही तासांतच त्यांना, पं. नेहरू आणि अन्य नेत्यांना पकडण्यात आलं. या धरपकडीची बातमी पसरताच पोलिस ठाणी, सरकारी इमारतींना आगी लावण्यात आल्या, दूरसंचारवाहक तारा तोडण्यात आल्या, रेल्वेचे रूळ उखडण्यात आले, ब्रिटिश अधिकाऱ्यांवर हल्ले करण्यात आले आणि काहींना ठार मारण्यात आलं. हिंसाचारी गट व व्यक्ती यांचं ग्रामीण भागात थैमान सुरू झालं. जयप्रकाश नारायण, अरुणा असफअली यांच्यासारख्या समाजवाद्यांच्या नेतृत्वाखाली एक जोरदार भूमिगत चळवळ सुरू झाली. या नेत्यांचं वर्णन 'महात्मा गांधीजींची राजकीय संतती, पण कार्ल मार्क्सचे अलीकडील विद्यार्थी' असं केलं जाई. भूमिगत चळवळींच्या प्रचारासाठी देशभर गुप्तपणे वावरणाऱ्या या नेत्यांना 'हीरों'चं वलय प्राप्त झालं होतं.

या नेत्यांना त्यांच्या गुप्त कार्यात समाजातील सौम्य प्रवृत्तीचे घटक साथ देत होते, मदत करीत होते. त्यात अहमदाबादचे धनाढ्य उद्योगपती कस्तुरभाई लालभाई हे एक होते. ते जैन समाजाचे नेते होते व शहरातील वस्त्रोद्योगाच्या क्षेत्रातील अग्रणी

उद्योगपती होते. कोणत्याही अतिरेकी चळवळीविषयी सहानुभूती बाळगणाऱ्यांत त्यांची गणना करता आली नसती. व्यापारी शिष्टमंडळात सहभागी होण्यासाठी ब्रिटिश सरकार त्यांना नेहमी आमंत्रित करत असे. लॉर्ड डर्बी आणि लँकेशायरचे हुजूर पक्षाचे प्रभावी प्रतिनिधी लॉर्ड विल्यम क्लेअर-लीस यांच्यासारख्या बड्या मंडळींत त्यांचा वावर असे. राष्ट्रीय उद्दिष्टांसाठी ते कामगारांच्या संपाला चिथावणी देतील, असं कधी कुणाला वाटणं कसं शक्य होतं?

एका छोट्या तपशिलाकडे ब्रिटिशांचं लक्षच गेलं नाही; ते म्हणजे, कस्तुरभाई दिल्लीत पारंपरिक लाल पगडी घालायचे, तर अहमदाबादेत खादीची गांधी टोपी घालत असत.

मुंबईतील अधिवेशनात ऐतिहासिक ठरावावर चर्चा चालू होती, तेव्हा कस्तुरभाई मुंबईतच होते. ब्रिटिश महात्मा गांधीजींना अटक करणार, हे उघड होतं. तेव्हा ठराव मंजूर होईपर्यंत मुंबईत न थांबता कस्तुरभाई अहमदाबादला रवाना झाले. रेल्वे प्रवासात अहमदाबादच्या कापड गिरणी कामगार संघटनेचे अध्यक्ष खंडूभाई देसाई यांची गाठ पडली. दिवसभरातील वेगवान घटनांची उभयतांत चर्चा झाली. चळवळीच्या नव्या घोषणेला जोरदार पाठिंबा व्यक्त करण्यासाठी आपण काहीतरी केलं पाहिजे, याबाबत उभयतांत एकमत झालं.

गाडी अहमदाबादला पोचली, तेव्हा गिरण्यांचे भोंगे थंडावले होते. देशातील अनेक बड्या शहरांतील व नगरांतील कामगारांनी संप पुकारला होता. बहुतेक संप हे एक-दोन दिवसच चालले. मुंबईत गिरणी कामगार तीन दिवस संपावर होते, तर अहमदाबाद, जमशेदपूर येथील संप अधिक काळ चालले. जमशेदपूर येथील संप महिनाभर, तर अहमदाबाद येथील संप साडेतीन महिने चालू राहिला.

अहमदाबाद येथील संपाचा व 'चलेजाव' घोषणेचा काही संबंध नव्हता; तर या संपाला दुसरं महायुद्ध कारणीभूत होतं. कस्तुरभाई व देसाई अहमदाबादला परतले. त्यानंतर काही तासांतच अहमदाबादवर बॉम्बहल्ला होणार, अशी अफवा पसरली. आणि सुमारे एक लाख कामगार शहर सोडून गेले. ही अफवा कशी सुरू झाली, कुणास ठाऊक! परंतु एका गिरणीत ती पसरली आणि सबंध शहरातच फोफावली. गिरणी कामगार संघटना अथवा गिरणीमालक संघटना यांनी कामगारांना थोपवण्याचा प्रयत्न केला नाही. १४ ऑगस्टपर्यंत हजारो कामगार आपल्या गावी पोचले होते आणि हजारो कामगार शहर सोडून जाण्याच्या बेतात आहेत, असं वृत्त 'गुजरात समाचारा'त प्रसिद्ध झालं होतं. स्थानिक गाड्या व एक्स्प्रेस गाड्यांची सर्व आरक्षणं रद्द करून कामगारांना थोपवण्याचा निष्फळ प्रयत्न रेल्वे अधिकाऱ्यांनी करून पाहिला. 'इंडियन फेडरेशन ऑफ लेबर' या संघटनेच्या स्थानिक शाखेनं पुन्हा काम सुरू करण्याचा प्रयत्न केला खरा; परंतु त्यांच्या आवाहनाला प्रतिसाद मिळाला नाही.

पुरेसे कामगार नाहीत, म्हणून गिरणीमालकांनी गिरण्या बंद ठेवल्या. गिरण्या चालू कराव्यात, म्हणून सरकारनं कस्तुरभाईंवर दडपण आणलं. 'परंतु सरकारच्या धोरणाला आपला विरोध आहे; तेव्हा संप चालूच राहील, असं सांगून कस्तुरभाईंनी या दडपणाला भीक घातली नाही,' असं ब्रजमोहन बिर्ला म्हणतात.

एक महिना झाला. बघता बघता तीन महिने उलटले. महात्मा गांधींनी हिंसेचा निषेध केल्याशिवाय त्यांच्याशी वाटाघाटी करायला व्हाइसरॉय लिनलिथगो यांनी नकार दिला. गांधीजी पुण्याच्या आगाखान पॅलेसमध्ये अटकेत होते. पेचप्रसंग निर्माण झाला होता, तिढा सुटत नव्हता. कस्तुरभाईंनी आपले जुने विश्वासू मित्र अंबालाल साराभाई यांच्याशी चर्चा केली. गिरण्या अधिक काळ बंद ठेवण्यात काही हशील नाही, असा अपरिहार्य निष्कर्ष उभयतांनी काढला.

युद्धामुळे त्यावर्षी कापडाला प्रचंड मागणी होती. जपान युद्धात उतरल्यानं भारतीय बाजारपेठेतील एक बडा प्रतिस्पर्धी कमी झाला होता. गिरण्या बंद ठेवण्यानं अहमदाबादमधील गिरण्यांचा प्रचंड तोटा होत होता. युद्धकाळात कापडाचे भाव वाढले होते. काही प्रकारच्या कापडाच्या दरात तर ४०० टक्क्यांनी वाढ झाली होती. पुन्हा गिरण्या सुरू करायला मालक अधीर झाले होते. जे कामगार पैशाअभावी आपल्या गावी जाऊ शकत नव्हते, त्यांना पगाराअभावी जिणं मुश्किल होऊन बसलं होतं. त्यात खास करून गुजरातच्या बाहेरचे मुस्लिम मजूर होते.

खंडूभाई देसाई तुरुंगात होते. त्यांना कस्तुरभाईंनी काहीतरी करून संदेश पोचवला. १४ नोव्हेंबर रोजी खंडूभाईंनी कामगारांना कामावर परतण्याचं आवाहन केलं आणि २२ नोव्हेंबर रोजी संप मागं घेण्यात आला.

गिरणीमालक फारच घाई करीत आहेत, असं काही स्थानिक काँग्रेस नेत्यांना वाटलं. त्यांनी कस्तुरभाईंच्या घरासमोर उपोषण करण्यासाठी चार मुलांना पाठवलं. 'संपाचा हेतू सफल झाला आहे, तेव्हा तुम्ही प्राणांतिक उपोषण केलं, तरी मी पर्वा करणार नाही,' असं कस्तुरभाईंनी त्या मुलांना स्पष्टपणे बजावलं. अखेर चार दिवसांनी त्यांनी उपोषण सोडलं. तसंच, गिरणीमालकांनी १९४३ च्या आरंभी सुमारे अडीच महिन्यांच्या पगाराइतका बोनस कामगारांना दिला. सर्वसाधारणपणे दिवाळीच्या सुमाराला बोनस दिला जातो; पण दिवाळीची वाट न पाहताच त्याच्या कितीतरी महिने आधीच हा बोनस देण्यात आला. संप-काळातील कामगारांकडून घरभाड्याची असलेली थकबाकीही माफ करण्यात आली, असं वृत्त 'बॉम्बे लेबर गॅझेट'नं दिलं.

८ ऑगस्ट रोजी कस्तुरभाई व खंडूभाई यांनी रेल्वे-प्रवासात असं ठरवलं होतं की, 'गिरणी कामगार आपापल्या गावी जातील व त्यामुळे गिरण्या काम करू शकणार नाहीत. तसंच, या योजनेमागे कोण आहे, याचा सुगावा ब्रिटिशांना

लागणार नाही, असं धोरण आखलं पाहिजे.' या संपातील आपल्या भूमिकेविषयी साराभाईंसारख्या जवळच्या मित्रालाही कस्तुरभाईंनी थांगपत्ता लागू दिला नाही. ९ ऑगस्ट रोजी कस्तुरभाई मुंबईहून अहमदाबादला पोचले, तेव्हा अंबालाल यांनी कामगार तीन दिवस संपावर जायच्या तयारीत आहेत, अशी माहिती त्यांना दिली. त्यावर कस्तुरभाई म्हणाले, 'पाहा नि प्रतीक्षा करा.'

गुप्तता पाळणं अत्यंत महत्त्वाचं होतं. देसाईंसमवेत आपण ठरवलेल्या योजनेचं गांभीर्य व संभाव्य परिणामांची कस्तुरभाईंना पुरेपूर जाणीव होती. युद्धाला तोंड लागताच भारतीय संरक्षण कायद्याखाली संप व टाळेबंदीला बंदी घालण्यात आली होती. सरकार संतापलेलं असून, गांधीजींच्या आव्हानाला जोरदार तोंड देण्याच्या तयारीत आहे, याची कस्तुरभाईंना जाणीव होती. १९३० मध्ये त्यांच्यावर एकदा धाड पडली होतीच. ऑगस्ट १९४२ च्या संपाच्या वेळी कस्तुरभाईंचे दोस्त लाला श्रीराम यांनी कस्तुरभाईंना कोणत्याही क्षणी अटक होईल, असा दिल्लीहून निरोप पाठवला होता. पण सरकार परत कारवाई करण्यास कचरलं.

✦

२

शिल्पकार

कस्तुरभाई हे केवळ व्यापार वा उद्योगाचे शिल्पकार नव्हे, तर देशाच्या शिल्पकारांपैकी एक होते, असं वर्णन प्रख्यात घटनातज्ज्ञ नानी पालखीवाला यांनी केलं आहे. 'मित्राला पत्र लिहिण्यासाठी चांगला दर्जेदार कागद वापरा, उत्तम लिफाफा घ्या, असं तुम्ही त्यांना सुचवलंत, तर ते नकार देतील. परंतु एखादं महाविद्यालय सुरू करण्यासाठी तीस लाखांची देणगी सहज देतील.'

अनेक संस्थांवर कस्तुरभाईंची लखलखती मुद्रा उमटली आहे. त्यात 'अहमदाबाद एज्युकेशन सोसायटी', 'द इंडियन इन्स्टिट्यूट ऑफ मॅनेजमेंट, द इंडस्ट्रियल क्रेडिट अँड इन्व्हेस्टमेंट कॉर्पोरेशन ऑफ इंडिया' (आयसीआयसीआय), 'द अहमदाबाद टेक्स्टाइल अॅन्ड इंडस्ट्रीज रिसर्च असोसिएशन' (अटिरा), 'रिझर्व्ह बँक ऑफ इंडिया', 'आनंदजी कल्याणजी ट्रस्ट' यांचा अंतर्भाव होतो. अहमदाबाद शहरावरचा त्यांचा प्रभाव तर सर्वश्रुत आहे.

'इंडियन इन्स्टिट्यूट ऑफ मॅनेजमेन्ट आम्ही मुंबईला नव्हे, तर अहमदाबादला स्थापन केली, याचं कारण अहमदाबाद येथील व्यापारी, उद्योगपती व त्यांचे नेते कस्तुरभाई हे होते,' असं 'हिंदुस्थान लिव्हर'चे पहिले भारतीय अध्यक्ष प्रकाश टंडन यांनी मुलाखतीत सांगितलं. ते म्हणाले, 'त्यांचा पाठिंबा होता. ते उदार होते. ५०।

हस्तक्षेप करणारे नव्हते. कधीही सल्ला मागायला गेलो, की ते तत्परतेनं व नि:पक्षपातीपणे सल्ला देत. मात्र ते कधीही दैनंदिन कामकाजांत ढवळाढवळ करत नसत.'

'आयसीआयसीआय्'चे संस्थापक आणि प्रमुख कार्यकारी अधिकारी एच्. टी. पारेख यांच्या मते, संस्थेच्या स्थापनेत कस्तुरभाईंनी महत्त्वपूर्ण भूमिका बजावली. 'आमच्या आरंभीच्या काळात सरकारशी संबंध प्रस्थापित करणं, तंत्रकुशलता अवगत करणं व कर्मचाऱ्यांत संघभावना निर्माण करणं आवश्यक होतं. कस्तुरभाईंनी याबाबत मदत केली,' असं पारेख यांनी लिहून ठेवलं आहे. 'प्रकल्पाचं मूल्यमापन हे नवं शास्त्र होतं आणि कस्तुरभाईंनी त्यांच्या कोणत्याही उद्योगाबाबत ते वापरलं नव्हतं, तरी त्यांना त्याच्या मूलभूत तत्त्वांची जाणीव होती. ते मूलभूत गृहितांबद्दल प्रश्न विचारीत व तपशिलावर त्यांची बारीक नजर असे. त्यामुळे आमची मूल्यमापनाची चर्चा कधीच केवळ कागदी स्वरूपाची राहिली नाही. त्यांच्या मार्गदर्शनाखाली या संस्थेनं मागास भागात प्रकल्प सुरू करण्याचे, तसंच, नव्या उद्योजकांना मदत करण्याचे धोकेही पत्करले.'

'आयआयएम्'चे पहिले संचालक रवि जे. मथाई म्हणतात, 'संस्थेच्या कारभारावर नियंत्रण ठेवण्यासाठी नियमांचं घनदाट जाळं असावं, असं दडपण आणलं जात होतं. माझा त्याला विरोध होता आणि कस्तुरभाईंसारख्या काही थोड्या लोकांनी माझ्या कल्पनेला पाठिंबा दिला. स्वत:ची संस्कृती उभारण्यासाठी संस्थेनं समाजाबरोबर काम करावं व सर्जनात्मक स्वयंशिस्तीनं मापदंड ठरवावेत, अशी माझी कल्पना होती. या दोन्ही संस्थांत काम करताना कस्तुरभाईंनी सरकारी पाठिंबा व सरकारी हस्तक्षेप यांत नेहमीच फरक केला. या संस्थेच्या मागे कस्तुरभाई आहेत, हे समजताच एरवी दिल्ली व मुंबईला लठ्ठ पगाराची नोकरी ज्यांना सहज मिळाली असती, असे तज्ज्ञ अहमदाबादकडे आकृष्ट झाले.'

'रिझर्व्ह बँके'सारख्या मूलभूत महत्त्वाच्या संस्थांतही बदल घडवून आणण्यास कस्तुरभाईंनी भाग पाडलं. ब्रिटिशांच्या अमदानीत त्यांच्या हिताला अनुकूल असं बँकेचं धोरण होतं. कस्तुरभाई १९३७ ते १९४९ पर्यंत 'रिझर्व्ह बँके'चे एक संचालक होते. संचालक मंडळावरील भारतीय प्रतिनिधी हे नाममात्र असत. जनभावनेची बूज राखण्यासाठी त्यांची नेमणूक असे. कस्तुरभाईंचं मत वेगळं होतं. १९४२ मध्ये बँकेच्या गव्हर्नरचा अचानक मृत्यू झाला. त्या वेळी संधी साधून कस्तुरभाईंनी संचालक मंडळावरील भारतीय प्रतिनिधींची भूमिका विस्तारण्याचा प्रयत्न केला. सरकारचे आर्थिक सदस्य (आजच्या भाषेत अर्थमंत्री) सर जेरेमी राईसमन यांना त्यांनी सांगितलं, 'गव्हर्नर नेमण्याचा अधिकार सरकारला असला, तरी संचालक मंडळाच्या अनुमतीनं नेमणूक झाली पाहिजे. भारतीय गव्हर्नरची नेमणूक झाली पाहिजे, असा आमचा निर्धार आहे.'

सर पुरुषोत्तमदास ठाकुरदास, लाला श्रीराम व अन्य काही जणांनी कस्तुरभाईंना पाठिंबा दिला. अखेर त्या वेळचे डेप्युटी गव्हर्नर सर चिंतामणराव देशमुख यांची गव्हर्नरपदी नियुक्ती करण्यास राईसमन यांनी संमती दिली. त्यानंतर काही वर्षांनी 'रिझर्व्ह बँके'ची नवी इमारत बांधण्याचा प्रस्ताव आला, तेव्हा भारतीय वास्तुशास्त्रज्ञाची निवड व्हावी, म्हणून कस्तुरभाई व बी. एम्. बिर्ला यांनी आग्रह धरला. कस्तुरभाईंचं हे यश त्या वेळच्या संदर्भात लक्षात घ्यायला हवं. यापुढे भारतीय उद्योगपतींची उपेक्षा खपवून घेतली जाणार नाही, असा एक प्रकारे इशाराच बँकर्सना दिला गेला. उदाहरणार्थ, १९२० च्या दशकात जी.डी. बिर्ला यांना 'बिर्ला ज्यूट' उभारण्यासाठी खूप मुश्किलीनं कर्ज मिळू शकलं. ब्रिटिश बँकांच्या टाळाटाळीच्या धोरणामुळे वैतागलेल्या वालचंद हिराचंद यांना 'टाटा इंडस्ट्रियल बँके'चा आधार घ्यावा लागला होता.

नीतिमान माणूस

कस्तुरभाई कशाचं प्रतीक होतं, असा प्रश्न कोणाही अहमदाबादकराला विचारला, तर पटकन उत्तर येईल, नैतिक आचरण! याबाबतचं एकमत हे अभूतपूर्वच मानावं लागेल. किंबहुना ते अतुलनीयच आहे. ध्येय व मूल्यं यांच्याशी असलेल्या अतूट बांधिलकीमुळे समकालीनांमध्ये त्यांचं स्थान सर्वांहून वेगळं आहे.

किशोरवयात 'रायपूर मिल्स'च्या कापूस खरेदीचं काम त्यांच्याकडे होतं. एकदा वाया गेलेला काही कापूस तीन हजार रुपयांना विकण्याचं तोंडी आश्वासन त्यांनी एका व्यापाऱ्याला दिलं. परंतु तो माल १८ हजार रुपयांचा असून आपली फसगत झाली आहे, असं त्यांच्या ध्यानात आलं. तोंडी दिलेला शब्द पाळायची काही जबाबदारी नाही, असं गिरणीच्या व्यवस्थापकानं सुचवलं. परंतु कस्तुरभाईंनी दिलेला शब्द मागे घेण्यास नकार दिला. ठरल्याप्रमाणे तीन हजारांना त्यांनी माल विकला व टीका सहन केली.

गैरव्यवहाराला भरपूर वाव असलेल्या धंद्यात त्यांचा प्रामाणिकपणा हा आगळावेगळा व अभूतपूर्वच म्हणायला हवा. कच्चा कापूस वजनावर विकला जाई. तेव्हा शेतकरी पोत्याचं वजन वाढावं, म्हणून त्यात अन्य वस्तू मिसळत. जिनिंग मिल्स कापूस दमट करून वजन वाढवीत. सूत गिरण्या नमुना म्हणून जे सूत दाखवत, त्यापेक्षा पातळ सूत पुरवीत. वीव्हिंग खाती खरीददारानं नोंदवलेल्या ऑर्डरपेक्षा विरळ व हलकं सूत तयार करीत. त्याचप्रमाणे प्रोसेस खातं हलक्या दर्जाची रसायनं वापरत. असे अनेक गैरप्रकार या धंद्यात चालत.

अशा कोणत्याही गैरव्यवहारांना थारा न देणाऱ्या उद्योगपतींत कस्तुरभाई हे एक होते.

नैतिक मूल्यं ते इतक्या काटेकोरपणे पाळीत, की एकदा पैशाची अफरातफर करणाऱ्या एका नातेवाइकावर त्यांनी खटला भरला होता! त्यांच्या पुतणीचे पती प्रतापसिंग मोहनलाल यांनी एका सहायकाच्या मदतीनं १९३८ साली आनंदजी कल्याणजी ट्रस्टमध्ये ७५ हजार रुपयांची अफरातफर केली. या पैशांची व्यवस्था करून हे प्रकरण गुपचूप दडपून टाकणं कस्तुरभाईंना सहज शक्य होतं आणि कुटुंबातील बहुतेकांचं तसंच मत होतं. परंतु कस्तुरभाईंनी मोहनलालवर खटला भरला. एवढंच नव्हे, तर त्याच्याविरुद्ध स्वत: साक्ष दिली.

अत्यंत कठोर प्रामाणिकपणामुळे कधी कधी गमतीशीर प्रसंगही उद्भवले. १९५३ मध्ये कस्तुरभाईंच्या सचिवानं केंद्रीय वाणिज्य व उद्योगखात्याचे श्री. एच. व्ही. आर्. अय्यंगार यांना पाठवलेल्या पत्रात म्हटलं होतं, 'महाशय, मुंबई ते अहमदाबाद दरम्यानच्या रेल्वे प्रवासाचा जाण्यायेण्याचा खर्च म्हणून आपण कस्तुरभाई लालभाई यांना ८८ रुपये १२ आण्यांचा चेक पाठवला आहे. (कस्तुरभाई अनेक सरकारी समित्यांचे सदस्य होते.) हिशेब करताना असे आढळून आले, की ही रक्कम एक रुपयाने अधिक आहे. तेव्हा सोबत एक रुपयाची नोट पाठवत असून, कृपया तिचा स्वीकार व्हावा.'

नैतिक आचरणाबाबतचा कस्तुरभाईंचा लौकिक ही एक प्रकारे मोठी जोखीमच होती. मिठाच्या सत्याग्रहात आपल्याला अटक होणार, याची कल्पना असल्यानं सरदार वल्लभभाई पटेल यांनी काँग्रेस पक्षाच्या निधीची व्यवस्था पाहण्याचं काम कस्तुरभाईंकडे सोपवलं. अटक झालेल्या सत्याग्रहींच्या कुटुंबीयांना मदत करण्यासाठी त्याचा वापर करावा, अशा सूचना पटेल यांनी कस्तुरभाईंना दिल्या; आणि जेव्हा टिळक स्वराज फंडासाठी अहमदाबादच्या गिरणीमालकांकडून पैसे उभारावयाचे होते, तेव्हा महात्मा गांधींनी अवघ्या २५ वर्षे वयाच्या आणि शहरातील सर्वांत छोट्या गिरणीचे मालक असलेल्या कस्तुरभाईंची विश्वस्त म्हणून निवड केली.

'उद्योगातील त्यांच्या सामर्थ्याशी विसंगत असा कस्तुरभाईंचा लौकिक होता; पण नैतिकता व मूल्यं या आधारे त्यांनी तो संपादन केला होता,' असं मत उद्योग-इतिहासकार प्रा. द्विजेन्द्र त्रिपाठी यांनी व्यक्त केलं आहे. लालभाईंचं उद्योग-साम्राज्य टाटा वा बिर्ला यांच्याइतकं मोठं नसलं, तरी ते नगण्यही नव्हतं. महात्माजींना ते प्रथम भेटले, तेव्हा 'रायपूर मिल्स' या अहमदाबादमधील एका अगदी छोट्या गिरणीचे ते अध्यक्षही नव्हते. केवळ एक संचालक होते. परंतु तिशीच्या मध्याला ते 'अहमदाबाद कॉटन क्लब'चे नेते बनले.

१९३८ पर्यंत कस्तुरभाईंनी सुरू केलेल्या वा ताब्यात घेतलेल्या गिरण्यांची संख्या सातवर पोचलेली होती. या गिरण्यांतील २१,३५०,६० चात्या व ११,४२५ माग यामुळे अहमदाबादेतील ते सर्वोच्च व देशातील एक मोठे गिरणीमालक

बनले. देशातील एकूण सूत-क्षमतेच्या १२ टक्के आणि अहमदाबादच्या एकूण सूत-क्षमतेच्या २४ टक्के त्यांचा वाटा होता. १९३० साली ते देशातील कापसाचे दहा नंबरचे ग्राहक होते, तर १९३९ मध्ये सात क्रमांकाचे !

१९३० च्या आरंभी त्यांनी 'अरविंद मिल' सुरू केली, तेव्हा अहमदाबादेतील तो सर्वांत मोठा पब्लिक इश्यू होता. आज 'अरविंद मिल' जगातील एक महाकंपनी असून डेनिम कापडात जगात अग्रगण्य आहे. भारतातील रसायन उद्योगाचे ते एक संस्थापक असून, भारतातील 'अतुल' ही पहिली डायस्टफ उत्पादक कंपनी त्यांनी स्थापन केली. त्यांचं साम्राज्य मोठं होतंच; पण ते आणखी मोठं असू शकलं असतं. गांधीवादी उद्योगपती वाडिलाल लल्लुभाई मेहता यांच्या शब्दांत सांगायचं तर, 'कस्तुरभाई आर्थिक बाबीत प्रामाणिक व अत्यंत काटेकोर होते. ते जर कमी काटेकोर व कमी प्रामाणिक असते, तर त्यांचं औद्योगिक साम्राज्य कितीतरी विस्तारलं असतं.' परंतु आकारापेक्षा त्यांच्या उद्योजकतेला महत्त्व होतं. त्यामुळे जेव्हा ए. डी. श्रॉफ ट्रस्टनं 'बिल्डर्स ऑफ इंडियन इकॉनॉमी' ही मालिका प्रसिद्ध करायचं ठरवलं, तेव्हा त्याची सुरुवात कस्तुरभाई लालभाई यांच्यापासून केली!

कस्तुरभाई व्यवहारी होते; त्यामुळे 'आनंदजी कल्याणजी ट्रस्ट'चे अध्यक्ष या नात्यानं त्यांनी धर्मादाय संस्थेत अंदाजपत्रकाची पद्धत सुरू केली. या ट्रस्टच्या बैठका पूर्वी अध्यक्षांच्या मर्जीनुसार भरत. कस्तुरभाईंनी त्यात बदल केला. नियमित बैठका भरू लागल्या. किंबहुना या बैठकांचं सबंध वर्षभराचं वेळापत्रकच आधी जाहीर होऊ लागलं.

'ते मितभाषी व त्वरित निर्णय घेणारे होते,' असं सांगून साहू श्रेयंसप्रसाद जैन कस्तुरभाईंबद्दल म्हणतात, 'ते अत्यंत वक्तशीर व वेळ पाळणारे असत. बैठकीच्या ठरलेल्या वेळेआधीच काही मिनिटं ते बैठक संपवीत.' 'आपल्या कंपन्यांच्या बोर्डाच्या बैठकी पंधरा मिनिटांत संपवण्याबाबत त्यांचा लौकिक होता. 'आयआयएमए'च्या बोर्ड बैठकांचं त्यांना अनेकदा अध्यक्ष व्हावं लागे. या बैठका दोन-दोन, तीन-तीन तास चालत. ही शिक्षा सहन करण्याची त्यांची क्षमता कौतुकास्पदच होती. एकदाच ते अशा बैठकीनंतर म्हणाले, "तुम्ही प्राध्यापक मंडळी फार बोलता, बुवा!" ' असं रवि जे. मथाई म्हणतात.

या पुस्तकातील अन्य उद्योगपतींप्रमाणे कस्तुरभाईही अधीर स्वभावाचे होते. त्यांना वेळ फुकट घालवणं आवडत नसे. 'उद्योगाशी संबंधित नसलेल्या अभ्यागतांना हुशारीनं टाळण्याची त्यांची पद्धत होती,' असं सांगून डॉ. चिंतामणराव देशमुख यांनी म्हटलं आहे की, 'एकदा ते खूप कामात असताना मी त्यांना भेटायला गेलो. तेव्हा गुलाबलीकडे एक उद्यान विकसित होत असून, ते पाहून या, असं त्यांनी मला सांगितलं. त्यांच्या मदतीनं ते उद्यान उभारण्यात येत होतं. तसंच, दुसऱ्या एका

खेपेला मला त्यांनी साबरमती आश्रमात पाठवलं. त्यात मला काहीच रस नव्हता.'

वक्तशीरपणा हा काही भारतीयांचा गुण नव्हे. कस्तुरभाई मात्र याला अपवाद होते. सबंध आयुष्यभर त्यांनी वक्तशीरपणा पाळला. रोज पहाटे पाच वाजता उठून ते अर्धा तास योगासनं करत. मग अर्धा तास मसाज चाले. हलकासा नाश्ता करून ते स्नान उरकीत. मग ४५ मिनिटं पूजा-अर्चा चाले. सकाळी ते कापड गिरण्यांत जात व दुपार शहरातील कार्यालयात घालवत. दुपारी ते घरी येऊन जेवून घेत. सायं. ६.३० वाजता रात्रीचं भोजन घेत. घरातील जुन्या पद्धतीच्या मोठ्या डायनिंग रूममधील भोजनात कुटुंबातील सर्व सदस्यांनी हजर असावं, अशी त्यांची अपेक्षा असे. त्यांचा ब्रिज खेळणाऱ्या मित्रांचा एक गट होता. ७.३० ते ९.३० ते ब्रिज खेळत. मग पुन्हा स्नान व रात्री दहा वाजता ते झोपायला जात.

कस्तुरभाई जैन असल्यानं सूर्यास्तापूर्वी रात्रीचं भोजन घेण्याचा त्यांचा दंडक होता. या नियमाला कधी अपवाद केला जात नाही, याचा अनुभव एकदा उशिरा जेवायला आलेल्या सरदार वल्लभभाई पटेल यांनाही आला. ते आले व प्रतीक्षा करत राहिले. अखेर, 'आपण कधी भोजन घेणार आहोत?' असा प्रश्न त्यांनी विचारला. त्यावर 'भोजन तर झालंही.' असं उत्तर कस्तुरभाईंनी दिलं. 'असलं कसलं तुमचं भोजनाचं निमंत्रण?' सरदार पटेलांनी विचारलं. तेव्हा, 'तुम्ही वेळेवर आला नाहीत.' असं कस्तुरभाई उत्तरले. जी.डी. बिर्ला पण सूर्यास्तापूर्वी भोजन उरकत. परंतु उशिरा येणाऱ्यांसाठी जेवण ठेवून द्यायला ते नोकरांना सांगत. कस्तुरभाई मात्र कमालीचे काटेकोर. त्यांच्याकडे असं जेवण राखून ठेवलं जायचं नाही.

'आमचं जेवण अगदी साधं असायचं,' असं सांगून कस्तुरभाईंचे चिरंजीव श्रेणिक म्हणाले, 'माझ्या वडिलांना आईस्क्रीम आवडायचं, तरी घरी कधी ते दिलं जात नसे. संजयच्या जन्मानंतर ही प्रथा मोडली. तो जन्मला, तेव्हापासून घरी हवं तेवढं आईस्क्रीम मिळू लागलं.' घरात मधाची मात्र कधी टंचाई नसे. 'इंटरनॅशनल हूज हू'ला पाठवलेल्या आपल्या अल्पपरिचयात कस्तुरभाईंनी स्वतःचं वर्णन 'मिल एजंट, बँकर, फलोद्यान व वाचन यांत स्वारस्य असलेला' असं केलं होतं. दौऱ्यावर असताना ते बोर्ड बैठका आणि अन्य कामांमधून वेळ काढून फलोद्यानतज्ज्ञांना भेटत.

अशांपैकी कूनूरचे एस्. आर्. नारायण अय्यर हे एक होते. त्यांच्या मधुमक्षिका वसाहतीला कस्तुरभाईंना भेट द्यायची होती. 'सकाळी दहाच्या आधी तरी या किंवा दुपारी तीन नंतर या. उकाड्याच्या वेळात मधमाश्या त्रास देऊ शकतात.' असं अय्यर यांनी बजावलं. अय्यर यांच्या मधाच्या दर्जाबद्दल कस्तुरभाईंनी तक्रार केली, तेव्हा अय्यर संतापले व त्यांनी, तुम्हाला याबाबत काही फारसं ज्ञान नाही, असं सुनावलं.

न्यूयॉर्कचे हॅरी डब्ल्यू. मेरिल हे पण मधमाश्या पाळणारे. कस्तुरभाईंचे ते दोस्त बनले. परंतु त्यांच्या मधाची चव त्यांना पसंत पडली नाही. तेव्हा मेरिल यांनी त्यांना लिहिलं, 'संत्र्यांपासूनच्या मधाचा साठा संपला आहे आणि आता पुढील हंगामापर्यंत तो उपलब्ध होण्याची शक्यता कमी आहे. फ्लोरिडाहून काही पालमेट्टो मिळण्याची शक्यता आहे. तो मध काहीसा चांगला किंवा संत्र्यांच्या मधासारखाच आहे.'

बिर्लांनी हिंदुस्थान मोटार उत्पादनाला आरंभ केला आणि कस्तुरभाईंनी आपल्या विदेशी मोटारी विकून टाकल्या. १९२० च्या दशकात त्यांनी घोडागाड्या अशाच विकून टाकल्या होत्या. कामाच्या दिवशी दररोज सकाळी बरोबर ९.३० वाजता त्यांची मोटार 'अरविंद मिल्स'च्या मुख्य कार्यालयासमोर हजर होई. ताडमाड सहा फूट उंचीचे, पायांत चपला, स्टार्च केलेलं धोतर, पांढरा लांब कोट अशा पेहरावातले कस्तुरभाई मोटारीतून उतरत व आपल्या कार्यालयात जात. त्यांच्या कार्यालयाची सजावट साधीच होती. ती वातानुकूलित नव्हती आणि तिथे डास मारण्याच्या औषधाचा वास येत असे.

लालभाईंचं घर मात्र त्याच्या अगदी उलट होतं. त्यांच्या शाहीबाग येथील घरी दोन दिवस राहिलेले युनिट ट्रस्टचे अध्यक्ष आर्. एस्. भट म्हणतात, 'घरातील वातावरण शांत होतं. यजमान कस्तुरभाई यांची आंतरिक शक्ती मोठी होती. शांततामय माणसालाच अशी शक्ती लाभू शकते.'

✦

३

रक्ताची नाती

कस्तुरभाईंचा जन्म १९ डिसेंबर, १८९४ रोजी अहमदाबाद इथं झाला. गिरणीमालक लालभाई दलपतभाई (१८६३ ते १९१२) व मोहिनी या दांपत्याचे ते सुपुत्र. अहमदाबाद हे भारतातील तिसऱ्या क्रमांकाचं व्यापार व उद्योगाचं केंद्र होतं आणि वस्त्रोद्योग हा त्यांच्या अर्थव्यवस्थेचा मुख्य कणा होता. त्यामुळे गिरणीमालकाच्या घरात जन्मलेलं मूल म्हणजे उच्चभ्रू घराण्यातील मूल. त्यातून लालभाई हे धनाढ्य गृहस्थ होते. या घराण्याची चारशे वर्षं व्यापाराची परंपरा होती. त्यांचे पूर्वज शांतिदास हे सम्राट अकबराचे जवाहिरे होते. त्यांच्या दुसऱ्या एका पूर्वजाला 'नगरशेठ' हा किताब मिळाला होता, कारण त्यांनी पेशव्यांना पैसे देऊन अहमदाबाद वाचवलं होतं. मोगलांच्या काळात हे घराणं श्रीमंत होतंच आणि ब्रिटिशांच्या अमदानीत त्यांच्या संपत्तीत आणखीच भर पडली. आजोबा दलपतभाई भगुभाई यांनी १८७० मध्ये कापूस उद्योगात चांगली कमाई केली. वडील लालभाई दलपतभाई यांनी १८९६ मध्ये 'सारसपूर कापड गिरणी' उभारली.

जमीनदार, सावकार, जवाहिरे, व्यापारी व उद्योगपती असलेले लालभाई हे शहरातील झव्हेरीवाड भागात राहत. कस्तुरभाईंचा जन्म याच घरात झाला. 'घर खूप गजबजलेलं होतं. आठ खोल्या होत्या, त्यातून कुटुंबातील चाळीसजण राहत. त्यांचं भोजन-दालन खूपच आलिशान होतं. तिथं काका, काकू, मुलंबाळं, पाहुणे,

नोकर, शिपाई, आचारी यांचा वावर असे,' असं वर्णन त्यावेळच्या मंडळींनी केलं आहे.

लालभाई दलपतभाई यांनी १९१० ते १९१२ च्या दरम्यान झव्हेरीवाड येथील घरातून मुक्काम हलवला. त्यांनी शाहीबागमध्ये १९०५ च्या सुमाराला मोक्याच्या जागी जमीन खरेदी केली होती. तिथं त्यांनी भव्य ब्रिटिश पद्धतीचा बंगला बांधला. याच जागेत लालभाई कुटुंब राहत असून, कस्तुरभाई व त्यांची मुलं याच घरात वाढली. बंगला तयार होताच कस्तुरभाईंचे अगदी निकटचे कौटुंबिक सदस्य झव्हेरीवाड येथून तेथे राहायला गेले. आई मोहिनी व बहिण लीलावती यांनी मात्र पंकोर नाका येथील इमारतीत राहणं पसंत केलं. ही जमीन पण दलपतभाईंनी खरेदी करून ठेवली होती व या इमारतीचा ऑफिस आणि निवास यासाठी वापर केला जाऊ लागला.

सात भावंडांपैकी कस्तुरभाई हे चौथं अपत्य. दलपतभाईंना झालेला दुसरा मुलगा. वयाच्या सातव्या वर्षापासून अस्थम्याचा त्रास त्यांना होत होता. पण बाराव्या वर्षानंतर आपोआपच तो नाहीसा झाला. नगरपालिका शाळा क्रमांक आठमध्ये पाचवीपर्यंत ते शिकले. श्रीमंतांच्या अन्य मुलांप्रमाणे ते घरच्या घोडागाडीतून शाळेला जायचे. चुनीलाल नावाचे शिक्षक त्याची घरी शिकवणी घेऊ लागले. नंतर रणछोडलाल छोटालाल सरकारी माध्यमिक शाळेत ते दाखल झाले. पुस्तकांपेक्षा क्रिकेट खेळण्यात व पतंग उडवण्यात अधिक रममाण होणारे कस्तुरभाई १९११ साली मॅट्रिक परीक्षा दुसऱ्या वर्गात उत्तीर्ण झाले, याचं शिक्षकांना आश्चर्यच वाटलं. त्यानंतर ते गुजराती कॉलेजात दाखल झाले. त्यांनी पहिली टर्म पुरी केली, तेव्हा त्यांच्या वडिलांचं निधन झालं.

वडिलांची मुलांना भीतीच वाटायची. त्यांच्या घोडागाडीचा आवाज आला, की पोरं चिडीचूप व्हायची. अहमदाबादमध्ये कधी कधी नाटकं व्हायची. ती पाहायला जाण्यासाठी वडिलांची परवानगी मागायचं मुलांमध्ये धाडस नव्हतं. 'आई प्रेमळ व आम्हाला समजून घेणारी होती,' असं कस्तुरभाईंनी लिहिलंय्. मुलं नाटक पाहायला गेली, की ती बिछान्यावर उशा रचून त्यावर पांघरूण घालून ठेवी. जणू मुलंच झोपली आहेत, असं वाटावं. पतंग उडवण्याच्या हंगामात वडिलांच्या देखत त्यात सहभागी व्हायची कोणाची हिंमत नव्हती.

लालभाई हे प्रख्यात 'कॉटन क्लब'चे सदस्य होते. परंतु त्यांची राहणी अगदी साधी होती. त्यांची साधी राहणी पाहून पं. नेहरूंच्या भगिनी कृष्णा हाथीसिंग चकितच झाल्या. मोतीलाल नेहरू हे अलाहाबादचे प्रख्यात बॅरिस्टर होते. वकिली सोडून स्वातंत्र्य-आंदोलनात भाग घेण्यापूर्वी त्यांची राहणी अगदी पाश्चात्य धर्तीची होती. घरात बटलर व इंग्लिश गव्हर्नेस् होत्या. अशा वातावरणातून आलेल्या कृष्णा हाथीसिंग (त्यांनी कस्तुरभाईंच्या पुतण्याशी १९३३ मध्ये विवाह केला.)

यांना अहमदाबादेत राहायला आल्यावर 'सांस्कृतिक धक्का' बसणं साहजिकच होतं.

'विवाहानंतरच्या काही महिन्यांत खाद्यपदार्थ ही माझी मोठीच समस्या होऊन बसली. मी खाण्याबाबत फारशी चोखंदळ नव्हते. परंतु बहुतेक काश्मिरी लोकांप्रमाणे मला मटण, मासे आवडायचे. पण अहमदाबादेत जो तो कडक शाकाहारी. मटण, मासे, अंडी काहीही नाही. हॉटेलात जाऊन मांसाहार करणंही शक्य नव्हतं. कारण तसं करण्याची रीत नव्हती. तीन महिने मी शाकाहारी राहिले. माझी जवळपास उपासमार झाली,' असं कृष्णा हाथीसिंग यांनी आत्मचरित्रात नमूद केलं आहे.

ज्या कुटुंबात त्यांनी विवाह केला, त्या कुटुंबाशी जमवून घेणं त्यांना अवघड वाटू लागलं. तसंच, त्यांच्या वागण्याचंही त्यांना कोडं पडलं. त्या लिहितात, 'व्यापार-उद्योगातील कुटुंबाप्रमाणे राजाच्या घरातील लोकही काहीसे न मिसळणारे, शांत स्वभावाचे व काहीसे तुटक वागणारे, इतरांपुढे आपल्या भावना व्यक्त न करणारे होते. आरंभी मला त्यांचं वागणं उमजेना; आणि ते फारसे मिसळत नाहीत, तेव्हा त्यांच्यांत प्रेमळपणा नाही, असा चुकीचा अर्थ मी लावला.' तसंच, शहरातील व्यापारी मंडळी संकुचित वृत्तीची, कर्मठ व आत्मकेंद्री आहेत, असं कृष्णा हाथीसिंगना वाटलं. त्याचप्रमाणे ते अकारण ढवळाढवळ करणारे, विशेषतः संयुक्त कुटुंबातील एखाद्या व्यक्तीच्या खासगी जीवनात हस्तक्षेप करणारे, असे त्यांना वाटले.

गुणोत्तम हाथीसिंग यांच्याशी विवाह केल्यावर कृष्णा हाथीसिंग यांना आपलं सारं बालपण जसं अचानक विसरून जावं लागलं, तसंच वडिलांच्या मृत्यूनंतर कस्तुरभाई एकदम प्रौढ बनले. लालभाई ५ जून, १९१२ रोजी हृदयविकाराच्या झटक्यानं मरण पावले. वयाची पन्नाशीही त्यांनी गाठली नव्हती. मृत्यूच्या आदल्याच दिवशी एका उद्यान पार्टीत त्यांनी पाहुण्यांसमवेत हसत खेळत गप्पा मारल्या होत्या. खरं तर, त्यांच्या मनावर ताण होता. काही महिने आधी घरात मालमत्तेची व व्यापाराची वाटणी झाली होती व वातावरणात काहीसा कडवटपणा आला होता.

बऱ्याच आर्थिक तणावातूनही लालभाई जात होते. जुनी आणि प्रस्थापित झालेली 'सारसपूर गिरणी' मणिभाई व जगभाईंकडे गेली होती आणि नवी व जिचं भवितव्य अनिश्चित आहे, अशी 'रायपूर गिरणी' लालभाईंच्या वाट्याला आली होती. हे घडलं, तेव्हा एकूणच कापड व्यवसाय मंदीत होता. १९१० साली २१ गिरण्या बंद पडल्या होत्या. 'रायपूर गिरणी'ची अवस्था एवढी वाईट नव्हती. परंतु १९१२ मध्ये तिला (घसारापूर्व) एकूण नफा केवळ ५५ हजार रुपये झाला होता. कस्तुरभाईंचे वडील मरण पावले, तेव्हा गिरणीच्या रोख्याचा भाव ११५० वरून ७५० रुपयांवर घसरला होता.

या घटनांनी कस्तुरभाईंच्या आई मोहिनी डगमगून गेल्या नाहीत. गिरण्यांना

नफा झाला नाही, तर कुटुंबावर संकट कोसळेल, हे त्यांनी ओळखलं. कस्तुरभाईंनी कॉलेज शिक्षण सोडून देऊन गिरणीचं काम पाहू लागलेल्या चिमण या आपल्या मोठ्या भावाला मदत करावी, असा आग्रह त्यांनी धरला. एक प्रकारे ही इतिहासाचीच पुनरावृत्ती होत होती. आपल्या वडिलांची प्रकृती बरी नसल्यानं लालभाईंनाही कॉलेज शिक्षण अर्धवटच सोडून द्यावं लागलं होतं. कस्तुरभाई कॉलेज शिक्षण सोडून द्यायला तयार नव्हते. कारण अपुरं शिक्षण ही कायमचीच उणीव राहील, असं त्यांना वाटत होतं. पण आईवर त्यांचं नितांत प्रेम होतं आणि शेवटी तिच्या इच्छेपुढं त्यांनी मान तुकवली. आईला जेव्हा कर्करोग झाला, तेव्हा व्हिएन्ना, लंडन व अन्य ठिकाणच्या डॉक्टरांशी संपर्क साधून त्यांनी औषधं मागवली होती. त्यांच्या आईचं १९३२ साली निधन झालं.

कॉलेज शिक्षण अर्धवटच सोडून द्यावं लागलं, तरी त्यांनी घरी इंग्लिश शिकवायला एक मास्तर ठेवला. त्यांनी ही भाषा लौकर आत्मसात करून मास्तरांना निरोप दिला. मास्तर परतले. पण या खेपेला कस्तुरभाईंच्या पत्नीला शिकवण्यासाठी ! कस्तुरभाईंचा १९१५ साली शारदा चिमणलाल जव्हेरी (१९०० ते १९५०) हिच्याशी विवाह झाला. ते आठ वर्षांचे व ती दोन वर्षांची असतानाच त्यांचा वाङ्‌निश्चय झाला होता. त्यांना सिद्धार्थ व श्रेणिक हे दोन मुलगे झाले. तिसरं मूल झालं, पण ते जन्मापूर्वीच मरण पावलं. लग्नानंतर एक वर्षानं कस्तुरभाई 'रायपूर गिरणी'चे संचालक बनले.

रायपूर गिरणी

कस्तुरभाई १९१२ साली 'रायपूर गिरणी'त दाखल झाले, तेव्हा चिमणनं त्यांना टाइमकिपरच्या असिस्टंटचं काम दिलं. कामगारांच्या हजेरीची नोंद ठेवणं व पगारपत्रक बनवणं अशी कामं करत असताना, अशा क्षुल्लक कामासाठी आपल्याला कॉलेज शिक्षण सोडून इथं का आणलं, याचं त्यांना कोडं पडलं. ते वैतागून गेले. सहा महिन्यांनंतर त्यांनी आपल्याला दुसरं काही काम दिलं जात नाही, अशी आईजवळ तक्रार केली. मग त्यांना स्टोअर्स डिपार्टमेंटचं काम देण्यात आलं. तसंच, खरेदी केलेल्या कापसाच्या दर्जाची शहानिशा करण्यासाठी विविध शहरांचा दौरा करण्याची जबाबदारीही सोपवण्यात आली.

कापूस जेथून खरेदी केला जात असे, अशी गावं व शहरं यांचा दौरा करताना कस्तुरभाईबरोबर एक विक्रेता व आचारी असे. 'हा दौरा अभूतपूर्वच असे,' असं वर्णन करून द्विजेन्द्र त्रिपाठी म्हणतात, 'आपल्या उद्योगासाठी लागणारा कच्चा माल खरेदी करण्यासाठी औद्योगिक घराण्याच्या कोणा सदस्यानं एवढे परिश्रम पूर्वी कधी घेतले नव्हते. तीन ते चार वर्षांत कापसाची प्रत, त्याचा दर यांबाबत कस्तुरभाई निष्णात बनले. हा अनुभव त्यांना आयुष्यभर उपयोगी पडला.'

कस्तुरभाईंना या अनुभवानं खूप आनंद मिळाला. 'आपल्या व्यवसायाच्या प्रत्येक पैलूची बारकाईनं माहिती करून घेत जा,' असा सल्ला पुढे ते आपल्या नातवांना देत असत. चिमणनं आपल्याला दूर ठेवलं, याबद्दल त्यांनी कधी किल्मिष बाळगलं नाही. चिमणना मात्र कस्तुरभाईंचा धोका वाटत असे, असं दिसतं. आपल्या आक्रमक धाकट्या भावाबरोबर अधिकार वाटून घेण्यापेक्षा चिमणचा आपले मेव्हणे चंदुलाल जव्हेरी यांच्यावर अधिक विश्वास होता. त्यांची बहीण माणिक हिच्याशी चंदुलाल यांचा विवाह झाला होता.

वडिलांकडून व्यवसायाची धुरा खांद्यावर घेणं म्हणजे चिमणला अग्निपरीक्षाच वाटली असणार. लालभाई हे कठोर आणि दुरावा राखणारे वडील होते. कुटुंबाचे एक मित्र म्हणतात, 'त्यावेळी स्वत:च्या मुलामुलींबद्दल प्रेम दाखवण्याची रीत नव्हती. लालभाई आपल्या मुलांपासून काहीसं अंतर राखीत. इतकं, की बापलेक गिरणीत वेगवेगळे जात. चिमण गिरणीचं जे काम त्यांच्यावर सोपवलं, ते करू लागले; पण वडील त्यांच्याशी क्वचितच उद्योग वा सामाजिक बाबींची चर्चा करीत.' अशा दृष्टिकोनामुळे मुलात आत्मविश्वास निर्माण होणं मुश्किलच होतं.

'व्यापाराबाबतची चिमण यांची कुवत मर्यादितच होती. त्यामुळे मोहिनीबेननं कस्तुरभाईंना कॉलेज शिक्षण सोडून देऊन व्यवसायाकडे लक्ष देण्यास भाग पाडलं,' असं त्रिपाठी म्हणतात. १९१८ साली कस्तुरभाई १८ वर्षांचे झाले आणि त्यांना गिरणीचे संचालक करण्यात आलं. हळूहळू चिमणसकट कुटुंबातील सर्वांना त्यांच्या कार्यक्षमतेचं महत्त्व पटलं. चिमण जरी कुटुंबप्रमुख असले, तरी मुख्य निर्णय कस्तुरभाई घेऊ लागले.

चिमण १९१२ मध्ये गिरणीचे अध्यक्ष झाले, तेव्हा रायपूर गिरणीत केवळ ५५ हजार रुपये नफा झाल्याचं आधी नमूद केलं आहेच. तीन वर्षांपूर्वी चालू झालेल्या या गिरणीच्या प्रारंभिक अडचणी अजून दूर झालेल्या नव्हत्या. 'रायपूर गिरणी' ही सूत गिरणी म्हणून स्थापन झालेली होती व स्थानिक व चिनी बाजारपेठेसाठी सूत बनवण्याचा तिचा मुख्य उद्देश होता. कापड उद्योगात मंदीचा काळ असताना १९०९ मध्ये या गिरणीत उत्पादनाला आरंभ झाला. 'रायपूर गिरणी'ची विक्री बरी होती आणि नफा 'सारसपूर गिरणी' पेक्षा फारसा कमी नव्हता; तरीही बाजारपेठेत 'रायपूर गिरणी'ला प्रतिष्ठा मिळवून देणं कस्तुरभाई व चिमणला जड जात होतं.

'सारसपूर गिरणी'च्या १००० रुपयाच्या शेअरचा भाव २३०० वर पोचला होता, तर 'रायपूर'चा भाव वाढतच नव्हता. प्रत्येकी एक हजार रुपयाचे ५०० शेअर्स अशा स्वरूपात या गिरणीचं पाच लाखांचं भागभांडवल होतं. लालभाईंचे २५१ शेअर्स होते व उरलेले भाऊ, नातेवाईक व निकटवर्ती मित्रांत वाटलेले होते.

वडिलांनी शेअर्सपेक्षा रोख रक्कम ठेवली असती, तर गिरणीच्या नफ्यापेक्षा व्याजाचं उत्पन्न अधिक आलं असतं, असं कस्तुरभाईंना त्या वेळी वाटायचं.

प्रतिकूल परिस्थितीतही दोघे भाऊ व मेव्हणा यांनी वीव्हिंग शेड उभारली. त्यात ३३६ माग बसवण्यात आले आणि १९१३ मध्ये उत्पादन सुरू झालं. ते साल फारच फायद्याचं ठरलं. कारण १९१४ मध्ये पहिलं महायुद्ध सुरू झालं. अपेक्षेप्रमाणे आरंभी घबराट पसरली. कापूस, सूत व कापडाच्या किमती घसरल्या. बँकांनी ताठर भूमिका घेतली आणि सुरक्षित पायावर दिलेली कर्जंही ताबडतोब परत मागितली जाऊ लागली. परंतु अहमदाबादचा रंग बदलायला वेळ लागला नाही. जसं युद्ध पेटू लागलं, तशी कापडाची आयात थंडावली. लँकेशायर येथील कापडाची अधिक गरज युद्ध प्रयत्नांसाठी होती. बाजारपेठेतून मुख्य स्पर्धक अदृश्य झाल्यानं त्याचा फायदा उठवण्याचा अहमदाबादच्या गिरणीमालकांनी प्रयत्न केला; परंतु बहुतेक गिरण्या सूत गिरण्या होत्या. ही उणीव भरून काढण्यासाठी मालकांनी नव्या मागांची ऑर्डर दिली. परंतु हे माग ब्रिटनमध्ये तयार होत असत. युद्धामुळे या मागांची व कापडाची आवकही मंदावली.

'रायपूर गिरणी'नं मात्र सर्वांवर मात केली. त्यांच्याकडे वीव्हिंग शेड होती. १९१४ साली गिरणीला चांगला नफा झाला. कारण त्यांनी त्या वर्षी चांगल्या दर्जाचं कापड उत्पादन केलं. १९१३ मध्ये गिरणीचा नफा २५ हजार रुपये होता. तो वाढून १९१७ मध्ये चार लाखांवर पोचला. पैसे हाती आले व दोघां भावांनी गिरणीच्या प्रक्रियेचं एकात्मीकरण केलं. १९१८ मध्ये त्यांनी एक छोटासा ब्लीचिंग प्लान्ट उभारला. शेअर्सचे भाव गगनाला भिडले, तेव्हा प्रत्येकी एक हजार रुपयांच्या शेअर्सची, प्रत्येकी १०० रुपयांच्या दहा शेअर्समध्ये विभागणी करण्यात आली.

आपल्या या भरभराटीनं लालभाई कुटुंबीय आनंदित झाले. परंतु चिमणला, नशिबानं आपल्याला हात दिला नाही, असं वाटलं. 'जेव्हा 'रायपूर गिरणी'ची स्थिती वाईट होती, तेव्हा आपण तिचे अध्यक्ष बनलो. पण जेव्हा व्यवसाय तेजीत आला, तेव्हा कस्तुरभाई गिरणीच्या बोर्डावर आले.' मित्र व व्यावसायिक कस्तुरभाईंची प्रशंसा करू लागले. 'रायपूर गिरणी'च्या भरभराटीचे खरे सूत्रधार कस्तुरभाई आहेत, असं आपल्या पाठीमागे बोललं जातं, याची चिमणला जाणीव झाली आणि ते आणखीच उदास बनले.

१९२० साली त्यांनी संपत्तीच्या वाटणीची मागणी केली. ही वाटणी सलोख्याच्या वातावरणात झाली. सर्व चल व अचल, स्थावर व जंगम मालमत्तेचे तीन समान हिस्से करून ते तिन्ही भावांत वाटण्यात आले. त्यातून भावी काळात वाद उद्भवल्यास त्याचं निराकरण करण्यासाठी लवादाची तरतूद करण्यात आली. एकदा वाटणी झाल्यावर कस्तुरभाई यांच्या यशाचा दंश चिमणला जाणवेनासा

झाला. कुटुंबप्रमुख म्हणून चिमणला संबोधण्यात दोघां धाकट्या भावांना काही वावगं वाटलं नाही. तसंच, कस्तुरभाई हे हुशार आहेत, असं सांगण्यात चिमणलाही आनंद वाटू लागला. सबंध लालभाई घराण्याचेच वादातीत नेते म्हणून कस्तुरभाई ओळखले जाऊ लागले.

गांधीजींचं पहिलं उपोषण

कस्तुरभाईंचं नाव दुमदुमू लागलं. १९१८ च्या संपात त्यांच्या नावाचा सर्वप्रथम बोलबाला झाला. ती हकीकत त्यांच्याच शब्दांत सांगणं उचित ठरेल.

'१९१७ साली अहमदाबादमध्ये प्लेगची साथ आली आणि बहुतेक कामगार आपापल्या गावी निघून गेले होते. युद्ध सुरू होतं आणि गिरणीला चांगला नफा होत होता. जादा वेतन देऊन कामगार मिळवण्याबाबत माझ्या गिरणीची अन्य गिरण्यांशी स्पर्धा सुरू झाली. १९१७ च्या अखेरीस कामगारांचे पगार युद्धपूर्व काळात होते त्यापेक्षा ९० टक्क्यांनी वाढले. १९१८ च्या आरंभी आमच्या मालाची मागणी मंदावली. अंबालाल यांच्या नेतृत्वाखाली गिरणीमालकांनी वेतन कमी करायचं ठरवलं. पंकोर नाका येथील आमचं निवासस्थान मध्यवर्ती ठिकाणी असल्यानं गिरणीमालकांच्या तेथे बैठका होत,' असं कस्तुरभाईंनी आपल्या डायरीत नोंदवून ठेवलं आहे.

कामगारांचा तो संप एक प्रकारे अभूतपूर्व होता. कारण अनसूया साराभाई या कामगारांच्या एक नेत्या होत्या. त्यांचे बंधू अंबालाल हे त्यांचे प्रमुख होते. 'कॅलिको मिल' ही अहमदाबादेतील मोठ्या गिरण्यांपैकी एक व अधिक नफा कमावणारी होती. दक्षिण आफ्रिकेहून १९१५ साली परतल्यावर महात्मा गांधींनी अहमदाबादला वास्तव्य केलं असलं, तरी ते अजून या संपात उतरले नव्हते. किंबहुना त्यांनी जेव्हा मध्यस्थीचा प्रयत्न केला, तेव्हा ते बाहेरचे आहेत, अशी त्यांची संभावना करण्यात आली. अंबालाल, त्यांची पत्नी सरला आणि अनसूया हे गांधीजींचे निष्ठावंत अनुयायी बनले असूनही, त्यांना असं वागवलं गेलं. साबरमती आश्रम आर्थिक अडचणीत होता, तेव्हा अंबालाल यांनीच त्यातून त्याचा बचाव केला होता.

कस्तुरभाई अंबालाल यांचे घनिष्ठ मित्र होते. बुद्धिमान व अतिशय उदार, पण अव्यवहारी अशा साराभाई कुटुंबाच्या निकटवर्ती गोटात ते होते. ही दोस्ती, पूर्वपरंपरा व जैन समाजाचं लालभाई कुटुंब करत असलेलं नेतृत्व, यामुळे कस्तुरभाईंना समाजात प्रतिष्ठेचं स्थान होतं. परंतु अहमदाबादेत कस्तुरभाईंची गिरणी सर्वांत लहान, तर 'कॅलिको गिरणी' सर्वांत मोठी होती. कस्तुरभाईंची पाळंमुळं पारंपरिक जैन मूल्यांत रुजलेली होती. अंबालाल यांच्यातील पाश्चात्य अद्ययावतपणा त्यांच्यांत नव्हता. अंबालाल यांनी जगप्रवास केला होता. विविध संस्कृतींत त्यांना रस होता. त्यांनी भरपूर वाचन केलं होतं व युरोपातील बड्या व्यक्तींशी त्यांची जानपहचान होती. कस्तुरभाईंना दोन इंग्रजी शब्दांशी झटापट करणंही कठीण होतं.

कस्तुरभाईंच्या स्वभावात उद्धट वाटेल इतका परखडपणा होता. अंबालाल यांच्या व्यक्तिमत्त्वातलं लाघव त्यांच्यापाशी नव्हतं. अंबालाल यांची कोणाशीही सहज दोस्ती व्हायची, तर कस्तुरभाईंच्या बाबतीत हे अशक्यच होतं. परंतु सफाईदारपणाचा अभाव ते वाटाघाटी करताना भरून काढत. अंबालालना अहमदाबादच्या समाजाचे अनभिषिक्त नेते मानलं जाई. त्यांनी कस्तुरभाईंना 'अहमदाबाद मिल ओनर्स असोसिएशन'मध्ये भाग घेण्यात, कामगार नेत्यांशी वाटाघाटी करण्यात आणि महात्मा गांधींशी उद्‌भवलेल्या संघर्षात सामोरं जाण्यास प्रोत्साहन दिलं.

कस्तुरभाईंनी डायरीत लिहिलं आहे, 'आम्ही सर्वांनी वेतनवाढ ९० टक्क्यांवरून २० टक्क्यांवर आणायचं ठरवलं. आमच्या या निर्णयाची माहिती महात्मा गांधींना मिळाली. वेतनात इतकी घट करणं बरोबर होणार नाही, तेव्हा वेतनवाढ ३५ टक्के करावी, असा निरोप त्यांनी पाठवला. औद्योगिक वाटाघाटींत बाहेरच्यांनी ढवळाढवळ करू नये, असा निरोप आम्ही धाडला. तेव्हा गांधीजींनी कामगारांना संघटित केलं. गांधीजींशी वाटाघाटीच्या अनेक फेऱ्या झाल्या, तरी तोडगा निघेना. तेव्हा त्यांनी कामगारांना संपावर जाण्याचा आदेश दिला.'

परिस्थिती हळूहळू चिघळत चालली. तेव्हा उभयपक्षांनी, तसंच काळजीत पडलेले जिल्हाधिकारी श्री. चॅटफील्ड यांनी गांधीजींना मध्यस्थी करण्याची विनंती केली. त्या तणावाच्या परिस्थितीत संप वा टाळेबंदीमुळे कायदा व सुव्यवस्थेची परिस्थिती बिघडण्याचा संभव होता. इंग्लंड युद्धात गुंतलं असताना उत्पादनात खंड पडावा, असं चॅटफील्डना वाटत नव्हतं. गांधीजींनी लवाद नेमण्याची सूचना केली. उभय पक्षांचे तीन-तीन प्रतिनिधी त्यावर असावेत व जिल्हाधिकाऱ्यानं पंच म्हणून काम करावं, असा त्यांचा प्रस्ताव होता.

असा तोडगा तयार करण्याचे प्रयत्न चालू असताना, गैरसमजामुळे काही गिरण्यांतील कामगारांनी संप पुकारला. या चुकीबद्दलही गांधीजींनी माफी मागितली. परंतु 'मिल ओनर्स असोसिएशन'नं या संधीचा फायदा उठवून लवादाची योजना रद्द करून २२ फेब्रुवारी, १९१८ रोजी टाळेबंदी जाहीर केली. २० टक्के वेतनवाढ नाकारणाऱ्या कामगारांची हकालपट्टी करण्याचा इशाराही गिरणीमालकांनी दिला. गांधीजींचे प्रयत्न चालूच होते. ५० टक्के वेतनवाढीची मागणी सौम्य करून ३५ टक्के वाढीची मागणी करावी, म्हणून त्यांनी कामगारांचं मन वळवलं. परंतु गिरणीमालक आपला हेका सोडेनात व त्यांनी नकार दिला.

टाळेबंदीच्या पहिल्या दिवशी परिस्थितीच्या गांभीर्याची गांधीजींनी कामगारांना कल्पना दिली. त्यांनी दोन शपथा घेण्यास कामगारांना सांगितलं. एक म्हणजे ३५ टक्के वेतनवाढीची मागणी मान्य होईपर्यंत कोणीही काम सुरू करायचं नाही व दुसरं म्हणजे, कोणीही खोडसाळपणा, शिवीगाळ, भांडाभांडी, गिरणीमालकांच्या मालमत्तेची नासधूस करायची नाही. वागणूक शांततापूर्ण ठेवायची. टाळेबंदीच्या वीस दिवसांच्या

काळात ते दररोज कामगारांना भेटून कामगार चळवळीचं महत्त्व पटवून देत होते. माहितीपत्रकं छापून वाटण्यात आली. गांधीजींचे मदतनीस कामगारांच्या घरोघरी जाऊन प्रचार करू लागले.

साबरमतीच्या काठावरील वडाच्या झाडाखाली गांधीजी रोज कामगारांची सभा घेत. या सभेला हजारो कामगार गर्दी करू लागले. शांतता राखा व शपथ पाळा, असं गांधीजी त्यांना रोज कळकळीचं आवाहन करीत. सभेनंतर कामगार गावातून मिरवणूक काढत. वल्लभभाई पटेल यांच्या मदतीनं काही कामगारांना तात्पुरतं काम मिळालं. आश्रमात नव्या इमारती उभारण्याचं कामही कामगारांनी केलं.

जेव्हा संप पुकारला गेला, तेव्हा संतप्त कामगार शहरात धुडगूस घालतील, अशा कल्पनेनं नागरिकांत घबराट पसरली होती. परंतु प्रत्यक्षात भारताच्या कामगार चळवळीच्या इतिहासातील तो सर्वांत शांततापूर्ण संप ठरला.

गिरणीमालकांशी गांधीजी संपर्क साधून होतेच. लवाद नियुक्त करण्याचा प्रस्ताव मालकांनी पुन्हा फेटाळला. 'एकदा का कामगार विजयी झाले, की मग ती कायमची डोकेदुखी होऊन बसेल, या भीतीमुळे गिरणीमालक आपला हट्ट सोडत नव्हते,' असं गांधीजींचे निष्ठावंत सचिव महादेव देसाई यांनी म्हटलं आहे. परंतु युद्ध चालूच होतं, अर्थव्यवस्थेत भरभराटीचे दिवस होते. त्यामुळे एक दिवस काम बंद, याचा अर्थ प्रचंड नुकसान असा होता. तेव्हा गिरणीमालकांनी पवित्रा बदलला. १२ मार्च रोजी त्यांनी टाळेबंदी उठवली आणि २० टक्के वेतनवाढ मान्य असणाऱ्या सर्व कामगारांसाठी गिरणीचे दरवाजे खुले आहेत, असं जाहीर केलं.

'संप सुरू असताना कामगारांनी कामावर रुजू व्हावं, म्हणून आम्ही त्यांचं मन वळवण्याचे प्रयत्न सुरू केले. वेतनवाढीत कपात करण्याचा आमचा निर्णय अंतिम आहे, तेव्हा वेतनदरात वाढ होण्याची शक्यता नाही, हे आम्ही स्पष्ट केलं. संप अनेक आठवडे चालला. कामगारांची स्थिती बिकट होती आणि संप लांबवण्याची त्यांची इच्छा नव्हती. बरेचसे कामगार कामावर परतू लागले. या संघर्षात आपला पराभव होण्याची चिन्हं गांधीजींना दिसू लागली. तेव्हा त्यांनी बळजबरीचा उपाय अवलंबला; त्यांनी उपोषण सुरू केलं.'

'कामगारांचं नीतिधैर्य टिकून राहावं व त्यांनी घेतलेली शपथ मोडू नये, म्हणून प्रचार तीव्र करण्याची गरज आहे, हे गांधीजींना उमजलं,' असं मजूर चळवळीचे इतिहासकार श्री. व. भ. कर्णिक यांनी म्हटलंय. अनेक दिवसांच्या संघर्षानंतर काही कामगारांचा धीर सुटू लागला. गांधीजींच्या सभेची गर्दी रोडावू लागली. नेहमीप्रमाणे गांधीजी त्यांना पुन्हा शपथ घेण्याचा आग्रह करत, तेव्हा कामगारांचा ठामपणा मंदावू लागला. शपथ घेतली असली, तरी कामगार कामावर परतू लागतील, अशी भीती गांधीजींना वाटू लागली.

कामगारांचं कामावर परतणं हे गांधींना पटणारं नव्हतं. 'तो माझा स्वाभिमान

होता, की कामगारांवरचं प्रेम आणि सत्यासाठी आग्रह होता, हे कसं सांगणार?' असा सवाल नंतर त्यांनी स्वत:लाच विचारला. लालभाईंच्या मते, हा त्यांच्या स्वाभिमानाचा सवाल होता.

सार्वजनिक हेतूसाठी गांधीजींनी पुकारलेलं ते पहिलंच उपोषण होतं. यापूर्वी त्यांनी उपोषणाचा मार्ग अंगीकारला होता, पण तो धार्मिक वा वैयक्तिक कारणासाठी. त्यांनी या वेळी उपोषण सुरू केलं, तेव्हा संपाला एकवीस दिवस झाले होते. आरंभी राजकीय हत्यार म्हणून उपोषणाचं असलेलं महत्त्व गांधीजींच्याही ध्यानात आलं नव्हतं. उपोषण जाहीर करायचा त्यांचा बेत नव्हता. पण उस्फूर्तपणेच त्यांनी ते जाहीर करून टाकलं. नेत्यांइतकेच तेही चकित झाले. अनेक जणांना रडू कोसळलं. अनसूया साराभाईंनाही खूप दु:ख झालं.

अनसूया व अन्य संपकरी नेते उपोषणात सहभागी झाले; परंतु पहिल्या दिवसानंतर त्यांना उपोषण थांबवून कामगारांकडे लक्ष देण्यास गांधीजींनी सांगितलं. 'उपोषणामुळे आपली कशी द्विधा मन:स्थिती झाली, हे गांधीजींना उमजलं,' असं फिशर यांनी म्हटलं आहे. 'कामगारांनी शपथेशी एकनिष्ठ राहावं, हा उपोषणामागचा उद्देश होता. परंतु त्यामुळे गिरणीमालकांवर दबाव येऊ लागला.'

काँग्रेस अध्यक्षा ॲनी बेझंट यांनी अंबालाल यांना तार पाठवली. 'गांधीजींचे प्राण बहुमोल असून, असल्या क्षुल्लक बाबीसाठी ते पणाला लावणं उचित नाही,' असं या तारेत त्यांनी सुनावलं होतं. त्याबाबत अंबालाल यांनी कस्तुरभाईंशी चर्चा केली. लालभाई लिहितात, 'आम्हांला गांधीजींबद्दल अत्यंत आदर असला, तरी याबाबत आमचे त्यांच्याशी तीव्र मतभेद होते. ॲनी बेझंट यांची तार आल्यावर अंबालाल साराभाई, माझे चुलते जगाभाई, आणि मी, अनसूया साराभाई यांच्या मिर्झापूर रोड येथील घरी गांधीजींना भेटावयास गेलो. या संघर्षात आमचा विजय झाला आहे. परंतु उपोषण करून तुम्ही आमच्यावर बळजबरी करत आहात, असं आम्ही गांधीजींना सांगितलं.

' "माझ्या उपोषणामुळे तुमची पंचाईत झाली, याबद्दल मी दिलगीर आहे," असं गांधीजी म्हणाले. कामगारांच्या मागण्या न्याय्य आहेत, असं वाटत नसेल, तर आपला प्रस्ताव स्वीकारू नये, असंही त्यांनी स्पष्ट केलं. कामगार व मालक यांच्यांत मतभेद असतील, तेव्हा कोणीही एकतर्फी कृती न करता निप:क्षपाती लवादाकडे तो प्रश्न सोपवावा आणि त्या लवादाचा निर्णय उभयपक्षांनी मान्य करावा, असा त्यांचा प्रस्ताव होता. गांधीजींचे प्राण धोक्यात घालण्याची कोणाचीच इच्छा नव्हती. आम्ही शेवटी हा प्रस्ताव स्वीकारला. गांधीजींनी उपोषण सोडलं.'

गिरणीमालक व कामगार यांच्यांतील वाद मिटवण्यासाठी आनंदशंकर ध्रुव यांना लवाद म्हणून नेमण्यात आलं. कामगारांना पहिल्या दिवशी २० टक्के वेतनवाढ द्यावी, दुसऱ्या दिवशीसाठी ३५ टक्के वेतनवाढ दिली जावी व त्यानंतर

ती २७ टक्के असावी, असा निर्णय त्यांनी दिला. अशा प्रकारे भारतातील एक ऐतिहासिक संप संपुष्टात आला. ध्रुव हे बनारस हिंदू विद्यापीठाचे सेवानिवृत्त कुलगुरू होते. कस्तुरभाईंनी १९३६ मध्ये स्थापन केलेल्या 'अहमदाबाद एज्युकेशन सोसायटी'चं त्यांना नंतर प्रमुख म्हणून नेमलं.

उपोषण करणाऱ्या गांधीजींना प्रत्युत्तर देणारं काही हत्यार नाही, याची कस्तुरभाईंना जाणीव झाली. (नंतर व्हाइसरॉय व इतरांनाही अशी जाणीव झाली.) गांधीजींमधील विसंगती पाहून ते चकित झाले. एका बाजूला आपल्या उपोषणानं प्रभावित होऊन जाऊ नका, कारण ते तुमच्याविरुद्ध नाही, असं गांधीजी सांगत होते. आपण संपकऱ्यांचे प्रतिनिधी आहोत व आपल्याला तसंच वागवलं गेलं पाहिजे, असा त्यांचा आग्रह होता. पण कस्तुरभाई व इतरांच्या दृष्टीनं ते महात्मा होते.

गांधीजींशी १९१८ साली झालेल्या या संघर्षाचा तरुण कस्तुरभाईंच्या मनावर खूप प्रभाव पडला. गांधीजींना विरोध करणं सोपं नव्हतं. गांधीजी दक्षिण आफ्रिकेहून येऊन जेमतेम तीन वर्षं झाली होती व त्यांना अजून 'राष्ट्रपिता' असं संबोधलं जात नव्हतं. तरी त्यांची कीर्ती सर्वत्र पसरू लागली होती. गांधीजी ४८ वर्षं वयाचे होते. कस्तुरभाई त्यांच्यापेक्षा निम्म्या वयाचे, अर्धवट कॉलेज शिक्षण सोडून दिलेले आणि जन्मगाव सोडून कुठं प्रवासही त्यांनी केला नव्हता.

वरील घटनेनंतर कस्तुरभाई हे लवादाच्या कल्पनेचे कट्टर पुरस्कर्ते बनले. कामगार चळवळ आकार घेत असताना गिरणीमालक व मजूर यांतील ते अनेकदा दुवा बनले. कधी कधी मार्ग काढण्यासाठी तात्पुरत्या तोडग्याची गरज किती महत्त्वाची असते, हे त्यांना समजलं होतं; आणि अत्यंत पेचप्रसंगाच्या वेळीही सलोख्याचं दार किलकिलं ठेवण्याची क्षमता त्यांच्यापाशी होती. अशा वाटाघाटींच्या वेळी 'आपण मजूरविरोधी नाही, पण मजूर संघटनेविरुद्ध आहोत,' असं ते स्पष्ट करीत.

अशोकचा शोक !

संपाची ही घटना सोडली, तर कस्तुरभाई व चिमण यांची युद्धाच्या काळात भरभराट होत होती. सहा वर्षांपूर्वी त्यांना खर्च कसा चालवावा, कापूस घ्यायला पैसा कोठून आणायचा व कामगारांचं वेतन कसं द्यायचं, याची भ्रांत पडली होती. आता त्यांना भरपूर कमाई होत होती. मागणी मंदावत आहे, असं गिरणीमालक संपकाळात मजुरांना सांगत होते. परंतु युद्धकाळात वाढलेली मागणी १९२२ पर्यंत तशीच होती. १९१९ मध्ये 'रायपूर गिरणी'चा नफा तिच्या भागभांडवलाच्या दुप्पट झाला व त्याच्या पुढल्या वर्षी तो तिपटीवर पोचला. १९२३ नंतर मंदीची सुरुवात झाली. आपल्या कारकीर्दीच्या आरंभी असलेली कस्तुरभाई व चिमण यांची असुरक्षिततेची भाषा वितळून गेली होती व त्यांनी 'अशोक' नावाची नवी गिरणी स्थापन करण्याची योजना आखली.

ती 'रायपूर'पेक्षा मोठी असणार होती. तरीही तिचा आराखडा मध्यम आकाराच्या गिरणीचा होता. १२ लाख रुपये भांडवलाची, २० हजार चात्या व ५०० मागांची ती गिरणी असणार होती. त्याच वेळी जी.डी. बिर्ला (त्यांचं व कस्तुरभाई यांचं जन्मवर्ष एकच होतं.) ग्वाल्हेर इथं १८ लाखाचं भागभांडवल असलेली 'जियाजीराव कॉटन मिल' उभारण्याला उत्साहानं लागले होते. मुंबईत 'टाटा कन्स्ट्रक्शन' उभारण्यासाठी वालचंद व टाटा संयुक्तपणे प्रयत्न करीत होते.

कस्तुरभाईंनी जेव्हा रोखे सार्वजनिक विक्रीस काढले, तेव्हा बाजार अधिक तेजीत होता; तरीही 'अशोक गिरणी'ला इतका अभूतपूर्व प्रतिसाद मिळेल, अशी त्यांची अपेक्षा नव्हती. त्यांच्या वडिलांना मिळालेल्या प्रतिसादावरही त्यांनी मात केली. १९०९ मध्ये 'रायपूर'चे शेअर्स विक्रीला काढण्यात आले, तेव्हा तीन दिवसांत भरणा झाला होता. १९१९ मध्ये 'अशोक'च्या शेअर्स खरेदीसाठी एकच झुंबड उडाली. मुंबईचे एक प्रख्यात दलाल भुलाभाई देसाई यांना तीन लाख रुपयांचे शेअर्स खरेदी करायचे होते; ते अशक्य नसलं, तरी कठीण होतं. तेव्हा कस्तुरभाईंनी भरणा करण्याचं भांडवल २४ लाख रुपये केलं आणि भुलाभाईंना शेअर्स खरेदी करता आले.

आर्थिक बाबींवर कस्तुरभाईंनी अजून प्रभुत्व संपादन केलं नव्हतं. त्यांनी पैसे दुप्पट केले, तसंच 'अशोक गिरणी'ची क्षमताही दुप्पट केली. त्यांच्या योजनेला यश आलं असतं, तर ही गिरणी अहमदाबादेतील चौथ्या क्रमांकाची गिरणी बनली असती.

'अशोक गिरणी'च्या शेअर्सला मिळालेल्या प्रचंड प्रतिसादानं आनंदित होऊन कस्तुरभाईंनी आपला धाकटा भाऊ नरोत्तम याच्याबरोबर युरोपच्या दौऱ्यावर जायचं ठरवलं. अहमदाबादेतील कारभार चिमण पाहणार होता. १९२० च्या आरंभी दोघे बंधू इंग्लंड, बेल्जियम, फ्रान्स, जर्मनी व इटलीच्या प्रवासाला निघाले. कोणत्याही पर्यटकाप्रमाणे त्यांनीही वस्तू खरीदल्या आणि काही चलनही मिळवलं. जर्मन मार्क व फ्रेंच फ्रँक यांचं अवमूल्यन झालं होतं आणि कस्तुरभाईंनी त्यात ५० हजार रुपये गुंतवले. 'जर्मनीत गुंतवलेले पैसे गेले, पण फ्रान्समध्ये गुंतवलेले परत मिळाले,' असं कस्तुरभाईंनी लिहिलंय.

आठ महिन्यांनंतर कस्तुरभाई व नरोत्तम परदेशहून परतले, तेव्हा 'अशोक गिरणी' अत्यंत संकटात सापडल्याचं त्यांना आढळलं. दोघा बंधूंच्या सुटीच्या काळात पौंडाच्या तुलनेत रुपयाचा भाव घसरला होता. ४० हजार चात्या व १००० माग खरीदण्यासाठी आपल्याकडे पैसेच नाहीत, या दारुण वास्तवाची कस्तुरभाईंना जाणीव झाली. 'बिर्ला ज्यूट' स्थापन करण्याच्या प्रयत्नात असलेल्या जी.डी. बिर्लांनाही याच संकटाशी सामना करावा लागला होता. 'टिस्को'चे सर दोराबही अशाच आर्थिक टंचाईत सापडले होते.

कस्तुरभाईंनी इंग्लिश यंत्रसामग्री उत्पादकाकडे मागणी नोंदवली, तेव्हा रुपयाचा भाव एकदम तेजीत होता. युद्धापूर्वी व युद्धकाळात रुपयाचा दर १ शिलिंग आणि १ शिलिंग ६ पेन्स या दरम्यान हेलकावत होता. पण नोव्हेंबर १९१९ मध्ये चांदीच्या पुरवठ्यात एकदम घसरण झाल्यानं तो वाढला. एकदा तर तो २ शिलिंगला पोचला. भारताचे सेक्रेटरी ऑफ स्टेट यांनी सर एच्. बॅबिंग्टन स्मिथ यांच्या अध्यक्षतेखाली नेमलेल्या समितीनं, अधिकृतरीत्या या दराला मान्यता दिली.

रुपया या पातळीवर स्थिर करण्याचा सरकारचा निर्धार असल्यानं भारतीय आयातदारांना भविष्य उज्ज्वल वाटत होतं. त्या दिवसांबाबत कस्तुरभाईंनी लिहिलंय्, 'माझा स्वभाव गुजराती उद्योगपतींच्या विसंगत म्हणजे उतावळा आहे. त्यामुळे माझा फायदा झाला असला, तरी काही महत्त्वाच्या अडचणीही आल्या. असा उतावळेपणा वा धाडसीपणा बरा नसला, तरी माझा त्याला नाइलाज होता.'

रुपयाचा भाव तेजीत असल्यानं अशोक गिरणीसाठी मोठ्या प्रमाणावर यंत्रसामग्रीची ऑर्डर नोंदवण्याचं धाडस त्यांनी केलं. पण ते परदेशी गेले असताना रुपयाचं मूल्य २ शिलिंग वर स्थिर ठेवण्यात सरकारी यंत्रणा यशस्वी झाली नाही. १९२० च्या सुमाराला हा दर १ शि. ३ पेन्स वर आला. त्यामुळे आपल्याला यंत्रसामग्रीसाठी दुप्पट रक्कम मोजावी लागेल, या वास्तवाची निराशाजनक जाणीव कस्तुरभाईंना झाली.

उद्योगातील त्यांच्यापुढचा हा पहिलाच मोठा पेचप्रसंग होता. यंत्रसामग्रीच्या ऑर्डरमध्ये त्यांनी मोठी कपात केली खरी; परंतु कंपनी या दिव्यातून पार पडणं अशक्य आहे, अशा अफवा पसरवणाऱ्यांना थोपवणं त्यांना शक्य नव्हतं. भागधारकांत घबराट पसरली; आणि १०० रु. दराच्या शेअर्सचा भाव ४० रुपयांवर आला. छोट्या छोट्या ठेवीदारांच्या पैशातून आर्थिक उभारणी करण्याची अहमदाबादेतील उद्योगपतींची पद्धत होती. त्यामुळे कस्तुरभाईंचा प्रकल्प कोसळला, तर हजारो छोट्या ठेवीदारांना जबर फटका बसला असता. 'अशोक शोक' असं बोललं जाऊ लागलं.

कस्तुरभाईंची स्थिती चिमट्यात अडकल्यासारखी झाली. एका बाजूला कंपनीच्या प्रतिष्ठेला आणखी धक्का बसू नये, म्हणून यंत्रसामग्रीची खरेदी ते आणखी पुढं ढकलू शकत नव्हते; तर दुसऱ्या बाजूला विनिमय दर घसरल्यानं आणखी तोटा सहन करायची त्यांची तयारी नव्हती. पण आर्थिक कसरत करून ते कसेबसे या चिमट्यातून सहीसलामत बाहेर पडले. रुपयाचा दर परत वधारेल, या आशेनं त्यांनी सरकारी सिक्युरिटीज् खरेदी केल्या व त्या आधारे एका लंडन बँकेकडून पौंडांत कर्ज घेतलं. यंत्रसामग्रीची ऑर्डर कमी करून १३ हजार चात्या व ३५० माग एवढी करण्यात आली होती. कर्जातून ही खरेदी करण्यात आली.

कस्तुरभाईंच्या नशिबामुळे १९२३ मध्ये रुपयाचा विनिमय दर १ शि. ४ पेन्स

वर गेला. त्यानंतर हळूहळू कर्ज फेडण्यात आलं. रुपया पुरेसा शक्तिशाली बनल्यावर कस्तुरभाईंनी पुन्हा इंग्लिश यंत्रसामग्री उत्पादकांशी संपर्क साधला. १९२५ च्या आरंभी 'अशोक गिरणी'ची क्षमता ३१०२४ चात्या व ७१२ माग एवढी झाली. यंत्रसामग्री आल्यावर गिरणीची उभारणी झटपट करण्यात आली. 'रायपूर गिरणी'च्या बाबतीत १९०५ मध्ये तीन दिवसांत भांडवल-उभारणी झाली, तरी प्रत्यक्ष गिरणी उभारून उत्पादनाला आरंभ होण्यास चार वर्षं जावी लागली. 'अशोक गिरणी' त्याच्या एक चतुर्थांश वेळेत उभी राहिली.

मात्र ही गिरणी कर्जाच्या डोंगरावर उभी करावी लागली.

✦

४

राष्ट्रवादाचं अर्थकारण

'अशोक गिरणी'ची आर्थिक स्थिती अस्थिर असल्यानं कस्तुरभाई त्या गिरणीच्या पैशातून टिळक स्वराज्य निधीसाठी पैसे देऊ शकत नव्हते, परंतु 'रायपूर गिरणी'ची आर्थिक स्थिती चांगली असल्यानं त्या गिरणीनं १०,००१ अशी भरघोस देणगी या निधीला दिली.

कस्तुरभाईंची देणगी काही सर्वांत मोठी नव्हती. त्यांच्यापेक्षा अर्धा डझन गिरणीमालकांनी अधिक रकमेची, तर अर्ध्या डझन जणांनी तेवढीच देणगी दिली. असं असलं, तरी गांधीजींनी या निधीच्या तीन विश्वस्तांपैकी एक म्हणून कस्तुरभाईंची नियुक्ती केली. गिरणीमालकांकडून पैसे उभारण्यासाठी २५ जून, १९२१ रोजी हा निधी स्थापन केला. सुरुवातीला त्यांचं उद्दिष्ट खुलं ठेवलं होतं. कस्तुरभाईंखेरीज 'मफतलाल गगलभाई'चे एक व्यवस्थापक गोरधनभाई ईश्वरभाई पटेल आणि गिरणीमालक मंगलदास गिरधरदास हे या निधीचे विश्वस्त होते.

तिघा विश्वस्तांनी निधी गोळा करण्याचं काम जोरात हाती घेतलं आणि सहा महिन्यांत ४८ गिरण्यांनी निधीला मदत करण्याची आश्वासनं दिली. एका गिरणीमालकाला आपली देणगी परत घ्यायची होती, तेव्हा 'एखाद्या कल्याण निधीसाठी दिलेली देणगी देणगीदार परत घेत नसतो, याची तुम्हांला जाणीव असणारच. त्यातून

याबाबत तर महात्मा गांधींशी सल्लामसलत करून देणगीदारांच्या इच्छेनुसार निधीचा विनियोग केला जात आहे. तेव्हा या विषयावर तुमच्याशी लांबलचक पत्रव्यवहार करायची माझी इच्छा नाही,' असं कस्तुरभाईंनी परखडपणे कळवलं होतं.

कस्तुरभाई व अन्य सहा विश्वस्तांनी सुमारे तीन लक्ष रुपये जमवले. ४८ गिरणी मालकांपैकी सहा जण वगळता ४२ जणांनी देणग्या दिल्या. ११ ऑगस्ट, १९२२ रोजी या निधी संस्थेची पहिली वार्षिक बैठक झाली, तेव्हा एकूण रक्कम २ लक्ष ६६ हजार ९९० रुपये होती. हे पैसे गुंतवण्यात आले व त्याच्या व्याजातून गिरणी कामगारांच्या मुलांसाठी अनसूया साराभाई चालवत असलेल्या शाळेला मदत देण्यात आली. मुंबईत या निधीसाठी नऊ लक्ष रुपये उभारण्यात आले. त्या तुलनेत कस्तुरभाईंनी जमवलेली रक्कम कमी असली, तरी अहमदाबादेतील निधीचा पाया अधिक व्यापक होता आणि त्यामुळे गांधीजींना अधिक पाठिंबा व्यक्त होत होता. मुंबईतील निधी मुख्यत्वे दोन देणगीदारांच्या पैशातून उभा राहिला होता. मारवाडी शेअर दलाल आनंदीलाल पोदार यांनी तीन लाख रुपये, तर कपाटे व साबणाचे उत्पादक अर्देशिर गोदरेज यांनी पाच लक्ष रुपये दिले होते.

मुंबई गिरणीमालक संघटनेपुढे भाषण करताना महात्मा गांधीजींच्या मनातील निराशा स्पष्टपणे प्रकट झाली. 'तुमच्याकडून राष्ट्रानं काही अपेक्षा बाळगू नये, असं मला बरेच मित्र सांगत असतात. एक-दोन अपवाद वगळता (टिळक) स्वराज्य निधीसाठी तुम्ही काहीही दिलेलं नाही, याकडे ते लक्ष वेधतात,' असे उद्‌गार त्यांनी काढले. आपल्या श्रोत्यांना शरम वाटावी, अशी गांधीजींची अपेक्षा असेल, तर ती फोल ठरली, असं म्हणावं लागेल; कारण मालकांनी पैशाच्या थैल्या काही सोडल्या नाहीत.

परंतु कस्तुरभाईंनी मात्र आपली पैशाची थैली पुन्हा एकवार सैल केली. या खेपेस एका प्राथमिक शाळेसाठी त्यांनी ५० हजार रुपयांची देणगी दिली. अहमदाबाद महापालिकेचे अध्यक्ष असलेले सरदार वल्लभभाई पटेल (१८७५ ते १९५०) यांच्या विनंतीवरून कस्तुरभाई व त्यांच्या भावानं ही देणगी दिली. 'माझी व वल्लभभाईंची मैत्री घनिष्ठ होत चालली होती आणि आम्ही वारंवार भेटत असू,' असं कस्तुरभाईंनी लिहून ठेवलं आहे. 'संकटामुळे बड्या व्यक्तींशी संपर्क येतो, हे काहीसं निश्चित. १९१८ च्या गुजरातेतील दुष्काळामुळे माझा सरदार पटेल व दादासाहेब ऊर्फ गणेश वासुदेव मावळंकर यांच्याशी परिचय झाला. ते दुष्काळ निवारण निधीचे चिटणीस होते. या दोघा मुरब्बी राजकीय नेत्यांच्या संघटनकौशल्याचा प्रत्यय मला त्या वेळी आला.'

कस्तुरभाईंनी दिलेल्या देणगीमुळे सरदार पटेल विशेष खूश होते. डिसेंबर १९२१ मध्ये काँग्रेसचं ३६ वं वार्षिक अधिवेशन अहमदाबादेत भरणार होतं.

त्याच्या आयोजनात आपल्या या नव्या शिष्याला सरदारांनी सहभागी करून घेतलं. त्या काळात ही बाब धाडसाचीच होती.

काँग्रेस अधिवेशनाच्या सुमारास अहमदाबादमधील परिस्थिती तणावाची होती. गांधीजींनी ५ ऑक्टोबर रोजी नागरी असहकाराचं आवाहन केलं होतं. प्रत्येक भारतीय सैनिकानं व नागरिकानं सरकारशी आपले संबंध तोडून उपजीविकेचा अन्य मार्ग शोधणं हे त्याचं कर्तव्य आहे, असं त्यांनी जाहीर केलं होतं. अशा परिस्थितीत प्रिन्स ऑफ वेल्स (भावी आठवे एडवर्ड राजे) आणि ड्यूक ऑफ विण्डसर यांना भारताला पाठवण्याची चूक इंग्लंडनं केली होती. राजावर निष्ठा दाखवण्याच्या मन:स्थितीमध्ये भारतीय नव्हते. काँग्रेसनं या शाही दौऱ्यावर बहिष्कार घातला. प्रिन्स व त्याच्या लव्याजम्याचं शहरातील ओस पडलेल्या रस्त्यांनी स्वागत केलं. वातावरणात विरोध होता. मुंबईत त्यांच्या स्वागतासाठी बाहेर आलेल्यांवर हल्ले झाले, दंगली झाल्या, हिंसा काबूत आणण्यासाठी गांधीजींनी पाच दिवस उपोषण केलं.

सरकारनं कठोर कारवाईचं सत्र आरंभलं. 'पोलिसांची कारवाई मार्शल लॉहूनही वाईट आहे; कारण ती क्रूर, जंगली आहे,' असं वर्णन गांधीजींनी केलं. तुरुंगात व तुरुंगाबाहेर चाबकानं झोडपण्याचे प्रकार दररोज घडू लागले. देशद्रोहाच्या आरोपाखाली २० हजार भारतीयांना तुरुंगात डांबण्यात आलं. जानेवारी १९२२ पर्यंत आणखी १० हजारांची तुरुंगात रवानगी करण्यात आली. या स्थितीचा कस्तुरभाईंवर काही परिणाम झाला नाही. 'काँग्रेस अधिवेशनाला मी काहीशा उत्साहानंच हजर राहिलो,' असं त्यांनी म्हटलंय्.

अधिवेशनासाठी पटेलांनी उभारलेल्या शामियान्यात बसलेले कस्तुरभाई वेगळेच दिसत होते. चौफेर पसरलेल्या शुभ्र खादीच्या सागरात गडद रंगाचा नीटनेटका सूट परिधान केलेले कस्तुरभाई साहजिकच विचित्र वाटत होते. गांधीजींनी सप्टेंबरमध्येच टोपी, वेस्टकोट व धोतर या वेशाचा त्याग करून केवळ खादीचा पंचा वापरायला सुरुवात केलेली होती. सरदार पटेल यांनी तर सर्व मंडपच खादीचा उभारला होता. पूर्वीच्या काँग्रेस अधिवेशनात पाश्चात्य पद्धतीनुसार खुर्च्यांवर बसण्याची असलेली पद्धती सोडून देऊन वक्ते व श्रोते यांच्यासाठी भारतीय बैठकीची व्यवस्था होती. प्रवेशद्वारी स्वयंसेवक नाममात्र किमतीला खादीच्या छोट्या पिशव्या विकत होते.

हे सारं स्वच्छ, धवल दृश्य आणि सरदार पटेल यांनी नावीन्यपूर्ण कल्पना लढवून केलेली बचत कस्तुरभाईंना भावली. केवळ खुर्च्या न वापरल्यानं ७० हजार रुपयांची बचत झाली होती. एवढंच नव्हे, तर या अधिवेशनातून नफा मिळवून त्यातून सरदार पटेल यांनी शहरात काँग्रेस भवन बांधलं. त्याकामी त्यांनी कस्तुरभाईंचं साहाय्य घेतलं. या इमारतीच्या बांधकामांची अनेक बिलं कस्तुरभाईंच्या कागदपत्रांत

सापडतात. खादीबाबत मात्र कस्तुरभाईंनी त्या वेळी प्रतिसाद व्यक्त केला नाही. त्यानंतर एका दशकानं त्यांनी पाश्चात्य पेहरावाचा त्याग करून स्वदेशीचा पुरस्कार केला.

ते काँग्रेस अधिवेशन यशस्वी झालं. भाषणं छोटेखानी होती व ठराव सुस्पष्ट होते. मायक्रोफोन बंद पडले नाहीत. अधिवेशनाच्या व्यवस्थेबाबत मात्र काही विसंगत नोंद कस्तुरभाईंच्या डायरीत आढळते. त्यांनी लिहिलं आहे की, 'भारतीय राष्ट्रीय काँग्रेसचं अधिवेशन १९२१ मध्ये अहमदाबाद इथं झालं. पं. मोतीलाल नेहरू या अधिवेशनासाठी अहमदाबादला आले होते, व त्यांचं वास्तव्य माझ्या घरी होतं.' केंद्रीय लेजिस्लेटिव्ह असेंब्लीमधील आपल्या कारकीर्दीबाबत अन्यत्र लिहिताना कस्तुरभाई म्हणतात, 'स्वराज्य पक्षाचे नेते म्हणून पं. मोतीलाल नेहरू यांनी दिल्ली लेजिस्लेटिव्ह असेंब्लीत प्रवेश केला. अहमदाबाद इथं ते माझे पाहुणे असल्यानं मी त्यांना चांगला ओळखत होतो.'

परंतु इतिहासाची पुस्तकं चाळली, तर वेगळाच तपशील हाती येतो. असहकार चळवळीत भाग घेतल्याबद्दल पं. मोतीलाल नेहरू व जवाहरलाल नेहरू या दोघांनाही अलाहाबाद इथं अटक करण्यात आली होती, त्यांच्यावर खटला भरण्यात आला होता व ७ डिसेंबर १९२१ रोजी न्यायमूर्तींनी त्यांना सहा महिने साध्या कैदेची शिक्षा ठोठावली होती. तुरुंगात नसलेल्या फार थोड्या काँग्रेस नेत्यांपैकी गांधीजी एक होते. अहमदाबाद येथील काँग्रेस अधिवेशनाला नेहरू घराण्यातील केवळ महिला हजर होत्या. काही महिन्यांनंतर अहमदाबाद इथं औद्योगिक परिषद भरली होती व त्याला हजर राहण्यासाठी पं. मोतीलाल नेहरू जर अहमदाबादला गेले असतील, तर ते कस्तुरभाईंकडे उतरले असण्याची शक्यता आहे.

निसटता विजय

सरदार पटेल यांना असलेलं वास्तवाचं भान व जनतेच्या गरजेची जाणीव याचा प्रत्यय कस्तुरभाईंना काँग्रेस अधिवेशनाच्या आधी, अधिवेशनात व त्यानंतर आला. कस्तुरभाईंप्रमाणे सरदार पटेल यांनाही ब्रिज खेळण्याची हौस होती. त्यांनाही कस्तुरभाईंमधील गुणांचं कौतुक होतं. त्यांचं संघटनात्मक कौशल्य लक्षात घेऊन राजकारणात त्याचा वापर करायचं सरदारांनी ठरवलं. केंद्रीय लेजिस्लेटिव्ह असेंब्लीसाठी उमेदवार ठरवण्याचा प्रसंग आला, तेव्हा त्यांनी कस्तुरभाईंची निवड केली.

असेंब्लीत गिरणीमालकांचं प्रतिनिधित्व कोणी करावं, या प्रश्नाची चर्चा १९२२ च्या हिवाळ्यात चालू होती. माँटेग्यू-चेम्सफर्ड सुधारणेनुसार १४४ सदस्य असलेली असेंब्ली स्थापण्यात आली होती आणि एक जागा आलटून पालटून अहमदाबाद व मुंबईच्या गिरणीमालक संघटनेसाठी राखून ठेवलेली होती. काही वर्षांपूर्वी साराभाईंनी आपल्या मित्राचा गिरणीमालक संघटनेत समावेश केल्यानं तांत्रिक दृष्ट्या

ते पात्र उमेदवार होते. अहमदाबाद गिरणीमालक संघटनेचे अध्यक्ष मंगलदास गिरीधर पारेख व एक बडे स्थानिक उद्योगपती माणेकलाल मनसुखभाई यांच्यात लढत होणार, असा रंग दिसत होता; पण मनसुखभाई यांचं ब्रिटिशांबाबत धोरण सौम्य आहे, असा सरदार पटेल यांना संशय असल्यानं त्यांच्या नावाला त्यांनी संमती दिली नाही. विशीतला उमेदवार असावा, असं पटेलांचं मत होतं व त्यांनी कस्तुरभाईंचं नाव पक्कं केलं. ज्याप्रकारे निवडणूक आकार घेत होती, ते पाहता आपल्याला काय भूमिका बजावावी लागणार, याची कस्तुरभाईंना काही कल्पना नव्हती. तरुण वय या घटकाखेरीज कस्तुरभाईंच्या पार्श्वभूमीचाही पटेलांनी विचार केला. गिरणीमालक संघटनेच्या एका संस्थापकाचे माणेकलाल चिरंजीव होते, तर कस्तुरभाईंचे पूर्वज नगरशेठ होते. या वादग्रस्त निवडणुकीविषयी खुद्द कस्तुरभाई लिहितात,

'डिसेंबर १९२२ मधील गोष्ट आहे. मी अशोक गिरणीत गेलो असताना वल्लभभाई मला भेटायला आले. त्यांनी शेठ मंगलदास व माणेकलाल मनसुखभाई यांच्यात चालू असलेल्या रस्सीखेचीबाबत माहिती दिली. शेठ मंगलदास यांच्या बाजूची बरीच मतं असली, तरी कै. मनसुखभाईंच्या प्रभावामुळे माणेकलाल यांचा विजय होण्याची शक्यता होती. माणेकलाल यांचं वय होतं २६, तर शेठ मंगलदास होते ६० वर्षांचे. त्यामुळे आपली प्रतिष्ठा पणाला लावायला मंगलदास तयार नव्हते. तेव्हा मी निवडणुकीत उभं राहावं व मंगलदास त्यांच्या मतदारांसह मला पाठिंबा देतील, असं सरदारांनी सुचवलं.'

त्या सूचनेनं सुखावलेले, पण काहीसे नर्व्हस धसकलेले कस्तुरभाई चाचरत म्हणाले, 'मला तर सार्वजनिक जीवनाचा काहीच अनुभव नाही. तेव्हा मी कसा निवडणूक लढवू?' पण पटेलांनी आग्रह धरला. पंकोर नाक्यावरील बंगल्यात कस्तुरभाईंच्या मातु:श्रींशी चर्चा करायला ते गेले. मोहिनीबेननं ठाम नकार दिला. 'सुदैवानं माझी बहिण दहीबेन तिथं होती. अशी सुवर्णसंधी मिळत असेल, तर ती दवडता कामा नये, असं ती म्हणाली. तेव्हा मंगलदास जर नक्की पाठिंबा देत असतील, तर मी निवडणूक लढवावी असं ठरलं.'

कस्तुरभाई खूश होते नि अस्वस्थही होते. अहमदाबाद मतदार संघात एकूण ७३ मतं होती आणि निवडणूक चुरशीची होणार, हे सर्वांनाच ठाऊक होतं. त्यात आणखी एक गुंतागुंत होती. त्याच वेळी बॉम्बे लेजिस्लेटिव्ह कौन्सिलचीही निवडणूक होती आणि एक जागा गिरणीमालकांसाठी राखीव होती. गोरधनभाई पटेल व नरसीदास यांच्यांत लढत होती. 'मी नरसीदासना पाठिंबा द्यायचं आधीच आश्वासन दिलं होतं. पण तुम्ही जर तुमचं मत मला दिलं नाही, तर माझं मत मी तुम्हाला देणार नाही, असं गोरधनभाईंनी मला सांगितलं. मंगलदास यांचे त्यांच्यावर खूप

उपकार असले, तरी एकदा मी शब्द दिला असल्यानं तो मागं घेता येणार नाही, असं मी त्यांना स्पष्ट सांगितलं. माणेकलाल यांच्याशी अगदी अटीतटीची झुंज द्यावी लागणार, हे मला माहित होतं, तरीही मी माझ्या वचनाला अधिक किंमत दिली,' असं कस्तुरभाईंनी लिहिलंय्. या निवडणुकीत कस्तुरभाईंना ३८ तर माणेकलालना ३३ मतं पडली. दोन मतं अवैध ठरली. कारण गोरधनदास यांनी मला मत दिलं नाही, पण माणेकलालनाही दिलं नाही. 'व्हिक्टोरिया आयर्न वर्क्स'चे पेस्तन शहा यांनीही तसंच केलं.

असेंब्लीत कस्तुरभाई तांत्रिक दृष्ट्या कोणत्याच गटाचे नसले, तरी त्यांची निष्ठा मोतीलाल नेहरू, सरदार पटेल व सी. आर्. दास यांच्या स्वराज्य पक्षावर होती. इतर अनेक सदस्यांपेक्षा कस्तुरभाई हे अधिक स्वराज्यवादी आहेत, असे उद्‌गार नेहरूंनी एकदा काढले होते. विधानसभेच्या सभापतिपदासाठी विठ्ठलभाई पटेल हे सरकारी उमेदवाराविरुद्ध उभे होते. कस्तुरभाईंनी पटेलांचा प्रचार केला. विठ्ठलभाई पटेल हे स्वराज्य पक्षाचे उमेदवार होते आणि ५५ मतांनी ते निवडून आले. त्यांच्या प्रतिस्पर्धी उमेदवाराला केवळ ३९ मतं पडली, अशी नोंद त्यांनी केली आहे. नेहरू वा पटेल यांच्या घरी स्वराज्य पक्षाच्या होणाऱ्या अनौपचारिक बैठकांना ते अनेकदा हजर राहत.

आपल्या तीन वर्षांच्या काळात कस्तुरभाईंनी अनेक कामं केली. 'सिंदिया' व इंडियन शिपिंग, विदेशी स्पर्धेला तोंड देणारा आगपेटी-व्यवसाय, 'टिस्को' व भारतीय पोलाद उद्योगाला साहाय्य, कोळसा व साखर वाहतुकीचा रेल्वे-दर कमी करणं इत्यादी. भारतीय वस्त्रांवरील अबकारी कर रद्द करायला त्यांनी व्हाइसरॉयच्या कौन्सिलचे अर्थमंत्री सर बेसिल ब्लॅकेट यांना भाग पाडलं, ही त्यांची सर्वांत मोठी कामगिरी होय.

त्यावेळी सुती वस्त्रांवर अबकारी कर ३.५ टक्के होता. लँकेशायरहून होणाऱ्या आयातीवर असलेल्या आयात कराच्या तोडीस तोड म्हणून हा अबकारी कर भारतीय वस्त्रांवर बसवलेला होता. कस्तुरभाई लिहितात, 'भारतीय राष्ट्रीय काँग्रेसनं त्याचा निषेध केला होता. पण त्याची कोणी दखल घेतली नाही. मी या प्रश्नाचा सर्वांगीण अभ्यास करून ठराव तयार केला.'

निवडून आल्यावर तीन महिनेच झाले असताना २० मार्च, १९२४ रोजी कस्तुरभाईंनी सभागृहात सांगितलं, 'वस्त्रांवरील अबकारी कर भारताच्या हिताच्या दृष्टीनं आवश्यक होता म्हणून नव्हे, भारत सरकारला हवा होता म्हणून नव्हे, तर लँकेशायला त्यांच्या हितासाठी हवा होता, म्हणून आमच्यावर लादण्यात आला आहे. हा कर म्हणजे भारतीय राजकारणाला कसं दुय्यम लेखलं जातं, याचं प्रतीकच आहे. ब्रिटननं केलेला हा अन्याय भारत विसरणं शक्य नाही.'

दादासाहेब मावळंकर यांच्या मदतीनं या विषयावरील ठरावाचा मसुदा त्यांनी तयार केला. आपण असेंब्लीत केवळ बसून राहण्यासाठी निवडून आलो नाही, हे दाखवून देण्यासाठी त्यांनी ठराव मांडला. केवळ तर्कसंगत युक्तिवादानं त्यांना यश मिळालं असं नव्हे, तर पडद्याआड घडलेल्या अनेक घडामोडीही त्याला कारणीभूत होत्या.

मार्च १९२४ मध्ये सभागृहात भाषण करण्यापूर्वी कस्तुरभाईंची मोतीलाल नेहरूंशी बैठक झाली होती. या ठरावाला मोतीलाल नेहरू पाठिंबा द्यायला तयार होते. परंतु आपला स्वराज्य पक्ष चालवण्यासाठी पैशाची मोठ्या प्रमाणावर गरज आहे, असं त्यांनी सांगितलं. तेव्हा मुंबईत भेटून काय ते ठरवावं असं ठरलं. एफ्. ई. दिनशॉ यांच्या कार्यालयात ते भेटले. या बैठकीला सर नेस वाडिया, एफ्. ई. दिनशॉ व मुंबईचे आणखी दोन-तीन गिरणीमालक हजर होते; तर अहमदाबादचे प्रतिनिधी म्हणून अंबालाल साराभाई व कस्तुरभाई उपस्थित होते.

या बैठकीत ताकाला जाऊन भांडं लपवण्याचा प्रश्न नव्हता. कस्तुरबाई लिहितात, ‘पं. मोतीलाल नेहरूंनी स्वराज्य पक्षाला आर्थिक साहाय्याचा मुद्दा मांडला. पाच लक्ष रुपयांची देणगी मिळाली, तर बरं होईल, असं ते म्हणाले. मुंबई गिरणीमालक संघटनेनं साडेतीन लाख रुपये गोळा करण्याचं आश्वासन दिलं व अहमदाबाद गिरणीमालकांकडून दीड लक्ष रुपये मिळवून देण्याचं मी आश्वासन द्यावं, अशी विनंती केली. अहमदाबादेतील कोणाशीही सल्लामसलत न करताच असं वचन कसं देणार, असं मी म्हणालो. त्यावर, मी अहमदाबाद गिरणीमालक संघटनेचा प्रतिनिधी असून ही जबाबदारी मी उचलावी, असं अंबालाल यांनी सुचवलं व मी ते मान्य केलं. अहमदाबादला पोहोचल्यावर संघटनेच्या व्यवस्थापन समितीपुढे मी सारा वृत्तान्त कथन केला. दीड लक्ष रुपये जमवून देण्यास सदस्य तत्परतेनं तयार झाले. तेव्हा स्वराज्य पक्षाच्या पाठिंब्यामुळे बॅलटमध्ये माझा ठराव यशस्वी होऊन चर्चेसाठी मांडण्यात आला.

या ठरावाला अखिल भारतीय पाठिंबा मिळवणंही गरजेचं होतं. अहमदाबाद गिरणीमालक संघटनेनं प्रचार-मोहीम उघडली आणि देशातील अनेक औद्योगिक व व्यापारी संघटनांनी या विषयावर सरकारला तारा पाठवून आपला पाठिंबा दर्शविला. त्यानंतर मुंबई व अहमदाबादच्या गिरणीमालक संघटनांनी एक संयुक्त निवेदन व्हाइसरॉयना सादर केलं. असेंब्लीत ब्लॅकेट यांनी अनुकूल दृष्टिकोन घेतला व त्यामुळे कस्तुरभाई देखील चकित झाले. ठराव बहुमतानं संमत झाला व त्याप्रमाणे सरकारला कृती करणं भाग पडलं. तीस वर्षांनंतर हा जुलमी कर मागे घेण्यात आला. हा अबकारी कर स्थगित करण्यात आल्याचं सरकारनं डिसेंबर १९२५ मध्ये जाहीर केलं आणि मार्च १९२६ मध्ये तो रद्द करण्यात आल्याचं घोषित करण्यात आलं.

चौकडी

कस्तुरभाईंचं असेंब्लीचं सदस्यत्व १९२६ मध्ये संपुष्टात आलं असलं, तरी तेथील अनुभवांचा त्यांना भावी काळात खूप उपयोग झाला. ते म्हणतात, 'या काळात पं. मदनमोहन मालवीय, मोहम्मद अली जीना, रंगास्वामी अय्यंगार, विठ्ठलभाई पटेल प्रभृतींशी माझा थेट परिचय झाला. सर पुरुषोत्तमदास ठाकुरदास व षण्मुखम् चेट्टी यांच्याशी मैत्री जुळली.' ठाकुरदास यांच्या मैत्रीनं भावी काळात आर्थिक राष्ट्रवादाच्या संदर्भात मोलाची कामगिरी बजावली. ठाकुरदास (व काही प्रमाणात सरदार पटेल) यांच्यामुळे अन्य शहरांतील उद्योगपतींच्या संपर्कात कस्तुरभाई आले.

हळूहळू कलकत्त्याचे बिर्ला, मुंबईचे ठाकुरदास, दिल्लीचे लाला श्रीराम व अहमदाबादचे लालभाई हे अनौपचारिक राष्ट्रवादी लॉबीचे आधारस्तंभ बनले. या चौघांत बिर्ला हे सर्वांत कुशल मुत्सद्दी होते. या चौघांतील सहकार्य व संपर्क यांमुळे चार महत्त्वाच्या औद्योगिक केंद्रांतील उद्योगपतींत एक सुसंवाद प्रस्थापित झाला.

भारतीय उद्योगधंद्यांच्या हितासाठी, लाभासाठी हे चौघे एकत्रपणे लढले. ते सारे गिरणीमालक होते, (काहींना अन्य उद्योगांतही रस होता.) तरी अन्य उद्योगांच्याही हितासाठी ते झटले. टाटा स्टील, सिंदिया उद्योग, आगपेटी उद्योग आणि अन्य व्यावसायिकांची गाऱ्हाणीही त्यांनी हिरिरीनं मांडली. चौघेही एकमेकांशी सतत पत्रव्यवहार करून धोरण आखीत आणि स्थानिक 'चेंबर ऑफ कॉमर्स'सारख्या संघटनांना सरकारपुढे एकत्रित भारतीय दृष्टिकोन मांडायला मदत करीत.

उदाहरणार्थ, एखाद्या विशिष्ट अबकारी करावर हल्ला चढवायचा असेल अथवा भारतीय उद्योगाच्या एखाद्या हिताचं समर्थन करायचं असेल, तर या चौघांत आपापसांत आधी भरपूर पत्रव्यवहारातून चर्चा, विचारविनिमय होई. त्यानंतर दिल्ली वा सिमल्यातील वाणिज्य सदस्यांवर, कलकत्त्याचं 'इंडियन चेंबर ऑफ कॉमर्स', मुंबईचं 'इंडियन मर्चंट्स चेंबर', अहमदाबादची 'गिरणीमालक संघटना' आणि दिल्लीची 'फिकी' अशा संघटनांकडून निवेदनांचा मारा होई.

भारतीय उद्योगांच्या हितासाठी व लाभ मिळवण्यासाठी त्या एकत्रित येऊन एकवटून काम करीत.

अर्थात, चौघांत साहजिकच तीव्र मतभेदही होते. १९३२ च्या पहिल्या गोलमेज परिषदेत 'फिकी' सहभागी झाली नाही, हे याचं एक नाट्यपूर्ण उदाहरण. बिर्लांच्या आग्रहामुळे म. गांधी व काँग्रेसनंही त्यात सहभागी व्हायला नकार दिला. 'फिकी'नं पण त्यावर बहिष्कार घालण्याचा ठराव मंजूर केला. परंतु 'फिकी'नं परिषदेत हजर राहावं, असं लाला श्रीराम व ठाकुरदास यांचं मत होतं. बिर्लांच्या

दृष्टिकोनामुळे संघटनेच्या नेतृत्वात उघड फूट पडली होती. 'ठरावामुळे मी फार असमाधानी आहे,' असं श्रीराम यांनी ८ फेब्रुवारी १९३२ रोजी कस्तुरभाईंना पाठविलेल्या पत्रात म्हटलं होतं. 'युरोपियनांच्या हिताची काळजी सरकार घेईल, पण आपल्या हिताची काळजी घेतलीच जाणार नाही. विधिमंडळाच्या विविध समित्यांवर आपल्याला खास प्रतिनिधित्व मिळणं अत्यावश्यक आहे. तुम्ही माझ्याशी सहमत असाल, तर ज्यांनी आधीच आपली मतं बनवली आहेत व जे ऐकून घ्यायला वा तडजोडीला तयार नाहीत, अशांच्या मतानं भारावून न जाता तुमच्यासारख्यांनी ठाम प्रयत्न केले पाहिजेत,' असंही त्यांनी पत्रात म्हटलं होतं. शेवटचा टोला त्यांनी जी.डी. बिर्लांना उद्देशून मारला होता, हे उघड होतं.

लीस-मोदी कराराच्या (१९३३) चर्चेच्या वेळी कस्तुरभाई यांनी बिर्ला, ठाकुरदास व श्रीराम यांच्याकडेच मदतीसाठी धाव घेतली होती.

या चौघा उद्योगपतींना स्वभावतःच राजकारणात रुची होती, परंतु बिर्ला हे त्यांच्यातले डावपेचात तरबेज असलेले नेते होते. १९३४ च्या निवडणुकांच्या आरंभी बिर्लांनी कस्तुरभाईंना त्यांच्या कर्तव्याची आठवण करून देताना म्हटलं की, 'भारतीय व्यापार जमातीचे नेते म्हणून आपला ज्या पक्षावर विश्वास आहे व जो आपल्या हितांचे रक्षण करतो, त्या पक्षाला निवडून देण्यासाठी अनौपचारिकपणे आपण खूप काही मदत करू शकाल. पुढील असेंब्लीच्या स्थापनेबाबत आपण अलिप्त राहू शकत नाही.' एवढंच नव्हे, तर काय कृती करावी, हे सुचवताना ते १७ सप्टें., १९३४ च्या पत्रात म्हणतात, 'दोघांपैकी भुलाभाईंचा पक्ष सर्वोत्तम आहे, असं मला व्यक्तिशः वाटतं. आपण त्यांच्या राजकारणाशी सहमत होणार नाही; पण त्यांनी ज्या प्रकारे समाजवादाविरुद्ध मोहीम उघडली आहे, त्याचप्रमाणे ते आपलीही लढाई निकरानं लढत आहेत. आर्थिक बाबतीत आपण वर्षानुवर्षं ज्या गोष्टींचा प्रचार केला, त्याला ते बहुधा पाठिंबा देतील. तेव्हा शक्यतो अशा पक्षाला आपण मदत करू नये का?'

घाईघाईनं लिहिलेल्या व हातानं दुरुस्त केलेल्या या महत्त्वाच्या पत्रात या चौघांना बांधून ठेवणाऱ्या राजकीय तत्त्वज्ञानाचंच विवेचन बिर्लांनी केलं होतं. 'या दोन टोकांच्या मधला योग्य मार्ग निवडणं, हाच देशसेवेचा एकमेव मार्ग आहे, अशी माझी खात्री आहे. दुर्दैवानं भांडवलदारांत मोदी व सर कावसजी हे प्रतिगामी आहेत. हे दोघे सभ्य गृहस्थ सोडता, अन्य कोणीही साम्यवादच यावा, म्हणून त्यांच्याइतके प्रयत्न करीत आहेत, असं मला वाटत नाही. त्यामुळे आपली स्थिती काहीशी अडचणीची आहे. आपल्याला कावसजी व मोदी प्रचार करीत असलेल्या भांडवलवादाइतकाच समाजवाद अप्रिय आहे. पण सर्वत्रच उदारमतवाद्यांची हीच परिस्थिती आहे. परंतु आपण अलग आहोत व विविध

पातळ्यांवर जे आपली लढाई लढत आहेत, त्यांना मदत करण्यास आपण नकार देत आहोत.'

त्यांनी पत्राची अखेर ही त्यांच्या शैलीनुसार खास व्यवहार्य केली. त्यांनी म्हटलं होतं की, 'भुलाभाईंची निकड २५ हजार रुपयांहून अधिक नाही, आणि डझनभर मंडळींनी अनौपचारिक पातळीवर हे शोधून काढलंय्.' कस्तुरभाईंचं उत्तर थोडक्यात, मुद्याला धरून व सावधपणाचं होतं. त्यांनी म्हटलं, 'मी काही मित्रांना निवडणुकीला मदत करण्याबाबत भेटलो. मला अगदी भिन्न भिन्न मतं आढळली. तुम्ही पत्रात सुचवल्याप्रमाणेही प्रयत्न करीत राहीन.' बिर्लांचं त्या वेळी मूळव्याधीचं ऑपरेशन झालं होतं. तेव्हा त्यांच्या तब्येतीचीही विचारपूस कस्तुरभाईंनी पत्रात आस्थेनं केली होती.

व्यावसायिक गोष्टींची उभयता क्वचितच चर्चा करीत. कधी कधी अधूनमधून इंटरकॉर्पोरेट ठेवींचा उल्लेख दिसतो. किंवा एकमेकांच्या कंपन्यांच्या संचालक मंडळांत सामील होण्याची आमंत्रणं दिलेली दिसतात. पण सर्वसाधारणत: उभयतांनी आपल्या व्यावसायिक कामाची चर्चा हेतुत: टाळलेली दिसते. अर्थात, कठीण पेचप्रसंगाच्या वेळी सोडून. अशा वेळचा त्यांचा पत्रव्यवहार परखड, कुशाग्र व व्यावसायिकतेनं भरलेला आहे.

मात्र त्यांची जोडी चांगलीच जमलेली होती.

✦

५

कॉटन क्लब

दिल्लीत खळबळ होती. डोकं तापायचं. पण अहमदाबादला परतल्यावर कस्तुरभाईंच्या पुढे 'अशोक मिल्स' या नव्या कारखान्याच्या समस्या आ वासून उभ्या होत्या. कर्जाचा मोठा डोंगर शिरावर होताच. त्याशिवाय त्या काळात बऱ्याच गिरण्यांना चिनी धाग्याची नियमित बाजारपेठ कमी होण्याची समस्याही भेडसावत होती. सुदैवानं 'रायपूर' व 'अशोक गिरणी'पाशी मोठ्या वीव्हिंग शेड्स होत्या. त्यामुळे मंदीपासून कस्तुरभाई बचावले; पण या अन्य प्रयत्नांमुळेही अपेक्षेनुसार 'अशोक गिरणी'नं झेप घेतली नाही. उदा., 'रायपूर गिरणी'नं ५० लाखांचं कापड विणलं व ४.५ लाख नफा मिळवला; तर 'अशोक गिरणी'ची विक्री ४३ लाख झाली, तरी नफा केवळ १.७५ लाख (म्हणजे विक्रीच्या ४ टक्के) होता. 'रायपूर गिरणी' सातत्यानं ४० ते ५० टक्के लाभांश जाहीर करत होते, तर 'अशोक'ला ६ ते ७ टक्के लाभांश देणंही जड जात होतं.

१९२३ मध्ये झालेला दोन महिन्यांचा संप, मँचेस्टर व जपानची तीव्र स्पर्धा, परदेशी स्पर्धांमुळे मालाला मिळालेला कमी भाव, कमी भाव असूनही मागणीत झालेली घट, १९२३ मध्ये अमेरिकेत पीक न आल्यामुळे कच्च्या मालाच्या तुटवड्यानं वाढलेला उत्पादन-खर्च, अशा विविध बाबींमुळे 'अशोक

गिरणी'ची कामगिरी समाधानकारक नाही, असं कस्तुरभाईंनी भागधारकांच्या सभेत सांगितलं.

ही सर्व कारणं खरी असली, तरी ते अर्धसत्य होतं. 'अशोक गिरणी' सुरू झाली, तेव्हा जादा भांडवल भरणा झाला होता. त्याबाबत सुरुवातीला काही करायला कस्तुरभाई उत्सुक होते; कारण गुंतवणूकदारांचा विश्वास आणखी गमावेल असं त्यांना काही करायचं नव्हतं; पण १९२९ च्या सुमारास काही कृती करायची गरज निर्माण झाली. कस्तुरभाईंनी 'अशोका'चं भागभांडवल निम्मं करायचं व खेळत्या भांडवलाच्या निकडीसाठी सार्वजनिक ठेवी स्वीकारण्याचं ठरवलं. ही प्रक्रिया पुरी व्हायला दोन वर्षं लागली व 'अशोक'चं भरणा झालेलं भांडवल मूळ योजनेनुसार १२ लाखांवर आलं. एकदा तोंड पोळल्यावर वस्त्रोद्योगात गुंतवणूक करताना कस्तुरभाई दोनदा विचार करतील, अशी अपेक्षा होती. पण उलट त्यांनी १९२४ ते १९३५ या काळात गिरण्या ताब्यात घेतल्या वा नव्यानं सुरू केल्या.

यातील चारमधील गुंतवणूक ही कौटुंबिक कारणांमुळे करावी लागली होती. 'अरुणा', 'नूतन' व 'अहमदाबाद न्यू कॉटन' या तीन गिरण्या बहिणींच्या मुलांना मदत करण्यासाठी काढण्यात आल्या. चौथी 'सारसपूर मॅन्युफॅक्चरिंग' ही चुलत्यांना मदत करण्यासाठी ताब्यात घेण्यात आली. कुटुंबाचा धंदा लालभाईंच्या हातांतून जाऊ नये, म्हणून हे करण्यात आलं. हा प्रकल्प १९३० च्या दशकातील त्यांचा सर्वांत मोठा उद्योग होता.

'सारसपूर' हे लालभाई दलपतभाई यांनी १८९७ मध्ये सुरू केलेलं पहिलं औद्योगिक धाडस होतं. ते लौकरच फायदेशीर ठरलं. कौटुंबिक वाट्यात मणिभाई व जगाभाई या चुलत्यांनी त्यावर हक्क सांगितला. त्यांनी चांगलाच नफा कमावला. 'त्यांची ज्येष्ठ व्यवस्थापक मंडळी वायदेबाजारात गुंतली व कंपनीच्या गोष्टींकडे त्यांनी दुर्लक्ष केलं. १९१८ नंतर परिस्थिती बदलू लागली,' असं त्रिपाठी म्हणतात.

'सारसपूर'ची इक्विटी वाढवण्याचा मणिभाई व जगाभाईंनी प्रयत्न केला. १९२० मध्ये त्यांनी एक लाख रुपये त्यात गुंतवले. पण तोटा इतका होत होता, की त्याचा काही फारसा उपयोग झाला नाही. १९२२ मध्ये 'सारसपूर'च्या कर्जानं ३० लाखांचा आकडा ओलांडला; आणि त्यांच्याकडे फक्त रोख ७६ हजार रुपये होते. पुढील वर्षी सुरू झालेल्या मंदीतून गिरणी वाचण्याची मुळीच आशा नव्हती. ही गिरणी गुंडाळण्याची प्रक्रिया जून १९२४ मध्ये सुरू झाली. 'रायपूर'नं एकदम दिशा बदलली. याचं कौतुक झालं. न्यायालयानं अधिकृत लिक्वीडेटरची नेमणूक करेपर्यंत 'सारसपूर'कडे लक्ष द्यावं, अशी विनंती त्यांच्या चुलत्यांनी केली.

'सारसपूर'च्या हिशेबांची छाननी करताना आपल्या वडिलांच्या या उद्योगाची झालेली स्थिती पाहून कस्तुरभाईंना आश्चर्याचा धक्काच बसला. हा उद्योग हातातून

निसटून जातो आहे, या कल्पनेनं त्यांच्या मनानं बंड पुकारलं. आपल्यामुळे गुंतवणूकदाराचं नुकसान व्हावं, ही कल्पनाच त्यांना सहन होईना.

गिरणीचा उघड लिलाव होऊन तिचे धिंडवडे पाहण्यापेक्षा कस्तुरभाईंनी दिवाळखोरीची आपली योजना न्यायालयाला सादर केली. त्या अगदी उदार योजनेत साहजिकच भावनिकता ओथंबलेली होती. कारण भांडवल पुरवणारे व भागधारक यांच्या हिताचं रक्षण होईल, अशा दृष्टीनं ती तयार केलेली होती; व त्याचा कस्तुरभाईंच्या साधनसामग्रीवर पूर्ण ताण पडणार होता. अलीकडेच सुरू केलेली 'अशोक गिरणी' अजूनही झगडत होती व 'रायरपूर'च्या नफ्यात घट झाली होती.

'सारसपूर'चं पुनरुज्जीवन करण्याच्या विविध योजनांतील सर्वाधिक लाभदायक म्हणून न्यायालयानं कस्तुरभाईंच्या योजनेस मान्यता दिली. भागधारक, पतपुरवठा करणारे व ठेवीदार यांचा बैठकीतही त्यांचा प्रस्ताव अल्पश: सुधारणेसह मान्य झाला. कायमच्या मालमत्तेसाठी २७.५ लाख रुपये देऊन कस्तुरभाईंच्या नेतृत्वाखालील नवं व्यवस्थापन गिरणी ताब्यात घेणार होतं. पतपुरवठादारांचे दावे तीन टक्के व्याजानं पुरे केले जाणार होते. भागधारकांना त्यांचे शेअर्स सममूल्य दरानं ठेवण्याची वा मूळ किमतीत रोख रक्कम घेण्याची मुभा होती. जुनी कंपनी बरखास्त करण्याची सर्व औपचारिकता १९४३ पर्यंत पुरी झाली नाही. परंतु बव्हंशी दावे १९२७ च्या सुमारासच मान्य केले गेले. 'सारसपूर मिल्स' या नव्या कंपनीची नोंद जानेवारी १९२८ मध्ये करण्यात आली. कस्तुरभाई हे अध्यक्ष होते. तसंच, गिरणी चालवण्यासाठी 'लालभाई दलपतभाई सन्स' नावाची नवीन मॅनेजिंग एजन्सी स्थापन करण्यात आली.

जे.आर्.डी. टाटा, वालचंद हिराचंद यांच्यासारखे कस्तुरभाई हे तंत्रज्ञानाची दृष्टी असलेले नव्हते. त्यांची मुख्य ताकद आर्थिक बाब ही होती. पण 'सारसपूर' ज्या पद्धतीनं चालवली जात होती, तशी ती चालवणं शक्य नाही, हे सांगायला किंवा ती वळण घेऊन नफा करू लागेल की नाही, हे सांगायला कोणा इंजिनीअरची गरज नव्हती. खरं तर, ही गिरणी टाकाऊ मालाच्या ढिगातून चालत होती. मणिभाई व जगाभाई यांनी पहिल्या महायुद्धाच्या काळात व नंतरही या कालबाह्य व झिजलेल्या यंत्रसामग्रीकडून फारच काम करून घेतलं होतं. आपल्या व्यवसायासाठी अत्याधुनिक व उत्कृष्ट यंत्रसामग्री हवी, असं मानणारे त्या काळात जे थोडे उद्योजक होते, त्यात कस्तुरभाई हे एक होते. समाजातील गरीब वर्गासाठी त्यांच्या गिरण्या जाड्याभरड्या कापडाचं उत्पादन करीत; पण ब्रिटिश बाजारपेठेतून खरीदलेल्या उत्कृष्ट यंत्रसामग्रीवर ते तयार केलेलं होतं.

'सारसपूर गिरणी' ताब्यात घेतल्यावर पहिली दोन वर्षं साऱ्या यंत्रसामग्रीची व उपकरणांची साफसफाई व तेलपाणी करण्यात आलं. जुन्या स्पिनिंग यंत्रांच्या जागी

नवी यंत्रं आली. सर्व वीव्हिंग शेड बदलण्यात आली. क्षमता वाढविली गेली. त्यामुळे १९२९ मध्ये 'सारसपूर'कडे ६३ यंत्रमाग व तीन हजार चात्यांऐवजी (ज्या कस्तुरभाईंना गिरणी ताब्यात घेताना मिळाल्या होत्या.) ८६० यंत्रमाग व ३३ हजार चात्या होत्या. यंत्रमाग केवळ नवे नव्हते, तर अधिक क्षमतेचे होते. धाग्याची स्थानिक व विदेशी मागणी घटत होती. त्यामुळे धाग्याचा त्यांच्याकडे होणारा वापर हाच मार्ग आहे, अशी कस्तुरभाईंची खात्री पटली होती.

'रायपूर गिरणी'तील वीव्हिंग खातं सामर्थ्यवान बनवण्यात आलं. धागा व कापड यांचं प्रमाण १९२१ मध्ये १:३ होतं, ते १९२९ मध्ये १:५ करण्यात आलं. 'अशोका'त हे प्रमाण १:५ वरून (१९२६) १:२० वर नेण्यात आलं. कस्तुरभाईंनी असंच धोरण 'सारसपूर'मध्ये अमलात आणलं व धाग्यापेक्षा कापडाची विक्री वाढवली. कस्तुरभाईंनी नव्या यंत्रसामग्रीवर आठ लाख रुपये खर्च केले.

दही आणि कांता

दरातील दुसऱ्या पेचप्रसंगापूर्वी 'सारसपूर गिरणी' स्थिरस्थावर झाली. कस्तुरभाईंची थोरली बहीण दही यांचे पती पुरुषोत्तम यांचं निधन झालं. हाथीसिंग यांच्या संयुक्त कुटुंबाची रचना पाहता त्यांच्या मुलांना पुरेशी मालमत्ता मिळणं कठीण होतं. 'सारसपूर'च्या मॅनेजिंग एजन्सीत हाथीसिंग यांना थोडा हिस्सा दिला असला, तरीपण दही व तिच्या मुलांसाठी अधिक उत्पन्नाची सोय करणं गरजेचं होतं. तेव्हा सुरोत्तम, गुणोत्तम व नरोत्तम या आपल्या तरुण भाच्यांसाठी त्यांनी गिरणी काढायचं ठरलं.

कस्तुरभाईंवर त्यांच्या सर्व बहिणींचा प्रभाव होता. त्यातून अविवाहित लीलावतींवर त्यांची खासच माया होती. त्या पंकोर नाका इथं राहत; दररोज शाहीबागला भोजनासाठी जात. तांत्रिकदृष्ट्या त्या 'रायपूर गिरणी'च्या गेली चाळीस वर्षं अध्यक्षा होत्या. कधी कधी त्या आपल्या भावाच्या वतीनं म्हणून काम पाहात; पत्रांचे मसुदे बनवत.

पण कस्तुरभाईंपेक्षा दहा वर्षांनी मोठ्या असलेल्या दही म्हणजे त्यांच्या एक प्रकारे गुरूच होत्या. सार्वजनिक जीवनात कस्तुरभाईंनी अधिकाधिक सहभाग घ्यावा, म्हणून त्यांनीच त्यांना उद्युक्त केलं. असेंब्लीत त्यांनी जावं, म्हणून प्रोत्साहन दिलं. 'त्या फारच शक्तिशाली महिला होत्या,' असं कस्तुरभाईंची नातसून जयश्री लालभाई म्हणतात.

अशा प्रकारे कस्तुरभाईंनी १९२८ मध्ये हाथीसिंग यांच्याबरोबर संयुक्त प्रकल्प म्हणून 'अरुणा मिल्स'ची स्थापना केली. कस्तुरभाई तिचे अध्यक्ष असले, तरी वरिष्ठ भागीदार होते. 'अरुणा गिरणी'च्या भागभांडवलाचा मोठा वाटा हाथीसिंग

यांनी दिला. तिची मॅनेजिंग एजन्सी 'हाथीसिंग अॅन्ड सन्स' या कंपनीला दिली होती. २०८८४ चात्या व ५७६ यंत्रमाग असलेली ती छोटी गिरणी होती. १९३० च्या आरंभी तिच्यात उत्पादन सुरू झालं. त्याच सुमारास अहमदाबादच्या वस्त्रोद्योगावर काळं सावट पसरलं होतं व त्याचा नफा घसरणीला लागला होता.

'अशोक गिरणी'ला भागभांडवल निम्म करावं लागलं. मंदीच्या काळात गुंतवणुकीचे मोठे फायदे होतात, अशी कस्तुरभाईंची खात्री पटली होती. आत्तापर्यंतच्या त्यांच्या सर्वांत महत्त्वाकांक्षी योजना हाती घ्यायला (अरविंद मिल्स) ते तयार होते. कस्तुरभाईंची तिसरी बहीण कांता यांच्याशी जगाभाई भोगीलाल नानावटी यांनी विवाह केला होता. श्रीमंत दलाल असलेले नानावटी त्यांच्याकडे एक प्रस्ताव घेऊन आले. ते अलीकडेच कुटुंबाच्या मॅनेजिंग एजन्सीत ज्येष्ठ भागीदार बनले होते. त्यांना एक कापड गिरणी सुरू करायची होती. कस्तुरभाईंकडे प्रचंड अनुभव होता. तेव्हा, तुम्ही मदत कराल काय, अशी विनंती त्यांनी केली.

'अरुणा'प्रमाणेच 'नूतन' ही छोटीशी गिरणी होती. (२०,१२० चात्या व ५२८ यंत्रमाग) पण 'अरुणा'त जाडंभरडं कापड तयार होई, तर 'नूतन'चंही उत्पादन मध्यमवर्गीयांसाठी होतं. एकूण धोरण मोठं धोरणी होतं. राष्ट्रीय भावनांना उत्तेजन दिलं जात होतं. ब्रिटिश कापडावरचा गांधीजींचा बहिष्कार सुरू झाला होता. त्यामुळे मध्यम प्रतीच्या कापडाचं उत्पादन करायला ही अगदी योग्य वेळ होती. अशा प्रकारे एक संयुक्त गिरणी म्हणून 'नूतन' सुरू करण्यात आली. १९२१ साली तिचं भागभांडवल ५ लाख होतं. आपल्या गिरण्यांच्या बड्या यंत्रांच्या ऑर्डर्स जोडूनच नूतनच्या यंत्रसामग्रीची ऑर्डर त्यांनी दिल्यानं ती त्यांना स्वस्तातच पडली.

कस्तुरभाईंची कुशल हाताळणी व स्वस्त पडलेली यंत्रसामग्री यामुळे 'नूतन'ची सुरुवात तर झोकात झाली. तिची उत्पादनं बाजारपेठेत स्वीकारली गेली. १९३३ साली झालेल्या वार्षिक सभेत कस्तुरभाईंनी तसं स्पष्ट केलं. या गिरणीतील प्रत्यक्ष उत्पादनाला दोन वर्षांहून अधिक काळ लागला व व्याजाचा बोजाही वाढला. एवढा वेळ कस्तुरभाईंच्या दुसऱ्या कोणत्याही गिरणीला लागला नव्हता. १९३० च्या काळात बाजारातील स्थिती कठीणच होती. पण 'नूतन' अपेक्षेची पातळी गाठू शकली नाही आणि खरं तर, १९३८ पर्यंत ती खरा नफा मिळवू शकली नाही, असं त्या वेळच्या एका विश्लेषकानं लिहिलंय.

आपली गुंतवणूक वसूल होईल, नफा मिळेल, अशी अपेक्षा कस्तुरभाई वा नानावटी यांनी अनेक वर्षं बाळगली नाही. लाभांश जाहीर करण्यासाठी मॅनेजिंग एजंट्सना आपल्या कमिशनचा काही भाग त्यात १९३८ पर्यंत सोडून द्यावा लागला. कस्तुरभाईंसारख्या कापूस सम्राटाला त्यामुळे काही फारशी झीज सोसावी लागली नाही. पण त्यांच्या डोक्याला फार त्रास झाला असणार व मनाला रुखरुख

लागली असणार. मध्यमवर्गाच्या बाजारपेठांना पुरवठा करण्याचा सल्ला त्यांनीच मेव्हण्यांना दिला होता. दुसरी पाळी सुरू करण्याचा सल्लाही त्यांनीच नानावटींना दिला होता. (पण काही महिन्यांतच ती बंद करावी लागली.) कस्तुरभाईंच्या इतर गिरण्यात ब्लीचिंग व चीज डाईंग यासारख्या प्रक्रियांची भर घातली जात होती. त्याचप्रमाणे 'नूतन'मध्येही त्यांचा समावेश केला गेला. त्यामुळे खर्चात वाढ झाली, नफ्यात नव्हे. आपल्या कुटुंबाच्या कल्याणाची सतत चिंता बाळगणाऱ्या कस्तुरभाईंसारख्या व्यक्तीला 'नूतन'च्या वाईट कामगिरीमुळे दुःखच झालं असणार.

'नूतन'च्या स्थापनेनंतर चार वर्षांनी आपल्या आणखी एका नातेवाइकामुळे गिरणी ताब्यात घेण्याच्या एका प्रकरणात कस्तुरभाई ओढले गेले. १९०५ साली अमृतलाल दामोदरदास शोधन यांनी 'अहमदाबाद न्यू कॉटन गिरणी' स्थापन केली. हे प्रख्यात गिरणीमालक लालभाईंच्या ओळखीचेच होते. या गिरणीची मोडकळीला आलेली यंत्रसामग्री मंदीच्या काळात टिकाव धरू शकत नव्हती. 'सारसपूर'चं दिवाळं निघालं, तेव्हा आपल्या भाच्याच्या फायद्यासाठी कस्तुरभाईंनी ती ताब्यात घेतली. 'अहमदाबाद न्यू कॉटन' ही नव्या मॅनेजिंग एजन्सीमार्फत चालविली जाणार होती. 'नरोत्तम चंदुलाल ॲन्ड कं.' ही एजन्सी एका भाच्याच्या नावानंच होती. एक नैतिक ऋण फेडण्यासाठी बहुधा कस्तुरभाईंनी ही गिरणी घेतली असावी. लालभाई यांच्या मृत्यूनंतर 'रायपूर गिरणी'वर पकड बसविण्यासाठी चिमण व कस्तुरभाईंना ज्या चंदुलाल यांनी मदत केली, तेच चंदुलाल या नरोत्तमचे वडील होते. आता चंदुलाल हयात नव्हते. पण आता कस्तुरभाई आपल्या बहिणीला मदत करू पाहात होते; नरोत्तमच्या भविष्याची काळजी घेऊ पाहत होते.

'सारसपूर'चा प्रयोग आपण परत करू शकतो, असं कस्तुरभाईंना वाटत होतं. पण 'न्यू कॉटन'चं हस्तांतर अपेक्षेइतकं सुलभ झालं नाही. तिला पतपुरवठा करणारे भरपूर होते व कर्ज मिळवणं सोपं नव्हतं. सर्वांत कठीण समस्या होती, ती पारी हर्षदलाल अमृतलाल यांच्या कंपनीच्या बाबतीतली. आधीच्या व्यवस्थापनानं त्यांना पाच लाखांचं क्रेडीट ठेवण्यास मुभा देण्याचा असमंजसपणा दाखवला होता. कस्तुरभाईंनी ही रक्कम वसूल करायचा प्रयत्न केला. तेव्हा कर्जदार दाद देईनात. शेवटी न्यायालयात जमा दाखल करून मालमत्तेवर जप्ती आणावी लागली. अखेर, त्यांनी न्यायालयाबाहेर ५५ हजार रुपये नुकसान सोसून तडजोड केली. ज्या शेअरचं बाजारमूल्य समानतेच्या खाली होतं, अशा शेअर्सचा सौदा कस्तुरभाईंना बुक व्हॅल्यूला करावा लागला.

एवढ्या अडचणी कमी होत्या म्हणून की काय, या गिरणीची यंत्रसामग्री कस्तुरभाईंची अपेक्षा होती, त्यापेक्षाही वाईट निघाली. गिरणीची स्थिती अगदीच निराशाजनक स्थिती होती, असं वर्णन तेव्हा एका जाणकारानं केलं. पण कस्तुरभाईंनी

तात्काळ वेळ न दवडता कंबर कसली व नव्या यंत्रसामग्रीची ऑर्डर दिली. पण 'अहमदाबाद न्यू कॉटन'च्या फेररचनेची प्रक्रिया कस्तुरभाईंचं भाग्य उजळेपर्यंत जरा संशयास्पदच राहिली. १९३८ मध्ये नवे यंत्रमाग उत्पादन करू लागले. १९३९ मध्ये दुसऱ्या महायुद्धाला तोंड लागलं आणि सर्व गिरण्या मिळून उत्पादन करू शकणार नाहीत, एवढ्या कापडाची मागणी आली.

कुटुंबातील ऐक्य टिकवून ठेवणं, ही कस्तुरभाईंची मोठीच कामगिरी म्हणावी लागेल, असं गांधीवादी शिक्षणतज्ज्ञ वाडिलाल एल्. मेहता म्हणतात. कस्तुरभाईंना त्यांच्या विस्तारित कुटुंबातील सर्वजण अगदी आदरानं वागवीत.

वडिलांकडून मिळालेली 'रायपूर गिरणी' 'लालभाई दलपतभाई कंपनी' चालवीत होती. ती तीन भावांत समान मालकीची होती. जेव्हा 'अशोक गिरणी' सुरू झाली, तेव्हा तिचं व्यवस्थापन साहजिक घरच्या मॅनेजिंग एजन्सीकडे सोपवण्यात आलं असतं. पण कस्तुरभाईंनी नवीन कंपनी स्थापन केली. त्यांची दुसरी बहीण माणिक हिला त्यात छोटा वाटा देण्यात आला. कस्तुरभाईंनी 'सारसपूर गिरणी' घेतली, तेव्हा त्यांनी आणखी एक मॅनेजिंग एजन्सी कंपनी स्थापन केली. त्यात आपल्या दोन्ही चुलत्यांना त्यांनी १२.५ टक्के हिस्सा दिला. खरं तर, 'कापडगिरणी चालवायला ते असमर्थ आहेत, हे पुरेपूर सिद्ध झालं होतं,' असं त्रिपाठी म्हणतात. परंतु संयुक्त हिंदू कुटुंबातील जबाबदाऱ्यांशी कस्तुरभाईंची अधिकच बांधिलकी होती. महिला सदस्यांना देखील त्यांनी आर्थिक हिस्सा दिला.

त्यांच्या सर्वांत मोठ्या चुलत्यांचे चिरंजीव चिनूभाई मणिभाई एकदा म्हणाले, 'मला जर कस्तुरभाईंनी खिडकीतून उडी मारायला सांगितली, तर परिणामांची कसलीही पर्वा न करता मी उडी मारीन. कारण मी उडी मारली, तर काय होईल, याचा विचार त्यांनी करावयाचा आहे. मी नव्हे!' हा कस्तुरभाईंना मिळालेला सर्वात मोठा सन्मान मानता येईल.

कस्तुरभाईंच्या मनातही चिनूभाईंबद्दल खास प्रेम होतं. १९३४ मध्ये त्यांनी विमा-व्यवस्थापन करायला त्यांना प्रोत्साहन दिलं. खरं तर या क्षेत्रात त्यांना रस नव्हता. त्यांना स्टार्च बनवायचा होता. तसा एक प्रस्ताव त्यांनी कस्तुरभाईंना दिला.

कस्तुरभाईंचा प्रतिसाद उत्साहवर्धक होता. वस्त्रोद्योगात भरपूर गुंतवणूक झाली आहे, तेव्हा जिथं नफ्याचं प्रमाण बरं आहे, असे इतरही उद्योग आहेत, अशी त्यांची १९३५ च्या सुमाराला खात्री पटली होती. जी.डी. बिर्लांनी ब्रह्मदेशात स्टार्चचा कारखाना उघडला होता. भारतात स्टार्चचे कारखाने नव्हते. या उत्पादनाचा विविध प्रकारे उपयोग करणं शक्य होतं. त्याची आयात वाढत होती. अहमदाबादमध्ये जर स्टार्च कारखाना काढला, तर जागेच्या दृष्टीनं ते फायद्याचं ठरलं असतं. या मालाचं सर्वांत मोठं ग्राहक होते कापड गिरण्या. मुख्य कच्चा माल हा नजीकच्याच

पंचमहाल जिल्ह्यातून उपलब्ध झाला असता. कस्तुरभाईंनी प्रथमच वस्त्रोद्योगाबाहेर पाऊल टाकायचं ठरवलं व 'अनिल स्टार्च'ला त्यांनी पाच लाख रुपये दिले. पण प्रस्थापित कामाला आरंभ करण्यापूर्वी त्यांनी आपल्या तरुण पुतण्याचं मुंबई विद्यापीठातील दोन वर्षांच्या केमिकल टेक्नॉलॉजीच्या अभ्यासक्रमासाठी नाव नोंदवलं.

जर्मनीहून कोणती यंत्रसामग्री आयात करावी, हे ठरविण्यासाठी चिनूभाईंना कस्तुरभाईंनी मदत केली. 'अनिल स्टार्च'चं संचालक मंडळ बड्या मंडळींनी भरलेलं होतं. त्यांत चुनीलाल व्ही. मेहता, सर पुरुषोत्तम ठाकुरदास, सर कावसजी जहांगीर व जी. डी. श्रॉफ यांचा समावेश होता. हे चौघेही मुंबईचे उद्योगपती होते. त्यामुळे केवळ अहमदाबादेतच नव्हे, तर मुंबईत देखील कस्तुरभाई यांचं बस्तान बसल्याचं ते द्योतक होतं.

'अनिल स्टार्च'चं व्यवस्थापन 'कस्तुरभाई लालभाई अॅन्ड कं.' या मॅनेजिंग एजन्सीकडे सोपवलं होतं. त्यात चिनूभाईंच्या कुटुंबाचा ५० टक्के वाटा होता. उरलेला हिस्सा कस्तुरभाई, चिमण, नरोत्तम व त्यांचे चुलते जगाभाई यांच्यात सारखा वाटलेला होता. १९३८ मध्ये 'अनिल स्टार्च'ची नोंदणी झाल्यावर दुसऱ्या महायुद्धाला तोंड लागलं. व मिठापूर इथं 'टाटा केमिकल्स'पुढे ज्या अडचणी उभ्या राहिल्या, त्याच अडचणी उभ्या राहिल्या.

'अनिल स्टार्च'च्या यंत्रसामग्रीची ऑर्डर जर्मन कंपनीला दिलेली होती. त्याचा पहिला हप्ता बोटीनं सुरक्षितपणे आला. परंतु दुसरा हप्ता असलेली, १.६ लाख रुपये किमतीची यंत्रसामग्री घेऊन येणारं जहाज भटकलं. कारण हल्ल्यापासून बचाव म्हणून एका अलिप्त बंदराकडे त्यानं आश्रय मागितला. कंपनीनं यंत्रसामग्री बसवायला तज्ज्ञ पाठवला; पण सरकारनं त्याला पकडून ऑस्ट्रेलियाला पाठवून दिलं! त्याची सुटका करण्यासाठी कस्तुरभाईंनी आपला राजकीय प्रभाव वापरला. पण तो येईपर्यंत स्वत:च्याच अनुभवावर त्यांना अवलंबून राहावं लागलं. 'अरविंद मिल्स'मधील एक हुशार पारशी इंजिनीअर मिनोचर ए. बॅबेकॉन याला कस्तुरभाईंनी या कामासाठी पाठवून दिलं. बॅबेकॉन व चिनूभाई यांनी १९४१ मध्ये कारखाना सुरू केला. पण त्यात काही अडचणीही आल्या.

'सुरुवातीला स्थिती वाईट नव्हती.' असं त्या वेळी कस्तुरभाईंनी लिहून ठेवलंय्. ते पुढं म्हणतात, 'स्टार्चेस् व डेक्स्ट्राइन्स आयातीवर अलीकडे घातलेली बंधनं, स्टार्चेसच्या महागड्या किमती, त्यात विम्याचे चढे दर यानं पडणारी तूट, यामुळे सर्व स्थानिक स्टार्च उद्योगांना प्रगतीला वाव आहे. आयात स्टार्चचा दर २० ते २१ रु. आहे, तर स्थानिक मालाचा दर १५ ते १६ रु. आहे.'

पण एकदाचं युद्ध संपलं आणि हे सुखाचे दिवसही संपुष्टात आले. १९४७ पर्यंत 'अनिल स्टार्च'ला सुमारे दोन लाख रुपये तोटा झाला. १९३७-४७ या

दशकात स्टार्च बनवणाऱ्या ३५ कंपन्या सुरू झाल्या. त्यांतील ३० बंद पडल्या आणि ५ टिकून राहिल्या. त्यांत 'अनिल स्टार्च' ही एक होती. वाडिलाल एल्. मेहता या निकटच्या प्रतिस्पर्ध्याच्या बरोबर कस्तुरभाईंनी वाटाघाटी केल्या व स्टार्च कंपनीची स्थिती एकदम सुधारली.

'कस्तुरभाईंचं मन सूक्ष्मदर्शी व झटपट विचार करणारं होतं,' असं सांगून मेहता म्हणाले, 'आमचे स्टार्च कारखाने जवळजवळ सारख्याच आकाराचे होते व १५ वर्षं आम्ही एकमेकांशी स्पर्धा करत होतो. एके दिवशी 'अटिरा'च्या बैठकीतून बाहेर पडताना कस्तुरभाई मला म्हणाले, ''या वेळी आपण दोघांनी एकच किंमत टिकवून धरली, हे चांगलं झालं.'' अमृतलाल मधेच म्हणाले, ''आपण दिलजमाई न करता नेहमी भांडत का असतो?'' त्यावर ''माझी तयारी आहे!'' असं उत्तर चटकन कस्तुरभाईंनी दिलं. मीपण तयारी दर्शविली. त्यांनी विचारलं, ''कधी भेटायचं?'' म्हटलं, ''उद्या.'' मग चोवीस तासांत एक न्याय्य तोडगा निघाला. एका आठवड्यात एक निवेदन तयार करण्यात आलं. त्यानंतर दर पंधरवड्यात काही मिनिटं भेटून प्रश्न सोडविण्याची प्रथा आम्ही सुरू केली.

दरम्यान कस्तुरभाई व्यक्तिगत पेचप्रसंगातून जात होते. तेव्हा ते तिशीच्या मध्याला होते. दलपतभाईंच्या निधनानंतर हालअपेष्टांचे दिवस संपले होते. त्यांनी अहमदाबादमध्ये समाजात स्थान प्राप्त केलं होतं. पण त्यांना त्याहून अधिक काहीतरी हवं होतं. कीर्तीनंही त्यांना समाधान लाभलं नाही. उलट, असेंब्ली व 'फिकी'च्या सदस्यत्वामुळे जी.डी.बिर्ला व लाला श्रीराम यांच्यासारख्या आक्रमक उद्योगपतींशी त्यांचा संबंध आला. बिर्ला त्यांच्याच वयाचे होते. पण त्यांनी कितीतरी लौकिक मिळवला होता. वालचंद हिराचंद यांनी त्यांच्यापेक्षा कमी पैशांनी सुरुवात केली; पण त्यांनी 'सिंदिया' ही कंपनी स्थापन केली. त्यासाठी कस्तुरभाईंनी प्रचार केला होता. ठाकुरदास हे कंपनी संचालक होते, पण उद्योगपती नव्हते. परंतु प्रत्येक बड्या उद्योगांत ते होतेच. या सर्वांनी मोठमोठ्या कामगिऱ्या पार पाडल्या होत्या. कस्तुरभाईंची महत्त्वाकांक्षा व त्यांचं वर्तुळ हे अहमदाबादपुरतंच मर्यादित होतं.

या असमाधानामुळे आपण आतापर्यंत जे केलं, त्यापेक्षा मोठं काहीतरी करावं, असं त्यांना वाटू लागलं. खरं तर, ते अगदी सावध वृत्तीचे होते. विद्युत् क्षेत्राचं त्यांनी जवळून निरीक्षण केलं. परंतु नवीन उद्योग सुरू करण्याचा आत्मविश्वास त्यांच्यापाशी नव्हता. ते अहमदाबादेत वस्त्रोद्योगातच राहिले. वास्तविक १९३१ साली सुरू केलेली 'अरविंद गिरणी' (बहुधा नरोत्तमच्या मुलाचं हे नाव दिलं होतं.) ही त्यांची प्रतिष्ठा विस्तारण्याइतपत व भारतातील वस्त्रसम्राटांच्या पंक्तीत त्यांना अग्रभागी नेऊन ठेवण्याइतपत मोठी होती.

ती वेळ म्हणजे अनुकूल व प्रतिकूल घटकांचं मिश्रण होतं. धान्याच्या किंमती

कोसळल्या होत्या व शेतकऱ्यांची खरेदी-शक्ती कमी झाली होती. भारतीय गिरण्या मुख्यत्वे जे जाडंभरडं कापड निर्मितात, त्याचा तोच मुख्य ग्राहक होता. सततचे हरताळ व असहकार चळवळ यांमुळे बाजारपेठेत वारंवार व्यत्यय येत होता. अमेरिकेतून पसरलेल्या जागतिक मंदीतून भारतीय अर्थव्यवस्था अजून पुरी सावरलेली नव्हती.

या नकारात्मक घटकांची तीव्रता काही विधायक घटकांनी कमी झाली. १९२७ मध्ये जपान व ब्रिटिश आयातीविरुद्ध सरकारनं कापड वस्त्रोद्योगाला संरक्षण दिलं. कस्तुरभाई व इतरांनी असेंब्ली व इतर व्यासपीठांवरून अबकारी कर कमी करावा, म्हणून जे प्रयत्न केले, ते यशस्वी झाले. तसंच, १९०५ सारखीच स्वदेशीची भावना १९३०-३१ मध्ये पसरली. गांधीजींनी परदेशी वस्तूंवर बंदी घालण्याचं आवाहन केलं, तेव्हा देशभर या नव्या आंदोलनानं पूर्वीपेक्षा अधिक परिणाम भारतीय अर्थव्यवस्थेवर केला.

त्या अनिश्चिततेच्या काळात प्रत्येक उद्योगपतीची प्रतिक्रिया भिन्न भिन्न होती. मागणीतील हेलकाव्यांमुळे काहींनी घाबरून आपलं काम कमी केलं व विस्तार कार्यक्रम पुढे ढकलले. उत्पादन खर्च कमी करण्याच्या हेतूनं काही धाडसी मंडळींनी आपल्या उत्पादनाचा पाया वाढवला. त्यामुळे उत्पादनाची किंमतही कमी झाली. काहींनी विक्री-मोहीम तीव्र केली. उद्योगात असलेली अनिश्चितता कोणत्या धोरणामुळे नाहीशी होईल, हे सांगणं कठीण होतं.

'१९३० चं दशक पेचप्रसंगाचं नसून, ती संधी आहे, असं मानणाऱ्यांपैकी कस्तुरभाई होते,' असं त्यांच्या चरित्रकारानं कौतुकानं म्हटलं. पण त्रिपाठी सुचवतात, तेवढा धोका कदाचित कस्तुरभाई घेत नसावेत. १९३३ साली अहमदाबाद येथील गिरण्यांचा मुंबई सरकारनं जो अभ्यास केला, त्यानुसार गेल्या आठ वर्षांत अहमदाबादेत २० नव्या गिरण्या निघाल्या व कामगारांची संख्या २५,०९९ वर पोचली. यापैकी तीन गिरण्या कस्तुरभाईंच्या होत्या. ('अरुणा', 'नूतन' व 'अरविंद') गत चार वर्षांत सर्व जग जेव्हा मंदीच्या लाटेत सापडलं होतं, तेव्हा अहमदाबादेतील वस्त्रोद्योग मात्र वाढला; त्यानं नफा कमावला व चांगला लाभांशही वाटला.

पण कस्तुरभाईंनी हुशारीनं इतरांवर मात केली. 'अशोक गिरणी'चा ताजा अनुभव असल्यानं, जर गिरणीच्या उत्पादनाच्या किंमती कमी असतील, तर यंत्रसामग्रीची किंमतही कमी राहते, हे त्यांना कळून चुकलं होतं. यंत्रसामग्री आता परिपूर्ण केली, तर जेव्हा आर्थिक स्थिती चांगलं वळण घेईल, तेव्हा तो भरभराटीचा पाया ठरेल; तसंच, गिरण्यांसाठी यंत्रसामग्री बनविणारा ब्रिटिश उद्योग अडचणीत आहे, या बाबीचा अनुकूल लाभ उठवण्याचं त्यांनी ठरवलं. सर नेस वाडिया यांची कंपनी इंग्लंडमधील 'प्लॅट ब्रदर्स'चे भारतीय दलाल म्हणून काम करीत होती.

कस्तुरभाईंनी वाडियांना सांगितलं, की ३३ $^{१}/_{३}$ टक्के सूट मिळाली, तर आपण मोठ्या यंत्रसामग्रीची ऑर्डर देऊ. कस्तुरभाईंची सूचना सर नेसना आवडली नाही. १० टक्क्यांहून अधिक देता येणं शक्य होणार नाही, असं त्यांनी स्पष्ट केलं. पण उत्पादकांना तार पाठवायचं त्यांनी मान्य केलं.

कस्तुरभाईंनी एक लाख चात्यांची ऑर्डर दिली. त्यांपैकी ४० हजारांची पक्की होती. मंदीमुळे व एवढी मोठी ऑर्डर दिल्यामुळे 'बॉम्बे डाइंग'साठी 'प्लॅट ब्रदर्स'नं कस्तुरभाईंची अट मान्य केली. एवढंच नव्हे, तर खुद्द वाडियांनी ४० हजार चात्यांची ऑर्डर दिली. बहुतेक यंत्रसामग्री ही 'अरविंद गिरणी'साठी होती. पण त्यातील काही 'नूतन', 'रायपूर' व 'अशोक गिरणी'साठीही होती. तोच तर कस्तुरभाईंचा फायदा होता.

कस्तुरभाईंच्या आधीच्या ऑर्डरपेक्षा 'अरविंद'ची यंत्रसामग्री वेगळी होती. 'रायपूर' व 'अशोक' या दोन गिरण्यांत मुख्यत्वे जाडंभरडं कापड बनत असे. 'नूतन'मध्ये मध्यम दर्जाचं कापड बने. 'अरविंद'मध्ये तलम व अतितलम कापड तयार होई. त्याआधी साराभाईंनी त्यांच्या 'अहमदाबाद कॅलिको' या गिरणीत या प्रकारच्या कापडाचं उत्पादन सुरू केलं होतं. गिरण्यांनी उत्पादनात वैविध्य आणावं, दर्जा सुधारावा, असं टॅरिफ बोर्डानंही सुचवलं होतं. १९३० चं वातावरण लक्षात घेता, आता मध्यमवर्गीय देखील स्वदेशी कापड स्वीकारतील, असं कस्तुरभाईंना वाटत होतं.

२५.२५ लाख भागभांडवल असलेली 'अरविंद' ही लालभाईंनी सुरू केलेली सर्वांत मोठी, त्या वर्षी अहमदाबादमध्ये सुरू झालेली सर्वांत मोठी गिरणी होती. 'रायपूर मिल'नं 'अरविंद'चे पाच लाखाचे शेअर्स घेतले व कस्तुरभाईंनी 'रायपूर'च्या प्रत्येक भागधारकाला नव्या गिरणीचा एकेक शेअर दिला. १९३० च्या दशकात अहमदाबादेत सर्वांत शेवटची गिरणी म्हणून 'अरविंद' स्थापन झाली. या दशकाच्या मध्याला प्रतिकूल घटकांचं अनुकूल घटकांवर सावट पडलं होतं. (त्यामुळेच कस्तुरभाईंनी सिमला, मुंबई, दिल्ली व लंडन इथं झालेल्या भारत-ब्रिटिश वाटाघाटींत आपल्या उद्योगाची बाजू हिरिरीनं मांडली. त्याचा ऊहापोह पुढे केला आहे.) कठीण परिस्थिती असूनही कस्तुरभाईंनी मोठा आधुनिकीकरणाचा व विस्ताराचा कार्यक्रम अमलात आणला. १९३८ पर्यंत सर्व सातही गिरण्यांत नवी अत्याधुनिक यंत्रसामग्री आली, तसंच ब्लीचिंग व डाईंगच्या सोयी पण जोडण्यात आल्या.

दुसऱ्या महायुद्धाच्या उंबरठ्याशी हे धोरण उपयोगी ठरलं. त्यात अभूतपूर्व नफा मिळवण्याची संधी होती. तिचा कस्तुरभाईंनी पुरेपूर लाभ उठवला. जमशेदपूरमध्ये जेआर्डी मात्र एवढे भाग्यवान नव्हते. १९३० च्या मध्याला 'टिस्को'ला फारच

कठीण स्थितीतून जावं लागलं. असाच फेररचनेचा कार्यक्रम हाती घेण्याच्या अवस्थेत कारखाना नव्हता. त्यामुळे युद्धाच्या अखेरीस 'टिस्को'तील यंत्रसामग्री प्रचंड मागणीच्या परिणामी पार खलास झाली होती. अहमदाबादेत कस्तुरभाईंच्या गिरण्या या सर्वांत नव्या, अत्याधुनिक होत्या. १९५६ मध्ये कस्तुरभाईंनी ४० कोटींची आधुनिकीकरणाची योजना अंमलात आणली व तरीही 'अतुल संकुला'साठी त्यांच्याकडे पुरेसे पैसे शिल्लक होते.

मित्र आणि प्रतिस्पर्धी

१९२४ ते १९३८ या काळात या समूहानं जो विस्तार केला, त्यामुळे कस्तुरभाई अहमदाबादच्या 'कॉटन क्लब'चे नेते बनले. २१,३५,०६० चात्या व ११,४२५ यंत्रमाग असलेल्या त्यांच्या सात गिरण्यांनी त्यांना अहमदाबादमधील व देशातील बडा कापड सम्राट बनवले. देशातील स्पिनिंग क्षमतेपैकी त्यांच्या हातांत १२ टक्के क्षमता होती व अहमदाबादच्या वीव्हिंग क्षमतेपैकी २४ टक्के क्षमता त्यांच्या हाती होती. १९३० मध्ये देशातील ते दहा नंबरचे व १९३९ साली सात नंबरचे कापसाचे ग्राहक होते. त्यांच्या गिरण्यांत सर्व यंत्रसामग्री होती व त्यात प्रक्रियेच्या सर्व सोयी होत्या. भारताच्या औद्योगिक इतिहासात इतकी भरभराट केलेले इतर उद्योगसम्राट क्वचितच असतील.

१९३९ मध्ये समूहाची एकूण मालमत्ता २.३३ कोटी होती. त्यामुळे ते देशात तिसाव्या क्रमांकाचं व भारतातील तेराव्या क्रमाकांचं औद्योगिक कुटुंब बनले. कस्तुरभाईंपेक्षा कपडा-उद्योगात इतर चार समूहच मोठे होते. ते म्हणजे, वाडिया, साराभाई, ठाकरसी व मफतलाल. वाडियांची मालमत्ता ४.७ कोटी, साराभाईंची ३, ठाकरसींची २.५६ व मफतलाल यांची २.४५ कोटी होती.

'कॉटन क्लब'चे संस्थापक असल्यानं वाडिया व ठाकरसी साहजिकच आघाडीवर होते. मुंबईच्या या दोन कुटुंबांनी –एक पारसी व दुसरे कच्छचे– 'कॉटन क्लब'चा पाया घातला. भारतातील वस्त्रोद्योगाचे लालभाई हेही एक भाग होते. वडिलांच्या मृत्यूनंतर व कुटुंबात फूट पडल्यावर १९१२ नंतर कस्तुरभाईंना सारी पुनर्बांधणी करावी लागली.

मफतलाल यांच्या तुलनेनं कस्तुरभाईंची गतिमानता किती होती? याचं उत्तर देताना रसेश मफतलाल म्हणतात, 'माझ्या आजोबांना कायम कारखान्याचा विस्तार करायचा असे. आमचा मोठा धंदा होता व प्रामाणिकपणाबद्दल आमची ख्याती होती. माझ्या आजोबांच्या काळात कापड-उद्योगात आमचा उद्योग समूह नंबर एकचा मानला जात नसे. मला वडिलांच्या हाताखाली अकरा वर्षं काम करण्याची मिळालेली संधी, ही गोष्ट खूपच चांगली होती. माझ्या वडिलांनी कंपन्या फार

चांगल्या अवस्थेत, पूर्णत: आधुनिकीकरण करून सोडल्या. त्यांनी बरीच रोख रक्कमही ठेवली.' (नवीनचंद्र मफतलाल हे रसेश यांचे वडील होते.)

परंतु कस्तुरभाईंच्या मते व अहमदाबादेतील त्यांच्या नेत्यांच्या मते, अंबालाल साराभाई (१८९०-१९६७) यांच्या तुलनेनंच सर्व मोजलं जाणार होतं. सर्वप्रथम म्हणजे त्यांच्या उद्योजक म्हणून कामगिरीत निवड करण्यासारखं काही नव्हतं. आपल्या सात गिरण्या कस्तुरभाईंनी चांगल्या उभारल्या, तर अंबालाल 'कॅलिको'चा विस्तार करीत राहिले. कस्तुरभाईंप्रमाणे त्यांनीही एखाददुसरी गिरणी खरीदली; पण ती मुख्य गिरणीत विलीन करून टाकली. 'कॅलिको' ही कित्येक दशकं अहमदाबादेतील सर्वांत मोठी गिरणी होती. १९५० च्या काळात दोन्ही उद्योसमूहांची झपाट्यानं वाढ झाली. भारतात डायस्टफस् व रसायनं यांचं उत्पादन करण्यासाठी कस्तुरभाईंनी एका अमेरिकन कंपनीशी करार केला. ('अतुल लि.' याचं वर्णन नंतर तपशीलवार केलं आहे.) अंबालाल व त्यांचे बुद्धिमान शास्त्रज्ञ चिरंजीव विक्रम यांनी जगातील काही बड्या औषध कंपन्यांशी करार केले. १९७० च्या दशकात साराभाईंची घसरण झाली. उद्योगसमूहात अगदी अटीतटीची स्पर्धा चालू होती.

औद्योगिक स्पर्धा असूनही या दोन्ही समूहांची मैत्री होती. शेवटी औद्योगिक स्पर्धेनं साऱ्या मर्यादा ओलांडल्या. 'अरविंद गिरणी'नं पूर्ण उत्पादन सुरू केल्यावर हे घडलं. कस्तुरभाईंनी 'अरविंद'साठी आयात केलेल्या यंत्रसामग्रीमुळे इथं 'कॅलिको'मधील कापडाइतकंच अत्यंत तलम कापड बनू शकत होतं. प्रथमच अंबालालना जपानी व ब्रिटिश मालाबरोबरच स्थानिक मालाच्या स्पर्धेसही तोंड द्यावं लागलं होतं. 'कॅलिको'वाले गाफील झाले होते. एक 'कॅलिको' ही कस्तुरभाईंच्या सात गिरण्यांइतकी मोठी आहे, असं ते मानत होते. विशेषत:, 'अहमदाबाद ज्युबिली गिरणी' ताब्यात घेतल्यावर अंबालाल यांनी जेवढ्या प्रमाणात परिश्रम करायला हवे होते, तेवढे घेतले नाहीत.

एकदा साराभाईंनी 'मस्कती क्लॉथ मार्केट असोसिएशन'ची बैठक बोलावली. या संघटनेचे सदस्य हे भारतातील सर्वांत बडे व्यापारी व स्टॉकिस्टही होते. असं म्हणतात, की साराभाईंनी मस्कती महाजनांना, तुम्ही 'कॅलिको' व 'अरविंद' यांतील कोणा एकाची निवड करा, असं सांगितलं, तेव्हा बहुतेकांनी कॅलिकोची निवड केली. ते प्रख्यात नाव होतं. त्यांना 'अरविंद'ला नकार द्यायचा नव्हता, पण ते त्यांना फारसे मदत करायला उत्सुक नव्हते. अंबालाल यांच्या या कृतीमुळे साहजिकच कस्तुरभाई व्यथित झाले.

नंतर अहमदाबाद गिरणीमालक संघटनेत या उभयतांचे मतभेद झाले. अंबालाल या संघटनेचे १९१७-१८ मध्ये अध्यक्ष होते. त्या काळात त्यांनी कस्तुरभाईंना संघटनेत व समितीत खेचून नेलं. पण हळूहळू संघटनेतील कस्तुरभाईंचा प्रभाव

अंबालाल यांच्यापेक्षा वाढला व अंबालाल कमी रस घेऊ लागले. 'ज्या मित्राला आपण संघटनेत आणलं, त्याच्यामुळेच आपण बाजूला ढकलले गेलो, यामुळे अंबालाल दु:खी झाले असावेत, असं मला वाटतं,' असं या कुटुंबाचे एक जुने स्नेही म्हणाले. १९२० च्या दशकात 'कॅलिको'नं ही संघटना सोडली व ती पुन्हा कधीच त्यात सामील झाली नाही.

जाहीररीत्या या बड्या उद्योगपतींत काही उघड संघर्ष नसला, तरी अंदरकी बात वेगळीच होती. दोघांतील असंतोषाचा उद्रेक झाला; पण तो मस्कती प्रकरण वा गिरणीमालक संघटनेवरूनही नव्हे, तर एका अगदी वेगळ्याच कारणामुळे. कस्तुरभाईंच्या भगिनी लीलावती यांनी 'कॅलिको'चे काही शेअर्स खरेदी केले व त्यांच्या नावावर त्याचं हस्तांतरण करण्यास अंबालाल यांनी नकार दिला. यामुळे कस्तुरभाईंना धक्काच बसला. ५ फेब्रु., १९३९ रोजी अंबालाल यांना लिहिलेल्या पत्रात कस्तुरभाई म्हणतात,

> 'कॅलिकोच्या शेअर्सचे लीलावतीच्या नावावर हस्तांतर करण्यास तुम्ही जो नकार देता, त्याचा मी अलिप्तपणे विचार केला. दोन दशकांहून अधिक काळ आपल्या दोन घराण्यांचे संबंध असूनही, मला तुमचा विश्वास संपादन करता आला नाही, या निष्कर्षाप्रत मी पोचलो. तुमच्या कृतीचे दोन महत्त्वाचे अर्थ निघतात.
>
> '१. तुम्हाला त्रास द्यावा, म्हणून मी हे शेअर्स घेत आहे. तुमचं अगदी असं मत नसलं, तरी मी शेअर्स बाळगणं यात तुम्हाला संभाव्य धोका वाटतो.
>
> २. माझी बहिण वा कोणी नातेवाईक जे काही करतील, ते माझंच आहे, असं तुम्ही मानून चालणार, असं दिसतं. तुम्ही माझ्या नातेवाईकांना त्यांचे स्वत:चे विचार व कृती यांचं स्वातंत्र्यच द्यायला तयार नाही. केवळ ते माझे नातेवाईक आहेत, हाच त्यांचा गुन्हा आहे, असं दिसतं व त्याचेच परिणाम त्यांना भोगावे लागत आहेत.'

याच पत्रात कस्तुरभाईंनी राजीनामा दिला. तो अंबालाल यांनी स्वीकारला नाही. पण राजीनाम्यामुळे नंतर एक घटना घडली.

डिसेंबरमध्ये अंबालाल यांनी 'कॅलिको'च्या संचालकांना एक परिपत्रक पाठवून आपण कंपनीच्या लाभांश, बोनस व राखीव निधी धोरणात बदल करण्याचा विचार करत आहोत, असं कळवलं. त्यांना त्याबाबत सल्ला घ्यायचा होता. त्यासाठी प्रत्येकाला ऑफिसात जाऊन भेटण्याचा मनोदय त्यांनी प्रकट केला होता. कस्तुरभाईंचा

आरंभी याला विरोध होता. पण अखेर अंबालाल यांचा आग्रह त्यांनी मानला. पण ही बैठक 'कॅलिको'चा भागधारक म्हणून नव्हे, तर वैयक्तिक पातळीवर होईल, असं त्यांनी स्पष्ट केलं. या बैठकीत काय झालं, याची कुठं नोंद नाही. पण ती वादळीच झाली असणार. २९ डिसेंबर, १९३९ रोजी कस्तुरभाईंनी अंबालाल यांना प्रत्युत्तर पाठवलं. 'तुमच्याशी माझे असलेले संबंध लक्षात घेता, तुम्ही तुमच्या पत्रात उपस्थित केलेल्या प्रश्नाबद्दल मी माझं मत देऊ शकत नाही.'

'हा वाद अल्पकाळच टिकला,' असं कुटुंबाचे मित्र म्हणतात. 'काही काळ हा शीतयुद्धासारखा होता. पण तो तणाव संपला. विक्रम साराभाई कस्तुरभाईंच्या मुलासारखेच होते. आपल्या मुलांपेक्षा त्यांच्यावर त्यांचं अधिक प्रेम होतं. विक्रम साराभाई देखील कस्तुरभाईंचा आशीर्वाद व संमतीविना काहीही करीत नसत. चिमणजीच्या कन्येचा अंबालालचे थोरले चिरंजीव सुहृद यांच्याशी विवाह झाला होता, हे विसरता कामा नये. मस्कती प्रकरण व गिरणी मालक संघातील मतभेद हे अंबालाल विसरून गेले होते.' विक्रम साराभाई यांनी एकदा कस्तुरभाईंबद्दल असे उद्गार काढले की, 'मला जेव्हा वैफल्यग्रस्त वाटे, त्या वेळी कस्तुरभाईंनी मला प्रोत्साहन दिलं व माझी समजूत काढली.' त्यातून अधूनमधून ठिणग्याही उडत. पण त्या विझणाऱ्या सिगारेटमधून उडाव्यात, तशा असत.

'अरविंद' ही टिकून राहणारी कंपनी आहे, याची खात्री पटल्यावर कस्तुरभाईंनी आपला धाकटा भाऊ नरोत्तम याकडे गिरण्यांचा कारभार सोपवला व ते मोठ्या बाबींकडे लक्ष देऊ लागले. उदा., 'अहमदाबाद गिरणीमालक संघटना' व 'फिकी'. औद्योगिक वर्तुळाचं आपल्या म्हणण्याकडे कसं लक्ष वेधून घ्यावं, हे त्यांना आता उमजलं होतं. त्यांच्या मुंबई व दिल्लीच्या फेऱ्या वाढल्या. याचा एक परिणाम म्हणजे त्यांचा टपालावरचा खर्च वाढला. उदा., १९३९ मध्ये या उद्योगपतीचा टपाल तिकिटांवरचा सरासरी दरमहा खर्च १८ रुपये, दोन आणे, तीन पैसे होता. त्यांच्या एका कारकुनानं आपल्या मालकानं पाठवलेल्या प्रत्येक पत्राचा एक आणा, एक पावलीचा हिशेब ठेवला होता. हा खर्च कमी करण्याच्या कस्तुरभाईंच्या प्रयत्नांना यश आलं नाही.

✦

६

खादी, स्वदेशी व बहिष्कार

१९३० च्या सुरुवातीस केव्हातरी म. गांधीजींनी कस्तुरभाईंना पाचारण केलं. बहिष्कार मोहीम प्रभावी व्हावी, म्हणून बाजारात परदेशी कापड विक्रीलाच उपलब्ध नसणं इष्ट होतं. 'बाजारात परदेशी मालाचे साठे आहेत काय,' असा सवाल गांधीजींनी त्यांना केला.

'होय. साठे पडून आहेत.' - कस्तुरभाई.

'ते निर्यात करा.' - गांधी.

'इतरत्र कोणी धोतर वापरत नाही.' - कस्तुरभाई.

'मग ते जाळून टाका.' - गांधी

त्यावर मान डोलवून कस्तुरभाई घरी परतले.

ज्या देशात लोकांना घालायला पुरेसे कपडे नाहीत, त्या देशात कापड जाळणं ही कस्तुरभाईंना उधळपट्टी वाटत होती. तुमच्याकडे परदेशी कापडाचे कपडे असतील व ते तुम्हाला नको असतील, तर ते रस्त्यावरच्या भिकाऱ्याला का देऊ नयेत? कपडे जाळायला का हवेत? गांधीजी मुळीच व्यवहारी नाहीत, अशी तक्रार कस्तुरभाईंनी आपल्या कुटुंबीयांशी बोलताना केली.

खरं तर, महात्मा गांधी व कस्तुरभाई यांच्या वागण्याच्या पद्धतीत फारसा

फरक नव्हता. ‘माझे वडील एकदम कडक जैन होते,’ असं श्रेणिक लालभाई म्हणतात. त्यांच्या गरजा अगदी साध्या होत्या. त्यांच्याकडे फार कमी कपडे होते. केवळ चार धोतरे, आठ शर्ट व चार लांब कोट. दरवर्षी फक्त वाढदिवशी ते कपडे खरेदी करत. मध्यंतरीच्या काळात, समजा, कॉलर जीर्ण झाली, तरी ते नवीन कपडे घेत नसत.

गांधीजींच्या खादी चळवळीमुळे कस्तुरभाईंची पंचाईत झाली. त्यांनी तडजोड काढली. या चळवळीला शरण जायला त्यांना वेळ लागला. अहमदाबादचे सर्वांत मोठे गिरणीमालक १९३० च्या आधी खादी वापरू लागले. (जरी गांधीजी १९१७ पासून खादीचा प्रसार करीत होते, तरी) आरंभी भारतातील व विदेशांतील गिरण्या जे अगदी तलम कापड बनवत होत्या, त्यांचे कपडे कस्तुरभाई वापरीत. असेंब्लीच्या काळात काढलेल्या छायाचित्रात स्टार्च केलेला शुभ्र शर्ट घातलेले ते दिसतात. युरोपात आंतरराष्ट्रीय मजूर संघटनेच्या परिषदेला हजर राहण्यासाठी ते गेले, तेव्हा त्यांनी घातलेला सूट हा कोणत्याही युरोपियन प्रतिनिधीच्या तोडीचा होता.

पण १९३० च्या सुमाराला कस्तुरभाईंनी असे सूट वापरणं सोडून दिलं व ते लांब कोट व धोतर हा पारंपरिक पोशाख करू लागले. ते लाल पगडीऐवजी गांधीटोपी वापरू लागले. त्यांचा कोट आता जाड्याभरड्या खादीचा असे. मात्र ‘अरविंद गिरणी’त बनवलेली तलम धोतरं ते वापरीत. त्यांच्या गिरण्या पूर्णत: स्वदेशी होत्या. भारतीय भांडवल व भारतीय मजूर होते. भारताचं भवितव्य ग्रामोद्योगात नसून, औद्योगिक कारखान्याच्या पद्धतीत आहे, असंच जी.डी.बिर्लांसारखं त्यांचं मत होतं.

आपण दररोज एक तास खादी सूतकताई करू, असं एकदा गांधीजींना भावनेच्या भरात जी. डी. बिर्लांनी आश्वासन दिलं. पण काही महिन्यांतच त्यांनी ही प्रतिज्ञा सोडून दिली. कस्तुरभाई मात्र भावनांच्या आहारी जात नसत. आपल्या कृतींवर भावनांचंही ते सावट सहसा पडू देत नसत. पण एकदा का त्यांनी निर्णय घेतला, की सहसा त्यापासून ते ढळत नसत. जी. डी. बिर्ला स्वत: सूतकताई करीत आहेत, हे गांधीजींच्या दृष्टीनं केवळ त्यांच्या प्रचाराचं यश होतं. (जरी ते अल्पकाळच टिकलं तरी.) गांधीजींच्या युक्तांच्या मानसशास्त्रीय परिणामांचं महत्त्व कस्तुरभाईंना उमगलं नाही. शांतपणे नव्हे, तर गजबजाट केल्यावरच युद्धं जिंकता येतात.

शोमनशिप– दिखाऊपणा हा गांधीजींच्या चळवळींचा मुख्य गाभा होता. मार्च १९३० मधील दांडीयात्रा हे याचं उत्तम उदाहरण होतं. ‘न्यूयॉर्क टाइम्स’चे प्रतिनिधी लुई फिशर यांनी असंच मत नोंदवलं होतं. गांधीजी आगगाडी वा मोटारीनं गेले असते, तर एवढा प्रभाव पडलाच असता, पण २४ दिवस पदयात्रा करण्याचं

त्यांनी ठरवल्यानं साऱ्या देशाचं लक्ष खिळून राहिलं. बड्या शक्तिशाली सरकारचा कायदा तोडून ते मीठ कधी उचलत आहेत, याची सारे प्रतीक्षा करत होते. 'हे करायला कल्पकता, प्रतिष्ठा व बड्या कलाकाराची शोमनशिप यांची गरज होती.' त्यांचं उच्चभ्रू व अशिक्षितांना सारखंच आकर्षण वाटलं.

कस्तुरभाईंनी आपले कपडे गरीब भिकाऱ्याला दिले, तर ते कोणीही पाहणार नव्हतं. त्याला काहीच प्रचारमूल्यही नसतं. पण त्यांनी विदेशी कापडांच्या होळीत जर आपले कपडे फेकून दिले, तर त्यांची कृती ही ज्वलंत प्रतीक बनली असती. अशा गोष्टींमुळे भारतीय रोमांचित झाले असते. ब्रिटिश अधिकाऱ्यांत वैराग्य पसरलं असतं.

गांधीजींनी स्वदेशी व खादीची दुहेरी कल्पना १९२० मध्ये मांडली. या दोन्ही एकमेकांत एकजीव झालेल्या कल्पना होत्या. या दोन्हींचे हेतू भिन्न भिन्न होते. खादी व सूतकताईचा उद्देश ग्रामीण भागातील दारिद्र्य दूर करणे, हे होतं, तर बहिष्काराचं लक्ष्य ब्रिटिश हे होतं. त्यांना सर्वांत जास्त फटका त्यांच्या खिशावर आघात करण्यानंच बसणार होता. त्यामुळे तोच या चळवळीचा उद्देश होता. ब्रिटिश कपड्यांचा बहिष्कार हा स्वदेशी मोहिमेच्या अग्रभागी होता.

बहिष्काराची कल्पना १९१९ नोव्हें.मध्ये दिल्लीत भरलेल्या मुस्लिम परिषदेत प्रथम मांडली असावी, असं दिसतं. प्रत्यक्षात ही कल्पना कोणी मांडली, हे ठाऊक नाही. पण ही कल्पना तपशिलाच्या जंजाळात अडकली. विदेशी कपड्यांतील ब्रिटिश कोणते, हे ग्राहकाला कसं कळणार? ब्रिटिश, इटालियन वा बेल्जियम म्हणून विकले जात असतील, तर? मग सर्वच भारतीयांमध्ये आपल्या गरजेइतकं कापड उत्पादन करण्याची क्षमता आहे काय? एकाच वेळेला सरकारला विरोध करायचा व त्यांच्याबरोबर काम करायचं, हे भारतीयांना कसं जमणार? केवळ ब्रिटिश निर्यातीवर बहिष्कार घालणं हे पुरेसे नव्हतं; ब्रिटिश शाळा, ब्रिटिश संस्था, ब्रिटिश न्यायालयं, ब्रिटिश सन्मान यांवरही बहिष्कार घालायला हवा होता. भारतीयांनी असहकार पुकारणं आवश्यक होतं.

ही कल्पना लोकप्रिय व्हायला गांधीजींना जवळजवळ दशक लागलं. पण एकदा ही चळवळ सुरू झाली व मग तिला अभूतपूर्व यश लाभलं. त्यामुळे ब्रिटिश कापडाची आयात एका वर्षात १५० कोटी यार्डवरून ३२ कोटी यार्डवर आली, असा कस्तुरभाईंनी अंदाज बांधला. सरकारची आकडेवारी अधिक संयमित होती. १९३०-३१ साली केलेल्या पाहणीनुसार आयात ८९ कोटी यार्डवरून ७७.६ कोटींवर आली. त्यांची किंमत २० कोटींवरून १४.७ कोटीवर आली.

सर्व महान कल्पनांप्रमाणे बहिष्काराची कल्पना अत्यंत सोपी होती. त्याचं व्यावहारिक स्वरूप ठरवताना अडचणी निर्माण झाल्या; कारण त्यातून अनेक अर्थ

निघू शकत होते. पूर्णत: भारताबाहेर बनलेल्या सर्व वस्तूंवर बहिष्कार घालणं, असा त्याचा अर्थ होऊ शकला असता. फारच कमी भारतीय उद्योगपती याच्याशी सहमत होते. विदेशी व्यवस्थापन वा विदेशी भांडवल असलेल्या भारतातील कंपन्यांवर बहिष्कार घालणं, असाही त्याचा अर्थ लावला आला असता. १९२७ च्या सुमारास अखिल भारतीय काँग्रेस समितीनं नव्यानं स्थापन केलेल्या बहिष्कार उपसमितीला ज्या कंपन्यांवर बहिष्कार घालावयाचा, त्यांची यादी करताना अडचणी आल्या. परदेशी व्यवस्थापनाची टक्केवारी काय समजायची? विदेशीची व्याख्या काय करायची? स्वदेशी कंपन्या भांडवली विदेशी वस्तू आयात करू शकतात का?

काँग्रेस समितीनं काहीशा नवशिकेपणानं स्वदेशी, बिगर स्वदेशी, बिगर बहिष्कृत गिरण्या, बहिष्कृत गिरण्या अशा याद्या तयार केल्या. अनेक ठिकाणाहून तक्रारी आल्या. खास करून प्रादेशिक काँग्रेस समित्यांकडून. स्वदेशी गिरणी ठरवताना कडक दंडक लावण्यात आले. या शर्ती मालकी व व्यवस्थापनाबद्दल होत्या. हे दंडक ठरवायचं काम मुख्यत्वे शंकरलाल बँकर यांच्यावर येऊन पडलं. त्यांच्या अटी साध्या होत्या. हातमाग उद्योगाशी स्पर्धा करणारं कापड स्वदेशी गिरण्यांनी विणता कामा नये. त्यांनी परदेशी धागा वा रेशीम या देशात वापरता कामा नये. भांडवलापैकी २५ टक्क्याहून अधिक परदेशी संचालक असू नयेत. तसंच, काही नियम पाळण्याचं त्यांनी आश्वासन दिलं पाहिजे. या अटींमुळे देशभर निषेधाची प्रतिक्रिया उमटली. सर्वांत जास्त निषेध मुंबईतून झाला; व सर्वांत कमी विरोध हा अहमदाबादला झाला. अहमदाबादेतील अनेक गिरण्यांत एखाद-दुसरा ब्रिटिश तंत्रज्ञ असला, तरी त्यांचे बव्हंशी संचालक व भागधारक स्थानिक होते.

या सर्व अटी पुऱ्या करणाऱ्या गिरण्यांची संख्या कमी होती. तेव्हा १९३० मध्ये विविध गट तयार करून गिरण्यांची वर्गवारी करण्यात आली. सर्व अटी पुऱ्या करणाऱ्या गिरण्या अ गटात, ब गटातील गिरण्यांना काही अटींतून सूट देण्यात आली होती. गिरणीमालक व काँग्रेस नेत्यांत प्रदीर्घ वाटाघाटी झाल्या व अहमदाबादच्या गिरणीमालकांनी ही प्रक्रिया ऑगस्ट १९३० मध्ये, तर मुंबईच्या गिरणीमालकांनी डिसेंबरमध्ये पुरी केली.

त्या वेळी अहमदाबादेत एकूण १७,४३,००० चात्या क्षमता (भारताच्या एकूण क्षमतेपैकी १८.९ टक्के) असलेल्या ७६ गिरण्या होत्या. तसंच एकूण ४०,०२२ यंत्रमाग (देशाच्या एकूण २२.२ टक्के) होते. एकूण मजूर ६९,५६२ (देशाच्या एकूण १७.९ टक्के) होते. टाटांनी चालवलेली एक गिरणी सोडून अहमदाबादच्या सर्व गिरण्या स्थानिक व्यापाऱ्यांच्या नियंत्रणाखाली होत्या. त्यात प्रमुख तीन जैन होते (साकरलाल बाळाभाई, कस्तुरभाई लालभाई व अंबालाल

साराभाई) व एक वैष्णव चमनलाल पारेख (मंगलदास समूह). शूद्र जमातीचे एक पटेल, मफतलाल गगलभाई यांच्याकडे शहराबाहेरील बहुतेक गिरण्यांचं नियंत्रण होतं. अ. भा. काँग्रेस समितीनं १९३० मध्ये तयार केलेल्या यादीनुसार बहिष्कृत गिरण्यांच्या यादीत ५६ नावं होती. त्यातील २४ मुंबईच्या होत्या. १९३१ मध्ये गांधी-आयर्विन कराराच्या वेळी ही यादी बरीच कमी करून एकूण बहिष्कृत गिरण्यांच्या यादीत पंचवीसच नावं राहिली. तसंच, आठ छोट्या भारतीय गिरण्यांनी शपथपत्रावर सही करण्यास नकार दिला. अनेक गिरण्यांनी शपथ पाळली नाही, असं मोतीलाल नेहरूंकडे सारख्या येणाऱ्या तक्रारींचा ओघ पाहताना दिसतो. पण शपथेवर सही करण्याला फारच प्रतिकात्मक मूल्य होतं.

बहिष्कार आंदोलनात लालभाई एवढ्या उत्साहानं सामील झाले, की त्यांनी स्वदेशी कल्पनेचा विस्तार केला. त्यांच्या प्रभावाखाली अहमदाबाद गिरणीमालक संघात एक स्वदेशी सभा आयोजिली, आणि जिथे भारतीय धागा व स्टोअर मटेरियल उपलब्ध असेल, तिथं परदेशी धागा व स्टोअर वापरायचं नाही, असा निर्धार या स्वदेशी सभेत केला. या अटीचं उल्लंघन करणाऱ्यांना कठोर दंड ठोठावण्यात आला. कस्तुरभाईंचा कृतीवर भर असल्यानं त्यांनी स्वदेशी सभेला मिर्झापूर रोडवर तात्काळ कार्यालय उपलब्ध करून दिलं. एक सन्माननीय सचिव (होमी ई. मेहता) व एक तारेचा पत्ता (देशसभा, अहमदाबाद) उपलब्ध करून दिला.

'मुंबईचे गिरणीमालक आमच्यात सामील व्हायला फार उत्सुक होते. पण मी त्यांना दूर ठेवलं. कारण बऱ्याच गिरण्यांचं व्यवस्थापन ब्रिटिश होतं. तसंच, मला इतरांच्या एकनिष्ठतेबद्दल शंका होती,' असं कस्तुरभाई म्हणतात. काँग्रेसनं सभेला अधिकृत मान्यता द्यावी, म्हणून कस्तुरभाई उत्सुक होते. तेव्हा त्या वेळचे काँग्रेस अध्यक्ष मोतीलाल नेहरू यांच्याशी त्यांनी संपर्क साधला. नेहरू मुंबईला येणार, असं कळल्यावर कस्तुरभाई तिथं त्यांना भेटायला गेले. हे शंकरलाल बँकरना ठाऊक होतं. त्यामुळे तेही मुंबईस गेले.

दोन गिरणीमालक व कामगार नेते यांच्यांत फारसा जिव्हाळा नव्हता, असं मुंबईच्या घटनांवरून दिसतं. कस्तुरभाई म्हणतात, 'मी पंडितजींना भेटलो व त्यांना स्वदेशी सभा संघटित करण्यासाठी मी काय केलं व भारतीय राष्ट्रीय काँग्रेसनं तिला मान्यता द्यावी, असं मला का वाटतं, हे तपशीलवार सांगितलं. शंकरलाल बँकरही त्यांना भेटले; व स्वदेशी सभेचे बहुतेक सदस्य कापड निर्माते असून, त्यांना जर तुम्ही मान्यता दिली तर तो खादी चळवळीवर मोठा आघातच होईल, असं सांगितलं.

बँकर (जन्म १८८९) अनसूया साराभाईंबरोबर राहायचे. (अनसूया आपल्या

पतीपासून विभक्त झाल्या होत्या; पण त्यांनी घटस्फोट घेतला नव्हता.) ते कट्टर गांधीवादी होते व गांधीजींची भाषणं छापली, म्हणून १९२१ मध्ये गांधीजींबरोबरच कारावासात गेले होते. भारताच्या गोरगरिबांना दारिद्र्याचं दुष्टचक्र भेदायचं असेल, तर ग्रामोद्योगाचं पुनरुज्जीवन करणं हाच मार्ग आहे, अशी त्यांची गांधींप्रमाणेच खात्री झाली होती. गांधींप्रमाणेच त्यांचा बड्या उद्योगांवर विश्वास नव्हता. ''त्या वेळी गांधीजी तुरुंगात होते. आम्हा उभयतांचं म्हणणं ऐकल्यावर पंडितजी म्हणाले, 'भारतीय राष्ट्रीय काँग्रेस स्वदेशी सभेला अधिकृत मान्यता देईल.' 'हे कदाचित गांधीजींना आवडणार नाही,' असं बँकर म्हणाले. त्यावर 'मी काँग्रेसचा अध्यक्ष आहे, गांधीजी नव्हेत,' असं पंडितजींनी ताडकन उत्तर दिलं. ते ऐकून बँकर इतके दुखावले, की त्यांना रडूच आलं.''

पण कस्तुरभाईंचा बार उलटवण्याची संधी बँकर यांनी लवकरच शोधली.

स्वदेशीबाबतच्या उत्साहामुळे देशभर हजारो कल्पना मांडल्या जात होत्या. त्यांतील काही कल्पक व अभूतपूर्व होत्या. तर काही अगदीच टाकाऊ व विक्षिप्त होत्या. देशात हजारो ब्रिटिश वस्तू होत्या. त्यांना जाळून टाकलं, तर त्यातून व्यापाऱ्यांचं करणं असतं. पण जर त्यांची फेर-निर्यात केली, तर थोडी नुकसानभरपाई करणं शक्य होतं. हे काम व्यापारी हाती घेऊ शकत नव्हते. त्यांच्याकडे त्याबद्दलचा अनुभव व माध्यमं नव्हती. पण मुंबई व अहमदाबादेतील बहुतेक गिरणीमालकांना हे शक्य होतं. त्यांना केवळ अनुभवच होता असं नव्हे, तर असं काम करण्यासाठी लागणारं मनुष्यबळही होतं.

ही कल्पना देशभक्तिपर होती. पण ती अव्यवहार्य होती. ही कल्पना महात्माजींना पटवणं अवघड नव्हतं. पण कस्तुरभाईंनी काहीतरी करून ती काही गिरणीमालकांना पटवली. त्यांत सर नेस वाडिया, टाटांचे अधिकारी एस्. डी. सकलातवाला, होमी मोदी व एफ्. ई. दिनशॉ हे पारसी होते. दिनशॉ राष्ट्रवादी चळवळीपासून अलिप्त राहत. तसंच, 'गुजराती कॉटन क्लब'चे प्रतिनिधी लालजी नारनजी, त्रिकमलाल गिरधरलाल, चमनलाल जी. पारेख, देवीदास भगवानदास आणि अर्थातच, कस्तुरभाईंचे नेहमीचे मित्र जी. डी. बिर्ला, लाला श्रीराम व अंबालाल साराभाई होते. 'फॉरिन पीसगुडस् एक्सस्पोर्ट कं. लि.' स्थापन करण्यासाठी नेमावयाच्या उपसमितीत सामील होण्यास या सर्वांनी मान्यता दिली.

आपल्या या प्रयत्नांनी आनंदित होऊन कस्तुरभाईंनी २६ मार्च रोजी दुपारी १२ वाजता मुंबई गिरणीमालक संघाच्या कार्यालयात बैठक घेतली. ती नंतर काही दिवस पुढे ढकलली गेली. या बैठकांची कामकाज पत्रिका छोटीशीच होती. 'काही गिरणीमालकांनी महात्मा गांधींशी अलीकडेच केलेल्या चर्चेच्या आधारे त्यांना असं सूचित केलं की, एक २५ लाख अधिकृत भांडवलाची सार्वजनिक लि. कंपनी

स्थापण्यासाठी ही बैठक असून व त्यात किमान वर्गणी ही पाच लाख राहील. प्रत्येक गिरणी प्रत्येक यंत्रमागाला १० रुपये या दरानं पैसे गुंतवील,' असं परिपत्रकात नमूद केलं होतं. नव्या कंपनीचे अध्यक्ष म्हणून सर नेस वाडिया यांना आमंत्रित केलेलं होतं.

या परिपत्रकामुळे उपस्थितांचा उत्साह पार पळून गेला. 'फॉरिन पीसगुडस् एक्स्पोर्ट कं. लि.' चा प्रस्ताव एवढा काही आकर्षक वाटेना. अर्थात, मंदीच्या काळात या योजनेवर पैसे खर्च करायला कोणीही तयार नव्हतं. 'सिंदिया कंपनी'चे संचालक व या कल्पनेचे एक समर्थक लालजी नारनजी यांनी कंपनीची उद्दिष्टे फारच जर-तरची आहेत, अशी तक्रार केली. परदेशी कापडाची परत निर्यात करा, असं म्हणणं सोपं; पण ते करायचं कसं?

२७ एप्रिल १९३१ रोजी लालभाईंना लिहिलेल्या लांबलचक पत्रात नारनजी यांनी काही गुंतागुंतीचे प्रश्न नमूद केले होते. बोर्डाच्या बैठकीआधी या प्रश्नांची उत्तरं तयार ठेवणं महत्त्वाचं होतं.

१. काँग्रेसनं निर्बंध घातलेल्या परदेशी वस्तू एखाद्या दुकानदारानं देऊ केल्या, तर त्या कोणत्या किमतीत घ्यायच्या?

२. आपण काँग्रेसनं निर्बंध घातलेल्याच वस्तू घ्यायच्या, की जो कोणी दुकानदार यापुढे आपण परदेशी कापडाचा व्यवहार करणार नाही, असं लेखी आश्वासन देईल, अशाकडून वस्तू घ्यायच्या? अशा निवेदनाचं स्वरूप काय असावं ?

३. आपल्याला देण्यात येणाऱ्या वस्तूंना सध्याची किंमत लावायची, की दुकानाची व्यापाऱ्याची किंमत लावायची, का दोहोंतील सर्वांत कमी असेल, ती?

४. व्यापाऱ्यानं सोसावयाच्या नुकसानीचं प्रमाण किती असावं?

५. किरकोळ साठ्याचा म्हणजे ज्यावर कर दिले आहेत, अशा सर्व प्रकारच्या वस्तूंचा विचार करायचा, की बॉन्डेड गुदामातीलच साठ्याचा व ज्यावरती कर सरकारकडून वसूल करता येतील, तेवढ्याच साठ्यांचा विचार करायचा?

बोर्डाच्या बैठकीच्या एक दिवस आधी तुम्ही मुंबईत का येत नाही? तो बँक हॉलिडे आहे, असंही नारनजी यांनी पत्राच्या शेवटी म्हटलं होतं. त्यांना तपशीलवार चर्चा करायची होती.

कस्तुरभाईंनी काही दिवस या कल्पनांचा नेमाने पाठपुरावा केला. पण नंतर तो सोडून दिला. त्यांनी किमान भांडवली अट ५ लाख ठेवली होती खरी; पण जुलै

१९३१ पर्यंत ते केवळ ४३ हजार गोळा करू शकले. या वेळी बँकर यांनी नक्राश्रू ढाळले. २८ जुलै, १९३१ रोजी त्यांनी कस्तुरभाईंना पाठवलेल्या पत्रात विचारलं होतं, 'कंपनीला बंगलोरच्या एका व्यापारानं ठोस प्रस्ताव पाठवला आहे; पण शेअर्सचं वाटप केल्याशिवाय व रजिस्ट्रार ऑफ कंपनीकडून बिझिनेस सर्टिफिकेट मिळेपर्यंत काही व्यवसाय करणं शक्य नाही, हे खरं आहे काय? ज्या गिरण्यांनी अद्याप वर्गणी दिली नाही, त्यांच्याकडून ती वसूल कराल काय?' असंही त्यांनी विचारलं होतं. १९३० च्या आरंभी कस्तुरभाईंचे गांधीजींशी देशभक्तीच्या मुद्द्यावर सुरू झालेले संबंध नंतर तणावातही परिवर्तित होत गेले. त्यांचे वाद मुख्यत्वे कामगार प्रश्नांवरून होत. कस्तुरभाईंची चिडचीड व वैफल्य हे ते ज्या प्रकारे गांधीजींना लिहिलेल्या पत्राची सुरुवात लिहीत, त्यावरून स्पष्ट होते. १९२८ मध्ये त्यांचे संबंध बरेचसे औपचारिक होते. त्या वेळी पत्राची सुरुवात ते 'पूज्य महात्माजी' अशी करीत व शेवटी साधी स्वाक्षरी करीत. १९३१ मध्ये बहिष्कार चळवळीत कस्तुरभाई गुंतले होते व तेव्हा त्यांच्या पत्राचा 'सेवक कस्तुरभाईना वरदान' असा शेवट असे. १९३४ पर्यंत 'सेवक' शब्द गळला व ते 'कस्तुरभाईना प्रणाम' अशी अखेर कशीबशी करीत.

गांधीजींनी त्यांची पद्धत बदलली नाही. त्यांची पत्रं 'भाई कस्तुरभाई'नं सुरू होत व 'वंदे मातरम् मोहनदास'नं संपत.

गांधीजींबरोबरची प्रत्येक बैठक ही काही संघर्षमय नसे. काही बैठका आनंददायीही होत्या. एकतर अगदीच अनपेक्षित होती. 'गांधीजी तेव्हा मुंबईत होते व त्यांनी मला बोलावणं पाठवलं. मी गेलो, तेव्हा जवाहरलाल नेहरू तिथं हजर होते. ते गांधीजींशी त्यांची बहिण कृष्णा व राजा यांच्या विवाहाबद्दल सल्लामसलत करायला गेले होते,' कस्तुरभाई आपल्या डायरीत लिहितात. राजा म्हणजे कस्तुरभाईंची बहिण दही हिचे चिरंजीव गुणोत्तम हाथीसिंग. हाथीसिंग कुटुंबातील एक वडिलधारा, सदस्य म्हणून मला बोलवलेलं होतं. कृष्णाची नीट तरतूद करा, असं गांधीजींनी मला सांगितलं. मी आश्वासन दिल्यावर हे लग्न ठरलं. राजाचा विवाह नोव्हें. १९३३ मध्ये अलाहाबादला झाला. माझ्या आईच्या निधनामुळं आम्ही शोकात होतो, तरी लग्नाला मी अलाहाबादला जावं, अशी माझ्या बहिणीची इच्छा होती. ती मी मान्य केली.'

नेहरू आता व्याही झाल्यानं बहुधा कस्तुरभाईंनी समाजवादी काँग्रेसच्या या नेत्याविरुद्ध जाहीर नाराजी प्रकट केली नाही. कस्तुरभाई व पं. नेहरू यांच्यापेक्षा नेहरू व अंबालाल साराभाई यांच्यांत बरंच साम्य होतं.

१९३८ साली मुंबईतील २१ नामवंत उद्योगपतींनी लखनौ काँग्रेस अधिवेशनात नेहरूंनी केलेल्या अध्यक्षीय भाषणाविरुद्ध एक जाहीरनामा प्रसिद्ध केला. त्याचे

मुख्य होते ए. डी. श्रॉफ. ते तोवर कस्तुरभाईंचे अगदी निकटचे मित्र बनले होते. आरंभी कस्तुरभाईंनीच श्रॉफना प्रोत्साहन दिलं, पण नंतर त्यांनी माघार घेतली, हे सर्वज्ञात होतं. बेटी कृष्णानं कस्तुरभाईंना या पत्रकावर सही करण्यापासून परावृत्त केलं असण्याची शक्यता आहे.

✦

७

व्यापारयुद्धे

सप्टेंबर १९३८ मधील त्या पावसाळी दिवशी कस्तुरभाई पंकोर नाका येथील आपल्या कचेरीतील साध्या टेबलाशी बसून कागदावर काहीतरी चिताडत बसले होते. त्यांनी आधी काही रेघा काढल्या. मग कोठे चौकोन काढ, कोठे एखादा रेषेचा फटकारा मार, असं ते करत बसले. तो एखाद्या इमारतीचा आराखडा असावा, असं वाटत होतं. त्या कागदाकडे ते आश्चर्यानं पाहू लागले. काहीतरी रेखाटण्याइतका त्यांना वेळ होता. त्यांनी कागदाचा दुसरा ताव उचलला आणि गेल्या अकरा महिन्यात केलेल्या दौऱ्यांची यादी ते करू लागले. या काळात ते ५७ वेळा मुंबईला व ५ वेळा दिल्लीला गेले होते. तसंच, एकदा अंबाल्यालाही जाऊन आले होते. कलकत्ता व सिमल्याला त्यांनी दोन वेळा भेटी दिल्या होत्या. त्याचप्रमाणे मद्रास, पालिताना व हरिपुरालाही त्यांनी भेट दिली होती.

आपल्या चिटणिसाला बोलावून, एकूण किती प्रवास झाला, याचा हिशेब करायला त्यांनी सांगितलं. एकूण ३६,८०७ मैल प्रवास झाला होता. त्यात युरोप दौऱ्याचा अंतर्भाव नव्हता. या काळात ते 'अरविंद गिरणी' उभारण्यात फार व्यग्र होते. त्यावेळी स्वदेशी चळवळ व बहिष्कार आंदोलनात त्यांनी काही भूमिका बजावली होतीच. कस्तुरभाईंचे हे जोरदार दौरे पाहता त्यांचं अहमदाबादच्या

सार्वजनिक जीवनातील वाढतं महत्त्व आणि 'कॉटन क्लब'मधील त्यांचं नेतृत्व लक्षात येतं. अहमदाबादमधील गिरणी मालकांचं त्यांचं नेतृत्व केवळ भारतातील वस्त्रोद्योगामधील पेचप्रसंगाशी निगडित होतं असं नव्हे, तर ब्रिटन व जपानमधील घडामोडींशीही संबंधित होतं. १९३० चा काळ तापदायक होता. मागणी फार वेगानं खालीवर होत होती. प्रचंड अशा भारतीय बाजारपेठेत आपलं स्थान राहावं, म्हणून ब्रिटिश, जपानी व भारतीय गिरणीमालक प्रयत्न करीत होते. आपल्याला फायदेशीर असा व्यवहार व्हावा, म्हणून आपापल्या सरकारांनी प्रयत्न करावेत, म्हणूनही ते प्रयत्नशील होते.

ब्रिटिश सरकारनं अनेकदा परिषद बोलावून प्रतिसाद दिला. (या परिणामाचं निवेदन बिर्ला प्रकरणात केलं आहेच.) १९३२ मध्ये झालेल्या ओटावा करारात ब्रिटिशांच्या भारतातील हितांचं रक्षण केलेलं होतं. त्यानुसार ब्रिटन सोडून अन्य देशांतून भारतात येणाऱ्या वस्त्रांवरील आयात कर ३१.५ टक्क्यांवरून ५० टक्के करण्यात आला. ब्रिटिश कपड्यांवर मात्र तो २५ टक्केच राहिला. पण या करवाढीनं जपानी आयातीवर प्रतिबंध बसला नाही. (विशेषत: फेब्रु १९३३ मध्ये येनचं मूल्य कमी झाल्यावर सरकारनं एप्रिल ३३ मध्ये बिगर-ब्रिटिश वस्त्रावरील कर ७५ टक्क्यावर नेण्याचं अविचारी पाऊल उचललं. त्यामुळे तिन्ही देशात आंतरराष्ट्रीय व्यापारीयुद्धच जुंपलं! प्रत्युत्तर म्हणून जपाननं भारतीय कच्च्या कापसावर बंदी घातली. जपान हा भारतीय कापसाचा एक मुख्य ग्राहक होता.

ब्रिटिश वस्त्राच्या निर्यातीत एकदम घट झाल्यानं 'मँचेस्टर ऑफ कॉमर्स'नं तात्काळ मे ३३ मध्ये एका शिष्टमंडळ 'बोर्ड ऑफ ट्रेड'कडे पाठवलं. प्रत्येक ब्रिटिश कंपनीला भारतात निर्यात करावयाची होती. त्यांच्या सततच्या मागणीमुळे वैतागलेल्या 'बोर्ड ऑफ ट्रेड'नं, तुमचं म्हणणं भारतीय टॅरिफ बोर्डापुढे मांडा, असा सल्ला या शिष्टमंडळाला दिला. मँचेस्टर चेंबरने भारताचे परराष्ट्रमंत्री सर सॅम्युअल होअर यांच्याशी संपर्क साधला. होअर यांनी ५ मेला उत्तर पाठवून भारतातील कापड उद्योगातील नेत्यांशी संपर्क साधण्यास सांगितलं. त्यावेळी भारतातील गिरणीमालक हे ब्रिटिशांपेक्षा जपानी प्रतिनिधींशी चर्चा करण्यात मग्न होते. मँचेस्टर प्रतिनिधींनी सल्ला मान्य केला.

लँकेशायर हितसंबंधियांचे नेते लॉर्ड डर्बी यांच्याशी सल्लामसलत केल्यावर मँचेस्टर चेंबरनं मुंबई गिरणीमालक संघाचे अध्यक्ष सर होमी मोदी व सर पुरुषोत्तमदास ठाकुरदास यांना मँचेस्टरला चर्चेसाठी बोलावलं. या चर्चेनंतर सर क्लेअर-लीस यांच्या नेतृत्वाखाली एक ब्रिटिश प्रतिनिधी मंडळ ऑक्टो. १९३३ मध्ये भारतीय गिरणीमालकांशी व एका बिगर सरकारी जपानी शिष्टमंडळाशी चर्चा करायला भारतात रवाना झालं.

ही त्रिपक्षीय बैठक आरंभी मुंबईत व नंतर सिमला इथं झाली.

भारताचं प्रतिनिधीत्व मोदी व ठाकुरदास यांनी केलं. तसंच कस्तुरभाई, लाला श्रीराम, देवीप्रसाद खैतान हेही होते. ते 'फिकी'चे प्रतिनिधी असले, तरी लालभाईंमुळे त्यांनी अहमदाबादच्या गिरणी मालकांचं प्रतिनिधीत्व केलं.

यावेळी भारत व ब्रिटिश दोघांनाही येनचा फटका बसला होता. येनची किंमत झपाट्यानं घसरत होती व त्यामुळे भारत व ब्रिटन या दोघांनाही प्रथमच मोठी स्पर्धा निर्माण झाली होती. त्यातल्यात्यात भारतीय गिरण्यांची स्थिती अधिकच वाईट होती. काही भारतीय गिरण्यांचं अस्तित्वच धोक्यात आलं होतं, असं बागची यांचं मत आहे. अहमदाबादेत एक गिरणी बंद झाली होती. कामगारांचं वेतन १० टक्क्यांनी कमी करण्याच्या मालकांच्या प्रयत्नांमुळे कामगारांत असमाधान पसरलं होतं. साठे पडून होते व शेअर बाजारात आणखी गिरण्या केव्हाही बंद पडतील, या भीतीनं घबराट होती! मुंबईत २९ टक्के चात्या व २३ टक्के यंत्रमाग पडून होते!

परिस्थिती कशी हाताळावी याबद्दल शिष्टमंडळातील प्रत्येकाचं मत भिन्न होतं. ब्रिटिश मंडळात पूर्ण मतैक्य होतं, पण भारतीयांत मात्र मतभेद होते. मुंबई गिरण्या जाडंभरडं कापड तयार करत असल्यानं ब्रिटनपेक्षा जपानकडून त्यांना जादा फटका बसला होता. अहमदाबाद गिरण्यांचं उत्पादन ब्रिटिश गिरण्यांसारखंच असल्यानं त्यांना लँकेशायरपेक्षा जपानी गिरण्यांचा धोका कमी होता. कस्तुरभाई व मोदी यांच्यात मतभेद उफाळून आले.

कस्तुरभाई व्यापक व राष्ट्रीय भावनेतून पाहत होते. मोदी यांचं मन टाटांच्या विचारानं प्रेरित होतं हे निःसंशय. त्याच सुमारास टाटा व मोदी अशाच प्रकारची बोलणी ब्रिटिश पोलाद कंपन्यांशी करीत होते. या दोन्ही क्षेत्रांतील भारतीय उद्योगाची स्थिती पाहता बाजारपेठ विस्तारण्याचे मार्ग शोधणं महत्त्वाचं आहे, असं मोदी व टाटांचं मत होतं. त्यासाठी जर ब्रिटिशांशी सहकार्य देण्याची गरज असेल, तर ते देण्यास ते तयार होते.

स्थानिक बाजारपेठ विस्तारण्याची गरज मोदी यांना समजली होती. ग्रामीण क्रयशक्ती वाढविण्यासाठी प्रयत्न केले पाहिजेत, असं जी. डी. बिर्लांसारखंच मोदी यांचं मत होतं. भारतीय शेतकऱ्यांची स्थिती सुधारण्यानंच हे शक्य होणार होतं. जर कच्च्या कापसाची मागणी वाढली, तर शेतकऱ्यांची स्थिती सुधारणार होती. पैसे खिशात असते, तर ते भारतीय कापड अधिक खरेदी करू शकले असते. मोदींच्या म्हणण्याला कस्तुरभाईंचा आक्षेप नव्हता, तरी मोदींनी सुचवलेले मार्ग त्यांना मान्य नव्हते.

भारतीय वस्त्रोद्योगाच्या जिवावर ब्रिटिश सरकार जपानी उद्योगाला लाभदायक पावलं उचलत असल्यानं, भारतीय कापड उद्योगाला फटका बसला आहे, असं

मोदींचं मत होतं. तेव्हा भारताच्या बाजारपेठेत जपान करीत असलेल्या घुसखोरीविरुद्ध संरक्षण मिळावं, या भारताच्या मागणीला लँकेशायरनं पाठिंबा दिला पाहिजे, असं त्यांचं मत होतं. ब्रिटिश वस्त्रावर १५ टक्के आयात कर होता, त्यावरून मोदी व कस्तुरभाईंत मतभेद झाले. हा कर कमी करावा असं मोदींचं म्हणणं होतं, तर तसं केलं तर त्यामुळे भारतीय वस्त्रोद्योगाची हानी होईल, असं कस्तुरभाईंना वाटत होतं. तो कमी करायचाच झाला, तर ब्रिटिश आयातीवर कमाल मर्यादा घालून समतोल राखणं, संरक्षण म्हणून आवश्यक होतं.

खैतानाना मोदी आपल्या बाजूला वळवू शकले. (खैतान हे बिर्लांचे कायदे सल्लागार होते.) कस्तुरभाईंनी जीडी यांच्याशी संपर्क साधल्यावर त्यांनी बाजू बदलली. मोदी तडजोड करायला उत्सुक होते, तेव्हा त्यांनी सेसिल हॉटेलात लालभाई व लीस यांच्याबरोबर बैठक आयोजिली. चहा व केकस्‌चा आस्वाद घेता घेता तिघांत जोरदार चर्चा झाली. आयात कर वाढवण्याऐवजी लँकेशायर निर्यात वाढवू शकते, असं कस्तुरभाईंनी परत सुचवलं. लँकेशायरनं जर भारतातली वार्षिक ३५ कोटी कापडाची निर्यात ५० कोटीवर नेली, तर या वाढीचा भारतीय उद्योगावर परिणाम होणार नाही व कर कमी होण्यास मदत होईल, असे ते म्हणाले.

लीस यांनी कस्तुरभाईंचा प्रस्ताव मान्य केला, पण सरकारनं तो नाकारला. तेव्हा या बोलण्यातून कस्तुरभाई यांनी सभात्याग केला. व्हाइसरॉयच्या कौन्सिलमधील पहिले भारतीय वाणिज्य सदस्य सर जोसेफ भोर यांनी 'सिंदिया'च्या वतीनं 'ब्रिटिश इंडिया स्टीमशीप कॉर्पोरेशन'ला रोखलं होतं. त्यांनी कस्तुरभाईंना त्या बैठकीत आणण्याचा अयशस्वी प्रयत्न केला. खुद्द व्हाइसरॉय यांना हा पेच मिटावा यात स्वारस्य आहे, असं सुचवलं गेलं. पण आपल्याला नवीन काही सुचवायचं नाही, असं कस्तुरभाईंनी स्पष्ट केलं. तेव्हा बैठक झाली नाही. आणखी चर्चा करायला कस्तुरभाई उत्सुक नव्हते. ते सिमल्याहून दिल्लीला निघून गेले.

दिल्लीहून ते मुंबईला गेले व एफ. ई. दिनशॉ व अन्य दोन बड्या गिरणीमालकांना भेटले. त्यांना आपलं मत पटलं असून मोदींचा प्रस्ताव काही मान्य होणार नाही, अशा विश्वासानं ते अहमदाबादला परतले. दरम्यान मोदी स्वतःच लीस यांच्याशी वाटाघाटी करत राहिले. त्याची परिणती १९३३ च्या मुंबई-लँकेशायर किंवा लीस-मोदी करार होण्यात झाली.

ब्रिटिश वस्तूंवरील कर कमी करण्याच्या टॅरिफ बोर्डाच्या कोणत्याही शिफारशीला विरोध न करण्यास या करारानुसार भारतीय गिरणीमालकांनी मान्यता दिली. तर ब्रिटिश गिरणीमालकांनी जादा भारतीय कच्चा कापूस खरेदी करण्याचं मान्य केलं. सर्व आयात करावरील अधिभार जर दूर केला, तर ब्रिटिश मालावरील कराबाबत कोणतीही नवी मागणी न करण्याचं भारतीयांनी मान्य केलं. रेयॉनच्या वस्त्रावरील

करातील घट (दर चौरस यार्डाला ५० टक्क्यांवरून ३० टक्के, तर चार आण्यावरून अडीच आणे) मोदींनी मान्य केली. तसंच कापूस, रेशीम मिश्र-कापडावरील छोट्या कपातीला (दर चौ. यार्डाला ३५ टक्क्यांवरून वीस टक्के वा अडीच आण्यांवरून दोन आणे) मान्यता दिली.

ज्या देशात भारताला स्वतंत्र कोटा नाही, तेथे आपल्या कोट्यात भारताला वाटा देण्यास ब्रिटननं मान्यता दिली. ज्या बाजारपेठेत भारताची नीट व्यवस्था नाही, अशा ठिकाणी भारतीय उत्पादक व आयातदार यांना एकत्र आणण्यात मदत करण्यास व जादा भारतीय कापूस खरेदी करण्याचंही आश्वासन त्यांनी दिलं. आयात करण्यावरही मर्यादा घालण्याच्या कस्तुरभाईंच्या शिफारशीचा कोठेही उल्लेख नव्हता.

मुंबईतील गिरणी मालकांना आपलं म्हणणं पटवून द्यायला मोदींना फारच प्रयास पडले. अहमदाबादच्या गिरणी मालकांचा तर कडवा विरोध होता. कस्तुरभाईंनी मुंबईत देखील जोरदार संघर्ष दिला. या करारावर सही करू नये, म्हणून मुंबईतील गिरणी मालकांचं मन वळवण्यात ते जवळजवळ यशस्वी झाले होते. विधानसभेतही या प्रस्तावाला जोरदार विरोध झाला. परंतु अखेर तो अगदी अल्प बहुमतानं मंजूर झाला.

'हा करार म्हणजे अपूर्व व वादग्रस्त होता,' असं इतिहासकार एस. डी. मेहता म्हणतात. 'राष्ट्रीय हेतूचा हा मोठा विश्वासघातच होता,' असं वर्णन पं. नेहरूंनी केलं; व बहुतेक व्यापार संघटनांनीही त्याला विरोध केला. या निषेधाला काहीसं प्रोत्साहन जीडी व कस्तुरभाईंचं होतं हे निःसंशय. टाटांखेरीज ठाकुरदास हे एकमेव व्यापारी नेते असे होते, की ज्यांनी या कराराचा निषेध केला नाही. पण त्यांनी त्याची प्रशंसा करणारंही पाऊल उचललं नाही.

मोदींना जे शक्य होतं, ते त्यांनी केलं. जपान्यांविरुद्ध ब्रिटिशांनी कडक धोरण स्वीकारावं, म्हणून लँकेशायर लॉबीचा पाठिंबा मिळवणं त्यांना उपयुक्त वाटत होतं. त्यासाठी ब्रिटिश वस्त्रांना जादा प्राधान्य द्यायची किंमत मोजायला ते तयार होते. मोदींचं म्हणणं ठाकुरभाईंना समजून घेता आलं नाही. ते काही असलं, तरी त्यांनी याबाबत वेगळा दृष्टिकोन स्वीकारला. मोदींनी दिलेल्या सवलतींचा मुंबईच्या गिरण्यांना फायदा होणार, पण अहमदाबादच्या गिरण्यांना मात्र त्याची किंमत मोजायला लागणार, असा कस्तुरभाईंचा समज झाला होता.

पण अर्थात, अखेरचा शब्द वालचंद हिराचंद यांचा होता. २९ नोव्हें. १९३३ रोजी 'महाराष्ट्र चेंबर ऑफ कॉमर्स'च्या बैठकीपुढे बोलताना ते म्हणाले, 'सर्व देशाचं मन मोडून मुंबई गिरणीमालकांना काय मिळणार आहे कोण जाणे! संरक्षण मागणाऱ्या उद्योगाला कोणी ग्राहक पूर्ण पाठिंबा देईल, अशी अपेक्षा बाळगता येत नाही. भारतात हा उद्योग पन्नासहून अधिक वर्षं अस्तित्वात आहे. मुंबईतील

उद्योगांपेक्षा ग्रामीण भागातील या उद्योगानं चांगली कामगिरी बजावली आहे. असं असूनही आपल्याला संरक्षण मिळावं या मुंबईच्या मागणीला देशानं पाठिंबा दिला आहे. तेव्हा एवढी मोठी किंमत मोजून त्यांनी लँकेशायरचा पाठिंबा का मिळवावा, हे कळत नाही.' वालचंद स्वत: बांधकाम कंत्राटदार व नवशिके गिरणीमालक होते.

अनेक कारणांसाठी हा लीस-मोदी करार महत्त्वाचा आहे. त्याने जपानला वाटाघाटीच्या टेबलावर आणलं व १९३४ मध्ये भारत व जपाननी व्यापारी करार केला, त्यानुसार दर कमी केले गेले. भारतीय कापडाची आयात व कच्च्या कापसाची निर्यात याचं प्रमाण किंवा कोटा ठरवून देण्यात आला. अहमदाबाद व मुंबई येथील गिरणीमालकांमधील मतभेदही या करारात प्रतिबिंबित झाले. '१९३० च्या आरंभीच्या घटनांनी गिरणीमालकांमध्ये ऐक्य घडवून आणलं होतं, पण या करारानं मात्र फूट पडली,' असं मेहता म्हणतात. 'अहमदाबादच्या गिरण्या तलम वस्त्रांचं उत्पादन करत असल्यानं त्यांनी इंग्लिश धाग्यावरील कर कमी करण्यास विरोध केला,' असं ते म्हणतात.

हा करार ब्रिटिश राजकारणाच्या संदर्भातही तपासून पाहायला हवा. हुजूर पक्षातील कट्टर मंडळी ही लँकेशायरचा मुख्य पाठिंबा मिळवत होती. या मंडळींचा भारतात घटनात्मक सुधारणा करण्यास विरोध होता. भारतीय गिरणीमालकांच्या आर्थिक मागण्यांना ते विरोध करीत असत. लॉर्ड डर्बी व त्यांच्या अनुयायांनी लँकेशायरच्या मालाला कायम हमी मिळावी, अशी तरतूद घटनेत करावी, म्हणून होअर यांचं मन वळवण्याचा प्रयत्न केला, परंतु होअरनी त्यांची निराशा केली. त्यांनी २८ जाने. १९३२ रोजी विलिंग्डनला लिहिलेल्या पत्रात येथे म्हटलं होतं, की 'भारतानं ब्रिटिश अग्रक्रमाला कायद्यानं मान्यता देण्याचा हा प्रश्न नाही, तर त्यांना देवाण-घेवाणीच्या तत्त्वावर आमंत्रित करण्याचा आहे. त्यामुळे उभयतांचाही फायदा होईल.' परंतु त्यांच्या या थंड्या प्रतिसादामुळे मँचेस्टरनं मोदींना आमंत्रित करायचं ठरविलं व नंतर एक शिष्टमंडळ पाठवलं.

परंतु होअर व सरकारनं वाटाघाटींवर बरीच नजर ठेवली व निर्णायक परिस्थितीत त्यात पाऊल टाकलं. व्यापारी कराराच्या बदल्यात १९३५ च्या भारत सरकारच्या कायद्याला विरोध न करण्याचं आश्वासन लँकेशायरनं दिलं. 'हाऊस ऑफ कॉमन्स'-मधील या कायद्याच्या चर्चेच्या वेळी लँकेशायरनं आपला शब्द पाळला. त्यांनी कट्टर मंडळीचा नाद सोडला. अशा पद्धतीनं हा करार म्हणजे होअर यांचा विजयच होता. परंतु भारतातील सार्वजनिक विरोध पाहता हा विजय महागडा होता.

१९३४-३५ नंतर ब्रिटिश आयातीत होणारी घट लीस-मोदी कराराला रोखता आली नाही, असं बागची यांचं म्हणणं आहे. ब्रिटिश मालाच्या तुलनेनं जपानी वस्तू स्वस्त होत्या. त्यातून ब्रिटिश मालाच्या किंमती १९३५ नंतर वाढतच राहिल्या.

त्यामुळे भारतीय मालानं ब्रिटिश मालाला शह दिला. जपानी स्पर्धेच्या संदर्भात १९३४ मध्ये ठरवून दिलेल्या धोरणामुळे आयात कमी होण्यास मदत झाली. दरम्यान भारतीय कच्च्या कापसाची निर्यात वाढली. शेतकऱ्यांनी लांब धाग्याच्या कापसाची लागवड करून ही निर्यात वाढण्यास मदतच केली.

या करारावर झालेल्या टीकेमुळे मोदींनी 'इंडियन मर्चंटस् चेंबर्स'चा राजिनामा दिला व मुंबई गिरणीमालक संघाच्या अध्यक्षपदाच्या निवडणुकीला ते सातव्या खेपेला उभे राहिले नाही. हा करार कस्तुरभाई थांबवू शकले नाहीत, त्यामुळे त्याला सुरुंग लावायचा त्यांनी प्रयत्न केला.

लँकेशायर विरुद्ध लालभाई : फेरी दुसरी

लालभाईंनी आपल्या कारवाईला लगेचच सुरुवात केली. सिमल्याहून निघण्यापूर्वी त्यांनी या कराराचा निषेध करणारं प्रसिद्धीपत्रक काढून पहिला हल्ला चढवला. श्रीराम व खैतान यांनी या प्रसिद्धीपत्रकावर सह्या करून लालभाईंना पाठिंबा दिला. या पत्रकाला भरपूर प्रसिद्धी मिळाली. ३० ऑक्टो. १९३३ रोजी सर जेसोफ भोर यांनी एक पत्र पाठवून सौम्य भाषेत लालभाईंची कानउघडणी केली. आपला संघर्ष त्यांनी वृत्तपत्रातून मांडला म्हणून त्यांनी नाराजी व्यक्त केली होती. चर्चेचा असा जाहीर उल्लेख करणं हे कितपत योग्य आहे, याचा विचार करावा असं त्यांनी म्हटलं.

भोर यांच्या लँकेशायरशी चाललेल्या चर्चेकडे कस्तुरभाई बारीक लक्ष ठेवून होते. ब्रिटिश गिरणीमालकांचं समाधान होणार नाही, त्यांना आणखीही फायदे पाहिजे असणार, असा त्यांचा होरा होता. लँकेशायरला जपानी व भारतीय स्पर्धेला तोंड द्यावं लागत होतं व त्यांचा बाजारातील वाटा कमी होत होता. लीस-मोदी करार दोन वर्षांचा होता; व ३१ डिसें. १९३५ ला त्याची मुदत संपण्यापूर्वी त्याचा फेरविचार केला जाणार होता. या खेपेस बिगर मुंबई गिरणीमालकांच्या पश्चात ब्रिटिश सरकारनं जादा सवलती देऊ नयेत, म्हणून कस्तुरभाई सावध होते.

भोर यांना सतत पत्रं पाठवून कस्तुरभाईंनी त्यांच्यावर दबाव ठेवला. सर्व व्यापारी वाटाघाटीत-विशेषत: ब्रिटन-भारतामधील– सरकारनं भारतीय व्यापाऱ्यांच्या प्रतिनिधींचा अंतर्भाव केलाच पाहिजे, असा आग्रह प्रत्येक पत्रात केलेला होता. मार्च १९३४ मध्ये त्यांनी पाठवलेलं एक पत्र त्यांच्या खास शैलीचं द्योतक होतं. भारतीय विधी मंडळाकडून ब्रिटिश वस्त्रोद्योग व लोखंड व पोलाद उद्योग यांना अग्रक्रमाची वागणूक का मिळावी, असा सवाल त्यांनी विचारला होता. भारतीय व्यापारी वर्गाच्या पश्चात ब्रिटनशी घाईघाईनं करार करण्याविरुद्धही त्यांनी इशारा दिला होता. लंडनमधील 'बोर्ड ऑफ ट्रेड'चे अध्यक्ष लँकेशायरच्या शिष्टमंडळाला भेटण्याचं वृत्त येताच कस्तुरभाई सावध झाले. त्यांचे कान टवकारले. त्यांनी भोरना लिहिलं, 'या

शिष्टमंडळानं ज्या मागण्यांचं निवेदन दिलं, त्यावरून काही महत्त्वाच्या धोरणात्मक बाबींचा ते आग्रह धरीत आहेत. त्यांचा हा आग्रह आर्थिक परंपरा व उभय देशातील सदिच्छांचा अनादर प्रकट करणारा आहे. सरकारनं याबाबत निदान एक निवेदन प्रसिद्ध करून आपली भूमिका स्पष्ट करावी.'

आपल्या म्हणण्याला सरकार दाद देणार नाही, अशी भीती असल्यानं अगदी वेगळ्याच ठिकाणाहून इटालीतून लँकेशायरवर त्यांनी हल्ला चढवला. १९३४ मध्ये ब्रिटनच्या दौऱ्यावर गेले असताना कस्तुरभाई मिलानला जाऊन आले. लँकेशायरच्या विरुद्ध इटालियन वस्त्रोद्योगाशी काही सहकार्य करण्याचा त्यांचा प्रयत्न होता. इटालियन तयारच होते. 'राज्यकर्त्यांचा अग्रहक्क' या पद्धतीमुळे त्यांची भारतातील आयात कमी होती, असं गितो ऑलिवेत्ती यांनी सांगितलं. (President of the Associazione Italiana Fascista degli Industriali cotonieri.) त्यांनी भारतातून कापूस खरेदी करणं चालूच ठेवलं होतं. अशा प्रकारे व्यापाराचा असमतोल होता. त्यांनी ओटावा करार व लीस-मोदी कराराची फिकीर केली नाही. भारतात येऊन ब्रिटिश सरकारपुढे आपलं म्हणणं मांडण्याची त्यांची तयारी होती. बडबड्या इटालियनांशी चर्चा करून लालभाई ३ ऑगस्टला मिलानमधील आपल्या हॉटेलवर आनंदाने परतले.

नोव्हेंबरात इटालियन शिष्टमंडळ येणार आहे, असं कस्तुरभाईंनी भोरना कळवलं, तेव्हा ते काहीसं थकून उत्तरले, 'उभय देशात समान मूल्याची देवाणघेवाण झाली पाहिजे, असं राष्ट्रांना वाटतं; पण खरं तर आंतरराष्ट्रीय व्यवहार ही अधिक गुंतागुंतीची बाब आहे.' कस्तुरभाईंना टोमणा मारीत भोर म्हणाले, 'इटालियनांशी काही ठरवण्यापूर्वी आम्ही भारतीयांशी सल्लामसलत करूच.'

इटालियन वगळता सरकार, लँकेशायर किंवा कस्तुरभाई यांपैकी कोणालाही इटालियनांच्या भेटीतून काही निष्पन्न होईल, असं वाटलं नव्हतं. लीस-मोदी यांच्या प्रयत्नांना सुरुंग लावण्याची कस्तुरभाईंची खटपट होती. लँकेशायरनं देखील स्वत: काही हात पिरगळायचा प्रयत्न केला. त्यांनी बोर्ड ऑफ ट्रेडच्या अध्यक्षांकडे आणखी एक शिष्टमंडळ पाठवलं. ही बैठक १ नोव्हें. १९२४ रोजी लंडन इथं झाली. त्यांच्या या वेळच्या मागण्या अत्यंत कडक व मुंबई, अहमदाबाद व कलकत्ता येथील गिरणी मालकांच्या दिवाळीच्या आनंदावर विरजण टाकणाऱ्या होत्या.

कलकत्त्यात जीडींनी दिवाळीच्या सुट्टीत स्वत:चं टॉन्सिल्सचं ऑपरेशन करून घेतलं. त्यातून बरं होत असताना त्यांनी कस्तुरभाईंना लिहिलं, 'माझ्या अपेक्षेपेक्षा काहीशी स्थिती वाईट आहे. भारतीय उद्योगास संरक्षण देण्यास भारत सरकार प्रतिज्ञाबद्ध आहे, हे लँकेशायरचं शिष्टमंडळ मान्य करीत नाही. दुसरं म्हणजे, ब्रिटिश सरकारला सतत भारत सरकारला आदेश देण्याचा हक्क आहे, असं त्यांना

वाटतं. तिसरी गोष्ट म्हणजे, आर्थिक स्वायत्ततेची परंपरा रद्द करण्याची ते मागणी करतात.'

'टॅरिफ ११ टक्के करणं ही लँकेशायरची मागणी, भारतीय गिरण्याचं मृत्यूचं वॉरंटच आहे,' असं म्हणून कस्तुरभाईंना कृती करण्याचा सल्ला देताना जी.डी. बिर्ला म्हणतात, 'तुम्ही केवळ मुंबई व अहमदाबाद येथील गिरणीमालक संघटनांकडे ही बाब न्यावी. एवढंच नव्हे, पण भारतीय जनतेपुढे वस्तुस्थिती सादर करण्यासाठी योग्य ती पावलं उचलावी, अशी माझी आशा आहे. अर्थात, भारतीय जनमत काही वर्षांपूर्वी होतं तितकं सहानुभूतीचं राहिलेलं नाही.' असा इशाराही त्यांनी दिला होता. ही बाब अगदी गांभीर्यानं घेतली नाही, तर कोणीतरी खोडसाळपणा करील, असंही त्यांनी म्हटलं होतं.

'लँकेशायरचा नवा शेरा गांभीर्यानं घ्या,' असा इशारा कस्तुरभाईंना द्यायची गरजच नव्हती. कारण कस्तुरभाई स्वत: काळजीत होते. सर होमी मोदींशी जुळवून घेण्याच्या ते प्रयत्नात होते. ६ नोव्हें. १९३४ रोजी त्यांनी मोदींना लिहिलं की, 'गतवर्षीचे आपले मतभेद पाहता तुम्हाला माझी मतं कळवणं मला अवघड वाटतंय. पण एकमेकांच्या मताबद्दल आदर बाळगावा, इतके आपण एकमेकांना ओळखतो, असं मला वाटतं.'

मुख्य मुद्याला हात घालीत ते म्हणाले, 'केवळ ओटावा करार वा लीस-मोदी कराराची अंमलबजावणी करण्याचा आग्रह लँकेशायरचे उद्योगपती धरत आहेत असं नव्हे; जर स्थिती चाणाक्षापणानं हाताळली नाही, तर ती हाताबाहेर जाईल व आपल्याला गंभीर स्थितींना तोंड द्यावं लागेल, असा मित्रत्वाचा इशारा मी देत आहे.'

कस्तुरभाईंसारखीच मोदींनाही काळजी वाटत होती. लंडन इथं 'बोर्ड ऑफ ट्रेड'चे अध्यक्ष व लँकेशायरचं शिष्टमंडळ यांच्यात काय चर्चा झाली, याची अधिक माहिती काढण्याचं आश्वासन त्यांनी दिलं. काही दिवसांनी त्यांनी कस्तुरभाईंना कळवलं, 'आपल्याइतकं भारत सरकारही शहाणं झालेलं नाही. तुमचा संशय खरा आहे, हे दर्शवणारी माहिती मिळताच ती योग्य ठिकाणी मी पोचवितो, याची खात्री बाळगावी.'

दरम्यान लँकेशायरच्या आव्हानाविरुद्ध वृत्तपत्रातून जीडींनी मोहीम चालवली. केवळ जीडींच्या 'हिंदुस्थान टाईम्स'मध्ये नव्हे, तर 'कॉमर्स' व 'हिंदू'मध्ये लेख प्रसिद्ध झाले. जीडींनी स्थापन केलेल्या 'इंडियन चेंबर ऑफ कॉमर्स'चं (त्याचे अध्यक्ष जीडींचे बंधू ब्रजमोहन होते.) लँकेशायरवर टीका करणारं नऊ पानी निवेदन त्यांनी प्रसिद्ध केलं. त्यातील त्यांच्या अयोग्य, अवमानकारक, स्वार्थी पद्धतीवर त्यांनी टीका केली होती.

तरी जीडी असमाधानीच होते. १७ नोव्हेंबरला त्यांनी कस्तुरभाईंना पत्र लिहून

पत्रकारांना भेटण्यास सांगितलं, 'सध्या विशेष प्रसिद्धी मिळत नाही. फार आरडाओरडा करू नये, असं बहुधा तुमचं मत असावं. तसं असेल तर मला काही म्हणायचं नाही.' वालचंद, जेआरडी व जीडी वृत्तपत्राचा हत्यार म्हणून जसा वापर करत, तसा करण्याचा कस्तुरभाईंचा स्वभाव नव्हता. वेळप्रसंगी वार्ताहरांना कसं पटवायचं हे कस्तुरभाईंना चांगलं ठाऊक होतं.

व्हाइसरॉय यांच्याकडे कस्तुरभाईंनी एक शिष्टमंडळ न्यावं, असंही जीडींनी सुचवलं. देशाच्या सर्व भागांतून कस्तुरभाईंच्या पंकोर नाका कार्यालयात तारांचा पाऊस पडला. जीडींच्या सूचनेला पाठिंबा देणाऱ्या या तारा होत्या. या मोहिमेची सूचना मिळताच भोर यांनी त्यांचं नेतृत्व करायचा प्रयत्न केला. 'व्यापारी समुदाय पूर्णत: अंधारात आहे, असं तुम्हाला वाटतं. ज्या सर्वसाधारण तत्त्वावर बोलणी चालू आहेत, ती काही व्यापारी समुदायाला सर्वस्वी अज्ञात नाहीत. भारत सरकार व परराष्ट्रमंत्री यांच्यातील गुप्त संदेशात व्यापारी समुदायाला सहभागी करून घेता येणार नाही, हे तुम्हाला उमगेल असं वाटतं. जर काही अग्रक्रम असलेच तर ते लेजिस्लेटिव्ह असेंब्ली सुरू झाल्यावर अंमलात आणता येतील.'

भोर यांच्या पत्रावरून कस्तुरभाईंना लँकेशारलाही खूश करण्यात यश मिळालेलं दिसतं. याचाच अर्थ, लीस-मोदी कराराची पहिली फेरी ही लँकेशायर लॉबीनं जिंकली असली, तरी दुसरी फेरी कस्तुरभाईंनी जिंकली!

तिसरी फेरी : भारत-ब्रिटिश व्यापारी करार, १९३९

ही चतुराईपूर्ण माघार होती, हे उभय पक्षांना ठाऊक होतं. पैशाविना कधी युद्ध जिंकलं गेलेलं नाही, त्यामुळे आगामी लढायांसाठी भारतीय गिरणी कामगारांनी कस्तुरभाईंना सुसज्ज केलं. त्यांना पैसे दिले. कस्तुरभाईंच्या कागदपत्रात त्यांच्या नोंदी आहेत. कानपूरहून पदमपत सिंघानिया यांनी २० मे रोजी दोन हजार रुपये पाठवले. त्यापूर्वी काही दिवस आधी एवढीच रक्कम वालचंद यांनी पाठवली होती. त्याआधी जीडींनी त्यांचे दोन हजार रुपये पाठवले होते. चुनीलाल मेहता यांनीही इतकेच पैसे पाठवले. श्रीराम यांनी पैशाबरोबर कस्तुरभाईंच्या दहा दिवसांचा औषधांचा साठा पाठवला. मेच्या अखेरपर्यंत अशा फार थोड्यांना स्मरणपत्रं पाठवायची राहिली होती. उदा. सर पुरुषोत्तमदास ठाकुरदास, ए. डी. श्रॉफ, मनू सुभेदार, गयेचे गुरुसरन लाल.

त्यानंतर अशा घटना घडल्या, की त्यामुळं कस्तुरभाई टीकेच्या टप्प्यावर आले, यातील पहिली घटना म्हणजे, १९३५ मध्ये सर अलेक्झांडर मुरे यांच्या अध्यक्षतेखाली दुसऱ्या टॅरिफ कमिशनची नियुक्ती झाली. भारतीय वस्त्रोद्योगाची

पाहणी करण्यासाठी हे कमिशन नेमण्यात आलं होतं. लँकेशायर उद्योगपतींना आपली बाजू मांडण्याची संधी देणं, हे या कमिशनचं वैशिष्ट्य होतं.

कमिशननं आधी मुंबई व नंतर अहमदाबादला भेट दिली. लँकेशायरच्या विरुद्ध भारतीय उद्योगाला खरंच संरक्षणाची गरज आहे काय, असा प्रश्न निर्माण झाला. त्यावेळी भारतातील सर्वात कार्यक्षम समजल्या जाणाऱ्या 'अरविंद गिरणी'ला त्यांनी भेट द्यावी असं ठरलं. इतकं उत्कृष्ट कापड निर्माण करणाऱ्या भारतीय गिरण्यांना कशाला संरक्षण हवं, असा प्रश्न मरे यांना पडला. 'हीच तर भारतीय परिस्थिती आहे, 'अरविंद'सारख्या गिरणीतही संरक्षणाची गरज आहे,' असं कस्तुरभाईंनी सांगितलं.

'अरविंद गिरणी'ला टॅरिफ कमिशननं भेट दिली, तेव्हा लँकेशायर पथकाचे नेते अँगस कॅम्पबेल व कमिशनचे सचिव सर रेमंड स्ट्रीट यांच्याशी कस्तुरभाई यांची दोस्ती झाली. त्यांच्याशी बोलताना कस्तुरभाई म्हणाले, 'व्यापारी गोष्टींबद्दल भरीव कार्य हे अधिकृत मार्गानं होत नाही. व्यापारी बाबी या छोट्या गटानं जीडी, ठाकुरदास किंवा ते स्वत: वगैरेंशी वाटाघाटी करून ठरवलेल्या अधिक चांगल्या. जीडी, कॅम्पबेल व स्ट्रीट त्यांच्या मताशी सहमत झाले आणि हा प्रस्ताव योग्य वेळी सरकारपुढे मांडण्याचं आश्वासन त्यांनी दिलं.

असेंब्लीतील घटनांनी ही संधी लौकरच दिली. १९३२ चा ओटावा करार १९३६ च्या सुरुवातीला असेंब्लीनं रद्द केला. त्यामुळे भारत-ब्रिटिश वाटाघाटींच्या फेरीची गरज निर्माण झाली. काहीसा आधीच लीस-मोदी करार आपोआप संपुष्टात आला. सरकारनं जाफरुल्लाखान यांच्या नेतृत्वाखाली एक छोटं शिष्टमंडळ इंग्लंडला पाठवण्याचं ठरवलं. (याच खान यांनी पुढं फाळणीच्या वेळी महत्त्वाची भूमिका पार पाडली.) व्यापार विभागाचे सदस्य म्हणून त्यांची भोर यांच्या जागी नियुक्ती झाली होती. त्यांचे सात अनाधिकृत सल्लागार होते. कस्तुरभाई, जीडी, ठाकुरदास, सरदार दातार सिंग, नबाब लियाकत अलि खान, डॉ. पी. सुब्बरायन व सर एडवर्ड बेन्थॉल.

ऑगस्ट १९३६ पर्यंत समितीची स्थापना झाली व १९३७ मध्ये ती इंग्लंडला रवाना झाली. त्यावेळी अनेक राज्यात काँग्रेसची सरकारे सत्तेवर आली होती. आपण काहीतरी करून दाखवावं, अशी कस्तुरभाईंची तीव्र इच्छा होती. पण आपल्यावर फार दडपण आहे, याची त्यांना जाणीव होती. १९३५ च्या भारत सरकारच्या नव्या कायद्यानुसार प्रथमच निवडणुका होत होत्या व लोकभावना उफाळून आल्या होत्या. लँकेशायर व भारतीय कापड गिरणीमालकांतील लढाई ही थेट संघर्षापेक्षा जास्तच तीव्र होती. परंतु निवडणुकीच्या आधी या लढाईचं फारच राजकीयीकरण झालं होतं.

आपल्या उत्पादनाला जादा सवलती मिळाव्यात म्हणून लँकेशायर फार उत्सुक असल्यानं, त्यांनी भारतीय शिष्टमंडळाचं शानदार स्वागत केलं. त्यात शिष्टपणा नव्हता. लॉर्ड डर्बी यांनी आपल्या घरी खाना दिला. त्याला चार माजी

व्हाइसरॉय हजर होते. 'लँकेशायर– इंडियन कॉटन क्लब'चे अध्यक्ष रिचर्ड एच. जॅक्सन, यांनी कॅफे रॉयलमध्ये भारतीय शिष्टमंडळाला भोजन दिलं. राजेसाहेब आणि महाराणी बकिंगहॅम पॅलेस येथे चहापार्टी देणार आहेत, हे ऐकून भारतीय राजदूत सर फिरोजखान नून थक्कच झाले.

कस्तुरभाई व त्याचे सहकारी सहकार्य देण्याच्या मनःस्थितीत होते. लंडनला पोहोचण्यापूर्वीच त्यांनी आपलं धोरण आखलं होतं. 'बोर्ड ऑफ ट्रेड'ने भारतीयांच्या मागण्या मान्य केल्या, तर त्याच्या मोबदल्यात त्यांना काही महत्त्वाच्या सवलती द्यायला ते तयार होते.

ते छोटंसं आमिष होतं आणि मागण्या फार कडक होत्या. ब्रिटिश मालाला भारतात जो अग्रक्रम दिला जातो, तो पाच षष्ठांश टक्क्यांनी कमी करावा, अशी भारतीय शिष्टमंडळाची मागणी होती. ब्रिटनमध्ये ताग व अन्य भारतीय उत्पादकांना मुक्त प्रवेश मिळावा, तसंच काहीना काही सवलती मिळाव्यात वगैरे भारतीय डावपेचांना सरकारचे आशीर्वाद होते. (प्रामुख्यानं विलिंग्डन व भोर, पण ग्रेग नव्हे.) दिल्ली लँकेशायर व भारतीय हित एकत्र करून अन्य ब्रिटिश हेतूंना या वेदीवर बळी देण्यास तयार होती. परंतु ब्रिटिश हिताचं रक्षण करणाऱ्या 'बोर्ड ऑफ ट्रेड'ला हा पर्याय परवडणारा नव्हता. या मागण्या 'अफाट' आहेत, असं वर्णन करून वाटाघाटीतून सभात्याग करण्याची धमकी 'बोर्ड ऑफ ट्रेड'नं दिली. बंगालचे माजी गव्हर्नर व परराष्ट्रमंत्री लॉर्ड झेटलॅन्ड यांनी गंभीरपणे टीका केल्यावर बोर्ड परत वाटाघाटीत सामील झालं.

शिष्टमंडळानं लँकेशायरला सवलती देऊ नयेत, असा इशारा राष्ट्रीय वृत्तपत्रांनी आधीच देऊन ठेवलेला होता. 'द बॉम्बे क्रॉनिकल'नं संपादकीय लिहून, देशी उद्योगाच्या प्रतिस्पर्ध्याला जर खास वागणूक दिली, तर लोक ते सहन करणार नाहीत, असं लिहिलं होतं. गांधीजींनी पुढचं पाऊल टाकलं. 'व्यापक प्रश्नांवर एकमत झाल्याशिवाय कोणताही करार होणे शक्य नाही,' असं १८ ऑगस्ट रोजी जी. डी. बिर्ला यांना पाठविलेल्या पत्रात त्यांनी स्पष्ट केलं.

ही राजकीय स्थिती लक्षात घेता भारतीय शिष्टमंडळ सवलतींची मोघम आश्वासनं देण्यापलीकडे काहीही करू शकत नव्हतं. त्यांना दोन परस्परविरोधी उद्दिष्टं साध्य करावयाची होती. स्पतःला लाभ मिळवताना त्यांना ब्रिटिशांना सवलती द्याव्या लागणार होत्या. परंतु ब्रिटिशांना सवलती दिल्या, तर भारतीय जनमत त्यांच्याविरुद्ध गेलं असतं. तसंच काँग्रेस व म. गांधी यांच्याकडून जाहीर टीकाही होणं त्यांना आवडलं नसतं. एकूणच ही मोठी कठीण कसरत होती, असं मार्कोविटस् म्हणतात. लालभाई व अन्य मंडळींचा काय डाव आहे, हे न समजल्यानं व्हाइसरॉय यांनी त्यांच्यावर दुटप्पीपणाचा आरोप केला.

चर्चेच्या दहा फेऱ्या झाल्यावर आता बोलणी झाली, असं प्रत्येकाला वाटलं; परंतु भारत सरकारनं 'बोर्ड ऑफ ट्रेड'ची अधिकृत 'ऑफर' नाकारली. एका फटक्यात त्यांचे प्रयत्न निष्फळ झाले, तरी एकाही सल्लागारानं कुरकूर केली नाही. उलट त्यांनी सुटकेचा सामुदायिक सुस्कारा टाकला! किंबहुना आपलं कर्तव्य पार पाडून ते सन्मानानं भारतात परतू शकत होते. लंडनमध्ये दिल्ली व व्हाईटहॉलमधील नोकरशहांची चर्चा चालूच राहिली. पण त्यांनाही तोडगा सापडेना.

भारत सरकारची स्थिती मोठी अवघड होती. त्यांना ब्रिटिश व भारतीय हितांपैकी एकाची निवड करा, असं स्पष्ट सांगितलं जात होतं. हेच नेमकं गेली काही वर्षं ते टाळत होते. कसाही निर्णय घेतला, तरी तो राजकीय दृष्ट्या महागातच पडला असता. १९३३ मध्ये त्यांनी याची जबाबदारी लँकेशायर वा भारतीय गिरणी मालकांवर ढकलण्याचा प्रयत्न केला. त्यांनी मे १९३८ मध्ये सिमला येथे बैठक बोलविली.

ही बैठक होण्याआधी जीडी व कस्तुरभाई अस्वस्थ होते. त्यांचा बळी दिला जाणार काय? २० मार्च १९३८ रोजी कस्तुरभाईंनी ठाकुरदासना पाठविलेल्या पत्रात म्हटलं होतं, की सरकार सल्लागारांचे पंख कापू पाहत आहे. योगायोगानं जीडींनी पण २१ मार्च रोजी ठाकुरदासना पाठविलेल्या पत्रात स्वतंत्रपणे अशाच भावना व्यक्त केल्या होत्या. 'आपल्या परवानगीनं लँकेशायरला सवलती दिल्या जातील, परंतु इतर अग्रक्रमांबाबत सरकार आपली पद्धत ठरवील, असा धोका आहे. अशा स्थितीत अंतिम मसुदा हा ओटावा करारापेक्षा वाईट ठरण्याचा संभव आहे.' दोघाही उद्योगपतींना या प्रश्नाची धग जाणवत होती, हे उघड आहे.

व्हाइसरॉय व कौन्सिल इतकाच गांधीजींचा दबावही प्रचंड होता. गंभीर वाटाघाटी करण्यापेक्षा लँकेशायरला तात्काळ करात सवलत द्यावी, असं आपल्याला वाटतं, असं गांधीजींनी जीडींना कळवलं. भारताच्या कापसाच्या बदल्यात लँकेशायरचं कापड घ्यायला काँग्रेस कशी तयार होईल, हे त्यांना उमजेना. असं पाऊल हे काँग्रेस विरोधी ठरेल, असं गांधीजींचं मत होतं. त्यामुळे जीडी बावचळूनच गेले. अशा वातावरणात मे १९३८ मध्ये सिमला येथे झालेली बोलणी निष्फळ ठरली, यात काहीच नवल नाही.

सुदैवाने १९३९ साली लँकेशायर व भारतीय कापड गिरणीमालकांत एक समझौता करण्यात आला. पण दोन्ही बाजूंना त्याचा विशेष आनंद झाला नाही. एकूण सामना जणू अनिर्णितच राहिला. दोन्ही बाजूंनी एकेक फेरी जिंकली आणि अखेरची फेरी अनिर्णित राहिली. तशातच दुसऱ्या महायुद्धाला तोंड फुटलं आणि जणू जखमेवरच मीठ चोळलं गेलं. सर्व प्रयत्नांवरच पाणी पडलं.

✦

८

पश्चिमेकडे

परखड स्वभावाचे कस्तुरभाई तसे मितभाषी होते. जीडी बिर्लांना राजकारणाबद्दल बोलायची जशी हौस होती, तशी त्यांना नव्हती. पण स्वातंत्र्य-चळवळीचा जोर वाढत गेला, तेव्हा थंड वृत्तीच्या कस्तुरभाईंनाही आपल्या भावना दाबून ठेवणं शक्य झालं नाही. ऑगस्ट ४२ मध्ये गांधीजींनी 'भारत छोडो' चा नारा दिला. त्याच्या समर्थनार्थ कामगारांनी शांततापूर्ण संप करावा म्हणून कस्तुरभाईंनी प्रयत्न केले. नोव्हेंबरमध्ये एका इंग्रज अधिकाऱ्यापुढे त्यांनी आपलं मन मोकळं केलं. गाय कोलरीज् हे मध्यम श्रेणीतले अधिकारी होते. पण त्यांचा मुलगा सैन्यात होता. क्वेट्टा इथं तो आघाडीवर होता.

गाय कोलरीज् यांनी व्यथित मनानं लिहिलेल्या एका पत्रानं हे सारं इथं झालं. क्रिप्स आयोगाविरुद्ध भारतात हिंसक प्रतिक्रिया उमटल्यावर कोलरीज् यांनी हे पत्र कस्तुरभाईंना पाठविलं असावं. कारण त्याच्यावर तारीख आहे १३ जुलै, १९४२. कस्तुरभाई तेव्हा संपाच्या प्रकरणात पूर्ण गढलेले होते. तसंच, या पत्राला उत्तर पाठवायची इच्छा त्यांना नसावी. कारण सर्वसाधारणत: ते पत्रांना लगेच उत्तर पाठवीत. कदाचित युद्धपरिस्थितीमुळे कोलरीज्च्या पत्राला उत्तर पाठवायला विलंब झाला असावा. तसंच, लष्कराच्या तातडीच्या कामामुळे हवाई आणि सागरी टपाल

वाहतुकीवरही परिणाम झाला होता.

या दोन्ही पत्रांतील स्पष्टवक्तेपणा व भारतीय व ब्रिटिश दृष्टिकोनांतील मूलभूत फरक त्यावरून स्पष्ट होत असल्यानं, ही दोन्ही पत्रं पुढं दिली आहेत.

ऑक्सफर्ड अँड केंब्रिज युनिव्हर्सिटी क्लब,
पॉल माल, एस्‌डब्ल्यू १
जुलै १६.

प्रिय कस्तुरभाई,

आपली मैत्री मी फार मोलाची मानतो. आपण चर्चेत नेहमीच राजकारण टाळल्यामुळे आपली मैत्री एवढी अस्सल टिकून राहिली आहे. पण आता मात्र राजकारण दूर ठेवणं मला अशक्य झालं आहे.

काँग्रेसमध्ये तुमच्या चांगल्या ओळखी आहेत, हे मला ठाऊक आहे. मला तुमच्याबद्दल आदर आहे. माझं जसं इंग्लंडवर प्रेम आहे, तसं तुमचं भारतावर आहे. मी जसा इंग्लंडसाठी प्राण द्यायला तयार होईन, तसाच तुम्ही भारतासाठी प्राण द्यायला तयार व्हाल. माझं पण भारतावर प्रेम आहे. केवळ उपजीविकेचं साधन म्हणून मी कधी भारताकडे पाहिलं नाही.

म. गांधीजींच्या अंतिम इशाऱ्यानं मी बेचैन झालो आहे. त्यांनी डोळे मिटून घेतले की काय, असं वाटतं. त्यांच्या ताज्या कृतीमुळे काँग्रेस अनेक वर्षं मागं जाईल असं मला वाटतं. या आठवड्यात काँग्रेस ब्रिटन आणि अमेरिकेतील शालीन लोकांची सहानुभूती गमावत आहे. दोन्ही देशांत हजारो लोक (मी त्यांपैकीच एक आहे.) गेली काही वर्षं काँग्रेसच्या वैध हेतूंच्या पूर्तीसाठी शांतपणे कार्य करीत आहेत. क्रिप्स यांची भेट ही प्रामाणिक होती. त्यांनी त्यांची ऑफर अंतिम आहे, असं सांगण्याची चूक केली आणि जिथं सौदेबाजी अपेक्षित नाही, तिथं व्यवहार करण्याची भारताला सवय नाही.

गांधीजी सामूहिक असहकार अवलंबीत आहेत. गरीब व शेतकऱ्यांची फसवणूक होत आहे. त्यांना भारत एका पायावर जपानला देण्यास काँग्रेस तयार आहे, असं दिसतं. तुम्ही काँग्रेसमधील एक वतनदार सामर्थ्यशाली व्यक्ती आहात. तुमच्या लक्षात हा वेडेपणा येईल असं वाटतं. भारतासाठी तुम्ही आवाज उठवावा, अशी विनंती मी करतो. या मूर्खपणामागे आहे तरी काय? आपण गुंडासारखं सरकारला तोंड देऊ शकतो, असं काँग्रेसवाल्यांना खरोखरच वाटतं काय?

तुमचा,
गाय कोलरीज्

पंकोर नाका, अहमदाबाद,
१९ नोव्हें, १९४२

प्रिय गाय कोलरीज्,

एवढ्या तणावाखाली तुम्हांला पत्र लिहावं लागावं, याबद्दल मी दिलगीर आहे. तुमच्या पत्रानंतर खूप काही घटना घडल्या आहेत. पण भारतात जनतेच्या नेमक्या काय भावना आहेत, हे लोकांनी समजून घ्यावं, असं मला वाटतं.

भारतात एकाही राजकीय पक्षानं क्रिप्स आयोगाला पाठिंबा दिलेला नाही, याची तुम्हाला जाणीव असेलच. घटनाच अशा काही घडल्या, की भारताचा ब्रिटिशांच्यावर जो काही उरलासुरला विश्वास होता, तोही पूर्णत: संपुष्टात आला आहे. श्री. अमेरी यांनी केलेल्या भाषणांमुळे परिस्थिती आणखीच चिघळली आहे. येथल्या विरोधी भावनेची तीव्रता तुम्हाला नीट समजू शकेल की नाही, हे मला ठाऊक नाही. भारतात यापूर्वी एवढी विरोधाची भावना नव्हती. इंग्लंडमधील लोकांनी स्वीकारलेल्या दृष्टिकोनाबद्दल इतकी कटुता व संताप पूर्वी नव्हता. माझं हे पत्र तुमच्या हाती उशिरा पडेल; पण कालच व्हाइसरॉय यांनी राजाजींना विन्मुख परत पाठवलं. त्यामुळे भारतासाठी ब्रिटनला काही करायची इच्छा आहे वा भारतासाठी काही घडावं, असं त्यांना वाटत नाही, अशी साहजिकच भारतीयांची भावना झाली आहे.

काँग्रेस वा इतर कोणी भारत जपानला एका पायावर द्यायला तयार आहे, अशी जी भीती तुम्हाला आहे, त्याबद्दल सांगायचं, तर इतर कोणाहीपेक्षा आमचं आमच्या देशावर अधिक प्रेम आहे, हे तुम्ही मान्य करायला हरकत नाही. तेव्हा आम्ही त्या दृष्टीनं विचार करायचा प्रश्नच येत नाही. उलट, गांधीजींनी असं स्पष्ट केलं, की जपानी आक्रमणापूर्वी ब्रह्मदेशात जसं वातावरण होतं, तसं वातावरण ब्रिटन भारतात निर्माण करू पाहत आहे. युद्धाच्या बाबतीत आम्हांला आमचा काही आवाज वा मतच नाही. कार्यकारी मंडळामधील नावं पाहा. त्यांतील कोणावरही लोकांचा विश्वास नाही.

या भावना समजून घ्यायच्या असतील, त्या अनुभवायच्या असतील, तर तुम्ही भारतात असायला हवं.

लोकांच्या लक्षात येईल, असं काहीतरी करायला हवे. हे ब्रिटिशांचं युद्ध नसून, आपलं युद्ध आहे, असं लोकांना वाटणं महत्त्वाचं आहे, ही गांधीजींची मागणी योग्यच होती. या दिशेनं काही पावलं उचलली जात आहेत, असं तुम्हाला प्रामाणिकपणे वाटतं काय? अटलांटिक जाहीरनामा

आम्हांला नाकारण्यात आला व चर्चिल यांनी साम्राज्य विसर्जित करणार नाही, असं नुकतंच जाहीर केलं आहे. अशा परिस्थितीत एखाद्यानं करावं तरी काय?

तुम्ही म्हणता, त्याप्रमाणे आपणा उभयतांना राजकारणात रस नाही. परंतु सध्या व्यापारी वर्तुळात देखील संशयाचं वातावरण आहे. इंग्लंडमध्ये पौंडाचा साठा करण्याची सरकारची वृत्ती पाहा. ही आर्थिक साधनं ब्रिटनच्या भारतातील गुंतवणुकीविरुद्ध वापरावीत, त्यामुळे आमच्या चलनाला अधिक सुरक्षा लाभेल व भविष्य आशादायी होईल, असं एखाद्या भारतीय व्यापाऱ्याला वाटणार नाही काय?

या गोष्टी राहू देत. तुम्ही कसे आहात? तिथं गोष्टी कठीण असणार, याची मला कल्पना आहे. पण तुम्हाला माझ्या मनःपूर्वक शुभेच्छा.

तुमचा,
कस्तुरभाई लालभाई

कोलरीज् यांनी या पत्राला २३ फेब्रु. १९४३ रोजी उत्तर पाठविलं. 'तुमच्या पत्रातील कटुतेमुळे मी घाबरूनच गेलो; पण आपल्या मैत्रीवर त्याचा परिणाम होऊ नये.' म. गांधींवर केलेली टीका परत घेण्याचा त्यांनी प्रयत्न केला. 'गांधीजींच्याबद्दल जाणून घेण्यास आम्ही सारे उत्सुक आहोत. ते लवकर बरे व्हावेत, अशी आम्ही प्रार्थना करत असतो. ते किती महान नेता आहेत! तसंच आपण दोघांनी राजकारणाबद्दल बोलता वा लिहिता कामा नये,' अशी पुस्तीही त्यांनी जोडली.

परंतु हे शब्द फारच उशिरा सुचलेले दिसतात. किंवा या दोघांना मैत्री पुढे राखावयाची नसावी. किंवा निवृत्त होताना कोलरीज् यांच्याबरोबरचा सारा पत्रव्यवहार त्यांनी फेकून दिला असावा. कारण काही असेना, पण कस्तुरभाईंच्या फाईलीत कोलरीज्शी नंतर झालेला पत्रव्यवहार दिसत नाही. तसंच, या दोघांत बैठक झाल्याचा अथवा १९४४ साली कस्तुरभाई ब्रिटन व अमेरिकेच्या दौऱ्यावर गेले, तेव्हा त्यांनी कोलरीज् यांची भेट घेतल्याचाही कोठे उल्लेख आढळत नाही.

गांधीजींचा बॉम्बगोळा

जी. डी. बिर्लांनी त्यांना ही कल्पना सुचवली. कस्तुरभाई कधीच अमेरिकेला गेले नव्हते. त्यामुळे उद्योगपतींच्या अधिकृत शिष्टमंडळात सामील होण्याचं आमंत्रण त्यांना आलं, तेव्हा ते सुखावले. युरोपात युद्ध संपुष्टात आलं होतं व युद्धोत्तर संधी खुल्या झाल्या होत्या. भारतीय उद्योगपतींनी युद्ध-प्रयत्नाला मदत केली होती; व त्याच्या बदल्यात आता काही मिळेल, अशी आशा होती. ही गरज लक्षात घेऊन

भारत सरकारनं, युद्धाच्या तातडीच्या गरजांतून सुटका होताच भारतीय उद्योगपतींचं एक शिष्टमंडळ ब्रिटन व अमेरिकेला जाईल, असं १० ऑक्टोंबर, १९४४ ला जाहीर केलं.

औद्योगिक गिरण्यांना, कारखान्यांना भेटी देण्याची व्यवस्था केली जाईल व ब्रिटन व अमेरिकेतील उद्योग-क्षेत्रातील नेते व उद्योगपती यांच्याशी संपर्क साधण्यास मदत केली जाईल, असं दिल्लीत जाहीर केलं. औद्योगिक क्षेत्रातील ताज्या घडामोडींचा प्रत्यक्ष अभ्यास करून ते शिष्टमंडळ जो ज्ञानाचा ठेवा घेऊन परतेल, तो युद्धानंतर देशाच्या अधिक औद्योगिकीकरणास उपयोगी पडेल, असं अधिकृत प्रसिद्धिपत्रकात म्हटलं होतं.

या शिष्टमंडळाचं आमंत्रण जे. आर. डी. टाटा, जी. डी. बिर्ला, सर सुलतान चिनॉय, कृष्णराज, एम्. डी. ठाकरसी, पदमपत सिंघानिया, कस्तुरभाई लालभाई यांना देण्यात आलं. शिष्टमंडळाचे नेते म्हणून सर्व सुसूत्रीकरणाची जबाबदारी जीडींवर होती. या शिष्टमंडळाचं प्रयाण एप्रिल १९४५ ला होईल, असं ठरवलं गेलं.

जेआर्‌डी उटी इथं न्युमोनियाच्या आजारातून बरे होत होते. बिर्लांनी त्यांना १३ मार्च, १९४५ ला तार पाठवली, ती अशी – 'तुम्हाला अजून बरं नाही, असं दिसतं. तुमची प्रकृती शंभर टक्के ठणठणीत झाल्याशिवाय प्रवास करण्याचा धोका पत्करू नये. इतर कशाहीपेक्षा तब्बेत महत्त्वाची. तब्बेत सुधारली असेल, तर तार करा.' तसंच या तारेनंतर एक पत्र पाठवून त्यातही तब्बेत खणखणीत असल्याशिवाय उटी येथून बाहेर न पडण्याचा सल्ला त्यांनी दिला होता.

'मला हवेची फारशी काळजी वाटत नाही.' जी. डी. बिर्लांनी दुसऱ्या एका पत्रानं कळवलं. जेआर्‌डी हे अर्धे फ्रेंचच होते आणि त्यांचं बालपण बव्हंशी फ्रान्समध्येच गेलं होतं, याचा जीडींना विसर पडला असावा. 'मी हिवाळ्यात युरोपात होतो आणि मला ते कधीच आवडलेलं नाही, असं नाही. आपण जेव्हा अमेरिकेला जाऊ तेव्हा, शक्य असेल, तर एखाद्या सॅनेटोरियममध्ये राहण्याची माझी इच्छा आहे.'

पद्धतशीर काम करण्याबाबत बिर्ला प्रसिद्ध होते. त्यांनी १९ फेब्रु., १९४५ रोजी उद्योग व नागरी पुरवठा खात्याचे सचिव एच्. एम्. पटेल यांना एक पत्र पाठविलं. ते असं, - 'प्रवासासाठी अगदी आरामशीर विमान उपलब्ध करून दिलं जाईल, असं मी गृहीत धरतो.' तसंच, जीडींनी काही अटीही घातल्या होत्या. 'काही खास कारणं वगळता, आम्ही रोज सकाळी दहा वाजता कामाला सुरुवात करू. उगाच घाई, धावपळ करण्याची गरज नाही. नेहमीच्या वेळात रोज नियमितपणे आम्ही करू. तसंच, शनिवार आणि रविवारचे दिवस मोकळे ठेवावेत. जिथं

औपचारिक भोजनं असतील, तिथं दुपारच्या भोजनांना प्राधान्य द्यावं. फार उशिराची जागरणं नकोत.'

भोजनाच्या बाबतीत अगदी काटेकोर असलेल्या बिर्ला यांनी वाणिज्य सदस्य सर अझीजुल हक यांच्याकडून लंडन येथील अन्नधान्याची परिस्थिती जाणून घेतली. त्या वेळी युद्धामुळे कडक रेशनिंग होतं. दूध, साखर व लोणी यांची टंचाई होती. 'मी, श्री. कस्तुरभाई, श्री. कृष्णराज आणि सर पदमपत असे आम्ही चौघे कडक शाकाहारी आहोत.' असं बिर्ला यांनी १८ फेब्रु., १९४५ रोजी हक यांना पाठवलेल्या पत्रात म्हटलं होतं. त्या पत्रात ते पुढं म्हणतात, 'केवळ भाज्यांवर, पाव किंवा जीवनसत्त्वयुक्त अन्नावर तुम्ही जगू शकत नाही. आम्हा प्रत्येकाला पाव शेर दूध, सुमारे तीन ते चार औंस लोणी आणि तेवढीच साखर दररोज लागेल. त्याशिवाय भाज्या, पाव लागेल. त्याची काही अडचण होणार नाही, असं मला वाटतं. मुख्य प्रश्न दूध, लोणी आणि साखरेचा आहे. आम्ही येथून निघण्यापूर्वी त्याची व्यवस्था होईल, अशी आशा मला वाटते. तुम्ही कृपया लंडनला तशी व्यवस्था करण्यास सांगावं व मला काय ते कळवावं, म्हणजे आम्हांला जेवणाबाबत निर्धास्त राहायला बरं.'

परंतु शिष्टमंडळ जेव्हा विमानात चढलं, तेव्हा बिर्ला त्यांच्यांत होते. पण चौघा कडक शाकाहारींपैकी तिघेजण गळाले. त्यांनी वैयक्तिक कारणामुळे आपला दौरा रद्द केला, की लंडनमधील अन्नधान्याची परिस्थिती आणि बॉम्बहल्ले यामुळे बेत रद्द केला, हे कळायला मार्ग नाही, असं जे. आर्. डी. टाटांचे चरित्रकार रूसी एम्. लाला यांनी म्हटलं आहे.

विमानामध्ये कस्तुरभाई नव्हते, याचं कारण ते आधीच अमेरिकेला गेले होते. आणि तिथं शिष्टमंडळाची वाट पाहत होते. वॉशिंग्टनला वस्त्रोद्योगविषयक एक शिष्टमंडळ पाठवण्यात आलं होतं आणि त्याचे एक सदस्य म्हणून कस्तुरभाई आधीच अमेरिकेला गेले होते. दोन्ही शिष्टमंडळांनी काम एकत्र करावं, असा त्यांचा विचार होता. परंतु जसजसे आठवडे जाऊ लागले, तसतशी कस्तुरभाईंची चिंता वाढत गेली. त्यांचं हॉटेल पूर्ण भरलेलं होतं आणि त्यांना आपली खोली परत हवी होती. अखेर बरीच खटपट करून न्यूयॉर्कमधील प्लाझा हॉटेलमधील आपला मुक्काम दोन आठवड्यांनी वाढवण्यात त्यांना यश आलं. अहमदाबादला तार करून त्यांना पैसे मागवावे लागले.

आपल्या शिष्टमंडळाचा मार्ग बदलावा; अमेरिकेपासून दौरा सुरू करून लंडनमार्गे भारताला परतावं, असे कस्तुरभाईंनी जीडींना सुचविलं. तशी त्यांनी १० एप्रिलला जीडींना तारही केली. परंतु शिष्टमंडळ १९ मे रोजी लंडनला येणार, हे कळल्यावर कस्तुरभाई निराश झाले. आता लंडन येथील भेटीत कस्तुरभाईंचा समावेश होणं

शक्य नव्हतं. तेव्हा आता जे अपरिहार्य आहे, ते करायला हवं, असं त्यांनी ठरवलं. आपण आधी लंडनला जावं आणि पुन्हा अमेरिकेला यावं किंवा बोस्टन इथं जाऊन सिद्धार्थ आणि श्रेणिक या आपल्या मुलांना पुन्हा भेटावं, असे विचार त्यांच्या मनात घोळू लागले.

एप्रिल सरला आणि मे उजाडला, तसा कस्तुरभाईंचा उत्साह मावळला. या गोंधळात कृष्णा हाथीसिंग यांनी भरच घातली. १५ मार्च, १९४५ रोजी कृष्णा हाथीसिंग यांनी जेआर्‌डी यांना एक पत्र पाठवून, आपले पती राजा यांचा शिष्टमंडळाचे सचिव म्हणून समावेश करता येईल काय, अशी विचारणा केली. आपल्या या मागणीला वजन प्राप्त करून देण्यासाठी त्यांनी असं लिहिलं, की आपले बंधू जवाहरलाल नेहरू (त्या वेळेला ते कारागृहात होते) यांचा या विनंतीला पाठिंबा आहे. तसंच, या कामासाठी राजा योग्य आहे, असं कस्तुरभाई लालभाई यांचंही मत आहे, असंही त्यांनी म्हटलं होतं.

कृष्णा हाथीसिंग यांच्या या कारभारानं जेआर्‌डी चकितच झाले. 'हे अप्रिय काम दुसरं कोणावर तरी सोपवून नाजूक परिस्थितीतून कस्तुरभाई आपली सुटका करून घेत आहेत,' असं जेआर्‌डी यांनी २१ मार्च रोजी ए. डी. श्रॉफ यांना कळवलं. 'या कामासाठी राजा अगदी अयोग्य आहे आणि मी कृष्णा हाथीसिंग यांना तसं नम्रतापूर्वक कळवीत आहे.' पण कृष्णा हाथीसिंग यांनी कस्तुरभाईंच्या मागे याच मागणीचं टुमणं लावलं. मात्र या वेळेला त्यांनी आपले दीर नरोत्तम हाथीसिंग यांना आपल्या मामाला तार करायला भाग पाडलं. परंतु कस्तुरभाई यांनी ही विनंती मान्य करायला नकार दिला.

अशा शेवटच्या क्षणापर्यंतच्या अनेक अडचणींनंतर बिर्लांनी शिष्टमंडळाची जुळवाजुळव केली. पण प्रयाणाच्या आदल्या दिवशी त्यांना मोठा धक्काच बसला. ७ मे रोजी 'बॉम्बे क्रॉनिकल'नं पहिल्या पानावर एक बातमी छापली. त्या बातमीचं शीर्षक होतं, 'गांधीजींचा उद्योगपतींवर बॉम्बगोळा.' नेत्यांची सुटका होईपर्यंत उद्योगपतींनी थांबावं. इंडो-ब्रिटिश लुटीच्या तुकड्यांकडे दुर्लक्ष केलं, तरच स्वातंत्र्य मिळेल, असं गांधीजींनी म्हटल्याचं त्या बातमीत नमूद केलं होतं.

गांधीजींनी महाबळेश्वर येथून एक प्रसिद्धिपत्रक काढलं होतं. ब्रिटन आणि अमेरिकेला शिष्टमंडळानं जाऊ नये, असं मत त्यांनी व्यक्त केलं होतं. टाटांना ते वाचून हादरा बसला आणि बिर्लाही हबकले. गांधीजींनी आपल्या लाडक्या मित्रांना जी जाहीर चपराक हाणली, त्यामुळे उद्योगपतींचं वर्तुळ अवाक् झालं. बिर्लांनी गांधीजींना तात्काळ तार केली. त्यात त्यांनी असं म्हटलं की, 'तुमचं मत वाचून अत्यंत दुःख झालं. मी, टाटा आणि कस्तुरभाई या तिघांनाही तुम्ही चांगले ओळखता. तेव्हा आमच्याबद्दल असा जाहीर अविश्वास दाखविणारं विधान तुम्ही

केलं असेल, असं वाटत नाही. आमच्या मर्यादा ठाऊक असण्याइतकी बुद्धी आमच्यापाशी आहे. आमच्या हेतूचा तुम्ही कडक निषेध करत आहात, असा तुमच्या निवेदनाचा अर्थ लावला जाईल. वास्तविक, पूर्ण वस्तुस्थिती जाणून घेतल्याखेरीज तुम्ही मतप्रदर्शन करीत नाही.'

टाटांनी एका दिवसानंतर गांधीजींना पत्र पाठवलं. त्याची प्रत वृत्तपत्रांना देण्यात आली. त्यात त्यांनी म्हटलं होतं, 'तुम्ही आमच्या दौऱ्याबाबत ज्या कडक भाषेत मत व्यक्त केलं, त्यामुळे मला अत्यंत दुःख झालं. आमच्या दौऱ्याबाबत तुमचा काहीतरी गैरसमज आहे, हे उघड आहे; पण आमच्यापैकी कोणालाही गैरसमज दूर करण्याची संधी मिळाली नाही. यामुळे आमच्या दुःखात भरच पडली. तेव्हा माझी भूमिका स्पष्ट व्हावी, म्हणून पत्रकारांना निवेदन देणं मला भाग पडलं.'

आपल्या शिष्टमंडळावर गांधीजींनी फार मोठा अन्याय केला आहे, असं जेआर्डींनी स्पष्ट म्हटलं होतं. 'बेशरम कृत्य' करण्याचा प्रश्नच उद्भवत नाही. प्रत्येक सदस्य स्वखर्चानं प्रवास करीत आहे. भारताच्या आर्थिक विकासात अधिक चांगली भूमिका बजावता यावी म्हणून, तसंच ज्ञान व अनुभव संपादन करण्यासाठी हा दौरा आहे. अन्य छोटी-मोठी राष्ट्रं धडाक्यानं पुढे पावलं टाकीत असताना केवळ बघ्याची भूमिका घेऊन आपण बसू शकत नाही, असंही त्यांनी निवेदनात म्हटलं होतं.

बॉम्बगोळा टाकल्यावर महात्मा गांधींनी मलमपट्टी लावायचा प्रयत्न केला. त्यांनी जी. डी. बिर्ला यांना ९ मे रोजी पाठवलेल्या तारेत म्हटलं होतं, 'माझं निवेदन आवश्यकच होतं. हे काही घाईघाईनं व्यक्त केलेलं मत नव्हतं. माझे तुम्हाला आशीर्वाद. दोन्ही तारा वृत्तपत्रांकडे पाठवीत आहे.' – बापू.

अशाच आशयाचं एक लेखी पत्र म. गांधीजींनी २० मे १९४५ ला जेआर्डींना पाठवलं. 'भाई जहांगिरजी,' असा गुजरातीत मायना लिहून त्यांनी इंग्रजीत म्हटलं, 'तुमचा संतापलेला खलिता मिळाला. तुम्ही काहीच आश्वासन द्यायला गेला नसता, तर माझं निवेदन तुमचं रक्षणच करतं. माझं उत्तर हे काल्पनिक प्रश्नाला आहे. पण जर गृहीतक चुकीचं असेल, तर उत्तरंही चुकीचंच असणार. त्यामुळे ते तुम्हां सर्वांचं रक्षण करणारं आहे.'

त्यानंतर पाठवलेल्या दुसऱ्या पत्रात गांधीजी अधिक सुस्पष्ट आहेत. 'तुमच्या उत्साहाचं मला कौतुक वाटतं; पण या शिष्टमंडळाच्या उपयुक्ततेबद्दल मला काही शंका आहेत. सर फिरोज खान यांच्या हल्ल्याला चोख उत्तर द्यायलाच हवं. अशा दौऱ्याला उत्तेजन द्यायला सरकार उत्सुकच आहे. जोवर राजकीय कैदी तुरुंगात खितपत पडले आहेत, तोवर भांडवली मालाच्या ऑर्डरी ब्रिटिश कंपन्यांना द्याव्यात, अशी अपेक्षा बाळगू नये, असं सरकारला बजावण्यात आलं आहे, इतकंच. तुम्ही

मला तार पाठवली आहे. टाटांनी पत्र पाठवलंय्. स्वत:ला काही बांधून घेण्यासाठी आपण जात नाही आहोत, असं दोघांचं म्हणणं आहे. हीच भावना तुम्ही शाबूत ठेवावी, असं माझं म्हणणं आहे.'

'आम्ही काही ऑर्डर देऊ, ही कल्पना तुमच्या डोक्यात आली तरी कशी?' असा सवाल जीडींनी १८ मे रोजी कराचीहून गांधीजींना पाठवलेल्या पत्रात विचारला होता. तेव्हा शिष्टमंडळ दौऱ्यावर निघालेलं होतं. त्यांना जेआर्डींचा संशय होता, हे उघड होतं.

या शिष्टमंडळात अखेर पुढील अनेक सदस्य सामील झाले. जी. डी. बिर्ला, जे. आर्. डी. टाटा, वालचंद हिराचंद, सर सुलतान चिनॉय, नलिनीरंजन सरकार, ए. डी. श्रॉफ, लैक अली व अजायब सिंग. तसंच, नऊ तांत्रिक सल्लागारांचाही अंतर्भाव होता. त्यात 'ईस्टर्न इकॉनॉमिस्ट'चे संपादक डॉ. पी. एस. लोकनाथन, 'टाटा स्टील'चे सर जहांगीर 'जो' घांडी, 'टेल्को'चे सुमंत मुळगावकर, टाटांच्या पुणे येथील विमानोड्डाण संस्थेचे संचालक बी. डब्ल्यू. फिगिन्स यांचा समावेश होता. युद्धसमाप्तीनंतर एका आठवड्यानं हे शिष्टमंडळ दौऱ्यावर निघालं. मेच्या मध्याला ब्रिटनला पोचलं आणि जूनमध्ये अमेरिकेला पोचलं. शिष्टमंडळ जेव्हा न्यूयॉर्कमध्ये होतं, तेव्हा कस्तुरभाई अहमदाबाद येथील आपल्या कार्यालयात वॉशिंग्टनला गेलेल्या भारतीय वस्त्रोद्योग शिष्टमंडळाचा अहवाल लिहिण्यात मश्गुल होते. हा अहवाल उद्योग आणि वाणिज्य मंत्रालयासाठी ते तयार करीत होते. शाकाहारी सदस्य पदमपत सिंधानिया, कृष्णराज एम्. डी., ठाकरसी आणि कस्तुरभाई यांना म. गांधींचा बॉम्बगोळा मानवला नाही.

✦

१

एक 'अतुल'नीय प्रकल्प

१५ ऑगस्ट, १९४७ रोजी भारत स्वतंत्र झाला. त्याचा नियतीशी 'संकेत' संघर्षातूनच सुरू झाला. 'देशातील घटना अनिष्ट वळण घेत आहेत,' असं कस्तुरभाईंनी जीडींना पाठवलेल्या एका पत्रात म्हटलं होतं. त्या वेळी जीडी न्यूयॉर्कमधील आलिशान वाल्डॉर्फ-ॲस्टोरिया हॉटेलात मुक्काम ठोकून होते. कस्तुरभाईंनी पुढे लिहिलं होतं, 'कामगारांना वेतनात अव्वाच्या सव्वा वाढ करून आणि भरपूर बोनस देऊनही उद्योगधंदे बंद पडत आहेत, अनेकजण बेकार होत आहेत, असा मुंबई सरकारचा अनुभव आहे. मजूरमंत्री गुलझारीलाल नंदा यांना याबाबत काहीतरी करायची इच्छा आहे. आर्थिक सिद्धान्ताशी खेळायचं नसतं, हे दुर्दैवानं त्यांना ठाऊक नाही. कराचं प्रमाण वाढवून, वेतनात वाढ करून उत्पादन-खर्चात वाढ झाली आणि जनतेची क्रयशक्ती त्या प्रमाणात वाढली नाही, तर उत्पादनाची विक्री होऊ शकत नाही.'

कामगारांच्या दृष्टीनं कामावरून तात्पुरतं दूर करण्यासाठी ही अगदी अयोग्य वेळ होती. एरवी या काळात कामगार आपापल्या गावी जाऊन शेती करीत. ही अनेक वर्षांची प्रथा होती. पण या वेळी भारतातील अनेक भागांत दुष्काळी परिस्थिती होती. शहरापेक्षा ग्रामीण भागात अर्धवेळ तरी काम मिळेल की नाही,

अशी स्थिती होती. 'कधी ना कधी सारं सुरळीत होईल, अशी तुम्हाला आशा वाटते; पण कधी, हा खरा प्रश्न आहे,' असं कस्तुरभाईंनी पत्रात म्हटलं होतं.

आपल्या उद्योगसमूहातील अग्रगण्य अशा 'अरविंद गिरणी'मधील आर्थिक परिस्थितीमुळेही कस्तुरभाई निराश झाले होते. तशी सर्वच गिरण्यांना झळ पोचली होती. किफायतशीर भाव मिळत नसल्यानं अनेक गिरण्यांनी दुसरी पाळी बंद केली होती; पण नव्या समाजवादी कररचनेमुळे 'अरविंद गिरणी'च्या समस्या वाढल्या होत्या. 'अत्यंत तलम कापडावरील २५ टक्के अबकारी कराचा अनिष्ट परिणाम होत आहे. नजिकच्या भविष्यकाळात यावर नियंत्रण ठेवणं कठीण आहे,' असंही कस्तुरभाईंनी लिहिलं होतं. 'या कापडाचा वापरही कमी होत आहे. हे कापड उचलायलाच लोक तयार नाहीत.' भारतात उत्पादन वाढण्याऐवजी घसरतच होतं.

अशा स्थितीलाही एक रुपेरी कडा होती. 'दुष्काळी स्थितीवर मात करण्यात गुजरातमधील प्रयत्नांना यश आलं, हे ऐकून तुम्हाला आनंद होईल. अर्थात, याचं मुख्य श्रेय सरकारला द्यायला हवं. सरकारनं गुरांसाठी चारा पुरविला, तसंच मोठ्या प्रमाणावर दुष्काळनिवारण कामं सुरू केली. खासगी यंत्रणा म्हणून आम्हीही जबाबदारी उचलली. उपासमार टळावी, म्हणून सरकार आणि खासगी क्षेत्रं संयुक्तपणे प्रयत्न करीत आहेत, हे दृश्य समाधानकारक आहे.' कस्तुरभाई म्हणतात.

त्यानंतर पत्राच्या मूळ उद्देशाकडं वळत कस्तुरभाई लिहितात, 'आज "अतुल प्रॉडक्टस् लिमिटेड"चा पायाभरणी समारंभ झाला. "अमेरिकन सायनामाईड कंपनी"च्या सहकार्यानं डायस्टफस्चं उत्पादन करणारी ही पहिलीच कंपनी असे.' खरंच, ८ जून, १९४९ चा तो दिवस फार महत्त्वाचा होता.

तीन वर्षांत कारखाना उभा राहिला. १७ मार्च, १९५२ रोजी पं. जवाहरलाल नेहरू यांच्या हस्ते त्याचं थाटामाटात उद्घाटन झालं. 'सन्डे न्यूयॉर्क टाइम्स' व 'लाईफ' या प्रख्यात नियतकालिकांनी हे वृत्त प्रसिद्ध केलं. अभिनंदनाच्या तारांचा कस्तुरभाईंवर वर्षाव झाला.

मुंबईचे एक प्रसिद्ध वकील भुलाभाई देसाई यांचे चिरंजीव धीरूभाई देसाई यांनी 'अमेरिकन सायनामाईड कंपनी'शी १९४५ मध्ये बोलणी केली होती. 'सायनामाईड कंपनी'चे प्रतिनिधी माल्कम क्रेसी मुंबईला आले असताना, 'त्यांना भेटण्यात तुम्हाला रस आहे काय,' असं कोणीतरी कस्तुरभाईंना विचारलं. त्या वेळी 'सायनामाईड कंपनी'ची उत्पादनं मुंबईतील 'अमीर ट्रेडिंग कॉर्पोरेशन'मार्फत भारतात वितरित होत असत.

धीरूभाई क्रेसी यांना भेटले. तेव्हा रंग उत्पादनांना भारतात उत्तम वाव असून, एखाद्या चांगल्या भारतीय कंपनीशी सहकार्य करायला आपण उत्सुक आहोत, असं क्रेसी यांनी धीरूभाईंना सांगितलं, धीरूभाईंना याबाबत एकदम कस्तुरभाईंचं नाव

आठवलं. त्यांनाही ही कल्पना पसंत पडली व संयुक्त सहकार्याबद्दल बोलणी करायला ते न्यूयॉर्कला गेले.

एकूण विक्रीवर दहा वर्षं २.५ टक्के रॉयल्टी द्यावी, या अटीवर सायनामाईड कंपनीनं कारखान्याचं डिझाईन करून देण्याचं व तांत्रिक सहकार्य देण्याचं मान्य केलं. इतक्या कमी रॉयल्टीत ते कसे तयार झाले, याचं कस्तुरभाईंना आश्चर्यच वाटलं. परंतु 'सायनामाईड कंपनी'च्या नजरेसमोर ताबडतोबीच्या फायद्यापेक्षा दीर्घकालीन फायदा होता. 'एकदा तुमच्या कंपनीचे या क्षेत्रात घट्ट पाय रोवले, की तुम्हांला आमची गरज नाही, असं तुम्हाला वाटेल; पण रसायनात तुम्ही एवढं गुंतून पडाल, की एक ना एक दिवस तुम्हाला आमच्या दरवाज्यापाशी यावंच लागेल,' असं सायनामाईडचे उपाध्यक्ष सिड मूडी यांनी सांगितलं. या प्रकल्पात सायनामाईडनं १० टक्के जबाबदारी उचलावी, असा आग्रह कस्तुरभाईंनी धरला. त्यापूर्वी अमेरिकनांनी विकसनशील देशात अशी थेट गुंतवणूक केली नव्हती; पण या वेळी ते तयार झाले.

ज्या वेळेस कस्तुरभाई व मूडी हे अमेरिकेत संयुक्त सहकार्याचा करार करीत होते, त्याच सुमारास टाटांचे एक बडे अधिकारी, बहुधा आर्देशिर दलाल हे लंडन इथं 'इंपीरियल केमिकल इंडस्ट्रीज' (आयसीआय्) शी अशाच प्रकारचा करार करण्याच्या प्रयत्नात होते. त्यांची बोलणी फिसकटली. पण या क्षेत्रात किती मोठ्या प्रमाणावर वाव आहे, हे दलाल यांनी कस्तुरभाईंच्या आधीच ओळखलं होतं. सरकारनं १९४१ साली डायस्टफच्या दृष्टीनं चाचपणी करण्यासाठी जी समिती नेमली होती, त्याचे अध्यक्ष दलालच होते. टाटाही या क्षेत्रात प्रवेश करण्याचा प्रयत्न करीत आहेत, याचा कस्तुरभाईंना काहीच थांगपत्ता नव्हता. पण कस्तुरभाईंनी जर निर्णय घ्यायला वेळ लावला असता, तर कदाचित टाटांनी त्यांना रोखायचा प्रयत्न केला असता. खरं तर, नव्या क्षेत्रात तुम्ही शिरू नका, असं टाटांनी सुचवलं होतं; पण त्याचा कस्तुरभाईंवर काही परिणाम झाला नाही, असं 'अतुल कंपनी'च्या एका माजी व्यवस्थापकानं सांगितलं.

रंगांचे (डायस्टफचे) स्वतःच मोठे ग्राहक असल्यानं त्याच्या बाजारपेठेला किती प्रचंड वाव आहे, हे कस्तुरभाई ओळखून होते. मुख्य म्हणजे, कस्तुरभाईंना एका गोष्टीची रुखरुख वाटत होती. ती म्हणजे कापड व्यवसायाशिवाय अन्य कोणत्याही क्षेत्रात त्यांनी कर्तृत्व दाखवलं नव्हतं. अहमदाबादमधील अन्य गिरणीमालकांपेक्षा आपण वेगळं काहीच करून दाखवलं नव्हतं, याची त्यांना खंत वाटत असे. तसा अनिल स्टार्च हा कारखाना होता. पण तोही कापड उद्योगाशीच संबंधित होता. महायुद्धानंतर परिस्थिती सुधारली, तेव्हा नवीन क्षेत्राचा ते शोध घेऊ लागले.

कापड उद्योगाखेरीज दुसरं कोणतं तरी क्षेत्र त्यांना हवं होतं. टेलिफोन क्षेत्राचा त्यांनी विचार केला; पण केवळ सरकार हेच आपलं एकमेव ग्राहक असणार व त्यात आपण गुंतून पडू, म्हणून तो विचार त्यांनी सोडून दिला. 'ग्रीव्हज् कॉटन' व थापर उद्योगसमूह यांच्याबरोबर इंजिनीअरिंग क्षेत्रांत शिरण्याचाही त्यांनी विचार केला. विद्युत् प्रकल्पाचाही विचार काही काळ त्यांच्या मनात घोळत होता. रामकृष्ण दालमिया यांचा मुंबईतील ड्रम्सचा कारखाना विकत घेण्याचाही त्यांनी प्रयत्न केला. न्यूयॉर्क येथील एका सल्लागारामार्फत 'प्रॉक्टर अॅन्ड गॅम्बल' या कंपनीशी संपर्क साधून सहकार्याबाबत त्यांनी विचारणाही केली होती; पण सध्या आपल्याला भारतात स्वारस्य नाही, असं त्यांनी सांगितलं. प्रख्यात जर्मन मोटार कंपनी 'बीएम्डब्लू'नं त्या वेळचे अवजड उद्योग खात्याचे मंत्री मनुभाई शहा यांच्यामार्फत कस्तुरभाईंशी संपर्क साधून संयुक्त प्रकल्पाचा प्रस्ताव मांडला होता; पण कस्तुरभाईंनी नकार दिला.

इंग्लिश कार्यालय

'अतुल प्रॉडक्टस्' ५ सप्टेंबर, १९४७ रोजी रजिस्टर करण्यात आलं. त्याचं भरणा केलेलं भांडवल एक कोटी रुपये होतं. 'लालभाई सन्स अॅन्ड कंपनी' ही नवी मॅनेजिंग एजन्सी कंपनीचा कारभार चालवणार होती. धीरूभाई देसाई यांनी दिलेल्या सहकार्याबद्दल त्यांना या एजन्सीत आठ टक्के वाटा देण्यात आला. कस्तुरभाई कंपनीचे अध्यक्ष झाले. संचालक मंडळावर 'सायनामाईड'चे प्रतिनिधी म्हणून त्यांचे भारतातील निर्यात व्यवस्थापन हर्बर्ट एडवर्ड लोरेन्झ यांची नियुक्ती करण्यात आली.

कारखान्याचं उद्घाटन शानदार झालं खरं, पण टाळ्यांचा कडकडाट व हर्षोन्मादाच्या मागे सारा गोंधळच होता. कारखान्यातून फारच थोडी उत्पादनं बाहेर पडत होती. तुलनेनं साधं तंत्रज्ञान वापरून स्वस्त रंगांचं थोड्या प्रमाणावर उत्पादन होऊ लागलं. बरीच यंत्रं अजून चालूच झाली नव्हती. १९५२ च्या अखेरीस ठरवलेल्या एकूण २९ उत्पादनांपैकी केवळ १९ उत्पादनांची निर्मिती सुरू झाली.

'अतुल कंपनी'नं टिकाव धरावा, म्हणून कस्तुरभाईंइतके परिश्रम महाव्यवस्थापक बल्लू किशनलाल मुजुमदार (जन्म १९०३) यांनी घेतले. पूर्व आफ्रिकेतून आलेल्या या भारतीयाचं लंडन स्कूल ऑफ इकॉनामिक्समध्ये शिक्षण झालं होतं. ते समाजवादी विचारांचे आणि जयप्रकाश नारायण यांचे समर्थक होते. कस्तुरभाईंच्या 'इंग्लिश कार्यालया'त सचिव म्हणून ते रुजू झाले. कस्तुरभाईंना इंग्रजीची अडचण असल्यानं त्यांची सर्व महत्त्वाची कागदपत्रं ते तयार करीत. हळूहळू ते कस्तुरभाईंचे उजवे हात बनले. दोघांची घनिष्ठ मैत्रीच झाली. ऑफिसातलं काम संपल्यावर मुजुमदार अधूनमधून कस्तुरभाईंच्या घरी डोकावू लागले.

देखण्या व्यक्तिमत्त्वाचे व शिस्तशीर काम करणारे मुजुमदार जणू कस्तुरभाईंच्या घरातीलच एक सदस्य बनून गेले. त्यांचा विवाह झाला होता; पण त्यांनी पत्नीला सोडून दिलं होतं. कस्तुरभाईंच्या बहिणीशी त्यांची चांगलीच दोस्ती होती. या गोष्टीची सर्वतोमुखी चर्चा होऊ लागली. अहमदाबादेतील ते एक उघड गुपित बनलं. हळूहळू मुजुमदार यांच्या सल्ल्यावर कस्तुरभाई सर्वस्वी विसंबून राहू लागले. 'ते एखादेवेळी आपल्या मुलांचा सल्ला डावलत, पण मुजुमदारांचा नाही,' असं एका माजी अधिकाऱ्यानं सांगितलं. 'मुजुमदार कस्तुरभाईंसारखेच अगदी परखड बोलणारे आणि स्पष्टवक्ते होते.'

त्यांचा मुजुमदार यांच्यावर किती विश्वास होता, हे १५ जुलै, १९५३ रोजी त्यांनी मुजुमदारांना लिहिलेल्या एका पत्रावरून दिसतं. त्या वेळी आपल्याला व्यापारी संरक्षण मिळावं, म्हणून 'अतुल कंपनी' टॅरिफ बोर्डापुढे आपली बाजू मांडणार होती. जर काही संरक्षण मिळालं नाही, तर कंपनीचं दिवाळं वाजेल, अशी भीती वाटत होती. मुजुमदार अहोरात्र कष्ट करीत होते. पण या गोष्टीचं महत्त्व लक्षात घेता त्यांना आणखी कोणाचं तरी मत हवं होतं. कस्तुरभाईंनी त्यांना लिहिलं, की 'मला फाईली मिळाल्या. मी त्या चाळत आहे. टॅरिफ बोर्डाबरोबर तुमच्या ज्या वाटाघाटी झाल्या, त्यांतील शब्दन्‌शब्द मला कळविण्यात आला आहे. त्याचा मी काय उपयोग करणार, हे मला कळत नाही. तुम्हाला थोडक्यात व मुद्देसूद भाषेत म्हणणं मांडायला हवं. तसं केलं, तरच यश मिळेल. मी फाईली वाचीन, पण माझा वेळ वाया जाण्यापलीकडे त्यातून काही साध्य होण्याचा संभव नाही.'

दुसऱ्या एका पत्रात ते म्हणतात, 'तुमच्याकडून सारखी पत्रावर पत्रं येत आहेत. सर्व गोष्टी दिल्लीत हाताळावयाच्या आहेत. गुरुवारी शिवरात्र आहे. त्या दिवशी मी दिल्लीत असावं, असं तुम्हाला वाटतं का?'

कररचना ही परदेशी उत्पादकांना अनुकूल होती आणि अशा उत्पादकांचं भारतीय बाजारपेठेत भरपूर प्रमाण होतं. आयात केलेल्या घटकद्रव्यांपासून 'अतुल' साधे रंग बनवीत होती. या घटकद्रव्यांवरील कर अंतिम उत्पादनापेक्षा जास्त होता. त्यामुळे या उत्पादनाचा खर्च संपूर्ण आयात केलेल्या मालाच्या तुलनेनं जास्त होता. सरकारनं ही विषमता दूर करावी, म्हणून कस्तुरभाईंनी प्रयत्न केले. पण या प्रश्नाचा विचार करायला टॅरिफ कमिशनला दोन वर्षं लागली!

आपल्याला भरपूर सवलती मिळतील, असं कस्तुरभाईंना वाटत होतं; पण हे प्रतीक्षा करणं फारच तापदायक होतं. 'अतुल'च्या संचालक मंडळावर असलेल्या ब्रजमोहन बिर्ला यांनी आपल्या जुन्या मित्राला लिहिलं, 'आपल्या गेल्या वेळच्या चर्चेनंतर 'अतुल'नं केलेली प्रगती पाहून मला अत्यानंद झाला. सरकारचा दृष्टिकोण

अनुकूल राहील, असं मी लिहिलं होतं. त्यांनी रंगांवर निर्बंध घातले आहेत. तसंच मुंबईत तुम्ही मंत्र्यांची घेतलेली भेट उपयुक्त होती. मला वाटतं, टॅरिफ कमिशनही समाधानकारक संरक्षण देईल व कंपनी लौकरच नफा कमवू लागेल, अशी आशा आहे.'

'पंडितजींना उद्योगधंदे प्रस्थापित व्हायला हवे आहेत. त्यामुळे संरक्षण मिळणं सोपं होईल, असं मला वाटतं.' ब्रजमोहन यांनी पुढे लिहिलं. बिर्ला तेव्हा 'हिंदुस्थान मोटर्स कंपनी'ला स्थैर्य मिळवून देण्याच्या प्रयत्नात होते. सरकारनं पोलाद उत्पादन करण्याची मागणी फेटाळल्यावर जी. डी. बिर्लांना 'दुर्गापूर स्टील'चा गाशा गुंडाळावा लागला होता. 'अतुल कंपनी'ला बऱ्याच सवलती मिळाल्या व नाट्यपूर्ण प्रगती होऊन कंपनीचा नफाही वाढला.

कारखान्यात वेगानं उत्पादन सुरू झालं, तेव्हा कस्तुरभाईंनी आपलं लक्ष वितरणाकडे वळवलं. १९५० मध्ये त्यांनी 'अमीर ट्रेडिंग कंपनी' ताब्यात घेतली होतीच. आता आणखी ११ एजंट्सची भर त्यांनी घातली. नंतर संयुक्त सहकार्याचे अनेक करार झाले. त्यांच्या नव्या भागीदारांत 'लेदर्ले लॅबोरेटरीज्', 'आयसीआय्', 'सिबा' यांचा समावेश होता. 'अतुल' हा कस्तुभाईंच्या जीवनातील अखेरचा मोठा प्रकल्प होता. आता आपल्या औद्योगिक कामगिरीनं समाधानी असलेले कस्तुरभाई आत्मपरीक्षण करू लागले व ते धर्माकडे वळले.

✦

१०

चेट्टी प्रकरण

१९४८ च्या सुरुवातीला भारत सरकार व कस्तुरभाई यांच्यांत एक विचित्र संघर्ष सुरू झाला. त्याचे व्यापक परिणाम झाले. अहमदाबादचे आयकर आयुक्त बी. एल्. वेश्य यांनी अंबालाल साराभाई यांच्याविरुद्ध काळाबाजार व अन्य गैरप्रकार केल्याचा आरोप केला आणि वादळ घोंगावू लागलं. कस्तुरभाईंनी व्यावसायिक स्पर्धा विसरून तात्काळ आपल्या मित्राची बाजू घेतली. देशाचे पहिले अर्थमंत्री षणमुखम् चेट्टी यांना त्यांनी ४ एप्रिल, १९४८ रोजी तार केली. 'या प्रकरणी चेट्टी यांनी तात्काळ हस्तक्षेप करावा,' अशी मागणी त्यांनी केली होती. 'वस्तुस्थिती लक्षात न घेता आयकर खातं प्रतिष्ठित व प्रामाणिक कंपन्यांवर कारवाई करीत आहे,' अशी टीकाही त्यांनी केली होती. साराभाई व 'कॅलिको'वर करण्यात आलेला काळाबाजाराचा आरोप त्यांनी फेटाळून लावला. तसंच, '२.२५ कोटी रुपयांची मागणी करणं, हा निव्वळ काल्पनिक पायावर आधारित छळ आहे, असंही त्यांनी म्हटलं होतं. 'अशीच लहरी वागणूक चालू राहिली, तर कोणतीही प्रामाणिक कंपनी वाचू शकणार नाही. प्राप्तिकर खात्यात औद्योगिक तंत्रज्ञानाच्या माहितीचा अभाव असणं, हे एखाद्या कंपनीची हानी करण्याचं समर्थन होऊ शकत नाही....' त्यांनी लिहिलं होतं.

चेट्टी यांनी संबंधित अधिकाऱ्याला लगेच निलंबित केलं. पण त्यामुळे अधिकारी वर्गात संतापाची लाट उसळली आणि अखेर वैश्य यांना पुन्हा कामावर घ्यावं लागलं. वैश्य यांनी लागलीच कस्तुरभाईंकडे आपला रोख वळवून सूडच घ्यायला सुरुवात केली. कस्तुरभाईंच्या अनेक कंपन्यांवर त्यांनी गैरव्यवहाराचे आरोप केले. त्याच वेळी केंद्र सरकारनं युद्धकाळात नफेखोरी केल्याचा आरोप करून अनेक उद्योगपतींच्या चौकश्या सुरू केल्या होत्या. चेट्टी यांनी त्यांपैकी पाच जणांची चौकशी थांबविली. त्यांपैकी एक कस्तुरभाई हेही होते. या प्रकारामुळे संसदेत प्रचंड गदारोळ झाला आणि अखेर चेट्टी यांना राजीनामा देणं भाग पडलं. चेट्टींचा राजीनामा हा एक प्रकारे कस्तुरभाईंच्या प्रतिष्ठेलाही धक्काच होता. केंद्रीय असेंब्लीच्या काळात हे दोघे मित्र झाले होते. जेव्हा चेट्टी १८९२ ते १९५३ मध्ये आंतरराष्ट्रीय मजूर संघटनेच्या परिषदेवर नियुक्त होणार होते, तेव्हा मते कशी मिळवावीत, यासाठी त्यांनी कस्तुरभाईंचाच सल्ला घेतला होता. कस्तुरभाईंनी त्यांना व्यवहार्य सूचना तर केल्याच, पण मुंबई गिरणीमालक संघटनेत सर नेस वाडिया यांच्याविरुद्ध चेट्टी यांचा प्रचार केला. चेट्टी विजयी झाले व १९२९ मध्ये जेव्हा जिनिव्हाला जायला निघाले, तेव्हा त्याच बोटीने कस्तुरभाईही युरोपला गेले. (योगायोग म्हणजे, तीन वर्षांनंतर दुसऱ्या गोलमेज परिषदेला हजर राहण्यासाठी महात्मा गांधी व जी. डी. बिर्ला यांनी याच 'एस्एस् राजपुताना' बोटीनं प्रवास केला होता.)

चेट्टींच्या राजीनाम्याचा संबंध कस्तुरभाईंपेक्षा सरदार पटेल यांच्याशी अधिक होता, असं पंडित नेहरू यांचे चिटणीस एम. ओ. मथाई यांचं म्हणणं आहे. त्यांनी नेहरूंच्या निधनानंतर प्रसिद्ध झालेल्या आपल्या वादग्रस्त आत्मचरित्रात या प्रकरणाची माहिती दिली आहे. अर्थात, तोवर सरदार पटेल व चेट्टी दोघेही दिवंगत झाले होते. त्यामुळे मथाई यांनी दिलेल्या माहितीबद्दल त्यांचं काय मत झालं असतं, ते सांगणं कठीण आहे.

खरं खोटं कोण जाणे, पण मथाई यांच्या माहितीवरून स्वातंत्र्योत्तर काळातील राजकीय ताणतणावाची कल्पना येते. मथाईंच्या मते, पं. नेहरूंची इच्छा चेट्टी यांच्याऐवजी जॉन मथाई यांना अर्थमंत्री करावं अशी होती. हे मथाई टाटा कंपन्यांचे संचालक होते; पण सरदार पटेल यांनी याला विरोध केला. कारण मथाई यांचं लियाकत अलींशी एकमत होतं, असा पटेल यांना संशय होता. त्यांनी प्राप्तिकर चौकशी आयोग नेमावा, म्हणून नेहरूंचं मन वळवलं होतं; पण असा आयोग नेमून हिंदू व्यापारी व उद्योगपती यांचा नाश करणं हा लियाकत अलींचा हेतू होता, असं पटेल यांचं मत होतं. त्यामुळे मथाई यांच्याऐवजी आर्. के. षण्मुखम् चेट्टी यांना अर्थमंत्री करावं, म्हणून त्यांनी नेहरूंचं मन वळवलं.

आपल्याला हवा तसा चेट्टी यांचा वापर करून घेता येईल, असं पटेल यांना वाटत होतं. ओटावा कराराच्या पार्श्वभूमीवर चेट्टी यांची नियुक्ती झाली, याचं अनेकांना आश्चर्यच वाटलं. प्राप्तिकर चौकशी आयोगाच्या यादीतून काही गुजराती व्यापारी व उद्योगपती यांची नावं गाळण्यास पटेल यांनी चेट्टी यांना भाग पाडलं. याचा सुगावा लागताच संसदेत गदारोळ झाला आणि पटेल यांची पंचाईतच झाली. ते गप्प राहिले. पंडित नेहरूंनी चेट्टी यांचा राजीनामा मागितला. त्यानंतर जॉन मथाई यांना अर्थमंत्री करण्यात आलं. चेट्टी यांना त्यांच्या गुन्ह्यापेक्षा अधिकच शासन झालं, असे उद्गार मथाई यांनी काढले होते.

बी. के. नेहरू हे चेट्टी यांच्या मंत्रालयात आयसीएस्. अधिकारी होते. अर्थमंत्र्याबरोबर अनेक दौरे त्यांनी केले. आपल्या आत्मचरित्रात नेहरूंनी चेट्टींबद्दल लिहिलं आहे, 'मला त्यांच्याबद्दल प्रेम वा आदर वाटत नव्हता.' किंबहुना चेट्टी यांनी केलेल्या अनेक गफलतींचा त्यांनी उल्लेख केला आहे व त्यांची यथेच्छ टिंगल उडवली आहे. चेट्टी जवाहरलाल नेहरू यांची खुशामत करीत, याची त्यांनी थट्टा उडविली आहे. 'चेट्टी यांचा राजीनामा म्हणजे एका लहानशा भ्रष्टाचाराबद्दलचा संशय,' असं ते म्हणतात.

मथाई यांनी चेट्टी प्रकरणी एक प्रसिद्धिपत्रक काढलं. त्याचं कस्तुरभाईंनी स्वागत केलं. कस्तुरभाईंनी चेट्टींना लिहिलं, 'सोबत मी 'टाइम्स ऑफ इंडिया'चं एक कात्रण जोडलं आहे; जॉन मथाई यांनी काढलेल्या पत्रकाची त्यात बातमी आहे. तुमच्या भूमिकेचं त्यांनी जाहीरपणे केलेलं समर्थन पाहून मला अत्यानंद झाला. त्यांनी तुम्हाला दोषमुक्त केल्यानं मी पण अंशत: दोषमुक्त झालो.' हे पत्र १ ऑगस्ट, १९५१ चं आहे.

'माझ्या सर्व हिशेबवह्यांची तपासणी प्राप्तिकर अधिकाऱ्यांनी केली; पण त्यांना त्यात काहीही आक्षेपार्ह सापडलं नाही. उलट, इतक्या तपशीलवारपणे कोणीही हिशेब ठेवीत नाही, अशी प्रशंसा त्यांनी केली. त्यांनी माझं खर्चाचं विवरणही पाहिलं. त्यात खर्च केलेल्या दमडी न् दमडीचा हिशेब लिहिलेला होता. हा अधिकारी चौकशी आयोगाला काय अहवाल सादर करतो, याची प्रतीक्षा करीत आहे,' असंही त्यांनी पत्रात म्हटलं होतं. कस्तुरभाई स्वित्झर्लंडला जाणार होते व रविवारी ५ तारखेला परतणार होते, अशीही माहिती त्यांनी दिली होती.

प्राप्तिकर खात्याचं चौकशीचं काम दहा वर्षं चाललं होतं. या काळात सर्व व्यापारी समाज कस्तुरभाईंच्या पाठीशी उभा राहिला. त्यांनी निष्णात व अत्यंत बुद्धिमान वकील नानी पालखीवाला यांना घेतलं होतं, पण देवीप्रसाद खैतान यांचाही सल्ला घ्यावा, असा आग्रह जी. डी. बिर्ला यांनी केला होता. विविध शिष्टमंडळं घेऊन कस्तुरभाई वारंवार दिल्लीला जाऊ लागले. तिथे विविध अधिकाऱ्यांच्या

मुलाखती श्रीराम यांचे कर्मचारी ठरवीत. सरदार पटेल व चेट्टी यांच्या सर्व कार्यक्रमांची माहिती श्रीराम यांच्या कार्यालयाला असे. कस्तुरभाईंना सौराष्ट्र व बडोदा येथील गिरणीमालकांनी पाठिंबा दर्शविला व सरकारला आपण निवेदनं पाठवायला तयार आहोत, असं कळवलं. या निवेदनाचे मसुदे तुम्हीच तयार करून पाठवा, अशी विनंतीही त्यांनी कस्तुरभाईंना केली. अशी खूप मदत मिळत असूनदेखील चौकशीच्या वेगवान रेट्यामुळे कस्तुरभाई थकून गेले.

१ जून, १९४८ रोजी त्यांनी जी. डी. बिर्ला यांना पाठविलेल्या पत्रात संताप, वैफल्य व असहायता यांचं मिश्रण दिसतं. कस्तुरभाईंच्या बाबतीत या गोष्टी दुर्मीळच. त्यांनी संयमित भाषेत लिहिलं होतं, 'प्राप्तिकर खात्याचं अज्ञान व अकार्यक्षमता यापोटी इतक्या सज्जन नागरिकांना माहिती देण्यास सांगितलं जावं, हे दुर्दैवच! अहमदाबादेतील १७० जणांना नोटिसा देण्यात आल्या आहेत म्हणे! सबंध देशातून ३००० जणांना चौकशीसाठी बोलावलं जाणार आहे. त्यातून काही निष्पन्न होणार नाही, याची मला खात्री आहे...'

'तुमच्यासारख्या नेत्यानं या शोकांतिकेकडे हाताची घडी व तोंडावर बोट ठेवून नुसतं पाहात बसावं काय,' असा प्रश्न त्यांनी चिडून जीडींना विचारला होता. त्या वेळी स्वत: बिर्ला एका गंभीर करप्रकरणात गुंतलेले होते, हे ध्यानात घ्यायला हवं. 'तुम्ही स्वत: दिल्लीला जाऊन चौकशी समितीच्या सदस्यांना भेटावं व शहाणपणानं वागण्याचा सल्ला त्यांना द्यावा,' अशी सूचनाही त्यांनी केली होती. 'काळा बाजारवाले आणि करबुडवे यांना न्यायालयात खेचायला कोणीच आक्षेप घेणार नाही. पण जेव्हा सर्वांवरच आरोप केले जातात, तेव्हा त्याचं पर्यवसान हास्यास्पदतेत होतं. मी लौकरच इजिप्तला जात आहे, तेव्हा त्याबाबत पुढे काय करावं, हे मी तुमच्यावर सोडत आहे,' असं त्यांनी म्हटलं होतं.

'अतुल संकुला'च्या उभारणीत कस्तुरभाई गढले असतानाच त्यांच्यावर या सर्व गोष्टींचा मारा होत होता. अमेरिकेत शिक्षण घ्यायला गेलेला त्यांचा मुलगा श्रेणिक परतला होता व त्यामुळे त्यांना थोडासा दिलासा मिळाला होता. 'कुटुंबाला कराच्या प्रश्नातून बाहेर काढण्यातच माझी सुरुवातीची पाच वर्षं गेली खरी, पण हे श्रम कारणी लागले. सरकारनं आम्हाला पूर्ण निर्दोष ठरविलं. घरच्याच बागेतील गाजरं, वाटाणे यांच्या विक्रीचाही तपशीलवार हिशेब ठेवणारं दुसरं कुटुंब पाहिलं नव्हतं,' असं कर चौकशी अधिकारी म्हणाल्याचं श्रेणिक सांगतात.

मुत्सद्दी

उद्योगपतींनी कस्तुरभाई या प्रकरणात निर्दोष ठरले म्हणून त्यांचं अभिनंदन केलं; पण आपण, आपले बंधू आणि आपले कुटुंबीय अशा सर्वांना या प्रकरणात

जो त्रास व मन:स्ताप सहन करावा लागला, याबद्दल अधिकाऱ्यांनी माफी मागितली नाही, यामुळे ते बैचेन होते. त्यांनी निमूटपणे ही खंत सहन केली. सरकारी संस्था व समितीचं प्रमुख पद स्वीकारण्याची विनंती नेहरूंनी केली, तेव्हा त्यांनी ती मान्य केली. जे. आर्. डी. टाटा यांच्याप्रमाणे चूक करून नेहरू व आयसीएस्. अधिकाऱ्यांना दूर लोटण्याचं कृत्य त्यांनी केलं नाही.

अल्पसंख्याक जमातींचे व्यवस्थापन व मूलभूत हक्क यासंबंधीच्या समितीवर त्यांना जेव्हा पाचारण करण्यात आलं, तेव्हा त्यांनी ते स्वीकारलं. घटना तयार करण्याच्या कामात त्यांनी छोटी भूमिका पार पाडली. आर्थिक मंत्रालयाच्या आर्थिक समितीचं अध्यक्षपद त्यांनी १९४८ मध्ये स्वीकारलं. १९५२ मध्ये सार्वजनिक बांधकाम विभागाच्या उद्योग समितीचे ते प्रमुख झाले. त्यानंतर राष्ट्रीय संशोधन विकास महामंडळाचे ते अध्यक्ष झाले. महात्मा गांधी स्मारक निधीचे अध्यक्ष व विश्वस्त या नात्यानं त्यांनी सरकारतर्फे पाच कोटी रुपये गोळा केले.

कस्तुरभाई लौकरच कागदांच्या प्रचंड ढिगाऱ्यात बुडून गेले. अल्पसंख्याक उपसमितीचे सदस्य म्हणून त्यांच्यावर निवेदनं व माहितीपत्रकांचा वर्षाव होऊ लागला. देशाच्या सर्व भागातील अनेक जैन संस्था आणि संघटना, पत्रं, पत्रकं, तारा यांचा त्यांच्यावर वर्षाव करू लागले. जैन समाजाचे नेते म्हणून त्यांनी जैनांच्या हक्कांचा पुरस्कार करावा, असा आग्रह काहींनी धरला. त्यांतील काही संघटनांची नावं भलतीच लांबलचक असत. उदा. 'जैन राजकीय हक्क जतन समिति, अजमेर', 'श्वेतांबर मूर्तिपूजक जैन समाज' मुंबई, 'श्री १००८ जंबुकुमार संघ, दिल्ली', 'श्री जैन श्वेतांबर तेरापंथी महासभा, कलकत्ता', या महासभेच्या अध्यक्षांनी तर लिहिलं होतं, की या सल्लागार समितीवर आम्हाला स्थान मिळावं म्हणून आम्ही किती जोरदार प्रयत्न केले, पण निवड तुमची झाली असं दिसतं. अध्यक्ष निराश झाले होते. कस्तुरभाईंच्या कार्यक्षमतेबद्दल त्यांना खात्री वाटत नसावी. गरज पडल्यास सर्व मुद्द्यांची तुमच्याशी चर्चा करायची आपली तयारी आहे, असंही त्यांनी कळविलं होतं, पण कस्तुरभाईंनी त्यांना नकार दिला.

उपसमितीच्या एका बैठकीला कस्तुरभाई हजर राहू शकले नव्हते; हे समजताच एका जैन संघटनेनं तार पाठवून त्यांची चांगली खरडपट्टी काढली होती. 'आपल्याला बैठक चुकवू नये, अशी प्रार्थना आहे. आपल्यावरील मोठ्या जबाबदारीची नेहमी जाणीव ठेवावी.' असा उपदेशही त्यांना केला होता. 'शिखांप्रमाणेच जैन हा प्राचीन समाज आहे, अशी मान्यता मिळणं आवश्यक आहे. जैन यात्रा, विहार यांवर बंधनं घातली जाऊ नयेत,' असंही या तारेत म्हटलं होतं. कस्तुरभाईंना हा आगाऊपणा सहन झाला नाही व त्यांनी उलट तार केली, 'घटनेत विविध धार्मिक प्रथांचा समावेश करावा, अशी तुमची सूचना आहे. पण असं कोणत्याही देशात करण्यात

आलेलं नाही. भारतात असली गोष्ट स्वीकारली जाणार नाही. मला माझी जबाबदारी चांगलीच समजते. आणि जिथं आवश्यक आहे, तिथं मी हजर राहीनच.'

औद्योगिक संशोधनात कस्तुरभाईंना मनापासून असलेला रस लक्षात घेऊन त्यांना 'कौन्सिल ऑफ सायंटिफिक ॲन्ड इंडस्ट्रियल रिसर्च'चे सदस्य म्हणून नेमण्यात आलं, असं सांगून विक्रम साराभाई म्हणतात, 'पं. नेहरूंचा कस्तुरभाईंवर खूप विश्वास होता. कांडला प्रकल्पाच्या विकासात त्यांनी बराच हातभार लावला होता. औद्योगिक संशोधनासाठी कंपन्यांनी आपल्या साधनांतून काही निश्चित राखीव निधी ठेवण्याची पद्धत त्यांनीच सुरू केली. त्यामुळे या कामासाठी मोठा निधी उपलब्ध झाला.'

त्यांतील एक सुती वस्त्रसंशोधन निधी होता. पैसे नुसते पडून राहिलेले कोणाच उद्योगपतीला आवडत नाही. याला कस्तुरभाई देखील अपवाद नव्हते. या निधीत दोन कोटी रुपये पडून होते. हे पैसे अहमदाबादला मिळावेत, म्हणून त्यांनी प्रयत्न सुरू केले.

अहमदाबाद वस्त्रोद्योग संशोधन प्रकल्प 'अटिरा' (अहमदाबाद टेक्सटाईल इंडस्ट्री रिसर्च असोसिएशन) हा त्यांचा अगदी आवडता प्रकल्प होता. औद्योगिक व शिक्षण क्षेत्राच्या सहकार्याने उभ्या राहिलेल्या 'अटिरा' या आदर्श संस्थेबद्दल बरंच लिहिलं गेलंय्. कस्तुरभाईंनी जून १९५० मध्ये सरदार पटेल यांना लिहिलेल्या एका पत्रात अटिराचा सारा इतिहास वर्णिला आहे. तसंच त्यातून कस्तुरभाईंच्या यशाचं मर्महो कळतं.

त्यांनी लिहिलं होतं, 'युद्धकाळात देशापेक्षा कापडाला बाहेर चांगला भाव मिळत होता. त्यामुळे जेव्हा सरकार निर्यातीबाबत उत्सुक होतं, तेव्हा वस्त्रोद्योगातील मंडळींनी निर्यातीवर तीन टक्के कर बसविण्यास संमती दिली. त्यातून मिळणाऱ्या उत्पन्नातून सुती वस्त्रोत्पादनातील संशोधनासाठी, तसंच निर्यात करावयाच्या कापडाच्या दर्जावर नियंत्रण ठेवण्यासाठी एक संस्था स्थापन केली जाणार आहे, असं जाहीर करण्यात आलं होतं. सध्याचा सुती वस्त्र संशोधन निधी असा निर्माण झाला आहे. हा निधी आता दोन कोटी रुपयांवर पोचला आहे. सरकारचा कापड उद्योग, मजूर, हातमाग विणकर व शास्त्रज्ञ यांच्या प्रतिनिधींच्या एका समितीतर्फे या निधीची व्यवस्था पाहिली जाते,' असं त्यांनी म्हटलं होतं.

'ही समिती स्थापून दीडवर्ष लोटलं, तरी समितीच्या कामात अजून काही प्रगती झालेली नाही,' असं नमूद करून 'अटिरा'नं केलेल्या वेगवान प्रगतीची माहिती देताना ते म्हणतात, 'दरम्यान अहमदाबादच्या गिरणीमालक संघटनेनं 'अटिरा'च्या स्थापनेस पाठिंबा दिला व स्थानिक गिरण्यांकडून ५० लाख रुपये जमा केले; सरकारनं त्यात २० लाखांची भर घातली. तसंच दरवर्षी निम्मा खर्च– दीड

लाख रुपयांपर्यंत उचलण्याची तयारीही दर्शविली. अटिराचं काम सुरूही झालं आहे.'

सरदार पटेल यांना असं प्रभावित केल्यावर कस्तुरभाई मुख्य मुद्याकडे वळत लिहितात, 'अटिरा'च्या धर्तीवर मुंबई व कोईमतूर इथं अशाच संशोधन संस्था स्थापन करण्यास अहमदाबाद गिरणीमालक संघटनेनं मदत देऊ केली; पण मुंबईनं आपण आर्थिक जबाबदारी उचलण्यास असमर्थ आहोत, असं सांगितलं व दक्षिण भारतातही तशीच स्थिती आहे. याचा अर्थ, 'अटिरा'सारखी संस्था अन्यत्र उभारता येणार नाही, हे उघड आहे. तेव्हा असा प्रकल्प कसा राबवावा हे ज्यांना ठाऊक आहे व ज्यांना याचा पूर्वानुभव आहे, अशांकडे हा सुती वस्त्रोद्योग संशोधन निधी सूपूर्द का करीत नाही,' असा सवाल त्यांनी विचारला होता.

हा सवाल अगदी धोरणीपणानंच त्यांनी विचारला होता. ते पुढं लिहितात, 'या निधीचं विविध तांत्रिक संस्थांत वाटप करावं, असं काही जणांचं मत आहे; पण या संस्था मुख्यत्वे गिरण्यांसाठी निरीक्षक कर्मचाऱ्यांना प्रशिक्षित करण्याचं काम करीत असतात. तेव्हा अशा संस्थांत निधी वाटून देणं, मूळ हेतूशी सुसंगत ठरणार नाही,' असंही त्यांनी नमूद केलं होतं.

ते पुढं लिहितात, 'भारतीय वस्त्रोद्योगानं जर संशोधनाचा वापर केला नाही, तर इतर देशांच्या तुलनेनं आपण फार मागे राहू; तेव्हा या निधीचा वापर दुय्यम कामासाठी केला जाता कामा नये; एकाच संशोधन केंद्रावर तो खर्च करावा. गरज पडली तर 'अटिरा'नं आपलं सदस्यत्व अन्य केंद्रांना खुलं करावं, म्हणजे इतरांनाही तेथील संशोधनाचा लाभ घेता येईल.

'या उद्योगाकडे फारशी आर्थिक साधनं राहिलेली नाहीत, हे तुम्ही जाणताच. त्यामुळे उद्योगाला पुन्हा मोठ्या प्रमाणावर निधी उभारणं अशक्य आहे; त्यामुळे आपल्याला काय साध्य करायचंय, याबद्दल सुस्पष्टता असणं अत्यावश्यक आहे.' असंही त्यांनी लिहिलं होतं. त्यांच्या या पत्राचा इष्ट परिणाम झाला आणि अखेर 'अटिरा'ला काही निधी मिळाला.

कस्तुरभाईंनी वेळेच्या आत ठरवून दिलेल्या अंदाजपत्रकात संस्था उभारल्या. त्यामुळे त्यांच्या योजनांना पाठिंबा देण्यास सरकारला हरकत वाटत नसे. ते ज्या समित्यांवर होते, त्या समित्यांचं कामकाज पाहावयास कार्यक्षम व्यक्ती ते बरोबर शोधून काढत. आपली स्वतंत्र मुद्रा उमटवावी, असं त्यांना अध्यक्षपदावरून निवृत्त झाल्यावर वाटू लागलं. टाटा समूहात जशी मनुष्यबळाची टंचाई होती, तशी लालभाई समूहात नव्हती. त्यामुळे त्यांना शिक्षण व संशोधन क्षेत्रात लक्ष घालणं शक्य झालं.

'अहमदाबाद एज्युकेशन सोसायटी' ही त्यांनी स्थापन केलेली सर्वात महत्त्वाची

व प्रभावी संस्था. याच संस्थेचं पुढे गुजरात विद्यापीठात रूपांतर झालं. अहमदाबाद शहरात फेरफटका मारला, की या सोसायटीचा प्रचंड व्याप व प्रभाव जाणवतो. एक व्यवस्थापन प्रशिक्षण संस्था या सोसायटीनं स्थापन केली आणि अंध व अपंगांसाठी प्रशिक्षण केंद्रं सुरू केली. शाळा व महाविद्यालयं होतीच. त्यांनी प्रचंड प्रमाणावर जमिनी खरेदी करून ठेवल्या होत्या. त्यातील त्यांनी काही ठेवल्या, तर काही देणगी म्हणून देऊन टाकल्या. कस्तुरभाईंनी भव्य इमारती उभारल्या. लुई कान्ह व चार्ल्स कोरिया यांच्यासारख्या प्रख्यात वास्तुविशारदांना खास अहमदाबादला त्यासाठी पाचारण करण्यात आलं.

'अहमदाबाद एज्युकेशन सोसायटी'च्या मालकीच्या जमिनीचा काही भाग आय्आय्एम्ला (इंडियन इन्स्टिट्यूट मॅनेजमेन्ट, अहमदाबाद) देण्यात आला. विक्रम साराभाई मृत्यूनंतर आयआयएम्चे संस्थापक मानले जाऊ लागले. परंतु कस्तुरभाईंशिवाय आय्आय्एम्चा विचार करणं अशक्य आहे, असं रवी जे. मथाई म्हणतात. मथाई हे आय्आय्एम्चे पहिले संचालक होते. या संस्थेबद्दल दिल्लीशी वाटाघाटी करण्यात साराभाईंचा पुढाकार होता, तर स्थानिक उद्योगपतींचा पाठिंबा मिळवण्याचं कार्य कस्तुरभाईंनी केलं,' असं ते म्हणतात.

देशातील व्यवस्थापन क्षेत्रातील उत्कृष्ट तज्ज्ञांचं अहमदाबादच्या विविध संस्थांना त्यांनी सहकार्य मिळवून दिलं. कस्तुरभाईंचा लौकिक व त्यांच्याबद्दल वाटणारा आदर यामुळे सर्वांनी आनंदानं सहकार्य देऊ केलं.

स्वत:च्या ओळखीपाळखींचा आपल्या उद्योगधंद्यासाठी लाभ न उठवता कस्तुरभाईंनी संस्था उभारल्या, असा त्यांचा लौकिक पसरला. एरवी ज्यांची भेट मिळणं दुष्कर असे, अशा राजकीय पुढाऱ्यांच्या सहज भेटी मिळू लागल्या. वल्लभभाई पटेल, मोरारजी देसाई व मनुभाई शहा या गुजराती नेत्यांशी तर त्यांचा घनिष्ठ स्नेह होताच, पण स. का. पाटील, गुलझारीलाल नंदा, कृष्णम्माचारी या राष्ट्रीय नेत्यांशीही त्यांचा काही केवळ औपचारिक परिचय नव्हता.

पंतप्रधान जवाहरलाल नेहरू यांची मुलाखत मिळवणं कस्तुरभाईंना कधी कधी फार सोपं होई. एकदा नेहरूंनी जी. डी. बिर्ला यांना लिहिलं, 'तुम्ही वा कस्तुरभाई किंवा जे. आर्. डी. टाटा मला व अर्थमंत्री टी. टी. कृष्णम्माचारी यांना कोणत्याही महत्त्वाच्या प्रश्नाची चर्चा करायला केव्हाही भेटू शकता. अशा मुलाखतीत तुमच्या मतांचा विचार होईल.' पं. नेहरू यांच्या मनात उद्योगपतींबद्दल अढी होती, हा समज त्यांच्या निधनानंतर पसरविण्यात आला आहे.

✦

११

कुटुंबचालक

'कस्तुरभाई हे खास गृहस्थ होते,' असं सांगून एचडीएफसीचे अध्यक्ष दीपक पारेख म्हणतात, 'माझे काका एच्. टी. पारेख व कस्तुरभाई हे चांगले दोस्त होते. आयसीआयसीमध्ये दोघांनी एकत्र काम केलं होतं. दोनदा मी काकांसमवेत कस्तुरभाईंकडे भोजनास गेलो होते. दोन्ही वेळेला ते सारखेच वागले. भोजन संपताच त्यांनी आचाऱ्याला बोलावलं. त्यांनी भोजनातील प्रत्येक पदार्थाचा खर्च विचारला. उदा. अर्ध्या किलो भेंडीला किती पैसे पडले, इत्यादी. पाहुण्यांच्या देखत त्याचं हे हिशेब करून पाहणं वेगळंच वाटे.'

पैसे खर्च करायला कस्तुरभाई नाराज असत, हे सुविख्यात झालं होतं. एकूणच पैसे खर्च करणं व त्यातून स्वत:वर ते खर्च करणं त्यांना मुळीच आवडायचं नाही. ते खादीचा लांब कोट वापरीत, असं समूहाचे विश्वासू हिशेब अधिकारी रमणलाल वेणीचंद शहा सांगतात. वर्षातून एकदा ते अहमदाबादला नव्हे, तर मुंबईला खादीचं कापड खरेदी करीत. ते गांधी जयंतीच्या महिन्यातच खरेदी करत, कारण तेव्हा भरपूर सूट मिळत असे.

कस्तुरभाई कंजूष होते का? कस्तुरभाईंच्या बाबतीत जैनांच्या काटकसरीच्या तत्त्वज्ञानाला गांधीवादाची जोड मिळालेली होती. भारतातील वाढत्या ग्राहक वर्गापासून

ते वेगळेच होते. ते सौदेबाजीत पटाईत होते. या तंत्राचा त्यांना चांगलाच विकास केला होता. कितीही चढउतार होवोत, लालभाई समूहाकडे कायमच उत्तम यंत्रसामुग्री असे. गिरण्यांचं सतत आधुनिकीकरण करत राहण्याची कस्तुरभाईंची पद्धती होती. दरवर्षी ते न चुकता घासाघीस करून अगदी स्वस्तात यंत्रसामग्री आणीत. ही यंत्रं उत्कृष्ट कापड बनवत व त्यांना चांगली किंमतही मिळे. त्यामुळे इतर गिरण्यांपेक्षा लालभाईंच्या गिरण्यांतील नफ्याचं प्रमाण अधिक होतं.

'माथेर ॲन्ड प्लॅट' किंवा 'ग्रीव्हज् कॉटन'सारख्या गिरण्यांच्या यंत्रसामग्रीचे उत्पादक असलेल्या कंपन्यांच्या विक्रेत्यांना कस्तुरभाईंशी व्यवहार करणं मोठं कटकटीचं वाटे; पण ते आनंददायीही असे. कारण इतर उद्योगपतींप्रमाणे कस्तुरभाई कधीही त्यांचा वेळ वाया घालवत नसत. त्यांनी अधिक तपशील मागितला, याचा अर्थ त्यांना खरंच खरेदीत रस आहे, हे समजे. खिशात भरपूर पैसे असल्याविना ते त्यांच्याकडे जात नसत. एकदा का त्यांनी मागणी नोंदवली, की ते ठरल्याप्रमाणे वेळच्यावेळी पैसे मोजत. एकदा करार झाला, की मग घासाघीस वा कुरकुर नसे. पण करार करण्याची प्रक्रिया ही भूल न देता दात उपटून काढण्याइतकी दुखरी असे.

१९३६ साली 'नूतन' व 'अहमदाबाद न्यू कॉटन' या गिरण्यांसाठी कस्तुरभाईंना नवे स्प्रिंकलर्स हवे होते. आपल्याला चांगली घसघशीत ऑर्डर मिळणार, या आनंदानं 'माथेर ॲंड प्लॅट कंपनी'च्या मुंबईतील एजंटानं त्यांना कोटेशन पाठवलं. पण, 'मी जी ऑफर दिली, त्याच्याशी तुमचे भाव जुळणारे नाहीत. तेव्हा ही ऑर्डर रद्द समजावी,' असं त्यांनी ताडकन कळवलं. एजंटनं लंडन ऑफिसला हे कळवलं, पण नंतर पाच महिने कस्तुरभाईंशी बोलणी चालू होती. कस्तुरभाईंनी एप्रिलमध्ये असलेली २३९३ पौंड ही किंमत सप्टेंबरमध्ये १४९२ पौंडावर आणली. एवढंच नव्हे, तर नवीन उपकरणं मोफत बसवून देण्यासही कंपनीनं अनुमती दिली, तसंच, 'अहमदाबाद न्यू कॉटन'मधील यंत्रसामुग्री फुकट दुरुस्त करून देण्याचंही त्यांनी कबूल केलं.

'अरविंद गिरणी'ची यंत्रसामग्री कमालीच्या स्वस्त दरात मिळवल्यानं कस्तुरभाईंचा लोभ वाढतच होता. कायम सवलती मागण्याच्या वृत्तीमुळे 'माथेट ॲंड प्लॅट कंपनी'च्या एका वरिष्ठ संचालकानं सौम्य शब्दात त्यांची कानउघडणी केली होती. 'प्लॅट'च्या दर्जाची यंत्रसामग्री एवढ्या स्वस्तात जपानी उत्पादकही बनवू शकत नाही,' असं जेराल्ड ए. सिंग्टन यांनी लिहिलं, 'सध्याच्या परिस्थितीत तुलनेनं असलेली योग्य किंमत व 'अरविंद'ची ऑफर ज्या कृत्रिम किमतीत स्वीकारली गेली, ती किंमत, याचा विचार करता आजच्या मजुरांना काम मिळावं, म्हणून कोणाही ब्रिटिश उत्पादकाला दरवर्षी हजारो पौंड फेकून देणं शक्य नाही.

'ऑर्डर न देण्याच्या तुमच्या कारणाशी तुम्ही प्रामाणिक राहता याची मला जाणीव आहे; पण फार किमतीमुळे आम्ही ऑर्डर देऊ शकत नाही, असं भारतातील बरेचजण म्हणतात, पण खरं तर, भेटमूल्य ठेवलं, तरी ते आमच्याकडे ऑर्डर देणार नाहीत. 'अरविंद'च्या आकाराएवढ्या आणखी एका गिरणीसाठी तुम्ही जर ऑर्डर दिली, तर मला अत्यानंदच होईल. तुम्हाला सर्व तो फायदा द्यायला मी तयार आहे.

सिंग्टननं कोपरखळ्या मारल्या असल्या, तरी त्याचा कस्तुरभाईंना राग आला नाही. त्यांना पत्र आवडलं. त्यांच्या शालीन भाषेचं कौतुक करताना कस्तुरभाईंनी लिहिलं की, 'साहित्यात शिरण्याऐवजी तुम्ही तांत्रिकक्षेत्रात कसे आलात, हे मला उमगत नाही. मी तुम्हाला भरपूर बिझिनेस देऊ शकेन, अशी मला खात्री वाटते. पण तुम्ही तुमच्यावरची योग्य किंमतीत ती देण्याची जबाबदारी पार पाडाल, की नाही, हा खरा प्रश्न आहे.'

'ग्रीव्हज् कॉटन'चे एफ्. जी. लुप्टन यांनी एका पत्रात अहमदाबादींच्या बरोबर धंदा करणं किती कठीण आहे, ते लिहिलं आहे. कस्तुरभाईंनी एका पत्रात तुम्ही माझी फसवणूक केली आहे, असं म्हटलं होतं. त्या वेळी लुप्टननं लिहिलं,

> 'अहमदाबादशी करावयाच्या व्यापाराबद्दल मी माझी काही निरीक्षणं नोंदवत आहे. अहमदाबादीला मंडळींना स्वत:च्या पैशाबद्दल प्रचंड आदर आहे. कोणताही करार तो धुसमुसळेपणानं करणार नाही. आपल्याला त्रास होणार हे लक्षात आलं, तर तो एक दमडी द्यायलाही काकूं करतो. तो अत्यंत पुरोगामी व धाडसी आहे. पण त्याची किंमतीविषयीची जाणीव अत्यंत तीव्र असून त्यांचं सतत समाधान करणं हे कोणत्याही विक्रेत्याला शक्य नाही.'
>
> 'इतरांपेक्षा (दुसऱ्या अहमदाबादीला देखील) आपल्याला चांगला भाव द्यावा, अशी अहमदाबादीची अपेक्षा असते. समजा, एखाद्या अहमदाबादीशी सौदा केल्यावर दुसऱ्या एखाद्या शेजाऱ्याशी जर कमी किमतीत व्यवहार केला, तर मग तुम्ही त्या अहमदाबादीच्या मर्जीतून उतरता. समजा, येनकेन प्रकारेण एखाद्या विक्रेत्यानं किमतीत सूट दिली, तर अन्य सर्व विक्रेत्यांनी तसंच करावं अशी अपेक्षा असते. खरंच, जीवन मोठं कठीण आहे, हेच खरं.'

कस्तुरभाईही याच्याशी सहमत होते. यंत्रसामग्री उत्पादकांशी असलेला पत्रव्यवहार पाहता व्यापारातील नव्या प्रवाहांबाबत जाणून घेण्यास ते किती उत्सुक असत, हे

दिसून येतं. जपानी इतका स्वच्छ धागा कसा बनवू शकतात?... या प्रश्नाचं उत्तर शोधण्यासाठी कस्तुरभाईंनी 'ग्रीव्हज् कॉटन'ला जपानी गिरण्यांच्या यंत्रसामग्रीची अचूक मापं शोधायला सांगितली. आपली यंत्रं वेगवेगळ्या वेगानं चालवून उत्तम उत्पादन मिळवण्याचा प्रकल्प करण्यासाठी त्यांनी आपल्या व्यवस्थापकांना प्रोत्साहन दिलं. मग यंत्र-उत्पादकांशी त्याबाबतही चर्चा करून त्याचा दर्जा कसा वाढवता येईल, ते सुचवलं. जगातील कोणत्याही महत्त्वाच्या कापड उद्योग केंद्रापेक्षा भारतीय गिरणी कामगाराची उत्पादकता ही सर्वांत कमी होती; तेव्हा या प्रश्नाचा अभ्यास करून कामगारांना प्रशिक्षण देण्यासाठी १९३३ साली त्यांनी एका अमेरिकन सल्लागार कंपनीची नेमणूक केली होती.

गिरण्या चालवण्यासाठी ते स्वत: योग्य ते कमिशन घेत आहेत, की नाहीत, देशातील मॅनेजिंग एजन्सी कंपन्यांना काय कमिशन मिळतं, याची माहिती त्यांनी मुंबईच्या एका दलालाला विचारली. आपल्या संचालकांना योग्य व पुरेशी माहिती आपण देतो काय, याबाबतची प्रथा जाणून घेण्यासाठी त्यांनी इतर कंपन्यांना पत्रं लिहिली. सर्व देशभर एजंटस् नेमून त्यांनी देशभर विक्रीला उत्तेजन दिलं. पण एजंट्सना मालाचं वितरण करण्यापूर्वी त्यांनी पैसे दिले पाहिजेत, अशी अट त्यांनी घातली.

किमतीतील चढउतार व अनावश्यक धोक्यापासून आपला व्यवहार संरक्षित असावा, म्हणून ते फारच काळजी घेत. पण एकदा का सौदा झाला, की मग तो काटेकोरपणे पाळत. करारानंतर जरी किमतीत वाढ झाली, तरी करार पाळला जाई, असं 'अरविंद गिरणी'तील एका निवृत्त व्यवस्थापकानं सांगितलं.

जरी अनेक बाबतींत ते पुरोगामी व नावीन्यपूर्ण कल्पनांना उत्तेजन देणारे असले, तरी कधी कधी काही महत्त्वाच्या आर्थिक बाबींबाबत ते बदल करायला तयार नसत. जे. आर्. डी. टाटांचे अर्थतज्ज्ञ ए. डी. श्रॉफ यांच्या एका पत्रावरून हे दिसतं. मे १९३६ मध्ये श्रॉफ यांनी 'अरविंद', 'अरुणा', 'सारसपूर', 'अशोक' व 'रायपूर' या पाचही लालभाई गिरण्यांच्या वार्षिक अहवालांची तुलना केली होती.

त्यांनी लिहिलं, 'रायपूर' वगळता इतर गिरण्यांचं आर्थिक स्वरूप हे निरोगी व समाधानकारक असल्याचं म्हणता येणार नाही. अहमदाबादच्या गिरण्या याच पद्धतीवर चालतात, असं तुम्ही म्हणाल; पण औद्योगिक अर्थकारणाचे मूळ सिद्धांत अहमदाबादच्या बाबतीत वेगळे असू शकत नाहीत,

कस्तुरभाईंना इशारा देताना श्रॉफ म्हणतात, 'तुमच्या चार गिरण्यांची स्थिती ही नरोत्तम मोरारजी यांच्या ताब्यातील सोलापूर गिरण्यांसारखी झाली आहे. आठ लाखांचा भरणा झालेल्या भांडवलावर दीड कोटी रुपये उभारण्यात आले. बारमाही

ठेवीतून ती रक्कम उभारली गेली होती व जोपर्यंत उद्योगाची व्यवस्था धडधाकट होती, तोवर ही पद्धत टिकून राहिली. पण मंदीची पहिली पदचिन्हं दिसू लागताच ती मोडली. भविष्यात कधीही अहमदाबाद गिरण्यांचंही असंच होईल, असं मला वाटतं.'

खेळत्या भांडवलासाठी ठेवींचा वापर करण्याची अहमदाबाद कापडगिरण्यांची पद्धत होती. तसंच, बहुतेक गिरण्यांचा भागभांडवलाचा पाया लहान होता. हे धोरण धोकादायक आहे, असं श्रॉफ याचं मत होतं. त्याऐवजी शेअर बाजारातील तेजीचा फायदा उचलावा; 'अरविंद'चे शेअर्स अधिकच तेजीत होते. फरक भांडवलासाठी आणखी शेअर्स वा डिबेंचर्स काढावेत, असा सल्ला त्यांनी कस्तुरभाईंना दिला. 'शेअर्स वा डिबेंचर्स काढण्यानं कंपनीच्या इभ्रतीस धक्का पोचतो, हा समज बाळगू नका. तुमच्या कंपन्यांच्या सुदृढ आर्थिक प्रवृत्तीची जर तुम्हाला काळजी असेल, तर भरणा केलेलं भांडवल (Paid-up Capital) वाढवलं पाहिजे,' त्यांनी सांगितलं.

कस्तुरभाईंच्या उत्तरावरून त्यांनी यातून फार बोध घेतलेला नाही, असं दिसतं. 'अहमदाबाद उद्योगाचा आर्थिक स्थिती धडधाकट नाही, या तुमच्या मताचा मी आदर करतो. पण सर्व आर्थिक गरज ही कायमच्या भांडवलातून भागवावी, या तुमच्या मताशी मी सहमत नाही. खेळतं भांडवल हे ठेवी वा बँकांकडून कर्जे घेऊन उभारणं हे इष्ट व स्वस्त असतं, असं माझं मत आहे.'

सर्वोत्तम मिळविण्यासाठी

कस्तुरभाईंचे सर्व वरिष्ठ अधिकारी हे भारतीय व स्थानिक होते. पण उत्पादन-विभागात काही ब्रिटिश व्यवस्थापक होते. सप्टेंबर १९३१ मध्ये कस्तुरभाईंनी 'मँचेस्टर गार्डियन'मध्ये स्पिनिंग व वीव्हिंग मास्टरसाठी जाहिरात दिली. त्यांनी त्यात पुढील अटी घातल्या होत्या.

१. पहिलं म्हणजे त्याला दारूचं व्यसन असता कामा नये.
२. तो प्रकृतीनं एकदम धडधाकट हवा, कामगारांचा आदर प्राप्त करील व त्यांच्याकडून योग्य काय करून घेईल, असं त्याचं व्यक्तिमत्त्व हवं.
३. तो चांगला सायझर व फॅन्सी काम करणारा हवा.
४. तो फार महत्त्वाकांक्षी असता कामा नये.
५. तो वयानं ४० हून अधिक असता कामा नये. एखादं दुसरं वर्ष इकडेतिकडे चालेल, पण तो ४५ हून जादा असता कामा नये.
६. त्याचा स्वभाव समतोल असला पाहिजे.

नोकरीबाबत ते पुढे म्हणतात,

'या देशात स्पिनर्स व वीव्हर्सना ७०० ते १२०० रुपये वेतन दिलं जातं. इथं आल्यावर आणखी पैसे मिळावे, म्हणून ते प्रयत्न करतात, असा माझा अनुभव आहे. पण भारतात आल्या आल्या त्याला करार करावा लागेल. तसंच त्यापेक्षा आणखी कोणतेही जादा भत्ते दिले जाणार नाहीत. कामाच्या दहा तासापैकी आठ तास त्याला गिरणीत काढावे लागतील. त्याला स्वत:ला प्राप्तिकर भरावा लागेल; व इच्छा असल्यास, तर स्वखर्चानं मोटार ठेवता येईल. त्याला घर दिलं जाणार नाही. अहमदाबादेत घरभाडं हे ७५ ते १०० रुपयांच्या दरम्यान आहे. त्याला सिटी लाईन्सचं दुसऱ्या वर्गाचं भाडं दिलं जाईल. तो ज्या दिवशी अहमदाबाद इथं कामावर रुजू होईल, त्या दिवसापासून त्याचं वेतन सुरू होईल.'

व्यवस्थापकांना कामावर घेताना कस्तुरभाई बरीच घासाघीस करत. तरी त्यांच्याकडे अनेक अर्ज येत. दरवर्षी तंत्रज्ञांनाना ते कामावर घेत असत. 'तुमच्या एकूण अपेक्षा पाहता कोणीही पहिल्या दर्जाचा अधिकारी भारतात येणार नाही,' असं ओट्टो काउफमन यानं नोकरी नाकारताना म्हटलं होतं.

लालभाई समूहाला कमी पगार दिला जाई; पण जादा पगारासाठी फारच कमी अधिकारी वा कामगार नोकरी सोडून जात. याचं कारण ते न्याय्य मालक होते. त्यांच्या निष्ठावंत व्यवस्थापकात मिनोचर ए. बॅबेकॉन हे होते.

'१९२७ साली जादा पगारासाठी मी अन्यत्र नोकरी शोधत होतो. किंबहुना काही नेमणुका मिळालेल्या होत्या. पण जेव्हा याचा कस्तुरभाईंना सुगावा लागला, तेव्हा त्यांनी मला कार्यालयात बोलावून घेतलं व ते कडक सुरात म्हणाले, 'मिनोचर, तुम्ही सोडून जाणार नाही. आपले संबंध हे तुम्हाला बाहेर जी थोडी वाढ मिळणार आहे, त्यापेक्षा अधिक मोलाचे आहेत' व त्यांनी माझ्या देखत नेमणूक-पत्र फाडून टाकलं. मी भारावून गेलो व 'स्वदेशी' सोडण्याचा विचार सोडून दिला.' असं बॅबेकॉन म्हणतात. पण त्यांना काही रोख रक्कमही देण्यास कस्तुरभाईंनी नकार दिला होता. तेव्हा बॅबेकॉन नर्व्हस झाले. कस्तुरभाईंनी त्यांची बदली 'अनिल स्टार्च'मधून 'अतुल कंपनी'त केली. –'शाही बागेत त्यांनी माझ्या पैशातून जमीन खरेदी करून दिली. त्या वेळी मी स्वत: काही असा निर्णय घेऊ शकलो नसतो. १९७१ मध्ये मी सेवानिवृत्त झालो. मला चांगलं निवृत्तिवेतन तर मिळालंच, पण तोच बंगला व मोटार व टेलिफोन मला देण्यात आला. ते खरं तर आदर्श मालक होते.'

कस्तुरभाई आपल्या कार्यालयाचा दरवाजा नेहमी उघडा ठेवीत. कोणीही आपला प्रश्न घेऊन त्यांना भेटू शकत असे. 'इंडियन इन्स्टिट्यूट ऑफ मॅनेजमेंट'मागे

त्यांची प्रेरणा असली, तरी ते काही अत्याधुनिक व्यवस्थापन-तंत्राचा वापर करीत नसत. त्यांचा मूळ व्यवस्थापकीय दृष्टिकोन हा केंद्रीभूत व पालकत्वाचा होता. अमेरिकनांशी चर्चा केल्यावर त्यांना व्यावसायिक व्यवस्थापन-पद्धतीचं महत्त्व पटलं. ते निवृत्त झाले. त्यांनी महाव्यवस्थापकाचं पद निर्माण केलं व 'अतुल' व 'अरविंद या कंपन्यांत व्यावसायिक तज्ज्ञ नेमले. त्यांनी आपल्या दोन्ही मुलांना अमेरिकेतील कॉलेजात पाठवून दिलं.

कामगारांबाबत त्यांचा दृष्टिकोन अधिक उदार होता. आपल्या गिरणीत कोणत्या प्रकारचे कामगार आवडतील, असं विचारता त्यांनी जी उत्तरं दिली, ती पाहता त्यांना निरक्षरतेबद्दल चिंता वाटत असे, असं दिसतं.

ते म्हणतात, 'निरक्षरांपेक्षा साक्षरांना कामावर घेणं आम्हांला आवडेल. कारण त्यांचं काम ते अधिक चांगलं समजावून घेऊ शकतील. कार्यक्षमतेचं प्रमाण वाढवण्यास त्याचा उपयोग होईल.'

साक्षर कामगार मिळत नाहीत, याची खंत त्यांना वाटे. दरवर्षी २ ते ३६ टक्के अकुशल कामगारांऐवजी कुशल कामगार ते घेत. सध्या कुशल कामगारांपैकी १५ टक्के लिहू व वाचू शकतात. अकुशल कामगार बव्हंशी निरक्षर असतात. 'कामगाराला वाचता येऊ लागलं, की त्याला कारकून व्हायचं असतं. शाळांत व्यावसायिक शिक्षणाचा समावेश हवा. सुतार, लोहारकामातील प्राथमिक गोष्टी विद्यार्थ्यांना शिकविल्या जाव्यात. असे कामगार हे १८ हून वयानं कमी व २४ हून अधिक असता कामा नयेत,' असं ते म्हणत.

'त्यांनी कष्टाचं काम करायला तयार असलं पाहिजे. लिहाय-वाचायला आलं, की त्यांना कुशल कामापेक्षा कारकुनी काम आवडतं; पण कारखान्यात ते कष्टाचं काम करायला तयार होत नाहीत. हे फार काळ चालायचं नाही. यंत्राच्या विविध भागांची त्यांना माहिती असायलाच हवी,' असं कस्तुरभाई म्हणत.

✦

१२

अहमदाबाद, २० जानेवारी, १९८०

कस्तुरभाई यांचं वयाच्या ८५ व्या वर्षी २० जानेवारी, १९८० रोजी निधन झालं. थोडा प्रवास करून ते अहमदाबादला परतले होते. जवळ जवळ वीस वर्षं महिन्यातल्या पहिल्या रविवारी ते बलसाडला जात. दीड दिवस 'अतुल'मध्ये काढीत, एक दिवस मुंबईत राहत व बुधवारी रात्री अहमदाबादची गाडी पकडून व सकाळी घरी परतत. जाने. ७७ मध्ये उद्योगातून निवृत्त झाल्यावर देखील त्यांचा हा परिपाठ न चुकता चालू होता. जाने. १९८० त त्यांनी केलेला हा प्रवास अखेरचा ठरला.

ते परतले, तेव्हा त्यांना बरं वाटत नव्हतं. श्वासोच्छ्वासाला त्रास होत होता. त्यांना चाहूल लागली होती की काय, कोण जाणे! पण मुंबईहून निघताना ते नातवाला म्हणाले की, आपली बहुधा शेवटची भेट ठरेल. दहा दिवस मृत्यूशी झगडीत असताना त्यांनी आपल्या कुटुंबीयांना बी. के. मुजुमदारांना भेटायला सांगितलं. त्या वेळी तेही खूप गंभीर आजारी होते. ते जसे जगले, तसेच मृत्यू पावले. म्हणजे काहीही नाट्यपूर्ण न घडता. 'आरोग्य व औषध याबाबत कस्तुरभाई खुल्या मनाचे होते,' असं डॉ. सुमन्त एम्. शहा म्हणतात. 'अखेरच्या आजारपणात त्यांच्या उजव्या बाजूला पक्षाघाताचा झटका बसला व त्यांची वाणी हरपली. तेव्हा बोलू

नका, असं सांगितल्यावर त्यांनी लिहिण्यासाठी कागद मागितला. त्यांना जेव्हा महागडं पॅड दिलं गेलं, तेव्हा ते नाराज झाले व त्यांनी साधा कागद मागितला.'

'जी. डी. बिर्लांप्रमाणे कस्तुरभाई स्वत:च्या खाण्यापिण्याच्या बाबतीत आग्रही नव्हते व डॉक्टरांचं म्हणणं ऐकत असत,' असं शहा म्हणतात. त्यांची प्रकृती सुधारत होती; पण एकदम जबर हृदयविकाराचा झटका आला व काही मिनिटांतच त्यांची प्राणज्योत मालवली. त्यावेळी त्यांच्याजवळ दुसरे कोणी डॉक्टर नव्हते. फक्त त्यांची सून विमला सिद्धार्थभाई त्यांच्यापाशी होत्या. त्यांची पत्नी शारदा यांचं १९५० मध्येच निधन झालं होतं. त्यामुळे ३० वर्षं ते विधुरावस्थेत होते.

कस्तुरभाईंनी अनेक पराक्रम केले, तरी ते प्रादेशिक स्तरावरचे उद्योजक राहिले. त्यांनी गुजरातबाहेर तर सोडाच, पण अहमदाबादच्या बाहेरही उद्योग स्थापण्याचा विचार केला नाही. 'कस्तुरभाई यांच्यांत जे. एन्. टाटा यांची कल्पक दृष्टी, जी. डी. बिर्लांची व्यापक आक्रमकता, श्रीराम यांचा उत्साह व लक्ष्मणराव किर्लोस्कर यांच्यासारखं तंत्रकुशल ज्ञान यांचा अभाव होता,' असं त्रिपाठी यांनी म्हटलं आहे. त्यांच्यातील सावधपणा हा कौटुंबिक पार्श्वभूमीमुळे आलेला होता.

जवाहिरे, बँकर्स व व्यापारी यांच्या कुटुंबात वाढलेल्या कस्तुरभाई यांच्यांत पैशाबद्दल सावध दृष्टिकोन पक्का मुरलेला होता. वडिलांच्या मृत्यूनंतर किशोरवयात पहिली दहा वर्षं त्यांच्या कुटुंबीयांकडे फारशी रोख रक्कम नव्हती. त्यामुळे गुंतवणुकीबद्दलचा त्यांचा ताठर दृष्टिकोन तयार झालेला होता. मध्यम लाभांश व जास्त राखीव निधीवर ते भर देत. नफा परत गुंतवावा व राइट व बोनस शेअर्सद्वारा भांडवल वाढवावं, असं त्यांचं म्हणणं असे.

'कस्तुरभाई हे जुन्या जमान्यातले उद्योजक होते,' असं एच्. टी. पारेख म्हणतात, त्यांचा कस्तुरभाईंबरोबर वीस वर्षं संबंध होता. 'त्यांनी कठीण दिवस पाहिले होते. त्या काळात आयातीवरील निर्बंधामुळे देशी उत्पादकांना आरामदायी आधार उपलब्ध नव्हता. उद्योजकांमागे चेक्स घेऊन धावणाऱ्या वित्तीय संस्था नव्हत्या. कधीच सहज पैसा न कमावल्यामुळे ते पैसा वाया घालवण्याविरुद्ध कायमच सावधगिरीचा इशारा देत.'

कस्तुरभाई जेआर्डींसारखे यांत्रिकी ज्ञान असलेले नव्हते. त्यांची रुची पूर्णत: अर्थशास्त्रात होती. पण आपल्या गिरण्यांत अत्याधुनिक तंत्रज्ञान असलं पाहिजे, असं त्यांचं ठाम मत होतं. जी. डी. बिर्ला यांचा असा दृष्टिकोन नसे. भारत ही विक्रेत्यांची बाजारपेठ आहे, असं मानणाऱ्या फार कमी उद्योगपतींपैकी ते एक होते. जुनी कालबाह्य असलेली यंत्रसामग्री आयात करण्यात जी. डी. बिर्लांना काहीच वावगं वाटत नसे. कधीकधी झटपट श्रीमंत होण्याचा मोह जेआर्डींना पण होई. उदा., जमशेदपूर इथं 'टेल्को'चा कारखाना झटपट उभारण्यात आला. कारण

त्यावेळी ट्रक्सची टंचाई होती. 'कस्तुरभाई हे स्वभावत:च पक्के व्यवस्थापक होते,' असं अहमदाबादच्या आयआयएम्चे पहिले संचालक मथाई यांनी म्हटलं आहे.

'स्वत:ला अफाट स्मार्ट समजणाऱ्यांनाही कस्तुरभाईंना सहज बनवणं शक्य नव्हतं,' असं एच्. टी. पारेख म्हणतात. कस्तुरभाई आपले मतभेद अगदी स्पष्ट शब्दांत मांडत. ते नेते होते. अनेकदा आपलं प्रतिकूल मत ते सर्वप्रथम ऐकवत असत.

नवल एम्. टाटा कस्तुरभाईंना सर्वप्रथम भेटले, ते मुंबई गिरणीमालक संघटनेच्या बैठकीत. ते युरोपाहून नुकतेच परतले होते. त्यांचं कॉलेज-शिक्षण नुकतंच पुरं झालं होतं व टाटांच्या वस्त्रोद्योग विभागात सहायक पदावर ते नुकतेच रुजू झाले होते. 'मी कस्तुरभाईंच्या व्यक्तिमत्त्वानं भारून गेलो. त्या बैठकीवर त्यांचंच वर्चस्व होतं. त्यांच्या नेतृत्वगुणाचं अनुकरण करावं, असं मला वाटू लागलं. नंतर आमचे अनेकदा मतभेद झाले; पण ते जितके उदार होते, तितकेच ते सौम्यही होते. त्यांच्याशी जरी दोन हात केले, तरी कोणीच जखमी होत नसे.'

ते कोणाला रक्तबंबाळ करत नसत, हे खरं असलं, तरी कस्तुरभाई कोणाला आपल्या फार जवळही येऊ देत नसत. त्यांचा मितभाषी स्वभाव व नेमकं तेवढंच बोलणं, यांमुळे त्यांच्या निकट जायला मज्जाव आहे, असा एखाद्याचा समज होई. तडजोड, सामोपचार यांवर त्यांचा विश्वास असल्यानं ते संघर्ष सहसा टाळीत, असं त्यांच्या कुटुंबातील एका सदस्यानं एकदा म्हटलं होतं. उगाच भांडण ते ओढवून घेत नसल्यानं ते सहसा बातम्यांत झळकत नसत.

'इतर उद्योगपतींपेक्षा त्यांची बोलण्याची पद्धत वेगळी असली, तरी तो त्यांचा कमकुवतपणा नाही,' असं जी. डी. बिर्ला म्हणाले. २१ ऑक्टोबर, १९४६ रोजी राजाजी यांना लिहिलेल्या एका पत्रात त्यांनी हे मत व्यक्त केलं होतं. स्वातंत्र्याच्या मुहूर्तावर देशाची सेवा करू शकतील, अशा उद्योगपतींची नावं सुचविण्याची विनंती राजाजींनी जीडींना केली होती. त्यांनी पुढील सहा नावं सुचविली. –ते स्वत:, कस्तुरभाई लालभाई, जे. आर्. डी. टाटा, सर बद्रीदास गोएंका, माणेकजी रायचंद प्रेमचंद व सर षण्मुखम् चेट्टी.

'उद्योगात सचोटीला मर्यादा नाही,' असं कस्तुरभाई एकदा 'फोरम ऑफ फ्री एंटरप्राईज'चे एम्. आर्. पै यांना म्हणाले होते. ते 'बोले तैसा चाले' या प्रवृत्तीचे होते. ते बोलत, तेच आचरणात आणत. उदा., कापूस खरेदी करताना नंतर भावात चढउतार झाले, तरी ते करार पाळीत. त्यामुळे त्यांना कायम उत्कृष्ट कापूस दिला जाई. आपल्यासाठी कापड ब्लीच करणाऱ्या धोब्याची गोष्ट ते आपल्या व्यवस्थापकांना नेहमी सांगत. 'हा धोबी लक्षाधीश बनला व तो त्यास पात्रच आहे; आपल्या गिरणीच्या कापडाच्या ब्लीचिंगचा दर्जा उत्तम मानला जातो,' असं ते म्हणत.

डिझाईन व वास्तुशास्त्रात कस्तुरभाईंना अत्यंत रस होता. आय्आय्एम् परिसर ज्या लुई कान्ह या प्रख्यात वास्तुविशारदानं साकार केला, त्यांनी 'कस्तुरभाई यांच्याइतकी उपजतच आर्किटेक्ट असलेली दुसरी व्यक्ती मी पाहिलेली नाही,' असे उद्‌गार काढले होते.

मुंबईचे प्रख्यात आर्किटेक्ट चार्ल्स कोरिया म्हणाले की, 'आर्किटेक्चरच्या प्रक्रियेचं कस्तुरभाईंना आकर्षण होतं. त्यांच्यामुळे अहमदाबादमध्ये अनेक सुंदर इमारती उभ्या राहिल्या. कलेच्या विकासाला प्रोत्साहन देण्याची त्यांची वृत्ती होती. भारतातील वास्तुकलेला उत्तेजन देण्यास त्यांचे निर्णय कारणीभूत झाले.' आय्सीआय्सीआय्चे मुख्य कार्यालय व मुंबईतील 'रिझर्व्ह बँक ऑफ इंडिया'वरही कस्तुरभाईंचा प्रभाव होता.

'कस्तुरभाई हे एक महान संघटक व संस्था उभारणारे होते. त्याबद्दल त्यांनी कधीच कसल्याही मान्यतेची वा पुरस्काराची अपेक्षा बाळगली नाही,' असं रवि जे. मथाई म्हणतात. आय्आय्एम्चे अध्यक्षपद त्यांनी स्वीकारावं, म्हणून त्यांना अनेकदा विनंती करण्यात आली. पण दरवेळेस ती फेटाळून लावताना कस्तुरभाई म्हणत, 'हे पद तुम्ही माझ्यावर का लादता आहात? तुम्हांला माझी गरज असेल, तर मी सदोदित इथं आहेच की !'

अजूनही ते आहेतच. आता एका आख्यायिकेच्या रूपानं.

✦

जहांगीर रतन दादाभॉय टाटा

(२९ जुलै, १९०४ - २९ नोव्हें, १९९३)

टाटा वंशवेल

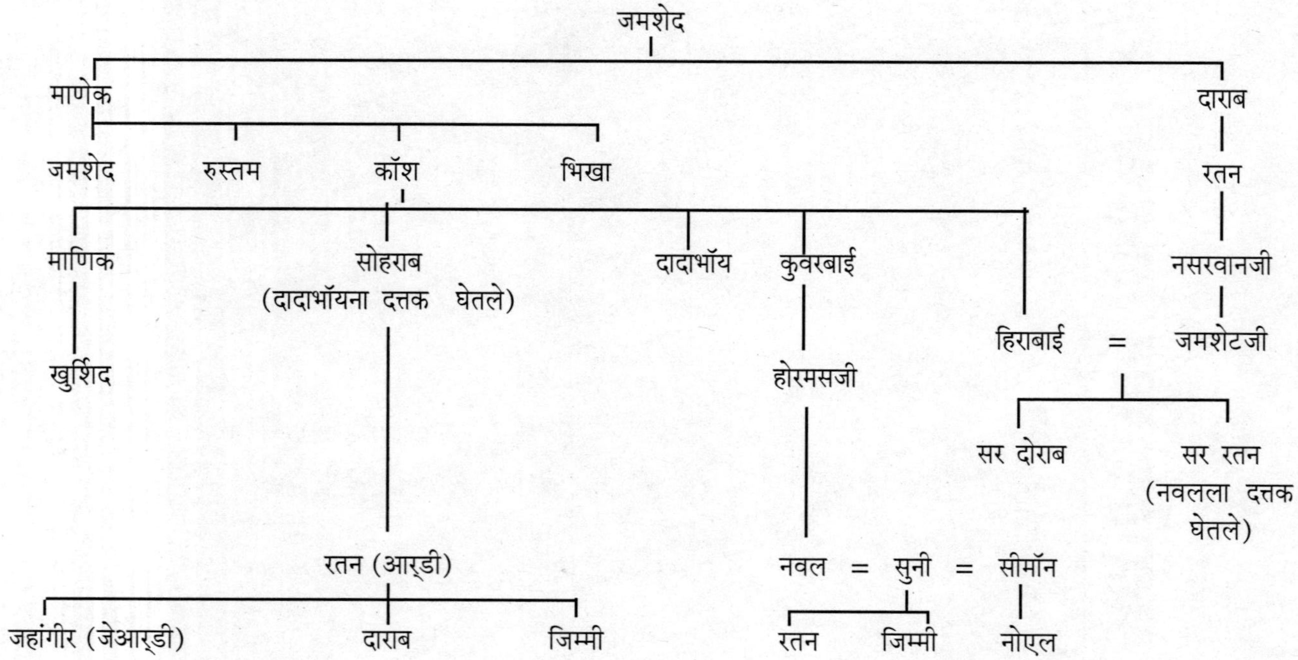
जमशेद
माणेक
दाराब
जमशेद
रुस्तम
कॉश
भिखा
रतन
माणिक
सोहराब
(दादाभॉयना दत्तक घेतले)
दादाभॉय
कुवरबाई
नसरवानजी
हिराबाई = जमशेटजी
खुर्शिद
होरमसजी
सर दोराब
सर रतन
(नवलला दत्तक घेतले)
रतन (आर्डी)
नवल = सुनी = सीमॉन
जहांगीर (जेआर्डी)
दाराब
जिम्मी
रतन
जिम्मी
नोएल

१

सांताक्रूझ विमानतळ १ (ऑगस्ट), १९५३

१ ऑगस्ट, १९५३

तो दिवस तसा जे. आर्. डी. टाटांच्या मूडशी मिळता जुळताच होता. ढग ओथंबून खाली येत होते. सारखा पाऊस पडत होता. मोटार सांताक्रूझ विमानतळाच्या दिशेनं निघाली. १ ऑगस्ट, १९५३ हा दिवस सर्वार्थानं भयंकरच होता.

त्या दिवशी भारतातील नऊ खासगी विमान कंपन्यांचं संसदेनं राष्ट्रीयीकरण करून त्यांचं दोन सरकारी मंडळांत परिवर्तन केलं. परदेशी प्रवासासाठी 'एअर इंडिया,' तर देशांतर्गत हवाई प्रवासाकरता 'इंडियन एअर लाईन्स'. यांपैकी दोन विमान कंपन्या जेआर्‌डींनी सुरू केल्या होत्या. एक जी. डी. बिर्लांची होती. बिर्लांचं काय ठीक आहे, असा विचार टाटांच्या मनात चमकला. खरं तर, बिर्लांना या व्यवसायात काहीच रस नव्हता. केवळ आपले चिरंजीव बसंतकुमार यांच्यामुळे आपण यात आलो, असं जीडी म्हणत. त्यातून एकही विमान कंपनी फायद्यात चाललेली नव्हती. आपल्या भारत एअरवेजचं राष्ट्रीयीकरण झाल्यानं बिर्ला काही फारसे बेचैन झाले नव्हते. पण टाटांचं अंत:करण भरून आलं होतं.

'टाटा एअरलाईन्स' उभी करण्यासाठी त्यांनी अक्षरश: जिवापाड श्रम केले होते. 'एअर इंडिया'च्या आधीची ही कंपनी (नंतर 'इंडियन एअरलाईन्स') नंतर

'एअर इंडिया इंटरनॅशनल' सुरू करण्यासाठी ते झटले होते. दोन्ही कंपन्या सरकारी नियंत्रणापासून दूर राहाव्या म्हणून त्यांनी निकरानं झुंज दिली होती. एखादी विमान कंपनी कशी चालवावी, याची नोकरशहांना काय कल्पना असणार? टाटांना ती पुरेपूर होती. आपल्या उद्योग साम्राज्याच्या बळावर त्यांनी या व्यवसायाचा पाया भारतात घातला होता. अधूनमधून त्यांचे अधिकारी म्हणत, 'जेह, तुम्ही 'एअर इंडिया'वर फार वेळ खर्च करता आहात.' टाटा साम्राज्याचा आधार असलेल्या 'टेल्को', 'टिस्को' व सुमारे पन्नास कंपन्यांपेक्षा अधिक लक्ष ते 'एअर इंडिया'वर देत. कधी कधी निम्मावेळ ते त्यासाठी घालवीत. आता त्यांनीच निर्मिलेली मूर्ती त्यांच्या हातून सरकार हिरावून घेत होतं.

त्यांनी दिल्लीच्या अनेकदा वाऱ्या केल्या, वाद घातले, झुंजी दिल्या; पण त्याचा काहीच उपयोग झाला नाही. प्रथम रफी अहमद किडवाई, नंतर बाबू जगजीवनराम व शेवटी पंडित जवाहरलाल नेहरूंनी देखील त्यांना फसवलं होतं. अवघं मंत्रिमंडळच त्यांच्या विरोधात गेलं होतं. त्यातल्या त्यात दिलाशाची एकमेव गोष्ट म्हणजे पं. नेहरूंनी त्यांचा हवाई वाहतूक क्षेत्राशी संबंध संपूर्ण तोडलेला नव्हता. 'एअर इंडिया इंटरनॅशनल'चे संचालक म्हणून त्यांची नेमणूक केलेली होती. राष्ट्रीयीकरणाच्या अधिकृत समारंभाला हजर राहण्यासाठी जेआर्‌डी निघाले होते.

खरं तर, असं काही घडणार, याची चाहूल जवळ जवळ सात वर्षं आधीच जेआर्‌डींना लागलेली होती. आपण एकत्र मिळून जर काही केलं नाही, तर एके दिवशी राष्ट्रीयीकरण होईल, असा इशाराही त्यांनी जी. डी. बिर्लांना दिला होता. पण बिर्लांनी ते काही मनावर घेतलं नाही. उलट, प्रत्येकाला वाव असतो, असं उत्तर पाठवलं.

१९४६ ते १९५३ या काळात जेआर्‌डींनी विमान कंपन्यांच्या राष्ट्रीयीकरणाविरुद्ध शक्य त्या प्रत्येक व्यासपीठावरून संघर्ष पुकारला होता. आंतरराष्ट्रीय विमान वाहतूक प्राधिकरण, (IATA), स्थानिक व आंतरराष्ट्रीय वृत्तसंस्था व प्रसारमाध्यमं यातून त्यांनी प्रचार केला. खासदार व सरकारी अधिकाऱ्यांना आपली बाजू समजावून देण्याचे प्रयत्न केले. हवाई वाहतूक चौकशी समितीपुढे त्यांनी साक्ष दिली. या सर्व प्रक्रियेत जेआर्‌डी एका मौल्यवान मित्राला गमावून बसले. 'एअर इंडिया' व 'एअर इंडिया इंटरनॅशनल' ज्या दिवशी सरकारनं त्यांच्याकडून हिरावून घेतली, तेव्हा जवाहरलाल नेहरू व जेआर्‌डी यांच्यांतील मित्रत्वाच्या संबंधांची कधी भरून येणार नाही, अशी हानी झाली. केवळ दोन व्यक्तींमधील मैत्रीच्या हानीहूनही त्याचा परिणाम फार मोठा झाला होता. भारताचे पहिले पंतप्रधान व देशातील बड्या उद्योगसमूहाचा प्रमुख यांच्यातील खऱ्याखुऱ्या सहकार्यानं नेहरू प्रशासन व उद्योगक्षेत्र यांतील वाढते तणाव कमी होण्यास मदत झाली असती. निदान औद्योगिक क्षेत्रात अधिक गतिमानता आली असती.

'एअर इंडिया'च्या संदर्भातील सरकारी दृष्टिकोन जेआर्डींना समजावून देण्याचा पं. नेहरूंनी आटोकाट प्रयत्न केला होता. राष्ट्रीयीकरणापूर्वी काही महिने त्यांनी जेआर्डींना पुढील पत्र पाठविले होते.

प्रिय जहांगीर,

भोजनाला तुम्ही आला असताना तुमच्या मनातील व्यथा-वेदना पाहून मला फारच वाईट वाटलं. भारत सरकार आपल्याला फारच तुच्छतेनं वागवत आहे, हे तुम्हाला फार लागलं आहे, असं तुम्ही मला सांगितलंत. गेली अनेक वर्षं हे जणू ठरवलेलं धोरणच आहे, असा तुमचा समज झालेला दिसतो. तुमच्या सेवा एकदम स्वस्तात ताब्यात घेता याव्यात, म्हणून तुम्हाला दुखावण्याचा हा हेतुत: प्रयत्न केला जातोय्, असंही तुमचं मत बनलेलं दिसतं.

पण हा अत्यंत चुकीचा समज असून, तो सरकार, मी व तुमच्याही बाबतीत अन्याय करणारा आहे, शक्यतो आपल्यापरीनं तो दूर करावा असं वाटलं, म्हणून मी हे पत्र लिहीत आहे.

या देशात अनेक प्रकल्पांचा पाया घालणाऱ्या टाटांबद्दल माझ्या मनात अपार आदर व कौतुक आहे. अनेकांवर टीका होत असली, तरी टाटांविरुद्ध मी कधीही टीकात्मक शेरा ऐकलेला नाही. परंतु खासगी हवाई वाहतूक व्यवसायाविरुद्ध कारस्थान असल्याचा आरोप– विशेषत: टाटा हवाई सेवेला दडपून टाकण्याचा तुमचा आरोप ऐकून मी चकितच झालो. सर्व प्रकारच्या वाहतूक सेवा या सरकारी मालकीच्या असाव्यात, असं आमचं सर्वसाधारण धोरण आहे. परंतु पुरेशा पैशाअभावी या बाबतीत पावले उचलता आली नव्हती, इतकंच.

जगजीवनराम दळणवळणमंत्री असल्यापासून गेले काही महिने ही बाब मंत्रिमंडळापुढे अनेकदा चर्चेस आली. आम्ही तिची बारकाईनं छाननी केली. सरकारच्या अधिपत्याखाली त्यांना एकत्रित आणण्याशिवाय तरणोपाय नाही, अशा निष्कर्षाप्रत आम्ही पोचलो. या चर्चेच्या वेळी तुमच्या उत्कृष्ट सेवेचा– खास करून 'एअर इंडिया इंटरनॅशनल'चा उल्लेख केला गेला. 'एअर इंडिया इंटरनॅशनल'ला हात लावायची आमची इच्छा नाही. या प्रकरणाचा विचार करण्यासाठी आम्ही मंत्रिमंडळाची एक समिती नेमली होती. सध्याच्या परिस्थितीत 'एअर इंडिया इंटरनॅशनल'चा वेगळा विचार करणं शक्य नाही, असं त्या समितीचं मत आहे.

तुम्ही मला भेटायला आलात, तेव्हा तुमचा जो समज झालेला दिसला, तो तसाच राहू नये, असं मला वाटतं. या व अन्य बाबतींत आम्हाला तुमची मदत हवी आहे. हेतुबाबतच संशय घेणं, मनात नाराजी जपून ठेवणं इष्ट नव्हे. तुमच्यासारख्या जुन्या मित्राच्या मनात अशी भावना असावी, याचं तर मला जास्तच दुःख होतंय्.

हे पत्र नेहरूंनी १० नोव्हें., १९५२ रोजी पाठवलं होतं. ते मिळताच जेआर्‌डींनी पंडित नेहरूंना तार पाठविली,

'माझ्या व्यथित अवस्थेमुळे मी जर कोणावर अन्याय केला आहे, असं तुम्हांला वाटत असेल, तर त्याबद्दल मी दिलगीर आहे. हवाई वाहतूक उद्योगात सध्याची परिस्थिती ज्या सरकारी धोरणामुळे व कृतीमुळे निर्माण झाली आहे, त्याबद्दल स्पष्टपणे मतं मांडावी, अशी माझी कल्पना होती. सरकारनं आधीच योजना अंमलात आणायचं ठरवलेलं तुमच्या पत्रावरून दिसतं. आमची बाजू नीट ऐकून न घेता असं करणं, याचा मी निषेध करतो.'

त्यानंतर नऊ महिन्यांनी सरकारनं सर्व खासगी विमान कंपन्यांचं राष्ट्रीयीकरण केलं.

त्याचा समारंभ सांताक्रूझ विमानतळावर मुसळधार पावसात पार पडला. तो खास सरकारी औपचारिक समारंभ होता व त्यात आस्थेचा अभाव होता. ते एक प्रकारे सूचकच होतं.

त्या इमारतीतून जेआर्‌डी बाहेर पडले, तेव्हा अजूनही पाऊस कोसळतच होता. आपल्या मानसकन्यांच्या कल्याणाची माहिती आता उर्वरित आयुष्यात सरकारच्या खांद्यावर डोकं टेकवूनच त्यांना घ्यावी लागणार होती.

✦

२

सभ्यगृहस्थ : जेह

जेआर्डींनी वयाची साठी गाठली, तेव्हा जग त्यांची दखल घेऊ लागलं, असं दिसतं. हवाई क्षेत्रातील सर्वांत प्रतिष्ठित असलेला 'टोनी जानूस' पुरस्कार मिळवणारे ते पहिले भारतीय ठरले. जगातलं पहिलं विमानोड्डाण करणाऱ्या वैमानिकाच्या नावानं हा पुरस्कार दिला जातो. हवाई वाहतूक वर्तुळाबाहेर जेआर्डींची कीर्ती पसरू लागली, तेव्हा 'चेस मॅनहॅटन' यांसारख्या प्रख्यात बँकांना त्यांनी आपल्या संचालक मंडळावर असावं, असं वाटू लागलं. अनेक संघटना त्यांना भाषणांसाठी निमंत्रण देऊ लागल्या. अनेक राष्ट्रांचे प्रमुख त्यांना आपल्या देशाला भेटी देण्याची आमंत्रणं देऊ लागले. प्रत्येक विनंतीला ते नम्रपणे उत्तर देत. बहुधा ती नकारार्थीच असत.

परंतु स्वीडनच्या नोबेल फाउंडेशनचं आमंत्रण आलं, तेव्हा जेआर्डी सुखावले. सप्टेंबर १९६९ मध्ये डब्ल्यू. एच. ऑडेन, नोबेल पारितोषिक विजेते आर्थर कोएस्लर, लायनस पॉलिंग व गुन्नार मिर्दाल यांच्याबरोबर एका परिसंवादात टाटा सहभागी झाले. मानवी अस्तित्वाचा जाहीरनामाच त्या वेळी जाहीर करण्यात आला.

कित्येक दशकं जगातील नेत्यांनी एकाच भारतीय उद्योगपतीचं नाव ऐकलं होतं व ते म्हणजे टाटा. आता परिस्थिती बदलली आहे. 'सन्डे टाइम्स'मध्ये १९९० च्या दशकानंतर डझनभर तरी भारतीय उद्योगपतींची नावं झळकली आहेत.

'फोर्ब्स' मासिक वर्षभरात भारतीय उद्योगधंद्यांवर अर्धा डझन तरी बातम्या प्रसिद्ध करीत असते. आणि 'हॉवर्ड बिझिनेस रिव्ह्यू'मध्ये भारतीय व्यवस्थापन क्षेत्रातील गुरू समजल्या जाणाऱ्यांचे लेख प्रसिद्ध होत असतात. पण अनेक वर्षं जगात एकाच भारतीय उद्योगपतीचं नाव दुमदुमत होतं; व ते म्हणजे जे. आर्. डी. टाटा.

उदा. 'एक्स्वायर' मासिकानं एप्रिल १९७० मध्ये जगातील १०० सर्वांत महत्त्वाच्या व्यक्तींची नावं प्रसिद्ध केली. त्यात लिओनिद ब्रेझनेव्ह, रिचर्ड निक्सन, सहावे पोप पॉल, डेव्हिड रॉकफेलर, मार्शल टिटो, हॅरॉल्ड विल्सन, इंदिरा गांधी व जे. आर्. डी. टाटा यांचा अंतर्भाव होता. जगात यांचा सर्वाधिक प्रभाव आहे, म्हणून त्यांची निवड केली आहे, असं 'एक्स्वायरनं' म्हटलं होतं.

भारतात मात्र त्यांना मान्यता लाभली नाही. १९९१ साली पंतप्रधान पी. व्ही. नरसिंहराव यांनी मात्र ही उणीव दूर केली. त्यांनी जेआर्डींचा 'भारतरत्न' देऊन गौरव केला. ते या सन्मानाचे मानकरी ठरलेले दुसरे उद्योगपती. पहिले होते सर एम्. विश्वेश्वरय्या (त्यांना त्यांच्या मृत्यूनंतर हा पुरस्कार देण्यात आला होता.) जेआर्डींना हा सन्मान आधीच मिळायला हवा होता, असं अनेकांचं मत होतं. 'बिझिनेस वर्ल्ड'नं आपल्या संपादकीयात म्हटल्याप्रमाणे, आपल्या राजकीय नेत्यांना जे. आर्. डीं.बरोबर कधीच स्वस्थचित्त वाटत नसे. ते क्वचितच त्यांचा सल्ला घेत. कधी कधी तर त्यांना मुद्दाम वाईट वागवलं गेलं. जेआर्डींची मुक्तकंठानं प्रशंसा करण्यासाठी सर्व उद्योगवर्तुळानं आपले मतभेद जणू एकदा तरी गाडून टाकले.

त्यांना 'भारतरत्न' पुरस्कार मिळाला, म्हणून शेकडो पार्ट्या देण्यात आल्या. जणू प्रत्येक उद्योगपती जेआर्डींशी नातं जोडू पाहत होता. सदिच्छेचे हे उत्स्फूर्त आविष्कार म्हणजे आपल्या समूहाचे नेते म्हणून जेआर्डींनी पार पाडलेल्या कामगिरीबद्दल आदर प्रकट करणंच होतं. अनेकांच्या दृष्टीनं भारतातील एका बड्या उद्योगगृहाचे प्रमुख यापेक्षा जेआर्डी मोठे होते. १९३८ साली जेव्हा टाटा कंपन्यांचे जेआर्डी अध्यक्ष झाले, तेव्हा वातावरणात ब्रिटिश कंपन्यांचा दबदबा होता. परंतु टाटा उद्योगगृह सर्वांहून उत्तुंग होतं. त्यांच्या १४ कंपन्यांची एकूण विक्री २८० कोटी रुपये होती. १९९३ साली जेआर्डींचं निधन झालं, तेव्हाही टाटा हा भारतातील सर्वांत बडा उद्योगसमूह होता. विक्री वाढून १५ हजार कोटींवर गेली होती, अनेक होल्डिंग्ज व सहकंपन्यांसह त्यांच्या ५० मोठ्या उत्पादक कंपन्या होत्या.

त्यांच्या नेतृत्वाखाली अनेक नवनव्या क्षेत्रात टाटांनी शिरकाव केला आणि कितीतरी नवी उत्पादनं सुरू केली. विमान कंपन्या, हॉटेल्स, ट्रक्स, विद्युत रेल्वे इंजिने (लोकोमोटिव्हज्) सोडा ॲश व अन्य अवजड रसायनं, औषधं, चहा, वातानुकूलित यंत्रं, लिपस्टिक्स व कलोन– या समूहात जणू सर्वच वस्तू बनत होत्या. 'असोसिएटेड सिमेंट कंपन्यां'चे (एसीसी) जेआर्डी जणू 'मिडवाईफ' होते

व 'टाटा स्टील'ची 'नर्स'. विद्युतनिमिर्ती आणि उपाहारगृहांच्या व्यवसायाची भक्कम पातळीवर त्यांनी उभारणी केली. दरम्यान याच सुमारास काही प्रमाणात जुन्या उद्योगांतील टाटांचा रस कमी झाला.

सर्वांत हानी झाली, वस्त्रोद्योगाची. खरं तर, टाटा कुटुंबाचं भाग्य सुती वस्त्रोद्योगानं उजाडलं होतं. या व्यवसायात अनेक उद्योगसमूह नफा कमवत राहिले. लालभाई, मफतलाल आणि नंतर अंबानी यांचं या क्षेत्रात दिवसेंदिवस सामर्थ्य वाढत गेलं. परंतु जेआर्‌डी यांनी मात्र या क्षेत्राला सापत्न भावानं वागवलं. जेआर्‌डींच्या तंत्रज्ञानानं भारलेल्या मनाला वस्त्रोद्योगानं फारशी स्फूर्ती मिळायची नाही. त्यांना अभियांत्रिकीत जास्त रुची होती. हळूहळू टाटा उद्योगसमूहातील चार गिरण्या एका पाठोपाठ एक तोट्यात गेल्या. दुसरा फटका बसला तेल आणि साबण उद्योगाला. 'टॉम्को'ची सुरुवात 'जमशेद ऑईल' म्हणून झाली आणि ती वाढत जाऊन 'टाटा ऑईल मिल्स' बनली. जेआर्‌डींनी हेही क्षेत्र फारसं महत्त्वाचं मानलं नाही. अखेर 'हिंदुस्थान लिव्हर'ला 'टॉम्को' विकून टाकून रतन टाटा यांनी यावर पडदा टाकला.

आपल्या कामगिरीचं मूल्यमापन करताना जेआर्‌डींनी एकाच गोष्टीचं श्रेय स्वत:कडे घेतलं. ती गोष्ट, म्हणजे 'एअर इंडिया'ची निर्मिती. आपल्या उद्योगसमूहाच्या उर्वरित यशाचं श्रेय ते अगदी उदारपणे आपल्या अधिकाऱ्यांना देत. त्यातील काही अधिकारी हे स्वत: उत्तुंग व्यक्तिमत्त्वं होती. तेव्हा समूहाच्या वाढीमधील जेआर्‌डींच्या कार्याचं मूल्यमापन करणं काहीसं अवघड होऊन बसलं. उदा., 'एअर इंडिया'च्या संदर्भात त्यांनी केलेल्या नेतृत्वाबद्दल खूप काही लिहिलं गेलंय्. त्यामुळेच या पुस्तकात हवाई क्षेत्रात त्यांनी केलेल्या पायाभूत कामगिरीचा विचार केलेला नाही.

जेआर्‌डी यांचं औद्योगिक आयुष्य म्हणजे एका पाठोपाठ एक केलेल्या कामगिरीनं भरलेलं आहे. नवसारी चेंबर्समधील छोट्या कार्यालयात जेआर्‌डींनी व्यवसायाचे प्राथमिक धडे गिरविले होते. तेव्हा म्हणजे १९२० च्या दशकात जॉन पीटर्सन यांचा प्रभाव त्यांच्यावर होता. 'या माजी आयसीएस्' अधिकाऱ्याबरोबरचा अनुभव महत्त्वाचा होता, असं वर्णन जेआर्‌डींनी केलं आहे. १९३१ मध्ये पीटर्सन इंग्लंडला परतले आणि सर होमी पी. मोदी हे जेआर्‌डींचे विश्वासू सल्लागार बनले. चांगली राजकीय जाण असलेले, चाणाक्ष मोदी यांचं मार्गदर्शन जेआर्‌डी यांना १९३० च्या दशकात उपयोगी पडलं. १९४० च्या दशकात सर आर्देशिर दलाल यांची मदत झाली. हे दशक 'टिस्को'च्या दृष्टीनं आव्हानात्मक होतं; आणि दलाल हे 'टिस्को'च्या मुंबईतील कार्यालयाचे मुख्य संचालक होते.

सुमंत मुळगावकर यांनी जेआर्‌डींच्या जीवनात पार पाडलेली भूमिका ही केवळ व्यवसायापुरती मर्यादित नव्हती. १९५० चं दशकच वेगवान वाढीचं होतं.

'टिस्को' असो, वा 'टेल्को' जेआर्डींना जेथे मुळगावकरांची गरज भासायची, तिथं ते हजर असत. हळूहळू जेव्हा मुळगावकरांचा प्रभाव कमी झाला, तेव्हा त्यांची जागा दरबारी सेठ यांनी घेतली. त्यांना 'शक्तिकेंद्र' (पॉवर हाऊस) असंच म्हटलं जाई. १९६० च्या दशकात त्यांनी 'टाटा केमिकल्स'चा कायापालट करून आपला ठसा उमटवला. कायदेतज्ज्ञ नानी पालखीवाला यांच्या मदतीशिवाय जेआर्डी १९७० च्या दशकाला सामोरेच जाऊ शकले नसते. १९८० चं दशक हे रूसी मोदी यांच्या उदयाचं व अस्ताचं होतं. १९९० च्या दशकात जेआर्डींनी आपला पुतण्या रतन टाटा याच्या हाती सारी सूत्रं सोपविली.

टाटा समूहाच्या वाढीचा विचार करायचा म्हटलं, की या सर्वांची कामगिरी लक्षात घ्यावीच लागते. जेआर्डींची कहाणी ही जितकी त्यांची, तितकीच या सर्वांचीच आहे. तरी देखील जेआर्डी यांची भूमिका कमी लेखणं चुकीचं ठरेल. दरबारी सेठ यांनी एकदा म्हटल्याप्रमाणे 'टाटा यांनी व्यक्तिगत अधिकाऱ्यांचा एक संघच घडवला. त्यांच्या सामर्थ्यातून भांडवल उभारलं. त्यांच्या मतभेदांना व उणिवांना महत्त्व दिलं नाही. हे सारं त्यांच्या नेतृत्वाच्या जोरावर ते करू शकले. मला वाटतं, ही फार मोठी कामगिरी आहे, जेआर्डींच्या मते नेतृत्व याचा अर्थ, इतरांना उद्युक्त करणं होय. अध्यक्ष म्हणून माझी मुख्य जबाबदारी म्हणजे आदर निर्माण करणं होय, असं ते नेहमी म्हणायचे.

त्यांनी आपल्या अधिकाऱ्यांपुढे एकात्मिक वर्तनाचे व सचोटीचे मानदंडच घालून दिले. 'स्वातंत्र्यानंतर राष्ट्रीयीकरणाची भीती निर्माण झाली', असं सांगून जेआर्डींचे आर्थिक सल्लागार वाय्. एस्. पंडित म्हणाले, 'मी यासंबंधी अनेकदा जेआर्डींशी चर्चा केली. राष्ट्रीयीकरण झालंच, तर ते टाळायचं नाही अथवा त्या आधी आपले पैसे काढून घ्यायचे नाहीत, अशी त्यांची भूमिका होती. आपला सारा धंदा जसाच्या तसा सरकारच्या हवाली करायला ते तयार होते.'

नेव्हिल व्हिन्टसेंट यांच्या बरोबरचे जेआर्डी यांचे संबंध त्यांच्या नैतिक सचोटीची साक्ष देणारे आहेत. व्हिन्टसेंट वैमानिक व जेआर्डींचे स्नेही होते. त्यांनी टाटा एअर लाईन्स सुरू करताना मदत केली होती. आरंभी तो 'टाटा सन्स'चा एक विभाग होता. १९३८ नंतर हा धंदा वाढू लागला व नफाही वाढू लागला. जेआर्डींनी नफ्याचा एक तृतीयांश हिस्सा व्हिन्टसेंटला देण्याचं कबूल केलं होतं. पूर्वी हजारात येणारी कमाई आता लाखांवर पोचली होती. तेव्हा व्हिन्टसेंट यांच्याबरोबर नफा करार करावा, असं समूहाचे कायदा सल्लागार जे. डी. चोकसी यांनी सुचवलं.

या नफा करारानं नाराज झालेल्या व्हिन्टसेंट यांनी राजीनामा देण्याची इच्छा व्यक्त केली. त्यामुळे जेआरडींपुढे नैतिक पेचप्रसंग उभा राहिला. अखेर त्यांनी चोकसींनी तयार केलेला करार रद्द केला व स्वत: आपल्या मित्राला दिलेला तोंडी

शब्द पाळला. हा प्रसंग जेआरडींच्या स्वभावावर अचूक प्रकाश टाकणारा आहे. 'नेव्हिल व्हिन्टसेंटला मी त्याच्यावर अन्याय करीत आहे, असं वाटायला लागेल, अशी परिस्थिती मी मुळातच निर्माण का होऊ दिली, याची मला खंत वाटली', असं नंतर जेआरडींनी त्यांचे चरित्रकार रूसी एम. लाला यांना सांगितलं.

'द लाईफ ऑफ महात्मा गांधी' या पुस्तकाचे लेखक व पत्रकार लुई फिशर एकदा जेआरडींना भेटायला गेले होते. स्वातंत्र्याची पहाट नजीक आली आहे, असं वाटत होतं. पण उजाडायला अजून अवधी होता. फिशरच्या मते, जेआरडी अनेक भारतीय अधीर झाले होते; पण वैफल्यग्रस्त होते. आपले यजमान जेआरडी यांचं वर्णन करताना, 'ते हुशार व सुसंस्कृत वाटले,' असं फिशर लिहितात. टाटांच्या टेबलावर दोन इंच उंचीची अनेक रणगाडाभेदी अस्त्रं ठेवलेली होती. चकचकीत पॉलिश केलेली ही अस्त्रं, टाटांची एक कंपनी ब्रिटिशांसाठी बनवत होती. तसंच, महात्मा गांधीचं नाव असलेली एक प्लॅस्टिकची नामपट्टीही टेबलावर होती, असंही निरीक्षण फिशर यांनी नोंदविलं आहे.

अगदी थोडक्या शब्दांत जेआरडी यांच्या व्यक्तिमत्त्वातील गुंतागुंतीच्या संघर्षाचं चित्र फिशरनं रेखाटलं आहे. जेआरडी हे फ्रान्समध्ये वाढले. त्यांच्यांतला भारतीयत्वाचा हिस्सा किती होता? जेआरडी हिंदीपेक्षा इंग्रजी चांगलं बोलत आणि विचार फ्रेंचमध्ये करीत. ते स्वातंत्र्याबद्दल फिशरशी बोलले. परंतु ब्रिटिशांना माल विकून ते पैसे कमवत होते. गांधीजी हे अहिंसेचे पुरस्कर्ते होते, तरी त्यांना जेआरडींच्या टेबलावर युद्धाच्या शस्त्रांइतकीच जागा होती.

जेआरडी हे हाडाचे उद्योगपती असल्यानं राजकारणात मिसळणं त्यांना चुकीचं वाटत होतं. उद्योगपतीनं वृत्तपत्र चालवणं वा राजकीय भूमिका पार पाडणं योग्य नाही, असं त्यांचं मत होतं. त्यांची मतं जीडी बिर्लांच्या अगदी विरुद्ध होती. उद्योग व राजकारण यांची युती करण्यात बिर्लांना काहीच वावगं वाटत नव्हतं. १९४४ च्या मुंबई योजनेच्या निमित्तानं सरकारला सल्ला देण्याचा प्रसंग जेआरडींवर आला एवढंच.

पारंपरिकदृष्ट्या टाटांचे ब्रिटिशांशी संबंध होते, ते जेआरडींच्या नेतृत्वाखाली अधिक गडद झाले. ते अंशत: युरोपियन होते, याचाही उपयोग झाला असेल. काही भारतीय उद्योगपती हे ब्रिटिश साम्राज्याच्या भारतातील प्रतिनिधींशी निकटचे संपर्क राखून होते. त्यांना आठवडाअखेरची सुट्टी व्हाइसरॉय यांच्या समवेत सिमला येथील आलिशान 'व्हाइस रिगल लॉज' इथं घालवण्याचं आमंत्रण येई.

तरी 'भारत छोडो' चळवळ सुरू होण्याआधी चार दिवस म्हणजे ५ ऑगस्ट १९४२ रोजी जी. डी. बिर्ला यांच्या समवेत जेआरडी यांनी व्हाइसरॉयना स्वातंत्र्याची मागणी करणारं पत्र पाठवलं. सध्याच्या परिस्थीतीत तोच एक तोडगा आहे, असं जेआरडींनी म्हटलं होतं.

बिर्लांचे महात्मा गांधीशी जितके निकटचे संबंध होते, तेवढे जरी जेआर्डींचे नेहरू-गांधी घराण्याशी नसले, तरी ते टिकून राहिले. एक प्रकारे पं. नेहरू व टाटा यांच्यांत बऱ्याच बाबतींत साम्य होतं. दोघांनी बरीच वर्षं युरोपात घालवलेली होती. दोघांतही पाश्चिमात्य सफाई व अद्ययावतपणा होता. भारताला आपली कर्मभूमी बनवताना दोघांनी खूप परिश्रम घेतले. भारताच्या भवितव्याबाबत उभयतांचा दृष्टिकोन एकसारखा होता. याचा अर्थ, आधुनिक भारताची मंदिरं उभारण्याचं नेहरूंचं स्वप्न साकार करण्यासाठी विज्ञानाची कास धरणं जरूर होते.

उभयतांचा दृष्टिकोन सारखाच असला, तरी पं. नेहरूंनी त्यांच्या आयुष्याच्या शेवटी शेवटी आपल्यालाच दगा दिला, अशी जेआर्डींची भावना होती. समाजवादाचे नकारात्मक घटक नेहरूंना पटवून देण्यात आपण अयशस्वी झालो, याची रुखरुखही जेआर्डींना नेहमी वाटत असे.

'सरकार व विज्ञान संस्था यांतील जेआर्डी हे महत्त्वाचा सेतूच बनले,' असं टाटांचे एक ज्येष्ठ अधिकारी एच्. एन्. सेठना म्हणाले. विज्ञानाच्या बाबतीत जेह यांनी केलेलं कार्य फार मोठं व केवळ 'टाटा इन्स्टिट्यूट ऑफ फंडामेंटल रिसर्च'च्या स्थापनेपुरतं मर्यादित नव्हतं. ते दीर्घकाळ अणुशक्ती मंडळाचे सदस्य होते. सरकारी धोरण व प्रशासन याबाबत पडद्याआड त्यांनी फारच महत्त्वाची कामगिरी बजावली.

जेआर्डी राजकारणापासून दूर राहिले, तरी गंमत म्हणजे, अत्युच्च पातळीवरील निर्णयप्रक्रियेत आपला सहभाग असावा, असंही त्यांना वाटत असे. ही त्यांच्या स्वभावातील एक प्रकारची विसंगतीच म्हणावी लागेल.

जेआर्डींना अनेक मित्र होते आणि मनमोकळ्या स्वभावामुळे एखाद्या चुंबकाप्रमाणे लोक त्यांच्याकडे आकर्षित होत. पण आपल्याला खरे-खोटे जेआर्डी ठाऊक आहेत, असा दावा मात्र फारच थोडे लोक करू शकतील. ते तसे खूपसे अलिप्त व संकोची स्वभावाचे होते.

कधी कधी हा संकोचीपणा बाधक ठरायचा. उदा., लॉर्ड वेव्हेल यांच्या बाबतीत असं घडलं. वेव्हेल यांनी डायरीत असं लिहिलंय, 'तरुण टाटांशी माझं फारसं काही जुळलं नाही. जेवणानंतर आम्ही थोड्याफार गप्पा मारल्या. मला वाटतं, भारतीय उद्योगाबाबत ते प्रभावी आणि समर्थ आहेत. पण ते काही फारशी मदत करणारे वाटले नाहीत. मी काही त्यांना योग्य प्रकारे समजून घेऊ शकलो नाही, असं मला वाटतं.' तीन महिन्यांनी त्यांनी लिहिलं, 'मी मुंबईला गेलो असताना टाटा दुपारच्या भोजनाला आले होते. मला ते थकलेले आणि जरासे शिष्टच तरुण वाटले. पण या खेपेला मात्र मागच्यापेक्षा आमचं जरा बरं जुळलं.' वेव्हेलच्या डायरीतील ही नोंद २१ एप्रिल १९४४ ची आहे.

जेआर्डी यांना अनेक विषयात रस असूनही वेव्हेल यांना त्यांच्याबद्दल विशेष

वाटू नये, हे आश्चर्यकारकच. 'टिस्को'चे उपाध्यक्ष असलेले एस्. ए. साबावाला म्हणतात, 'जेहना प्रत्येक बाबतीत अत्यंत कुतूहल असे. १९६९ नंतर दोन वर्षं त्यांचा कार्यकारी मदतनीस म्हणून मी काम केलं. त्या वेळी त्यांच्या मुख्य कार्यालयाबाहेर मी बसत असे. आमच्यामध्ये फक्त एक दरवाजा होता. दर २-३ तासांनी दरवाजा थोडासा किलकिला व्हायचा आणि त्या फटीतून मी आत पाहत असे. संध्याकाळी टेबलाचे ड्रॉवर कुलूप न लावता उघडं टाकायची सोय नव्हती. कारण मी एखादं काम उद्या पूर्ण करण्यासाठी अर्धवट तर सोडलेलं नाही, याची ते तपासणी करण्याची शक्यता होती. असं ते दुष्ट हेतूनं करत नसत. परंतु काय चालू आहे, हे सतत जाणून घेण्यात त्यांना कुतूहल होतं. त्यांची कमालीची औत्सुक्य वृत्ती फार प्रख्यात होती.'

जेआर्डी त्यांचा मूड असेल, तेव्हा अत्यंत गोड वागत. 'मी तर त्यांच्या प्रेमळ वागण्यानं भारावून गेलो,' असं एच्. टी. पारीख म्हणाले. 'त्यांच्या स्वभावातील उदारता, त्यांची विनोदबुद्धी, त्यांचा पारदर्शी सच्चेपणा आणि दुसऱ्याला आपलंसं करण्याची वृत्ती विलक्षण होती. बस-स्टॉपवर उभ्या असलेल्या अनेकांना ते आपल्या गाडीत लिफ्ट देत. अनेकांना त्यांच्या या सवयीचा लाभ झाला आहे,' असंही पारीख म्हणाले. केवळ एक शेअर बाजारातील दलाल म्हणून कामास सुरुवात केलेले पारेख आयसीआयसीआय् आणि एच्डीएफ्सीच्या स्थापनेमागील मुख्य प्रेरक शक्ती बनले.

सामान्य माणसाशी सहज संवाद साधण्याच्या कौशल्याच्या त्यांचा एक किस्सा विख्यात आहे. एकदा ते विमानानं प्रवास करत असता हवाई सुंदरीच्या हातून चुकून त्यांच्या अंगावर फळांच्या रसाचा पेला उलटा झाला. तिनं घाईघाईनं दिलेल्या गरम पाण्यानं आणि टॉवेलनं ते नीट स्वच्छ केल्यावर जेआर्डींनी तिला विचारलं. 'तुम्ही काय बरं सांडलंत माझ्या कपड्यांवर?' ती उत्तरली. 'फळांचा रस' त्यावर जेआर्डी उद्गारले, 'पुढच्या वेळी व्हिस्की सांडत जा.' सुटकेचा निःश्वास टाकून ती हवाई सुंदरी निघून गेली.

जेआर्डी प्रत्यक्षात होते, त्यापेक्षा त्यांच्या ताठपणामुळे ते जरा अधिकच उंच भासायचे. त्यांचं बाकदार नाक व निळसर डोळे त्यांच्या व्यक्तिमत्त्वात भरच घालायचे. ते ऑफिसात सफारी सूट घालून येत. बदामी, करडा, तपकिरी व खाकी त्यांचे आवडते रंग होते. त्यांच्यात प्रचंड ऊर्जा होती आणि सतत काम करत राहण्याचं त्यांना जणू व्यसनच होते. वयाच्या सत्तरीपर्यंत दर आठवड्याला सत्तर तास ते काम करीत. त्यांची शिस्त युरोपियन खाक्याची होती. त्यांच्या राहणीत त्याचं प्रतिबिंब पडे. ते सकाळी लौकर उठत व सकाळी ९.३० पर्यंत आपल्या ऑफिसात हजर असत.

टाटांच्या येण्या-जाण्यानुसार घड्याळं लावली जात, असं इंडियन हॉटेल्सचे तडफदार माजी अध्यक्ष श्री. अजित केरकर म्हणतात. पत्रकार शैलेश कोठारी यांच्याशी बोलताना केरकर म्हणाले, 'वक्तशीरपणाची त्यांची कल्पना माझ्यापेक्षा फार वेगळी होती. मी उशिरा आलो, तरी ते अनेकदा सहन करीत. खास करून सकाळी मुलाखत व्हायची असेल, तर ते अधिक सहिष्णुता दाखवत; कारण मी उशिरा उठतो, हे त्यांना ठाऊक होतं. १९७० साली उदेपूरला घडलेला एक प्रसंग तर मी कधीच विसरणार नाही. आम्हांला अगदी पहाटेचं विमान पकडायचं होतं. माझ्या खोलीतील वेकप कॉलची घंटी वाजल्यानंतर काही मिनिटांनी खुद्द जेआर्‌डी माझ्या खोलीत मला उठवायला आले, आणि मी स्नान आटोपून आलो, तोवर त्यांनी माझं सामान पॅक करून विमानतळावर पाठवूनही दिलं होतं! एवढंच नव्हे, तर त्यांनी माझ्यासाठी चहाची ऑर्डरही देऊन ठेवली होती.'

त्यांच्याबरोबर प्रवास करणारे नेहमीच चकित होत. 'जेआर्‌डी फारच काटकसर करीत. किंबहुना स्वत:वर खर्च करण्याबाबत ते फारच कंजूषी दाखवीत. त्यांना सर्वोत्कृष्ट व्यवस्था परवडणारी होती. तरीही झुरिचमध्ये असताना ते प्रत्येक वेळी कमी खर्चाचं अॅस्कॉट हे स्विस हॉटेल निवडीत. एकदा तर ते स्वत:चा शर्ट बाथटबमध्ये धूत असलेलं मी त्यांना पाहिलं आहे. हा त्यांचा स्वभावच होता. महागडं परकीय चलन स्विस लाँड्रीवर खर्च करणं त्यांना मान्य नव्हतं. त्या दिवशी दुपार आम्ही 'डेल्मर बेन्झ'च्या संचालकांसमवेत 'हॉटेल बार ओ लक'मधील त्यांच्या आलिशान खोलीत घालवली. खरं तर, जेआर्‌डींनी त्यांच्या पदाला साजेशा अशाच आलिशान हॉटेलमध्ये राहायला हवं होतं,' पण असं ए. एच. टोबॅकोवाला म्हणाले.

त्यांचं घरही तसं साधंसुधं होतं. कंबाला हिल येथील बंगल्यात ते राहत असत. आपल्या मेव्हण्याच्या कुटुंबाकडून त्यांनी तो भाड्यानं घेतला होता. त्यांच्या मृत्यूनंतर दोन महिन्यांत भाडेपट्टी करार संपुष्टात येईल, अशी व्यवस्था केली होती. या 'द केर्न' नावाच्या बंगल्यात आपल्या सुंदर व विकलांग पत्नी थेल्माबरोबर ते राहिले. त्यांच्या मृत्यूनंतर तिचंही लौकर निधन झालं. आपल्या घरातील गॉथिक वळणाच्या फर्निचरमध्ये सहजता यावी, म्हणून सर्वत्र ताजी फुलं ठेवायला जेआर्‌डींना आवडे. त्यांना अपत्य नसल्यानं ते घरी काम घेऊन येत. ऑफिसच्या कागदपत्रांची छाननी झाली, की मग उरला वेळ फोटोग्राफी व वाचनात ते घालवीत. ते त्यांच्या ग्रंथालयातही बराच वेळ खर्च करीत. विमानं, युद्धशास्त्र, स्पोर्टस् कार्स, शर्यती, रहस्यकथा आदी पुस्तकांनी हे ग्रंथालय भरलेलं होतं. त्यांना वेस्टर्न काऊ बॉय चित्रपट फार आवडत व लुई लेमोरयांची सारी पुस्तकं त्यांनी वाचून काढली होती.

त्यांना सुतारकामाची आवड होती आणि फावला वेळ ते घरच्या वर्कशॉपमध्ये

घालवीत. त्यांनी स्वत: विमानाची मॉडेल्स बनविली होती. त्याचा कंटाळा आला, की मग व्यायाम करण्यात ते वेळ घालवत. टेनिस, गोल्फ व मासेमारी हे त्यांचे आवडते खेळ होते.

जेआर्‌डींना आपल्या शारीरिक फिटनेस्‌बद्दल जास्तच आत्मविश्वास होता. एकदा ब्रीफकेस धरताना त्यांना त्रास होतोय्‌ असं वाटलं, म्हणून 'आर्‌पीजी एन्टरप्राईजेस'चे प्रमुख हर्ष गोयंका त्यांना मदत करायला पुढं सरसावले. तेव्हा जेआर्‌डी म्हणाले, 'नाही, नाही, मी तुझ्याएवढाच सशक्त आहे.' मग हसून ते म्हणाले, 'तुलाच तुझी बॅग उचलायला मदत हवी असेल, तर मला सांग.' एकदा सिक्किमचे राज्यपाल होमी तल्यारखान यांना जेआर्‌डींचा तोल जातोय्‌ असं वाटलं, म्हणून त्यांनी त्यांना हातानं धरलं, तेव्हा ते चिडले व म्हणाले, 'मला एकटं सोडा पाहू. तुम्हाला दुसरं काही करण्याजोगं नाही काय?' त्यांच्या या अनाकलनीय संतापानं तल्यारखान यांना आश्चर्याचा धक्का बसला व त्यांनी दुसऱ्या दिवशी जेआर्‌डींना पत्रच लिहिलं.

टाटा ही राष्ट्रीय व आंतरराष्ट्रीय महत्त्वाची व्यक्ती आहे, याचा अर्थ त्यांनी काहीही व कसंही वागलं, तरी चालेल, असं नव्हे. जेआर्‌डींनी या पत्राला उत्तर लिहिलं. त्यात त्यांनी दिलगिरी वगैरे प्रदर्शित न करता म्हटलं, 'तुम्हाला माझा इतका राग आलाय, की मला नेहमीप्रमाणे 'प्रिय जेह' न म्हणता तुम्ही 'श्री टाटा' असं लिहिलंय?'. त्यांनी असंही लिहिलं की, 'माझं वय जास्त असलं, तरी मी एक चांगला खेळाडू राहिलो आहे. मी स्कीईंग केलेलं आहे आणि आताआतापर्यंत गोल्फही खेळलो आहे.'

जेआर्‌डींचा स्वभाव तापट होता व त्याची त्यांना जाणीव होती. सुमारे ५० वर्षांपूर्वी टाटा उद्योगसमूहाचे संस्थापक जमशेटजी नसरवानजी टाटा यांच्याबद्दल इतिहासकार फ्रँक हॅरिस यांनी असे उद्गार काढले होते की, "टाटा" हे बहुधा "तापट स्वभावाचे" या अर्थी काहीतरी टोपणनाव असावं. टाटा गरम स्वभावाचे होते, हे त्यांचे वंशज मान्य करतात. तेव्हा जमशेटजी यांनी सुरू केलेली परंपरा जेआर्‌डी पाळत होते, एवढंच. परंतु मित्र व अंत:स्थ वर्तुळातील लोक मात्र जेआर्‌डी हे विनोदी, तीक्ष्ण बुद्धीचे, मोहक व्यक्तिमत्त्वाचे, आणि तापट होते, असं म्हणतात. त्यांना फोन केला, तर ते कधीही आरंभीच्या औपचारिक बोलण्यात वेळ खात नसत. फोन करणाऱ्यानं जर, 'आपण जेआर्‌डी का,' असं विचारलं, तर ते 'होय' पण 'मला जेह म्हणा', असं सांगत.

✦

३

द फ्रेंची

जहाँगीर म्हणजे जगज्जेता. जहाँगीर रतन दादाभॉय हे आर्. डी. टाटा (१८५६ ते १९२६) व सूनी टाटा यांचे सर्वात थोरले चिरंजीव. त्यांचा जन्म पॅरिसला झाला व मृत्यू जिनिव्हा इथं. त्यांनी पैसा मिळविला भारतात. 'फार कमी लोकं त्यांना पूर्ण नावानं हाक मारीत. ते जगाच्या दृष्टीनं केवळ जेआर्डी होते. निकटच्या आणि मित्रांच्या दृष्टीनं जेह,' असं पत्रकार बच्ची करकारिया यांनी लिहिलं आहे.

त्यांचे वडील हे टाटा उद्योगाचे संस्थापक (जमशेटजी नसरवानजी टाटा (१८३९-१९०४) यांचे दूरचे नातेवाईक होते. जेआर्डी म्हणतात, 'माझ्या वडिलांकडे मुळीच पैसे नव्हते. ते गुजरातेतील नवसारी इथं राहायचे. ते वयाच्या १५ व्या किंवा १८ व्या वर्षी मुंबईला आले. तोवर नवसारीत आपण अनवाणी भटकायचो, असं त्यांनी मला एकदा सांगितलं होतं. ते अगदी सामान्य कुटुंबातील होते. जमशेटजी टाटा यांनी त्यांची निवड कशी केली, हे मला ठाऊक नाही. त्यांनी सुरुवातीपासूनच त्यांना सहसदस्य ('टाटा सन्स'मध्ये भागीदार) करून घेतलं. (आर्. डी. टाटा १८७० मध्ये सामील झाले, तेव्हा टाटा उद्योगसमूह हा मुंबईतील एक केवळ मध्यम आकाराचा वस्त्रोद्योग होता.)

कुटुंबातील मुख्य शाखेतील सदस्यांशी मतभेद झाल्यानं आर्. डी. टाटा आपल्या वयाच्या चाळिशीत या समूहातून बाहेर पडले. त्या वेळी पॅरिसमध्ये काही पारशी होते. त्यात त्यांचे एक जुने स्नेही मंचरशा गोदरेज होते. त्यांच्याबरोबर मौल्यवान खड्यांचा व्यापार सुरू करण्यासाठी आर्डी मुंबईहून पॅरिसला गेले. तिथं मादाम ब्रायरे यांच्याकडून ते फ्रेंच भाषेची शिकवणी घेऊ लागले. ही शिकवणी चालू असतानाच मादाम ब्रायरे यांच्या कन्येच्या ते प्रेमात पडले. १९०२ मध्ये त्यांनी तिच्याशी विवाह केला. त्या वेळी ते ४२ वर्षांचे, तर ती २० वर्षांची होती. त्यांच्या या विवाहानं मुंबईत खळबळ उडवून दिली होती, असं रूसी एम. लाला (उद्योगसमूहाचे अधिकृत चरित्रकार) यांनी लिहिलं आहे. आर्. डी. यांनी केवळ पारशी जमातीबाहेरच लग्न केलं, असं नव्हे, तर त्यांनी आपल्या युरोपियन ख्रिश्चन पत्नीला झोरोष्ट्रियन धर्म स्वीकारायला लावला. त्यामुळे सुसान ब्रायरे सूनी बनली. या घटनेनं उठलेलं वादळ जेआर्डींच्या मृत्यूच्या वेळेपर्यंतही पुरं शमलं नव्हतं.

सुनी व आर्डींना एकूण पाच अपत्यं. सिला पेटिट, जेआर्डी (२९ जुलै, १९०४) रोदाबेह सॉयनी, दाराब आणि जमशेद 'जिमी'. जेआर्डी यांचा जन्म (ते, हर्षद मेहता व संजय दत्त यांचा वाढदिवस एकाच दिवशी येतो. जे. एन्. टाटांचं निधन झालं, त्याच वर्षी झाला.)

आपल्या वडिलांनी आपल्याला एकदा चांगलाच चोप दिला होता, ही जेआर्डींची लहानपणची सर्वांत जुनी आठवण. 'मी तेव्हा चार वर्षांचा होतो व आयाला मी लाथ मारली, म्हणून वडिलांनी मला बदडून काढलं होतं. आयानं माझी कानउघडणी केली, तेव्हा मी तिला म्हणालो, मी तुला मारू शकतो, लाथ हाणू शकतो, कारण तू गरीब आहेस. तिनं हे माझ्या आईला सांगितलं व आईनं ते वडिलांच्या कानांवर घातलं. तेव्हा मला वडिलांनी चोपून काढणं योग्यच होतं. कोणी एखाद्याला असं कसं बोलू शकतं, हे कधीच कळू शकलं नाही.

जेआर्डींचं बालपण जरा आगळंवेगळं होतं. काहीसं भटक्या जमातीसारखं. अस्थिर. त्यांचे वडील बहुतेक काळ घरात नसत. जेआर्डी व त्यांची भावंडं यांना कायमचा पत्ता मिळाला, तो भारतात स्थायिक झाल्यावर. तेव्हा जेआर्डींचं वय होतं २१ वर्षं. त्यांचं दक्षिण फ्रान्समध्ये हार्डेलॉट इथं सुटीच्या काळातलं एक घर होतं. पण एरवी दर काही महिन्यांनी हे कुटुंब घर बदलत असे. जेआर्डी यांचं बरंचसं बालपण फ्रान्समध्ये गेलं. अधूनमधून दीर्घकाळ ते मुंबईला येत. तशीच दोन वर्षं त्यांनी जपानमध्ये (१९१७ व १९१८) घालवली. जेव्हा मुलं व पत्नी पॅरिसहून मुंबईला येत, तेव्हा आर्डी टाटा त्यांच्यासाठी एखादं घर भाड्यानं घेत. हे कुटुंब जेव्हा परत पॅरिसला परते, तेव्हा दर खेपेला नव्या घरात. जेआर्डींच्या शिक्षणात

नियमित व्यत्यय येत असे. जेव्हा आर्. डी. टाटा समूहात सामील झाले व त्यांची आर्थिक स्थिती सुधारली, तेव्हा त्या कुटुंबाला काहीसं स्थैर्य आलं. रिज रोडवर त्यांनी एक घर बांधलं व सुनीवरून त्याचं 'सुनीता' असं नाव ठेवलं. या घराची सर्व सजावट फ्रेंच वस्तूंनी केली. कुलपं व दरवाज्यांची हँडल्स देखील फ्रेंच होती. पण या घरात राहायची संधी सूनी टाटांना मिळाली नाही. त्या आजारी असल्याचं वृत्त कळलं, तेव्हा आर्. डी. टाटा मुंबईत होते. पत्नीला भेटायला पॅरिसला जाण्यासाठी ते बोटीवर चढले, तेव्हा सुनी टाटांच्या निधनाचं वृत्त कळलं.

उन्हाळ्याच्या सुटीत काय ते या मुलांना वडिलांचं दर्शन होई. सुनी टाटा यांच्या निधनानंतर (१९३९) देखील या स्थितीत बदल झाला नाही. पत्नीच्या मृत्यूनंतर औपचारिक गोष्टी पुऱ्या करण्यासाठी जेमतेम आठवडाभर ते फ्रान्समध्ये थांबले. एकीकडं मुलंही आईवेडी असल्यानं त्यांचं सांत्वन करणं त्यांना जमलंच नसतं. दोन वर्षांनंतर त्यांनी मुलांना मुंबईत बोलावून घेतलं; पण तोवर ते स्वत:च आजारी पडले व मृत्युशय्येवर होते.

आवश्यक त्या औपचारिक गोष्टी याचा अर्थ, कुटुंबाची व्यवस्था असा होता. आर्डींनी जेआर्डींना ऑक्टोबर १९२३ मध्ये इंग्लंडला शिक्षणासाठी पाठवून दिलं. जेआर्डींना केंब्रिजमध्ये इंजिनीअरिंगचं शिक्षण घ्यायचं होतं; पण त्यांचं इंग्रजीही सुधारणं आवश्यक होतं. प्रवेश मिळण्यात काही अडचण नव्हती, कारण सर दोराब टाटांनी काही वर्षांपूर्वी गॉनव्हील व कैस कॉलेजला २५ हजार पौंडस्‌ची देणगी दिलेली होती.

'साउथवोल्ड, सफोक येथील क्रॅमरमध्ये बरेच विद्यार्थी होते. त्यातले बहुतेक परदेशी होते. माझा वेळ छान जायचा. मी खूप काम करायचो. मुष्टियुद्ध खेळायचो. एकदा तर मी पार गोठूनच गेलो. त्याचं काय झालं, की आम्ही सर्व पोहायला गेलो. मी सरळ समुद्रात उडी मारली. उन्हाळ्याचे दिवस असले, तरी पाणी बर्फासारखं गार होतं. मला वाटलं, आता मी मरणारच.' असं जेआर्डी म्हणाले. पॅरिसमध्ये त्यांचे शिक्षक जेआर्डींना 'इजिप्शियन' म्हणत, तर इंग्लंडमध्ये त्यांना 'फ्रेंची' म्हटलं जाई. अर्थात, ते केवळ त्यांच्या वडिलांनी त्यांना शर्यतीत वापरायची अत्याधुनिक फ्रेंच सायकल घेऊन दिली, म्हणून नव्हे.

त्यांचा अभ्यासक्रम संपत आला असतानाच फ्रान्समध्ये लष्करात सक्तीनं नावं नोंदवण्याची योजना सुरू करण्यात आली. २१ वर्षांवरील प्रत्येकाला दोन वर्षं लष्करात भरती झालंच पाहिजे, असा नियम करण्यात आला. परंतु कुटुंबातील थोरल्या मुलास त्यांची इच्छा असेल, तर वर्षभरात सुटका देण्याची मुभा होती. जेआर्डी फ्रान्सला आले व त्यांना ले साफीस नावाच्या लष्करी तुकडीत पाठविण्यात आलं. वर्षाच्या अखेरीस आणखी सहा महिने राहण्याची त्यांची तयारी होती. परंतु आर्डींनी त्यांना

मुंबईस बोलावून घेतलं. जेआर्‌डी मुंबईस गेले; आणि आश्चर्य म्हणजे, त्या रेजिमेंटला मोरोक्कोला पाठविण्यात आलं, आणि तेथील लढाईत त्यातील सर्व सैनिक मारले गेले.

बालपणाची अखेर

आर्‌डींनी आपल्या मुलांच्या बालपणात त्यांच्या संगोपनामध्ये फारसं लक्ष दिलं नाही, तरी सर्वांत थोरल्या मुलाच्या भवितव्याची चांगली सोय करून ठेवली. त्या वेळी जेआर्‌डी काही त्यामुळे फारसे खूश झाले नाहीत. त्यांना परत भारतात यायचं नव्हतं, तर केंब्रिजला परत जायची इच्छा होती. 'उच्च शिक्षणाच्या अभावामुळे माझ्यात न्यूनगंडाची भावना निर्माण झाली,' असं जेआर्‌डी नेहमी म्हणत.

१९२६ च्या उन्हाळ्याचे दिवस होते व नेहमीप्रमाणे आर्‌डी फ्रान्सला सुटीसाठी निघाले होते. बऱ्याच दिवसांत आपल्या मुलांना व आजीबाई ब्रायरेंना ते भेटले नव्हते. शनिवारी सिलाबरोबर ते नृत्य करून घरी परतले. तेव्हा छातीत दुखत असल्याची तक्रार त्यांनी केली आणि स्नानगृहातच ते कोसळले त्यांचा हृदयविकाराच्या झटक्यानं मृत्यू झाला. तेव्हा जेआर्‌डी जमशेदपूरला होते. मुंबई कार्यालयातून त्यांना तारेनं हे वृत्त कळलं. ते समजताच रेल्वेनं जेआर्‌डी मुंबईला जायला निघाले.

वयाच्या २२ व्या वर्षीच जेआर्‌डी यांच्यावर कुटुंबप्रमुख होण्याची जबाबदारी आली. त्या वेळी सिला २४ वर्षांची असली, तरी अविवाहित होती. रोदाबेहचं वय १९ होतं. दोराब १४ वर्षांचा, तर जिमी केवळ १० वर्षांचा होता. जेआर्‌डींचं अजून भारतात बस्तान बसायचं होतं. 'त्यांना भारत अपरिचित नसला, तरी सांस्कृतिकदृष्ट्या ते भारतीय असण्यापेक्षा फ्रेंचच जास्त होते,' असं लालांनी म्हटलंय्. 'एवढंच काय, त्यांना अवलंबून राहता येईल, असा कोणीही विश्वासू नातलग वा मित्रही नव्हता. ज्याचा सल्ला घ्यावा, अशी एकच व्यक्ती होती व ती म्हणजे 'क्रॉफर्ड बेली अॅन्ड कंपनी'चे सॉलिसिटर दिनशॉ दाजी होय.'

आर्‌डींनी आर्थिक बाबी अशा काही ठेवल्या होत्या, की जेआर्‌डींना कायदेशीर सल्लागाराची गरज होतीच. आर्‌डी हे 'टाटा स्टील'मध्ये व्यवस्थापक होते. ते फारच सावध वृत्तीचे होते. १९२० च्या कठीण दशकात त्यांनी 'टाटा स्टील'च्या भागधारकांना लाभांश (डिव्हिडंड) वाटण्यास नकार दिला होता. १९२५ साली त्यांच्यापुढे बोलताना आर्‌डी म्हणाले होते, 'समुद्रात भिंत उभारणाऱ्या लोकांसारखे आपण आहोत. ही भिंत मजबूत व्हावी, म्हणून लागणाऱ्या सिमेंटचा थोडासा हिस्सा दवडणंही मोठी चूक होऊन बसेल.' परंतु, स्वतःच्या खासगी बाबतीत आर्‌डींचं वर्तन याच्या अगदी विरुद्ध होतं.

'मला त्यांचा खर्चीक स्वभाव आठवतो. खरं तर, त्याला उदारपणाच म्हणायला

हवं,’ असं जेआर्डींनी एकदा सांगितलं. ते म्हणाले, ‘ते नेहमी लोकांना मदत करीत, त्यांना पैसे देत, ‘सुनीता’ हा पांढरा हत्ती उभारताना त्यांनी भरपूर खर्च केला. संचालक मंडळाच्या बैठकीनंतर ते परतले, की त्यांना मिळालेले पैसे ते आम्हां मुलांना वाटून देत.’

आर्डींना तशी घसघशीत रक्कम मिळायची. ‘टाटा सन्स’मधून त्यांना दरवर्षी दोन लाख रुपये घेण्याची मुभा होती. (सर दोराब व सर रतन यांच्या बाबतीत ही मर्यादा तीन लाख होती.) सर दोराब पैसा काळजीपूर्वक खर्च करीत. आर्डींचं मात्र तसं नव्हतं. एवढंच नव्हे, तर स्वत:चा खासगी कापूस व्यापार तोट्यात गेला, तरी आर्डींनी त्याची पर्वा बाळगली नाही. ‘टाटा स्टील’च्या अडचणी सोडवण्यात ते एवढे गुंतून गेले, की आपल्या लंडन कार्यालयात काय चाललंय्, याकडे लक्ष द्यायला त्यांना वेळ नव्हता. त्यांनी लंडन कार्यालयात नेमलेल्या इंग्लिश व्यवस्थापकानं आर्डींच्या पैशाच्या जोरावर लंडन शेअर बाजारात मन मानेल तसा जुगार खेळला. तोटा टाटा लिमिटेडला लावण्यात आला आणि नफा मात्र खिशात घालण्यात आला, असं जेआर्डींना नंतर आढळून आलं.

हे आणि अन्य कर्जं फेडण्यासाठी आर्डींनी ‘टाटा सन्स’ व दोराब यांच्याकडून व्यक्तिश: पैसे उसने घेतले होते. आर्डींच्या मृत्यूनंतर त्यांची सेवा लक्षात घेऊन त्यांची कर्जं माफ करावयाचं टाटा कंपनीच्या संचालकांनी ठरवलं. सर दोराब यांनी मात्र आपला प्रत्येक पैसा परत मिळाला पाहिजे, असा आग्रह धरला. आता त्यांचं कर्ज फेडण्याची पहिली जबाबदारी जेआर्डींच्या खांद्यावर होती.

‘सुनीता’ ही इमारत टाटांचे एक संचालक सर पुरुषोत्तम ठाकुरदास यांना विकून टाकण्यात आली व जेआर्डी आणि कुटुंबीय मात्र ताजमहाल हॉटेलच्या एका स्वीटमध्ये राहायला गेले. गणेशखिंड इथलं घर व हार्डेलॉट येथील मालमत्ताही विकून टाकण्यात आली. ‘टाटा सन्स’मधील त्यांचे रोखे (जे एकूण एक तृतीयांश होते) आणि जेआर्डींची निळ्या रंगाची बुगाट्टी रेसिंग मोटार काय ती शाबूत राहिली. या गाडीला मडगार्डस् नव्हते. मुंबईच्या रस्त्यावरून खुद्द जेआर्डी ही गाडी वेगानं चालवीत. कर्जे फेडून टाकेपर्यंत जेआर्डींना चैन पडली नाही. लंडन आणि पूर्वेकडील कार्यालयांचाही गाशा गुंडाळण्यात आला.

‘तो काळ फार कठीणच होता. कारण मला अनुभव नव्हता आणि तशी पार्श्वभूमी नव्हती. मृत्युपत्रानुसार सुरुवातीस मला ३००० रुपये, दाराबला २००० रुपये, जिमीला १००० रुपये व त्यानंतर जे उरतील, ते आम्हा पाचजणांत वाटून द्यावेत, असं म्हटलं होतं. खरं तर, मला आरंभी ३००० किंवा २५०० व इतरांना काहीच मिळालं नव्हतं, असं मला वाटतं. आम्ही वडिलांचे जुने मित्र दिनशॉ दाजी यांचा सल्ला घेतला. ते म्हणाले तुम्हा भावा-बहिणीत मतभेद नसतील, तर तुम्ही

काहीही ठरवू शकता. तेव्हा आम्ही मृत्युपत्राकडे लक्ष न देण्याचं ठरवलं. कुटुंबाचं उत्पन्न शेअर्ससह पाचही भावंडांत समसमान वाटून द्यावं, असं मी ठरवलं व या प्रश्नाचा सोक्षमोक्ष लागला,' असं जेआर्‌डींनी आपल्या चरित्रकारास सांगितलं.

पण तसं व्हायचं नव्हतं. काही वर्षांनी संतापाच्या भरात दाराबनं आपले शेअर्स बडे बांधकाम कंत्राटदार शापुरजी पालनजींना विकून टाकले. त्यासाठी जेआर्‌डींनी दाराबला माफ करायला काही दशकं उलटावी लागली.

आर्. डी. टाटांकडे 'टाटा सन्स'ची मॅनेजिंग एजन्सी होती. ती जेआर्‌डींना मिळाली. तसंच कायमचे संचालक म्हणून दरमहा ७५० रुपये वेतन मिळे, तेही जेआर्‌डींकडे चालत आलं. जरा आपली आर्थिक स्थिती सुधारताच जेआर्‌डींनी १२०० पौंड किमतीचं एक विमान खरीदलं. त्या आधी तीन महिने त्यांना विमान चालवायचा परवाना मिळाला होता. १० फेब्रुवारी, १९२९ रोजी एअरो क्लब ऑफ इंडिया आणि बर्मा यांनी हा परवाना त्यांना दिला. 'त्या छोटेखानी निळ्या सोनेरी सर्टिफिकेटनं मला जेवढा आनंद झाला, तेवढा दुसऱ्या कोणत्याही कागदपत्रानं झाला नसेल,' असं जेआर्‌डींनी म्हटलं आहे.

त्यांनी विमान खरेदी केलं, तेव्हा 'लंडन टाइम्स'मध्ये त्यांनी आगाखान यांचं एक निवेदन वाचलं. इंग्लंड ते भारत किंवा भारत ते इंग्लंड असं पहिलं विमानोड्डाण करणाऱ्या भारतीय नागरिकास ५०० पौंडांचं इनाम देण्यात येईल, असं आगाखान यांनी जाहीर केलं होतं. हे विमान एकट्यानं चालवावं, अशी अट होती व ती स्वीकारल्यास दीड महिन्यात पुरी करावी, असंही म्हटलं होतं. जेआर्‌डींनी आपल्या फ्रेंच नागरिकत्वाचा त्याग करून भारतीय पासपोर्ट घेतला व या शर्यतीत भाग घेतला. एकूण तिघेजण या शर्यतीत उतरले होते. जेआर्‌डींनी ही शर्यत जिंकली नाही, तरी या उड्डाणामुळे ते एकदम प्रसिद्ध बनले.

आर्‌डींच्या निधनानंतर तीन तरुण भावंडांची जबाबदारी जेआर्‌डींवर व सिलावर आली. आपल्या आईनंतर सिलाचा जेआर्‌डींवर जास्त प्रभाव होता. टाटा कुटुंबातील चौघाजणांत सिला ही सर्वोत्तम व सर्वांत धाडसी होती, असं जेआर्‌डींनी तिच्याबद्दल एकदा म्हटलं होतं. १९६३ साली ती कर्करोगानं नाइस इथं मरण पावली. टेनिसपटू असलेली सिला समृद्ध जीवन जगली. भावासारखी तिलाही विमान चालवण्याची आवड होती. विमानोड्डाणाचा परवाना मिळणारी ती मुंबईतील पहिली महिला ठरली. ती सौम्य, मृदू स्वभावाची, अधूनमधून संतापणारी, अगदी भावासारखीच होती. तिचा विवाह फाली पेटिट यांच्याशी झाला होता. तिला दोन अपत्यं होती. ती नेपियन सी रोड आणि दक्षिण फ्रान्समधील आपल्या घरी आलटून पालटून राहत असे.

शिडशिडीत व उच्चभ्रू रोदाबेह म्हणजे जणू जेआर्‌डी यांचं स्त्रीरूपच! लांबट

पारशी नाक, कमानीसारख्या भुवया, धारदार डोळे, टोकदार हनुवटी. त्या अत्यंत कुशल अंतर्गत सजावटकार होत्या. ताज हॉटेलातील सी लाऊंज ही त्यांची निर्मिती होती. 'किलिक निक्सन'मधील अधिकारी कर्नल लेस्ली सॉवनी यांच्याशी त्यांनी विवाह केला. सॉवनी यांनी नंतर नोकरी सोडून दिली व ते पुढे जेआर्डींचे उजवे हात बनले.

दरम्यान जेआर्डींची थेल्मा (थेली) विकाजीशी गाठ पडली व त्यांनी डिसेंबर १९३० मध्ये तिच्याशी विवाह केला. जेआर्डींप्रमाणेच थेली (१९०९-१९९४) यांचं बालपणही अस्थिरतेत गेलं. त्यांची आई इंग्लिश व वडील पारशी होते. दोघे विभक्त झाले होते. थेली आणि तिची बहीण किटी आपल्या घटस्फोटित वकील चुलत्यासमवेत ताज हॉटेलच्या पाठीमागे राहत होत्या. जेआर्डी व थेली यांनी मधुचंद्रासाठी दार्जिलिंगला जायचं ठरवलं. 'ते हिवाळ्याचे दिवस होते व किती थंडी असेल, याची आम्हाला कल्पनाच आली नाही.' ते म्हणतात. प. बंगालची उन्हाळ्यातील राजधानी असलेल्या दार्जिलिंगला डिसेंबरमध्ये फार कमी लोक येत, पण त्या वर्षी बंगालचे गव्हर्नर सर स्टॅन्ले जॅकसन यांनी नाताळ दार्जिलिंगला साजरा करायचं ठरवलं होतं. दोघेही एकाच दिवशी निघणार होते; पण जेआर्डी व थेली थोडं आधीच निघाले.

'गव्हर्नर साहेबांची मोटार जाणार आहे, तेव्हा तुमची मोटार बाजूला घ्या,' असं जेआर्डींना सांगण्यात आलं. त्या कडाक्याच्या थंडीत त्यांना कुडकुडत थांबावं लागलं. जेआर्डींनी त्याबद्दल निषेध प्रकट करायचं ठरवलं. गव्हर्नरांच्या मोटारीपुढे थेलीनं रस्त्यात उभं राहायचं व जेआर्डींनी त्यांना आपलं म्हणणं ऐकवायचं, असा बेत त्यांनी ठरवला. तो यशस्वी झाला. ड्रायव्हरनं ब्रेक दाबताच जेआर्डी मोटारीच्या खिडकीपाशी धावले व मोठ्यानं ओरडले, 'तुम्ही स्वत:ला कोण समजता? सुमारे ५०० महिला व मुलांना थंडीत तासन्तास ताटकळत ठेवायला काही वाटत नाही? मूर्ख कोठले!' थेलीला पण गव्हर्नरना काहीतरी सुनवावं, असं वाटत होतं. त्या बाजूला झाल्या, रस्ता मोकळा झालेला दिसताच ड्रायव्हरनं गाडी सुसाट सोडली. या घटनेचं वृत्त कलकत्ता, दिल्ली व मुंबईत पसरलं. अर्थात तिखट-मीठ-मसाला लावूनच.

मुंबईत परतल्यावर कुलाबा भागातील हेलियोपोलिस इमारतीच्या तळमजल्यावरील एका फ्लॅटमध्ये जेआर्डी पत्नीसह राहावयास गेले. जिमी व दाराब एका बोर्डिंग स्कूलमध्ये होते. सुट्टीच्या काळात ते जेआर्डींकडे येऊन राहत.

जिमी तसा इतर भावंडांहून वेगळाच होता. त्याचे डोळे जन्मत: निळसर होते. पण नंतर ते इतर भावंडांप्रमाणे तपकिरी झाले. किशोर वयातच तो धिप्पाड व अन्य शिडशिडीत भावंडांपेक्षा वेगळा दिसू लागला. त्याच्याकडे पाहिलं, तर त्याचा जन्म 'प्रिमॅच्युअर' झाला, असं कोणालाही वाटलं नसतं. त्यालाही जेआर्डींप्रमाणे विमानोड्डाणाचं वेड होतं. त्यामुळे शालेय शिक्षण संपताच इंग्लंडला एअर सर्व्हिस

ट्रेनिंग स्कूलमध्ये विमानोड्डाणाचं शिक्षण घ्यायला तो गेला. 'तो एक उत्कृष्ट वैमानिक व नॅव्हिगेटर होता,' असं थेलीचे तरुण चुलतभाऊ बॉबी व्हिकाजी म्हणतात.

परंतु जेआर्‌डींची त्याच्याकडून जरा विशेष अपेक्षा होती. एखाद्या विषयात त्याची नीट प्रगती नसेल, तर त्याबद्दल जेआर्‌डी टीका करीत, प्रश्न विचारीत; त्यानं एखाद्या विषयात चांगली प्रगती केली असेल, तर त्याबद्दल ते त्याचं अभिनंदन करत नसत. पण जेआर्‌डी हे अत्युत्कृष्ट मानदंड पाळणारे असत, परिपूर्णतेवर त्यांचा भर असे. आपल्या भावंडांपैकी कोणी जर कशात कमी पडलं, तर ते समजून घेण्याची त्यांची वृत्ती नव्हती. दाराबकडून त्यांनी एवढ्या अपेक्षा ठेवल्या, की त्याचा दाराबवर अनिष्ट परिणाम झाला,' असं बॉबी म्हणतात. 'जिमी हा एकदम नॉर्मल होता. त्यामुळे त्यानं अवमान फारसा मनाला लावून घेतला नाही. पण मुळातच दाराब हा अस्थिर मनोवृत्तीचा होता. नंतर त्याचा आत्मविश्वासच हरवला.'

१९३६ च्या उन्हाळ्यात कुटुंब विभागलं गेलं. जिमी इंग्लंडमध्ये आपला मित्र हॅन्स याला भेटायला गेला. दोघे ऑस्ट्रियाला विमान घेऊन जाणार होते. जेआर्‌डी मुंबईत होते. रिला फ्रान्समध्ये होती. पेटिट कुटुंबासाठी नवं घर सजवण्यात ती मग्न होती. फाली पेटिट व मुलं रोदाबेहबरोबर पॅरिसमधील एका हॉटेलात राहत होते. एके दिवशी पेटिट यांनी एक वर्तमानपत्र रोदाबेहच्या हातात ठेवलं. त्यात जमशेट टाटा या भारतीयाचं विमान ऑस्ट्रियात कोसळल्याची बातमी होती. 'माझा विश्वासच बसेना. जेहनं मला मुंबईहून फोन केला व जिमीचं शव आणायला ऑस्ट्रियाला जाशील का, असं विचारलं. मी अंडरटेकर्सना घेऊन रेल्वेनं निघाले. मला शवपेटी आगगाडीनं नव्हे, तर मोटारीनं आणायची होती.' जिमीचं आर्‌डी व सूनी यांच्या शेजारीच पेरे लाचेझ स्मशानभूमीत दफन करण्यात आलं.

दाराबपेक्षा जेआर्‌डी जिमीच्या अधिक निकट होते. दाराब हा जरा हट्टीच होता. तो खूप हुशार पण अशक्त होता व त्याला कसलीही शिस्त नव्हती. लहानपणी त्याचा स्वभाव हिंसक होता व तो नेहमी संतापत असे. तो सरळ घरातून बाहेर पडून रस्ता ओलांडीत असे. दरवर्षी शाळेला सुट्टी लागली, की दाराब 'मी आता परत शाळेत जाणार नाही,' असं जाहीर करीत असे. अखेर जेआर्‌डी व सिला यांना त्याला रेल्वे स्टेशनवर खेचून न्यावं लागे.

शाळा व कॉलेजानंतर दाराब जेआर्‌डींना मुंबईत येऊन सामील झाला. 'तो देखणा, अगदी फ्रेंचच दिसायचा,' असं पुणे येथील टाटा व्यवस्थापन प्रशिक्षण केंद्राचे प्रमुख फ्रान्सिस मेनेसेस यांनी सांगितलं. मात्र तो फार भडक डोक्याचा होता. दोघा भावांचं काही जमेना. दाराबनं आपले शेअर्स शापुरजी पालनजींना विकले, तेव्हा जेआर्‌डी भडकले. लेस्ली सॉवनी मुंबईत गोल्फ खेळताना अचानक वारले,

तेव्हा रोदाबेह दाराबसमवेत राहावयास आल्या. त्यांनी उभय भावांत दिलजमाई घडवून आणली. दाराब यांचं १९८७ मध्ये निधन झालं, तर जेआर्डींच्या निधनानंतर काही महिन्यांनी रोदाबेह यांचा मृत्यू झाला.

मात्र घर व उद्योग या दोन्ही आघाड्यांवर जेआर्डी यांचे ते कसोटीचे दिवस होते.

✦

४

शिखरापर्यंत चढाई

१९२५ च्या डिसेंबरमध्ये जेआर्‌डी मुंबईत येताच त्यांचे वडील त्यांना जॉन पीटर्सनना भेटायला घेऊन गेले. आर्. डी. टाटा हे पीटर्सनना पहिल्या महायुद्धात भेटले होते. त्या वेळी ते दारूगोळा संचालक होते व 'टिस्को'त बनवलेले आर्टिलरी शेल्स व स्टील रेल्सचा पुरवठा करण्याची जबाबदारी आर्‌डींची होती. युद्धानंतर आर्‌डींनी पीटर्सनना टाटात येण्यासाठी आमंत्रित केलं. तेही आपली नोकरी सोडून 'टाटा स्टील'मध्ये रुजू झाले. त्यांचं ऑफिस आर्.डीं.च्या कार्यालयाशेजारीच नवसारी चेंबर्समध्ये होतं. पीटर्सननी तिथे एक छोटं टेबल जेआर्‌डींसाठी मांडलं आणि जेआर्‌डींचा उद्योग व्यापारात चंचुप्रवेश करण्यास मदत केली.

'त्यांच्याकडे जाणारा प्रत्येक कामगार माझ्यामार्फतच जाई,' असं जेआर्‌डींनी आर्. एम. लालांना सांगितलं. 'त्यांच्याकडे प्रत्येक कागद पाठविताना मी त्याचा नीट अभ्यास करी व तो कागद परत आला, की त्यावर त्यांनी काय शेरा लिहिला, तोही बारकाईने वाचत असे. त्या वेळी मला कामाचा फार चांगला अनुभव मिळाला; एक प्रशिक्षित आयसीएस् प्रशासकीय अधिकारी कसं काम करतो, हे पाहावयास मिळालं. १९३१ मध्ये पीटर्सन इंग्लंडला परतले व या अनुभवात खंड पडला,' असं ते म्हणतात.

१९२६ च्या आरंभी आर्डींनी जेआर्डींना, एखादं वर्ष जमशेदपूरला घालव, असं सुचवलं. आगगाडीनं जेआर्डी जमशेदपूरला रवाना झाले, तेव्हा आपल्या वडिलांचं पुन्हा दर्शन होणार नाही, याची त्यांना कल्पना नव्हती.

जमशेदपूरला बी रोडवरील एका आलिशान बंगल्यात तीन कनिष्ठ व्यवस्थापकांबरोबर जेआर्डी राहू लागले. त्यांच्या फ्रेंच दृष्टिकोनामुळे चटकन मैत्री करायला त्यांना वेळ लागला नाही. त्यांच्याबरोबर राहत असलेले दोघे जेआर्डींचे महत्त्वाचे अधिकारी बनले. त्यांपैकी एक होते शहर प्रशासक जे. के. सोंधी, तर दुसरे होते जहांगीर 'जो' घांडी. (हे पुढं 'टाटा स्टील'चे पहिले भारतीय महाव्यवस्थापक बनले.) तिसरे होते जो चे बंधू दिनशॉ. त्यांना दिन्सी म्हणत.

वडिलांच्या मृत्यूनंतर कुटुंबाचा सांभाळ करणं तसं सोपं होतं. पण सर दोराब टाटा मात्र प्रचंड अडचणी आणीत होते.

तापट, विक्षिप्त व मधुमेहानं पीडित सर दोराब यांना श्रीमंती आढ्यताखोरीनं व उद्धट वागण्यात अत्यंत आनंद मिळत असे. तरुणपणी केंब्रिजमध्ये शिकताना त्यांना अश्वारोहणाची आवड होती. त्यांची पत्नी लेडी मेहरबाई टाटा त्यांच्याइतकीच उत्साही होती. मुंबईतील श्रीमंत गिरणीमालक असलेले, सर दोराब स्वत: होऊन खनिजांचा शोध घ्यायला निघाले. बिहारच्या जंगलातून बैलगाडीमधून ते भटकले होते. 'टिस्को'ला वाचवण्यासाठी 'इंपीरियल बँके'नं कर्ज द्यावं, म्हणून स्वत:चे एक कोटी रुपये तारण ठेवणारे म्हणून ते एकदम प्रसिद्धी पावले. पण १९२० च्या दशकात त्यांची शान ओसरली. त्यांचं वर्णन 'कुरकुऱ्या म्हातारा' असं केलं जाऊ लागलं. उद्योगसमूहाच्या आर्थिक अडचणीमुळे त्यांचा स्वभाव आणखीच चिडखोर बनला.

पहिल्या महायुद्धाच्या काळात उद्योगसमूहाचा व्याप वाढू लागला व भांडवल कमी पडू लागलं. १९२४ साली आर्डी व पीटर्सन यांनी 'टाटा स्टील'ला संरक्षण द्यायला हवं, यासाठी सरकारचं मन वळवलं. पण ते पुरेसं नव्हतं. १९२९ च्या अखेरीस बड्या प्रकल्पांसाठी वालचंद हिराचंद यांच्यासमवेत स्थापन केलेल्या 'टाटा कन्स्ट्रक्शन'मधून (पहा वालचंद यांच्यावरील प्रकरण) टाटा बाहेर पडले. त्यांनी निम्मी मॅनेजिंग एजन्सी कंपनी एकवीस वर्षांसाठी (१९२९-१९५१) एका अमेरिकन कंपनीला विकून टाकली. यावर राष्ट्रवादी राजकीय नेते, संपादक, जी. डी. बिर्लांसारखे उद्योगपती यांनी टीका केली. त्यांनी 'टाटा इंडस्ट्रियल बँक', 'सेंट्रल बँके'ला देऊन टाकली.

टाटा उद्योगसमूहाची पुनर्रचना चालू असतानाच सर दोराब यांचं जर्मनीतील बार किसिंजन इथं १९३२ मध्ये निधन झालं. टाटा समूहाचे संस्थापक जमशेटजी टाटा यांचे पुतणे सर नौरोजी सकलातवाला हे भारताच्या सर्वांत बड्या उद्योगसमूहाचे प्रमुख बनले.

ज्येष्ठताक्रमानुसारच त्यांना हे पद मिळालं. मुंबईच्या उच्चभ्रू सामाजिक वर्तुळात ते लोकप्रिय होते. अनेक क्रिकेट व टेनिस सामन्यांत ते स्टेट एक्स्प्रेस ५५५ सिगारेट्सचा टिन घेऊन हिंडायचे. ते एक चांगले आणि असामान्य गृहस्थ होते; पण त्यांची बौद्धिक कुवत फार मोठी नव्हती, असं मत एकदा जेआर्‌डींनी व्यक्त केलं होतं. मात्र सकलातवाला हे दुसऱ्याचा सल्ला घेत; ते काही खरे नेते नव्हते. हळूहळू ते जेआर्‌डींच्या सहाय्यावर अधिकाधिक अवलंबून राहू लागले. तोवर या उद्योगसमूहाचं मुख्य कार्यालय 'बॉम्बे हाऊस'मध्ये हलवण्यात आलं होतं. एका ब्रिटिश वास्तुकारानं डिझाईन केलेली ही इमारत मुंबईच्या हुतात्मा चौकाजवळील एका गल्लीत आहे. जेआर्‌डींचं कार्यालय सकलातवालांच्या कार्यालयाला लागूनच होतं. मधे एक काचेची खिडकी गुप्त कागदपत्रांची देवाणघेवाण करण्यासाठी ठेवली होती.

'ते माझ्याशी सल्लामसलत करू लागले व माझ्यावर अधिकाधिक अवलंबून राहू लागले', असं सांगून जेआर्‌डी पुढे म्हणाले, 'ते भले गृहस्थ होते; पण त्यांना विचार करायला वेळच नव्हता. एका संचालक मंडळाच्या बैठकीहून दुसऱ्या संचालक मंडळाच्या बैठकीला त्यांना रातत जावं लागे. ते खूप धूम्रपान करत असल्यानं त्यांचा हात कायम थरथरायचा. ते एक आदरणीय गृहस्थ होते. ''टाटा'' ही अत्यंत प्रामाणिक मंडळी आहेत, असा विश्वास त्यांनी निर्माण केला.'

१९३१ ते १९३८ सालात महत्त्वाचे बदल घडले. १९३१ मध्ये पीटर्सन इंग्लंडला निघून गेले. आर्देशिर (नंतर सर) दलाल त्यांच्याऐवजी 'टिस्को'चे मुंबईतील प्रमुख संचालक झाले. जमशेदपूरला जो घांडी हे 'टिस्को'चे पहिले भारतीय संचालक झाले. जुन्यांपैकी सर होमी पी. मोदी हे होते. नव्या चेहऱ्यांत जेआर्‌डींनी भरती केलेले कायदा सल्लागार जे. डी. चोकसी, प्रख्यात अर्थशास्त्रज्ञ डॉ. जॉन मथाई, व 'टाटा इंडिया'त बॉबी कुका व नेव्हिल व्हिन्टसेंट, किश नौरोजी (त्यांची युरोपात नेमणूक केली गेली.), दिल्लीत जाल नौरोजी व पी. ए. नारियलवाला, ए. डी. श्रॉफ व कर्नल लेस्ली सॉवनी (ज्यांनी रोदाबेहशी विवाह केला.) हे होते या सर्व बड्या मंडळींनी जेआर्‌डींना नेता व निर्णय घेणारी व्यक्ती म्हणून स्वीकारलं.

त्या वेळी उद्योगसमूहाच्या प्रश्नांची ज्या सहजतेनं जेआर्‌डी हाताळणी करत होते, त्यामुळे त्यांचं नेतृत्व असं चटकन स्वीकारलं गेलं. त्या वेळी सर्वत्र उद्योग गंदावलेला होता. अशा परिस्थितीत जेआर्‌डींची कामगिरी उठावदार होती. 'एसीसी' व 'जमशेद ऑईल मिल्स' (नंतरची 'टॉम्को') या दुबळ्या टाटा कंपन्यांना बळ देण्यात आलं व त्यांचा आर्थिक पाया अधिक भक्कम करण्यात आला. 'टिस्को'ची उत्पादनक्षमता दुप्पट करण्यात आली व काही सहकंपन्या स्थापून तिचं प्रभावक्षेत्र विस्तारण्यात आलं. त्यातल्या काही कंपन्या टाटा समूहातच होत्या. (उदा.,

'इंडियन स्टँडर्ड मेटल') तर काही बाहेरील उद्योगसमूहाच्या सहकार्यानं स्थापण्यात आल्या. (उदा., 'इंद्रसिंग') नवे प्रकल्प (टाटा एअर लाईन्स, टाटा केमिकल्स, एअरमेल सर्व्हिसेस, इ.) ठरवण्यात आले. प्रत्यक्षात यातील काही प्रकल्पांना अपेक्षेपेक्षा अधिक वेळ लागला. काही तर १९४० च्या दशकात साकार झाले.

संधी गमावली

जेआर्डींचा ऑफिसातील बराच वेळ 'टिस्को'वर वाहिलेला असे. १९३२ साली 'टिस्को'ची क्षमता दुप्पट करण्याची व उत्पादनांची संख्या वाढवण्याची योजना आखण्यात आली. १९०७ साली ३ कोटी भांडवल खर्चानं ही कंपनी सुरू करण्यात आली. एक लाख टन विक्रीयोग्य पोलाद उत्पादन करण्याचं तेव्हा उद्दिष्ट होतं. पहिली इंधन भट्टी १९१२त सुरू झाली. कारखान्यात दोन २०० टनी भट्ट्या (ब्लास्ट फर्नेसेस) व चार ४० टनी भट्ट्या (ओपन हर्थ फर्नेसेस) होत्या. १९२० च्या मध्याला बड्या विस्तार योजनेनुसार क्षमता ४ लाख २५ हजार टनांवर नेण्यात आली. त्यामुळे 'टिस्को' दिवाळखोरीच्या उंबरठ्यावर जाऊन पोचली.

१९३२ च्या योजनेत १ कोटीची गॅल्वनाईज्ड शीट मिल व १.३ कोटीचा कोळशाचा ओव्हन व क्लिअरिंग ब्लास्ट फर्नेस गॅस प्लान्ट यांचा अंतर्भाव होता. टाटांना निधी उभा करता येईना, तेव्हा ही योजना बाजूला ठेवावी लागणार की काय, असं वाटू लागलं. परंतु त्या शीट मिलची कल्पना सोडून द्यायला जेआर्डी तयार नव्हते. खूप परिश्रम व राजकीय दबाव यांची गुंतवणूक या प्रकल्पात झालेली होती. उदा., टाटांचे संचालक, जेआर्डी यांच्या निकटवर्ती वर्तुळातील सर होमी मोदी हे सेंट्रल लेजिस्लेटिव्ह असेंब्लीचे सदस्य होते. ते ओटावा इथं भरलेल्या इंपीरियल इकॉनॉमिक कॉन्फरन्सला हजर राहिले. भारतात बनवलेले शीट बार वापरून इंग्लंडमध्ये तयार झालेले गॅल्वनाईज्ड पत्रे (शीट्स) हे एक खास बाब म्हणून भारतात आयात करण्याची परवानगी असावी, असं कलम त्यांनी १९३२ च्या ओटावा करारात समाविष्ट करून घेतलं होतं.

या कराराच्या संदर्भात जेआर्डी, मोदी व दलाल यांनी 'समर अॅन्ड कं.' या ब्रिटिश पोलाद निर्मिती कंपनीशी संयुक्त प्रकल्प करण्याची बोलणी केली. या करारानुसार १ कोटी रुपयांपैकी उभय पक्ष निम्मी निम्मी रक्कम देतील, असं ठरलं; तसंच 'समर अॅन्ड कं.' याचं तांत्रिक व्यवस्थापन ताब्यात घेईल, अशीही अट करारात होती. परंतु हा प्रकल्प कधीच सुरू झाला नाही, कारण जी. डी. बिर्ला व इतरांनी ओटावा कराराविरुद्ध मोहीम उघडली होती व अखेर १९३६ साली असेंब्लीत हा करार रद्द करण्यात आला.

मुंबईचे प्रख्यात उद्योगपती, टाटा कंपनीचे संचालक व जी. डी. बिर्लांचे

विश्वासू असलेले सर पुरुषोत्तमदास ठाकुरदास यांच्या कागदपत्रांची छाननी औद्योगिक इतिहासकार रजत के. रे हे करीत असताना त्यांना १२ फेब्रु., १९३२ चं एक गोपनीय टिपण सापडलं. त्यानुसार, हा प्रकल्प होऊ नये म्हणून जेआर्‌डींनीच प्रयत्न केल्याचं सूचित होत होतं. भारतातील राजकीय मत या प्रकल्पाच्या विरुद्ध गेलं असतं. तसंच, टॅरिफ बोर्ड व लेजिस्लेटिव्ह असेंब्लीत त्याला संरक्षण न मिळण्याचा धोका होता; त्याचप्रमाणे शीट मिलचं तंत्र अजून पूर्णपणे विकसित झालेलं नाही, तेव्हा यात धोका आहे, हे जेआर्‌डींना उमजलं होतं. अखेर 'टिस्को'नं स्वत:च्याच जोरावर मिल उभारायचा प्रयत्न केला. एवढंच नव्हे, तर ती विक्रमी काळात पुरी देखील केली.

ज्या सुमाराला 'समर कंपनी'शी बोलणी चालू होती, त्याच सुमारास (नोव्हें. १९३२) जेआर्‌डींनी 'ओरिएन्टल स्टील कंपनी'शी पण बोलणी सुरू केली होती. 'टिस्को'चे बार 'ओरिएन्टल' ब्रिटनमध्ये आयात करेल, त्यांना गॅल्वनाईज्ड शीट म्हणून रोल करेल व ते भारताला इंपीरियल सवलतीनुसार कमी कर देऊन पुन्हा निर्यात करेल, अशी बोलणी चालू होती. पण त्यावर 'टिस्को' व भारतीय उद्योगवर्तुळात टीका होऊ लागली. 'टिस्को'चे एक संचालक आर्. जी. रारैया यांनी जेआर्‌डींना एक पत्र पाठवून या वाटाघाटींना आक्षेप घेतला. त्यांना पाठवलेल्या नम्र उत्तरात जेआर्‌डींनी असं म्हटलं होतं की, टाटाच्या विस्ताराच्या योजनांच्या आड हितसंबंधीयांनी येऊ नये.

बव्हंशी भारतीय उद्योगपती व राजकीय नेते (जीडी बिर्ला यांनी तर इंपीरियल अग्रक्रमाच्या निषेधार्थ या बाबतीत केंद्रीय लेजिस्लेटिव्ह असेंब्लीचा १९३० साली राजीनामा दिला होता.) यांचं असं मत होतं, की ब्रिटिश पोलाद निर्मात्यांनी प्रवेश केला, तर 'टिस्को'चा बाजारपेठेतील हिस्सा कमी होईल. ही शंका दूर करणं टाटांना जड जात होतं. भारतीय लोखंड व पत्रे यांना ब्रिटिश बाजारपेठ मिळण्यासाठी उपयोगी पडेल, म्हणून इंपीरियल अग्रक्रमास जेआर्‌डी अनुकूल होते. त्याच सुमारास सर होमी मोदी, सर विल्यम रोस यांच्याशी मुंबई कापड गिरणीमालकांसाठी अशाच प्रकारच्या सौद्याबाबत चर्चा करीत होते. त्यांच्या बोलण्याची परिणती १९३३ च्या मोदी-लीस करारात झाली. (त्याचा ऊहापोह कस्तुरभाई लालभाई प्रकरणात आहे.) 'ओरिएन्टल' व 'टिस्को'चं सहकार्य अल्पकाळ टिकलं. भारतातील बाजारपेठेच्या विभागणीवरून कायम चर्चा होत व उभयतांकडून उल्लंघन केलं जाई. हा करार खरंच अंमलात येईल, असं मानण्याइतके जेआर्‌डी नवशिके होते काय?

ते काहीही असलं, तरी नासलेल्या दुधाबद्दल अश्रू ढाळायला कोणाला वेळ होता? 'टिस्को'ची एरवी फारशी स्थिर नसलेली आर्थिक स्थिती आणखीच धोकादायक

बनली. १९३० च्या दशकात पहिल्या निम्म्या भागात 'टिस्को मिल'ची बाजारपेठ घटली. १९३२ मध्ये देशातील पोलादाची मागणी सर्वांत कमी, म्हणजे ७,२५००० टन होती. त्यापैकी 'टिस्को'नं ४ लाख ३१ हजार टन पोलाद पुरवलं. जमशेदपूर कारखाना आपल्या उत्पादन-क्षमतेचा ७५ टक्केच वापर करत होता. १९३४ मधील काही कठीण काळात कामगारांनी दररोज एक रुपया या दरानंही वेतन स्वीकारलं, असं 'टिस्को'मधील व्यवस्थापन व कामगार संबंधांचा अभ्यास करणारे एस्. एन्. पांडे म्हणतात. अनेक कामगार तर विनावेतन रजेवर गेले. परिस्थिती सुधारल्यावर त्यांना कामावर घेण्यात येईल, असं आश्वासन देण्यात आलं होतं.

बाजारपेठ घटल्यानं जेआर्डींनी पोलादासाठी नवे ग्राहक मिळवायचा प्रयत्न केला व त्यांना काहीसं यश आलं. विशाल विस्तार कार्यक्रमानुसार १९२० च्या दशकात आर्डी व सर दोराब यांनी जमशेदपूर इथं पोलाद प्रक्रिया कारखाने उभारण्यासाठी काही व्यावसायिकांना सहकार्य देऊ केलं होतं. या कंपन्या पोलाद 'टिस्को'कडून घेतील, असं ठरलं होतं. त्यासाठी वाहतूक-खर्च काहीच येणार नव्हता. 'टिस्को'लाही आपल्या उत्पादनाला मोठी व तयार बाजारपेठ मिळणार होती. परंतु दुर्दैवानं ही योजना यशस्वी झाली नाही. असे अनेक प्रकल्प फलद्रूप झाले नाहीत व आले, ते असफल झाले.

परंतु जेआर्डींनी हे धोरण पुनरुज्जीवित केलं. पंजाबमधील एक शीख इंदरसिंग (नंतर सर) याच्याबरोबर जेआर्डींनी सहकार्यानं प्रकल्प उभारला. इंदरसिंगनं रेल्वे इंजिनीअरची नोकरी सोडून जमशेदपूर इथं उद्योगगृहाची स्थापना केली. पुढे हा उद्योगसमूह भारतातील सर्वांत बड्या वीस उद्योगांपैकी एक बनला. १९३९ साली सिंग यांनी 'इंडियन स्टील ॲन्ड वायर प्रॉडक्ट्स' (रॉड, वायर, नेल्स, बार्बड् वायर बनविणारी कंपनी) व 'जमशेदपूर इंजिनीअरिंग ॲन्ड मॅन्युफॅक्चरिंग कंपनी' (ताग गिरणी यंत्रांसाठी कास्टिंग्ज बनवणारी कंपनी) या दोन दिवाळं निघालेल्या कंपन्यांना यशस्वी जीवदान दिलं.

त्याखेरीज 'टिस्को'नं स्वतःच्या सहकंपन्याही स्थापन केल्या. उदा., नॉन-फेरस अलॉईज व कास्टिंग उत्पादनासाठी 'टिनप्लेट कं. ऑफ इंडिया' (१९२३) 'इंडियन स्टँडर्ड मेटल' (१९३६), गॅस, पाणी व वाफ ट्यूबससाठी 'इंडियन ट्यूब' (१९५३) तसेच, 'ॲग्रिकल्चरल इंप्लिमेंट्स कंपनी' (१९२५) व 'पेनिन्सुलर लोकोमोटिव्ह कंपनी' (जी अनेक अवतारांनंतर अखेर 'टेल्को' बनली) त्यांनी ताब्यात घेतल्या.

१९३५ पर्यंत 'टिस्को'च्या उत्पादनांची मागणी वाढली. १९३५-३९ या काळात विक्रीयोग्य पोलादाचा वापर १,०३८,००० टन्स होता व 'टिस्को'चं उत्पादन ६८०,००० टन्स होतं. नफाही वाढला. १९३३ मध्ये 'टिस्को'नं १००

रुपयांच्या शेअरवर १ रुपया डिव्हिडंड दिला. १९३४ मध्ये संचालक मंडळानं सावधपणे वाढवून तो ५ रुपये केला. तर १९३५ मध्ये १५ रुपये व १९३६ मध्ये तर २२.५० रुपये करण्यात आला.

जमशेदपूर इथं जो घांडी व त्यांच्या सहकाऱ्यांनी कारखान्याच्या उत्पादनक्षमतेचा पुरेपूर वापर करण्यासाठी प्रयत्न केले, तर मुंबईत जेआरडी व दलाल यांनी घांडी यांचं सारं उत्पादन विकण्याची शर्थ केली. परंतु तेवढं पुरेसं नव्हतं. भारताची पोलादाची आयात वाढत होती. अडीच ते तीन लाख टन पोलाद उत्पादन करण्याचा कारखान्याला वाव होता, अशी परिस्थिती होती, (जर हा किमान किफायतशीर आकार मानला, तर), असं मत 'सेंटर फॉर स्टडीज् इन सोशल सायन्सेस'चे माजी संचालक अमियकुमार बागची यांनी व्यक्त केलं.

दक्षिणेत म्हैसूरचे राजे 'म्हैसूर आयर्न वर्क्स' या छोट्या कारखान्याचं पोलाद उत्पादन करणाऱ्या कारखान्यात रूपांतर करण्याचा विचार करीत होते. कलकत्त्यातील 'इंडियन आयर्न अॅन्ड स्टील कंपनी'चं (इस्को) व्यवस्थापन असाच विचार करीत होतं. मार्टिन बर्न व सर बीरेन मुखर्जी यांनी तसंच केलं. मुंबईत जेआर्डी आपली विस्तार योजना साकारण्यात गढून गेले. बिगर पोलाद क्षेत्रातील मंडळीही 'टिस्को'च्या नव्या भरभराटीकडे आकर्षित झाली. उदा., भारतातील एक सर्वांत मोठी मॅनेजिंग एजन्सी कंपनी 'बर्ड अॅन्ड कंपनी'चे सर एडवर्ड बेन्थॉल. बेन्थॉल हे तडफदार गोरे साहेब होते. त्यांनी जी. डी. बिर्लांशी आधी संघर्ष केला व नंतर त्यांच्या सहकार्यानं पोलाद उत्पादन-क्षेत्रात शिरण्याचा प्रयत्न केला. 'टिस्को' व 'मार्टिन बर्न' असा द्विपक्षीय संयुक्त करार त्यांनी केला. या कल्पनेनं जेआर्डी काही काळ बुचकळ्यात पडले. १९३४ ते १९३५ मधला बराच काळ त्यांनी मुंबई ते कलकत्ता अशा चकरा मारण्यात घालवला.

अन्य दोघां भारतीयांनी जर समान वाटा उचलला, तर भागभांडवल उभारण्याची तयारी जेआर्डींनी दाखविली. पण 'मार्टिन बर्न'नं माघार घेतली व 'बर्ड'चा हिस्सा २५ टक्क्यांवरून ४० टक्क्यांवर वाढला. (म्हणजेच ८.२५ दशलक्ष) पतपुरवठ्याची स्थिती एवढी बिघडली होती, की कलकत्त्यातील सर्वात मोठ्या मॅनेजिंग एजन्सीला हे पैसे उभारणं शक्य झालं नाही, असं 'बिझिनेस इंडिया'चे संपादक व अर्थतज्ज्ञ ओंकार गोस्वामी म्हणतात. एडवर्ड बेन्थॉल केवळ ३० लाख रुपये उभारू शकले. हे पैसे देखील मिळवले, त्याचा अर्थ भागीदाराच्या नफ्यावर ७ ते १० वर्षं पाणी सोडणं, असा होता.

या वाटाघाटींच्या वेळी सर बीरेन मुकर्जी व जेआर्डींचं फारसं जुळलं नसावं, कारण प्रीतीश नंदी यांना दिलेल्या एका मुलाखतीत जेआर्डी सर बीरेन मुखर्जींबद्दल 'ते म्हणजे हास्यास्पदच होते' असं म्हणाले. 'ते इतकं कडकडा बोलायचे, की

एखादा शब्दही समजणं मुश्किल. ते धोतर, गांधी टोपी व सर्व भारतीय गोष्टींची टर उडवायचे. प्रजा सोशलिस्ट पक्षाचं वर्णन ते 'पिस्, शिट् अँड पिस्' असं करीत. तर एस्. एस्. पी.चं वर्णन 'शिट्, शिट् ॲन्ड पिस्' असं करीत. ते अगदीच उथळपणे व बालिशपणे काँग्रेसची अशी सतत टिंगल करीत.

मुखर्जींबद्दलच्या जेआर्डींच्या मनातील नाराजीमुळं मार्टिन बर्ननं या प्रकल्पातून माघार घेतली, असं म्हणता येणार नाही. आपल्या प्रतिस्पर्ध्यांशी करार करावा, असं इस्कोच्या संचालकांचं मत होतं. १९३७ मध्ये मार्टिन बर्ननं २ लाख टन विक्रीयोग्य पोलाद उत्पादन करण्यासाठी 'स्टील कॉर्पोरेशन ऑफ बेंगॉल' रजिस्टर केलं. जेआर्डींनी आपल्या वैयक्तिक आवडीनिवडी बाजूला ठेवून 'टिस्को' व 'स्टील कॉर्पोरेशन' यांच्यात उत्पादनांच्या संयुक्त वितरणाचा जवळ जवळ निमभांडवलदारीचा करार केला.

'स्टील कॉर्पोरेशन'चा कारखाना प्रत्यक्षात १९४० मध्ये सुरू झाला. तरी त्याच्या नुसत्या घोषणेमुळे जेआर्डींच्या नव्या पोलाद कारखान्याच्या आराखड्यावर पाणी पडलं. कलकत्त्याच्या व्यापाऱ्यांशी जेआरडींच्या चर्चेखेरीज, 'टिस्को'चा आपल्या व्यवस्थापनाखाली ७ कोटींचा एक नवा पोलाद संकुल उभारण्याचा विचार होता. पण 'स्टील कॉर्पोरेशन ऑफ बेंगॉल'ची घोषणा झाल्यावर ही योजना शांतपणे सोडून देण्यात आली. उलट 'टिस्को'च्या संचालक मंडळानं त्यांच्या विद्यमान कारखान्याच्या विस्ताराची व आधुनिकीकरणाची ५.५ कोटींची योजना मंजूर केली.

एका नवीन बलाढ्य ब्लास्ट भट्टीची भर टाकण्यात आली. कोक ओव्हन कारखाना पुन्हा उभारण्यात आला. आधुनिक वीजनिर्मिती केंद्र नव्या स्टील, टायर व ॲक्सल प्लॅन्टजवळ उभारण्यात आलं. विक्रीयोग्य पोलादाचं उत्पादन जवळ जवळ आठ लाख टनांवर पोचलं. 'टिस्को'चा कारखाना सर्वांत मोठा व उत्पादन-खर्च सर्वांत कमी होता.

प्रश्न असा उद्भवतो, की जेआर्डींनी त्यातल्या त्यात सोपा पर्याय का निवडला? टाटांनी पोलाद-प्रकल्पाची आखणी केली होती. भारताचा पहिला पोलाद कारखाना उभारताना टाटांनी खूप धाडस दाखविलं होतं. 'स्टील कॉर्पोरेशन ऑफ बेंगॉल'चा कारखाना केवळ दोन लाख टनी होता. भारताचा विकास होत जाणार, तसतशी त्याची पोलादाची गरज वाढणार होती.

सर्व संकुलाचीच फेररचना करण्यापेक्षा जमशेदपूर कारखान्याचं आधुनिकीकरण करण्याच्या योजनेचा मार्ग जेआर्डींनी पत्करला. त्यांच्या या काहीशा भित्रटपणामुळे भावी दोन घटनांना सामोरं जाण्याच्या दृष्टीनं 'टिस्को' सज्ज नव्हतं. अर्थात्, या घटनांचा अंदाज जेआर्डींना बांधणं शक्यच नव्हतं. एकतर दुसऱ्या महायुद्धाला तोंड लागलं व त्यामुळे 'टिस्को'च्या यंत्रसामग्रीवर फार ताण पडला. दुसरी घटना

म्हणजे स्वतंत्र भारतातील परवाना राज; त्यामुळे ‘टिस्को’ची विस्तारयोजना ही नोकरशहांच्या लहरींवर अवलंबून राहिली.

पहिले दरयुद्ध

जेआर्डी आपल्या प्रतिस्पर्ध्यांना एकदम शिंगावर घेत नाहीत, हे मार्टिन बर्न प्रकरणात दिसून आलं. बाजारपेठेत घनघोर स्पर्धेला तोंड देण्यापेक्षा महत्त्वपूर्ण डावपेच- युक्त करार करणं, याला ते प्राधान्य देत. ‘असोसिएटेड सिमेंट कंपनी’ची स्थापना (एसीसी) व तिची आरंभीची वर्षं जेआर्डींच्या या तत्त्वज्ञानाची साक्ष देतात.

‘इंडिया सिमेंट कंपनी’समवेत १९१२ साली टाटा सिमेंट उद्योगात शिरले. १९१५ मध्ये ‘शहाबाद सिमेंट कंपनी’ उभारताना आरंभी खूप अडचणी आल्या व प्रत्यक्षात उत्पादन नऊ वर्षांनी सुरू झालं. दरम्यान पोर्टलॅन्ड सिमेंटचं भारतात किफायतशीररीत्या उत्पादन करता येईल, हे कळून चुकलं होतं. त्याच सुमारास पहिल्या महायुद्धाला तोंड लागलं आणि अनेक उद्योगपती या क्षेत्रात उतरले. इमारतींचे कंत्राटदार या नात्यानं वालचंद हिराचंद सिमेंट उद्योगातील घडामोडींवर बारीक नजर ठेवून होते. त्याखेरीज असलेले इतर दहा कारखाने. सर्व मिळून प्रत्यक्षात मागणी मात्र ३ लाख ९ हजार टन होती, असा हिशेब वालचंद हिराचंद यांनी केला. स्थानिक तीव्र आयातीमुळे भारतीय सिमेंट कंपन्यांचा नफा कमी होणार होता. तेव्हा टॅरिफ बोर्डाचं संरक्षण मिळावं, म्हणून कंपन्यांनी विनंती केली; पण ती फेटाळण्यात आली.

अखेर तीन कंपन्यांचं दिवाळं वाजल्यावर टॅरिफ बोर्डानं प्रतिसाद दिला. १९२६ साली आयात सिमेंटवरील कर टनाला ९ रुपयांवरून २५ रुपयांवर नेला. उत्पादकांनी परस्पर स्वखर्चानं उत्पादन व दर यांवर नियंत्रण ठेवावं, असंही टॅरिफ बोर्डानं सुचवलं. हा सल्ला लक्षात घेऊन सिमेंट कंपन्यांनी ‘इंडिया सिमेंट मॅन्युफॅक्चरर्स असोसिएशन’ या संघटनेची १९२६ साली स्थापना केली. ‘कॉंक्रीट असोसिएशन ऑफ इंडिया’ आणि ‘सिमेंट मार्केटिंग कंपनी ऑफ इंडिया’ (१९३०) यांचीही स्थापना झाली. सर्व कंपन्यांच्या विक्रीची जबाबदारी या शेवटच्या संघटनेवर होती. सिमेंटच्या किमती स्थिर ठेवण्याच्या कामी तिला यश आलं. परंतु उत्पादनावर तिचं काही नियंत्रण नव्हतं.

तरीही उद्योगावरचा ताण तसाच होता. तेव्हा अडचणीतील सिमेंट कारखान्यांच्या विलीनीकरणाचे काय फायदे होतील, याचं एफ्. ई. दिनशॉ व जेआर्डी मूल्यमापन करू लागले. फ्रामोज एदुलजी दिनशॉ (१८७२-१९३६) हे ‘पेन ॲन्ड कंपनी’ या प्रख्यात सॉलिसिटर्स कंपनीत भागीदार होते. पण ते केवळ वकील नव्हते. त्यांचे स्वत:चे काही लघुउद्योग होते व त्यांची वैयक्तिक कमाई भरपूर होती. १९२४

मध्ये ग्वाल्हेरच्या महाराजांच्या कचाट्यातून सुटका केली, म्हणून 'टिस्को'च्या मॅनेजिंग एजन्सीचं कमिशन म्हणून त्यांना दरवर्षी १० टक्के रक्कम दिली जाई. एक कुशल कंपनी संचालक ठरलेले दिनशॉ यांनी टाटा समूहात सल्लागाराची महत्त्वपूर्ण कामगिरी बजावली. दररोज ते नौरोजी सकलातवाला किंवा जेआर्‌डींशी गप्पा मारायला 'बॉम्बे हाऊस'मध्ये चक्कर टाकीत.

या रोजच्या गप्पांतूनच 'एसीसी कंपनी' स्थापण्याची कल्पना सुचली. हा प्रकल्प खूप महत्त्वाकांक्षी होता. त्यासाठी पश्चिम भारतातील बड्या उद्योगांमधील सहकार्याची मोठी गरज होती. या योजनेचे मुख्य शिल्पकार दिनशॉ यांचं अंतिम करार होण्यापूर्वीच निधन झालं. आभा व अनिल चतुर्वेदी यांच्या 'एसीसी : अ कार्पोरेट सागा', या पुस्तकात या गुंतागुंतीच्या कराराचा तपशीलवार ऊहापोह केला आहे. थोडक्यात, १२ पैकी १० सिमेंट कंपन्यांनी दिनशॉ व जेआरडींचं म्हणणं मान्य केलं. गेली सहा वर्षं सिमेंटच्या बाजारपेठेमुळे प्रत्येक कंपनीला आधी ठरवून दिलेले किमान कोटा देता आला आहे, तसंच पोर्टलँड सिमेंटच्या प्रचारासाठी आवश्यक तो खर्च केलेला आहे, आणि तरीही नफ्याचं प्रमाण वाढलं नाही किंवा नव्या ब्रॅण्ड्सची निर्मिती झाली नाही; या मुद्यावर दोघांच्या म्हणण्याचा मुख्य भर होता. तसंच टाटाच्या उत्पादन-क्षमतेचा अकार्यक्षम वापर करणाऱ्या कंपन्यांसाठी ठरवून दिलेल्या कोट्यामुळे वाहतूक खर्चात अनावश्यक वाढ होत होती. कंपन्यांच्या विलीनीकरणामुळे हे बरेसचे प्रश्न सुटतील, असं म्हटलं जात होतं.

किलिक निक्सन व मूलराज खटाव या दोघांनी दिनशॉ व जेआर्‌डींना प्रतिसाद दिला व १९३६ मध्ये 'एसीसी' ही नवी कंपनी ८ कोटी भांडवलात स्थापन करण्यात आली. एसीसीच्या बड्या संचालक मंडळावर प. भारतातील सर्व महत्त्वाच्या उद्योगसमूहांचे प्रतिनिधी होते. उदा., सर पुरुषोत्तम ठाकुरदास, सर चुनीलाल मेहता, अंबालाल साराभाई. 'एसीसी' ही टाटांनी चालवलेली त्यांच्या नियंत्रणाखालील कंपनी होती, ही बाब हुशारीनं दडवलेली होती. आता सिमेंट उद्योगाला चांगले दिवस येतील, असे उद्‌गार एका संचालकानं काढले होते.

खरंच असं होणार होतं का? परंतु पूर्व भारतातील वेगानं वाढणाऱ्या दालमिया समूहाच्या आव्हानाला 'एसीसी'ला तोंड द्यावं लागलं. रोहटकचे जैन उद्योगपती रामकृष्ण दालमिया यांनी अक्षरश: शून्यातून भारतातील चौथ्या क्रमांकावरचं मॅनेजिंग एजन्सी (इतर तीन म्हणजे टाटा, बिर्ला, व मार्टिन बर्न) उद्योगगृह उभारलं. १९४० मध्ये या समूहाची एवढ्या झपाट्यानं प्रगती झाली, की त्यावर अनेक गैरप्रकारांचे आरोप झाले. अधिकृत चौकश्या दालमियांच्या साखर, वस्त्रोद्योग, बँकिंग, सिमेंट व अन्य उद्योगांतील प्रवेशात अटकाव करू शकल्या नाहीत.

दालमियांनी 'एसीसी'त विलीन होण्यास नकार दिला. त्यांनी आपल्या प्रतिस्पर्धी

कंपन्यांचा चांगला अभ्यास केला; तेव्हा (१९३४ व १९३५ या अत्यंत वाईट वर्षांतही) काही कंपन्यांनी चांगली कामगिरी केल्याचं त्यांच्या लक्षात आलं. बुंदी (राजपुतानामधील 'किलिक निक्सन'चा कारखाना), शहाबाद (हैद्राबाद येथील टाटांचा कारखाना) व कटनी (सी. मॅकडोनाल्ड यांचा मध्य प्रांतातील कारखाना) यांनी १० ते २० टक्क्यांपर्यंत लाभांश दिला होता. तेव्हा या क्षेत्रात अजून भरपूर वाव आहे, असा निष्कर्ष दालमियांनी काढला. सिमेंट कारखाना उभारण्याचा खर्चही फार अवाढव्य नव्हता. ते, त्यांचे बंधू जयदयाळ व जावई शांतिप्रसाद जैन यांनी 'एसीसी'च्या दहा लाख टनी कारखान्याच्या तुलनेत ४ लाख टनी क्षमतेचा कारखाना उभारला.

किमतीच्या युद्धाला सुरुवात कोणी केली, हे ठाऊक नाही. टाटांनी आरंभ केला, असं दालमियांचं म्हणणं होतं; तर दालमिया असू शकतील, असं बागची यांचं म्हणणं होतं. वस्तुस्थिती वेगळीच होती. दालमियांच्या कारखान्यात मे १९३८ मध्ये उत्पादनास आरंभ झाला व काही आठवड्यांतच सिमेंटची किंमत कलकत्ता इथं टनाला ४३ रुपयांवरून ३१ रुपयांवर घसरली. 'एसीसी'च्या ताळेबंदात किंमती घसरल्या त्याचं प्रतिबिंब पडलं. त्याचा निव्वळ नफा ३१ जुलै, १९३८ ला ७६ लाख, ३० हजार होता, तो पुढील वर्षी ३१ लाख, ७८ हजारांवर घसरला आणि ३१ जुलै, १९४० ला ३६ लाखांवर पोचला.

अखेर दालमिया व जेआर्डींनी किमतींतील युद्ध थांबवलं व दोघांनी मिळून १९४१ मध्ये वाटाघाटी केल्या. 'एसीसी' व 'दालमिया सिमेंट कंपनी' यांनी एकत्र येऊन संयुक्त विक्री संघटना स्थापन करायचं ठरवलं. किमती संयुक्तपणे ठरविल्या जाणार होत्या व आधी मान्य केलेल्या अटींवर एकूण विक्री विभागण्याचं ठरलं. त्यांनी बाजारपेठेची वाटणी ७५/२५ टक्के अशी केली, असं 'एसीसी'च्या अंतर्गत फाईल्सवरून दिसतं, असं 'राष्ट्रीय राजकारणात भारतीय उद्योगाची भूमिका' या विषयावर अभ्यास केलेले फ्रेंच इतिहासकार क्लॉद मार्कोविटस् म्हणतात. या प्रकरणाची धूळ खाली बसल्यावर टाटा नि:संशय सर्वश्रेष्ठ स्थानावर पोचले. मोदी-लीस कराराचे शिल्पकार व खासदार सर होमी मोदी १९३८ मध्ये 'एसीसी'चे अध्यक्ष बनले. ते दालमियांपेक्षा चांगले वाटघाटी करणारे होते. काही का असेना, ही युद्धबंदी अल्पकाळ टिकली. पुढे युद्धामुळे मागण्या वाढू लागल्या व मग काय सर्वांना रानच खुलं झालं.

बिर्लांच्या मते टाटा-दालमिया सिमेंट-युद्धाला एक आकर्षक पैलू होता. या युद्धात 'एसीसी'चा नफा निम्म्यावर आला; पण 'एसीसी' हे मुरब्बी होते. तर दालमियांची गुंतवणूक ताजी होती. 'एसीसी' आपल्या राखीव निधीवर अवलंबून राहू शकत होते. तर दालमिया मात्र नवीन यंत्रसामग्री व उपकरणांवर व्याज भरत

होते. युद्धाच्या ऐन भरात दालमियांना आपण तोट्यात जाऊ की काय, याची भीती वाटू लागली व त्यांनी जी. डी. बिर्लांकडे धाव घेतली. जीडींनी एक दूत 'एसीसी'कडे पाठविला. पूर्वग्रहदूषित कारवाईंमुळे जर दालमियांच्या कंपनीवर प्रतिकूल परिणाम झाला, तर तिचा ताबा जीडी घेतील व तिला कोसळण्यापासून रोखतील, असा निरोप त्यांनी पाठवला. त्यामुळे त्यातील दोन कंपन्यांत तात्काळ दिलजमाई झाली, असं जीडींचे निकटवर्ती रामनिवास जाजू म्हणतात.

या धमकीमुळे पारशी व मारवाडी उद्योगसमूहातील संबंध आणखीच बिघडले असते. जी. डी. बिर्लांनी स्थापन केलेल्या 'फिकी' या संघटनेत टाटा सामील झाले. पण दालमियांशी संगठन स्थापन केलं, त्या सुमारास म्हणजे १९४१ मध्ये टाटा 'फिकी'तून बाहेर पडले. टाटांसारख्या बड्या उद्योगसमूहानं 'फिकी' सोडणं, ही संघटनेची मोठी हानीच होती. तसंच, आपण भारतीय उद्योगांचं पूर्ण प्रतिनिधित्व करतो, या दाव्यालाही बाधा येत होती. बिर्लांचे हल्ले जेआर्‌डींच्या निर्णयामागचं एक कारण असण्याचा संभव आहे.

१९३७ मध्ये जेव्हा टाटा 'फिकी'त सामील झाले, तेव्हा कामगार-स्थिती जरा खदखदत होती. तेव्हा 'फिकी'चे काँग्रेसशी असलेले निकटचे संबंध उपयोगी पडतील, असा टाटांचा अंदाज होता. त्या वेळी प्रांतात काँग्रेस सत्तेवर आली होती; व टाटांचीही मुख्य कार्यक्षेत्रं प्रांतातच होती. त्यांनी १९४१ साली 'फिकी' सोडली, याचं कारण संघटनेची तीव्र स्वातंत्र्याभिमुख दृष्टी असावी.

✦

५

अव्वल क्रमांक

'बॉम्बे हाऊस'मधील चौथ्या मजल्यावरील ती बोर्डरूम फारच भव्य आहे. मध्यभागी असलेल्या अंडाकृती टेबलाभोवती अठराजण आरामात बसू शकतात. तसंच भिंतीला टेकून जादा खुर्च्या मांडलेल्या असतातच. पण मंगळवार २६जुलै, १९३८ रोजी सकाळी साडेअकरा वाजता भेटलेल्यांना चारपेक्षा अधिक खुर्च्यांची गरज नव्हती. टाटा समूहाचे गेली सहा वर्षं अध्यक्ष असलेले नौरोजी सकलातवाला यांचं अचानक फ्रान्समधील ए-ले-बेन्स इथं निधन झालं होतं, तेव्हा औपचारिक बाबी पुऱ्या करण्यासाठी 'टाटा सन्स'च्या संचालक मंडळाची ती बैठक भरली होती.

जेआर्‌डी यांच्याखेरीज सोहराब डी सकलातवाला, अर्देशिर आर. दलाल आणि सर होमी पी. मोदी हे हजर होते. संचालक मंडळाने दिवंगत नौरोजी सकलातवाला यांना श्रद्धांजली वाहिली आणि ते त्या दिवशीच्या कामकाजाकडे वळले. सोहराब सकलातवाला यांनी अध्यक्षपदासाठी जेआर्‌डींचं नाव सुचविलं, दलाल यांनी त्याला अनुमोदन दिलं आणि जेआर्‌डी एका फटक्यात भारतातील सर्वांत मोठ्या उद्योगसमूहाचे प्रमुख बनले.

नेतृत्वाच्या शर्यतीचा निकाल आधीच ठरला होता. संभाव्य उमेदवारात सोहराब

सकलातवाला यांचं नाव होतं; 'परंतु ते म्हातारे झाले होते आणि फारसे बुद्धिमान नव्हते,' असं जेआर्‌डी म्हणाले. नौरोजी सकलातवाला यांचे चिरंजीव मिनू टाटा हे जे. एन्. टाटांच्या बाजूने सर्वांत नजीकचे पुरुष वारसदार होते. खेरीज लेडी नवाज बाई टाटा यांचे दत्तक पुत्र नवल टाटा हे होते. टाटांप्रमाणे सकलातवाला हेही 'टाटा सन्स'मध्ये भागीदार होते; पण लेडी नवाजबाई या सर्वांत मोठ्या स्टॉक होल्डर होत्या. आपले पती सर रतन यांचं १९१८ साली निधन झाल्यानंतर त्यांचे शेअर्स त्यांना मिळाले होते. सर दोराब व सर रतन यांच्या नंतरचे तिसरे मुख्य भागीदार आर्. डी. टाटा यांचा हिस्सा जेआर्‌डींना मिळाला होता. पण जेआर्‌डींनी त्याचं पाच समसमान भागात विभाजन करून तो आपल्या भावा-बहिणींत वाटून टाकला होता. टाटा घराणं हे काही संख्येनं फार मोठं नव्हतं.

'अध्यक्षपदाचा प्रश्नच नव्हता,' असं आरंभीच्या काळात जेआर्‌डीचे मदतनीस म्हणून काम केलेले एक अधिकारी म्हणतात. संचालक मंडळाच्या बैठकीआधी जेआर्‌डींनी नवाजबाईंचे आशीर्वाद घेतले होते. त्यांच्या परवानगीशिवाय काही करताच आलं नसतं. संचालक मंडळ दुसऱ्या कोणाची निवड करू शकलं असतं, तोवर जेआर्‌डी हिरो बनले होते. दार्जिलिंगमध्ये गव्हर्नरांना खडे बोल सुनावणारे ते एकमेव भारतीय होते. ते धाडसी वैमानिक व हुशार उद्योगपती होते. ते असामान्य आहेत, हे सिद्धच झालं होतं.

दुसऱ्या महायुद्धाच्या उंबरठ्यावर जेआर्‌डींनी अध्यक्षपदाची सूत्रं हाती घेतली, तेव्हा टाटांच्या १४ कंपन्या होत्या आणि एकूण विक्री २८० कोटी होती. युद्धाच्या अखेरीस या समूहाचा कारभार कितीतरी पटींनी वाढला. १९४० चं एकूण दशकच अत्यंत भरभराटीचं होतं. जेआर्‌डी एअरलाइन्समध्ये फारसे बिझी नव्हते, तो काळ नंतर येणार होता. त्यांनी जुन्या कंपन्यांची घोडदौड घडवून आणण्यावर लक्ष केंद्रित करावयाचं ठरविलं. १९२४ पासून खस्ता खात असलेल्या 'टाटा मिल्स'नं देखील प्रगती केली.

या काळात टाटा अनेक नव्या क्षेत्रात शिरले. 'टाटा केमिकल्स'मध्ये सोडा अ‍ॅश, 'नेल्को'त इलेक्ट्रॉनिक्स वस्तू, 'इन्व्हेस्टमेन्ट कॉर्पोरेशन'च्या (१९३७) मार्फत व्हेंचर कॅपिटल आणि 'इन्व्हेस्टा इंडस्ट्रियल' (१९४१). 'एअरइंडिया इंटरनॅशनल' १९४८ मध्ये सुरू करण्यात आली. तो बहुधा पहिलाच संयुक्त क्षेत्रातील प्रकल्प होता. त्यात सरकारचं भागभांडवल ४९ टक्के होतं. टाटांकडे– एअरइंडियाकडे– १० टक्के होतं.

याच वेळी काही प्रकल्प कितीही आकर्षक वाटले, तरी ते अव्यवहार्य असतील तर टाटा त्यात पडले नाहीत. उदा. वालचंद हिराचंद यांनी बंगलोर येथे 'हिंदुस्थान एअरक्राफ्ट' कारखाना उभारला. तो त्यांना शेवटी सरकारला विकावा

लागला. जेआर्डींच्या डोक्यात काही काळ बॉम्बर्स तयार करण्याची कल्पना घोळत होती. मार्च १९४२ मध्ये टाटा 'एअरकाफ्ट' सुरू करण्यात आली. तिचं वर्कशॉप पुणे येथे होतं. त्यांना स्वत:ला विमानोड्डाणाची आवड असूनही. यात काहीच पैसे मिळणार नाहीत, हे स्पष्ट झाल्यावर त्यांनीच हा प्रकल्प रद्द केला. पण महायुद्धाच्या शेवटी त्याचा उपयोग झाला. अमेरिकन हवाई दलानं मागे ठेवलेली शेकडो डाकोटा विमानं खरेदी विक्री करण्याचं कंत्राट टाटांना मिळालं. अध्यक्षपदाच्या सुरुवातीच्या काळात जेआर्डींना समूहाच्या विकासाचा विचार करायला सवडच नव्हती. हातात असलेल्या महत्त्वाच्या प्रश्नांकडे त्यांना लक्ष द्यावं लागलं. सर्वांत पहिला प्रश्न म्हणजे 'टिस्को'त संप होण्याची शक्यता होती. १९२८ पासून 'टिस्को'त कधीच संप झालेला नव्हता, याचा साहजिकच टाटांना अभिमान होता. १९३४ साली 'टिस्को'ची आर्थिक स्थिती चांगली नव्हती, तेव्हा कामगारांनी केवळ एक रुपया वेतन स्वीकारलं होतं. परंतु यावरून वाटेल तितके कामगार व व्यवस्थापन यांचे संबंध सलोख्याचे नव्हते. किंबहुना १९५०च्या दशकाअखेरपर्यंत या संबंधात फारच तणाव होते.

कागगार अशांततेत राजकारणाचा गोठा वाटा होता. १९३७ मधील प्रादेशिक निवडणुकांनंतर बिहारमध्ये काँग्रेसचं मंत्रिमंडळ सत्तेवर आलं होतं. राज्यातील साखर कारखाने, खाणी आाणि इंजिनीअरिंग संकुलं यांतील कामगारांनी काँग्रेसला मते दिली होती. त्यामुळे आपल्याला लाभ होईल, अशी त्यांची साहजिकच अपेक्षा होती. १९३६च्या काँग्रेसच्या जाहीरनाम्यात कामगारांना चांगलं राहणीमान, कामाचे योग्य तास, व देशांतील आर्थिक स्थितीशी सुसंगत मजुरांची स्थिती, आंतरराष्ट्रीय दर्जा व कामगार आणि मालक यांच्यातील लवाद सोडविण्यासाठी उचित यंत्रणा आदी आश्वासनं दिली होती. वृद्धत्व, आजारी पडणे यांचे फायदे मिळवून देण्यासाठी संघटना स्थापन करणे, संपावर जाण्याचा हक्कही मान्य केला होता.

जमशेदपूरच्या कामगारांनी काँग्रेसचा जाहीरनामा फारच गांभीर्याने घेतला. त्यांनी काम बंद केलं. १९३८ च्या मध्याला जमशेदपूरच्या अवतीभोवतीच्या अनेक कारखान्यात, खाणीत संप चालू होते. 'इंडियन केबल कंपनी'मध्ये, 'इंडियन कॉपर कॉर्पोरेशन'च्या खाणीत 'बर्ड अॅन्ड कंपनी'च्या कोळशाच्या खाणीत व 'टाटा'मध्येही. हे सर्व संप प्रा. अब्दुल बारी (मृत्यू १९४७) यांच्या नेतृत्वाखाली झाले. उंच, दाढी असलेल्या बारी यांनी १९३१ साली बिहार समाजवादी पक्षाची स्थापना केली. नंतर ते काँग्रेसमध्ये सामील झाले. टाटांच्या 'टीनप्लेट' या कंपनीत १९२९ मध्ये संप करून त्यांनी मजूरनेत्याच्या कारकीर्दीला आरंभ केला. कंपनीतील कामगार संघटनेचे ते अध्यक्ष होते. हळूहळू बिहार आणि ओरिसातील सुमारे ५० संघटनांचे ते नेते बनले.

पुन्हा 'टीनप्लेट' कंपनीत गडबड झाली. एप्रिल १९३८ मधील संप अल्पकाळ टिकला. कामगारांच्या बहुतेक मागण्या व्यवस्थापनाने मान्य केल्या व हा संप संपला. 'टिस्को'तील कामगार परिस्थिती पाहत होते. बारी, मायकेल जॉन, जे. एन मित्रा आदी नेत्यांचा ते अंदाज घेत होते. काही वर्षांपूर्वी बारी यांनी जुन्या जमशेदपूर लेबर असोसिएशनची फेररचना करून टाटा वर्कर्स युनियन स्थापन केली होती. १९३६ मध्ये संघटनेनं जादा बोनसची मागणी केली. हा वाद लवादापर्यंत गेला. तेव्हा बारी, सर आर्देशिर दलाल व तेव्हा काँग्रेसचे अध्यक्ष असलेले नेताजी सुभाषचंद्र बोस यांचं लवाद मंडळ होते. कामगार आणि व्यवस्थापन या उभयतांनी १९३६ व १९३८ मध्ये दिलेला निवाडा मान्य केला.

कामगारातील असंतोष खदखदतच राहिला. अशा या नाजूक वातावरणात टाटा व्यवस्थापनानं 'टिस्को'च्या नव्या शीटमिलमधून तीन कामगारांना बडतर्फ केलं. त्यांना पाठिंबा दर्शविण्यासाठी कामगारांनी मार्च १९३९ मध्ये संस्थापकांच्या शताब्दी समारंभात भाग घेण्यास नकार दिला. परिस्थिती आटोक्याबाहेर जाण्याआधी जेआर्‌डी यांनी जवाहरलाल नेहरूंना पत्र लिहून जमशेदपूरला येऊन परिस्थिती निवळावी, अशी विनंती केली. नेहरूंच्या समवेत डॉ. राजेंद्रप्रसादही आले. कामगारांनी या दोघांचा लवाद मान्य केला.

'वादाचा एक महत्त्वाचा मुद्दा असा होता, की कामगार संघटनेची कामं दडपण्यासाठी कंपनी गुंडांचा वापर करीत आहे,' असं एक मजूर इतिहासकार व. भ. कर्णिक यांनी लिहिलं आहे. दुसरा मुद्दा अर्थातच तीन बडतर्फ केलेल्या कामगारांचा होता. पहिल्या मुद्द्याबाबत संघटना आपली बाजू मांडू शकली, पण दुसऱ्या मुद्यांबाबत त्यांना यश आलं नाही. आंदोलन संपल्यानंतर जेआर्‌डी यांनी नेहरूंना पत्र लिहून मध्यस्थीबद्दल त्यांचे आभार मानले.

जेआर्‌डी आणि नेहरू यांच्या कामगारविषयक दृष्टिकोनांत साम्य होतं. देशभरातले कामगार १९३० च्या मध्यापासून संघटित होऊ लागले होते. तो काळच हिंसक आंदोलनाचा होता. महात्मा गांधींच्या असहकार चळवळीनंतर हे घडू लागल्यानं उद्योगपती घाबरून गेले. त्यांना फक्त कायदा व सुव्यवस्था सुरळीत व्हायला हवा होता. काँग्रेस पक्षाचे बहुतेक सदस्य उद्योगाशी निगडित होते. उदा., मुंबई प्रांताचे मुख्यमंत्री बाळ गंगाधर खेर हे सप्टेंबर १९३८ मध्ये मुंबई व्यापार कलह कायदा विधेयक मांडत असताना त्यांनी कामगार असंतोषाचा निषेध केला व आपलं सरकार हे वर्गसंघर्षाच्या नव्हे, तर वर्गसहकाराच्या बाजूने उभं राहील, असं जाहीर केलं.

अशा प्रकारे पंडित नेहरूंचा समाजवाद स्वीकारणारे फार कमी लोक होते आणि लवकरच मुंबई, कलकत्ता व अन्य ठिकाणचे उद्योगपती त्यांच्याविरुद्ध एक होत होते. लखनौ अधिवेशनात त्यांना एकाकी पाडण्यात त्यांना यश आलं. (जी.

डी. बिर्ला यांच्यावरील प्रकरण पाहा.) टाटा समूहातील ए. डी. श्रॉफ, सर होमी मोदी आणि सर आर्देशिर दलाल हे ज्येष्ठ अधिकारी, तसंच, समूहाचे अध्यक्ष नौरोजी सकलातवाला यांनी नेहरूंवर उघड टीकेचा हल्ला चढवला आणि १९३६ मध्ये नेहरू-विरोधी जाहीरनामा तयार केला. (वालचंद हिराचंद प्रकरण पाहावे.) 'टाटा सन्स'च्या सर्व संचालकांनी जाहीरनाम्यावर सही केली. मात्र जेआर्‌डी यांनी नकार दिला. त्या वेळी तिशीतील टाटांना विरोध करण्याचं धैर्य झालं नसावं. नेहरूंबद्दल आपल्याला अपार आदर आहे, असं जेआर्‌डी यांनी नंतर म्हटलं होतं.

जेआर्‌डी यांचा कामगारविषयक मानवतावादी दृष्टिकोन व त्यांची पंडित नेहरूंशी असलेली मैत्री सूचक आहे. डॉ. फ्रांसिस मेनेझेस म्हणतात, 'लोक रुसी मोदी यांच्याबद्दल बोलतात; पण मोदी डावपेच खेळत. जेआर्‌डी यांना मात्र कामगारांबद्दल मनापासून आस्था होती. त्यांचा मजूरविषयक दृष्टिकोन फेबियन समाजवादी होता.' टाटा वर्कस् युनियनचे नेते व्ही. जी. गोपाळ यांनी १९७० मध्ये असेच उद्‌गार काढले होते. जेआर्‌डींच्या प्रवेशानंतर 'टिस्को'च्या व्यवस्थापनानं संघर्षाचं धोरण सोडून दिलं. कामगार संघटना केवळ स्वीकारली गेली नाही, तर कामगारांच्या हितासाठी आवश्यक मानली जाऊ लागली.

युद्धकाळातील 'टिस्को'

'टिस्को'त कामगारांचा प्रश्न तर होताच; पण आर्थिक स्थिती पण समाधानकारक नव्हती. युद्धकाळात कंपनीने जोरदार नफा कमवावा, अशी अनेकांची अपेक्षा होती. पण तो काळ विशेष चांगला नव्हता. कंपनीची आठ लाख टन उत्पादनक्षमता केवळ पडून होती. एवढंच नव्हे, तर त्यांचं उत्पादन दर्जाप्रमाणे होईना. युद्ध संपल्यानंतर कंपनीच्या पहिल्या वार्षिक सभेत जेआर्‌डी यांनी भागधारकांपुढे अत्यंत गुलाबी चित्र रंगवलं. 'टिस्को'नं युद्धाशी प्रत्यक्ष वा अप्रत्यक्ष संबंध असलेल्या गोष्टींना तीस दशलक्ष पोलादाचा पुरवठा केला, अशी माहिती दिली; पण १९४० ते ४८ या काळात 'टिस्को'चं सरासरी उत्पादन ७,६४,००० टन होतं, असा हिशेब रजत के. रे यांनी मांडला आहे.

या काळात फारच कमी विस्तार करण्यात आला, असं एक पत्रकार आणि जेआर्‌डींचे मित्र तेरियर एल्वीन म्हणतात. तसंच, त्याच वेळेला यंत्रसामग्रीवर अति ताण पडून उत्पादन ७,५०,००० टनांवर आलं.

जेआर्‌डींची नीतिमूल्यं त्यांना नफाखोरी करू देणारी नव्हती आणि ते निम्मे फ्रेंच होते. १९२९ मध्ये त्यांनी फ्रेंच नागरिकत्व परत करून भारतीय नागरिकत्व स्वीकारलं होतं; पण फ्रेंच सैन्यात त्यांनी नोकरी केली होती. बहुधा नाझी-जर्मनीच्या तडाख्यातून फ्रान्स व लोकशाहीला वाचवण्यात 'टिस्को'च्या रूपानं आपला

सहभाग आहे, असं त्यांना वाटत असावं. जेव्हा ब्रिटिश कंपन्यांसह इतर कंपन्या भरमसाट नफा कमवत होत्या, तेव्हा टाटांनी भारतातील ब्रिटिश सरकारला युद्धपूर्व किमतीत पोलादाचा पुरवठा केला.

१९४१ साली सरकारनं लोखंड आणि पोलाद नियंत्रण व वितरण आदेश काढला आणि उत्पादन, वितरण आणि किमती यांच्या नियंत्रणाचे व्यापक अधिकार स्वत:कडे घेतले. (युद्धकाळात सर होमी मोदी हे व्हाइसरॉय यांच्या एक्झिक्युटिव्ह कॉन्सिलमध्ये होते.) पण 'टिस्को'नं ऑक्टोबर १९३९ मध्येच युद्धकारणासाठी पुरवल्या जाणाऱ्या पोलादाची किंमत आपण वाढवणार नाही, असं जाहीर केलं होतं. व्यापारी पोलादाबाबत देखील टिस्कोनं शक्यतो १९३९ चीच भावपातळी राखली. 'टिस्को'च्या किमती ब्रिटन आणि अमेरिका पुरवीत असलेल्या पोलादाच्या किमतीपेक्षाही कमी आहेत, असे जेआर्डी यांनी भागधारकांना सांगितलं. १९४४ पर्यंत भारतीय आणि आयात केलेल्या पोलादाच्या किमतीत मोठी तफावत निर्माण झाली.

जेआर्डी यांचा त्यागाचा दृष्टिकोन वायाच गेला. गंमत म्हणजे १९४४ च्या जुलैपासून 'टाटा स्टील'ला आपण आयात केलेल्या पोलादास अर्थसाहाय्य करीत आहोत, हे लक्षात आलं. सरकारनं स्थानिक उत्पादकांना जादा किंमत आकारण्यास परवानगी दिली. पण त्यातील फक्त काही भागच स्वत:कडे ठेवण्याची मुभा होती. त्याला 'रिटेन्शन प्राइस' म्हणत. प्रत्यक्ष किंमत व या रिटेन्शन किमतीत जो फरक होता, ती रक्कम एका खास निधीत ठेवण्यात आली. या निधीला लोखंड आणि पोलाद नियंत्रकाचा 'समानीकरण निधी' असं म्हणत. भारतीय आणि विदेशी पोलादातील तफावत भरून काढण्यासाठी हा निधी वापरला गेला. स्थानिक उत्पादन ज्या भावानं मिळतं, त्याच भावानं देशी ग्राहकांना विदेशी पोलाद खरीदता यावं, हा उद्देश त्यामागे होता. भारतीय उत्पादकांवर हा निधी म्हणजे एक अवजड बोजाच होऊन बसला. उदा. जुलै १९४४ आणि मार्च १९५६ च्या दरम्यान 'टिस्को'नं या निधीसाठी ४० कोटी रुपये दिले. एरवी हे पैसे त्यांना स्वत:च्या आधुनिकीकरण व विस्तार कार्यक्रमासाठी वापरता आले असते. अधिकृत किमतीच्या रचनेनुसार नफा मर्यादित करण्यात आला होता. तो फारच तुटपुंजा होता व यंत्रसामग्रीच्या वाढत्या किमतींना पुरा पडणारा नव्हता. त्यातून जखमेवर मीठ म्हणजे युद्धाच्या काळात कर वाढवून कंपनीला १८ कोटी रुपये भरावे लागले. त्याशिवाय युद्धकर्जं आणि व्याजमुक्त बॉन्ड्समध्ये कंपनीला एक कोटी रुपये गुंतवावे लागले.

जेआर्डी यांच्या उदार व चुकीच्या कृतीमुळे 'टिस्को'ने न्याय्य नफा तर गमावलाच, पण एक भारतीय कंपनी परदेशी उत्पादकांना अर्थसाहाय्य करू लागली. दुसरं म्हणजे एक धोकादायक पायंडा पडला. काही वर्षांनंतर अधिकाऱ्यांनी

कार्यक्षम क्षेत्र व फारसं कार्यक्षम नसलेलं सार्वजनिक क्षेत्र यांच्यात समतोल राखण्यासाठी असंच धोरण अनुसरलं.

युद्धप्रयत्नांना 'टिस्को'च्या मदतीचा एक छोटा फायदा झाला. १९३७ मध्ये एक संशोधन व नियंत्रण प्रयोगशाळा उघडण्यात आली होती. तेथील संशोधकांनी अत्यंत नावीन्यपूर्ण क्षमता दाखवली. त्या वेळी जेआर्डी यांनी लिहिलं की 'आमच्या कारखान्यात केलेल्या तपशीलवार संशोधनाच्या परिणामी आम्ही कार्बन पोलाद आणि खास पोलादाच्या वेगवेगळ्या जातींचं उत्पादन (११२ प्रकारच्या) व पुरवठा करू शकलो.

युद्धकाळात या प्रयोगशाळेनं शिअर ब्लेड्स, मशीन टूल्स, आर्मर पिअर्सिंग शॉर्ट्स व शेल्स, सर्व्हिस शिरस्त्राणं, पॅराशूट हार्नेस, एवढंच काय, रेझर ब्लेड्स पण बनविली. त्यामुळे 'टिस्को'च्या प्रतिष्ठेत भर पडली. प्रयोगशाळेनं टिस्क्रॉम नावाचं मिश्र पोलादही तयार केलं. त्यामुळे केवळ भारतीय साहित्यातून हावडा येथील पूल उभारणं शक्य झालं. तसंच, टिस्कॉर नावाचं जादा शक्तीचं पोलाद तयार केलं; जे भारतीय रेल्वेच्या पोलादी डब्यांसाठी वापरता आलं.

युद्धकाळातील टाटांचं सर्वांत लोकप्रिय उत्पादन बहुधा 'टाटानगर' हे असावं. या मोटारीला बुलेट प्रूफ पत्रे लावलेले होते. त्यामुळे अनेकांचे प्राण वाचले. बॉम्बहल्ल्याच्या काळात खंदकापेक्षाही या मोटारी अधिक सुरक्षित आहेत, असं सैनिक म्हणत. मशीनगन्सनं रंगावर ओरखडा पण उमटत नसे. एकदा ७५ एम्एम्चा तोफगोळा टाटानगर गाडीच्या एका बाजूवर फुटला. त्यामुळे धातूचा पत्रा थरथरला. पण त्याला भोक पडलं नाही. मोटारीतील चौघेजण बचावले.

हाय स्पीड पोलादाच्या उत्पादनातील टाटांच्या कामगिरीला प्रतिस्पर्ध्यांनी विरोध केला. इलेक्ट्रिक मोटारी, डायनामो आणि ट्रान्स्फॉर्मर्स यांच्यांत वापरण्यासाठी हाय सिलिकॉन पोलादी पत्र्यांचा पुरवठा करणे, ही तोवर विदेशी कंपन्यांची मक्तेदारी होती. जेव्हा 'टिस्को'नं या क्षेत्रात शिरकाव केला, तेव्हा त्यांच्या मालाच्या दर्जाबाबत शंका व्यक्त केली गेली. हावडा पुलासाठी टाटा पोलादाचा स्वीकार व्हावा, म्हणून दीर्घकाळ झुंज द्यावी लागली. 'टाटानगर' गाड्यांमुळे भारतीय पोलाद स्वीकारलं जाऊ लागलं.

मिठापूर

आपल्या व्यवसायात आणि व्यवस्थापकांत नवनवीन गोष्टींना उत्तेजन देण्याची जेआर्डींची दृष्टी 'टाटा केमिकल्स'मध्येही दिसते.

'टाटा केमिकल्स' ही कंपनी १ जाने., १९३९ साली सुरू करण्यात आली आणि प्रत्यक्ष उत्पादन १९४४ मध्ये सुरू झालं. या कंपनीला सर्वांत जास्त

अडचणी आल्या, असं जेआर्डी म्हणतात. या प्रकल्पाचे शिल्पकार कपिलराम वकील होते. त्यांना हा प्रकल्प साकार करायला तब्बल १० वर्षं लागली.

वकील (१८८४-१९४६) हे मँचेस्टर विद्यापीठाचे विज्ञानाचे पदवीधर होते. ते टाटांच्या कुर्ला येथील 'जमशेद ऑईल मिल'मध्ये व्यवस्थापक व सल्लागार इंजिनीअर म्हणून दाखल झाले. सरकीच्या तेलावर त्यांनी पायाभूत काम केलं. १९१६ साली ते एम्. एस्सी. होण्यासाठी परत मँचेस्टरला गेले. तोवर एक असामान्य केमिकल इंजिनीअर म्हणून त्यांची ख्याती पसरली. मँचेस्टर विद्यापीठाने त्यांना शिष्यवृत्ती व 'लिव्हर ब्रदर्स'नं नोकरी देऊ केली. पण त्यांनी पुढील वर्षी भारतात परतण्याचा व 'टाटा'त परत दाखल होण्याचा निर्णय घेतला.

परतल्यावर राष्ट्रीय आंदोलनात ते ओढले गेले व काँग्रेस पक्षात सामील झाले. त्यामुळे उद्योगाची हानी झाली. पण एक प्रसंग सोडून. एक जलविद्युत योजना टाटा अमलात आणू शकत नव्हते, कारण जी गावं पाण्याखाली जाणार होती, तेथील गावकऱ्यांनी आंदोलन सुरू केलं होतं. तेव्हा कंपनीनं आंदोलकांची समजूत काढण्यासाठी महात्मा गांधींना आणावं, अशी विनंती वकील यांना केली. वसई इथं बैठक झाली, तेव्हा गांधीजींनी वकील यांना, राजकारण सोडून द्या आणि त्याऐवजी उद्योगाच्या विकासाचं काम करा, असा सल्ला दिला.

वकील अल्कलींवर प्रयोग करू लागले. १९२१ मध्ये युरोप आणि अमेरिकेतील अल्कली कारखान्यांचा अभ्यास करण्यासाठी वकील यांना टाटांनी पाठवलं. परतल्यावर वकील यांनी टाटांना सोडलं आणि १९२६ मध्ये बडोद्याच्या गायकवाड यांच्या पाठिंब्यानं मिठापूर येथे 'ओखा सॉल्ट वर्क्स' सुरू केलं. कंपनीचे अध्यक्ष वालचंद हिराचंद होते आणि 'कपिलराम लिमिटेड' हे मॅनेजिंग एजंट होते. सुरुवातीला 'ओखा सॉल्ट वर्क्स' कंपनी चांगली चालली. पण १९३८ मध्ये मिठाचं संरक्षण काढून घेतल्यानं त्याला फटका बसला. तेव्हा वकील यांनी ही कंपनी ११.५ लाखांना विकून टाकली. दरम्यान त्यांनी भारतात अल्कलीचं उत्पादन करण्याची एक योजना आखली. टाटांनी त्यांच्या प्रस्तावाची छाननी करण्यासाठी आंतरराष्ट्रीय तज्ज्ञांना पाचारण केलं. त्यांनी वकील यांचा प्रस्ताव मंजूर केला. हा वकील यांच्या कारकीर्दीचा कळसच म्हणायला हवा.

हा कारखाना मिठापूर येथे ६० एकर जमिनीवर उभारण्यात येणार होता. १९३७ मध्ये ही योजना आखण्यात आली. पण जाल नौरोजी आणि सर नौरोजी सकलातवाला यांच्या निधनामुळे विलंब झाला. अखेर १९३९ मध्ये जेआर्डींनी प्रकल्प हाती घेतला आणि तो दलाल यांच्या हाती सोपवला.

पुढची अडचण युद्धपरिस्थितीत यंत्रसामग्री आयात करण्याची होती. पण वकील यांनी स्थानिक गोष्टींचा सर्वाधिक वापर केला. त्यांनी स्वत: उपकरणं

बनविली. पण कारखान्यातील मुख्य गाभा आयात करायला हवा होता. वकील यांनी अनेकदा अमेरिका व युरोपच्या वाऱ्या केल्या. दोनदा ते मरता-मरता वाचले. पहिल्यांदा म्हणजे ते ज्या बोटीनं प्रवास करीत होते, तिच्यावर हल्ला झाला आणि दुसऱ्यांदा त्यांचं विमानच कोसळलं. वकील यांनी ज्या यंत्रसामग्रीची ऑर्डर दिली, ती सुदैवी नव्हती. ती घेऊन येणाऱ्या जहाजावरच हल्ला झाला. तेव्हा स्वीडनसारख्या अलिप्त देशाकडे यंत्रसामग्रीची ऑर्डर नोंदवण्यात आली. १९४१ मध्ये रशियाच्या मार्गे यायला स्वीडनहून जहाज निघालं. जर्मनीनं रशियावर आक्रमण केलं. त्यात आपली यंत्रसामग्री खलास झाली असणार, असं वाटून जेआर्डींनी परत यंत्रसामग्रीची ऑर्डर दिली. पण या खेपेस अमेरिकेस. परंतु स्वीडिश यंत्रसामग्री पर्शियन आखातातून इराणला येऊन पोहोचल्याची तार टाटांना मिळाली.

जेव्हा देशातील सर्वांत मोठा रासायनिक कारखाना 'टाटा केमिकल वर्क्स' सुरू झाला, तो दिवस वकील यांच्या दृष्टीनं अभिमानाचा होता. या कारखान्यात सोडा ॲश, कॉस्टिक सोडा व अन्य अल्कली उत्पादनं बनणार होती. इतरही उद्योगपती या क्षेत्रात शिरले. कस्तुरभाई लालभाई यांनी गुजरातमध्ये 'अतुल कंपनी' उभारली. सोडा ॲशच्या उत्पादनासाठी १९३७ मध्ये 'अल्कली अँड केमिकल्स कॉर्पोरेशन' स्थापण्यात आलं. तसंच, कॉस्टिक सोड्याच्या उत्पादनासाठी 'मेत्तुर केमिकल्स' स्थापन करण्यात आलं. रंगाच्या उत्पादनासाठी आयसीआयनं (इंपीरिअल केमिकल्स इंडस्ट्रीज्) 'टाटा'शी करार केला. तसंच आयसीआय् नं खेवडा (पाकिस्तान) आणि कलकत्ता इथं स्वतःचे कारखाने उभारले. उत्तरेत श्रीराम समूहानं 'डीसीएम् केमिकल वर्क्स'ची स्थापना केली.

भारतीय रसायन उद्योगातील मिठापूर कारखाना हा एक महत्त्वाचा निर्णायक टप्पा होता, असं औद्योगिक इतिहासकार द्विजेंद्र त्रिपाठी व मकरंद मेहता यांचं मत आहे. जे. बी. डिसोजा यांचंही असंच मत आहे. परंतु आर्थिक दृष्ट्या हे साहस धोक्याचं होतं. आयसीआय्, डो केमिकल्स आणि अमेरिकन सायनामाईड अशा बहुराष्ट्रीय कंपन्यांशी 'टाटा केमिकल्स'ला स्पर्धा करावी लागली. करविषयक संरक्षण न मिळाल्यानं पहिल्या १६ वर्षांत फक्त एकदा 'टाटा केमिकल्स'नं लाभांश दिला.

तसंच उत्पादनाचे प्रश्न होतेच. अखेर स्वीडिश आणि अमेरिकन यंत्रसामग्री येऊन पोहोचली परंतु वकील यांचं ज्ञानही तोकडं पडलं. सोडा ॲश उत्पादनात १५ वेगवेगळ्या प्रक्रिया होत्या. तसंच विविध पॉवर युनिट्स होती. ती सर्व एकाच वेळेला नीट चालणं आवश्यक होतं. 'टाटा केमिकल्स'चा कारखाना क्षमतेनुसार चालला नाही आणि त्यांचा सोडा ॲश योग्य दर्जाचा नव्हता. या प्रश्नावर मात करण्यासाठी वकील त्यांच्या मृत्यूपर्यंत म्हणजे १९४६ पर्यंत झगडले; पण तोडगा सापडला नाही.

पण परिस्थितीतून मार्ग तर काढायला हवा होताच. त्या वेळेला सोडा ॲश निर्मितीचं तंत्र मूठभर कंपन्यांनाच ठाऊक होतं; पण ते इतरांना देण्यास कोणी तयार नव्हतं. जेआर्डीनी डॉ. तेपांग हु यांच्या नेतृत्वाखाली चिनी पथकाला बोलावलं. नंतर अमेरिकन सल्लागार झोला ड्यूश यांना बोलावलं. त्यानं या कारखान्याच्या जागेबद्दलच सवाल उठविला. ती जागा कोळशापासून दूर होती आणि ताज्या पाणीपुरवठ्याची हमी नव्हती. तेव्हा त्यानं टाटांना, तुम्ही चुकीच्या उद्योगात व चुकीच्या जागी आहात, असं परखडपणे ऐकवलं. पण आम्ही अनेकदा असा आरोप ऐकलाय, आणि आमची ती खासियत आहे, असं उत्तर जेआर्डींनी दिलं. पण परिस्थितीतून मार्ग तर काढायला हवाच होता. सर्वांचं नीतिधैर्य खचलं होतं. त्याला अध्यक्ष जॉन मथाई यांचा दृष्टिकोनही कारणीभूत होता. जेआर्डींनी व्यवस्थापनात फेरबदल करण्याचं ठरविलं. त्यांनी मथाई यांना 'टाटा स्टील'ला पाठवलं आणि तरुण केमिकल इंजिनीअर दरबारी सेठ यांच्याकडे 'टाटा केमिकल्स'ची सूत्रं सोपविली. 'दरबारी काय म्हणाले ते फारसं कळलं नाही,' असं जेआर्डी यांनी नंतर सांगितलं. पण ते कारखाना चालवतील, असा विश्वास वाटला. ते खरंच होतं. कारण दरबारी सेठ यांच्या नेतृत्वाखाली 'टाटा केमिकल्स' ही भारतातल्या सर्वोत्कृष्ट शंभर कंपन्यांत गणली जाऊ लागली.

नको ते राजकारण

१९४२ च्या पावसाळ्यात मुंबईमधील राजकीय घटना इतक्या वेगानं घडत होत्या, की त्यांच्यापुढे मिठापूर येथील प्रचंड प्रश्न अगदीच क्षुल्लक वाटत होते. मुंबईत काँग्रेस अधिवेशनासाठी महात्मा गांधी आले, तेव्हा त्यांच्या स्वागतासाठी प्रचंड गर्दी झाली. काँग्रेसनं 'भारत छोडो' ठराव मंजूर केला, तेव्हा जवाहरलाल नेहरू व अन्य नेत्यांची जोशपूर्ण भाषणं ऐकणाऱ्यांमध्ये जे. आर्. डी टाटा हेही होते.

नंतर अनेक वर्षांनी त्या घटनेबाबत 'की नोट' मध्ये जेआर्डी लिहितात, 'ती सभा माझ्या दृष्टीनं अत्यंत नाट्यपूर्ण होती. कारण स्वातंत्र्य-आंदोलनात स्वत:ला झोकून द्यावं, ही तळमळ आणि आपल्यावरील ज्या मोठ्या व्यवस्थापकीय जबाबदाऱ्या आहेत, त्या सोडून दिल्याशिवाय असं करणं अर्थपूर्ण होणार नाही, याची जाणीव, यांच्या कात्रीत मी सापडलो होतो. राजकारणापासून दूर राहण्याच्या माझ्या निर्णयाची मला कधीच खंत वाटली नाही. देशासाठी राजकारणात राहण्यापेक्षा उद्योगधंद्यात राहून मी खूप काही करू शकेन, असं मला वाटलं. स्वातंत्र्य लवकरच मिळेल आणि ते जेव्हा मिळेल, तेव्हा जवाहरलाल नेहरू सरकारचे प्रमुख असतील, याबद्दल माझ्या मनात शंका नव्हती. मी विचार केला, आज तुरुंगात जाण्यापेक्षा उद्या देशाची सेवा करण्याची अधिक चांगली संधी मिळेलही!

जबाबदारीच्या या जाणिवेतूनच बहुधा त्यांनी जीडी यांच्याबरोबरचे मतभेद तात्पुरते गाडून टाकले. सर पुरुषोत्तमदास ठाकुरदास आणि जीडी व जेआर्‌डी यांनी संयुक्तपणे व्हाइसरॉय यांना अत्यंत वैशिष्ट्यपूर्ण पत्रं पाठविली. 'चलेजाव आंदोलन' सुरू होण्याआधी चार दिवस म्हणजे ५ ऑगस्ट, १९४२ रोजी त्यांनी एक पत्र पाठविलं. त्यात, नागरी असहकार चळवळीपासून आपण दूर आहोत, असं स्पष्ट करून त्यांनी भारतासाठी संपूर्ण राजकीय स्वातंत्र्याची मागणी केली.

आम्ही सारे उद्योगपती असून, त्यामुळे आम्हांला देशात शांतता, सुसंवाद, सदिच्छा आणि सुव्यवस्था प्रस्थापित होण्यात स्वारस्य आहे, हे वेगळं सांगण्याची गरज नाही. इंग्लंड आणि भारत यांच्यातील मैत्री ही खंबीर आणि दृढ पायावर उभारायला हवी, यावर आमचा विश्वास आहे. किंबहुना आमच्या सार्वजनिक जीवनात याच हेतूसाठी आम्ही कार्य करीत आहोत.

जर नागरी असहकार चळवळ सुरू झाली, तर तिच्याकडे आम्ही उद्योगपतींनी समान दृष्टीनं पाहावं, अशी तुमची अपेक्षा नसणार. ही चळवळ सुरू झाली, तर त्याचे गंभीर परिणाम होतील. हे संकट यशस्वीरीत्या टाळणं शक्य आहे, हे सांगण्यासाठी आम्ही हे पत्र लिहीत आहोत.

सध्याचं सरकार आणि इंग्लंडबद्दलची लोकांच्या मनांतील नाराजीची भावना अत्यंत खोलवर रुजली आहे, हे अगदी खरं आहे, असं आम्ही आमच्या व्यक्तिगत अनुभवावरून सांगू इच्छितो. जेव्हा युद्ध सुरू झालं, तेव्हा लोकशाहीबद्दल सहानुभूतीची आणि जर्मनी, इटली व जपान यांच्याबद्दल शत्रुत्वाची भावना होती. दुर्दैवानं सहानुभूतीच्या त्या भावनेचं परिवर्तन अलिप्ततेत आणि शत्रुत्वात झालं आहे.

देशात अत्यंत गंभीर परिस्थिती निर्माण करण्याची गांधीजींची इच्छा नाही, असं आम्हाला वाटतं. आणि जर भारताला खरी सत्ता दिली, तर काँग्रेसला समाधान होईल. भारताला राजकीय स्वातंत्र्य मिळावं, म्हणून काँग्रेसनं लढा दिला असल्यामुळे शत्रूराष्ट्रांविरुद्ध लढण्यास तेच सर्वांत लायक आहेत. तेव्हा शत्रू-भारताचं मित्रामध्ये परिवर्तन करायचं असेल, तर देशातील वातावरण बदललं पाहिजे. लोकांना हे आपलं सरकार आहे, असं वाटलं पाहिजे. हा आपला देश असून त्याच्या स्वातंत्र्यासाठी, सन्मानासाठी आपण लढलं पाहिजे, हा आपल्या जीवनमरणाचा प्रश्न आहे, असं त्यांना वाटलं पाहिजे. हे सर्व देशाला राजकीय स्वातंत्र्य दिल्यानंच साध्य होईल.

या पत्राची काही वैशिष्ट्यं होती. त्यातील भाषा व वाक्यरचना ही जीडी बिर्ला

यांच्यासारखी होती. हे पत्र घाईघाईनं तयार करण्यात आलं असं दिसतं. तसंच, या पत्रामुळे काही अनुत्तरित गोष्टींवर प्रकाश पडतो.

या पत्राचा दिनांक पाहता जेआर्‌डी आणि जीडी यांना काँग्रेस आणि सरकार यांतील थेट संघर्ष टाळावा, असं वाटत होतं असं दिसतं. दुसरं असं, की भारतावर आक्रमण होईल, अशी भीती त्यातून व्यक्त होते. परंतु 'टाटा केमिकल्स'च्या मालाबद्दल अधिकाऱ्यांशी बोलताना जेआर्‌डी यांनी शत्रूराष्ट्रं युद्ध सौम्य करतील, असं म्हटलं होतं. तिसरी गोष्ट म्हणजे, जेआर्‌डी यांचा युद्धाला पाठिंबा अपेक्षित होता. परंतु जीडींची भूमिका संदिग्ध होती. किंबहुना ब्रिटिशांबरोबर भारतानं युद्धात खेचलं जाण्याची काय गरज आहे, असा सवाल त्यांनी विचारला होता. शेवटची गोष्ट म्हणजे, या पत्रात स्वत:च्या महत्त्वावरील विश्वास त्यांनी व्यक्त केला आहे. परंतु व्हाइसरॉय आणि गांधीजी, ब्रिटिश राजवट आणि काँग्रेस यांच्यांतील सारीपाटाच्या खेळात जेआर्‌डी आणि जीडी फार तर सरदारांची किंवा प्याद्यांची भूमिका बजावू शकत होते.

नवा मजूर : अध्यक्ष जेह यांचे विचार

समूहाचे अध्यक्ष झाल्यावर पाच वर्षांनी १९४३ मध्ये जेआर्‌डी यांनी बोर्डाच्या सदस्यांना एक परिपत्रक पाठवून जमशेदपूरला एक पर्सोनेल डिपार्टमेंट सुरू करावं, असा प्रस्ताव मांडला. जेआर्‌डी न्यूमोनियाच्या आजारानंतर उटकमंड येथे विश्रांती घेत असताना त्यांनी हा प्रस्ताव तयार केला. सहसंचालकांनी जेआर्‌डी यांच्या कल्पनांचा स्वीकार केला आणि 'टिस्को'च्या कामगार धोरणाचा तो पाया बनला.

त्यांनी लिहिलं, 'जरी जमशेदपूर इथं १९२०, १९२२ व १९२८ असे तीन वेळा कामगारांचे संप झाले आणि गेल्या पंधरा वर्षांत एकही संप झाला नाही, (१९४२ चा राजकीय संप यात धरलेला नाही.) तरीही मालक-मजूर संबंधाबाबत स्वत:ची पाठ थोपटावी, असं काही नाही. खरं तर या संपांच्या दरम्यान व १९२८ पासून आत्ताच्या युद्धापर्यंत आमचा मजूर ताणतणावातून जात आहे. अनेकदा अशी पेचप्रसंगाची स्थिती निर्माण झाली, की कामगार संपावर जाण्याचा संभव होता. गेल्या दहा वर्षांत संप न होता आपण निभावून नेलं, याचं मुख्य कारण आपण भरभराटीच्या लाटेवर आरूढ झालो होतो. त्यामुळे रोजगार, सुरक्षा, पगार, बोनस इत्यादी वाढले. त्यामुळे वेळोवेळी आपण त्यांच्या मागण्या मान्य केल्या.'

कामगारांना स्वस्तात घरं देण्यासाठी कंपनीनं लक्षावधी रुपये खर्च केले. वैद्यकीय व रुग्णालय-सेवा कामगारांना दिली. मोफत शिक्षण दिलं. १९१२ सालीच आठ तासांचा दिवस त्यांनी अमलात आणला. तरीही जमशेदपूर येथील मजुरांच्या परिस्थितीत तणाव होता. आठ तासांचा दिवस अमेरिका आणि युरोपात

नंतर अंमलात आला. ब्रिटननं तर १९११ साली १२ तासांचा दिवस सुरू केला होता. 'टिस्को'नं सवेतन रजा देणं १९२० मध्ये सुरू केलं. भारतात १९४५ साली कायद्यानं ही पद्धत सुरू झाली. तसंच 'टिस्कोनं' १९२० मध्येच भविष्य निर्वाह निधी देण्यास सुरुवात केली. त्याबाबतचा कायदा १९५२ साली झाला. जर कामगारांना अत्यंत चांगली वागणूक दिली जात असेल, तर ते सतत आपल्यावर अविश्वास का दाखवतात व आंदोलन का करतात, असा प्रश्न जेआर्‌डी यांनी विचारला.

कामगारांना, आपली गरज आहे असं वाटणं, हे यशस्वी मजूर धोरणाचं रहस्य आहे, असं जेआर्‌डींचं म्हणणं होतं. आधुनिक उद्योगाची उणीव म्हणजे त्याच्या प्रचंड आकारामुळे आणि मोठ्या कामगारसंख्येमुळे प्रत्येकाला आपण या मानवी संघटनेतला महत्त्वाचा घटक नसून, प्रचंड यंत्राचाच जणू एक भाग आहोत, असं वाटतं, त्यामुळे कामगारांचा व्यवस्थापनाबद्दलचा दृष्टिकोन अलग, अविश्वासाचा, थंडपणाचा आणि काहीसा शत्रुत्वाचाही बनतो. आपण अन्यायाचे आणि निर्दय वागणुकीचे बळी आहोत, अशी त्यांची समजूत व्हायला वेळ लागत नाही; आणि मग आपला मालक हा आपला शत्रूच आहे असं समजून ते त्याच्याविरुद्ध दंड थोपटून उभे राहतात. तेव्हा कामगार संबंध हाताळण्यासाठी एक स्वतंत्र संघटना असावी, असा तोडगा जेआर्‌डी यांनी सुचवला होता.

'टिस्को' एवढी वर्षं अशा संघटनेशिवाय काम करीत आहे, याबद्दल आश्चर्य व्यक्त करून ते म्हणतात, 'समजा, आपल्याला तीस हजार मशीन टूल्सची गरज असेल, तर त्यांच्याकडे बघण्यासाठी आपण खास कर्मचारी किंवा खातं निर्माण करू. जेव्हा गरज असेल, तेव्हा त्यांची दुरुस्ती करणं, नुकसानीपासून बचाव करणं, त्यांची कार्यक्षमता राखणं ही कामं ते खातं करेल. परंतु तीस हजार कामगारांना जेव्हा आपण कामावर घेतो, तेव्हा मानवी प्रश्न सोडविण्यासाठी आपण अशी कुठलीच यंत्रणा नेमत नाही!'

भारतीय जनता पक्षाचे एक सदस्य आणि पत्रकार जय. दुभाषी म्हणतात, 'ज्या काळात कामगारांना केव्हाही लहरीनुसार काढणं शक्य होतं, त्या वेळी जेआर्‌डी यांनी हे लिहिलं आहे. त्यावरून त्यांची दूरदृष्टी लक्षात येते.'

पर्सोनेल खातं १९४७ मध्ये सुरू करण्यात आलं. त्याच्या प्रमुख पदासाठी व्यक्ती शोधण्यास व ते चालवणारा कर्मचारी वर्ग नेमण्यास चार वर्षं लागली. दरम्यान मजूर अस्वस्थच होते. १९४७ मध्ये जेआर्‌डी यांनी एका निवेदनात मजुरांना इशारा दिला की, 'मजुरांना उचित वागणूक मिळावी, याबद्दल वाद नाही. तसंच, त्यांचं राहणीमान सुधारावं याबद्दलही वाद नाही. पण संपत्तीचं वाटप करण्यापूर्वी ती आधी निर्माण करायला हवी, याचा नेहमीच विसर पडतो.'

८ डिसेंबर, १९६४ रोजी 'असोचेम' पुढे सवलती, कामाची स्थिती यांबद्दलच असतात असं नाही. ते राजकीयही असू शकतात. कारण देशातील मुख्य कामगार चळवळी तीन राजकीय पक्ष नियंत्रित करतात आणि राजकीय हेतूंसाठी त्याचा वापर करण्यात ते कचरत नाहीत.'

✦

६

आधुनिक भारताची मंदिरं

आपल्या आयुष्याच्या ऐन भरात असलेल्या जे. आर्. डी' टाटा यांना अडचणींनी भरलेल्या काँग्रेस राजवटीशी जुळवून घेणं कठीण वाटू लागलं. त्यांच्या भोवतालचं जग पूर्णत: बदललं होतं. त्यांनी कल्पना केली होती, तसा स्वतंत्र भारत नव्हता. ब्रिटिशांच्या राजवटीत सर्व महत्त्वाच्या व्यक्तींना ते ओळखत होते. किंबहुना टाटा समूहातील सर होमी मोदी ते सर अर्देशिर दलाल, सर नौरोजी सकलातवाला ते सर जहांगीर जो हे सर्वजणच आवश्यक त्या सर्वांना ओळखत होते. व्हाइसरॉय यांच्या कार्यकारी मंडळात दरवर्षी कोणी ना कोणी टाटांचा अधिकारी असायचाच. तसंच, सेंट्रल लेजिस्लेटिव्ह असेंब्लीतही टाटांचा एक प्रतिनिधी असेच. डॉ. जॉन मथाई आणि सर होमी मोदी यांसारखी मंडळी जेव्हा भोजनाच्या टेबलावर असत, तेव्हा संभाषण राष्ट्रीय प्रश्नांविषयी होई. 'टाटा हे राष्ट्राचे आहेत, असं वाटे,' असे उद्गार सुमंत गुळगावकर यांनी एकदा काढले होते.

परंतु जेआर्डींनी स्वत:ला काँग्रेसच्या नेत्यांपासून दूर ठेवलं होतं. सरकारच्या मदतीवर अवलंबून असलेल्या टाटा समूहाच्या दृष्टीनं ही एक मोठी उणीवच होती. त्यातून त्या सुमाराला नेहरूंशी जेआर्डी यांचे मतभेद असल्याचं दिसू लागलं होतं. स्वातंत्र्यापूर्वी नेहरूंपासून टाटांनी स्फूर्ती घेतली. त्यांच्याबद्दलचं प्रेम व निष्ठा अखेरपर्यंत कायम राहिलं. पण 'सत्तेवर आल्यावर मात्र दिवसेंदिवस माझं त्यांचं

काही जुळेना, त्यांच्या बहुतेक आर्थिक आणि आंतरराष्ट्रीय धोरणांशी मी सहमत नव्हतो,' असं जेआर्‌डी यांनी लिहिलंय्.

नेहरूंच्या बाजूनं, त्यांच्या मनात उद्योगपतींबद्दल काहीशी अढी होतीच. त्यामुळे उद्योगपतींशी त्यांची दोस्ती सहजासहजी होत नसे. युद्धानंतर करविषयक चौकशीतून सहीसलामत बाहेर पडलेल्या अगदी थोड्या उद्योगसमूहांपैकी टाटा उद्योगसमूह होता. पण तरीसुद्धा नेहरूंचा त्यांच्याबद्दलचा दृष्टिकोन अधिक कठोर झाला. जेआर्‌डी यांनी नेहरूंशी झालेली एक शाब्दिक चकमक नमूद केली आहे. 'एकदा नेहरू मला म्हणाले, "नफा' या शब्दाच्या उल्लेखाचा देखील मी द्वेष करतो." त्यावर मी उत्तरलो, "जवाहरलाल, मी सार्वजनिक क्षेत्रानं नफा कमवायला पाहिजे, असं सांगत आहे." त्यावर नेहरू म्हणाले, "माझ्याशी नफा या शब्दाबद्दल एक अक्षरही कधी बोलू नका. तो अत्यंत घाणेरडा शब्द आहे."

त्यांच्याशी असलेले मतभेद मिटवण्याचा प्रयत्न करण्याऐवजी जेआर्‌डी स्वत:च मागे राहू लागले. १९४८ साली पॅरिस इथं संयुक्त राष्ट्रसंघाचं अधिवेशन होतं. त्याला पाठवायच्या शिष्टमंडळात नेहरूंनी जेआर्‌डींना आमंत्रण दिलं. त्यांनी त्या वर्षी ते स्वीकारलं. पण पुढच्या वर्षी नेहरूंनी पुन्हा आमंत्रण दिलं, तेव्हा जेआर्‌डींनी ते नाकारलं. 'या अधिवेशनात लांबलचक भाषणं ऐकणं म्हणजे वेळ वाया घालवणं आहे. त्यापेक्षा त्याच वेळात भारतात करण्यासारखं कितीतरी आहे,' असं जेआर्‌डी म्हणाले होते. नेहरूंनी सार्वजनिक क्षेत्रातील 'इंडियन रेअर अर्थस् कंपनी'चं प्रमुखपद स्वीकारण्याची जेआर्‌डींना विनंती केली, त्या वेळी त्यांनी हीच सबब सांगितली. नंतर आपण हा प्रस्ताव नाकारण्यात चूक तर केली नाही ना, असा प्रश्न जेआर्‌डींना पडला होता.

१९५३ साली हवाई विमानसेवेचं राष्ट्रीयीकरण झाल्यावर या दोघांमधील संबंध दुरुस्त न होण्याइतपत तुटले. १९५३ मध्ये 'एअर इंडिया' आणि 'एअर इंडिया इंटरनॅशनल' या कंपन्या तर हातून गेल्याच. तसंच १९५६ मध्ये टाटा समूहाचा विमा उद्योगही तोट्यात आला. १९५६ मध्ये जेव्हा सरकारनं विद्युत क्षेत्राचं राष्ट्रीयीकरण केलं, तेव्हा टाटा वीज कंपन्या त्यातून निसटल्या, ही एक दिलाशाची गोष्ट होती. बिहार जमीन सुधारणा कायदा जेव्हा केला, तेव्हा जमशेदपूरला त्यातून खास वगळण्यात आलं होतं. त्यामुळं टिस्को नगराची वसाहत टाटांच्याच हातात राहिली.

विमान वाहतूक व विमा क्षेत्रात जरी तोटा झाला असला, तरी १९५० च्या काळातील या समूहाची प्रगती चांगली होती. जेआर्‌डी यांनी 'टिस्को'ची क्षमता दुप्पट केली. तसंच, तिथं ट्रकचं उत्पादन सुरू झालं. टाटा विद्युत कंपन्यांतील अमेरिकनांशी असलेले करार १९५१ मध्ये संपुष्टात आले. एकदा पूर्ण नियंत्रण हातात आल्यावर त्यांनी विस्ताराच्या योजना आखल्या. भारतातील इतर उद्योगगृहांप्रमाणे जेआर्‌डींनाही कंपन्या ताब्यात घेण्याची भीती वाटत असे.

या समूहानं अनेक मॅनेजिंग एजन्सी कंपन्या ताब्यात घेतल्या. त्यांतील काही निर्णय शहाणपणाचे, तर काही केवळ संधीसाधूपणाचे होते. टाटांच्या ताफ्यामध्ये मोटारविषयक सहउत्पादनांची एजन्सी असलेली इंग्लिश कंपनी 'फोर्ब्स फोर्ब्स कँपबेल अँड कंपनी' सामील झाली. तसंच, 'बाँबे सेफ डिपॉझिट', 'गोकाक मिल्स' आणि 'इंडियन व्हेजिटेबल प्रॉडक्ट्स' याही कंपन्या सामील झाल्या. १९५४ साली 'होलकार्ट ब्रदर्स' ही स्विस व्यापारी कंपनी ताब्यात घेण्यासाठी टाटांनी 'व्होल्टास' कंपनी स्थापन केली. 'मॅकनील अँड बॅरी' या कलकत्त्यातील जुन्या ब्रिटिश कंपनीतील काही भाग त्यांनी घेतला. तसंच, ससून जे. डेव्हिड या 'मुंबईतील मोठ्या गुंतवणूक कंपनी'चं सर्व भागभांडवल टाटांनी खरेदी केलं. या काळात 'टाटा फिजन्स' ही नवी कंपनी सुरू केली. तसंच १९५२ मध्ये 'टॉम्को' कंपनीची उपकंपनी म्हणून सौंदर्य प्रसाधनं बनवणारी 'लॅक्मे' ही कंपनी जेआर्डींनी सुरू केली.

मंत्रालयातील मित्र

दुसऱ्या महायुद्धानंतर सर्वांत कमी खर्चात पोलादाचं उत्पादन 'टिस्को'त होतं, असं आढळलं, पण त्याचा कारखाना व यंत्रसामग्रीची अवस्था काही फारशी चांगली नव्हती. त्या वेळच्या किमतींवरील नियंत्रणामुळे नफा एवढा कमी मिळत होता, की त्यामुळे नवीन यंत्रसामग्री खरेदी करणं शक्य नसे. देशाला स्वातंत्र्य मिळाल्यावर ११ दिवसांनी झालेल्या 'टिस्को'च्या वार्षिक सर्वसाधारण बैठकीत, २६ ऑगस्ट, १९४७ रोजी बोलताना जेआर्डींनी भागधारकांना सांगितलं की, 'एक पर्व संपून बहुधा त्यापेक्षा अधिक गौरवशाली पर्व सुरू झालं आहे. उत्पादन, अधिक उत्पादन ही देशाची सध्याची अत्यंत निकडीची बाब आहे. परंतु सर्वत्र उत्पादन घटत असल्याचं लक्षात येतं.'

सरकारनं 'टिस्को'च्या अवस्थेची अखेर १९५१ मध्ये दखल घेतली. त्याचं नफ्याचं प्रमाण वाढवण्यात आलं. तसंच समानीकरण निधीतून त्यांना १० कोटी रुपये देण्यात आले. त्यामुळे 'टिस्को'चं उत्पादन १.३ दशलक्ष टनांवर नेणं शक्य झालं. जोदा इथं एक फेरोमँगेनीज कारखाना उभारण्यात आला. मोठ्या भट्टीऐवजी छोट्या भट्ट्या बसवण्यात आल्या. एक चिंचोळी स्ट्रिप मिलही उभारण्यात आली. पण जेआर्डींना, खरं तर दुसरं टिस्को उभारायचं होतं. १९३० च्या सुमाराला पोलाद संकुलाची जी कल्पना त्यांना सुचली होती, ती त्यांनी कधीच सोडून दिली नाही. जेआर्डी व त्यांच्या सहकाऱ्यांनी त्या संकुलाच्या योजनेवर खूप विचार केला व 'टिस्को'चं उत्पादन दुप्पट करून २ कोटी टनांवर नेण्याचा निर्धार केला.

ज्या वेगानं सहज परवाने मिळाले, त्यामुळे जेआर्डी आश्चर्यचकित झाले. जी. डी. बिर्ला यांनी देखील पोलाद कारखान्यासाठी अर्ज केला असून, त्यांची काही

डाळ शिजत नाही, हे टाटांना ठाऊक होतं. सरकार पोलाद हे सार्वजनिक क्षेत्रातच ठेवणार, असं १९५० मध्ये स्पष्ट झालं होतं. त्यातून एअर इंडियावरून जगजीवनराम यांच्याशी मतभेद झाल्यामुळे जेआर्‌डी यांच्या मनातील नेहरू व त्यांच्या सहकारी मंत्र्यांबद्दलचा आरंभीचा सर्व आदर लोप पावला होता. परंतु नेहरूंनी १९५५ मध्ये पोलाद मंत्री म्हणून नियुक्ती केलेले टी. टी. कृष्णम्माचारी हे मात्र अगदी वेगळे होते. 'टीटीके हे उद्धट, तापट असले, तरी ते असामान्य निर्णय घेणारे होते,' असं जेआर्‌डी यांनी एकदा कौतुकानं म्हटलं होतं.

'इतका स्वतंत्र बाण्याचा निर्णय घेणारा दुसरा मंत्री मी पाहिला नाही. ते फारच एकाधिकारवादी व तापदायकही असले, तरी त्यांनी एकट्यानंच नेहरूंची समाजवादाची कल्पना मानली नाही. याचं कारण ते स्वत: उद्योगपती होते, असं मला वाटतं,' असं जेआर्‌डी यांनी अनेक वर्षांनंतर एका मासिकास दिलेल्या मुलाखतीत म्हटलं होतं. ते पोलादमंत्री असताना त्यांनी आम्हाला बोलावून, आम्ही दुप्पट उत्पादन करावं, असं सांगितलं. 'जमशेदपूर येथील उत्पादन दुप्पट करायच्या कामाला लागा पाहू,' असं ते म्हणाले. उद्योगमंत्री असताना त्यांनी 'टेल्को'ला ट्रक्सचं उत्पादन करावं म्हणून प्रोत्साहन दिलं. टाटांची व्यवसाय करण्याची पद्धत त्यांना पसंत होती. उगाच समाजवादाच्या भोंगळ कल्पनांनी ते भारावून गेलेले नव्हते.'

जेआर्‌डी यांना नेमकं काय म्हणायचं होतं? टाटांपेक्षा बिर्लांच्या निकट असलेले नेहरूंचे वादग्रस्त सचिव एम्. ओ. मथाई यांना ते बहुधा ठाऊक असावं. 'माय डेज विथ नेहरू' या आत्मचरित्रात मथाई यांनी, टीटीके यांनी केवळ टिस्कोच्याच विस्तार योजनेला कशी परवानगी दिली, तसंच टाटांना त्रास देणारा काटाही कसा दूर केला, याची हकीकत दिली आहे. 'टिस्को'च्या हिशेब विभागाचे प्रमुख असलेल्या एका चार्टर्ड अकाउन्टन्टनं कंपनीतील काही गैरप्रकार अर्थखात्याला कळवले होते. 'पण टाटांनी सरकारविरुद्ध न्यायालयात न जाता सरकारशी तडजोड केली व ७५ लाख रुपये दिले,' असं मथाई म्हणतात. त्या चार्टर्ड अकाउन्टन्टनं टिस्को कंपनीची नोकरी सोडली व तो उत्पादन मंत्रालयात पोलाद विभागाचा संयुक्त सचिव बनला. पण जेव्हा स्वतंत्र पोलाद खातं निर्माण करण्यात आलं व टीटीके यांची पोलाद मंत्री म्हणून नेमणूक करण्यात आली, तेव्हा त्या चार्टर्ड अकाउन्टन्टची सार्वजनिक क्षेत्रातील एका कारखान्याचा व्यवस्थापकीय संचालक म्हणून नेमणूक झाली.

ते काही असलं, तरी जेआर्‌डी यांना इतर काही मोठे प्रश्न सतावत होते. 'टिस्को'ला जो परवाना मिळाला होता, तो कच्च्या पोलादाचं उत्पादन १ दशलक्ष टनांवरून २ दशलक्ष टनांवर नेण्याचा होता. तसंच, विक्रीयोग्य पोलादाचं उत्पादन १.५ दशलक्ष टनापासून २ दशलक्ष टनावर नेण्याचा होता. तीन वर्षांत हे एवढं उत्पादन वाढवायचं आणि सध्याचं पूर्ण उत्पादन चालूच ठेवायचं, या कामासाठी फार मोठ्या प्रमाणावर एकसूत्रीकरणाची गरज होती. 'टिस्को'चा मूळ कारखाना

अमेरिकनांनी उभारला होता. आता जेआर्‌डी पुन्हा अमेरिकेची मदत घेण्यासाठी वळले.

१९४५ साली उद्योगपतींच्या एका शिष्टमंडळाबरोबर जेआर्‌डी अमेरिकेला गेले होते. तेथील कारखाने पाहून ते प्रभावित झाले. ब्रिटनपेक्षा तिथं मालाचं वितरण झटपट होत होतं. तसंच त्यांचं उत्पादनही जास्त आधुनिक होतं. जेआर्‌डींना परवाना मिळाल्यावर 'टिस्को'नं ओकलँड येथील 'कैसर कॉर्पोरेशन'शी बोलणी सुरू केली. मार्च १९५६ मध्ये त्यांना पहिली ऑर्डरही देण्यात आली.

या सर्व गोष्टींसाठी 'टिस्को'ला १२० कोटी रुपये उभारणं गरजेचं होतं. ५० वर्षांच्या कंपनीच्या काळात एवढी मोठी रक्कम उभी करण्याची पाळी तोवर आली नव्हती. राखून ठेवलेलं उत्पन्न आणि अंतर्गत साधनं यातून एक-तृतीयांश रक्कम उभी राहिली असती. तसंच, स्थानिक उधारीतून १५ कोटी रुपये जमले. मोठ्या परकीय चलनाची गरज भागविण्यासाठी जेआर्‌डी यांनी 'इंटरनॅशनल बँक फॉर रीकन्स्ट्रक्शन अँड डेव्हलपमेंट' यांच्याकडून १०७.५ दशलक्ष डॉलर्स (५२ कोटी रुपये) कर्ज म्हणून मिळवलं. आशियामध्ये तेव्हा जागतिक बँकेनं दिलेलं हे सर्वांत मोठं कर्ज होतं. यावरून 'टिस्को'च्या आर्थिक सामर्थ्याची कल्पना येते.

उरलेले तेरा कोटी रुपये जमविण्यासाठी जेआर्‌डी यांनी भारतीय भांडवली बाजारातून ते गोळा करण्याचं ठरविलं. त्या वेळेस मोरारजी देसाई अर्थमंत्री होते. त्यांनी टाटांच्या शेअर्स विक्रीला काढण्याच्या प्रस्तावाला विलंब लावला, कारण टाटांनी प्रिमियम द्यावा, असं त्यांचं मत होतं. परंतु जेआर्‌डी यांना मात्र तो सममूल्य पातळीवर हवा होता. 'टिस्को'चा शंभर रुपयांचा शेअर एके काळी दोनशे रुपयांला मिळत होता, तो आता १७० वर आला होता. तसंच, लाभांश ८.२५ टक्क्यांवरून ६.८० टक्क्यांवर आला. हे लक्षात ठेवूनच प्रिमियम आकारणं समर्थनीय होणार नाही, असं जेआर्‌डींचं मत होतं. २३ जुलै, १९५९ रोजी मोरारजी देसाई यांना लिहिलेल्या पत्रात तक्रारीच्या सुरात ते म्हणतात, 'सरकारनं एवढा तपशीलवार रस घ्यावा व हस्तक्षेप करावा, याबद्दल मी आश्चर्य व्यक्त केलं, तर तुम्हांला ते वावगं वाटणार नाही, अशी अपेक्षा आहे. विश्वासू उद्योगपतींनी त्याबाबतचे निर्णय घ्यावेत, असं तुम्हाला का वाटत नाही?' मोरारजी देसाई यांच्याबरोबर खटका उडण्याचा टाटांचा हा काही पहिला आणि शेवटचा प्रसंग नव्हता. 'टिस्को'च्या विस्ताराचा कार्यक्रम १९५८ मध्ये पुरा झाला.

चाकांबद्दलचे निर्णय

१९५४ च्या मे महिन्यात जेआर्‌डी जी. डी. चोकसी आणि सुमंत मुळगावकर यांच्यासमवेत जिनिव्हाला गेले. चोकसी हे जेआर्‌डींचे कायदेशीर सल्लागार व त्यांचे जवळचे मित्र होते. मुळगावकर हे 'टाटा लोकोमोटिव्ह अँड इंजिनीअरिंग कंपनी'चे संचालक होते.

मुंबईत जन्मलेले मुळगावकर (१९०६-१९८९) यांनी लंडनच्या सिटी अँड गिल्डस् कॉलेज (नंतरचे इंपीरिअल कॉलेज) येथून इंजिनीअरिंगची पदवी घेतली होती. १९३० मध्ये एका छोट्या सिमेंट कंपनीत इंजिनीअर म्हणून ते नोकरीस लागले. हीच कंपनी १९३६ साली 'एसीसी' या कंपनीचा भाग बनली. मुळगावकर यांनी बराच काळ रेंगाळलेला शहाबाद सिमेंट कारखाना झटकन सुरू केला. ही त्यांची कामगिरी टाटांच्या नजरेत भरली. टाटांनी मुळगावकरांना जेव्हा जमशेदपूरला बोलावून घेतलं, तेव्हा मुळगावकरांच्या जीवनाला महत्त्वपूर्ण वळण लागलं. खरं तर, सर होमी मोदी मुळगावकरांना 'एसीसी' कंपनीतून सोडायला तयारच नव्हते. 'पण मी त्यांना तसं करण्यास भाग पाडलं,' असं टाटा यांनी नंतर सांगितलं. जेआर्डी यांनी मुळगावकरांना विचारलं, 'आणखी किती वर्ष विटांना जोडणारा डिंक तुम्ही बनवत राहाणार?' खरं तर, 'टाटा लोको'त दाखल होणं ही एक प्रकारे पदावनतीच होती. पण त्याची पर्वा न करता मुळगावकर नव्या कामगिरीवर रुजू झाले आणि टाटांचे अत्यंत आवडते सहकारी बनले. १९४९ मध्ये 'टाटा उद्योग', 'एसीसी' आणि 'सिमेंट एजन्सी लिमिटेड'चे ते संचालक बनले. तसंच, त्यांना टेल्कोची सूत्रं पाहणारे संचालक म्हणून नेमण्यात आलं. जेआर्डी यांनी १९५६ साली 'टिस्को'चे उपाध्यक्ष म्हणून त्यांची नेमणूक केली. १९७२ मध्ये त्यांची 'टेल्कोचे अध्यक्ष' म्हणून नेमणूक झाली. तरीही 'टिस्को'चं उपाध्यक्ष पद त्यांच्याकडे १९७९ पर्यंत होतंच. १९८५ मध्ये मोदी 'टिस्को'चे अध्यक्ष बनले. या दोघा सामर्थ्यवान व्यक्तींमध्ये प्रतिस्पर्ध्याची भावना होती. या दोन्ही कंपन्या खासगी क्षेत्रातील पहिला क्रमांक मिळावा, म्हणून अटीतटीनं झगडत असत.

दुसऱ्या महायुद्धात जेआर्डी यांनी 'टाटा लोकोमोटिव्ह अँण्ड इंजिनीअरिंग कंपनी' ताब्यात घेतली व ती या समूहाचा एक भाग बनली. तेव्हा भारतीय रेल्वेसाठी ही कंपनी इंजिनं बनवत होती. पण 'टाटा लोको' सर्वस्वी एकाच ग्राहकावर अवलंबून होतं. टाटांनी त्या वेळेला जर्मनीच्या 'डेम्लर-बेन्झ' या कंपनीबद्दलची माहिती वाचली. आशियात व्यापारी वाहनं निर्माण करण्यासाठी ही जर्मन कंपनी एखाद्या भागीदाराच्या शोधात होती. जेआर्डी यांनी मे १९५४ मध्ये चोकसी आणि मुळगावकर यांच्यासमवेत जिनिव्हा येथे 'डेम्लर-बेन्झ' कंपनीच्या अधिकाऱ्यांची भेट घेतली. दोघांनी मिळून भारतात ट्रक उत्पादनाचा संयुक्त प्रकल्प उभारावा, असा प्रस्ताव होता. 'बेन्झ कंपनी'च्या वकिलानं कराराचा मसुदा तयार करून आणला होता. पण तो एकतर्फीच आहे, असं चोकसी यांचं मत होतं. बोलणी फिसकटणार की काय, असं वाटू लागलं होतं. पण 'बेन्झ कंपनी'चे अध्यक्ष म्हणाले, 'तुम्ही कराराचा मसुदा तयार करा. आपण त्याची चर्चा करू.' त्याच क्षणी उभयतांत विश्वास निर्माण झाला. टाटांनी तयार केलेला मसुदा स्वीकारण्यात आला.

पुढची अडचण म्हणजे सरकारकडून परवाना मिळवण्याची होती. स्पष्ट सांगायचं तर, टाटा त्यासाठी पात्र नव्हते. १९५३ साली टॅरिफ कमिशननं ज्या कंपन्यांचा मोटार-उत्पादनाचा कार्यक्रम निश्चित झालेला असेल, त्यांनाच या क्षेत्रात काम करू द्यावं असं ठरविलं होतं. याचा अर्थ, 'हिंदुस्थान मोटर', 'प्रीमियर ऑटोमोबाईल्स', 'स्टँडर्ड मोटर प्रॉडक्टस् ऑफ इंडिया', 'ऑटोमोबाईल प्रॉडक्ट ऑफ इंडिया' आणि 'अशोक मोटर्स' याच कंपन्या पात्र ठरत होत्या. असं असलं, तरी जेआर्‌डी आणि मुळगावकर टीटीकेंना भेटायला गेले. त्यांनी त्यांना उत्तेजनच दिले. खुद्द टीटीकेंनीच लक्ष घातल्यामुळे परवाने व इतर परवानग्या मिळण्यास काहीही अडचण आली नाही. १५ ऑक्टोबर, १९५४ रोजी कारखान्यातून पहिला टाटा ट्रक बाहेर पडला, तेव्हा जिनिव्हा येथील कराराला पाच महिनेसुद्धा झाले नव्हते.

टीटीके मंत्रिमंडळातून बाहेर पडल्यानंतर जेआर्‌डी यांनी त्यांना लिहिलं की, 'कितीतरी वेळा मी तुमचं नाव काढतो. सध्याच्या परिस्थितीच्या अगदी उलट त्यावेळी' परिस्थिती होती. दिल्लीत अत्यंत भराभर कामं होत. टेल्को प्रकल्प व टिस्कोचा विस्तार प्रकल्प यांसाठी तुम्ही केलेलं साहाय्य अत्यंत मोलाचं आहे. अशा प्रकारचे धाडसी निर्णय अलीकडच्या काळात घेतले जात नाहीत. तुम्ही ज्या मंत्रालयाचे प्रमुख होतात, तिथं ज्या वेगानं निर्णय घेतले जात, ते पाहून मी आश्चर्यचकित झालो. आता काळ पार बदलला आहे. आता खरा प्रश्न वेळेवर निर्णय होण्याचा नसून, मुळात निर्णय होईलच की नाही, हा आहे.'

टिस्कोत दुपारी टाळेबंदी

१९५७ च्या सर्वसाधारण निवडणुकांत जमशेदपूरची एक जागा कम्युनिस्टांनी जिंकली. कामगार संघटना आणि टाटा वर्क्स युनियनवर नियंत्रण मिळवण्याच्या त्यांच्या प्रयत्नांना तेव्हापासून सुरुवात झाली. त्यांनी कॉम्रेड श्रीपाद अमृत डांगे यांना बोलावून प्रचाराला आरंभ केला. त्या वेळी बोलावण्यात आलेल्या परिषदेत जमशेदपूर मजदूर युनियन पुन्हा सक्रिय करणं, तसंच, टिस्को व्यवस्थापनाकडून तीन सवलती मिळवून टिस्को कामगारांचं मन जिंकणं याला प्राधान्य देण्याचा निर्णय घेण्यात आला. या तीन सवलती अशा : मूळ वेतनात २५ टक्के वाढ, महागाईभत्त्यात वाढ आणि मान्यताप्राप्त संघटनेला हटवणं. परंतु डांगे व त्यांचे सहकारी यांना टिस्को कामगारांत फूट पाडणं जमलं नाही. 'टेल्को', 'टिनप्लेट कंपनी ऑफ इंडिया' आणि 'इंडियन ट्यूब' येथील कामगारांपुढे मात्र त्यांची डाळ शिजू शकली.

या तिन्ही कारखान्यांत गडबड सुरू झाली. त्याचं कारण चोकसी आणि मायकेल जॉन यांनी जमशेदपूर मजदूर युनियनबरोबर वाटाघाटी करण्यास बिहार सरकारला सांगितलं. मजूर आयुक्तांनी कामगारांना ४५ लाख रुपये दिले. वर्षापूर्वी २२ लाख रुपये देण्यात आले होतेच. डांगे यांनी या परिस्थितीचा फायदा उचलला.

या कराराची शाई वाळण्यापूर्वीच जमशेदपूर मजदूर युनियननं नव्या मागण्या केल्या. त्यात महागाईभत्त्यात आणखी वाढ करावी, मूळ पगार आणखी २५ टक्क्यांनी वाढवावा आणि कामावरून काढलेल्या कामगारांना पुन्हा कामावर घ्यावं व टाटा वर्कर्स युनियनची मान्यता काढून घ्यावी, या मागण्या होत्या. आपल्या मागण्यांच्या समर्थनार्थ १६ फेब्रुवारी, १९५८ रोजी त्यांनी एक मिरवणूक काढली. मिरवणुकीला फारशी गर्दी नव्हती. पण आपल्याला धमक्या दिल्या जातात, हल्ले केले जातात, अशा तक्रारी कामगार करू लागले. तेव्हा डांगे यांनी १८ एप्रिल रोजी संप जाहीर केला. कामगार आयुक्तांनी तो तात्काळ बेकायदा ठरविला. जेआर्‌डी आणि मायकेल जॉन यांनी स्वतः, संपाला पाठिंबा न देण्याचं आवाहन कामगारांना केलं. कामगारांनी अनुकूल प्रतिसाद दिला. जमशेदपूर मजदूर युनियनशी सहकार्य करण्याचं त्यांनी नाकारलं आणि संपाचा फज्जा उडाला.

कम्युनिस्टांनी अशी सहजासहजी हार न मानता ताण वाढवण्याचं ठरविलं. १२ मे रोजी पक्ष कार्यकर्त्यांनी प्रवेशद्वारावर निदर्शनं सुरू केली. किमान निम्मे कामगार अडचणीतूनही आपल्या कामाच्या जागी पोहोचले. दिवसाच्या उत्पादनावर परिणाम झाला. (नेहमीच्या एकतीसशे टनाच्या ऐवजी चोवीसशे टन कच्चं लोखंड तयार करण्यात आलं.) परंतु 'टिस्को' कारखाना बंद पडला नाही. कम्युनिस्टांचे समर्थक हिंसक बनले. त्याच पुढच्या चार दिवसांत कारखान्यातील अनेक महत्त्वाच्या विभागांत ते घुसले व त्यांनी कामकाज थांबवण्याचा प्रयत्न केला. या गडबडीत दोन कामगार ठार झाले.

परिस्थिती फारच स्फोटक बनली होती आणि २० मे रोजी संध्याकाळी ५ वाजता 'टिस्को' व्यवस्थापनानं कारखाना बंद केला. ही टाळेबंदी नसून सुरक्षेची एक उपाययोजना आहे, असं व्यवस्थापनानं जाहीर केलं. २५ हजार कामगारांपैकी १३८० कामगार वगळून इतर सर्वांना तिथून बाहेर पडण्यास सांगितलं गेलं. त्याच्या दुसऱ्या दिवशी जमशेदपूर मजदूर संघटनेचे समर्थक आणखी हिंसक बनले. दुकानं लुटण्यात आली, आगी लावण्यात आल्या, लष्कराला पाचारण करण्यात आलं, संचारबंदी जारी करण्यात आली. अशा धोकादायक परिस्थितीत काम करण्यास तयार असलेल्या कामगारांची नावं नोंदवण्यास कंपनीनं २२ मे पासून सुरुवात केली. पहिल्या दिवशी ८९५० कामगारांनी अशी तयारी दर्शविली. २८ मे रोजी तर आपली नावं नोंदवण्यासाठी कामगारांची प्रचंड झुंबडच उडाली. तेव्हा डांगे यांनी संप मागं घेतला. १९४३ साली जेआर्‌डी यांनी निर्माण केलेलं पर्सोनेल खातं किती प्रभावी आहे, याचा प्रत्यय या संपाच्या वेळी आला. 'टिस्को'नं कामगार संबंध व कामगारांची उत्पादनाशी असलेली बांधिलकी याबाबत जे प्रयोग केले, त्यांनी भारताच्या उद्योगक्षेत्रात नवे मानदंड निर्माण झाले.

टाटा वर्कर्स युनियनचे अध्यक्ष व्ही. जी. गोपाल (त्यांनी मायकेल जॉन

यांच्याकडून या पदाची सूत्रं घेतली.) यांनी या संपाबाबत म्हटलं की, '१९५८ मधला संप हा राजकीय हेतूनं पुकारण्यात आला होता आणि दोन आठवड्यांत तो बारगळला; १९५८ नंतर कधीही संप झालेला नाही.' गोपाल यांनी एका स्थानिक वर्तमानपत्राला सांगितलं, की 'टिस्को'मधील आचारसंहिता ही पाश्चात्य देशात मी पाहिलेल्या आचारसंहितेपेक्षा कितीतरी श्रेष्ठ आहे. पाश्चिमात्य कामगारांपेक्षा आमचे कामगार अनेक बाबतींत चांगल्या स्थितीत आहेत. विकसित देशांमध्ये कंपन्या त्यांच्या लहरीनुसार कर्मचाऱ्यांना काढून टाकू शकतात. पण 'टिस्को'मध्ये असं करता येत नाही. परदेशापेक्षाही 'टिस्को'तील वाटाघाटीची यंत्रणा चांगली आहे. आपल्या कामगारांना भागीदार म्हणून वागवण्याची वृत्ती आणि कामगारांची उत्पादनाशी असणारी बांधिलकी हे टाटा स्टीलच्या यशाचं रहस्य आहे.'

स्वतंत्र पक्ष

१९५८ मधील 'टिस्को'चा सुवर्णमहोत्सव ही उत्सव साजरा करण्याची एक बाब असायला हवी होती. परंतु त्यानिमित्त शँपेनची बाटली फोडण्याऐवजी जेआर्डी यांनी आपल्या भागीदारांना लिहिलं की, 'गेल्या पन्नास वर्षांत कंपनीनं २.२ कोटी टन पोलादाचं उत्पादन केलं. वेतन आणि बोनस यांच्या रूपानं १७५ कोटी रुपये वाटले. तसेच ४५ कोटी रुपये लाभांशाच्या रूपाने वाटले. ७० कोटी रुपये कर दिला आणि सरकारच्या किंमत समानीकरण निधीला ४० कोटी रुपये दिले. हे सगळं करताना कंपनीनं देशाचं कोट्यावधी रुपयांचं परकीय चलन वाचवलं आहे. खासगी उद्योग काही करू शकत नाही, ते स्वार्थी हेतूनं प्रेरित असतात, अशा आरोपांना कंपनीनं चोख उत्तर दिलं आहे.'

जेआर्डींना नेहरूंच्या समाजवादाचा अगदी वीट आला होता. सरकार एकापाठोपाठ एक अनेक गोष्टींचं राष्ट्रीयीकरण करीत होतं. त्याचा टाटांना अतिशय राग आला होता. तसंच सरकारचं घाणेरडं नुकसान भरपाईचं धोरणही त्यांना मान्य नव्हतं. काँग्रेसच्या भांडवलवादविरोधी घोषणांना ते वैतागले होते. एअर इंडिया इंटरनॅशनल, पोलाद मंत्रालय, आणि अन्य सरकारी खात्यांमधील अधिकारी यांचाही त्यांना उबग आला होता आणि १९५७ नंतर आणखी काही भयंकर घडेल, अशी शंका त्यांना वाटू लागली. १९५७ च्या सार्वत्रिक निवडणुकीनंतर लोकसभेत कम्युनिस्ट खासदारांची संख्या चांगलीच वाढली. संतप्त आणि अवमानित झालेले जेआर्डी बदलास तयार होते. सी. राजगोपालाचारी यांनी त्यांची ही मानसिक अवस्था बरोबर ओळखली होती.

चक्रवर्ती राजगोपालाचारी (१८७९-१९७२) हे राजाजी या नावानं ओळखले जात. ते काँग्रेसनाले होते आणि दक्षिण भारतात असहकार चळवळीचं नेतृत्व त्यांनी केलं. परंतु महात्मा गांधींशी मतभेद झाल्यामुळे चलेजाव आंदोलनातून ते अलग

राहिले. ते अत्यंत प्रभावी वक्ते होते. दोनदा ते मद्रासचे मुख्यमंत्री झाले आणि काही काळ पश्चिम बंगालचे राज्यपाल होते. उद्योग आणि व्यापार यांना त्यांचा पाठिंबा होता. नेहरूंच्या राष्ट्रीयीकरणाच्या धोरणाशी ते सहमत नव्हते आणि हळूहळू ते काँग्रेसपासून दूर गेले.

राजाजी यांनी आपण स्वतंत्र नावाचा नवा पक्ष स्थापन करणार असून, त्याला पाठिंबा देण्याची जेआर्‌डी यांना विनंती केली. १५ मे, १९६१ रोजी लिहिलेल्या पत्रात राजाजी लिहितात, 'सत्तेतील पक्षाला मदत करण्याचं तुम्ही ठरवू शकता. परंतु चांगलं सरकार आणि संसदीय लोकशाही यांच्या दृष्टीनं टाटा समूहानं प्रभावी विरोधी पक्ष उभारण्यास साहाय्य केलं पाहिजे. याबाबतच्या तुमच्या निर्णयानं इतर सर्वांनाही मार्गदर्शन होईल.' टाटा समूहात मिनू मसानी हे स्वतंत्र पक्षाला अनुकूल होते. पण, 'तुम्ही राजाजींना उघडपणे पाठिंबा देऊन नेहरूंचा रोष ओढवून घेऊ नका,' असा सल्ला कायमच सावध असलेल्या नवल टाटा यांनी दिला.

जेआर्‌डींनी दोन महिने विचार केला आणि स्वतंत्र पक्षाला पाठिंबा दिला. १५ जुलै रोजी राजाजी यांना पाठवलेल्या उत्तरात ते म्हणतात, 'काँग्रेस पक्षाला कम्युनिस्ट पक्ष हाच एकमेव प्रभावी पर्याय आहे, असं वाटता कामा नये, अशी आमची पण इच्छा आहे. भारतातील राजकीय जीवनात दोन विरोधी पक्ष असावे व त्यांतला कोणीही अतिडावा किंवा अतिउजवा असता कामा नये. लोकशाहीच्या अस्तित्वासाठी हे आवश्यक आहे.' टाटांच्या पाठिंब्याचं त्यांनी राजाजींना आश्वासन दिलं. तसंच त्यांनी स्पष्ट केलं, की टाटा यांचा काँग्रेसला पाठिंबा चालूच राहील. कारण काँग्रेसनंच राजकीय स्थैर्य दिलं. कदाचित हे धोरण स्वत:च्याच हेतूंवर पाणी पाडणारं आहे, असं कोणाला वाटेल.

राजाजींच्या आवाहनाला उत्तर द्यायला जेआर्‌डी यांना एवढा उशीर लागला, याचं कारण जे. आर. डी. टाटांचा पारदर्शकतेवर विश्वास होता. तेव्हा आपल्या हेतूंबद्दल नेहरूंनी दुसऱ्या कोणाकडून काही ऐकण्यापेक्षा आपणच त्यांना थेट सांगणं बरं, असं जेआरडींना वाटलं. अपेक्षेनुसार नेहरू खवळले व टाटांना म्हणाले, 'तुम्हांला असं काही करण्याचा अधिकार नाही.' त्यांचा हा संताप पाहून जेआर्‌डींना आश्चर्यच वाटलं. नेहरू अस्वस्थ होतील, अशी त्यांची अपेक्षा होती; पण ते एवढे अस्वस्थ होतील, असं त्यांना वाटलं नव्हतं. तेव्हा पत्र लिहून त्यांना आपली भूमिका कळवावी, असं टाटांनी ठरविलं. अनेक वर्षांनंतर दुसऱ्या पंतप्रधान– नेहरूंच्या कन्या इंदिरा गांधी यांना असाच अडचणीचा निर्णय जे. आर्. डी. टाटांना पत्रानं कळवावा लागला होता. त्या वेळी आणीबाणी जाहीर झाल्यानं नानी पालखीवाला यांनी इंदिरा गांधींचं वकीलपत्र परत केलं होतं व त्यामुळे त्या अत्यंत चिडल्या होत्या.

१६ ऑगस्ट १९६१ रोजी लिहिलेल्या पत्राच्या सुरुवातीला, 'काँग्रेस आणि सरकारच्या काही धोरणांबाबत जरी आम्ही समाधानी नसलो, तरी टाटांनी काँग्रेसला

असलेला पाठिंबा काढून घेतलेला नाही,' असं स्पष्ट केलं होतं. काँग्रेस राजवटीनं देशाला स्थैर्य व ऐक्य दिलं हे त्यांनी मान्य केलं. परंतु 'संघटित आणि जबाबदार लोकशाहीवादी विरोधी पक्षाच्या पूर्णत: अभावामुळे आम्ही अस्वस्थ आहोत. त्यामुळे भविष्याबद्दल आम्हाला चिंता वाटते. तुम्ही जे असामान्य नेतृत्व दिलं आहे, ते दूरच्या भविष्यात जर नसेल, तर तेव्हा काय होईल? स्वातंत्र्यानंतर आपण ज्या एकाच पक्षाच्या राजवटीखाली आहोत, ती आत्तापर्यंत देशाच्या दृष्टीनं चांगली आहे. परंतु हे असंच चालू राहिलं तर भविष्यात तणाव आणि धोक्याची बीजं पेरली जाण्याचा संभव आहे, हे तुम्हीसुद्धा मान्य कराल.' काँग्रेसला केवळ कम्युनिस्ट पक्ष हा एकच पर्याय असण्यातील धोक्यांकडे जेआर्‌डी यांनी लक्ष वेधलं आणि वादाच्या मुख्य मुद्द्याबद्दल ते लिहितात, 'अखेर एका जबाबदार आणि लोकशाहीवादी विरोधी पक्षात स्वतंत्र पक्षच विकसित होऊ शकेल, असं आम्हांला वाटतं. अखेर या पक्षात काही केलं तरी काँग्रेस संस्कृतीमध्येच वाढलेली माणसं आहेत. ती अनेक वर्षं काँग्रेसमध्ये होती आणि ती प्रतिगामी वा जातीयवादी नाहीत.'

पत्राचा शेवट त्यांनी भावुक केला होता. 'एअर इंडिया'चं राष्ट्रीयीकरण झालं, तेव्हा १० नोव्हेंबर, १९५२ रोजी नेहरूंनी पाठविलेल्या पत्रात अशीच भावुक भाषा होती. त्यांनी लिहिलं होतं, 'हेतूंच्याबद्दल संशय घेणं आणि मनात नाराजी ठेवणं हे वाईट असतं.' आता दहा वर्षांनंतर जे. आर.डी. टाटांनी आपल्या पत्रात लिहिलं, 'आमची मतं आणि हेतू यांच्याबद्दल तुमच्या मनात कुठलेही गैरसमज असू नयेत. माझ्या तुमच्याबद्दलच्या भावना आणि तुम्ही आणि तुमच्या कार्यावरची वैयक्तिक निष्ठा ही मुळीच बदललेली नसून, जशी होती तशीच आहे. कृपया, या पत्राला उत्तर पाठवण्याची तसदी घेऊ नये. तुम्ही आमची बाजू समजावून घ्यावी, एवढीच विनंती आहे.'

ज्याप्रमाणे हवाई वाहतुकीसंबंधाची नेहरूंची मतं जेआर्‌डी यांनी समजून घेतली नाहीत, त्याप्रमाणे नेहरू स्वतंत्र पक्षाबाबत जेआर्‌डी यांच्याशी सहमत झाले नाहीत. १८ ऑगस्ट रोजी जेआर्‌डी यांना पाठविलेल्या पत्रात नेहरूंनी लिहिलं, 'तुमच्या पत्राला मी उत्तर पाठवू नये, असं तुम्ही नमूद केलं असलं, तरी ही छोटीशी पोच मी पाठवीत आहे.

'स्वतंत्र पक्षाला हव्या त्या मार्गानं मदत करण्याचं तुम्हाला पूर्ण स्वातंत्र्य आहे. परंतु स्वतंत्र पक्ष सामर्थ्यवान विरोधी पक्ष बनेल, ही तुमची आशा मला समर्थनीय वाटत नाही. पुढच्या निवडणुकीच्या वेळेला या पक्षाची निराशा होईल. भारताच्या जनतेच्या विचारामध्ये किंवा विचारवंतांमध्ये त्याची काहीही पाळंमुळं नाहीत, असं मला वाटतं. किंबहुना युरोप आणि अमेरिका यांतील आधुनिक विचारांशी त्याचा काही संबंध नाही, असं दिसतं. तो कालबाह्य आणि घटनेशी सुसंगत वाटत नाही. अर्थात, हे आपलं माझं मत झालं.'

नेहरूंचं म्हणणं बरोबरच होतं. एका दशकात स्वतंत्र पक्ष बारगळला. परंतु जेआर्‌डी यांचं म्हणणं सर्वस्वी चूकही नव्हतं. नियंत्रण ठेवणारा समर्थ विरोधी पक्ष नसल्यामुळे काँग्रेस पक्षाला सत्तेवर राहणं कठीण जाऊ लागलं. तणावाची जी बीजं असा उल्लेख जेआर्‌डी यांनी केला होता, ती इंदिरा गांधींनी जाहीर केलेल्या आणीबाणीच्या रूपानं पंडित नेहरूंच्या मृत्यूनंतर अकरा वर्षांनं दिसली. गंमत म्हणजे आणीबाणीच्या काळात आणि नंतर जे. आर्‌. डी टाटा हे इंदिरा गांधींचे अतिशय एकनिष्ठ व खंदे समर्थक होते.

✦

७

मी जागा होताना...

मोठ्या उद्योगांवर निर्बंध घालण्यासाठी सरकारनं १९६४ ते १९६९ या काळात चार शक्तिशाली यंत्रणा नेमल्या; त्या अशा : महालनोबीस समिती (१९६४), मक्तेदारी चौकशी आयोग (१९६५), आर्. के. हजारी समिती (१९६६), औद्योगिक परवाने धोरण वा दत्ता समिती (१९६९). मक्तेदारी निर्बंध कायदा १९६९ मध्ये जारी करण्यात आला व १९७० मध्ये मॅनेजिंग एजन्सीज् रद्द करण्यात आल्या.

'एअर इंडिया' व 'एअर इंडिया इंटरनॅशनल' यांच्या राष्ट्रीयीकरणानं जेआर्डी यांच्या उद्योगजगताला गुदमरून टाकण्याची जी प्रक्रिया सुरू झाली, ती या आयोगांच्या नियमांनी पुरी झाली. आपल्या कृतीचे काय प्रतिकूल परिणाम होत आहे, हे अधिकाऱ्यांना दिसतच नव्हते. लाल फितीत उद्योगसमूहाला जखडून टाकल्यावर देखील त्यांनी उत्कृष्ट कामगिरी करावी, अशी त्यांची अपेक्षा होती. 'दुर्दैवानं १९६०च्या सुमारास टाटांनी गुंतवणुकीच्या नव्या क्षेत्रात शिरकाव करण्याचा प्रयत्न केलेला दिसत नाही.' असं लिहून नितीश सेनगुप्ता म्हणतात, 'उदा., १९५९ मध्ये 'टिस्को'नं आपली विस्तार योजना पुरी केली, तेव्हापासून 'टाटा केमिकल्स'मध्ये १९६७ साली खत उत्पादनाच्या मोठ्या प्रकल्पाचा प्रस्ताव मांडेपर्यंत, ते होत्या त्याच प्रकल्पांना चिकटून होते.'

स्वराज पॉल यांनी 'एस्कॉर्ट कंपनी' ताब्यात घेण्याचा प्रयत्न केला, तेव्हा भांडवली इश्यूचे नियंत्रक म्हणून सेनगुप्ता यांना एकदम प्रसिद्धी मिळाली. त्यांनी टाटांच्यावर केलेली टीका ही त्या काळी या समूहाबद्दलच्या लोकशाहीच्या मतांशी जुळणारीच होती. 'परंतु जोवर तुमची योजना वास्तवात साकार होणार आहे किंवा नाही, याची खात्री असत नाही, तोवर योजना आखणंच अवघड आहे,' असं जेआर्‌डीचं म्हणणं होतं. १९६० च्या दशकात मोटारी आणि खतं बनवण्याच्या योजना त्यांना सोडून द्याव्या लागल्या; कारण सरकारनं त्यांचे अर्ज फेटाळून लावले.

सरकारी परवानग्या मिळायला फारच विलंब लागू लागला व त्यामुळे उद्योजकांवर अत्यंत ताण पडू लागला. ब्रिटिश राजवटीत उद्योगपती सुमारे चाळीस दिवसांत सर्व परवानग्या मिळवू शकत असत. उदा., 'सिंदिया' जहाज कंपनीबद्दलच्या सर्व औपचारिक बाबी सहा आठवड्यांत पूर्ण झाल्या. सर दोराब 'टाटा यांनी टाटा कन्स्ट्रक्शन कंपनी' ६ जुलै, १९२० रोजी सुरू केली आणि १६ ऑगस्ट रोजी तिची नोंदही झाली. स्वातंत्र्यानंतर मात्र एकूण दृष्टिकोनच बदलल.

'एअर इंडिया इंटरनॅशनल'बाबतच्या अपवादानं हाच नियम सिद्ध झाला. भारत फाळणीनंतर जेमतेम सावरत असताना म्हणजे १९४८ मध्ये 'एअर इंडिया'चा जन्म झाला. जेआर्‌डी यांनी अर्ज केल्यावर काही आठवड्यांतच त्यांना हिरवा कंदिल मिळाला. त्यानंतर काही वर्षांनी जेआर्‌डी यांनी केंद्रीय मंत्री जगजीवन राम यांना विचारलं की, 'त्या वेळी पेचप्रसंगाच्या काळात देखील सरकारनं काही आठवड्यांत निर्णय घेतला होता. आता मात्र कोणताही निर्णय घ्यायला वर्षच्या वर्षं का लागतात?' जगजीवन राम गमतीनं उत्तरले,' त्या काळी त्यापेक्षा अधिक चांगलं काम काय असतं, हे आम्हांला ठाऊकच नव्हतं.'

अहमदाबाद व्यवस्थापन संघटनेपुढे जानेवारी १९६७ मध्ये भाषण करताना जेआर्‌डी म्हणाले, 'औद्योगिक गुंतवणुकीत खासगी भांडवलाचा ओघ वाहायचा असेल, तर त्याला अनुकूल आर्थिक वातावरण असावं लागतं. तसंच काही मूलभूत गोष्टी आवश्यक असतात, याचा आपल्या नियोजकांना विसर पडलेला दिसतो. गेल्या काही वर्षांत खासगी उद्योगांना ज्या अत्यंत कठीण कालहरण करणाऱ्या परिस्थितीत काम करावं लागत आहे, त्या वैफल्यजनक स्थितीचा उल्लेख मी करीत नाही. खासगी गुंतवणुकीस उत्तेजन द्यायचंच नाही,' असा सरकारचा हेतूच असेल, तर त्यासाठी सध्यापेक्षा आणखी दुसऱ्या काही आर्थिक धोरणाची सरकारला गरजच पडणार नाही.'

बड्या उद्योगांवर होणाऱ्या चिखलफेकीचा त्यांनी निषेध केला आणि खासगी क्षेत्राला चांगली वागणूक मिळाली पाहिजे, असं त्यांनी टाटांच्या प्रत्येक वार्षिक सभेत आग्रहानं सांगितलं. 'राजकारणी व नोकरशहा यांनी उद्योगाच्या विरुद्ध नव्हे,

तर सहकार्यानं वागावं,' अशी विनवणी त्यांनी केली. नफ्याचा हेतू असणं वाईट आहे, नफा म्हणजेच नफाखोरी, लोकसंख्येचा प्रश्न आपोआपच सुटेल, यांत्रिकीकरण म्हणजे बेकारीला आमंत्रण आणि गरिबाला श्रीमंत बनवण्यापेक्षा श्रीमंताला गरीब बनवणं महत्त्वाचं आहे, कल्याणकारी राष्ट्र हे साधनांशिवाय निर्माण होऊ शकेल व राष्ट्रीयीकरणामुळे जादा संपत्ती निर्माण होते, असे पूर्वग्रह मनातून काढून टाकले पाहिजेत, अशी विनंती ते करीत.

भांडवलवादाविरुद्धच्या प्रचारानं जेआर्डींना वैताग येई व तो अनेकदा दिसत असे. २ ऑगस्ट, १९६८ रोजी नियोजन मंडळानं दिल्लीत बोलावलेल्या उद्योगपतींच्या बैठकीत ते म्हणाले, 'खासगी क्षेत्रातील सर्वांत मोठ्या उद्योगसमूहाचा प्रमुख म्हणून माझ्यात आर्थिक शक्तीचं प्रचंड केंद्रीकरण झालं असलं पाहिजे. रोज सकाळी मला जाग येते, तेव्हा माझ्यातील या महान शक्तीचा मी आज काय वापर करणार, याचा विचार करू लागतो.' ते उपहासानं पुढं म्हणाले, 'प्रतिस्पर्ध्यांना चिरडून टाकू काय? अडेलतट्टू कामगारांना कामावरून काढून टाकू काय? एखाददुसरं सरकारच पाडू काय?... मला वाटतं, इथं हजर असलेले डॉ. धनंजयराव गाडगीळ व वा अन्य कोणीतरी माझ्या हातातील या महान शक्तीचं मी काय करावं, याबद्दल जर मार्गदर्शन केलं, तर फार बरं होईल. माझ्यातील ही शक्ती ओळखण्यास मी अयशस्वी झालो आहे, तेव्हा ती वापरण्याचा प्रश्नच येत नाही.'

त्यांचं हे भाषण खूपच गाजलं. याच वातावरणात काम करणाऱ्या इतर उद्योगसमूहांना बदलती परिस्थिती टाटांच्याएवढी खटकली नाही. दक्षिणेत टीव्हीएस् उद्योगसमूह पाडी संकुलाचं काम करू लागला. अहमदाबादमध्ये कस्तुरभाईंनी 'अतुल कंपनी'ची विस्तार योजना निश्चित केली. त्यानुसार या कंपनीत नव्या साठ रसायनांचं उत्पादन सुरू होणार होतं. एम्. एस्. ओबेरॉय नवनवी हॉटेलं उभारीत होते आणि त्यांची कंपनी तर आंतरराष्ट्रीय होण्याच्या मार्गावर होती. जे. आर्. डी. टाटांपेक्षा दहा वर्षांनी वयानं मोठे असलेले जी. डी. बिर्ला यांना तर जणू नवसंजीवनीच प्राप्त झाली होती; व ते 'हिंडाल्को' प्रकल्पाच्या उभारणीत रममाण झाले होते.

१९६४ हे वर्ष महत्त्वाचं होतं. त्यावर्षी टाटा समूहानं जेआर्डी यांचा साठावा वाढदिवस साजरा केला. २७ मे रोजी पंडित नेहरू यांचं निधन झालं. टाटांसारख्या बड्या समूहावर निर्बंध घालण्याचा विचार करण्यासाठी डाव्या विचारसरणीचे अर्थतज्ज्ञ महालनोबीस यांची समिती नेमण्यात आली. जे. आर्. डी. टाटांनी पुष्पगुच्छ व शुभेच्छा यांचा स्मित वदनानं स्वीकार केला, तरी बहुतेक टाटा कंपन्यांवर कडक मूल्य-नियंत्रण असल्यामुळे ते फार आनंदी राहणं कठीणच होतं. टाटांच्या काही नव्या व जुन्या कंपन्या बऱ्या चालल्या होत्या.

भारताचं पोलाद-उत्पादन १९५० मध्ये १.४६ दशलक्ष टन होतं. ते १९६६

मध्ये ६.६ दशलक्ष टनांवर गेलं. आणि 'टिस्को'नं पोलाद-उत्पादनातील प्रथम क्रमांकाचं स्थान गमावलं. या उद्योगात अगदी काटेकोर मूल्य-नियंत्रणाखाली काम करावं लागत होतं. १९६० च्या दशकात कंपनीचं सारं कामच तुटक होतं. १९५८ मध्ये टिस्कोचा विस्तार पुरा झाल्यावर अमेरिकेतल्या कैसर कॉपरिशनच्या साहाय्यानं उभारलेल्या नव्या कारखान्याबाबत ठेवलेलं उत्पादनाचं लक्ष्य हे फारच आशावादी आहे, असं कंपनीला आढळून आलं. चिनी व भारतीय पोलाद उद्योगाचा तौलनिक अभ्यास केलेले जिनिव्हा येथील विकास अर्थशास्त्राचे प्राध्यापक गिलबर्ट एटीनी यांच्या मते, जेआर्डी समजतात, तेवढी काही परिस्थिती वाईट नव्हती. 'टिस्को'नं या प्रतिकूल स्थितीचं आव्हानात आणि एका संधीत रूपांतर केलं, हा महत्त्वाचा मुद्दा लक्षात घ्यायला हवा. 'टिस्को'त नवनव्या गोष्टी अंमलात आणाव्यात, असा आग्रह जेआर्डी वारंवार धरीत. परदेशातील एखाद्या नव्या प्रक्रियेबद्दल काही माहिती मिळाली, की तिचा लागलीच जमशेदपूर इथं वापर करण्याची त्यांची इच्छा असे. कधीकधी नवं तंत्र यशस्वी होई, तर कधी होत नसे. उदा., ब्लास्ट भट्टीचं उत्पादन वाढावं, म्हणून 'टिस्को'नं परदेशी पोलाद कंपन्यांप्रमाणे सिंटरचा वापर सुरू केला.

१९५०-६० हा काळ 'टिस्को'च्या दृष्टीनं शिकण्याचा होता. आपली उद्दिष्टं निश्चित करणं व ती पूर्ण करण्यासाठी झटणं असा 'टिस्को'चा दृष्टिकोन बनला, असं एटीनी यांचं म्हणणं आहे. खुद्द जेआर्डी यांच्याही लक्षात ही कामगिरी आली नसावी.

सरकारनं 'टेल्को' कंपनीला मोटारी बनवायला परवानगी दिली असती, तर टाटांच्या उत्साहाला उधाण आलं असतं. 'डेम्लर-बेन्झ कंपनी'शी झालेला करार व या जर्मन कंपनीच्या अध्यक्षाशी झालेली दोस्ती ही संधीची अपूर्व खिडकीच होती. भारतात मर्सिडीस मोटारींचं उत्पादन करण्याचं स्वप्न टाटा पाहू लागले होते.

आपल्या मनात दाटून आलेल्या आनंदाच्या ऊर्मी दाबण्याचा जेआर्डी यांनी प्रयत्न केला. परंतु हे कठीणच होतं. त्यांना वेगवान मोटारी आवडत. त्यांना त्यांची लाडकी निळ्या रंगाची बुगाटी मोटार ३० वर्षांपूर्वी विकावी लागली होती. त्यानंतर त्यांनी एकही चांगली मोटार चालवली नव्हती. भारतात मर्सिडीस मोटारींचं उत्पादन करणं फारच छान होईल, असं टाटांनी त्यांचे मित्र व जागतिक बँकेचे अध्यक्ष जॉर्ज वूडस् यांना एका पत्रात लिहिलं होतं. मात्र ते तितकं सोपं नाही; आपल्या प्रतिस्पर्ध्यांकडून या योजनेला विरोध होईल, असं त्यांनी ध्वनित केलं होतं.

१९६० साली 'टेल्को'नं केंद्रीय उद्योग व व्यापार खात्याचे सचिव के. बी. लाल यांना चार मर्सिडीस-बेन्झ मोटारी एक वर्षभर वापरण्यास दिल्या. अंतिम निर्णय तोवर त्यांनी घ्यावा, अशी त्यांची अपेक्षा होती. तसेच, संरक्षण मंत्र्यांनाही यांनाही एक मर्सिडीस गाडी वापरण्यास देण्यात आली. या मोटारींची भरपूर स्तुती

झाली; पण कसलाच निर्णय न घेता त्या परत करण्यात आल्या. जर्मनांनी काही काळ वाट पाहिली. परंतु त्याहून अधिक प्रतीक्षा करणं परवडणारं नाही, असं त्यांनी ठरवलं आणि अखेर मर्सिडीस मोटारींची जुळणी करण्याचा आशियातला कारखाना सिंगापूर इथं उभारण्याचं त्यांनी ठरविलं. या मोटारींच्या उत्पादनासाठी परवाना मिळणं किती कठीण आहे, याची जेआर्डी यांना कल्पना होती व वूडस् यांना पाठविलेल्या पत्रात त्यांनी तसं सूचित केलं असलं, तरी टाटा आपली निराशा दडवू शकले नाहीत.

चहाच्या पेल्यातील वादळ

एरवी जे प्रकल्प सहज सुरू होऊ शकले असते, तेही जंजाळात अडकून पडले. मुख्यत्वे अमेरिकन बाजारपेठेसाठी झटपट चहा (इन्संट टी) आणि स्थानिक बाजारपेठेसाठी चहाचे पुडे बनवण्याकरिता १९६३ मध्ये 'टाटा-फिन्ले' कंपनीची स्थापना करण्यात आली. ब्रिटिश 'जेम्स फिन्ले' कंपनीचे प्रमुख सर जॉन म्युअर यांच्याशी जे. आर्. डी. टाटा यांची वैयक्तिक मैत्री होती. त्यातूनच हा संयुक्त प्रकल्प सुरू झाला. खरं तर, या प्रकल्पाला पहिल्या दिवसापासून नफा व्हायला हवा होता; पण त्याऐवजी अनेक वर्षं तोट्यातच गेली. अखेर कंपनीचे नवे अध्यक्ष सर जॉन कँपबेल यांनी १९७१ साली ठाम पावलं उचलावयाचं ठरविलं. त्यांनी टाटांना स्पष्ट सांगितलं, 'एकतर तुम्ही तरी कंपनी खरेदी करा किंवा आम्ही करतो; पण आता आहे तसंच चालू ठेवणं शक्य नाही. कंपनीला काहीच नफा होत नाहीये.' परंतु ही कंपनी म्हणजे नावडतं मूलच होतं. पालकांपैकी कोणालाच ते नको होतं. 'दोन्ही भागीदारांना ही कंपनी केवळ एक रुपयात देऊ करण्यात आली होती. पण कोणीही जबाबदारी घ्यायला तयार होईना,' असं 'फिन्ले'चे कलकत्ता इथं १९७१ पासून प्रमुख असलेले सरोज मेहेरा यांनी सांगितलं. 'असमाधानी अवस्थेत आम्ही रखडत-रखडत काम करत राहिलो. एकमेकांच्या प्रतिष्ठेची हानी करण्याची आमची इच्छा नसल्यानं आम्ही कंपनी चालू ठेवली,' असंही ते म्हणाले.

१९६० च्या काळात बहुतेक ब्रिटिश मॅनेजिंग एजन्सींची स्थिती चांगली नव्हती. जेम्स फिन्ले उद्योगसमूहही घसरणीच्याच मार्गावर होता. परिस्थिती अधिकच बिघडत गेली. कंपनीचं भांडवल कमी होऊन स्थिती गंभीर झाली. भारतात पैसे गुंतवण्यास कंपनी तयार नव्हती. तेव्हा आपली मालमत्ता 'टाटा फिन्ले कंपनी'त विलीन करण्याचं त्यांनी ठरविलं. ही मालमत्ता म्हणजे चहाचे सात मळे होते. त्यांतील उत्कृष्ट मळे केरळमध्ये होते. या विलीनीकरणामुळे 'टाटा फिन्ले'च्या ताळेबंदात एकदम सुधारणा झाली.

१९७० मध्ये परकीय चलनविषयक 'फेरा' हा नवा कायदा लागू झाला आणि

वाटाघाटी पुऱ्या होण्यास एक वर्ष लागलं. अखेर १९७६ मध्ये 'टाटा-फिन्ले'ची पुनर्रचना करण्यात आली. त्यात फिन्लेचा हिस्सा २० टक्के व टाटांचा १७ टक्के होता. कंपनीनं आपला स्टर्लिंग अवतार थांबविला आणि कलकत्ता शेअर बाजारात तिचं नाव नोंदविलं गेलं. कंपनीत टाटांचा हिस्सा छोटा असला, तरी व्यवस्थापनावर त्यांचंच नियंत्रण होतं. जेआर्डींनी त्यांचे मेव्हणे लेस्ली सॉवनी यांच्याकडे या कंपनीची सूत्रं दिली. सॉवनी आणि नंतर दरबारी सेठ यांच्या नेतृत्वाखाली 'टाटा-फिन्ले'ची झपाट्यानं वाढ झाली. त्यांनी अनेक चहाचे मळे खरीदले. १९८३ पर्यंत चहा व्यवसायात अत्यंत तेजीचे दिवस होते. 'फिन्ले' व मॅकलिओड यांनी या परिस्थितीचा फायदा उठवून आपल्या कंपन्या विकून टाकल्या. कंपनीच्या नावातून 'फिन्ले' नाव वगळण्यात आलं. राईटस् इश्यूज्पैकी टाटांनी स्वत:कडे ४० टक्के ठेवले आणि ६० टक्के जनतेसाठी खुले केले.

कल्पक व्यक्ती

१९६० च्या सुमारास सबंध टाटा समूहात ज्याच्याकडे विविध कल्पनांचं आगर होतं, अशी एकच व्यक्ती होती व ती म्हणजे दरबारी सेठ. तेव्हा सुमंत मुळगावकर हे 'टेल्को'च्या कामात पार बुडालेले होते. 'मुळगावकर यांचा स्वभाव एकट्यानं काम करण्याचा आहे. त्यांना पाहिजे त्या प्रकारे काम करू दिलं, तर ते ती कामगिरी फत्ते करून दाखवितात,' असे उद्गार एकदा टाटांनीच काढले होते. हळूहळू 'टेल्को'चं नाव मुळगावकर यांच्याशी आणि 'टिस्को'चं नाव जेआर्डींशी निगडित झालं. रुसी मोदी यांची चालू असलेली वाटचाल मध्येच रोखण्यात येऊन त्यांना खाणींचं काम पाहण्यासाठी कलकत्त्याला पाठवून देण्यात आलं. त्या वेळचे उदयोन्मुख, तडफदार वकील नानी पालखीवाला यांच्याकडे ए. डी. श्रॉफ यांचं लक्ष गेलं. त्यांनी पालखीवालांना टाटा समूहात सामील करून घेतलं. तेव्हा त्यांचं नाव हळूहळू दुमदुमू लागलं. पण अजून ते गाजू लागलं नव्हतं.

दुसऱ्या बाजूला दरबारी सेठ यांनी 'टाटा केमिकल्स' कंपनीत भरभराट घडवून आणली; व १९६२ मध्ये मिठापूर येथील पाणीटंचाईची परिस्थिती त्यांनी इतक्या कुशलतेनं हाताळली, की ते जणू आख्यायिकाच बनून गेले.

१ जाने., १९२० रोजी पंजाबमध्ये जन्मलेले दरबारी सेठ पंजाब विद्यापीठातून रसायनशास्त्र विषयात बी. एस्. सी. व एम्. एस्सी. झाले होते. तसंच सिनसिनाटी येथूनही त्यांनी एम्. एस्सी. पदवी संपादन केली होती. भारतात येऊन टाटा समूहात दाखल होण्यापूर्वी ते अमेरिकेत 'डाऊ केमिकल्स' या कंपनीत काम करीत होते आणि हॉलंडमध्ये त्यांनी सोडा ॲश कारखाना उभारला होता. परंतु मिठापूर इथं कंपनीच्या वरिष्ठ अधिकाऱ्यांनी त्यांच्या योजनांना फारसं महत्त्व दिलं नाही. मात्र

दरबारी सेठ यांचा उत्साह जे. आर्. डी. टाटा यांच्या लक्षात आला आणि सोडा ॲश कारखान्याची सूत्रं सेठ यांच्याकडे सोपवण्याचा आदेश त्यांनी दिला. 'सेठ यांनी ती जागा जवळजवळ उद्‌ध्वस्त केली; पण परिस्थिती मात्र बदलली,' असं जेआर्‌डी म्हणाले.

टाटा केमिकल्सची पुनर्रचना करण्यापूर्वी सेठ यांनी आपली योजना जेआर्‌डी यांच्यापुढे मंजुरीसाठी ठेवली. वकील यांनी केलेल्या प्रयोगाची पुनरावृत्ती करण्याची जेआर्‌डींची इच्छा नव्हती. त्यांनी सेठना सांगितलं, 'तुम्हीच सगळी योजना आखली आहे. अमेरिकन तज्ज्ञ झोला ड्युएश यांच्याशी सल्लामसलत तुम्हीच का नाही करत?' ही सूचना म्हणजे आपल्यावर दाखविलेला अविश्वास आहे, असं वाटून सेठ दुखावले गेले. पण तरी ते न्यूयॉर्कला गेले. त्यांच्यापाठोपाठ एक आठवड्यानंतर जेआर्‌डी पण अमेरिकेला गेले आणि त्यांनी झोला यांना, 'सेठ यांच्याबद्दल तुमचं काय मत आहे,' अशी विचारणा केली. तेव्हा ते म्हणाले, 'या तरुण माणसाला तुम्ही आणखी आत्मविश्वास दिला पाहिजे. कारण ज्यानं ते एवढं सारं डिझाईन तयार केलं आहे, त्याला माझ्याशी वा दुसऱ्या कोणाशीही सल्लामसलत करायची गरजच नाही.' त्यावर स्मित करीत जेआर्‌डी म्हणाले, 'दरबारी सेठ यांना एका पार्टीमध्ये मी भेटलो. तेव्हा ते फार तणावाखाली असावेत, असं मला जाणवलं. ते एकाकी असून, आपल्या खांद्यांवर ते फार मोठी जबाबदारी उचलीत आहेत. तेव्हा त्यांनी आपल्या योजनेबद्दल तुमच्याशी चर्चा केली, तर त्यांना मनमोकळं वाटेल, असं मला वाटलं.'

१९६० च्या सुरुवातीपर्यंत मिठापूर येथील कारखाना त्याच्या चारशे टन या क्षमतेनुसार चालू होता. पण १९६२ मध्ये पाऊस पडलाच नाही. आणि या कारखान्याला ताजं पाणी पुरविणारे दोन्ही तलाव ऑक्टोबरपर्यंत कोरडे ठणठणीत पडतील, असा धोका निर्माण झाला. सर्व वसाहत खाली करावी लागेल, असा सरकारी अधिकाऱ्यांनी कंपनीला इशारा दिला. माझ्या प्रेतावरच त्यांना मिठापूर कारखाना बंद करता येईल, असं सेठ यांनी जाहीर केलं. अडचणीवर मात करण्यासाठी त्यांनी एक तात्काळ पथक नेमलं. या पथकानं मिशनऱ्यांच्या उत्साहानं कामाला सुरुवात केली. समुद्राचं पाणी खेचून घेण्यात आलं. त्या पाण्याचं शुद्धीकरण करून ते नव्याने घातलेल्या आठ किलोमीटर लांबीच्या पाईप्समधून रहिवाशांना पुरविण्यात आलं. पाण्याचा पुनर्वापर, तसंच, पाणीवापराचं तंत्र सुधारण्यात आलं. त्यामुळे पाण्याचा रोजचा २२ लाख गॅलनचा वापर केवळ ५ लाख गॅलनवर आला. त्यानंतर १ महिन्यानं सेठ यांनी मोठ्या अभिमानानं 'तलावरहित' सप्ताह जाहीर केला. या सप्ताहात कारखाना वा वसाहतीसाठी तवालातून पाणी घेण्यात आलं नाही. त्यांच्या या योजनेच्या यशामुळे त्यांच्या लौकिकात भर पडली.

१९६७ मध्ये सेठ यांनी खत कारखान्याचा प्रस्ताव मांडला. तो जगातील सर्व सोयी असलेला एकमेव परिपूर्ण कारखाना ठरला असता. सौर तथा आण्विक विजेवर आधारित या प्रकल्पानं श्रीमती इंदिरा गांधी एवढ्या प्रभावित झाल्या, की त्या योजनेच्या उद्‌घाटनाला हजर राहण्यासाठी त्या स्वत: मिठापूरला गेल्या. योजनेच्या भव्यतेने त्या भारावून गेल्या. परंतु ही भव्यता हाच या योजनेचा दुर्गुण ठरला. मोटार प्रकल्पाप्रमाणेच सरकारनं हाही प्रकल्प लोंबकळत ठेवला. तो फेटाळण्यात आला. याच्यावर जेआर्‌डी यांचा आरंभी विश्वासच बसला नाही. त्या धक्क्यांतून सावरायला त्यांना अनेक वर्षं लागली. आयुष्याच्या शेवटी शेवटी 'इलस्ट्रेटेड वीकली'चे संपादक प्रीतीश नंदी यांना दिलेल्या एका मुलाखतीत जेआर्‌डी म्हणाले, 'श्रीमती गांधी या प्रकल्पाबद्दल फार उत्साही होत्या. पण परवानगी मिळाली नाही. ती का नाकारली, हे आम्हांला कोणीही सांगितलं नाही. किंबहुना या नकारामुळेच दरबारी सेठ यांना हृदयविकाराचा झटका आला. टाटा समूह हा फार मोठा आहे, हे कारण दाखवून आम्हाला परवानगी नाकारण्यात आली, असं म्हटलं जातं. आम्ही जर बिर्ला वा गोयंका असतो, तर कदाचित आम्हाला मंजुरी मिळाली असती.' अखेर १९८० मध्ये टाटांना खत कारखाना व तेल शुद्धीकरण कारखाना यासाठी परवाना मिळाला. परंतु जेआर्‌डींच्या दृष्टीनं फारच विलंब झाला होता. त्यांच्या आयुष्यातील सर्वोत्कृष्ट वर्षं संपली होती. आता हा प्रकल्प ते नव्हे, तर तरुण अधिकारी अमलात आणणार होते.

नवल टाटा

आपले अर्ज पडून राहतात व नाकारले जातात, म्हणून आलेलं वैफल्य असावं किंवा जमशेदपूर येथे वाढत असलेल्या कम्युनिस्ट कारवायांबद्दल चिंता वाटत असावी अथवा कॉ. एस्. ए. डांगे यांच्या अनुयायांची गिरणी भागातील दादागिरी असावी, काही का कारण असेना, पण जेव्हा नवल टाटा यांनी १९७१ मध्ये काँग्रेस पक्षाविरुद्ध निवडणूक लढवायचा मनोदय जाहीर केला, तेव्हा जेआर्‌डींची प्रतिक्रिया सौम्य होती. दोघांच्याही दृष्टीनं हे पाऊल आगळंवेगळं होतं.

नवल होरमसजी टाटा (१९०४-१९८९) हे जेआर्‌डीपेक्षा ३२ दिवसांनी तरुण होते. परंतु ते प्रख्यात आडनाव घेऊन जन्मले होते. (जेआर्‌डींचं तसं नव्हतं.) देशातील सर्वांत श्रीमंत व शक्तिशाली उद्योगपती कुटुंबाशी त्यांचं लांबचं नातं होतं. त्यांचे पालक लहानपणीच वारले व त्यांचं संगोपन अनाथालयात झालं. ते १३ वर्षांचे असताना अपत्यहीन लेडी नवाजबाई टाटा यांनी त्यांना दत्तक घेतलं. गरिबीतून ते एकदम श्रीमंत वातावरणात आले. 'जणू जादूची कांडी फिरवली गेली व एक परीसारखी गॉडमदर अवतरली,' असं नवल टाटा एकदा म्हणाले.

जेआर्‌डी यांच्याप्रमाणेच नवल आपल्या कौटुंबिक कंपनीत दाखल झाले; परंतु जेआर्‌डी यांची अचाट कार्यशक्ती व त्यांनी समूहाची केलेली फेररचना यामुळे कोण समूहाचं प्रमुख होणार हे उघड होतं. १९३८ मध्ये अध्यक्षपदाची नियुक्ती होणार होती, तेव्हा सर्व जेआर्‌डींना अनुकूल होतं. खुद्द नवाजबाईंनी आपले दत्तक पुत्र नवल टाटा यांचा या पदावरील दावा दूर केला. नवल टाटा 'टाटा सन्स'चे संचालक होतील, एवढी काळजी त्यांनी घेतली. १९४१ मध्ये त्यांना संचालक मंडळात सामील होण्याचं औपचारिक आमंत्रण देण्यात आलं व १९६२ मध्ये त्यांना टाटा समूहाचं उपाध्यक्ष करण्यात आलं.

नवल टाटा तरुणपणीच्या फोटोत नीटनेटके व देखणे दिसतात. ते तेव्हा गडद रंगाचे गॉगल्स वापरत. त्यामुळे ते उत्कंठित वाटत. मध्यम वयात त्यांनी हेतुतःच आपली सौम्य प्रतिमा निर्माण केली. जणू त्यांना आपल्या लहानपणाची बेधडक प्रतिमा पुसून टाकायची होती. मुंबई विद्यापीठातून इकॉनॉमिक्स या विषयाची पदवी मिळाल्यावर ते अकाउन्टिंगमधील अभ्यासक्रम पुरा करायला इंग्लंडला गेले. १ जानेवारी, १९३० रोजी ते टाटा कंपनीत रुजू झाले. आरंभी आपल्या पुतण्याबरोबर जुळवून घेण्याचे जेआर्‌डींनी खूप प्रयत्न केले, असं दिसतं. त्यांनी टाटा समूहाच्या हवाई विभागाचे सचिव म्हणून नवल टाटांची नेमणूक केली. त्यानंतर समूहातील चार कापड गिरण्यांवर त्यांची १९३८ मध्ये नियुक्ती झाली. १९४८ मध्ये ते 'टॉम्को' कंपनीचे व्यवस्थापकीय संचालक झाले. सर होमी मोदी सेवानिवृत्त झाल्यावर नवल टाटा हे तिन्ही वीज कंपन्यांचे, प्रमुख कापड गिरण्यांचे अध्यक्ष बनले. (१९६१). सरकारनं १९६९ मध्ये 'पद्मभूषण' किताब देऊन त्यांचा सन्मान केला.

जेआर्‌डी व नवल टाटा यांच्यांतील संबंध थंडावले, तेव्हा नवल हे मुख्य प्रवाहापेक्षा आंतरराष्ट्रीय मजूर संघटना, एम्प्लॉइज् फेडरेशन ऑफ इंडिया व हॉकी फेडरेशनसारख्या संघटनांच्या कामांत अधिक गुंतून गेले. टाटा समूहात अधिकाऱ्यांनी बॉसकडून कामाचा धडा घेतला व त्यांचं अनुकरण केलं. अशा परिस्थितीत नवल टाटांची परिस्थिती अवघडच झाली असणार. 'जेआर्‌डी नवल टाटांशी काहीसं अन्यायानंच वागत, असं मला वाटे,' असं फ्रान्सिस मेनेझीस म्हणतात. टाटा समूहाबद्दल स्पष्ट व मनमोकळं बोलणाऱ्या फार थोड्या लोकांपैकी मेनेझीस हे एक आहेत.

जेआर्‌डी व नवल टाटा आपापसांतील मतभेद जाहीरपणे प्रकट करणं काटेकोरपणे टाळीत. नवल टाटांबद्दल विचारलं, तर जेआर्‌डी म्हणत, 'आमच्या व्यक्तिगत संबंधांत ते कायमच प्रेमानं वागत, काही कार्यालयीन कामांबाबत आमच्यात मतभेद होते.' तर नवल टाटा याहून अधिक गोलमोल बोलत. 'विविध विषयांवरील

प्रयत्नशील विचारांबद्दल आम्ही जेआर्डी यांचे कृतज्ञ आहोत. आमचा उद्योगसमूह पसरवण्यात व तो चालू ठेवण्यात त्यांचा फार मोठा वाटा आहे,' असं नवल टाटा यांनी 'बिझिनेस इंडिया'ला एकदा सांगितलं होतं. 'टाटा उद्योगाचा उपाध्यक्ष या नात्यानं टाटांच्या जुन्या परंपरा पाळण्याचा मी प्रामाणिकपणे प्रयत्न करतो. तसंच समूहाचा अध्यक्ष या नात्यानं धोरण अमलात आणण्याचा प्रयत्न करतो. माझ्या अध्यक्षतेखालील कंपन्यांच्या बाबतीतील कोणत्याही प्रश्नाच्या संदर्भात त्यांना उत्तर देण्यास मी बांधील आहे.'

नवल टाटा यांनी कधीच स्वतः घालून घेतलेलं संयमाचं बंधन मोडलं नाही. दक्षिण मुंबईतून लोकसभा निवडणूक लढवण्याची घोषणा करण्यापूर्वी त्यांनी जेआर्डी यांची अनुमती घेतली होती. त्यांच्या विरुद्ध खासदार जॉर्ज फर्नांडिस व काँग्रेसचे उमेदवार डॉ.कैलास होते. फर्नांडिस यांच्याविरुद्ध उभं राहणं अगदी धाडसाचं होतं. फर्नांडिस यांचं रेल्वे कामगारांवर वर्चस्व होतं व १९६७ मध्ये स. का. पाटील यांचा त्यांनी निवडणुकीत पराभव केल्यानं त्यांना 'जॉर्ज द जायंट किलर' असं म्हटलं जाई.

फर्नांडिस यांचे टाटा समूहाशी असलेले संबंध गमतीशीर होते. एका बाजूला कामगार नेते म्हणून ते टाटांशी कायम संघर्ष करीत. एकदा त्यांना मुंबईच्या ताजमहाल हॉटेलसमोर मारझोड करण्यात आली होती. फर्नांडिस यांच्याबद्दलच्या दोन घटना नमूद करण्याजोग्या आहेत. त्यातून जेआर्डींची राजकीय जाण व भाबडेपणा दिसतो.

ताजमहालसमोरील झटापटीचं वृत्त समजताच जेआर्डी यांनी लेस्ली सॉवनी यांना फर्नांडिस यांना भेटायला पाठवलं. 'चर्चा झाल्यावर सॉवनी यांनी आपण दोघांनी जेआर्डींच्या कार्यालयात जाऊया, असं सुचवलं. ओळख करून दिल्यावर व हस्तांदोलन झाल्यावर जेआर्डी मला म्हणाले, "मला जेह म्हणत जा" व नंतर मी त्यांना तसंच म्हणू लागलो,' असं फर्नांडिस यांनी सांगितलं.

दुसरा प्रसंग त्यानंतर ९ वर्षांनी घडला. '१९६९ मध्ये मी मुंबईहून निवडून आलो, त्यानंतरची गोष्ट आहे. दिल्लीतील सफदरजंग रोडवरील टाटांच्या अतिथिगृहात एका मित्रानं' जेआर्डींना काही महत्त्वाच्या गोष्टींविषयी चर्चा करायची आहे, असं सांगून आमची भेट ठरविली होती. चहा घेता घेता त्यांनी त्यांची समस्या सांगितली. कम्युनिस्टांनी जमशेदपूर येथे संघटित मोहीम चालवली होती. तेव्हा 'टिस्को' येथील कामगारांचं नेतृत्व तुम्ही का करत नाही, असं त्यांनी विचारलं. मी एखाद्या कंपनीतील संघटनेचं प्रमुखपद स्वीकारीन, ही गोष्ट त्यांच्या डोक्यात कोणी भरवली कोण जाणे! मी त्यांना तसं विचारलं नाही. त्यांची सूचना मी हसण्यावारी नेली. ज्या संघटनेवर कामगारांचा विश्वास असतो, त्याबद्दल बोलणं

बरं, एवढंच मी म्हणालो,’ असं फर्नांडिस यांनी ‘इंडियन एक्स्प्रेस’मधील एका लेखात म्हटलं होतं.

नवल टाटा यांचा स्वभाव पाहता त्यांच्या राजकारणात शिरण्याच्या निर्णयाचं स्पष्टीकरण देता येत नाही. नवल टाटा अपक्ष उमेदवार म्हणून उभे राहिले. शिवसेनेचा पाठिंबा त्यांनी घेतला. त्या वेळी शिवसेनेची जडणघडण चालू होती. १९६६ मध्ये फारशा माहीत नसलेल्या स्थानिक नेत्यांनी ही संघटना स्थापन केली. संघटनेनं १९७१ ची निवडणूक नंतर गांभीर्याने घेतली होती. शिवसेनाप्रमुख बाळासाहेब ठाकरे हे नवल टाटा यांचे प्रमुख प्रचारक होते, असं फर्नांडिस म्हणतात. त्या वेळी फर्नांडिस यांची अनामत रक्कम जप्त झाली. नवल टाटा यांची मात्र अनामत रक्कम वाचली. काँग्रेस उमेदवार डॉ. कैलास निवडून आले. ‘नवल टाटा १९६७ साली उभे राहिले असते, तर कदाचित निवडून आले असते,’ असं ‘मुकुंद आयर्न कंपनी’चे प्रमुख व फर्नांडिस यांचे मित्र श्री. वीरेन शहा म्हणतात. १९७१ साली काँग्रेस पक्षापुढे नवल टाटा यांना वावच नव्हता.

‘स्वच्छ चारित्र्याच्या मंडळींनी राजकारणात शिरलं पाहिजं, ही भूमिका त्यांनी पटवून दिली असं आम्हांला वाटत होतं; पण तरीही नवल टाटा निवडून आले नाहीत,’ असं सनदी अधिकारी (नंतरचे मंत्रिमंडळ सचिव) श्री. भालचंद्र देशमुख म्हणाले. जिनिव्हा येथील आंतरराष्ट्रीय मजूर परिषदेत सरकारचे प्रतिनिधी म्हणून देशमुख यांना हजर राहावं लागे. नवल टाटा हे माझे मित्र व मार्गदर्शक होते, असंही ते म्हणतात. परंतु काँग्रेसच्या उमेदवाराची टाटांशी स्पर्धा असणं, ही गोष्ट इंदिरा गांधींना फारशी सुखावह वाटली नाही. मिनू मसानींचा स्वतंत्र पार्टीतून राजकारणात प्रवेश झाला, तेव्हा नेहरूंचीही हीच भावना होती. नवल टाटा यांनी जेआर्डींनी स्वतंत्र पक्षाला पाठिंबा देऊ नये, असा सल्ला दिला होता. १९७१ मध्ये लोकसभेला उभं न राहण्याचा सल्ला जेआर्डींनी नवल टाटांना दिला होता. या दोघांनी एकमेकांचा सल्ला ऐकायला हवा होता, नाही?

✦

८

सामूहिक संपत्ती

१९७६-७७ मध्ये बिर्ला समूहानं टाटांवर मात करून तो भारतातील पहिल्या क्रमांकाचा समूह ठरला. 'द इकॉनॉमिक टाइम्स'नं केलेल्या भारतातील उद्योगांच्या वार्षिक अहवालानुसार बिर्लांची मालमत्ता १०६५ कोटी होती व त्यांचा पहिला क्रमांक होता. अनेक दशकं पहिल्या क्रमांकावर असलेले टाटा दुसऱ्या क्रमांकावर गेले. त्यांची मालमत्ता ९७५ कोटी होती.

त्या वर्षात बिर्लांनी 'हिंडाल्को', 'ग्रासिम' व इतर अनेक कंपन्यांच्या मालमत्तेचं पुनर्मूल्यांकन करून घेतलं. टाटांवर मात करण्याची ही जी. डी. बिर्ला यांची युक्ती आहे, असं जेआर्डी यांच्या काही मित्रांचं म्हणणं होतं. पण सुमंत मुळगावकर हे पुण्यात अत्यंत आधुनिक मोटार कारखाना उभारत नव्हते काय? सरकारनं त्यासाठी परवाना दिला होता. एकदा या कारखान्यातून ट्रक्स बाहेर पडू लागले, की मग बिर्ला परत दुसऱ्या क्रमांकावर गेले असते. परंतु हा काही केवळ मालमत्तेचा प्रश्न नाही, हे जेआर्डींना ठाऊक होतं.

टाटांची विक्री ११८० कोटी होती; तर बिर्लांची त्याहून जास्त म्हणजे १३०९ कोटी होती. बिर्लांचा एकूण नफा १३० कोटी होता; तर टाटांचा १०७ कोटी होता. तसंच बिर्लांचं एकूण मूल्य (नेटवर्थ) ५४९ कोटी होतं, तर टाटांचं

३६६ कोटी होतं. 'इंडिया टुडे'नं भारताचे भरभराट पावलेले सम्राट, नावाची मुखपृष्ठ कथा प्रसिद्ध केली, परंतु त्यात जे. आर्. डी. टाटांच्या नावाचा अंतर्भाव नव्हता.

जेआर्डी व त्यांचा उद्योगसमूह याबद्दल प्रथमच नाराजीयुक्त कुजबूज ऐकू येऊ लागली. '१९६०-७० या काळात टाटा समूहाची कामगिरी मंदावली; त्याला जेआर्डीच जबाबदार आहेत,' असं या समूहातील अधिकारी खासगीत बोलत असतात, असं इंडिया टुडेचे वार्ताहर चंदर उदयसिंग यांनी लिहिलं. तेव्हा छोटे भागीदारही आक्रमक बनले. खास करून 'टेल्को'च्या कामगिरीबद्दल तर असमाधान होतं. लेलँड या छोट्या कंपनीच्या भागधारकांना जो फायदा मिळतो, त्याच्या निम्मादेखील फायदा 'टेल्को'च्या भागधारकांना मिळत नाही, अशी तक्रार एका गुंतवणूकदारानं केली. तो म्हणाला, समजा, तुम्ही ३१ मार्च, १९७० रोजी 'टेल्को' व 'अशोक लेलँड' या कंपन्यांत प्रत्येकी २५००० रुपये गुंतविले असले, तर दहा वर्षांनंतर 'टेल्को'त त्याचे ५४६१७ रुपये होतील. पण 'अशोक लेलँड'मध्ये मात्र तुम्हाला १,२०,७९९ रुपये मिळतील.

नितीश सेनगुप्ता यांनी टाटा समूहाबद्दल आर्थिक माहिती प्रसिद्ध केली, ती 'इकॉनॉमिक टाइम्स'च्या माहितीपेक्षा वेगळी होती. सेनगुप्ता यांचे आकडे कमतरता सुचवणारे होते. त्यांच्या म्हणण्यानुसार १९७२ मध्ये बिर्लांची मालमत्ता ५७२ कोटी होती. ती १९७८ मध्ये ११७१ कोटी झाली. याचा अर्थ, त्यांचा वार्षिक वाढीचा दर १२.६ टक्के होता. याच काळात टाटांची मालमत्ता ६३५ कोटींवरून ११०२ कोटींवर गेली. व त्यांचा वार्षिक वाढीचा दर ९.६ टक्के होता.

जेआर्डी यांनी केलेल्या अंतर्गत पाहणीनुसार समूहाची खरी प्रगती 'इकॉनॉमिक टाईम्स' व सेनगुप्ता यांच्याही हिशेबापेक्षा कमी होती. परिस्थिती जर वेगळी असती, तर ज्याप्रकारे वाढ झाली असती, त्या तुलनेत सध्या झालेली वाढ म्हणजे काहीच नाही, असे जेआर्डी म्हणाले. रुपयाचं मूल्य कायम आहे, असं समजून विचार केला, तर टाटांच्या वाढीचा खरा दर तीनच टक्के पडेल. १९२३ मध्ये 'टिस्को'ला महायुद्धानंतर प्रथमच विस्तार करायची मुभा मिळाली व उत्पादन १० लाख टनांवर गेलं. त्यानंतर ५५ वर्षांनी म्हणजे १९७८ मध्ये कारखान्याची क्षमता २० लाख टन झाली. १९५० मध्ये जपानमध्ये पोलाद उद्योगाचं उत्पादन एकूण १ कोटी टन होतं. २० वर्षांत ते दहा कोटी टनांवर गेलं. 'याला म्हणतात प्रगती', असे उद्गार जेआर्डींनी काढले होते.

'बिझिनेस स्टँडर्ड'चे संपादक टी. एन्. निनान यांच्या मते, ही सगळी आकडेवारी बनवलेली होती. मक्तेदारी आयोगाला चकवण्यासाठी भारतीय उद्योगपती ही युक्ती वापरत असतात. 'टाटा समूह देशामध्ये आपला आकार मुद्दामच कमी भासवतात आणि आपलं खरं सामर्थ्य इतरत्र दाखवतात,' असं त्यांनी लिहिलंय्. १९७९

साली सरकारनं टाटा समूहाची मालमत्ता १३०९ कोटी असल्याचं जाहीर केलं. पण डिसेंबर, १९७९ मध्ये पॅरिस येथील 'इंटरनॅशनल हेराल्ड ट्रिब्युन' या वृत्तपत्रात खुद्द टाटांनी दिलेल्या जाहिरातीत आपली मालमत्ता २३४० कोटी असल्याचा दावा केला होता. त्यावर खळबळ उडाली. नंतर त्यांची मालमत्ता जणू अदृश्य झाली! कारण त्यानंतर लंडनच्या 'इकॉनॉमिस्ट' साप्ताहिकाला दिलेल्या जाहिरातीत मात्र टाटांनी आपली मालमत्ता केवळ १००० कोटी असल्याचं म्हटलं होतं.

आणीबाणी

खासगी उद्योग हे विकासाचं एक हत्यार आहे की नाही, याबाबत संशयाचं वातावरण असल्यानं भारतानं फार मोठी संधी गमावली, असे उद्‌गार एकदा जेआर्‌डींनी काढले होते. इंदिरा गांधींच्या काळात टाटांचे अर्ज का रेंगाळत राहत, हे मात्र त्यांनी सांगितलं नाही.

खत कारखान्याला परवानगी द्यावी, म्हणून दरबारी सेठ हे इंदिरा गांधींचं मन वळवू शकले नाहीत आणि सुमंत मुळगावकर यांच्या मोटार प्रकल्पाच्या प्रस्तावाचाही विचार करण्यास सरकारी अधिकाऱ्यांनी नकार दिला. असे तडाखे बसले, तरी जे. आर्. डी. टाटा हे इंदिरा गांधींचे एकनिष्ठ पाठीराखे होते. इंदिरा गांधींनी जेव्हा आणीबाणी जाहीर केली, तेव्हा त्यांची लोकप्रियता एकदम घसरली. त्या वेळी जेआर्‌डी यांनी मात्र त्यांना केवळ पाठिंबाच दिला नाही, तर न्यूयॉर्कच्या एका वृत्तपत्राला मुलाखत देताना त्यांनी सांगितलं, 'भारताच्या दृष्टीनं आणीबाणी चांगली होती. त्या काळात आगगाड्या कशा वेळेवर धावत असत.'

'हिंदुस्थान टाइम्स'ला दिलेल्या मुलाखतीत त्यांनी आणीबाणीच्या काळातील पुरोगामी दृष्टिकोनाचं कौतुक केलं. 'त्या काळात शिस्तीचं, उत्पादकतेचं, औद्योगिक शांततेचं, किमतीच्या स्थैर्याचं व वेगवान आर्थिक विकासासाठी आवश्यक असलेल्या सहभागाचं वातावरण निर्माण झालं.' मानवी अधिकार व स्वातंत्र्याच्या अनेक ऐतिहासिक जाहीरनाम्यांनी व लोकशाहीच्या पाश्चिमात्य कल्पनांनी भारावून गेलेल्या काही बुद्धिजीवी वर्गाला आणीबाणीचा क्लेशकारक अनुभव आला, हे त्यांनी मान्य केलं. परंतु 'भारतातील साठ कोटी लोकांच्या दृष्टीनं हक्काच्या स्वातंत्र्यापेक्षा काम करण्याचं व चांगलं जीवन कमावण्याचं स्वातंत्र्य महत्त्वाचं होतं,' असंही जेआर्‌डी म्हणाले.

'बियॉन्ड द लास्ट ब्लू माउंटन' हे पुस्तक लिहीत असताना लाला यांनी जेआर्‌डींना, तुम्हाला टाटांच्या सुरक्षिततेची काळजी होती, म्हणून तुम्ही आणीबाणीला पाठिंबा दिला काय? किंवा श्रीमती इंदिरा गांधी यांचा दृष्टिकोन टाटांच्या विरुद्ध बनत चालला होता, म्हणून तुम्ही आणीबाणीला पाठिंबा दिला काय?'– असा प्रश्न विचारला. त्यावर टाटा यांनी, 'मुळीच नाही, त्यापेक्षा वातावरणात शिस्तीचा जो

अभाव जाणवत होता, त्याची मला अधिक चिंता वाटत होती,' असं उत्तर दिलं. तरीही लाला पुढं म्हणाले, 'तुमच्यासारख्यानं असं विधान करावं, याचं आश्चर्य वाटतं. खटले न चालवता अनेकांना तुरुंगात टाकणाऱ्या व वर्तमानपत्रांवर निर्बंध घालणाऱ्या राजवटीला तुमच्यासारख्या विचारांची व्यक्ती पाठिंबा कशी देऊ शकते?' खरंतर जेआर्‌डी यांच्या विधानाचा लाला यांना वेगळा धक्का बसायचं कारण नव्हतं. कारण पूर्वी जेआर्‌डींनी मुसोलिनीचीही एकदा प्रशंसा केली होती. ते म्हणाले होते, 'बेनिटो मुसोलिनी महामूर्ख आहे, असं माझं मत होतं. पण निदान त्यानं काहीतरी करून दाखवलं. कम्युनिस्ट प्रचंड नुकसान करीत होते, हे विसरू नका. पण मुसोलिनी सत्तेवर आला, तेव्हा परिस्थिती पालटली. आगगाड्या वेळेवर धावू लागल्या.'

भारतात आणीबाणी लागू व्हायला अलाहाबाद उच्च न्यायालयातील एक खटला कारणीभूत ठरला. १९७१ साली इंदिरा गांधी लोकसभेवर निवडून आल्या होत्या. त्यांच्या या निवडणुकीला आव्हान देणारा अर्ज न्यायालयात करण्यात आला होता. पण निकाल त्यांच्या विरुद्ध गेला. तेव्हा त्यांनी याविरुद्ध सर्वोच्च न्यायालयात अपील केलं. प्रख्यात वकील व टाटा कंपनीचे संचालक नानी पालखीवाला यांनी आपलं वकीलपत्र घ्यावं, अशी विनंती श्रीमती इंदिरा गांधी यांनी केली. २३ जून, १९७५ रोजी सर्वोच्च न्यायालयात पालखीवाला यांनी बाजू मांडली. निकाल आपल्याच बाजूनं लागणार, अशी खात्री असल्यानं ते दुसऱ्याच दिवशी मुंबईला परतले. 'सर्वोच्च न्यायालयात मी जिंकलो व इंदिरा गांधी यांना पंतप्रधान म्हणून काम करण्यास मुभा देण्यात आली. परंतु ४८ तासांच्या आत त्यांनी आणीबाणी जाहीर केली,' असं पालखीवाला म्हणतात. इंदिरा गांधी यांनी असं का केलं, याचं कोडं त्यांना अद्याप उलगडलेलं नाही.

याबाबतीत जेआर्‌डी व पालखीवाला यांच्यांत मतभेद होते. पालखीवाला एवढे संतापले होते, की त्याच दिवशी इंदिरा गांधींचं वकीलपत्र सोडून देण्याचा त्यांचा विचार होता. पण त्यामुळे टाटांच्या संचालकांमध्ये घबराट पसरली. कारण त्यामुळे टाटा उद्योगसमूहावर इंदिरा गांधींचा रोष होईल, अशी भीती त्यांना वाटत होती. जेआर्‌डींनी कंपनीच्या संचालक मंडळाची बैठक तातडीनं बोलावली. त्या बैठकीत पालखीवाला यांनी वकीलपत्र सोडू नये, अशी विनंती संचालकांनी केली. जेआर्‌डी यांनी काहीही मत व्यक्त केलं नाही; पण खासगीत मात्र त्यांनी पालखीवाला यांना, 'तुमचा विचार मला मान्य नाही,' असं स्पष्टपणे सांगितलं होतं. पण त्याचवेळी, आपल्या निकटच्या सहकाऱ्याला त्याच्या सदसद्‌विवेकबुद्धीला अनुसरून काही करावयाचं असेल, तर त्याला रोखण्याचा आपल्याला नैतिक अधिकार नाही, असंही टाटांना वाटत होतं. या बैठकीनंतर पालखीवाला थेट आपल्या कार्यालयात गेले व त्यांनी एका वाक्याचं प्रसिद्धिपत्रक वृत्तपत्रांना दिलं. आपण इंदिरा गांधी यांचं

वकीलपत्र परत करीत आहोत, असं पालखीवाला यांनी त्यात म्हटलं होतं. जेआर्डी हे खरे लोकशाहीवादी होते. आपल्या कंपनीतही ते लोकशाही पाळीत, असं पालखीवाला म्हणतात.

हा धक्का सौम्य करण्याचा प्रयत्न जेआर्डी यांनी केला. काही दिवसांपूर्वीच म्हणजे १३ जून रोजी जेव्हा इंदिरा गांधी अत्यंत तणावाखाली होत्या, तेव्हा जेआर्डी त्यांना म्हणाले होते, 'सरकारी धोरणं मला कधीकधी पसंत नसली, तरी त्यामुळे तुमच्याबद्दलच्या आदरभावात कधीही उणेपणा आलेला नाही. पालखीवाला यांनी वकीलपत्र परत केल्यानंतर जेआर्डी शहारुख ए. साबावाला यांच्याबरोबर दिल्लीला इंदिरा गांधींना भेटायला गेले. तेव्हा वातावरण एकदमच थंड होतं. टाटांचे काही संचालक आपल्या व आपल्या धोरणाविरुद्ध आहेत, असा आरोप श्रीमती इंदिरा गांधी यांनी केला. आपल्या सरकारविरुद्ध वैरभावना निर्माण करण्याचं टाटा हे केंद्रच आहेत, या त्यांच्या आरोपांनी जेआर्डींना धक्काच बसला व ते अतिशय दुखावले गेले. परंतु १९७७ च्या निवडणुकीत टाटांनी काँग्रेस पक्षाला पाऊण कोटी रुपयांची देणगी दिली. इंदिरा गांधी स्वत:च निवडणूक हरल्या, तेव्हा जेआर्डी यांनी स्वहस्ताक्षरात पुढील पत्र पाठविलं, 'गेल्या काही दिवसांत माझ्या मनात तुमचाच विचार तरळत आहे. तुम्हांला जो शारीरिक व भावनिक ताण सहन करावा लागत असेल, त्याची मी कल्पना करू शकतो. तुमच्या या कसोटीच्या काळात तुम्ही निभावून जाल, अशा माझ्या व थेली यांच्या सदिच्छा.

काही दिवसांनी जेआर्डींचं सांत्वन करायची पाळी इंदिरा गांधींवर आली. जनता राजवटीत पंतप्रधान मोरारजी देसाई यांनी 'एअर इंडिया'च्या अध्यक्षपदावरून जेआर्डींनां काढून टाकले. १९८० साली इंदिरा गांधी परत सत्तेवर आल्या, तेव्हा त्यांनी जेआर्डी यांची 'एअर इंडिया'च्या संचालक मंडळावर नेमणूक केली, पण त्यांना परत अध्यक्ष काही केलं नाही. जेआर्डींच्या मनाला ते लागून राहिलं असावं. श्रीमती इंदिरा गांधींच्या निधनानंतर त्यांच्याशी असलेल्या संबंधांबद्दल जेआर्डी म्हणाले, 'मी बोलत असताना श्रीमती गांधी काहीतरी कागदावर रेखाटत बसत; वा पाकिटं फोडून त्यातील पत्रं बाहेर काढत व माझ्याकडे दुर्लक्ष करीत. काहींना वाटतं, की माझा सरकारदरबारी मोठा दबदबा आहे. पण एवढ्या वर्षांत अगदी एकदा सुद्धा श्रीमती इंदिरा गांधी यांनी "जेह, तुम्हाला काय वाटतं?" असं मला कधी विचारलं नाही. आमच्या दोघांत समान असं काही नव्हतं. आम्ही कधी टेबलाखालून पैसे दिले नाहीत. काँग्रेस पक्षाला देणगी दिलं म्हणजे झालं. मग तुम्हाला हवे ते परवाने मिळत. त्या वेळी तसंच धोरण होतं.'

१९७० च्या दशकात अनेक कंपन्यांनी नवे कारखाने सुरू करण्याचे व जुन्या

कारखान्यांचं आधुनिकीकरण करण्याचे प्रस्ताव पाठवले होते. परंतु त्यांतील बहुतेक अर्ज केराच्या टोपलीत गेले, असं टाटांच्या एका अधिकाऱ्यानं सांगितलं. आपले चार अर्ज इंदिरा गाधींनी नाकारले, याचं टाटा समूहाला विशेष दुःख झालं. ते चार प्रस्ताव असे : 'एसीसी' कंपनीचा एक दशलक्ष टन क्षमतेचा सिमेंट कारखान्याचा प्रस्ताव, 'टाटा वीज कंपन्यां'चा ५०० मेगा वॅट अधिक वीजनिर्मिती केंद्र उभारण्याचा प्रस्ताव, 'टिस्को'चा आधुनिकीकरण करण्याचा प्रस्ताव आणि 'टेल्को'च्या ट्रकसाठी असलेली प्रतीक्षायादी कमी व्हावी, म्हणून ३६००० ट्रकची उत्पादन-क्षमता वाढवून ती ५६००० वर नेण्याचा प्रस्ताव.

जॉर्जबरोबरची देवाणघेवाण

गमतीची गोष्ट म्हणजे, जनता राजवटीत उद्योगमंत्री जॉर्ज फर्नांडिस यांनी हे सर्व मौलिक परवाने टाटांना दिले. सिमेंट उद्योग मुक्त करण्याचा फर्नांडिस यांनी निर्णय घेतला. त्यामुळे 'एसीसी'ला परवानगी मिळाली. ५०० मेगावॅट वीजनिर्मिती केंद्र उभारायला 'टाटा वीज कंपनी'ला कशी परवानगी मिळाली, हे तर उद्योगपती आणि राजकारणी यांच्यांत असलेल्या संबंधाचं द्योतक आहे.

१९७१ च्या निवडणुकीत इंदिरा गांधी यांचा भरघोस विजय झाल्यावर टाटांनी आपल्या वीजकंपनीच्या विस्तारासाठी अर्ज केला होता. तेव्हा या वीज कंपन्यांचे प्रमुख नवल टाटा होते. त्यांनी दक्षिण मुंबईतून आपल्या पक्षाच्या उमेदवाराविरुद्ध निवडणूक लढवली होती, हे इंदिरा गांधी विसरणं कधीच शक्य नव्हतं. १९७७ साली जनता पक्ष सत्तेवर आला, तेव्हा टाटांचा अर्ज फेरविचारार्थ आला. 'तो फेटाळावा, अशी जॉर्ज फर्नांडिस यांची सर्वप्रथम प्रतिक्रिया होती,' असं वीरेन शहा म्हणतात. 'तुम्ही या निर्णयाचा फेरविचार करावा; या नव्या वीजकेंद्रामुळे जेआर्डी किंवा नवल टाटा यांच्या श्रीमंतीत एका रुपयाही भर पडणार नाही. उलट, मुंबईतील शेकडो लघुउद्योगांना त्यामुळे वीज मिळेल, असं मी फर्नांडिस यांना सांगितलं. मला वाटतं, त्यांनी माझं हे म्हणणं स्वीकारलं.'

महाराष्ट्राला वीजटंचाईचा जणू रोगच जडला होता. वीजनिर्मितीत जादा गुंतवणूक करण्याआधी त्याची समर्थनीयता फर्नांडिस यांना पटायला हवी होती. पण टाटांना हिरवा कंदील दाखवण्याआधी त्यांनी, हे वीजकेंद्र सार्वजनिक क्षेत्र उभारू शकेल काय, याची चाचपणी केली. फर्नांडिस यांनी त्यावेळचे महाराष्ट्राचे मुख्यमंत्री वसंतदादा पाटील यांना फोन केला व टाटांचा अर्ज बरेच दिवस रेंगाळत पडला आहे, असं सांगून 'महाराष्ट्र राज्य वीज मंडळ' हे केंद्र उभारायला तयार आहे काय, अशी विचारणा केली. पण वसंतदादांनी ठाम नकार दिला. तेव्हा 'राष्ट्रीय औष्णिक विद्युत महामंडळा'नं हा प्रकल्प हाती घ्यावा, म्हणूनही

फर्नांडिस यांनी प्रयत्न केला; पण त्यालाही यश आलं नाही. फर्नांडिस म्हणतात, 'मग मी नवल टाटा यांना फोन केला व अजूनही तुमच्या अर्जात तुम्हाला स्वारस्य आहे काय, अशी चौकशी केली. त्यांचं उत्तर काय असेल, याची कल्पना होती; परंतु नवल टाटा यांची जी धक्कादायक प्रतिक्रिया होती, ती मला अपेक्षित नव्हती. बरोबरच आहे म्हणा. मी फोन करून असा सरळ प्रश्न विचारीन, असं त्यांना वाटलं नसणार! ते काहीतरी अस्पष्ट पुटपुटले. मी त्यांना सांगितलं, या प्रकल्पात टाटांना अजून रस असेल, तर कोणालातरी दिल्लीला पाठवा व परवानगी घेऊन जा. दुसऱ्याच दिवशी सकाळी स्वतः नवल टाटा उद्योग भवनातील माझ्या कार्यालयात आले व त्यांनी माझे आभार मानले. एवढी वर्षं तुमचा अर्ज मंजूर न होण्याचं काय कारण होतं, असं मी त्यांना विचारलं, तेव्हा त्यांनी एकही शब्द न उच्चारता हातानं 'पैसा' अशी सांकेतिक खूण केली. कोणत्या पातळीवर पैशाची मागणी केली गेली, असं मी विचारलं, तेव्हा ते हसतच राहिले. मला त्यांची अडचण समजत होती. पण नुकसान झालं, तरी पैसे देऊन मर्जी खरेदी करायची नाही, असं टाटांचं धोरण आहे. जेह यांनी ही संस्कृती आपल्या उद्योगात रुजवली होती.'

टाटांना त्यांचं वीजकेंद्र मिळालं. पण उद्योगमंत्री जसं देऊ शकतात, तसं घेऊही शकतात. टाटांच्या गळ्यातील कंठमण्यावर फर्नांडिस यांचा डोळा होता. १९६९ साली जमशेदपूर येथील टाटा वर्कर्स युनियनचं नेतृत्व फर्नांडिस यांनी करावं, अशी ऑफर जेआर्डी यांनी दिली होती. आता फर्नांडिस यांची पाळी होती. त्यांनी टाटांना बोलावून घेतलं आणि सार्वजनिक क्षेत्रातील नव्या पोलाद कंपनीचं अध्यक्षपद स्वीकारण्याची विनंती केली. टाटांनी अर्थातच नकार दिला. फर्नांडिस यांचा वेगळा डाव होता. संकल्पित सार्वजनिक क्षेत्रातील नव्या पोलाद कंपनीचा एक भाग म्हणून 'टिस्को' कारखाना राहणार होता. याचाच अर्थ, फर्नांडिस यांना 'टिस्को' कंपनीचं राष्ट्रीयीकरण करायचं होतं. खरं तर, 'टिस्को'चं राष्ट्रीयीकरण करण्याची कल्पना जनता राजवटीतील केंद्रीय पोलाद मंत्री श्री. बिजू पटनाईक यांची होती. आपल्या या कल्पनेस त्यांनी फर्नांडीस यांचा पाठिंबा मिळवला होता. १९७४ मध्ये 'टिस्को'चे कार्यकारी संचालक बनलेले रुसी मोदी यांनी बिजू पटनाईक यांचा अपमान केला व त्यानं ते खवळले होते, अशी एक अफवा पसरली होती. तर तरुणपणी पटनाईक यांनी ओरिसातील बारबिल इथं कच्च्या लोखंडाचा कारखाना उभारण्याचा प्रयत्न केला होता, तेव्हापासून त्यांच्या मनात टाटांबद्दल अढी आहे, असंही म्हटलं जात होतं.

एका कल्पनेतून इतर कल्पना जन्म पावू लागल्या. 'जॉर्ज फर्नांडिस यांचा देशातील सर्व मोटर उद्योग एका छत्राखाली आणायचा विचार होता. त्यांनी मला

दिल्लीला बोलावून या नवीन कंपनीचं अध्यक्षपद देऊ केलं,’ असं राहुल बजाज म्हणतात. अर्थात, बजाज ऑटोच्या राष्ट्रीयीकरणाची कल्पना बजाज यांना पसंत पडणारी नव्हती. तेव्हा त्यांनी फर्नांडिस यांची ऑफर नाकारली. तसंच, त्यांची मोटार उद्योग एक करण्याची योजना इतरांनीही हाणून पाडली.

पटनाईक व फर्नांडिस व त्यांच्या मंत्रिमंडळातील अन्य कोणीही राष्ट्रीयीकरणाचा गांभीर्यानं विचार केला नाही. ‘टिस्को’ ही उत्तम व्यवस्थापन असलेली कंपनी होती व तिच्यात अस्थैर्य निर्माण करण्याचं काही कारणही नव्हतं; अशा कारवाईचं संसदेत व संसदेबाहेर समर्थन करणं पटनाईक व फर्नांडिस यांना फार जड गेलं असतं.

या संदर्भात फर्नांडिस म्हणतात, ‘मी व बिजू– आम्ही दोघांनी उद्योग भवनात बसून ‘टिस्को’च्या राष्ट्रीयीकरणाची योजना आखली. जेआर्डींनी आम्हांला साथ द्यावी, अशी आमची इच्छा होती. एके दिवशी बिजू पटनाईक यांच्या कार्यालयात सॅन्डविचेस् खाता-खाता आम्ही जेआर्डींना आमची योजना सांगितली. पटनाईक यांनी जेआर्डींच्या मनातल्या देशभक्तीच्या भावनेलाच आवाहन केलं. देशातील प्रचंड पोलाद क्षेत्रावर टाटांच्या तज्ज्ञांनी देखरेख ठेवली, तर ते देशहिताचंच होईल. टाटा केवळ ‘टिस्को’चे नव्हे, तर एकूणच पोलाद क्षेत्राचे (जो सर्व सार्वजनिक क्षेत्रात असेल) प्रमुख बनतील, असंही आम्ही त्यांना सांगितलं.

‘आमच्या बोलण्यानं जेह चकित झाले; पण त्यांनी संघर्षाचा पवित्रा त्या वेळी घेतला नाही. मला वाटतं, ‘टिस्को’च्या राष्ट्रीयीकरणाच्या कल्पनेचा आम्ही ज्या गांभीर्यानं पाठपुरावा करीत होतो, ते पाहून बहुधा टाटा अवाकच झाले असावेत. त्यांच्या तोंडून शब्दच फुटेना. परंतु काही दिवसांनी टाटांनी संघर्षाचा पवित्रा घेतला. यापूर्वी कधीही टाटा साम्राज्यानं इतक्या निकरानं झुंज दिली नसावी,’ असं फर्नांडीस म्हणाले.

फर्नांडिस व पटनाईक यांनी जेआरडींना इतक्या सहजपणे हा प्रस्ताव द्यायला नको होता. ‘एअर इंडिया’च्या राष्ट्रीयीकरणामुळे बसलेल्या धक्क्यातून जेआर्डी कधीच पूर्णत: सावरले नाहीत व विमान वाहतुकीनंतर त्यांचा अत्यंत प्रिय विषय होता, पोलाद. सरकारच्या या संकल्पित कारवाईच्या विरुद्ध देशभरातील वर्तमानपत्रांतून बरेच लेख प्रसिद्ध झाले. राष्ट्रीयीकरणाच्या विरुद्ध माहितीपत्रकं मोठ्या प्रमाणात वाटण्यात आली. ‘बॉम्बे हाऊस’मधील अध्यक्षांचं कार्यालय व जमशेदपूर येथील ‘टिस्को’ कारखाना यांच्यांतील टेलिफोनची हॉटलाईन सतत बिझी होऊ लागली. टाटा वर्कर्स युनियननं पंतप्रधान मोरारजी देसाई यांना तार पाठवून आपला निषेध नोंदवला. तो असा,

पंतप्रधान, नवी दिल्ली

केंद्र सरकार 'टिस्को'चं राष्ट्रीयीकरण करण्याच्या विचारात आहे, अशा आशयाच्या बातम्या वृत्तपत्रांत वाचून टाटा वर्कर्स युनियनच्या कार्यकारिणीला गंभीर काळजी वाटत आहे. सर्व पोलाद कारखान्यांत 'टाटा स्टील'ची कामगिरी सर्वोत्तम आहे. गेली चार दशकं मालक-कामगार संबंध सलोख्याचे आहेत. सरकारच्या संभाव्य कारवाईबद्दल कामगारांत तीव्र नाराजी आहे, तेव्हा अंतिम निर्णय घेण्यापूर्वी आम्ही वर नमूद केलेल्या गोष्टींचा विचार करावा. अशी विनंती.

व्ही. पी. गोपाल
अध्यक्ष, टाटा वर्कर्स युनियन, जमशेदपूर
४ ऑक्टो. १९७८

कामगारांकडून मिळालेला असा उत्स्फूर्त पाठिंबा पाहून जेआर्‌डी भारावूनच गेले. त्यानंतर अनेक वर्षांनी बोलताना जेआर्‌डी म्हणाले– जेव्हा 'बिजू पटनाईक व फर्नांडिस यांनी 'टिस्को'च्या राष्ट्रीयीकरणाचा प्रस्ताव मांडला व त्यावर गांभीर्यानं विचार चालू होता, तेव्हा जमशेदपूरमध्ये संतापाची लाट उसळली. आम्ही काहीच केलं नाही. कामगार संघटनेनं संतप्त होऊन पंतप्रधानांना तार पाठविली. निषेध सभा होऊ लागल्या. काही गोष्टी अशा असतात, की ज्यांचं स्पष्टीकरण करता येत नाही. तो भावनेचा प्रश्न असतो. त्या एकात्मतेच्या भावनेनंच एवढी वर्षं आम्हांला जिवंत ठेवलं.'

'टिस्को'च्या प्रश्नावर उठलेल्या वादळामुळे जनतेचं लक्ष वेधलं गेलं, पण फर्नांडिस म्हणतात, त्याप्रमाणे, 'टाटांनी आमच्यावर मात केली नाही. मोरारजी देसाई यांनी हस्तक्षेप केला व 'टिस्को'चं राष्ट्रीयीकरण करण्याचा आमचा बेत हाणून पाडला.'

नानी पालखीवाला

एक असामान्य वक्ते आणि शब्दांचा खेळ करण्यात तरबेज असलेले नानी पालखीवाला (जन्म १९२०) १९६१ साली योगायोगानंच टाटा समूहात दाखल झाले. तेव्हा हौशी व्हायोलिन वादक असलेल्या पालखीवाला यांचं फोरम ऑफ फ्री एंटरप्राईजला भाषण होतं. फोरमचे अध्यक्ष व टाटांचे एक स्नेही ए. डी. श्रॉफ यांनी त्यांना आमंत्रित केलं होतं. त्यांच्या भाषणानं प्रभावित झालेल्या श्रॉफ यांनी पालखीवाला हे कायदे सल्लागार जे. डी. चोकसी यांच्या जागी काम करू शकतील, असं जेआर्‌डींना सुचवलं. ३० वर्षं काम केलेले चोकसी यांनी निवृत्त होण्याची

इच्छा दाखवली होतीच. पालखीवाला यांची 'टाटा'त सपाट्यानं प्रगती होत गेली व दहा वर्षांतच जेआर्डी यांच्या शेजारीच त्यांचं कार्यालय उभारण्यात आलं. पालखीवाला यांच्या रूपानं एक मित्रच मिळाला, असं जेआर्डींना वाटलं.

१९७० च्या काळात समूहामधील अनेक कायदेशीर समस्यांमुळे पालखीवाला यांचं महत्त्व वाढलं. त्या वेळी 'ग्रेट ईस्टर्न शिपिंग कंपनी'चे कै. वसंत शेठ म्हणाले त्यानुसार, करविषयक एवढे कायदे होते की, करनियोजन करणं हे व्यवस्थापनाचा २५ ते ३० टक्के वेळ घेत होतं. करविषयक कायद्यांचं पालखीवाला यांना उत्तम ज्ञान होतं. त्यामुळे टाटा कंपन्यांना त्यांचा सल्ला स्वस्तात मिळू लागला. त्यात आश्चर्य वाटण्याजोगं काहीच नव्हतं. कारण २८ वर्षांचे असतानाच पालखीवाला यांनी 'लॉ ऑफ प्रॅक्टिस ऑफ इन्कम टॅक्स' हे पुस्तक लिहिलं होतं. लौकरच रुसी मोदी, सुमंत मुळगावकर व दरबारी सेठ यांनाही झाकोळून टाकणारा त्यांचा प्रभाव दिसू लागला. मॅनेजिंग एजन्सी रद्द झाल्यानंतर टाटा समूहाची पुनर्रचना करण्यात पालखीवाला यांनी महत्त्वाची भूमिका पार पाडली. मॅनेंजिंग एजन्सी पद्धत रद्द झाल्यानं टाटांपुढे मोठ्या समस्या उभ्या राहिल्या. कारण टाटांच्या ७४ टक्के कंपन्या मॅनेजिंग एजन्सीज् चालवत होत्या. (थापर समूहात ४५ टक्के, बांगूर समूहात ४५ टक्के, बिर्ला समूहात ८२ टक्के व मार्टिन बर्नमध्ये तर ९१ टक्के कारभार मॅनेजिंग एजन्सीच्या मार्फत चालत असे.)

टाटा उद्योगसमूहाचं त्या वेळी व आताही हृदय आहे 'टाटा सन्स'. १८६८ साली एक खासगी व्यापारी कंपनी म्हणून ती स्थापन करण्यात आली. त्या वेळी तिचं भांडवल होतं केवळ २१ हजार रुपये. १९१७ साली तिचं 'टाटा सन्स ॲन्ड कं. लि.' नावाच्या खासगी प्रा. लि. कंपनीत रूपांतर करण्यात आलं. तेव्हा भांडवल १.१७ कोटी रुपये होतं. १९७१ मध्ये तिचं पुन्हा नामांतर करून 'टाटा सन्स लिमिटेड' असं नाव ठेवण्यात आलं व तिचं भांडवल २.२५ कोटींवर नेण्यात आलं. १९४५ मध्ये तिची 'टाटा इंडस्ट्रीज लिमिटेड' ही सहकंपनी स्थापन केली. या दोन कंपन्या टाटांच्या बहुतेक कंपन्यांच्या मॅनेजिंग एजन्ट्स म्हणून काम पाहत.

मॅनेजिंग एजन्सी पद्धत रद्द झाल्यानं जेआर्डीना धक्काच बसला. कारण त्यांचं समूहातील कंपन्यांवर खरं नियंत्रण त्यांच्याच मार्फत होतं. आपल्या व्यवस्थापनाखालील आपल्या कंपन्यांतील कुटुंबाचा हिस्सा त्यांनी अगदी कमी होऊ दिला होता; असं होऊ देणं शहाणपणाचं नव्हतं, कारण त्याचा भविष्यात विपरित परिणाम होऊ शकला असता.

वरवर पाहता मॅनेजिंग एजन्सी पद्धत रद्द केल्यानं इतर उद्योगांची जेवढी हानी झाली, तशी टाटांची हानी झाली असं दिसत नव्हतं. नव्या कायद्यामुळे अहमदाबादमध्ये तर काही कंपन्यांचं दिवाळं निघालं. त्यातील भागीदार आपले पैसे घेऊन बाहेर

पडले. कारण सरकारनं केवळ मुख्य भागीदारांचीच व्यवस्थापकीय संचालक म्हणून नेमणूक करण्यास संमती दिली. सर्व देशभरातील मॅनेजिंग एजन्सी कंपन्यांतील मोठ्या प्रमाणावरील अधिकारी व कर्मचारी यांना कामावरून कमी करणं किंवा ज्यांचं व्यवस्थापन करत होते, त्या कंपनीत त्यांना नेमणं असे दोनच पर्याय उरले होते, परंतु या दोन्हीला कर्मचाऱ्यांनी विरोध केला.

नव्या परिस्थितीत व्यवसाय करण्यासाठी टाटा समूह झगडत होता. आपलं महत्त्व व अधिकार कमी करण्यास जेआर्‌डींचा विरोध होता; पण त्याला नाइलाज होता. समूहातील प्रत्येक कंपनीची फेररचना करून व्यवस्थापकीय संचालक नेमणं भागच होतं.

हे काम फारच प्रचंड होतं. १९७० साली या समूहात सुमारे पन्नास उत्पादन कंपन्या व शंभराहून अधिक गुंतवणूक, उप व सह कंपन्या होत्या. याचा अर्थ, शंभरहून अधिक संचालक शोधायला हवे होते. त्यांच्यासाठी संपर्क साधायला हवा होता, त्यांची नावं संमत करून घ्यायला हवी होती. मक्तेदारी नियंत्रण कायद्यातील तरतुदींमुळे हे करणं आवश्यक होतं. अनेक कंपन्यांचे संचालक समान असतील, तर त्या कंपन्यांचा मक्तेदारी नियंत्रण मंडळ एकत्रित विचार करणार होते. या गुंतागुंतीच्या प्रक्रियेत सर्वसाधारण जेआर्‌डी हे व्यवस्थापकीय संचालकाची नेमणूक करीत. त्यांनी समूहाबाहेरच्या व्यक्तीही नेमल्या. आपल्या कुटुंबातील कोणाला न नेमण्याची काळजी घेतल्याबद्दल सरकारी अधिकाऱ्यांनी जेआर्‌डीचं कौतुक केलं. हे बिर्लांच्या अगदी उलट होतं. बिर्लांच्या कंपन्यांत एक-दोन कुटुंबीय संचालक म्हणून होतेच. ते अध्यक्ष, उपाध्यक्ष अशा सेवेतून नेमलेल्या अधिकाऱ्यांच्या मार्फत खरी सत्ता चालवीत.

मॅनेजिंग एजन्सी पद्धतीचा अंत व कंपन्यातील टाटा कुटुंबीयांचा असलेला छोटा हिस्सा यांचा पालखीवाला यांच्या सल्ल्यानुसार मक्तेदारी मंडळाला तोंड देण्यासाठी अनुकूल वापर करून घेतला गेला. टाटा कंपन्या या व्यवस्थापकीय तज्ज्ञांकडून चालवल्या जात असून त्या स्वतंत्र आहेत, व जेआर्‌डी केवळ अर्धवेळ अध्यक्ष आहेत, असा त्यांना दावा करता आला. पालखीवाला यांनी टाटा समूहातून 'एसीसी', 'टाटा फिन्ले' (नंतर 'टाटा-टी' नावाने ओळखण्यास जाऊ लागली.) व अन्य काही कंपन्या वेगळ्या केल्या.

ही पार्श्वभूमी लक्षात ठेवून जेआर्‌डी यांनी कलकत्त्याच्या 'संडे हिंदुस्थान स्टँडर्ड'ला मुलाखत देताना सांगितलं की, 'कंपन्या 'टाटा' हे नाव वापरतात, तेव्हा ते एका परंपरेचा वारसा चालवतात. 'टी' हे अक्षर दर्जाचं प्रतीक बनलं आहे, पण आपल्याला आदेश दिला जात आहे, असं कोणाही कंपनीनं समजू नये. मला वाटतं की, एकमेकांशी सल्लामसलत करून या कंपन्या समान कामगारविषयक व व्यापारविषयक

धोरणांची अंमलबजावणी करतील. प्रत्येक कंपनीनं मी अध्यक्ष असलो, तरी सरकारशी असलेल्या आपल्या संबंधाचा स्वत: विचार करावयाचा आहे. मात्र टाटांची परंपरा व मार्ग पाळणं, त्यांना अत्यावश्यक आहे.'

१९८०-९० च्या सुमारास घेतलेल्या अत्यंत काळजीचं निष्काळजीपणात रूपांतर झालं. मक्तेदारी नियंत्रण कायद्याचा प्रभाव कमी करण्यासाठी जेआर्डी व पालखीवाला यांनी आखलेलं धोरण 'बूमरॅंग' झालं. १९७० मध्ये घेतलेल्या निर्णयामुळे भविष्यात मूलभूत प्रश्न निर्माण होणार होते. बिर्ला, मफतलाल, बजाज हे आपल्या कंपन्यांत स्वत:चा भांडवली हिस्सा मोठा ठेवण्यात यशस्वी झाले. तसं टाटांना जमलं नाही. एकदा मॅनेजिंग एजन्सी पद्धती रद्द झाल्यावर समूहावरचं त्यांचं कायदेशीर नियंत्रणही गेलं. जेआर्डी व त्यांच्या सल्लागारांनी नियंत्रणाची काही पर्यायी व्यवस्था निर्माण केली नाही, असं दिसतं.

१९७० मध्ये जेआर्डी यांच्यावर वैयक्तिक निष्ठा हा नियंत्रणाचा मुख्य गाभा होता. आपल्या समूहातील कंपन्यांचं जेआर्डी उघडपणे संचालन करू शकत नव्हते. पण 'टाटा सन्स' संचालक व कंपनी प्रमुखांच्या मार्फत व्यापक धोरण राबवीत होती. जेआर्डींनी निवडलेले काही निवडक तंत्रज्ञ हे जेआर्डींशी अत्यंत एकनिष्ठ होते आणि त्यामुळेच जेआर्डी यांची समूहावर पकड होती.

नैतिक अधिकार होता, पण कायदेशीर नव्हता. आपला प्रभाव कमी होत असल्याचं पाहणं जेआर्डी यांच्या नशिबी आलं. १९८० मध्ये टाटा साम्राज्याचं सामुदायिक संपत्तीत रूपांतर झालं. जेआर्डी यांच्या बड्या अधिकाऱ्यांत बेचैनी पसरली. पुढील दशकात तर त्यातील काहीजण खुद्द जेआर्डींचं ऐकायला तयार नव्हते. समूहाचं विघटन होण्याची शक्यता दिसू लागली. त्यामुळे जेआर्डीनंतर काय होईल, या प्रश्नालाही महत्त्व आलं.

तसंच, १९७० मध्ये कंपन्यांत वेगळा विचारप्रवाह सुरू झाला. संचालकांना एकमेकांशी सहकार्य करण्याची गरज नसून, आपल्या हाताखालील कंपन्यांच्या वाढीवर लक्ष केंद्रित करण्यावर त्यांनी भर द्यावा, असं मत बनलं. जेआर्डी जसजसे वृद्ध होऊ लागले, तसतसं आपले हे, अधिकारी आपलं सर्वांचं मिळून एक साम्राज्य, असा विचार करायला तयार नाहीत, असं त्यांना दिसू लागलं. वेगवेगळ्या कंपन्या एकच उत्पादन तयार करू लागल्या. 'एसीसी' सिमेंट बनवत असे, त्याप्रमाणे 'टाटा केमिकल्स' व 'टाटा स्टील'ही सिमेंट बनवू लागली.

'टाटा वीज कंपन्या' विजेचं उत्पादन करीत; पण 'टिस्को'ला स्वत:चं विद्युत केंद्र उभारावयाचं होतं. चार वेगवेगळे अधिकारी असलेल्या चार कंपन्या विविध औषधी उत्पादनं निर्माण करीत होत्या. कंपन्या व त्यांचे प्रमुख त्यांना हव्या त्या मार्गानं वाटचाल करू लागले.

टाटांचा फारच कमी हिस्सा असल्यानं टाटा कंपनीचा कोणीतरी ताबा घेईल, असा धोका निर्माण झाला. अर्थसंस्था एखाद्या बड्या औद्योगिक कंपनीला टाटांची कंपनी गिळंकृत करू देणार नाही, असं जेआर्‌डीना वाटत होतं. पण नैतिक व कायदेशीर दृष्ट्या ही स्थिती संदिग्ध होती. आपल्या व्यवस्थापनाखालील कंपन्यांतील टाटांचा शेअर्सचा हिस्सा केवळ प्रतीकात्मक असण्यापेक्षा जास्त असायला हवा होता, असं मत रतन टाटा यांनी नंतर व्यक्त केलं.

'हिंदुस्थान लिव्हर'चे पश्चिम भारतीय अध्यक्ष श्री. प्रकाश टंडन यांनी या परिस्थितीचं मार्मिक वर्णन करताना म्हटलं आहे, नानी पालखीवाला यांच्या सल्ल्याप्रमाणे टाटा उद्योगगृह हा युनिलिव्हर, किंवा 'जनरल मोटार्स'सारखा मोठा समूह बनू शकला नाही, तर तो मांडलिकांचा एक समूह बनला. 'सामूहिक संपत्ती' हा शब्द दरबारी सेठ यांना अधिक पसंत होता.

✦

१

सम्राटावरचा हल्ला

रोदाबेह सॉवनी यांनी डोळे उंचावून आकाशाकडे पाहिलं. आपल्या प्रख्यात भावाची कराचीहून येण्याची शामियान्यात बसून त्या प्रतीक्षा करीत होत्या. त्यांनी नस्ली वाडिया व त्यांची पत्नी मॉरीन यांच्याशी इकडच्या तिकडच्या गप्पा मारल्या. जेआर्‌डी अगदी वेळेवर येतील, की ४० वर्षांपूर्वी त्यांना दहा मिनिटं उशीर झाला, तसा याही वेळेला होईल, असा सवाल विचारला जात होता.

मुंबईच्या जुहू फ्लाईंग क्लबच्या धावपट्टीनजीक उभारलेल्या शामियान्यात सुमारे १०० जण उपस्थित असावेत. राज्यपाल, मुख्यमंत्री, टाटा संस्थेचे सर्व संचालक व त्यांच्या पत्नी, मित्र व कुटुंबीय यांचा त्यांत समावेश होता. टाटा एअर लाईन्सनं ५० वर्षांपूर्वी पहिलं विमानोड्डाण कराची ते मुंबई असं केलं होतं. आता सुवर्ण महोत्सवाच्या निमित्तानं जेआर्‌डी त्याची पुनरावृत्ती करणार होते. आता जेआर्‌डी यांचं वय होतं अठ्ठ्याहत्तर. ८५० कि. मी. अंतराचं ते उड्डाण एकूण सात तासांचं होतं. खरं तर, महिन्यापूर्वीच जेआर्‌डींना अँजायनाचा त्रास झालेला होता. पण विमानोड्डाणाच्या कल्पनेनंच ते इतके उल्हसित दिसत होते, की विमानोड्डाणास ते फिट आहेत, असं डॉक्टरांनी सांगितलं होतं.

जमावात एकदम कुजबूज सुरू झाली. लोक मान वर करून पाहू लागले. क्षितिजावर दोन हेलिकॉप्टर्सच्या बरोबर एक इंजिन असलेलं चिमुकलं लिओपार्ड

मॉथ विमान दिसू लागलं. हेलिकॉप्टर्स शानदारपणे बाजूला गेली. ते चिमुकलं विमान शामियान्यावरून पुढे गेलं, तेव्हा टाळ्यांचा कडकडाट झाला. विमान पुढे जाऊन मागे परतून बरोबर चार वाजता अलगद खाली उतरलं. तो दिवस होता १५ ऑक्टोबर, १९८२.

'क्षणभरच ते काहीसे वृद्ध व गोंधळलेले भासले,' असं निखिल लक्ष्मण यांनी 'बॉम्बे' मॅगझीनमध्ये लिहिलं. ते विमानातून खाली उतरले व छायाचित्रकारांच्या मोठ्या ताफ्याला बघून काहीसे बावचळलेच. पण क्षणभरच. मग त्यांनी केस विंचरले आणि परिस्थितीचा ताबा घेतला.

प्रमुख पाहुण्यांची भाषणं त्यांनी शांतपणे ऐकली. मग, आपण हे धाडस का केलं हे सांगताना ते म्हणाले, 'आपल्या देशात भ्रमनिरास वाढत आहे. काही वर्षांपूर्वी स्वातंत्र्याचं स्वागत करताना जो उत्साह होता, आनंद होता, आशा-आकांक्षा होत्या, त्या आता मावळलेल्या दिसतात. एअर इंडियाची स्थापना झाली, तेव्हाचं चैतन्यमय वातावरण आता दिसत नाही. तेव्हा माझं हे विमानोड्डाण कदाचित उत्साहाची ठिणगी परत पेटवेल, असं मला वाटतं. कितीही अडचणी असल्या, वैफल्याचं वातावरण असलं, तरी काहीतरी वेगळं केल्याचा आनंद तुम्ही मिळवू शकता, हे तरुण पिढीला कळावं, म्हणून मी हे साहस केलं.'

टाटांचं धैर्य वाखाणण्याजोगं होतं. खरं तर, त्या वेळी टाटा समूहातील सर्वांत मोठा प्रश्न जेआर्डी यांच्यानंतर पुढचा वारस कोण, हा होता; आणि ते ठरविण्यासाठी तर याहूनही जास्त धैर्याची गरज होती. आपल्या उद्योगाची सूत्रं 'बॉम्बे डाईंग' व नंतर 'ब्रिटानिया'चे प्रमुख नस्ली वाडिया यांच्याकडे जेआर्डी सोपवतील, असं अनेकांना आरंभी वाटलं होतं. अपत्यहीन टाटांचा नस्ली वाडिया यांच्यावर विशेष जीव होता. एकेकाळी धीरुभाई अंबानींशी संघर्ष करणारे वाडिया (जन्म १९४४) यांच्याबद्दल जेआर्डी म्हणाले होते की, 'नस्ली हे मला मुलासारखे वा पुतण्यासारखेच आहेत.' परदेशातील कॉलेज शिक्षण पुरं करून नस्ली वाडिया १९७१ मध्ये भारतात परतले, तेव्हा त्यांचे वडील नेव्हिल वाडिया हे 'बॉम्बे डाईंग' कंपनी आर्. पी. गोएंका यांना विकायच्या बेतात होते. तेव्हा नस्ली वाडिया यांनी त्यांचे गॉडफादर जे.आर्.डी. टाटा यांच्याकडे मदतीसाठी धाव घेतली. जर जेआर्डी नसते, तर आज माझ्या हातात 'बॉम्बे डाईंग' कंपनी दिसली नसती, असं वाडिया यांनी 'बिझिनेस वर्ल्ड'ला सांगितलं होतं. परंतु याचा अर्थ, टाटा समूहाचा कारभार पाहण्याची जेआर्डींची ऑफर त्यांनी स्वीकारावी असा नव्हता. नस्ली म्हणतात, 'मी जेआर्डींना सांगितलं, की मी टाटा नसून वाडिया आहे आणि मी कधीच टाटा बनू शकणार नाही.'

खरं सांगायचं, तर आपला वारस टाटा समूहाच्या बाहेर शोधण्याची जेआर्डींना काहीच गरज नव्हती. नानी पालखीवाला, दरबारी सेठ, रुसी मोदी, रतन टाटा यांची

नावं संभाव्य यादीत होतीच. त्याशिवाय या समूहात बुद्धिवान व कर्तृत्ववान मंडळींचा खजिनाच होता. त्यात मिनू मसानी, अजित केरकर, फ्रेडी मेहता, एफ्. सी. कोहली, एस्. ए. साबावाला, एच्. एन्. सेठना, एन्. ए. सुनावाला, एस्. आर्. वकील आदींचा समावेश होता. तरीही आपला वारस एकट्यानं निवडण्यानं जेआर्डी असमर्थ दिसत होते. तसंच, आपली सूत्रं वारसाकडे कधी सोपवायची, हेही ते ठरवत नव्हते.

जेआर्डी यांनी अखेर निर्णय घेतला असावा, असं १९८१ मध्ये काही काळ वाटलं. ऑक्टोबरमध्ये रतन टाटा यांची 'टाटा इंडस्ट्रीज्'चे अध्यक्ष म्हणून नियुक्ती करण्यात आली होती. 'पुढं वारस कोण होणार, याचाच हा स्पष्ट संकेत आहे,' असं 'बिझिनेस इंडिया'ने म्हटलं. 'शेवटी आपल्या पुतण्याकडे सूत्रं सोपवण्याची ही योजना आहे,' असं 'इलेस्ट्रेटेड वीकली'नं लिहिलं. 'टाटांचं सारं साम्राज्य आपल्यापुढे मांडून ठेवलं आहे, अशी रतन टाटा यांचीच खात्री नव्हती,' असं 'इंडिया टुडे'नं म्हटलं.

खरं तर, खुद्द जेआर्डी यांचीही खात्री नव्हती. 'टाटा इंडस्ट्रीज्'ची सूत्रं रतन टाटा यांच्याकडे देताना, याचा अर्थ आपण निवृत्त होत आहोत, असा काढू नये, असं जेआर्डींनी स्पष्ट केलं होतं. अजून आपलं मन नक्की झालेलं नाही, असं ते सूचित करीत राहिले. 'रतन टाटा हे तुमचे वारस आहेत काय?' असा सरळ प्रश्नच त्यांना विचारला, तेव्हा जेआर्डी उत्तरले, 'मी निवृत्त झालो तर आणि जेव्हा होईन, तेव्हा ''टाटा सन्स''च्या अध्यक्षाची निवड कंपनीचे संचालक करतील. अध्यक्ष कोण होईल, हे आधी कोणी सांगू शकणार नाही.'

रतन टाटा (जन्म १९३७) हे नवल टाटा यांचे सर्वांत थोरले चिरंजीव. केवळ आपल्या आजीचं समाधान करण्यासाठी काहीशा नाखुशीनंच ते टाटा समूहात सामील झाले होते. १९६५ मध्ये कॉर्नेलहून परतल्यावर रतन टाटा यांनी सहा महिने 'टेल्को'त काढले. तेथून त्यांना 'टिस्को'त पाठविण्यात आलं. तिथं ते सहा वर्षं होते. जमशेदपूरहून काही काळ ते ऑस्ट्रेलियाला गेले. तिथून परतल्यावर मुंबई येथे 'नेल्को' व 'सेंट्रल इंडिया टेक्सटाईल्स' या दोन आजारी कंपन्यांचा कारभार त्यांच्याकडे देण्यात आला. कापड गिरणी मंदीत होती. व इलेक्ट्रॉनिक वस्तू बनवणाऱ्या 'नेल्को' कंपनीला एका मागून एक पेचप्रसंगांनी पछाडलं होतं. रतन टाटा यांना 'टाटा इंडस्ट्रीज'चे अध्यक्ष नेमेपर्यंत ते जेआर्डीच्या वारसाच्या स्पर्धेत असतील, असं कोणालाच वाटलं नव्हतं.

रतन टाटा यांना एकदा उत्तेजन दिल्यावर त्यांना जेआर्डी कमी का लेखतात, असा प्रश्न अनेकांना पडला. १९८३ मध्ये रतन टाटा यांनी आपल्या समूहासाठी एक महत्त्वपूर्ण धोरणात्मक निवेदन तयार केलं. वरवर पाहता जेआर्डींचा त्या धोरणाला पाठिंबा असावा, असं वाटत होतं. ते म्हणाले, 'उच्च तंत्रज्ञान क्षेत्रात जिथं जास्त धोका आहे, अशा क्षेत्रात टाटांनी संधी शोधणं योग्य होईल. किंबहुना मोठं

उद्योगसमूहच धोका पत्करू शकत असल्यानं त्यांनी असं करणं हे त्यांचं कर्तव्यच आहे.' या योजनेवर संचालक मंडळात चर्चा झाली. जेआर्डींनी या योजनेची कितीही भलामण केली, तरी त्यांनी कसलाही पाठिंबा दिला नाही. त्यावरून संचालकांनी काय तो बोध घेतला, असं डॉ. फ्रान्सिस मेनेझेस म्हणतात. तेव्हा प्रश्न पडला, की रतन टाटा हे त्यांचे वारस आहेत, की नाहीत?

जेआर्डी यांची निर्णय न घेण्याची ही वृत्ती टाटा समूहाला अगदी मोक्याच्या वेळी भोवली. श्रीमती इंदिरा गांधी यांची हत्या झाल्यामुळे राजीव गांधी हे पंतप्रधान झाले होते आणि उदार आर्थिक धोरणाचा कार्यक्रम देशामध्ये हळूहळू अमलात येऊ लागला होता. तेव्हा रतन टाटा म्हणाले, 'सरकारकडून परवाने मिळण्याबाबत आम्हाला एकदम १०० टक्के यश येऊ लागलं.'

टाटांनी त्या दशकाची सुरुवातच धडाक्यात केली होती. १९७० च्या दशकात त्यांचा नंबर बिर्लांच्या नंतर होता. पण 'एसीसी', 'टिस्को', 'टेल्को' व 'टाटा वीज कंपन्यां'ना जनता राजवटीकडून परवान्यांच्या अंमलबजावणीची संमती मिळाल्यावर टाटा समूहानं १९८० मध्ये पुन्हा पहिला क्रमांक पटकावला होता. तसंच टाटांच्या इतर कंपन्यांची कामगिरीही चांगलीच सुधारली होती.

रतन टाटा यांचे राजीव गांधींशी चांगले संबंध असल्यानं, आता आपल्या योजना सहज मंजूर होतील, अशी आशा टाटांच्या संचालकांना वाटत होती. एकदा जेआर्डी म्हणाले, 'सरकारला आपली गरज आहे; फक्त निवडणूक निधीसाठी नाही, हे आता सरकारला कळू लागलं आहे. यशस्वी होण्यासाठी व प्रगती करण्यासाठी त्यांना खासगी उद्योगाची गरज आहे. आपण 'बरोज कंपनी'च्या सहकार्यानं संगणक बनवायचा प्रयत्न करीत आहोत. सरकारनं एवढी वर्षं आपल्याला नकार दिला होता. पण आता परवानगी दिली आहे. आर्थिक संस्थांच्या मदतीनं एक बेअरिंगचा कारखाना ताब्यात घ्यायला सरकारनं प्रोत्साहन दिलं आहे. एकूण ज्याप्रकारे उत्तेजन दिलं जात आहे, त्यावर विश्वासच बसत नाही.'

टाटा कंपन्यांनी अनेक महत्त्वाकांक्षी योजना आखल्या होत्या. उदा., 'टिस्को'नं आधुनिकीकरणाची २१० कोटींची योजना आखली. तसंच, ५२० कोटींची विक्री १५ टक्क्यांनी वाढवण्याचं त्यांचं लक्ष्य होतं. 'टेल्को'नं १५० कोटी रुपये खर्चून ट्रक्सचं उत्पादन ३६००० हून ५६००० वर न्यायचं ठरविलं होतं. त्यामुळे १९८१ साली ६१६ कोटी असलेली त्यांची विक्री दुप्पट होणार होती. तसंच, छोटी व्यापारी वाहनं (टाटा मोबाईल) बनवण्याचीही त्यांची योजना होती. 'टाटा वीज कंपनी'ला १८० कोटींचं ५०० मेगावॅट क्षमतेचं वीज केंद्र उभारायचं होतं. 'टाटा केमिकल्स'नं दोन खत कारखान्यांची योजना तयार केली होती. त्यामुळे त्यांच्या विक्रीचा आकडा ६०० कोटींवर गेला असता. त्याखेरीज इतर कंपन्यांच्याही गुंतवणुकीच्या अनेक योजना होत्या.

'टाटा टी' कंपनीनं मार्च १९८५ मध्ये 'जोकाई' कंपनी ताब्यात घ्यायचा अयशस्वी प्रयत्न केला; आणि ऑक्टोबर १९८८ मध्ये 'कॉन्सकॉफी' ही कंपनी त्यांनी घेतली. तसंच टाटांनी चौदा नव्या कंपन्या नोंदविल्या. त्यात घड्याळाच्या क्षेत्रात 'टायटन' ही कंपनी होती. सरकारी धोरणांनी जर संमती दिली, तर इलेक्ट्रॉनिक्स, संगणक आणि हॉटेल उद्योगातही आम्ही विस्तार करू, असं जेआर्‌डी यांनी उत्साहानं सांगितलं.

समूहातील कंपन्या चांगली प्रगती करीत होत्या व त्यांच्याकडे भरपूर रोख पैसा होता. करपूर्व नफा अडीचशे कोटी रुपये झाला होता. हा पैसा काही कमी नव्हता. गुंतवणूकदारांचा विश्वास वाढत होता. 'टिस्को'चा शेअर १९७९ मध्ये १०० रुपये (ज्याची ब्रेकअप व्हॅल्यू २५० रु. होती.) त्याचं बोनसपूर्व मूल्य ४६० व बोनस नंतरचं ३४५ होतं. 'टेल्को'च्या १०० रु. शेअरचा भाव ६६५ रुपयांवर, तर 'इंडियन हॉटेल्स'च्या १० रुपये शेअरचा भाव ८० रुपयांवर व 'टाटा केमिकल्स'च्या शेअरचा भाव ४९ रुपयांवर गेला होता आणि ही तर केवळ सुरुवात होती.

अशा या वातावरणात जेआर्‌डी यांची वारशाबद्दलची अनिश्चितता याचा नकारात्मक परिणाम होत होता. बिर्ला समूहात संस्थापकांच्या निधनांनंतर कौटुंबिक विभक्तीकरणाची प्रक्रिया चालू झाली होती. पण त्यापासून जेआर्‌डींनी बोध घेतला नाही. उलट त्यांचं मन हेलकावत होतं. कंपन्या वाहवत जाण्याची चिन्हं दिसू लागली होती. जेआर्‌डी यांनी ठरवून दिलेल्या सचोटीच्या मानदंडांपासून काही कंपन्या ढळत होत्या, तर काही कंपन्या ताब्यात घेतल्या जाण्याचा धोका निर्माण झाला होता. हा उद्योगसमूह मावळणार, अशा अफवा पसरत होत्या व जेआर्‌डी त्या फेटाळून लावत होते.

व्ही. पी. उर्फ 'मिस्टर क्लीन' सिंग

जे. एन्. टाटा व जेआर्‌डी यांनी दशकानुदशकं उभारलेला हा उद्योगसमूह टाटा संस्कृतीपासून किती ढळला आहे, हे विश्वनाथ प्रतापसिंग (जन्म १९३१) यांनी चव्हाट्यावर आणलं.

ते पंतप्रधान बनण्याच्या काही महिने आधी त्यांनी हे केलं. राजीव गांधी यांच्या मंत्रिमंडळातून त्यांनी संरक्षणमंत्रिपदाचा राजीनामा दिला होता व पाठिंबा मिळवण्यासाठी त्यांनी देशाचा दौरा सुरू केला होता. १२ मे, १९८७ रोजी अलाहाबाद इथं एका जाहीर सभेत बोलताना या माजी मंत्र्यांना 'आर्थिक गुन्हे' या आपल्या आवडत्या विषयावर बोलल्याशिवाय राहवलं नाही. ते म्हणाले, 'टाटा, बिर्ला, रिलायन्स, थापर व डीसीएम् हे देशद्रोही असून त्यांचं खरं रूप उघड्यावर आणण्यासाठी मला जे शक्य होतं, ते मी केलं. ते समांतर अर्थव्यवस्थापन चालवत आहेत. भारतीय भांडवल परदेशांत नेत आहेत,' अंबानी, बिर्ला व इतरांनी या आक्षेपांकडे दुर्लक्ष केलं. पण जेआर्‌डी त्यानं फार दुखावले गेले. त्यांनी सहा दिवसांनंतर विश्वनाथ

प्रतापसिंग यांच्या दिल्लीच्या पत्त्यावर एक पत्र पाठवून पूर्णत: अन्याय्य असे हे आरोप नि:संदिग्ध शब्दांत मागे घ्यावे, अशी मागणी केली. त्यांनी पत्रात लिहिलं की, 'आधुनिक लोकशाहीत राजकीय नेते हे वाटेल तसं बोलतात, आक्षेप करत असतात; त्यात अनेकदा सत्याचाच खून पडत असतो. चारित्र्यहनन न करण्याचा दंडक निदान तुमच्यासारख्या जबाबदार पुढाऱ्यांनी तरी पाळायला हवा. तुम्ही प्रामाणिक आहात, असा लौकिक संपादन केला आहे, त्यामुळे तुमचं टाटांबद्दलचं विधान पूर्णत: अन्यायाचं व अज्ञानातून आलेलं असावं.

'शंभर वर्षं एकनिष्ठ सेवा करणाऱ्या उद्योगसमूहाच्या प्रतिष्ठेबद्दल, सचोटीबद्दल व्यक्त केलेली शंका आव्हान न देताच सोडून देणं शक्य नाही. टाटांनी देशाच्या कोणत्याच आर्थिक कायद्याचा, परकीय चलन निर्बंधाचा कधीच भंग केलेला नाही. टाटा समांतर अर्थव्यवस्था चालवत आहेत, असा आरोप सरकारनंही कधी केलेला नाही.'

हे पत्र सिंग यांना पाठवण्यापूर्वी ते टाटा संचालकांना दाखवण्यात आलं. या पत्राला सिंग यांनी काही प्रतिसाद दिला नाही. ते चूपच राहिले, तेव्हा टाटा वृत्तपत्रांकडे गेले. ८ जून रोजी या पत्राच्या प्रती भारताच्या सर्व वृत्तपत्रांना देण्यात आल्या. पत्राचं महत्त्व लक्षात घेऊन बहुतेक वृत्तपत्रांनी त्याचं वृत्त पहिल्या पानावर प्रसिद्ध केलं. 'सोमवारी जर हे पत्र दिलं, तर त्याला जास्तीत जास्त प्रसिद्धी मिळेल, असं आम्हांला वाटलं. ७० वृत्तपत्रांनी ही बातमी प्रसिद्ध केली,' असं साबावाला यांनी एका पत्रकाराला सांगितलं.

दुसऱ्या दिवशी म्हणजे मंगळवारी सकाळी इंडियन एअरलाईन्सच्या विमानानं दिल्लीला निघालेल्या प्रवाशांना विमानात रतन टाटा हे विश्वनाथ प्रतापसिंग यांच्या बरोबर मागे बसलेले पाहून आश्चर्यच वाटलं. टाटांनी सिंग यांना दिलेल्या उत्तराचं वृत्तच दोघेही वाचत होते. एकूण वृत्तपत्रांनी जेआर्डींना पाठिंबा दिला होता. सिंग काही सरकारमध्ये नव्हते व राजीव गांधी व त्यांचे नवे अर्थमंत्री या वादात पडायला तयार नव्हते. तेव्हा हे प्रकरण इथंच संपायला हवं होतं; पण त्यातून अनेक गोष्टी बाहेर आल्या.

१९८० च्या दशकात या समूहातील अनेक भानगडी बाहेर आल्या. एका अबकारी प्रकरणात 'व्होल्टास' कंपनी अडकली होती. भारताबाहेर हॉटेलं व उपहारगृहं चालवणारी टाटांची एक उपकंपनी व अंमलबजावणी खातं यांच्यांत संघर्ष चालू होता. फोर्ब्स फोर्ब्स कॅम्पबेल कंपनीवर कर बुडवल्याचा आरोप होता. एवढंच काय, पत्रकारांनी बातम्यांतून हल्ले चढवले. 'नॅशनल सेंटर फॉर द परफॉर्मिंग आर्टस्'सारख्या नफा न कमावणाऱ्या संस्थेवर देखील जमिनीबद्दल आरोप झाले. अंतुले यांच्या सिमेंट घोटाळ्यातील टाटांबद्दलचा पुरावा वाचून वाचकांची करमणूक झाली. कर अधिकारी माहिती देऊ लागले व 'नॅशनल सेंटर

फॉर द परफॉर्मिंग आर्टस्' आणि टाटांच्या भोवतीचं वलय आणखी निस्तेज झालं.

टाटांबद्दल एकापाठोपाठ एक भानगडी प्रसिद्ध होऊ लागल्या, तेव्हा बव्हंशी वृत्तपत्रांनी त्यांना संशयाचा फायदा दिला. पालखीवाला यांनी एका मासिकाला मुलाखत देताना सांगितलं की, 'भारतात विक्री कायद्यात ज्या झपाट्यानं व मूलगामी बदल होतात, तसे इतर कोणत्याही देशात होत नाहीत. त्यामुळे अनावश्यक न्यायालयीन प्रकरणं होतात.' मात्र प्रत्येक संघर्षातून टाटांची प्रतिष्ठा जवळपास शाबून अवस्थेत बाहेर पडली.

जेआर्‌डी यांचं लक्ष वेधून घेण्यासाठी समूहातील रथी महारथींमध्ये वाद, भांडणं चालू होती. जेआर्‌डींना याची कल्पना होती व त्यामुळे ते व्यथितही झाले होते. परंतु ही भांडणं रोखण्यास ते असमर्थ होते. त्यांची तशी इच्छा नव्हती. 'त्यांच्यातील ही काही बौद्धिक स्पर्धा असावी; पण हे अपेक्षितच आहे,' असं ते एकदा म्हणाले होते. 'मी काही सर्व मंडळींना एकत्र आणलेलं नाही. मला स्वत:चं मत असणारे कार्यक्षम व आग्रही लोक हवे होते.'

परंतु या सरदारांच्या भांडणात टाटांच्या प्रतिमेला धक्का पोचत होता. आपल्या प्रतिस्पर्ध्यांवर मात करण्याच्या प्रकल्पात पत्रकारांना माहिती पुरवण्याचा मोह काहींना टाळणं अशक्य होत होतं. विश्वनाथ प्रतापसिंग यांनी समूहाची प्रतिमा कलंकित केली होतीच; ती या अंतर्गत भांडणात आणखीन कलंकित झाली.

जेआर्‌डी आपला वारस ठरवेनात, मात्र त्याचा एक मूलभूत परिणाम असा झाला, की १९८० च्या काळात टाटांच्या साम्राज्याचं छोट्या छोट्या तुकड्यांत विघटन होणार, अशा अफवा पसरल्या. जेआर्‌डींच्या प्रदीर्घ काळात टाटा व्यवस्थापनातील 'टाटा सन्स'चा हिस्सा कमीतकमी होत गेला होता व त्या दुसऱ्या कोणी ताब्यात घेण्याचा धोका वाढला. सरकार कधीही टाटांची कंपनी अस्थिर करणार नाही, असा जेआर्‌डी यांना ठाम विश्वास वाटत असल्यानं त्यांनी कंपन्यांतील आपला हिस्सा नगण्य होऊ दिला.

स्वराज पॉल यांनी दिल्लीतील 'एस्कॉर्टस' कंपनी ताब्यात घेण्याचा १९८३ साली प्रयत्न केला, त्यामुळे जेआर्‌डींना धक्का बसला व ते जागे झाले. ७ ऑगस्ट, १९८३ च्या 'संडे ऑब्झर्वर'मध्ये, स्वराज पॉल यांचा डोळा 'टिस्को'वर आहे, असं वृत्त प्रसिद्ध झालं, तेव्हा जेआर्‌डी आणखी चकित झाले. त्याबाबतच्या प्रश्नाला उत्तर देताना स्वराज पॉल म्हणाले, 'ताब्यात घेण्याच्या दृष्टीनं 'महिंद्रा' चांगली कंपनी आहे. पण त्याहून चांगली 'टिस्को' आहे. जेव्हा कंपनीचे अध्यक्ष इतके वृद्ध होतात, तेव्हा एका दृष्टीनं ती कंपनी ताब्यात घेण्याच्या योग्य झालेली असतेच.'

'एस्कॉर्ट'चे एच्. पी. नंदा यांना जेआर्‌डींनी मदत केल्यामुळे स्वराज पॉल चिडले होते, त्यामुळे त्यांनी 'टिस्को'बद्दल दिलेल्या धमक्या या त्या रागापोटी आलेल्या होत्या. नंतर अनेक वर्षांनी नंदा म्हणाले, 'माझ्या आयुष्यातील अत्यंत

पेचप्रसंगाच्या वेळी जेह यांनी केलेली मदत मी कधीच विसरू शकत नाही. 'एस्कॉर्ट' ताब्यात घेण्याच्या स्वराज पॉल यांच्या प्रयत्नांना सरकारी अर्थसंस्था मदत करीत होत्या व आम्ही त्याविरुद्ध संघर्ष करीत होतो. जेआर्डींना फक्त नुसता एक फोन मी केला. ते चोवीस तासांत नानी पालखीवाला व केशूब महेंद्र यांच्यासह दिल्लीला अर्थमंत्र्यांना भेटायला आले. मुंबईतील ऐतिहासिक कायदेशीर खटल्याचा त्यांना दररोजचा अहवाल हवा होता. (न्यायालयानं 'एस्कॉर्ट'च्या बाजूनं निकाल दिला. नंतर सर्वोच्च न्यायालयानं त्याविरुद्ध निर्णय दिला.)

जेह यांनी मदत करण्यामागे त्यांचं स्वत:चंही हित होतं. नंदा यांनी 'एस्कॉर्ट'मधील आपला हिस्सा ११ टक्क्याहून कमी होऊ दिला होता. तेव्हा टाटांचा 'टिस्को'मध्ये हिस्सा केवळ ४ टक्के होता. गंमत म्हणजे, टाटांपेक्षा बिर्लांचे 'टिस्को'मध्ये जास्त शेअर्स होते; आणि याकडे स्वराज पॉल यांनी झटकन लक्ष वेधलं असतं. पॉल हे श्रीमती इंदिरा गांधी यांच्या अगदी निकट होते व त्यांची चिंता जेआर्डींना वाटत होती, असं नानी पालखीवाला म्हणाले. 'काँग्रेसच्या परदेशातील पैशाचं काम स्वराज पॉल पाहत असतात,' असं जेआर्डींनी सूचित केलं. तेव्हा पॉल यांनी, 'टाटा असे काय मोठे साव लागून गेले आहेत? साऱ्या मुंबईत टाटांच्या भानगडींची चर्चा आहे. फोर्ब्स फोर्ब्स कॅम्पबेल, ताज वगैरे. मी ते दाखवून दिलं, तर त्यात चूक काय आहे,' असं 'इम्प्रिन्ट'ला दिलेल्या मुलाखतीत सांगितलं.

अखेर 'एस्कॉर्ट' ताब्यात घेण्याचा प्रयत्न सोडून देणं पॉल यांना भाग पडलं. या प्रकरणातून टाटा बाहेर पडतात, न पडतात, तोच दरबारी सेठ यांनी नानी पालखीवाला यांच्या अध्यक्षतेखालील 'एसीसी'वरच धाड घातली.

मार्च १९८८ मध्ये 'एसीसी'नं परिवर्तनीय डिबेंचर्स काढावयाचं ठरवलं व त्यामुळे ही धाड घालायची संधी मिळाली. 'एसीसी'नं २६ कोटी रुपये उभारण्यासाठी एका राईट्स इश्यूची ११ मार्च ते ११ एप्रिल दरम्यान घोषणा केली. त्याचा पूर्ण भरणा होऊ शकणार नाही, असं शेवटी शेवटी स्पष्ट झालं. पण अगदी ऐन वेळी– कोणी म्हणतात वेळेची मुदत संपल्यावर– तीन मोठे अर्ज आले व त्यामुळे सारा भरणा झाला. एका व्यापाऱ्यामार्फत आणि विविध कंपन्यांचा वापर करून दरबारी सेठ यांनी १० कोटी रुपये किमतीच्या ८ लाख डिबेंचर्ससाठी अर्ज केला. शापूरजी पालनजी यांनी ७.५ कोटींच्या ६ लाख डिबेंचर्ससाठी, तर नस्ली वाडिया यांनी ७ कोटींच्या ५.६ लाख डिबेंचर्ससाठी अर्ज केले होते.

आरोप प्रत्यारोपांच्या फैरी झडल्यावर 'एसीसी'चे अध्यक्ष नानी पालखीवाला यांनी ५ मे रोजी असं जाहीर केलं, की संचालक मंडळानं तिन्ही अर्ज 'बेनामी' म्हणून नाकारले आहेत. 'बेनामी' या शब्दात आक्षेपार्ह छटा असून, सेठ, वाडिया व पालनजी या तिघांच्या बाबतीत पालखीवाला यांनी तो वापरल्यामुळे उद्योग वर्तुळात खळबळ माजली. या वादाचा धुरळा खाली बसल्यावर 'पहारपूर कुलिंग टॉवर्स'चे महेन्द्र स्वरूप

हे सर्वांत मोठे भागधारक आहेत, असं उघड झालं. त्यांच्याकडे ७ टक्के शेअर्स होते. काही महिन्यांनी त्यांनी ते दरबारी सेठना विकून टाकले. त्यानंतर सेठ हे 'एसीसी'च्या संचालक मंडळात सामील झाले. दरम्यान वाडिया यांनी 'एसीसी' व तिच्या संचालक मंडळावर १० कोटी रुपयांचा बदनामीचा दावा लावला.

या घटनांच्या आड एक कहाणी दडली आहे. त्यात भाग घेणाऱ्या कोणाच्याही प्रतिष्ठेत ती भर घालणारी नाही. 'यात काही संगनमते झाली, ती मोडण्यात आली. जुनी भांडणं उकरून काढली गेली. ही भांडणं एकेकाळच्या जुन्या मित्रांमध्ये होती,' असं पत्रकार शैलेश कोठारी यांनी लिहिलं आहे. नस्ली वाडिया हे सेठ यांच्या 'टाटा केमिकल्स'च्या संचालक मंडळावर होते, तर वाडिया यांच्या 'सिटुर्जिया बायोकेमिकल्स'च्या संचालक मंडळावर पालखीवाला होते आणि पालनजी हे 'टाटा सन्स'चे संचालक होते. या सर्वांशी जेआर्‌डी यांचे मित्रत्वाचे संबंध होते.

वाडिया हे 'एसीसी'वर कब्जा मिळवू पाहत आहेत, असा पालखीवाला यांनी आरोप केला; तर, 'मी तर एक गुंतवणूकदार असून पालखीवाला यांनी माझं खुल्या मनानं स्वागतच केलं आहे,' असं वाडिया यांनी सांगितलं. पैशाचा अपुरा भरणा झाल्यानं निर्माण झालेली तफावत तुम्ही भरून काढा, असं टाटांनीच मला सांगितलं, असं पालनजी यांचं म्हणणं होतं. तर 'एसीसी'त गुंतवणूक करायला आपल्याला खुद्द जेआर्‌डी यांनीच हिरवा कंदील दिला होता, असा दरबारी सेठ यांचा दावा होता. 'सुरुवातीला जेआर्‌डींना ते पटलं नव्हतं. पण मी त्यांना त्याचा फायदा समजावून सांगितला, तेव्हा त्यांनी अनुमती दिली.', ते म्हणाले.

सेठ यांनी इतिहासच घडवला. हे प्रकरण असंच मिटल्यानं जेआर्‌डींनी सुटकेचा निःश्वासच टाकला. त्यातून 'एसीसी'त टाटांचा हिस्सा चांगलाच वाढला. सेठ यांचाही हिस्सा वाढला, हे जेआर्‌डींच्या लक्षात आलं नाही.

भारतीय उद्योग क्षेत्रात एक नवीन शक्तिशाली केंद्र निर्माण होत आहे, अशा बातम्या मीनाक्षी बेहरा व टी. एन्. निनान या पत्रकारांनी दिल्या. 'वरूण', 'बॅम्बिनो', 'साब्रास' अशा नव्या गुंतवणूक कंपन्यांचे जीवच निर्माण झाले असून त्यांचे संबंध 'टाटा केमिकल्स', 'टाटा टी', 'एसीसी' व 'रॅलीज' कंपन्यांशी आहेत, असं या बातम्यांत म्हटलं होतं. टाटामधील काही बडी धेंडे त्यांच्या आधिपत्याखालील टाटा कंपन्यांत स्वतःचा हिस्सा वाढवत आहेत, अशा बातम्या जेआर्‌डीपर्यंत पोहोचू लागल्या. त्यापैकी दरबारी सेठ हे एक होते. इतरही काही जण असण्याचा संभव होता.

या बातम्यांमुळे समूहाच्या एकत्रितपणासंबंधी पुन्हा शंका निर्माण झाली. 'समूहाचं विघटन होणार का?' असा प्रश्न विचारता जेआर्‌डींनी प्रतिप्रश्न केला की, 'फुटून त्या कंपन्या जाणार कुठे?' टाटांनी वरवर काही भासू दिलं नाही, तरी त्यांना आतून काळजी वाटत होती. समूहाच्या केंद्रस्थानी 'टाटा सन्स' राहिलेले नाही, हे

त्यांनी मान्य केलं. 'समूहाच्या विघटनाचं भाकीत जे वर्तवत आहेत, ते टाटांच्या अद्वितीय परंपरेकडे दुर्लक्ष करीत आहेत,' असं जेआर्‌डी म्हणाले. परंतु ही परंपरा पेचप्रसंगातून समूहाला वाचवील काय?

संभाव्य निवड

१९८० चं दशक संपायला आलं, तेव्हा आता आपण कृती करायला हवी, याची जेआर्‌डींना जाणीव झाली. पण दशकानुदशकं जो कारभार आपण चालविला, त्याची सूत्रं कोणाच्या हाती सोपवणं त्यांना कठीण वाटू लागलं. परंतु समूहाच्या आत आणि बाहेर जे याबद्दलचं वातावरण होतं, त्यानं जेआर्‌डींना अखेर निवडीचा विचार करायला भाग पाडलं. आपण वारस जाहीर करायला हवा. कोण बरं असेल तो? त्यांच्या मनात रुसी मोदी यांचा विचार चालू होता.

मोदी यांच्या संदर्भात एक किस्सा सांगितला जातो. रुसी मोदी आपली मोटार 'बॉम्बे हाऊस'च्या बाहेर उभी करून निघाले असता एका पोलिसानं त्यांना हटकलं व तो म्हणाला, 'तुम्ही इथं गाडी पार्क करू शकत नाही, क्या बाप का रास्ता है?' 'हो खरंच आहे ते. माझ्याच बापाचा रस्ता आहे हा.' रस्त्याच्या नावाच्या बोर्डाकडे बोट दाखवून रुसी मोदी म्हणाले, 'ते माझ्याच वडिलांचं नाव आहे.' जेआर्‌डी यांनी त्यांचे मित्र व निकटचे सहकारी होमी मोदी यांचं नाव त्या रस्त्याला दिलं होतं.

सर होमी मोदी यांच्या तीन मुलांपैकी केवळ रुसी मोदी (जन्म १९१८) टाटा समूहात सामील झाले. जेआर्‌डींप्रमाणे त्यांनीही 'टिस्को'पासूनच सुरुवात केली. पण त्यांच्याकडे खाणीचा कारभार सोपवला होता. हळूहळू ते वर चढत गेले व १९७४ मध्ये व्यवस्थापकीय संचालक बनले. १९७९ मध्ये उपाध्यक्ष व १९८४ मध्ये ते अध्यक्ष झाले. खासगी क्षेत्रातील 'टिस्को' ही सर्वांत मोठी कंपनी होती. १९८० साली बीबीसीनं जगातील सर्वोत्तम व्यवस्थापकांवर मालिका केली होती. त्यात भारतातील केवळ रुसी मोदींचा समावेश होता. 'सोनी'चे अकियो मॉरिटा, 'फियाट'चे जियानी अग्नेली, 'आर्को'चे रॉबर्ट अँडर्सन, 'आय्‌सीआय्'चे हार्वे जोन्स व हाँगकाँगचे स्टॅन्ले हो या अन्य बड्या मंडळींत मोदी होते.

उत्साही, हौशी रुसी मोदी 'टिस्को'च्या कलकत्त्यातील कार्यालयात उपनिरीक्षक म्हणून कोळशाच्या विक्रीचं काम करत असताना जेआर्‌डींचं त्यांच्याकडे प्रथम लक्ष गेलं. या भेटीबद्दल रुसी मोदी म्हणतात, 'फेब्रुवारी १९४७ मध्ये एके दिवशी दुपारी मी माझ्या कार्यालयात काम करीत बसलो असताना शिपाई धावत आला व त्यानं टाटासाहेब व दलालसाहेब आले आहेत, अशी माहिती दिली. आपल्या आयुष्याला वळण देणारा तो क्षण ठरेल, असं मला वाटलं नव्हतं. मी अध्यक्षांच्या खोलीत प्रवेश केला. तेथे सर आर्देशिर दलालही होते.

जेआर्‌डींनी मला विचारलं की, 'सबंध क्लाईव्ह स्ट्रीटवर मर्कंटाईल कर्मचाऱ्यांची

संघटना स्थापन झाली आहे; पण केवळ तुमच्याच कोळसा खात्याचे कर्मचारी या संघटनेत सामील झालेले नाहीत, हे खरं काय?

'हो, ते खरं आहे.'

'का?'

'बहुधा मी कामगारांना जी वागणूक देतो, त्यामुळे ते खूश असतील व त्यांना कामगार संघटनेत सामील व्हायची गरज वाटत नसेल.'

'तसं जर असेल, तर तुम्ही जमशेदपूरला येऊन नवीन खातं सुरू करावं व त्यात काम करावं, असं मला वाटतं.' जेआर्डी म्हणाले.

१७ मार्च रोजी रुसी मोदी जमशेदपूरला पोचले, तेव्हा 'टाटा स्टील'च्या खाणकाम विभागाचे अतिरिक्त मजूर अधिकारी म्हणून आपली नियुक्ती करण्यात आल्याचं त्यांना आढळून आलं. खाणकामगार ज्या वाईट अवस्थेत काम करीत होते, ते मी पाहिलं. मी अध्यक्षांना असं पत्र लिहिलं, की "करमचंद थापर समूह सोडला, तर उत्पादनाचं आपलं प्रमाण सर्वांत कमी आहे." त्या वेळी कोळसा खाणीचं राष्ट्रीयीकरण झालेलं नव्हतं व आम्हाला दरवर्षी ५० लाख रुपये तोटा होत होता. मी दोन वर्षांसाठी ५५ लाख रुपये खर्चाला देण्याची पत्रात मागणी केली. १२ लाख रुपये रस्ते बांधण्यासाठी, २३ लाख रुपये कामगार वसाहतीला वीजपुरवठा करण्यासाठी व २० लाख रुपये पिण्याचं पाणी पुरविण्यासाठी हवे होते.

'अध्यक्षांनी त्या खर्चाला तात्काळ संमती दिली. जे खातं तोट्यात चाललं आहे, त्यावर एवढा खर्च करायला दुसऱ्या कोणी परवानगी दिली नसती. पण त्यांनी दिली. हा खर्च केल्यावर आमची 'आमच्या लोकांशी' आणखी मैत्री जुळली. उत्पादन व उत्पादकता वाढली. एक नवं पर्वच सुरू झालं. जे अर्धशतक चाललं.' त्याचं पर्यवसान दुर्दैवानं जाहीर चिखलफेकीत झालं.

दरम्यान बरेच जोरदार हेलकावे बसले. १९५५ मध्ये कामगार नेते मायकेल जॉन यांच्याबरोबर झालेला संघर्ष व अन्य घटनांमुळे मोदी यांची कार्यकारी अधिकारी म्हणून कलकत्त्याला रवानगी करण्यात आली व १९५९ ते १९६५ या काळात ते कलकत्त्याला राहिले. १९६५ मध्ये जेआर्डींनी त्यांची फेरोमँगेनीज खाणीवर नियुक्ती केली व तो विभाग तोट्यातून बाहेर काढण्याची विनंती केली. ते काम रुसी मोदींनी यशस्वी करून दाखवलं.

मोदी यांचे कामगारांशी अत्यंत जिव्हाळ्याचे संबंध होते. हिंसाग्रस्त बिहारमध्ये ही मोठीच कामगिरी होती. १९७९ मध्ये सुमारे १० हजार कंत्राटी कामगार कारखान्यात शिरले व आपल्याला कायम करण्याची मागणी तात्काळ मान्य केली नाही, तर कारखाना उद्ध्वस्त करण्याची धमकी त्यांनी दिली. परिस्थितीचं पर्यवसान शोकांतिकेत होऊ शकलं असतं. परंतु मोदींनी कामगारांना आवाहन केलं व

पेचप्रसंग टळला. जेआरडी त्यांच्याबद्दल म्हणाले, 'त्यांना अचूक राजकीय भान आहे व ते धोका जनसमूहापुढे ठेवून भूमिका पार पाडू शकतात.'

रुसी मोदी यांना अन्य सन्मान मिळत राहिले. 'बिझिनेस इंडिया'नं त्यांना १९८३ मध्ये 'मॅन ऑफ द इअर' म्हणून घोषित केलं. हा मान मिळवणारे ते टाटांचे पहिलेच अधिकारी होत. त्यांनी अनेक कामगिऱ्या तेथे पार पाडल्या. १९७३-१९८३ या काळातील बिहारच्या सरकारी कायद्यानंतर जमशेदपूरचं नियंत्रण मोदींनी परत मिळवलं होतं. जेआर्डींनी त्याबाबत आशाच सोडली होती. तेव्हा या कामगिरीबद्दल त्यांनी रुसी मोदींची मुक्त कंठानं प्रशंसा केली. १९८३ मध्ये त्यांच्याबद्दल बोलताना जेआर्डी म्हणाले, 'इतर कोणापेक्षाही रुसी मोदी यांच्यात नेतृत्वाचे अतुलनीय गुण आहेत. निष्ठा, विश्वास उत्पन्न करण्याची क्षमता म्हणजेच नेतृत्व होय. मला माहीत असलेल्यांपैकी हे कार्य ते सर्वोत्तम करतात. त्यांच्यांत असामान्य मानवी सहानुभूती व हेतूची प्रामाणिकता आहे. तुम्ही कोणीही असला, तरी तुमच्याशी ते थेट संवाद साधू शकतात. तसंच त्यांना चांगली विवेकबुद्धी आहे.'

या गुणांमुळे 'टाटा'मधील इतर रथी-महारथींची निष्ठा मोदी मिळवू शकतील, अशी जेआर्डींना आशा वाटत होती. मात्र जेआर्डी नानी पालखीवाला यांना आपला वारस नेमतील, असंही अनेकांना वाटत होतं. मोदींप्रमाणे पालखीवाला यांनी अल्पावधीत यश मिळवलं होतं. ते जेआर्डी यांच्या अत्यंत निकट होते. ते अत्यंत बुद्धिमान होते व त्यांनी जी प्रतिष्ठा मिळवली होती, ती अन्य कोणा टाटा अधिकाऱ्याला मिळणं कठीण होतं. पालखीवाला कडक आहेत, असा त्यांचा लौकिक होता. टाटा समूहात अंतर्गत, तसंच, बाहेरही पालखीवाला यांना आदर मिळत होता. पालखीवाला यांचं स्थानही अनुकूल होतं. ते 'टाटा सन्स'चे ज्येष्ठ संचालक होते. 'टिस्को'चे व 'टेल्को'चे उपाध्यक्ष होते. 'टाटा एक्स्पोर्ट'चेही ते उपाध्यक्ष व 'एसासी'चे प्रमुख होते.

परंतु पालखीवाला इंदिरा गांधींचे विरोधक होते व जनता पार्टीचे समर्थक होते. कायम सरकारच्या सदिच्छेवर अवलंबून असणाऱ्या उद्योगसमूहाला पालखीवालांची निवड चालणारी नव्हती. श्रीमती इंदिरा गांधी पुन्हा सत्तेवर आल्यानं पालखीवाला यांच्या आशा-आकांक्षांवर पाणी पडलं.

अशा परिस्थितीत जेआर्डी पालखीवालांपेक्षा रुसी मोदींच्या नावाचा अधिक विचार करू लागले. दरबारी सेठ यांचं नाव कुठेच नव्हतं. आपणास जेआर्डी यांचं मांडलिक राहायचं नसून, आपण नेहमी करत आलो, तसं आपल्या कंपन्या हव्या तशा आपल्याला चालवण्यास द्याव्यात, असं त्यांनी स्पष्ट केलं होतं. जेआर्डींचा मुकुट रुसी मोदींच्या मस्तकी अधिकृतपणे ठेवण्यापूर्वी हे सत्तांतर सहन व्हावं, म्हणून योजना आखायला हवी होती. ते सहज सोपं होईल, असा जेआर्डींचा भ्रम

नव्हता. १९८४ मध्ये जेआर्डी पटावरील एकेक प्यादी हलवू लागले; पण प्रत्येक हालचाल करण्यापूर्वी ते फार काळजीपूर्वक विचार करू लागले.

त्यावर्षी २४ ऑक्टोबरला त्यांनी पहिलं पाऊल उचललं. जेआर्डी यांनी 'टिस्को'च्या अध्यक्षपदाचा राजीनामा देऊन त्या जागी रुसी मोदींची नियुक्ती केली. 'टेल्को'चे अध्यक्ष सुमंत मुळगावकर हे आजारी होते व ते निवृत्त झाल्यावर त्यांच्या जागी रुसी मोदी येतील, अशी व्यवस्था करायची होती. म्हणजे दोन्ही बड्या कंपनीचे ते प्रमुख बनले असते. या दोन्ही कंपन्यांची एकूण विक्री ३ हजार कोटी रुपये होती. 'टिस्को' व 'टेल्को' या दोन्हींचे प्रमुख असताना जेआर्डींनंतर अध्यक्ष बनण्यावर ते दावा सांगू शकले असते व रतन टाटा हे 'टेल्को'त मोदींचे सहायक बनतील, अशी जेआर्डीची योजना होती.

दुसरं पाऊल उचलण्यासाठी जेआर्डींनी महत्त्वाच्या अधिकाऱ्यांशी व्यक्तिश: चर्चा सुरू केली. जुलैपर्यंत सर्व वरिष्ठांना जेआर्डींचा प्रस्ताव कळवण्यात आला व त्यांनी जेआर्डींची निवड मंजूर केली.

ही योजना स्वीकारायला मुळगावकर यांनी नकार दिला. जेआर्डींची योजना जाहीर करण्याची चूक मोदींनीच केली होती. जेव्हा आपला वारस म्हणून जेआर्डींनी मोदींचं स्वागत केलं, तेव्हा मोदी इतके आनंदित झाले, की त्यांनी वृत्तपत्रांकडे आपला आनंद व्यक्त केला. त्यांच्या समर्थकांनी मोदी 'टेल्को'चे प्रश्न कसे चुटकीसरशी सोडवतील, हे सांगायला सुरुवात केली. (१९८७ मध्ये १२०० कोटीच्या विक्रीवर नफा मात्र केवळ २.९ कोटी रुपये होता.) मोदी यांच्या दृष्टिकोनाचा 'टेल्को'तील अधिकाऱ्यांनी धसकाच घेतला होता. ते उद्धट म्हणून प्रसिद्ध होते. जेआर्डी एकदा म्हणाले होते की, 'मोदी कंपनीत दाखल झाले, तेव्हा ते एक उद्धट तरुण होते आणि ते तसेच राहिले.' ही कुजबूज कानावर आल्यानं मुळगावकर यांनी राजीनामा देण्यास नकार दिला. दैनंदिन कारभाराची जबाबदारी रतन टाटा यांच्यावर सोपवून त्यांना तात्काळ 'टेल्को'चे कार्यकारी उपाध्यक्ष करावं, असा आग्रह मुळगावकर यांनी धरला. वृत्तपत्रांनी अंदाजपंचे व खोडसाळ बातम्या दिल्या अशी सबब सांगून मोदींनी अंग काढून घेण्याचा प्रयत्न केला. परंतु जी हानी व्हायची होती, ती झाली होतीच. रुसी मोदी नव्हे, तर रतन टाटा हे आता जेआर्डी यांचे वारस बनले.

✦

१०

'टाटा' याचा अर्थ 'गुडबाय' होतो का?

'बॉम्बे हाऊस'मधील ज्येष्ठ अधिकाऱ्यांचं जे भोजन-दालन आहे, तिथं ताजमहाल हॉटेलमधून जेवण येतं. दर सोमवारी जेवणात पाश्चिमात्य पद्धतीचं चिकन हा मुख्य पदार्थ असतो. २५ मार्च, १९९१ रोजी मात्र मेन्यू अगदी वेगळाच होता. भात, डाळ, पारशी पद्धतीनं बनवलेला मासा, दही आणि गोड पदार्थ म्हणून शेवया असा सणासुदीच्या दिवशी असतो, तसा पारशी मेन्यू होता. 'आज कोणाचा वाढदिवस आहे?' अशी आम्ही वेटर लुकास याच्याकडे चौकशी केली. तेव्हा तो म्हणाला, 'आज जेआर्‌डी टाटा हे रतन टाटा यांच्याकडे सूत्रं सोपवणार असल्यानं हा खास मेन्यू आहे.' असं रुसी एम्. लाला यांनी लिहिलं आहे.

गेली वीस वर्षं जो दिवस जेआर्‌डी टाळीत होते, तो अखेर उगवला होता. ३ मार्च हा 'संस्थापक दिन' असल्यानं जमशेदपूर येथे तो दर वर्षी मोठ्या इतमामानं साजरा होतो. त्या वर्षी जेआर्‌डी २९ फेब्रुवारी रोजीच जमशेदपूरला रवाना झाले होते. त्यांचे तेथे संबंध आठवडाभर भरगच्च कार्यक्रम होते. जमशेदपूरला ते गेले, तेव्हाच त्यांच्या छातीत दुखत होतं. तरी त्यांनी आपला बेत रद्द केला नाही. तिथून परतल्यावर त्यांना मुंबईच्या ब्रीच कँडी रुग्णालयात पाच दिवस ठेवण्यात आलं. शनिवारी त्यांना घरी जाऊ देण्यात आलं आणि सोमवारी सकाळी ते कामावर हजर देखील झाले. त्यांना बघून एका संचालकानं म्हटलं, 'आज तुम्ही ऑफिसला पण

आलात, याचा मला आनंद वाटला.'' त्यावर जेआर्‌डी म्हणाले, 'म्हणजे काय, इतर दिवशी मी ऑफिसला येतो, तेव्हा तुम्हाला आनंद होत नाही काय?' आपल्या टेबलापाशी बसल्यावर जे अटळ आहे, ते टाळणं शक्य नाही, असं जेआर्‌डी यांच्या लक्षात आलं. १८ मार्च रोजी त्यांनी रतन टाटा यांना आपल्या ऑफिसात बोलावलं.

'काय नवीन विशेष?' जेआर्‌डींनी आपल्या पुतण्याला विचारलं.

'जेह, जे जे काही घडत होतं, ते ते सर्व मी तुम्हाला रुग्णालयात कळवत होतोच. तेव्हा दुसरं आणखी काय नवीन असणार?' रतन टाटा उत्तरले.

'तसं असेल, तर मलाच तुला काहीतरी सांगायचंय. 'टाटा सन्स'च्या संचालक मंडळाच्या बैठकीत आपल्या उद्योगसमूहाचा अध्यक्ष म्हणून तुझ्या नावाचा मी प्रस्ताव मांडणार आहे. पण मला अजित केरकर यांच्याशी सल्लामसलत करायची आहे.'

'केरकर यांच्याशी का?' चकित झालेल्या रतन टाटा यांनी काहीशा रागानंच विचारलं.

'कारण, ते मला शुभ दिवस कोणता, हे सांगतील.'

'टाटा सन्स' कंपनीच्या संचालक मंडळाची २५ मार्च रोजी बैठक भरली, तेव्हा एकच संचालक अनुपस्थित होते. जे. आर्. डी. टाटा यांनी उद्योगसमूहातील आपल्या साठ वर्षांच्या कारकीर्दीचा आढावा घ्यायला सुरुवात केली. त्यांचं ते भाषण हेलावून टाकणारंच होतं. शेवटी ते म्हणाले, 'आता दुसऱ्याच्या हाती सूत्रं द्यायची वेळ आली आहे. त्याकरता माझ्या उजवीकडे बसलेल्या व्यक्तीचं नाव मी सुचवितो', असं सांगून त्यांनी रतन टाटा यांचं नाव घेतलं आणि पालनजी यांनी त्यांच्या सूचनेला अनुमोदन दिलं. अशा प्रकारे रतन टाटा यांचं नाव बिनविरोध मंजूर झालं.

जेआर्‌डी यांचं वय तेव्हा ८६ वर्षांचं होते. त्यांना 'चेअरमन एमिरेटस' करण्यात आलं. रतन टाटा यांची एकदा निवड केल्यावर रुसी मोदी, अजित केरकर, दरबारी सेठ ही मंडळी ही निवड स्वीकारतील, याची खात्री करून घ्यायला हवी होती. रुसी मोदी हे संचालक मंडळाच्या बैठकीला हजर राहिले नाहीत. त्यांची समजूत काढली नाही, तर त्यांनी रतन टाटा यांच्याविरुद्ध मोहीम उघडली असती आणि त्यामुळे जेआर्‌डींनी अगदी परिश्रमपूर्वक उभारलेलं साम्राज्य उद्‌ध्वस्तही झालं असतं. जेआर्‌डींनी जी जी अध्यक्षपदं सोडली, ती रतन टाटा यांना मिळावी, म्हणून जेआर्‌डी प्रयत्न करू लागले.

जेआर्‌डी त्यांच्या ऐन उमेदीच्या काळात केवळ संपूर्ण टाटा समूहाचेच अध्यक्ष नव्हते, तर प्रत्येक महत्त्वाच्या कंपनीचेही अध्यक्ष होते. पुढे हळूहळू त्यांनी ही पदं सोडली. 'काही सर्जनात्मक काम करण्यापेक्षा तुम्ही संचालक मंडळांच्या बैठकांना हजर राहण्यात वेळ घालवू शकता.' असं ते एकदा म्हणाले होते. एका संचालक मंडळाची बैठक संपवून दुसऱ्या बैठकीला जाताना सर नवरोजी सकलातवाला कसे

अगदी थकून जात, याचंही त्यांनी वर्णन केलं होतं. जेआर्‌डी यांनी आपल्या समूहातील ज्यांनी कंपन्या उभारल्या, त्यांना त्या कंपन्यांचं अध्यक्षही केलं. ऐंशीच्या दशकात जेआर्‌डींनी हळूहळू व अतिशय उत्तम प्रकारे इतरांना पुढे आणलं. दरबारी सेठ 'टाटा टी' व 'टाटा केमिकल्स'चे (१९८२) अध्यक्ष झाले. सुमंत मुळगावकर यांची १९७२ मध्ये अध्यक्षपदी नेमणूक केलेली होती. रतन टाटा यांना १९८१ मध्ये 'टाटा इंडस्ट्रीज'चे अध्यक्ष करण्यात आलं. तसंच, 'इंडियन हॉटेल्स कंपनी'चे अध्यक्ष म्हणून अजित केरकर यांनी सूत्रं हाती घेतली. खुद्द जेआर्‌डी मात्र 'टाटा सन्स' व 'टिस्को' या त्यांच्या अत्यंत आवडत्या दोन कंपन्यांच्या अध्यक्षपदी राहिले. १९८४ मध्ये त्यांनी मोदींना काहीशा नाराजीनंच 'टिस्को'चं अध्यक्ष केलं. तर १९९१ मध्ये रतन टाटा यांना 'टाटा सन्स'चं प्रमुख केलं.

अध्यक्षपदं अशी वेगवेगळ्या लोकांना दिल्यावर टाटा समूहातील कंपन्यांमधील आपापसांतले जे दुवे होते, ते आणखी कमकुवत झाले. मॅनेजिंग एजन्सी पद्धत रद्द झाल्यानं सुरू झालेली प्रक्रिया पूर्ण झाली. या धोरणाचे काय परिणाम होण्याचा संभव आहे, याबद्दल रतन टाटा यांनी जेआर्‌डींना सावध केलं होतं; पण त्यांचा सल्ला त्यांनी मनावर घेतला नव्हता.

टाटा समूहाचं विघटन होणं अशक्य आहे, असा माझा ठाम विश्वास आहे, असं जेआर्‌डी यांनी जाहीर केलं. ते पुढं म्हणाले, 'बहुतेक उद्योगसमूहांचं विघटन झालं व त्यांच्यांतील कंपन्या वाहवत गेल्या. कारण कुटुंबाची असलेली मालकी व व्यवस्थापन. एकाच कुटुंबातील प्रतिस्पर्धी आपापल्या मार्गानं जाण्याचा प्रयत्न करतात. त्याउलट टाटांच्या कंपन्या मात्र कुटुंब नव्हे, तर तज्ज्ञ व्यावसायिक चालवतात. जमशेटजी टाटा आणि महात्मा गांधी यांनी जी विश्वस्तपदाची कल्पना मांडली, त्यावर आमचा विश्वास आहे; आणि कंपन्या जरी फुटून बाहेर पडल्या, तरी जातील कुठं?'

'जेआर्‌डी यांनी सर्व कंपन्यांची अध्यक्षपदं सांभाळावीत, असं मी सुचविलं होतं,' असं मोदी म्हणतात. ते 'इंडिपेंडंट' दैनिकाला दिलेल्या मुलाखतीत म्हणाले, 'सर्व समूहानं एक संस्था म्हणून काम करावं असं वाटत असेल, तर समूहातील सर्व मोठ्या कंपन्यांचे एकच अध्यक्ष असतील, तर बरं, असा प्रस्ताव मी मांडला. तुम्ही विश्वास ठेवा अगर ठेवू नका, पण आरंभी या कल्पनेला विरोध झाला. परंतु आता मात्र ही कल्पना अस्तित्वात आली आहे. रतन टाटा हे 'टाटा केमिकल्स', 'हायड्रोज', 'टाटा स्टील'चे उपाध्यक्ष आहेत. 'टेल्को'चे अध्यक्ष आहेत. आणि ते जेव्हा या सर्व कंपन्यांचे अध्यक्ष बनतील, तेव्हा तो सर्वांना एकत्र जोडणारा दुवा असेल. ते एका कंपनीला दुसऱ्या कंपनीपेक्षा वेगळी वागणूक देणार नाहीत व त्यामुळे सर्व समूह एकजीव होईल.'

मोदी यांनी जेआर्‌डी यांना ही सूचना केली, तेव्हा त्यांच्या मनात रतन टाटांचं

नव्हे, तर स्वत:चंच नाव असावं. ते काही असो, पण जेआर्‌डी यांनी या कल्पनेचा स्वीकार केला नव्हता. वर्षानुवर्षं आपण ज्या व्यक्तींना वाढवलं, प्रोत्साहन दिलं, त्या व्यक्ती केवळ आपल्याशीच नव्हे, तर संबंध उद्योगसमूहाशीच एकनिष्ठ आहेत, असा जेआर्‌डी यांचा ठाम विश्वास होता. निवड करण्यात आपण जर चुकलो, तर त्याच्या परिणामांना तोंड द्यायची जेआर्‌डी यांची तयारी नव्हती. तेव्हा त्यांनी ही सूचना अमलात आणली नाही. पुढे १९७०-८० मधील धोरण १९९० मध्ये उलट करण्यात आलं. नवल टाटा यांनी एकदा म्हटलं, 'प्रत्येक टाटा कंपनीमध्ये एकेक मोगल सम्राट आहे. प्रत्येकाचा मुकुट काढून घेणं आणि रतन टाटा यांच्या डोक्यावर बसेल, असा सर्वांचा मिळून मुकूट तयार करणं, हे काही सोपं काम नव्हे.'

जेआर्‌डी यांनी आपल्या मोहिमेला एप्रिल १९९२ मध्ये सुरुवात केली. 'टाटा सन्स'च्या संचालक मंडळात एक ठराव मान्य झाला. त्यानुसार ज्येष्ठ अधिकाऱ्यांच्या निवृत्तीचं वय ६५ आणि अध्यक्षांच्या निवृत्तीचं वय ७५ राहील, असं त्यात म्हटलं होतं. रतन टाटा यांचा सत्तेचा पाया व्यापक करण्यासाठी हे निवृत्तीचं धोरण आखलेलं आहे, असं बोललं जाऊ लागलं. 'तज्ज्ञ व्यावसायिक अधिकाऱ्यांचं जाळं उभारणं हा गुन्हा आहे काय?' असं रतन टाटा यांनी 'टाइम्स ऑफ इंडिया'शी बोलताना सांगितलं. 'आमच्या संचालकांची वयं फारच असतात, म्हणून पूर्वी टाटांच्यावर टीका व्हायची. ६५ व्या वर्षी कोणाही माणसात एखाद्या तरुणाइतका उत्साह व ऊर्जा असते काय? वय ३० किंवा ४० असताना जसं वाटतं, तसं ६५ व्या वर्षी वाटू शकत नाही.' ते म्हणाले.

या नव्या निवृत्ती-धोरणाची माहिती उद्योगसमूहात खालच्या पातळीपर्यंत पसरली, तेव्हा निषेध होऊ लागला. टाटामधील बहुतेक रथी-महारथी वाढवून घेतलेल्या काळावरच टिकून राहिलेले होते. जेआर्‌डी यांचा आदेश पाळायचं आपल्यावर कायदेशीर बंधन नाही, असं एका कंपनीचे अध्यक्ष म्हणाले. पण तो केवळ पोकळ इशारा होता. जेआर्‌डी यांच्याविरुद्ध बोलणं म्हणजे हाराकिरी करण्यासारखंच होतं.

रुसी मोदी यांना काढून टाकल्यानं निषेधाचा सूर मंदावला. पण अनेकांना हे धोरण आवडलं नव्हतं. परंतु निवृत्त होण्याची वेळ आली, तेव्हा प्रत्येकाला हा नियम पाळावाच लागला. मग ते दरबारी सेठ असोत, वा ए. एच्. टोबॅकोवाला असोत. काहीजण निमूटपणे, तर काहीजण आरडाओरडा करीत निघून गेले. १९८५ मध्ये 'फिनान्शिअल टाइम्स'ला दिलेल्या एका मुलाखतीत रतन टाटांनी सांगितलं होतं की, 'मी अत्यंत धीरानं वागणार आहे आणि मला वयाचा फायदा आहे.' एका दशकानंतर टाटांच्या एकेका जहागिरदारानं आपला मुकुट खाली ठेवला. अशा प्रकारे इतिहासाच्या चक्रानं आपल्या वर्तुळाचा एक फेरा पूर्ण केला.

✦

११

परिपूर्णतेसाठी संघर्ष

जी. डी. बिर्ला व महात्मा गांधी हे स्वत:साठी व इतरांसाठी, अमुक करावं, अमुक करू नये, अशी अनेकदा यादी तयार करीत. त्याप्रमाणे जे. आर्. डी. टाटा यांनी कधी आपलं उद्योगविषयक तत्त्वज्ञान शब्दबद्ध केलं नाही. तुमची मार्गदर्शक तत्त्वं कोणती, असा प्रश्न त्यांना नेहमीच विचारला जाई. परंतु वयाला ६१ वर्षं पूर्ण होईपर्यंत त्यांनी ते व्यक्त केलं नाही. त्या वेळी देखील त्यांनी जी सहा तत्त्वं मांडली, ती अत्यंत संक्षिप्त होती.

– सखोल विचार व कठोर परिश्रम केल्याशिवाय फारसं भरीव काही करता येत नाही.

– प्रत्येकानं स्वत:च विचार करायला हवा. घोषणा वा वाक्प्रचार हे सकृद्दर्शनी स्वीकारू नयेत. दुर्दैवानं आपले लोक अशा गोष्टींना सहज बळी पडतात.

– कोणतंही काम करताना, मग ते कितीही लहान असलं, तरी त्यात सर्वोत्तम उंची गाठण्याची वा ते परिपूर्ण करण्यासाठी पराकाष्ठा केली पाहिजे. कधीही दुय्यम दर्जा पत्करण्याची तडजोड करू नये.

– कोणतंही यश वा कामगिरी देशाची गरज पूर्ण करीत नसेल वा जनतेची

सेवा करीत नसेल तर, आणि ते न्याय्य व प्रामाणिक मार्गानं मिळवलं नसेल तर, तिचा काहीच उपयोग नाही.

– चांगले मानवी संबंध व्यक्तिश: अत्यंत लाभदायक असतातच; पण कोणत्याही व्यवसायाच्या यशासाठी ते आवश्यक असतात.

याखेरीज जेआर्‌डी यांनी भारतीय व्यवस्थापनात घातलेली मोलाची भर म्हणजे सहमतीनं व्यवस्थापन करण्याची त्यांची पद्धत. सर्वसाधारणत: नेते हे गुप्तता पाळणारे असतात; परंतु जेआर्‌डी अशा नेत्यांपैकी नव्हते. तसंच आपला कमकुवतपणा उघड होण्याची त्यांना चिंता नव्हती. काय करावं, हे जर त्यांना सुचत नसेल, तर ते मेमो बनवून तो सूचना व सल्ला यांसाठी इतरांकडे पाठवीत.

१९४३ साली त्यांना जेव्हा पर्सोनेल खातं स्थापन करावयाचं होतं, तेव्हा त्यांनी एक मजूर धोरण तयार केलं व त्यावर ज्येष्ठ अधिकाऱ्यांची मतं मागवली. एअर इंडियाचं अध्यक्षपद स्वीकारण्याची सरकारची ऑफर स्वीकारावी की नाही, हे त्यांना ठरवता येईना, तेव्हा त्यांनी सर्व व्यवस्थापकांना बोलावून त्यांच्याशी विचारविनिमय केला. तसंच, मे १९८७ मध्ये विश्वनाथ प्रतापसिंग यांना निषेधाचं पत्र पाठवण्यापूर्वी ते कंपनीच्या सर्व ज्येष्ठ संचालकांना त्यांनी दाखवलं होतं. 'जेआर्‌डी फारच लोकशाहीवादी होते. आपल्या मूळ प्रस्तावात इतरांच्या सूचना समाविष्ट करण्यामुळे त्यांच्या स्वत:च्या कल्पनेची भव्यता कधी कधी लोप पावत असे,' असं शाहरुख ए. साबावाला म्हणतात.

'सहमतीचं व्यवस्थापन' याचा आपल्याला अभिप्रेत असलेला अर्थ सांगताना जेआर्‌डी म्हणाले होते, 'जेव्हा अनेक जण सहभागी होतात, तेव्हा ती सहमती असते. पण याचा अर्थ, माझा कोणाशी मतभेद होत नाही वा मी माझं म्हणणं व्यक्त करत नाही, असं नव्हे. पण मुख्य प्रश्न आहे, तो विविध व्यवसायांचे प्रमुख असलेल्या व्यक्तींबरोबर काम करण्याचा.... तुम्हाला त्यांच्या पद्धतींशी जुळवून घेत त्यांना हाताळता आलं पाहिजे आणि प्रत्येकातील सर्वोत्तम काढून घेता आलं पाहिजे. अनेक व्यक्तींशी त्यांच्या वैशिष्ट्यांसह काम करणं हेच तर माझं वैशिष्ट्य आहे. गेल्या ४० वर्षांत शेकडो संचालकांबरोबर मी काम केलं व सर्वांशी माझं छान जमलं होतं. कधी कधी तुम्हाला स्वत:चे विचारही दाबून ठेवावे लागतात. ते क्लेशकारक असलं, तरी आवश्यक असतं. एक नेता म्हणून माणसांना प्रेमानं बरोबर घेऊन वाटचाल करावी लागते.'

जेआर्‌डींच्या कारकीर्दीत हे खरं असलं, तरी शेवटी शेवटी हे प्रेम थकवून टाकू लागलं. 'जेआर्‌डी हे अगदी सहृदय मालक आहेत, ही त्यांची प्रतिमा चांगल्या जनसंपर्कातून निर्माण करण्यात आली होती,' असं जेआर्‌डींबरोबर २५ वर्षं काम केलेले एक सहकारी म्हणाले. त्यांचं व्यक्तींच्या संदर्भातील व्यवस्थापन

मात्र असं होतं, की नवल टाटा, पालखीवाला व मुळगावकर यांच्याशी त्यांचा अबोला होता. ते काहीही असलं, तरी बुद्धिमान व्यक्ती शोधून काढण्याचं त्यांच्यापाशी कसब होतं व एकदा त्यांना विश्वास वाटला, की मग ते त्यांना भरपूर संधी देत. त्यांना स्वत:च्या विचारांनुसार काही करायचं असेल, तर ते त्यांना मुभा देत. उदा. मुळगावकरांना त्यांनी स्वत:च्या इच्छेनुसार करण्याची मुभा दिली. कुणाला जर कुणाच्या खांद्यावर डोकं ठेवून आपलं मन मोकळं करण्याची वा रडण्याची गरज भासली, तर जेआर्‌डी त्यासाठी सदैव तयारच असत. उदा., दरबारी सेठ. त्यांनी जे सहाय्यकारी वातावरण निर्माण केलं, त्यामुळेच सर होमी मोदी, सर आर्देशिर दलाल, सर जहांगीर घांडी, रुसी मोदी, सुमंत मुळगावकर, दरबारी सेठ व अन्य लोकांची जडणघडण झाली. त्यांनी समूहासाठी व देशासाठी कोट्यावधी रुपयांची संपत्ती निर्मिली. या वातावरणात होमी भाभांसारखे शास्त्रज्ञ, जे. डी. चोकसी व नानी पालखीवाला यांच्यासारखे वकील, जॉन मथाई व ए. डी. श्रॉफ, डी. आर्. पेंडसे यांच्यासारखे अर्थतज्ज्ञ यांचं कर्तृत्व बहरलं.

भाजपचे जय दुभाषी एकदा म्हणाले, 'मी बॉम्बे हाऊसला भेट देऊन परतलो, की मला ही माणसं चुकीच्या क्षेत्रांत आहेत, असं नेहमी वाटायचं. तुम्ही जेव्हा पालखीवाला यांच्याशी बोलता, तेव्हा तुम्हांला वाटतं की, या माणसानं ट्रक्स बनवायच्या किंवा सिमेंटच्या व्यवसायात असता कामा नये, तर त्यांनी दिल्लीतील नॉर्थ ब्लॉकमध्ये बसायला हवं. पंतप्रधानांच्या कार्यालयाच्या नजिक बसून देशाचा आर्थिक कारभार पाहायला हवा.'

मसानींबद्दल दुभाषी म्हणतात, 'मसानी हे टाटांमुळे लोकप्रिय झाले, की टाटा त्यांच्यामुळे, हे मला कधीच उमजायचं नाही. पण एके दिवशी हे गूढ उकललं. त्या काळात जेआर्‌डीपेक्षा जनतेत मसानी यांच्या नावाचा बोलबाला होता.'

होमी भाभांबद्दल दुभाषी यांचं निरीक्षण मार्मिक होतं. देशातील शेणाच्या वापराकडे प्रथम त्यांनी लक्ष वेधलं. देशातील ४० टक्के इंधनाची गरज त्यातून भागत होती. 'ही आम्हांला धक्कादायक बातमीच होती. आंतरराष्ट्रीय कीर्तीचा एक शास्त्रज्ञ, त्यांचे अन्य सरकारी अणूच्या संरचनेवर काम करत असताना तो मात्र सुदृढ बैल रोज किती शेण निर्माण करतो, याचं संशोधन करतो, यानं आम्ही आश्चर्यचकित होऊन गेलो.'

आपल्या समूहाकडे एवढी हुशार माणसं आकर्षित व्हावीत, याबद्दल जेआर्‌डी यांनीच एकदा आश्चर्य प्रकट केलं होतं. ते म्हणाले होते, 'आज चांगली शैक्षणिक पार्श्वभूमी व अमेरिकेतील व्यवस्थापनाची पदवी असलेल्या व्यक्तीस सुरुवातीलाच भरपूर वेतन मिळू शकतं; त्यातला बराचसा पैसा टेबलाखालून दिला जातो. त्यासाठी सध्याच्या पद्धतीला दोष द्यायला पाहिजे. संचालक मंडळाच्या वेतनावर तुम्ही दरमहा ७५०० रुपयांचं बंधन घालता, तेव्हा तरुण माणसांना मी जास्त पैसे

कसे देणार? आमचा फायदा एवढाच की, आमच्या येथील वातावरणात महत्त्वाच्या लोकांना टाटांबरोबर काम करायला आवडतं. यामुळेच मुळगावकर, रुसी मोदी किंवा दरबारी सेठ अशी माणसं, इतरत्र मिळाला असता त्यापेक्षा कमी पगारावर आमच्याबरोबर काम करतात. त्यामुळे आमच्याकडे उत्कृष्ट तज्ज्ञ आहेत. टाटांची संस्कृती त्यांना आकर्षित करते. 'टेल्को'चे जनक मुळगावकर हे दर्जाच्या बाबतीत जगातील कोणाच्याही तुलनेचे आहेत, तरी एवढी वर्षं त्यांनी काय कमावलं, तर दरमहा ४ ते ५ हजार रुपये. जेव्हा ब्रिटिश वा अमेरिकनांना ही माहिती मिळते, तेव्हा आम्ही अशा अधिकाऱ्यांना टिकवून कसे ठेवतो, असा प्रश्न त्यांना पडतो.'

जेआर्‌डी हे पारसी लोकांना झुकतं माप देतात, असा आरोप त्यांच्यावर केला जाई, पण त्यामुळे ते बेचैन होत. त्यांनी सापडतील तेथून ज्येष्ठ अधिकाऱ्यांनी भरती केली. काही पारशी संचालक होते, तसेच केरळचे जॉन मथाई, पंजाबचे दरबारी सेठ, महाराष्ट्राचे सुमंत मुळगावकर व अजित केरकर हेही होते. 'जेआर्‌डींनंतर पारशी मंडळींना कामावर घेण्याचं प्रमाण वाढलं,' असं फ्रान्सिस मेनेझिस म्हणतात. जेआर्‌डींच्या मनात अशी काही भावना नव्हती; कनिष्ठ पातळीवरील चित्र वेगळं होतं; मात्र मध्यम पातळीवर सर्व पारशी भरलेले आहेत, ही बाब टाटा कंपन्याही मान्य करतात. ही टक्केवारी ८० असावी, असं एका नोकरी भरती यंत्रणेचं म्हणणं आहे.

जी. डी. बिर्ला औपचारिक पदवीची फारशी फिकीर बाळगत नसत. किंबहुना ते अप्रशिक्षित माणसं असतील तर प्राधान्य देत. कारण त्यांना त्यांच्या पद्धतीनं त्यांना प्रशिक्षण देता येत असे. जेआर्‌डी यांनी मात्र तंत्रज्ञ व इंजिनीअर्सना भरती करून घेतलं. १९३० नंतर टाटामधील प्रत्येक संचालक हा परदेशातील पदवी असलेला होता. परदेशी जाऊ इच्छिणाऱ्या तरुणांना आर्थिक मदत करण्याची जेआर्‌डींची इच्छा असे. बिर्ला हे कापूस, ताग व साखर उद्योगात होते, तर टाटा हे गाभ्याच्या उद्योगात असल्यानं त्यांना सतत मेटॅलर्जिस्टस् व केमिकल इंजिनीअर्सची गरज असे.

जेआर्‌डी हे स्वतःच स्वतःला प्रशिक्षण दिलेले तंत्रज्ञ होते. रतन टाटा एकदा म्हणाले होते की, 'त्यांचं ज्ञान इतकं प्रचंड व व्यापक होतं, की मी अनेकदा चकितच होऊन जाई. मला एक प्रसंग आठवतो. आम्ही अमेरिकेतील नासाच्या डिझाईनिंग विभागाला भेट देत होतो. त्यांच्या अंतराळ मोहिमेची तेथे एअरोडायनॅमिक चाचणी घेतली जात असे. आम्ही तिथं तीन तास घालवले. त्या विभागातील विविध नावीन्यपूर्ण गोष्टी पाहून जेआर्‌डी प्रभावित होऊन बाहेर पडतील, असं वाटलं होतं. पण त्यांच्या ज्ञानानं नासाचेच तंत्रज्ञ प्रभावित झाले होते.'

टाटा समूहात अत्यंत व्यवसायिक तज्ज्ञ भरलेले आहेत, हा समज १९७० साली एका पाहणीत खरा ठरला नाही. कंपनी कायदा संबंधीच्या १४ व्या वार्षिक

अहवालानुसार टाटा समूहातील २१ वरिष्ठ व्यवस्थापकांपैकी ९ जण त्यांच्या पदासाठी व्यावसायिकदृष्ट्या अपात्र आहेत, असं आढळलं होतं. व्यावसायिक, तांत्रिक व व्यवस्थापकीय शिक्षणाच्या व पदवीच्या पायावर आधारित अशी त्यांनी पात्र-अपात्रतेची विभागणी केली होता. ज्यांना केवळ उच्च व्यवस्थापकीय पदाचा अनुभव आहे, त्यांना त्यांनी अपात्र ठरवलं होतं.

जेआर्डींना पुरेशा योग्य व्यक्ती मिळाल्या नाहीत, हे याचं साधं उत्तर आहे. त्या वेळी ही नेहमीचीच समस्या होती. बुद्धिमान अधिकाऱ्यांची संख्या वाढावी, म्हणून जेआर्डींनी अनेक प्रयोग केले. त्यांनी एक 'ज्येष्ठ कर्मचारी भरती समिती' नेमली, परंतु त्यांनी भरती केलेले कोणीही टिकले नाहीत व हा प्रयोग फसला. त्यांनी टाटा प्रशासकीय सेवा (आय्सीएस्च्या धर्तीवर) व टाटा व्यवस्थापकीय प्रशिक्षण केंद्र स्थापन केलं. आय्सीएस् क्षेत्रातील ब्रिटिश अधिकाऱ्यांच्या कार्यक्षमतेचं टाटांना कौतुक वाटे. त्यामुळे विशेषत: स्वातंत्र्यपूर्व काळात टाटा हे भारतीयांपेक्षा युरोपियन व्यवस्थापक अधिक पसंत करतात, असा आरोप केला जाऊ लागला. काही काळ 'टाटा कन्स्ट्रक्शन कंपनी'त भागीदार राहिलेले वालचंद हिराचंद यांचं तर या मुद्द्यांवरून जेआर्डींशी भांडणही झालं होतं. तेव्हा जेआर्डींनी हा आरोप झटकून टाकला होता. पण १९३० च्या सुमाराला आर्देशिर दलाल यांनी 'टिस्को'च्या भारतीयीकरणाची योजना हाती घेतली होती. हा कार्यक्रम खर्च कमी करण्यासाठी हाती घेतला होता, असं बागची यांचं म्हणणं आहे. भारतीय अधिकाऱ्यांना ब्रिटिश अधिकाऱ्यांच्या ३० ते ५० टक्के वेतन देण्यात येत होतं. मात्र दलाल यांच्या प्रयत्नामुळे जमशेदपूर तांत्रिक संस्था स्थापन झाली. तिथं भारतीय इंजिनीअर्स घडू शकत होते.

कोणतंही काम अगदी पद्धतशीरपणे करण्याच्या वृत्तीमुळे जेआर्डींना युरोपियन्स आवडत असावेत. 'प्रत्येक गोष्ट परिपूर्ण असावी, उत्तम असावी असा जेआर्डींचा कटाक्ष असे, मग टिस्कोतील पोलादाचा दर्जा असो वा एअर इंडियातील हवाई सुंदरींची निवड असो' असं 'ब्लिट्झ'चे संपादक आर्. के. करंजिया यांनी एकदा म्हटलं होतं. जेआर्डी एकदा म्हणाले, 'आपल्या देशातल्या लोकांना दुय्यम, तिय्यम दर्जाच्या गोष्टीसुद्धा समाधानानं स्वीकारण्याची सवयच झालेली आहे. 'चलेगा', 'आयेगा', 'देखेंगे' ही आपली वृत्ती असते. त्यामुळे प्रत्येक गोष्ट आपण अगदीच निकृष्ट करतो. आपली टेलिफोन यंत्रणा सर्वांत वाईट आहे, टीव्ही वाईट आहे, रेल्वे रस्ते वाईट अवस्थेत आहे. वाहतूक वाईट आहे. आपण मोटारीपण वाईटच बनवतो. आपण प्रत्येक गोष्ट अशीच करतो.'

परिपूर्णतेचा जेआर्डींचा ध्यास एवढा होता, की कधी कधी त्याचा अतिरेकच होई. एकदा एअर इंडियाचे कलासंचालक जाल कावसजी यांना मध्यरात्री जेआर्डींनी फोन केला. विमानतळावरून घरी परतताना त्यांनी वाटेत एअर इंडियाचा एक

जाहिरात फलक पाहिला होता. तो आपल्याला आवडला नाही, हे सांगायला त्यांनी फोन केला होता. ‘जेआर्‌डींची धास्तीच वाटायची. ते म्हणजे टेररच होते,’ असं एअर इंडियाचे मार्केटिंग डायरेक्टर बॉबी कुका यांनी एकदा म्हटलं होतं.

परिपूर्णतेसाठी प्रयत्न करत राहिलात, तर तुम्ही सर्वोत्तम कामगिरी करू शकाल, असं जेआर्‌डी नेहमी म्हणत. बारीकसारीक प्रत्येक गोष्टीकडे जेआर्‌डी स्वत: लक्ष पुरवीत असल्यामुळे ‘टाटा’ या नावाला एक दर्जा प्राप्त झाला, हे नि:संशय.

✦

१२

जिनिव्हा, २९ नोव्हेंबर, १९९३

जे. आर्. डी. टाटा यांचं २९ नोव्हेंबर, १९९३ रोजी जिनिव्हा येथील एका रुग्णालयात निधन झालं. युरोपात निधन पावलेले ते टाटा समूहाचे चौथे अध्यक्ष. ते एक साधं रुग्णालय होतं. सी-६१२ क्रमांकाच्या खोलीतील रुग्णाला मूत्रपिंडाचा विकार आहे, याशिवाय त्या रुग्णाबद्दल फारशी कोणाला माहिती नव्हती. परंतु जेव्हा जगाच्या कोनाकोपऱ्यांतून सारखे फोन येऊ लागले, तेव्हा रुग्णालयाच्या अधिकाऱ्यांना टाटांचं महत्त्व लक्षात आलं.

शवपेटी सीलबंद करण्यापूर्वी १ डिसेंबर रोजी जिनिव्हा इथं एक छोटासा धार्मिक विधी करण्यात आला. जर्मनीतील एका पारशी व्यापारानं हा विधी केला. दोन दिवसांनंतर पॅरिस येथे पेरे लाचेस दफनभूमीत दफनविधी झाला. पॅरिसच्या बाहेर असलेली ही दफनभूमी खूप विस्तीर्ण व प्रख्यात आहे. मोदीग्लीआनी, मोलीयर, प्राउस्ट व ऑस्कर वाईल्ड यांचंही दफन इथंच करण्यात आलं होतं. दफनभूमीच्या मध्यभागात छोटंसं चॅपेल आहे. टाटांना श्रद्धांजली वाहण्यासाठी इथं जगातून बडीबडी मंडळी आली होती.

'टाटांचं कलेवर ठेवलं होतं, ती शवपेटिका साधीच होती. समारंभाला जेआर्डी यांच्या आवडत्या 'अबाईड विथ मी' व 'द लॉर्ड इज माय शेपर्ड' या

प्रार्थनांनी आरंभ झाला. सबंध सभागृहात अत्यंत शांतता पसरली. तो क्षण अत्यंत हेलावून टाकणारा होता.' असं साबावाला यांनी सांगितलं. नंतर शुभ्र वेशातील दोन झोरोस्ट्रियन धर्मगुरुंनी (त्यांना लंडनहून बोलावलं होतं.) अवेस्ता ग्रंथातील निवडक उतारे वाचले. रतन टाटा यांनी उपस्थितांचे आभार मानले. मग ते पुढे व सर्वजण मागे एका रांगेत शवपेटिकेभोवती गेले. शवपेटिकेच्या जवळच जेआर्डींची तीन तैलचित्रं लावली होती. मेणबत्त्या तेवत होत्या. प्रत्येक जण शवपेटीला स्पर्श करीत होता. वाकून आदर प्रकट करीत होता. मान झुकवून प्रार्थना म्हणत होता व मग आपल्या आसनावर जाऊन बसत होता.

मग राखाडी रंगाचा सूट घातलेल्या सहा जणांनी शवपेटी उचलून ती काचेच्या शववाहिकेत ठेवली. हळूहळू ती अंत्ययात्रा दगडी रस्त्यावरून टाटा कुटुंबाच्या राखीव ग्रॅनाईट व्हॉल्टपर्यंत पोचली. जेआर्डींचे वडील आर्. डी. टाटा, आई सुनी टाटा, भाऊ जिमी यांचं दफन इथंच केलं गेलं होतं. दाराबचं भारतात निधन झालं, पण त्याची रक्षा इथं ठेवलेली आहे. शवपेटिका हलके हलके खाली सोडण्यात आली. तेव्हा शेवंतीच्या फुलांच्या पाकळ्यांचा वर्षाव केला जात होता.

भारतात मात्र जेआर्डींवरील अंत्यविधीसंबंधी एक वाद अकारण उकरून काढण्यात आला. जेआर्डी हे अर्धे फ्रेंच असल्यामुळे सनातनी धर्मगुरूंनी अखेरचे विधी करायला नकार दिला. या दोन बंडखोर धर्मगुरूंविषयी पारसी समाजात संतापाची भावना पसरली. तसंच, या घटनेला महत्त्व देणाऱ्या 'आफ्टरनून' या सायंपत्रावरही टीका झाली.

भारताच्या औद्योगिक इतिहासात टाटा यांना अनन्यसाधारण स्थान होतं. संपादक वीर संघवी लिहितात की, 'जेआर्डी यांचा त्यांच्या कंपन्याशी संबंध जसजसा कमी कमी होत गेला, तसतशी त्यांची प्रतिष्ठा व स्थान आणखी उंचावत गेलं. १९७७ मध्ये मोरारजी देसाई यांनी त्यांना एअर इंडियाच्या अध्यक्षपदावरून काढून टाकलं, तेव्हा सर्व देशभर खळबळ उडाली. १९८० पर्यंत जेआर्डी हे मदर तेरेसा यांच्याप्रमाणे जणू राष्ट्रीय प्रतीक बनून गेले होते. जेआर्डी यांच्यावर जनतेचा रोष पत्करून जाहीर टीका करणं शक्य नव्हतं. १९९२ मध्ये 'टिस्को'त कलह माजला होता, तेव्हा रुसी मोदी रतन टाटांचा संभाव्य धोका काबूत ठेवतील, असं वाटत होतं. पण जेआर्डींनी रतन टाटांना एकदा पाठिंबा दिल्यावर रुसी मोदींची डाळ शिजली नाही. त्यातून जेआर्डी यांच्यावर लेखी टीका करण्याची मोदी यांनी चूक केली, तेव्हा तर त्यांनी जनतेची सारी सहानुभूती गमावली.'

संघवी पुढं लिहितात, 'भारताच्या दृष्टीनं ते केवळ एक उद्योगपती नव्हते, तर एक आदर्श होते, एक प्रतीक होते. ज्यावेळी नीतिमूल्यं ढासळत होती, तेव्हा भारतामध्ये प्रामाणिक राहूनही यशस्वी होणं शक्य आहे, हे टाटांनी आपल्या

सचोटीनं दाखवून दिलं. दरबारी सेठ एकदा म्हणाले होते, 'जेह यांना भेटून आल्यावर उत्साहाची ऊर्जा घेऊन न येणारा मला अजून कोणी भेटलेला नाही.'

जे. आर्. डी. टाटा यांच्या नेतृत्वाखाली टाटांची मालमत्ता जी १९३९ मध्ये ६२ कोटी होती. ती १९६९ मध्ये ५०५ कोटींवर गेली; आणि १९९० मध्ये तर १०,००० कोटींचाही आकडा तिनं ओलांडला. जेआर्डी यांनी अनेक उत्कृष्ट कामं केली. तरी त्यांनी आपल्यांतील सर्व सुप्त कार्यशक्तीचा वापर केला नाही. रुसी मोदी एकदा म्हणाले होते की, 'मला जेआर्डी यांच्याबद्दल आदर वाटतो. ते अत्यंत प्रेमळ आहेत. अन्य माणसांबद्दल त्यांच्या अंत:करणात कायमच मायेचा झरा वाहत असतो. आता कर्तृत्वाबद्दल म्हणाल, तर मला जी. डी. बिर्लांच्या कर्तृत्वाबद्दल आदर आहे.'

जेआर्डीपेक्षा जी. डी. बिर्ला हे जादा धोका पत्करणारे होते, यात शंकाच नाही. बिर्ला यांनी ताग उद्योगावरील स्कॉटिश लोकांचं नियंत्रण धाडसानं मोडून काढलं; 'हिंडाल्को' व 'ग्वालियर रेयॉन' हे मोठे प्रकल्प उभारले. जमशेटजी नसरवानजी टाटा जसे झगडले, तसेच जी. डी. बिर्लाही झगडले. धीरुभाई अंबानी यांनी देखील जेआर्डी यांच्यापेक्षा फार मोठी आक्रमकता दाखविली. जे जे मोठं, ते ते वाईटच असणार, हा समज दूर करायला अंबानी यांनी सरकारला भाग पाडलं. १९९० मधील आर्थिक सुधारणांसाठी मार्ग घालून देण्याचं अंबानी यांचं कार्य अभूतपूर्व आहे.

बिर्ला व अंबानी यांच्याशी तुलना करता जेआर्डी भित्रेच वाटतात. १९३० साली 'टिस्को'ला एकदम भव्य रूप मिळण्याची संधी आली होती. पण जेआर्डी यांनी ती वाया घालवली. 'टिस्को'मध्ये कामगारविषयक धोरणाचे त्यांनी अनेक प्रयोग केले. पण आपल्याच इतर कंपन्यांमध्ये हे प्रयोग त्यांनी राबवले नाहीत.

एके काळी टाटांचं वस्त्रोद्योगात चांगलंच बस्तान बसलं होतं. पण जेआर्डींच्या कारकीर्दीत हा विभाग हळूहळू कमी झाला. या क्षेत्रातील टाटांचं महत्त्व लालभाई समूहानं हिरावून घेतलं. आज लालभाई यांची 'अरविंद गिरणी' ही डेनीमच्या उत्पादनात जगात अग्रेसर आहे. 'आयसीआयसीआय्' व 'एच्डीएफ्सी'मागील प्रमुख शक्ती असलेले एच्. टी. पारेख यांना जेआर्डी यांच्याबद्दल अत्यंत आदर होता. तरीही त्यांनी लिहिलं, 'नूतनीकरण करून औद्योगिक मालमत्तेची कार्यक्षमता टिकवणं हा औद्योगिक व्यवस्थापनाचा भाग असतो. याबाबत टाटा कायम जागरूक असत. परंतु टाटा समूहातील कापड गिरण्यांचा कारभार पाहता या बाबीकडे त्यांचं दुर्लक्ष झालेलं दिसतं.'

आधुनिक उद्योगपती पैशाचं केवळ मूल्य पाहत नाही, तर त्याचं संधीमूल्यही पाहतात. पुणे येथील 'टेल्को' कारखाना उभारताना या गोष्टीकडे लक्ष दिलं गेलं

नाही. प्रचंड पैसा खर्चून हा कारखाना उभारला. पण दशकानुदशकं त्या गुंतवणुकीवर फारसा लाभ मिळाला नाही. आपल्या वीज कंपन्यांकडेही जेआर्‌डी यांनी दुर्लक्ष केलं. असं पारेख म्हणतात. 'कलकत्ता वीज कंपनीच्या व्यवस्थापनानं आपली विस्तारयोजना अमलात आणताना अधिक कार्यक्षमता दाखविली. १९४४ मध्ये महायुद्ध चालू असताना देखील विस्तार कार्यक्रम हाती घेण्यात आला होता. 'टाटा'नं असा दीर्घदृष्टीनं त्या वेळी विचार केला असता, तर मुंबईला सध्याच्या वीज टंचाईच्या परिस्थितीतून जावं लागलं नसतं, पारेख म्हणतात.

सरकारच्या खांद्यावरून 'एअर इंडिया'चा कारभार पाहण्यात जेआर्‌डी फार वेळ खर्च करीत. त्यांनी त्यात उगाच आपली हुशारी वाया घालवली. 'कंपन्यांत तुम्ही वेळ कसा वाटून देता,' असं विचारलं असता जेआर्‌डी एकदा म्हणाले, 'कधी कधी माझा निम्मा वेळ एअर इंडियाला खर्च होतो.' जेआर्‌डींच्या टेबलावर कागदपत्रांचे सहा ट्रेज असत. एक 'टाटा सन्स' व 'टाटा इंडस्ट्रीज'साठी, दुसरा 'टिस्को'साठी,तीन 'टेल्को', 'एअर इंडिया' आणि इतर आणि सहावा वर्तमानपत्रं आणि मासिकांतील कात्रणं यासाठी.

१९५३ साली 'एअर इंडिया'चं राष्ट्रीयीकरण करण्यात आलं. ती काही टाटा समूहातील कंपनी नव्हती. ग्राहकांशी संबंध यापुरतंच आपलं एअर इंडियावर नियंत्रण आहे, असं जेआर्‌डी एकदा म्हणाले होते. विमान कंपनीचा विचार करायचा की नाही, नवीन विमानं खरेदी करायची की नाही, तिकिटांचे दर काय असावेत, हे सर्व निर्णय सरकारी नोकरशहा घेत. जेआर्‌डी हवाई सुंदरींच्या कपड्यांचं डिझाईन, त्यांच्या चोळीचा कट काय असावा, त्यांनी पदर कसा घ्यावा, इत्यादी गोष्टींवर अधिक वेळ खर्च करीत.

समजा, एअर इंडिया टाटांची कंपनी असती व तिची वाढही भरभर झाली असती, तरी ती 'टेल्को' व 'टिस्को'च्या पुढं खुजीच वाटली असती. टाटांनी आपलं व्यावसायिक कौशल्य या व अन्य टाटा कंपन्यांवर अधिक खर्च केलं असतं, तर निवृत्तीच्या वेळी समूहाची जी स्थिती होती, त्यापेक्षा ती अधिक चांगली असती.

जेआर्‌डींनी 'टेल्को'ला सापत्न भावाचं वागवलं. सुमंत मुळगावकरांनी एक अतुलनीय इंजिनीअरिंग संकुल उभारलं यात शंकाच नाही. परंतु रतन टाटांनी 'टेल्को'ची सूत्रं हाती घेतली, तेव्हा कारखान्याची प्रगती थंडावली होती. १९८० च्या मध्याला जे कामगार प्रश्न उद्‌भवले, ते टाळणं शक्य होतं. 'टिस्को'त जेआर्‌डी यांनी १९४३ व १९४५ मध्ये जे मजूर धोरण यशस्वीपणे अंमलात आणलं, ते मुळगावकरांनी 'टेल्को'त का अंमलात आणलं नाही?

जेआर्‌डी यांना मुळातच तंत्रज्ञानाबद्दल आकर्षण होतं व 'टिस्को'त त्यांनी

सतत संशोधनाला उत्तेजन दिल्यानं, जेआर्‌डी जेव्हा प्रमुख होते तेव्हा १९५०-६० या काळात 'टिस्को'नं नवनवीन गोष्टी केल्या. त्या उलट टाटा ट्रक्स हे 'डेम्‌लर बेन्स'नं दिलेल्या जुन्याच डिझाईनला चिकटून राहिले. खरं तर पुण्यात खूप पैसा खर्चून डिझाईन सेंटर उभारलेलं होतं. केवल रतन टाटा यांनी पुनर्रचना केल्यावर टाटा मोबाईल, टाटा-सिएरा व सुमो ही उत्पादनं तयार होऊ लागली. तेव्हा जेआर्‌डी यांनी एवढा मोठा कारखाना असा कुजत का पडू दिला?

टाटा निवृत्त व्हायला तयार नव्हते, या एका गोष्टीत या प्रश्नाचं सारं उत्तर सामावलेलं आहे, असं टाटामधील एका अधिकाऱ्यानं सांगितलं. त्यांनी रतन टाटांना वारस म्हणून नेमलं, तेव्हा ते वार्धक्यानं काहीसे कमजोर झालेले होते, असं रुसी मोदी म्हणतात. त्यांना स्वत:लाच अध्यक्षपद सोडायची इच्छा नव्हती. त्यामुळे नैतिक दृष्ट्या ते आपल्या सहकाऱ्यांना पदं सोडायला सांगू शकत नव्हते. टाटा समूहात तरुण रक्त आणायला जरा विलंब झाला. जेआर्‌डी यांना स्वत:ची मुलं असती तर फरक पडला असता काय?

'तुम्ही व तुमच्या पत्नीनं एखादं मूल दत्तक घेण्याचा कधी विचार केला होता काय?' असा प्रश्न एकदा त्यांना विचारला होता; तेव्हा जेआर्‌डी म्हणाले होते की, 'मला मूल दत्तक घ्यायला आवडलं असतं. कारण मला मुलं फार आवडतात. माझ्या पत्नीलाही आवडतात. पण का कोण जाणे, प्रत्यक्षात तसं काही घडलं नाही. लायक वारस याबद्दल बोलताना जेआर्‌डी म्हणाले, 'तुम्ही मूल दत्तक घेता, तेव्हा ते इतकं लहान असतं, की ते पुढे चांगलं होईल की नाही, हे तेव्हाच सांगता येणं शक्य नसतं. तसंच टाटा हा काही कौटुंबिक उद्योग नाही. मला देखील केवळ व्यावसायिक कसोटीवरच कंपनीच्या प्रमुखपदी नेमण्यात आलं. आनुवंशिकतेवर माझा विश्वास नसून व्यावसायिक कौशल्यावर आहे. राजीव गांधी आणि पंडित नेहरू यांच्यावरही घराणेशाहीचाच आरोप होतो ना? आपल्या कंपनीची सूत्रं अशी कोणाहीकडे सोपविणं मला शक्य नाही.'

असं असलं, तरी टाटा समूहातील पाच अध्यक्षांपैकी चौघेजण टाटा आहेत. अर्थात, पुनर्उभारणी केलेल्या कुटुंबातील ते आहेत. जेआर्‌डी यांच्यातील स्वभावत: असलेला कमकुवतपणा लक्षात घेऊनही, सरकारचे कडक निर्बंध असताना त्यांनी आपल्या समूहाचा पहिला क्रमांक कायम टिकवून ठेवला.

टाटांनी स्वत:ला राजकारणापासून दूर ठेवलं होतं असा समज आहे; परंतु हे काही खरं नाही, असं पत्रकार सुधींद्र कुलकर्णी म्हणतात. एक दृष्टीनं विचार केला, तर त्यांच्या या म्हणण्यात तथ्य आहे. भारतातील सर्वांत मोठ्या उद्योगसमूहाचे प्रमुख म्हणून जेआर्‌डी यांचे सरकारशी संबंध असणारच. पारतंत्र्यामध्ये ते ब्रिटिशांच्यावर अवलंबून होते. कारण ब्रिटिश त्यांची उत्पादनं खरेदी करत. जेआर्‌डी स्वातंत्र्य

आंदोलनापासून दूर राहण्याचं ते एक महत्त्वाचं कारण होतं. जी.डी. बिर्ला यांचं असं काही नुकसान होणार नव्हतं. बिर्ला इंग्लंडला तागाची निर्यात करीत असत. परंतु त्यांच्या एकूण उलाढालींत त्याचं प्रमाण फार छोटं होतं. बिर्ला स्थानिक ग्राहकांसाठी साखरेचं उत्पादन करीत. तसंच त्यांची वस्त्रं भारतात विकली जात. परवान्यांचा पाठपुरावा करण्याची बिर्लांना गरज नव्हती. परंतु टाटांची स्थिती मात्र वेगळी होती. भारतीय रेल्वेला 'टिस्को' रुळांचा पुरवठा करीत असे, तर 'टिस्को' सरकारी मागणीवर अवलंबून असे. आपल्या पोलादाचं परदेशी स्पर्धेपासून संरक्षण व्हावं, म्हणून सरकारनं आयातीवर कर बसवावेत, अशी जेआर्‌डी यांची दुसऱ्या महायुद्धापर्यंत अपेक्षा होती.

स्वातंत्र्यानंतर राजकीय आश्रय ही बाब काही विशेष बनली नाही. नेहरू सरकारनं बिहार जमीन सुधारणा कायद्यातून जमशेदपूरला वगळलं. नंतर काही वर्षांनी बिहार सरकारनं सक्तीनं ते काही काळ आपल्या ताब्यात घेतलं. १९५० च्या मध्याला टी. टी. कृष्णम्माचारी यांनी टाटांना ट्रक्स बनवण्याची, तसंच, 'टिस्को'ची उत्पादनक्षमता दुप्पट करण्याची परवानगी दिली. १९७१ साली कोळसा उद्योगाचं राष्ट्रीयीकरण झालं, तेव्हा त्यावेळचे उद्योगमंत्री मोहन कुमारमंगलम यांनी, 'टिस्को'च्या खाणी अत्यंत कार्यक्षमतेनं चालवल्या जात असून, राष्ट्रीयीकरण झालेल्या या उद्योगाला त्या आदर्शच ठरतील, असं सांगून 'टिस्को'च्या खाणींना हात लावला नाही.

सरकारबरोबर सहकार्य करण्याची जेआर्‌डी यांची निकड आणि राजकारणी लोक व्यक्तिगत व व्यावसायिक फायद्यासाठी उद्योगपतींशी जो संबंध ठेवतात, यांची गल्लत करता कामा नये. याबाबत टाटांनी कायमच उच्च पातळी राखली आहे. जे.आर्‌.डी. टाटा यांनी विश्वनाथ प्रतापसिंग यांच्याशी ज्या प्रकारे झुंज दिली, तसं दुसरं कोणीच करू शकले नसते. जेआर्‌डींनी त्यांना जे पत्र लिहिलं, तसं लिहायला सुस्पष्ट, सदसद्‌विवेकबुद्धीच असावी लागते. तसंच, 'कोणत्याही परिस्थितीत टाटांचा कोणीही अधिकारी शरण जात नसतो वा झुकत नसतो. लाच देण्यापेक्षा किंवा झुकण्यापेक्षा एखादा प्रकल्प मिळाला नाही तरी चालेल, अशी आमची धारणा असते,' असं प्रीतीश नंदी यांच्याकडे रोखून पाहत ठणकावून सांगायला देखील हिंमत लागते.

सरकारनं नेहरू छाप समाजवाद सोडून द्यावा, अशी मागणी जेआर्‌डी वारंवार करीत राहिले. विकासासाठी अधिक व्यवहार्य धोरण स्वीकारावं, असा त्यांचा आग्रह होता. जेआर्‌डी नेहरू घराण्याला पाठिंबा देत राहिले, तरी नेहरूंप्रमाणे इंदिरा गांधींशीही त्यांचे मतभेद होतेच.

स्वतःचं मूल्यमापन करताना ते एकदा म्हणाले होते, मी चारित्र्यवान, नेतृत्व

पुरवलंय्, असं मला वाटतंय. त्याचा अर्थ त्यांनी स्पष्ट केला नाही. तरीही एच्. टी. पारेख यांच्या मते भारतात तीनच धाडसी व अस्सल गांधीवादी होते. जवाहरलाल नेहरू, जयप्रकाश नारायण व जे.आर्.डी टाटा. नेहरूंनी जो राजकीय वारसा दिला.' त्याबद्दल त्यांची व नैतिक मूल्यांमध्ये भर घालणारे म्हणून जयप्रकाश आणि समाजवाद अंमलात आणणारे म्हणून जे.आर्.डी. टाटा यांची पारेख यांनी निवड केली. गांधीजींशी यांच्याशी वैयक्तिक संबंध असलेले जी.डी. बिर्ला व साराभाई यांची पारेख यांनी निवड केली नाही, ही बाब सूचक आहे.

रुसी लाला यांच्या मते, '८५ वर्षांचे होईपर्यंत जेआर्डींनी विश्रांती घेतली नाही. ते सकाळी १० वाजताच ऑफिसात हजर होत आणि सायंकाळी ७ नंतरही काम करीत राहत. त्यांचे मदतनीस त्यांना, आता घरी जा, असं सुचवीत, तेव्हा ते म्हणत, ''कशासाठी मी घरी जाऊ?'' कामावरून घरी गेल्यावर त्यांचं स्वागत करायला कोणी नातवंडं नव्हती. दोनदा हृदयविकाराचा झटका आल्यामुळे त्यांच्या पत्नी चाकांच्या खुर्चीला खिळलेल्या असत. दोघे एकत्र भोजन घेत किंवा टेलिव्हिजन वा व्हिडियो पाहत बसत. जेआर्डी यांच्या बहिणीला अल्झेमरच्या रोगानं पछाडलेलं होतं. त्यांना रोज संध्याकाळी जाऊन भेटणं जेआर्डींना क्लेशकारक वाटे. तेव्हा मग ''तुम्ही इतक्या वेळा का जाता?'' असं मी विचारलं, तेव्हा ते म्हणाले, ''माझी बहीण सतत माझी आठवण काढीत असते.'' एका दृष्टीनं विचार केला, तर जेआर्डी यांना लौकिक, मानमान्यता, सत्ता सारं काही होतं. तर दुसऱ्या दृष्टीनं त्यांच्याकडे काहीच नव्हतं; आणि आयुष्यातील साध्या सुखांनाही ते वंचित झालेले होते, त्यांची पत्नी थेल्मा यांचं सप्टेंबर १९९४ मध्ये निधन झालं आणि जेआर्डी यांच्या मृत्यूनंतर रोदाबेह सॉवनी यांचं निधन झालं.

अनेक वर्षांपूर्वी एक वार्ताहरानं जी.डी. बिर्ला यांना त्यांचे प्रतिस्पर्धी जे.आर्.डी. टाटा यांच्याबद्दल काय वाटतं, असा सवाल विचारला होता. त्यावर ते म्हणाले होते, 'त्यांच्याकडे भरपूर पैसे आहेत, पण ते सुखी आहेत का असा प्रश्न मला पडतो.'

✦